AF730839

संशोधन पद्धती

संशोधन पद्धती

नवोदितांकरिता क्रमवार मार्गदर्शक

चौथी आवृत्ती

रणजित कुमार

SAGE | bhasha

Los Angeles | London | New Delhi
Singapore | Washington DC | Melbourne

Copyright © Ranjit Kumar, 2017, SAGE Publications, Ltd

All rights reserved. No part of this book may be reproduced or utilized in any form or by any means, electronic or mechanical, including photocopying, recording or by any information storage or retrieval system, without permission in writing from the publisher.

Originally published in 2014 in English by *SAGE Publications, Ltd* as *Research Methodology: A Step-by-Step Guide for Beginners*

This edition published in 2017 by

SAGE Publications India Pvt Ltd
B1/I-1 Mohan Cooperative Industrial Area
Mathura Road, New Delhi 110 044, India
www.sagepub.in

Published by SAGE Publications India Pvt Ltd, Translation Project Coordinated by Sunidhi Publishers, Pune.

ISBN: 978-93-515-0707-9 (PB)

Translator: Dr. Neelam Tatke
SAGE Team: Syed Husain Naqvi, Vishakha Dinkar Shirke

माझी कन्या, पारुल हीस

Thank you for choosing a SAGE product!
If you have any comment, observation or feedback,
I would like to personally hear from you.

Please write to me at **contactceo@sagepub.in**

Vivek Mehra, Managing Director and CEO, SAGE India.

Bulk Sales
SAGE India offers special discounts
for purchase of books in bulk.
We also make available special imprints
and excerpts from our books on demand.

For orders and enquiries, write to us at

Marketing Department
SAGE Publications India Pvt Ltd
B1/I-1, Mohan Cooperative Industrial Area
Mathura Road, Post Bag 7
New Delhi 110044, India

E-mail us at **marketing@sagepub.in;**
sagebhasha@sagepub.in

Get to know more about SAGE
Be invited to SAGE events, get on our mailing list.
Write today to **marketing@sagepub.in**

This book is also available as an e-book.

संक्षिप्त अनुक्रमणिका

अनुक्रमणिका

आकृत्या

तक्ते

ऋणनिर्देश

परीक्षकांनी आपला मौल्यवान वेळ दिला, मदत केली आणि प्रतिक्रिया दिल्या ज्याचा उपयोग पुस्तकाच्या सध्याच्या स्वरूपासाठी झाला यासाठी लेखक आणि सेज यांच्यातर्फे त्यांचे आभार.

ल्यूक स्लॉन, गुणात्मक संशोधनातील व्याख्याता, कार्डीफ युनिव्हर्सिटी

पॉल विलार्ड, इव्हेंट मॅनेजमेंटचे व्याख्याता, ला ट्रोब युनिव्हर्सिटी (बेंडीगो कॅम्पस)

डॉ. मागरिट हॅन्सन, हेल्थ ॲण्ड लाइफ सायन्सेसच्या वरिष्ठ व्याख्याता, ऑक्सफर्ड ब्रुक्स युनिव्हर्सिटी

जोनाथन लॉर्ड, व्याख्याता, युनिव्हर्सिटी ऑफ सलफोर्ड

डॉ. लीएन पर्नेल, वरिष्ठ व्याख्याता, न्युमन युनिव्हर्सिटी

जावेद वॅस्सिलीस खान, वरिष्ठ व्याख्याता, एनएचटीव्ही युनिव्हर्सिटी

प्रस्तावना

प्रस्तुत पुस्तक मला संशोधनाचा विद्यार्थी, व्यावसायिक संशोधक आणि शिक्षक म्हणून आलेल्या अनुभवांवर आधारित आहे. विद्यार्थी म्हणून संशोधन हा विषय समजून घेताना मला आलेल्या अडचणी, व्यावसायिक संशोधक म्हणून कार्य करताना काय उपयोजित आहे व काय उपयोजित नाही याविषयी मला लागलेले शोध, शिक्षक म्हणून अवघड संकल्पना त्यातली तांत्रिकता आणि अचूकता न सोडता प्रभावीपणे साध्या सोप्या भाषेत संप्रेषित करण्याची माझी विकसित झालेली क्षमता आणि पिअरसन ऑस्ट्रेलियाने पहिल्या आवृत्तीवर आणि सेज यु.के. यांनी दुसऱ्या आणि तिसऱ्या आवृत्तीवर आयोजित केलेल्या मूल्यमापन कार्यात अनेक तज्ज्ञांनी सहभाग घेऊन त्यावर आपला जो प्रतिसाद नोंदविला, हे सर्व या पुस्तकाचे आधारभूत घटक आहेत. विविध देशांतील संशोधन पद्धती या विषयाच्या शिक्षकांकडून मिळालेल्या प्रतिक्रिया, सूचना यांवरून पद्धतिशास्त्राचे अनेक पैलू यात समाविष्ट केले होते.

आरोग्य, शिक्षण, मानसशास्त्र, समाजकार्य, शुश्रुषाशास्त्र, सार्वजनिक आरोग्य, ग्रंथपालन अभ्यास आणि विपणन संशोधन यांसारख्या अनेक विद्याशाखांमध्ये संशोधन पद्धती हा विषय पुरवणी विषय म्हणून अनेक मार्गांने शिकवला जातो. माझ्या विश्वासार्हतेनुसार, जरी या विद्याशाखांमधील आशय भिन्न भिन्न असला तरीही, त्यांचा संशोधन चौकशीचा मार्ग हा ढोबळमानाने एकसारखाच आहे, हाच प्रस्तुत पुस्तकाचा केंद्रवर्ती तात्त्विक आधार आहे. त्यामुळेच, प्रस्तुत पुस्तक हे या सर्व विद्याशाखांकरिता सादर केले आहे.

हे खरं आहे की, काही विद्याशाखा आणि व्यावसायिक संख्यात्मक संशोधनावर, काही गुणात्मक संशोधनावर आणि काही दोन्हीवर भर देतात. माझा स्वतःचा संशोधनाबाबतचा दृष्टिकोन हा दोन्हीचा सहयोगात्मक असा आहे. पहिल्यांदा, तुमच्या उद्दिष्टानुसार, अभ्यास गुणात्मक किंवा संख्यात्मक यापैकी कोणत्या मार्गाने करायचा हे ठरवावे. दुसरे, म्हणजे प्रत्यक्ष व्यवहारात बहुतेक संशोधन हे दोन्ही मार्गांचा सहयोग असते. जरी, त्यांच्या चौकशीच्या प्रकाराची तात्त्विक बैठक ही भिन्न असली तरीही, चौकशीसाठीचा त्यांचा व्यापक दृष्टिकोन ढोबळमानाने एकसारखाच असतो. संख्यात्मक संशोधन प्रक्रिया ही बऱ्याच प्रमाणात व्यवस्थित संरचित असते, याउलट गुणात्मक ही पूर्णतः असंरचित असते आणि ती त्यांची अनुक्रमे बलस्थाने आणि त्रुटी आहेत. पूर्ण चित्र रेखाटण्यासाठी दोन्हीही महत्त्वाचे आहे असा माझा विश्वास आहे. याशिवाय, संख्यात्मक संशोधनाचे काही पैलू हे प्रत्यक्षात गुणात्मक स्वरूपाचे आहेत. ते तथ्ये कशी संकलित केली आहेत व विश्लेषण कसे केले आहे यावर अवलंबून आहे. त्यामुळे मला प्रकर्षाने असे वाटते की चांगल्या संशोधकाकडे दोन्ही प्रकारची कौशल्ये असायला हवीत. मी चौकशीसाठी गुणात्मक–संख्यात्मक–गुणात्मक असा मार्ग अनुसरतो. त्यामुळे हे पुस्तक, दोन्ही संशोधन मार्गात सहजसोप्या, पायरी पायरीने वापरता येतील आणि कार्यान्वयन पायरीशी जोडलेल्या असतील, अशा भिन्न भिन्न पद्धती, रिती आणि तंत्र यांबद्दल माहिती उपलब्ध होण्यासाठी लिहिले आहे. पद्धती, तंत्र आणि रीतीच्या संदर्भात संमिश्र/बहुविध पद्धती मार्ग गुणात्मक आणि/किंवा संख्यात्मक मार्गात वापरले जातात, मात्र मला संमिश्र/बहुविध पद्धती असे स्वतंत्रपणे वर्णन करणे योग्य वाटत नाही. त्यामुळे, जरी या

पुस्तकाच्या पहिल्या प्रकरणात सामाजिक संशोधनात संशोधन चौकशीसाठी तीन दृष्टिकोन विवेचन केले असले, तरीही उर्वरित सर्व प्रकरणांत फक्त दोन मार्गांचेच विवेचन केले आहे, तिसरा, संमिश्र पद्धती हा त्यातच समाविष्ट केला आहे.

अभ्यासविषय म्हणून संशोधन हा विषय विविध पातळ्यांवर शिकवला जातो. विशेष करून संशोधन विषयाचा प्रथमच अभ्यास करणाऱ्या नवोदितांना आणि ज्यांना संशोधन या विषयाचे दडपण किंवा मानसिक भीती आहे, अशा विद्यार्थ्यांच्या दृष्टीने प्रस्तुत पुस्तकाची मांडणी केली आहे. त्यामुळे, वाचकांना या विषयाबाबत यापूर्वी काही ज्ञान आहे असे मी गृहीत धरलेले नाही; नवोदितांकरिता जो अनावश्यक आहे अशा भागाची सविस्तर चर्चा मी टाळली आहे; संकल्पना स्पष्ट करण्यासाठी मी अनेक उदाहारणे आणि तक्ते दिले आहेत; आणि पुस्तकात समाविष्ट केलेल्या घटकांची आणि मुद्द्यांची 'सोप्याकडून अवघडाकडे' अशा पद्धतीने चर्चा केली आहे. हे पुस्तक सैद्धान्तिक स्वरूपाचे होऊ नये यासाठी मी जाणीवपूर्वक प्रयत्न केला आहे. प्राथमिकतः, हे पुस्तक प्रात्यक्षिकावर आधारित आहे, ज्याचा हेतू संशोधनाचे सैद्धान्तिक आणि तात्त्विक ज्ञान देणे यापेक्षाही प्राथमिक कौशल्ये विकसित करणे हे आहे.

या पुस्तकाची रचना ही मी माझ्या शिक्षकी पेशामध्ये विकसित केलेल्या प्रारूपावर आधारित असल्याने त्याची मांडणी ही व्यावहारिकदृष्ट्या उपयुक्त होईल अशी केली आहे. संशोधन पद्धती ही सैद्धान्तिक ज्ञानाच्या आधारे आकार घेत असल्याने संख्यात्मक, गुणात्मक आणि संमिश्र संशोधन पद्धतींतील संशोधन प्रक्रिया ही त्यातील कार्यान्वयन पायऱ्यांभोवती आखली जाते. प्रत्यक्ष संशोधनात, कोणतेही विशिष्ट पाऊल उचलताना, आवश्यक असणारी सर्व माहिती ही इथे एकाच ठिकाणी उपलब्ध केली आहे. सर्व माहिती प्रकरणांनुसार विभागून दिली आहे आणि प्रत्येक प्रकरणात त्या पायरीवरील विशिष्ट पैलू मांडलेला आहे (आकृती २.३ पहा). उदाहरणार्थ, 'संशोधन समस्या सूत्रबद्ध करणे' ही संशोधन प्रक्रियेतील पहिली पायरी आहे. माझ्या मते, 'चांगल्या' संशोधन समस्येची सूत्रबद्ध रचना करण्यासाठी, तुम्हाला साहित्याचे परीक्षण कसे करायचे, संशोधन समस्या सूत्रबद्ध कशी करायची, संशोधनातील चले आणि त्यांचे अनुमापन कसे करायचे आणि गृहीतकृत्याची रचना कशी करायची हे माहिती असणे गरजेचे आहे. म्हणून, या पायरीवर चार प्रकरणे दिली आहेत. या प्रकरणांतून मिळालेल्या माहितीच्या आधारे तुम्ही संशोधन करण्यास योग्य अशा समस्येची रचना करू शकाल. या प्रकरणांची शीर्षके पुढीलप्रमाणे आहेतः 'साहित्याचे परीक्षण', 'संशोधन समस्येची सूत्रबद्ध मांडणी', 'चल ओळखणे' आणि 'गृहीतकृत्याची बांधणी'. अशाच प्रकारे, टप्पा ३ – कार्यान्वयन टप्पा – 'तथ्य संकलनासाठी संशोधन साधनांची बांधणी', यातील 'तथ्य संकलनासाठी पद्धत निवडणे', 'अभिवृत्ती मापन सारणी वापरून तथ्य संकलित करणे', आणि 'संशोधन साधनाची वैधता आणि विश्वासार्हता प्रस्थापित करणे' या शीर्षकांतर्गत दिलेली प्रकरणे तुमच्या अभ्यासासाठी तथ्य संकलन करत असताना संशोधन साधन विकसित करण्यासाठी पुरेशी माहिती देईल. संशोधन पद्धतीविषयीचे तुमचे ज्ञान अधिक व्यापक करण्यासाठी आणि तुम्ही स्वतःचे संशोधन हाती घेताना अधिक उचित निवड करण्याकरिता, संख्यात्मक आणि गुणात्मक (आणि त्याचप्रमाणे, अधिक विस्ताराने, संमिश्र/बहुविध अभ्यासाकरिता) प्रत्येक पायरीवरील प्रत्येक पैलूकरिता विविध पद्धती, प्रारूपे, तंत्र आणि रिती या दिलेल्या आहेत.

माझा असा विश्वास आहे की, एखादा वैध अभ्यास हाती घेण्यासाठी तुम्हाला संशोधन पद्धतीचे सर्वंकष ज्ञान असणे अत्यंत आवश्यक आहे. पाचव्या पायरीपर्यंत मांडलेल्या तुमच्या संशोधन प्रश्नाचे उत्तर मिळण्यासाठी, 'संशोधन प्रस्तावाचे लेखन' करत असताना, संशोधन पद्धतींचे ज्ञान असणे हे निर्णायक ठरते. कारण हेच ज्ञान तुम्हाला तुमचे संशोधन कार्य आत्मविश्वासपूर्वक हाती घेण्याकरिता सुयोग्य आणि गुणवत्तापूर्ण सांकल्पनिक

चौकट विकसित करायला मदत करते. ही पूर्वतयारी पूर्ण झाल्यानंतर, त्यापुढील पायऱ्या या अधिकाधिक प्रात्यक्षिक स्वरूपाच्या असतात. या प्रत्यक्ष कामाची गुणवत्ता ही संपूर्णपणे तुम्ही तुमच्या संशोधन प्रस्तावात प्रस्तावित केलेल्या पद्धतीच्या विश्वसनीयतेवर अवलंबून असते. सांख्यिकी आणि संगणक यांची संशोधनात महत्त्वाची भूमिका असते, मात्र त्यांचे उपयोजन हे मुख्यतः तथ्य संकलन पूर्ण झाल्यानंतर असते. माझ्या मते, केवळ विश्लेषित तथ्यांच्या आधारे जी अनुमाने काढली आहेत त्यांची खात्री देण्यासाठी किंवा त्यातील विरोधाभास दर्शविण्यासाठी, अभ्यासांतर्गत असलेल्या दोन किंवा अधिक चलांमधील संबंधांचे प्रमाण निर्देशित करण्यासाठी, कार्यकारणभाव प्रस्थापित करण्यासाठी, आणि तुमच्या अनुमानांप्रती विश्वासाची पातळी निश्चित करण्यासाठी उपयोगी ठरते. संगणकाचा वापर हा प्रामुख्याने तथ्य विश्लेषण, सांख्यिकी गणना, टंकलेखन आणि तथ्यांचे सचित्र सादरीकरण याकरिता केला जातो. संगणक तुमचा वेळ वाचवतो आणि ही कामे करणे तुमच्याकरिता सोपे होते; मात्र हे एक अतिरिक्त कौशल्य तुम्हाला आत्मसात करावे लागते. या पुस्तकात संख्याशास्त्र किंवा संगणक याविषयी माहिती दिलेली नाही.

चौथ्या आवृत्तीमध्ये, सेज पब्लिकेशन्सने सामाजिक संशोधनातील आंतरराष्ट्रीय तज्ज्ञांकडून करवून घेतलेल्या तिसऱ्या आवृत्तीच्या परीक्षणातील सूचनांचा समावेश केला आहे. पुस्तकाची मूळ रचना न बदलता, यातील शक्य त्या सर्व सूचनांचा समावेश करण्याचा प्रयत्न केला आहे. चौथ्या आवृत्तीत केलेले मुख्य बदल पुढीलप्रमाणे आहेतः

- **सामाजिक संशोधनातील 'संमिश्र/बहुविध पद्धतीचा दृष्टिकोन' हा भाग पहिल्या प्रकरणात तात्त्विकदृष्ट्या समाविष्ट केला आहे. माझ्या मते, जरी संख्यात्मक आणि गुणात्मक दृष्टिकोनाप्रमाणे याला स्वत:ची कार्यपद्धती आणि रिती नसली तरीही 'संमिश्र पद्धती दृष्टिकोन' हा दृष्टिकोन असण्यापेक्षाही ते तत्त्वज्ञान अधिक आहे. त्यामुळेच गुणात्मक आणि संख्यात्मक दृष्टिकोनाप्रमाणे, या पुस्तकाचा आधार असलेल्या कार्यान्वयन पायऱ्या आणि पद्धती आणि रिती अनुस्यूत असलेल्या 'संमिश्र पद्धतीचे पद्धतिशास्त्र' यातील दुवे, यांचा विवेचनात समावेश करणे शक्य झालेले नाही.**
- **चौथ्या आवृत्तीत, माझ्या संख्यात्मक आणि गुणात्मक संशोधनातील प्रतिबंध काढून टाकण्याच्या इच्छेचे प्रतिबिंब दिसते. अत्यंत सकारात्मक परीक्षणे आणि प्रतिक्रिया यांमुळे या दोन्हीही पद्धती एकाच चौकटीत वर्णन करण्याबाबत माझी खात्री झाली. परिणामी, चौथ्या आवृत्तीत गुणात्मक संशोधन पद्धतीवर तिसऱ्या आवृत्तीपेक्षा अधिकाधिक भर दिला आहे. पुढे पुढे दोन्हीही पद्धतींचे समतोल चित्र रेखाटण्यासाठी गुणात्मक संशोधनाचा अंतर्भाव अधिक जोर देऊन केला आहे.**
- **परिशिष्टाचा भाग असलेले सराव हे पुढे वाढवून ते योग्य त्या कार्यान्वयन पायरीशी जोडले आहेत. जर विद्यार्थ्यांना कार्यान्वयनाची संधी मिळाली, तर या प्रकरणांमधून विद्यार्थी जे काही शिकले आहेत, ते प्रात्यक्षिकाद्वारे अधिक शिकतील असा यामागे विश्वास आहे.**
- **अधिक स्पष्टता येण्याच्या दृष्टीने, तसेच विद्यार्थ्यांना शिकत असताना त्या त्या प्रकरणात काय अपेक्षित आहे हे अगोदरच माहीत व्हावे याकरिता प्रकरणांचे विभाजन करणारी शीर्षक आणि कार्यान्वयन पायऱ्या ही पृष्ठे नव्याने तयार केली आहेत. प्रत्येक प्रकरणाच्या सुरुवातीला विद्यार्थ्यांना परवलीच्या शब्दांची सूची आढळून येईल.**
- **अनेक ठिकाणी विवेचनातील प्रवाहीपणा, समज वाढविण्याकरिता आणि वाचनातील सहजता वाढविण्यासाठी भाषिक बदल केले आहेत.**

प्रस्तुत पुस्तकाच्या लेखनात मला ज्या अनेक व्यक्तींची मदत झाली, त्या सर्वांचा मी ऋणी आहे. सर्वप्रथम माझे विद्यार्थी, ज्यांनी मला संशोधन पद्धती कशी शिकवायची हे शिकविले. या पुस्तकाची मूळ रचना ही गेली अनेक वर्ष त्यांच्याकडून मला मिळालेल्या प्रतिक्रियांची निष्पत्ती आहे. संकल्पना किंवा कार्यपद्धती, संशोधन प्रक्रियेच्या कोणत्या पायरीवर, कशी आणि केव्हा शिकवायची हे मी माझ्या विद्यार्थ्यांकडून शिकलो. या पुस्तकातील त्यांच्या योगदानाबद्दल मी त्यांचे आभार मानतो.

माझ्या स्नेही व सहकारी, डॉ. नॉर्मा वॅटसन यांचा मी अतिशय आभारी आहे! कारण पहिल्या आवृत्तीचे संपादन करण्यासाठी त्यांनी केलेल्या प्रयत्नांमुळे मला खूप मदत झाली. त्यांच्या निःस्वार्थ बुद्धीने केलेल्या मदतीशिवाय हे पुस्तक आजच्या स्थितीला पोहोचू शकले नसते.

मी, माझे मित्र व सहकारी डेनिस लॅडब्रूक यांचा, त्यांनी दिलेल्या अखंड प्रोत्साहन, पाठिंबा याबद्दल आणि माझ्या लेखनाबाबतच्या चिकित्सक प्रशंसेबद्दल आभारी आहे.

माझ्या स्नेही, गुणात्मक संशोधनातील प्रसिद्ध तज्ज्ञ डॉ. दिनाझ दमानिया यांचाही, त्यांनी माझ्या कामात स्वारस्य दाखवल्याबद्दल, ही आवृत्ती पूर्णत्वाला जाण्यासाठी दिलेल्या प्रोत्साहनाबद्दल व केलेल्या मदतीबद्दल, खूप आभारी आहे.

सेज प्रकाशनाने घेतलेल्या या पुस्तकाच्या सखोल परीक्षणात सहभागी झालेल्या आंतरराष्ट्रीय संशोधन तज्ज्ञांचा, त्यांनी दिलेल्या मौल्यवान सूचना व प्रतिक्रियांबद्दल मी अत्यंत आभारी आहे. या चौथ्या आवृत्तीत झालेले अनेक बदल हा याचाच परिपाक आहे. सेजच्या वेबसाइटवर विविध देशांतील अनेक विद्यापीठांतील संशोधन शिक्षकांनी केलेली अनेक परीक्षणे ही चौथ्या आवृत्तीसाठी सकारात्मक आहेत आणि प्रोत्साहन देणारी, प्रेरणादायी आणि विश्वास दृढ करणारी आहेत आणि मी या सर्व परीक्षकांचा अत्यंत ऋणी आहे.

रणजित कुमार

१

संशोधनः एक विचारपथ

या प्रकरणात तुम्ही खालील मुद्दे शिकणार आहात

- संशोधन: एक विचारपथ
- संशोधन: व्यावसायिक सरावाकडे पाहण्याचा मार्ग
- संशोधन आणि पुराव्यावर आधारित सराव
- संशोधनाचे उपयोजन
- संशोधन प्रक्रियेच्या पूर्व अटी
- विविध दृष्टिकोनातून संशोधनाचे प्रकार
- संशोधन चौकशीसाठी संमिश्र पद्धतीचा मार्ग
- संशोधनाची रूपरेषा

परवलीचे शब्द

उपयोजित संशोधन,	अन्वेषणात्मक संशोधन,	गुणात्मक संशोधन,
नियोजित,	पुराव्यावर आधारित सराव,	संख्यात्मक संशोधन,
सह-संबंधात्मक संशोधन,	अर्थपूर्ण रूपरेषा,	विश्वासार्हता, संशोधन,
वर्णनात्मक संशोधन,	संमिश्र पद्धती संशोधन,	संरचित आणि असंरचित
अनुभवात्मक,	प्रत्यक्षवादी रूपरेषा,	चौकशी, पद्धतशीर
स्पष्टीकरणात्मक संशोधन,	विशुद्ध संशोधन,	वैधता.

या प्रकरणाच्या अभ्यासानंतर तुम्हाला पुढील मुद्दे समजतील

- संशोधनाचा अर्थ व तुमच्या व्यावसायिक सरावासाठी त्याचे उपयोजन
- अशी परिस्थिती, ज्यात सरावात सुधारणा करण्यासाठी संशोधन कसे उपयोगी ठरू शकेल
- सामाजिकशास्त्रांत संशोधन दृष्टिकोनाचे विविध प्रकार
- संख्यात्मक, गुणात्मक आणि संमिश्र पद्धती दृष्टिकोनांतील फरक व त्यांचे उपयोजन
- सामाजिकशास्त्रांतील संशोधनाच्या मुख्य रूपरेषा

संशोधन: एक विचारपथ

संशोधन हे फक्त कौशल्यांचा संच नाही, तर तो विचार करण्याचा मार्ग आहे. या विचारांच्या चौकटीत सामान्यतः तुम्ही काय निरीक्षण केले, पुढील अन्वेषणासाठी प्रयत्न करणे, तुमची निरीक्षणे समजून घेणे आणि स्पष्ट करणे आणि निष्कर्ष व अनुमाने, तुमच्या सरावाची गुणवत्ता वाढण्यासाठी, तुमचे कौशल्य व ज्ञानाचा पाया उंचावण्यासाठी, तुमच्या सराव किंवा काम याकडे चौकसपणे, चिकित्सकपणे आणि विश्लेषणात्मक रीतीने तर्कबुद्धी, यथार्थता, परिणामकारकता आणि कार्यक्षमता याचे सखोल ज्ञान मिळवता. तुम्ही अशी अभिवृत्ती, जी तुम्हाला तुमच्या कामाच्या परिस्थितीत येणाऱ्या वेगवेगळ्या पैलूंविषयीची आव्हाने पेलण्यासाठी प्रोत्साहित करते, त्यांच्या उद्दिष्टांसाठी प्रश्न विचारणे, यथायोग्यता आणि वैधता, त्यांची बलस्थाने आणि त्रुटी शोधणे आणि पुढील सुधारणांसाठी आणि अधिक संस्करण करण्यासाठी विकसित करता. संशोधन हे विचार, चौकस, दृष्टिकोन विकसित करते. या संशोधन प्रकाराने विचार करणे व्यावसायिक म्हणून तुम्ही स्वतःला पुढील प्रश्न विचारण्याची क्षमता विकसित करताः मी हे काय करतोय? मी हे का करतोय? माझ्या अशिलांवर किंवा ग्राहकांवर याचा काय परिणाम होणार आहे? मी माझ्या कामात कशी सुधारणा करू शकतो? व्यावसायिक म्हणून तुमच्या मनात असे प्रश्न येणे स्वाभाविक आहे आणि एक संशोधक म्हणून तुम्ही त्याची उत्तरे शोधायचा प्रयत्न करता. अशा प्रश्नांची उत्तरे मिळवण्यासाठी तुम्हाला संशोधन कौशल्यांची गरज आहे.

संशोधन तुमच्या तार्किक आणि बुद्धिप्रामाण्याच्या विचाराचा मार्ग विकसित करते आणि तुम्हाला दैनंदिन परिस्थितीतील प्रत्येक पैलूंचे चिकित्सकपणे परीक्षण करण्यासाठी प्रोत्साहन देते. तुमच्या व्यावसायिक सरावातील

विशिष्ट कार्यपद्धती आणि मार्गदर्शक तत्त्वे समजण्यासाठी व त्यांची रचना करण्यासाठी त्याची मदत होते आणि नव्या मार्गाची चाचपणी करते जे तुमच्या सरावात आणि व्यवसायात आधुनिकतेची भर घालतात. या मार्गाने विचार करणे तुमच्या कामात वेगळाच दृष्टिकोन विकसित करते. संशोधन तुमच्यात विश्लेषणात्मक विचाराचा मार्ग रुजवते आणि संशोधन पद्धतीचे ज्ञान तुम्हाला तुमच्या संशोधनाशी संबंधित प्रश्नांची उत्तरे शोधण्याची तंत्रे पुरवते. तुमच्यातील संशोधनाभिमुखता तुमच्या व्यावसायिक सरावाचे चक्र बनून जाते, जे तुम्हाला तुमच्या व्यवसायातील विविध पैलूंचे पुढे जाऊन निरीक्षण करणे, प्रश्न विचारणे, चाचणी घेणे, अन्वेषण करणे, आकलन करून घेणे यासाठी प्रोत्साहन देते.

संशोधन: तुमच्या व्यावसायिक व्यवहाराचा अभिन्न भाग

संशोधन हा अनेक व्यवसायात चांगल्या व्यावसायिक व्यवहाराचा अभिन्न भाग आहे आणि या व्यवसायातील व्यवहाराच्या कार्यपद्धती आणि निष्पत्ती यावर प्रभाव टाकण्यासाठी जबाबदार असतात. वैद्यक, सार्वजनिक आरोग्य, मानसशास्त्र आणि शिक्षण, संशोधन यांसारखे अनेक व्यवसाय आणि व्यवहार यांची उत्तम एकात्मता असते आणि संशोधनातून काय शोधून काढले आहे यावर व्यवहार मोठ्या प्रमाणात अवलंबून असतो. वस्तुतः संशोधन आणि व्यवहार या एकाच नाण्याच्या दोन बाजू आहेत. त्या वेगळ्या करू शकत नाहीत. व्यवसायात संशोधन आणि व्यवहार यांच्यात जेवढी एकात्मकता जास्त तेवढी सैद्धान्तिक आणि व्यवहारज्ञानाचा पाया अधिक पक्का, असे म्हणणे सयुक्तिक आहे. उल्लेख केल्याप्रमाणे, संशोधन ही प्रश्न विचारण्याची सवय आहे तुम्ही काय करणार आहात आणि तुमच्या चिकित्सालयातील निरीक्षणांचे परीक्षण पद्धतशीरपणे करून तुमच्या सरावात तुम्ही काय निरीक्षण केले आहे त्याची उत्तरे शोधणे, यामागे, अधिक प्रभावी व्यावसायिक सेवा देण्यासाठी योग्य बदल स्थापित करणे, हा दृष्टिकोन असेल. आता आपण काही व्यावसायिक शाखांमधील उदाहरणे पाहू.

समजा, तुम्ही आरोग्यक्षेत्रात काम करत आहात. तुम्ही अव्वल पातळीवरील सेवा पुरविणारे, निरीक्षक किंवा आरोग्य प्रशासक/योजक आहात. तुम्ही कदाचित रुग्णालयात किंवा समुदाय आरोग्य कार्यकर्ता असाल. कदाचित तुम्ही परिचारिका, डॉक्टर, व्यावसायिक उपचारकर्ते, फिजिओथेरपिस्ट, सामाजिक कार्यकर्ता किंवा इतर समांतर वैद्यकात काम करणारे असाल. यापैकी कोणत्याही पदावर काम करत असताना तुम्ही स्वतःला किंवा इतरांकडून तुम्हाला खालील प्रश्न विचारले जातील:

- प्रत्येक दिवशी मी किती रुग्ण तपासतो?
- माझ्या रुग्णांमध्ये सामान्यतः कोणती स्थिती आढळून येते?
- या स्थितीची कारणे काय आहेत?
- काही लोकांची स्थिती विशिष्ट प्रकारची का आहे आणि इतरांची का नाही?
- रुग्णाला दिल्या जाणाऱ्या सेवेची सरासरी किंमत किती आहे?
- या प्रणालीसाठी लोकसंख्या–आरोग्य कार्यकर्ते यांचे आदर्श गुणोत्तर किती आहे?
- समुदायाच्या आरोग्यविषयक गरजा काय आहेत?
- या प्रणालीचा समुदायाला काय फायदा होईल?
- माझ्या सेवेची परिणामकारकता मी प्रत्यक्षात कशी दाखववी?

- काही लोक सेवा का वापरतात व इतर का वापरत नाहीत?
- लोकांना सेवेविषयी काय वाटते?
- रुग्ण सेवेबाबत किती समाधानी आहेत?
- सेवा किती प्रभावी आहे?
- सेवा कशी सुधारली जाऊ शकते?

या यादीत तुम्ही इतर अनेक प्रश्नांची भर घालू शकता. तुम्ही ज्या पातळीवर काम करत आहात त्यानुसार काही प्रसंगी या प्रश्नांकडे तुमचे दुर्लक्ष होणे शक्य आहे, इतर वेळी कदाचित तुम्ही स्वतः पुढाकार घेऊन या प्रश्नांची उत्तरे स्वतः मिळवायचा प्रयत्न कराल, किंवा काही वेळा तुम्हाला प्रभावी प्रशासन आणि नियोजन यासाठी या प्रश्नांची उत्तरे मिळवणे गरजेचे असेल.

आता आपण व्यवसाय अभ्यास ही आणखी एखादी शाखा घेऊ. गृहीत धरा की तुम्ही विपणनक्षेत्रात काम करत आहात. पुन्हा एकदा तसंच की तुम्ही वेगवेगळया पातळ्यांवर काम करू शकता. जसे विक्रेता, विक्री व्यवस्थापक किंवा विक्री वृद्धी अधिकारी. तुमच्या पुढच्या प्रश्नांची यादी कदाचित न संपणारी असेल. प्रश्नांचा प्रकार आणि त्यांची उत्तरे मिळवण्याची गरज हे तुमच्या संस्थेत तुम्ही ज्या पातळीवर काम करत आहात त्यानुसार वेगळे असेल. तुम्हाला कदाचित एखाद्या उत्पादनातील मासिक विक्रीतील घट किंवा वाढ एवढेच शोधायचे असेल किंवा तुम्ही संशोधन आणि विकास यांची रणनीती, तुमच्या कंपनीच्या उत्पादनाचा बाजारपेठेतील वाटा काढावा, यासाठी, विकसित करायला सांगाल. तुम्ही स्वतःला विचाराल किंवा तुम्हाला हे प्रश्न विचारले जातील. उदाहरणार्थ,

- विशिष्ट उत्पादनाची विक्री वाढवण्यासाठी उत्तम रणनीती कोणती?
- मला किती विक्रेत्यांची गरज आहे?
- विशिष्ट जाहिरात अभियानाचा ह्या उत्पादनावर काय परिणाम झाला?
- या उत्पादनामुळे ग्राहक किती समाधानी आहेत?
- या उत्पादनावर ग्राहक किती खर्च करायला तयार आहेत?
- या उत्पादनाविषयी ग्राहकांना काय आवडते आणि काय आवडत नाही?
- या उत्पादनासाठी ग्राहक कोणत्या प्रकारचे वेष्टन पसंत करतील?
- या उत्पादनाची विक्री वाढवण्यासाठी विक्रेत्यांना कोणत्या प्रकारचे प्रशिक्षण गरजेचे आहे?
- चांगल्या विक्रेत्याचे गुण कोणते आहेत?

आता, असे समजा की तुम्ही शाळेत शिक्षक आहात, तुमच्या दैनंदिन शिकविण्यात तुम्हाला अनेक गुंतागुंतीचे प्रश्न व समस्या यांना सामोरे जावे लागत आहे, ज्यांची उत्तरे मिळाल्यास तुम्हाला प्रत्यक्ष किंवा अप्रत्यक्षपणे शिक्षक म्हणून तुम्ही अधिक प्रभावी व्हाल. त्यातले काही प्रश्न असे असू शकतीलः

- विद्यार्थ्यांना माझ्या शिकविण्याविषयी काय वाटते?
- उत्तम शिक्षक होण्यासाठी मला काय केले पाहिजे?
- काही विद्यार्थी अभ्यासात चांगले का आहेत व इतर का नाहीत?
- मुलाच्या शैक्षणिक यश संपादनात घरातल्या वातावरणाचा कशा प्रकारे परिणाम होतो?
- विद्यार्थ्यांच्या मते चांगल्या शिक्षकात कोणते गुण असतात?

- चांगल्या शिक्षकासाठी लागणारे गुण माझ्यात आहेत का?
- गृहपाठाप्रती विद्यार्थ्यांची अभिवृत्ती काय आहे?
- विद्यार्थ्यांना त्यांच्या अभ्यासात कशामुळे प्रोत्साहन मिळते?
- व्यावसायिक अपेक्षा आणि शैक्षणिक संपादन यात काही संबंध आहे का?

या यादीत तुम्ही आणखी भर घालू शकता. या प्रश्नांची उत्तरे तुम्हाला उत्तम शिक्षक बनण्यासाठी आणि धोरण आणि कार्यक्रम विकसित करता येईल ज्यातून व्यवस्थेत सुधारणा करता येईल. या प्रश्नांची योग्य उत्तरे शोधण्याचा प्रयत्न करण्यासाठी तुम्हाला संशोधन कौशल्याची गरज भासेल.

एक वेगळे उदाहरण घेऊ. कल्पना करा की तुम्ही मानसशास्त्रज्ञ, समुपदेशक किंवा समाज कार्यकर्ते म्हणून काम करत आहात. तुमच्या कामकाजाबाबत तुम्ही स्वतःला (किंवा इतर कोणीही) खालील प्रश्न विचारू शकताः

- माझ्या अशिलांच्या सर्वसाधारणपणे आढळून येणाऱ्या समस्या कोणत्या आहेत?
- त्यांच्या मूलभूत सर्वसाधारणपणे समाईक समस्या काय आहेत?
- त्यांच्या समस्यांची कारणे कोणती आहेत?
- माझ्या अशिलांची सामाजिक–आर्थिक पार्श्वभूमी काय आहे?
- काही प्रकरणांमध्ये मी का यशस्वी आहे व इतरांमध्ये का नाही?
- माझ्या अशिलांच्या समस्यांबाबत कोणती मध्यस्थ रणनीती प्रभावी ठरेल?
- समाजात अशिलांना विशिष्ट गरजेसाठी मदत करणारी कुठली संसाधने आहेत?
- या समस्येसाठी कोणती मध्यस्थ रणनीती योग्य आहे?
- माझ्या सेवांबाबत माझे अशील किती समाधानी आहेत?
- माझ्या सेवांची गुणवत्ता मी कशा प्रकारे सुधारू शकतो?

अभिकरणातील निरीक्षक, प्रशासक किंवा व्यवस्थापक म्हणून सेवांची परिणामकारकता आणि कार्यक्षमता यांच्याशी संबंधित पुन्हा अनेक प्रश्न तुमच्या मनात येतील. उदाहरणार्थ:

- माझ्या अभिकरणात किती लोक येतात?
- माझ्या अशिलांची सामाजिक–आर्थिक व लोकसंख्याशास्त्रीय वैशिष्ट्ये कोणती आहेत?
- कार्यकर्ता एका दिवसात किती प्रकरणे प्रभावीपणे हाताळू शकतो?
- काही लोक सेवा का वापरतात आणि इतर का वापरत नाहीत?
- सेवा किती परिणामकारक आहे?
- अभिकरणात येणाऱ्या अशिलांच्या सर्वसाधारणपणे आढळून येणाऱ्या गरजा काय आहेत?
- सेवांची बलस्थाने व त्रुटी काय आहेत?
- सेवांबाबत अशील किती समाधानी आहेत?
- माझ्या अशिलांना दिली जाणारी सेवा मी कशी सुधारू शकतो?

तरीही, व्यवहाराच्या एका पातळीवर, व्यावसायिक म्हणून तुम्हाला आपल्या व्यवसायाचा विकास आणि वृद्धी व्हावी असे वाटत असेल तर, तुम्हाला खालील सैद्धान्तिक प्रश्नांची उत्तरे शोधण्यात औत्सुक्य असेलः

- एखाद्या विशिष्ट समस्येसाठी कोणत्या प्रकारची मध्यस्थी अधिक प्रभावी ठरेल?
- 'क्ष' ची कारणे व 'य' चे परिणाम काय आहेत?
- बेकारी आणि रस्त्यावरचे गुन्हे या दोन घटनांमध्ये काय संबंध आहे; तणावपूर्ण जीवन आणि हृदयविकार; वैवाहिक नाते तुटणे आणि वैयक्तिक संप्रेषण; आणि स्थलांतर आणि कुटुंबाची भूमिका?
- माझ्या अशिलांचा आत्मसन्मान याचे मापन मी कसे करू?
- माझ्या प्रश्नपत्रिकेची वैधता मी कशाप्रकारे निश्चित करू?
- समुदायात दत्तक योजनेचा रचनाबंध काय आहे?
- एखाद्या समस्येप्रती समुदायाची अभिवृत्ती काय आहे हे शोधून काढण्याचा उत्तम मार्ग कोणता?
- मी पूर्वग्रहविरहित नमुना कसा निवडू शकेन?
- माझ्या अशिलांमध्ये वैवाहिक समाधानाची पातळी शोधून काढण्याचा योग्य मार्ग कोणता?

आता आपण अन्य बाजूने येणाऱ्या काही प्रश्नांचा, म्हणजेच तुमच्या सेवांबाबत ग्राहकांच्या बाजूने येणाऱ्या काही प्रश्नांचा विचार करू. अलीकडचे दशक हे ग्राहकांच्या सेवांबाबत अपेक्षा आणि स्वीकार यात झालेल्या प्रचंड बदलाचे साक्षीदार आहे. सेवा ही औदार्याच्या दृष्टिकोनातून, सेवा मिळण्याचा अधिकार यात बदलली गेली आहे. सेवेचा केंद्रबिंदू हा फक्त सेवा नाही तर गुणवत्ता हाही आहे. म्हणून ग्राहकवादाच्या या युगात तुम्ही सेवेच्या ग्राहकांकडे दुर्लक्ष करू शकत नाही. ग्राहकांना त्यांना मिळणाऱ्या सेवेच्या परिणामाबद्दल व दर्जाबद्दल विचारण्याचा हक्क आहे आणि तुम्ही सेवा पुरवणारे तुम्ही त्यांच्या प्रश्नांची उत्तरे देणे तुमच्यावर बंधनकारक आहे. पुढील काही प्रश्न ग्राहक विचारू शकतातः

- मला मिळत असलेली सेवा किती परिणामकारक आहे?
- माझ्या पैशाचा मला मोबदला मिळत आहे का?
- सेवा पुरविणारे कितपत प्रशिक्षित आहेत?

मानवसेवा व्यवसायात असलेल्या बहुतेक व्यावसायिकांना या प्रश्नांसाठी थोडा वेळ द्यावा लागेल आणि सेवा पुरवणारे म्हणून तुम्हाला या प्रश्नांची उत्तरे द्यायला तयार राहावे लागेल. व्यवसायक्षेत्र कोणतेही असो आणि त्या व्यवसायक्षेत्रात तुम्ही कोणत्याही पातळीवर काम करत असाल, तुमच्या दैनंदिन व्यवहारात तुम्हाला अशा प्रश्नांना सामोरे जावे लागेल आणि तुमचा व्यवहार सुधारण्यासाठी तुम्हाला या प्रश्नांची उत्तरे शोधावीच लागतील. या प्रश्नांची वस्तुनिष्ठपणे उत्तरे शोधण्यात संशोधन तुम्हाला मदत करेल.

संशोधन: तुमच्या व्यावसायिक व्यवहारासाठी पुरावे संकलित करण्याचा मार्ग

पुराव्यावर आधारित व्यवहार

पुराव्यावर आधारित व्यवहार (पुआव्य) याला अलीकडच्या दशकात उत्तम व्यावसायिक व्यवहाराची अपेक्षा म्हणून मान्यता मिळालेली आहे. वैद्यकीय व्यवसायासारख्या व्यवसायात हे सेवा वितरणाचे प्रमाण, व्यवहारातले उत्तरदायित्त्वाचे निर्देशक आणि गरज म्हणून पुढे आले आहे. जरी याचे मूळ श्रेय वैद्यकीय व्यवहाराला जात असले तरी पुआव्य हे अनेक व्यवसाय जसे शुश्रुषा, इतर वैद्यकीय सेवा, मानसिक आरोग्य, सार्वजनिक आरोग्य, समाजकार्य, मानसशास्त्र आणि शिक्षण याचाही महत्त्वाचा भाग ठरले आहे. आताशा धोरण ठरवताना आणि व्यावहारिक मूल्यनिर्धारण करण्यासाठीची शास्त्रीय पद्धत म्हणून ती स्वीकृत केलेली आहे.

पुराव्यावर आधारित व्यवहार हा सेवा वितरणाचा तिच्या परिणामकारकतेवर आधारित संशोधन पुरावा आहे; सेवा पुरविणाऱ्याचे चिकित्सालयातील अंदाज हे अशिलाला सेवेसाठी योग्य आणि अनुरूप असणे; आणि अशिलाचे स्वतःचे सेवेच्या स्वीकाराला प्राधान्य असणे. पुआव्य ही संकल्पना व्यावसायिकांना व इतर निर्णयकर्त्यांना मध्यस्थीच्या परिणामकारतेसाठी पुराव्यांचा वापर करण्यास प्रोत्साहन देते. अशिलाची वैशिष्ट्ये आणि परिस्थिती यांचा संयोग आणि त्यांचा मध्यस्थी योग्य असण्याविषयीचा स्वतःचा अंदाज यासंदर्भात ती प्रोत्साहन देते. उत्तरदायित्वाचा बोलबाला असणाऱ्या या युगात तुम्ही तुमच्या व्यवसायाप्रती आणि अशिलांप्रती उत्तरदायी असले पाहिजे. तुम्ही पुरविलेल्या सेवा(वां)ची परिणामकारकता सिद्ध करणे ही या उत्तरदायित्वाची गरज असेल.

शुश्रुषेमध्ये पुआव्य

संशोधन हा तुमच्या मध्यस्थीच्या परिणामकारकतेबद्दल अचूक, व्यवस्थित आणि विश्वासार्ह माहिती मिळवण्याचा एक मार्ग आहे, ज्यामधून तुम्हाला त्याच्या परिणामकारकतेचे पुरावे मिळतात. सेवा पुरविणारे आणि व्यावसायिक म्हणून आपण आपल्या अशिलांची उत्तम सेवा करण्यासाठी, संशोधन पद्धती शास्त्रज्ञांनी विकसित केलेली तंत्रे आणि कार्यपद्धती विकसित करण्यासाठी, सुधारणा करण्यासाठी, शुद्ध करण्यासाठी आणि आपली चिकित्सालयीन व्यवहारातील प्रगत पैलू उपयोगात आणतो.

PODCAST: बेन पुआव्यवर गोल्डकेअर

व्यवहार विकसनासाठी आणि धोरणाची रचना करण्यासाठी संशोधनाचे उपयोजन

एखाद्या क्षेत्रातील फार थोडे संशोधन हे 'शुद्ध' स्वरूपाचे असते, म्हणजे फार कमी लोक संशोधन पद्धती अनुसरून संशोधन करतात. वापरली जाणारी संशोधन कौशल्ये ही प्रामुख्याने 'उपयोजित' असतात, म्हणजेच ती नेहमी व्यवहार कौशल्ये आणि प्रक्रिया विकसित करण्यासाठी आणि व्यवहार धोरणांची रचना करण्यासाठी वापरली जातात. भिन्न भिन्न क्षेत्रांत कमीअधिक फरक असणाऱ्या प्रमाणानुसार संशोधन पद्धती सर्वच व्यवसायांत वापरल्या जातात. ते संशोधन पद्धती तज्ज्ञांनी विकसित केलेल्या रिती आणि पद्धती, त्यांच्या स्वतःच्या व्यवसायातील व्यवहाराच्या विविध पैलूंविषयीची समज वाढवण्यासाठी आणि व्यावसायिक ज्ञानाचा पाया अधिक समृद्ध करण्यासाठी वापरतात. संशोधन पद्धतीच्या उपयोजनातून ते त्यांचे व्यावसायिक ज्ञान आणि कौशल्ये यांना बळकटी आणतात व प्रगत ज्ञान शिकतात. तुमच्या स्वतःच्या क्षेत्राचे परीक्षण करा, म्हणजे तुमच्या लक्षात येईल की त्यातील व्यावसायिक व्यवहार, पद्धती, रीती या इतरांनी दीर्घकाळापासून विकसित केल्या आहेत व त्या अनुसरल्या जातात. ते असे की चाचणी प्रक्रियेत तुम्हाला, ज्यांचा विकास हा शुद्ध गटात होतो, अशी संशोधन कौशल्ये गरजेची आहेत. वस्तुतः, तुमच्या अनुमानांची वैधता ही पूर्णपणे तुम्ही ज्या संशोधन पद्धती आणि रीती स्वीकारता यावर अवलंबून आहे.

कोणत्याही व्यवसायात, जिथे तुम्ही प्रत्यक्ष किंवा अप्रत्यक्षपणे सेवा उपलब्ध करता, उदाहरणार्थ आरोग्यविषयक सेवा (परिचारिका, व्यावसायिक उपचार, शारीरोपचार, सामुदायिक आरोग्य, आरोग्य सुधारणा आणि सार्वजनिक आरोग्य), शिक्षण, मानसशास्त्र किंवा समाजकार्य यात संशोधन उपयोजनाचे विविध चार दृष्टिकोनातून परीक्षण केले जाऊ शकतेः

शिक्षणामध्ये पुआव्य

१. सेवा पुरविणारे;
२. सेवा प्रशासक, व्यवस्थापक आणि किंवा योजनाकर्ते;
३. सेवा वापरणारे ग्राहक; आणि
४. व्यावसायिक.

संशोधनाचे उपयोजन

यांच्या दृष्टिकोनातून

सेवा पुरविणारे

अशा प्रश्नांची उत्तरे देणे:

- किती लोक उत्पादन किंवा सेवा वापरतात?
- काही लोक ही सेवा/उत्पादन का वापरतात आणि इतर का नाही?
- उत्पादन/सेवा कितपत परिणामकारक आहे?
- सेवा/उत्पादनात सुधारणा कशी करू शकाल?
- सेवा/उत्पादन कोणत्या प्रकारचे लोक वापरतात किंवा वापरत नाही?
- सेवा/उत्पादनाचे ग्राहक समाधानी किंवा असमाधानी आहेत का?
- उत्पादन किंवा सेवेबाबत काही समस्या आहेत का?

प्रशासक, व्यवस्थापक, आणि/किंवा योजनाकर्ते

अशा प्रश्नांची उत्तरे देणे:

- समाजाच्या गरजा काय आहेत?
- कोणत्या प्रकारच्या सेवेची/उत्पादनाची समाजाला गरज आहे?
- किती सेवा पुरविणाऱ्यांची गरज आहे?
- कर्मचाऱ्यांच्या प्रशिक्षण गरजा काय आहेत?
- कार्यकर्ता एका दिवसात किती केसेस हाताळू शकतो?
- प्रत्येक कार्यकर्त्याची परिणाम–कारकतेचे मूल्यमापन कसे केले जाते?
- उत्पादन/सेवा अधिक लोकप्रिय कशी करता येईल?

ग्राहक

अशा प्रश्नांची उत्तरे देणे:

- ग्राहक म्हणून मला पैशांचा मोबदला मिळत आहे का?
- सेवा पुरविणारे किती चांगले आहेत?
- मी वापरत असलेल्या उत्पादनाचे दीर्घकालीन फायदे काय आहेत? त्याचा पुरावा काय आहे?

व्यावसायिक

अशा प्रश्नांची उत्तरे देणे:

- विशिष्ट प्रश्नासाठी जास्त परिणामकारक मध्यस्थी कुठली आहे
- क्ष आणि य यामध्ये काय नाते आहे?
- सध्याच्या परिस्थितीत कोणता सिद्धान्त वैध आहे?
- अभिवृत्ती मापनाचा उत्तम मार्ग कोणता?
- कोणत्या प्रक्रियेद्वारे लोक कार्यक्रमाच्या स्वीकृतीचा निर्णय देतात?

आकृती १.१ संशोधनाचे उपयोजन

हे दृष्टिकोन सारांशाने आकृती १.१मध्ये दिले आहेत. जरी प्रत्येक विद्याशाखेतील सर्व मुद्द्यांची यादी देणे शक्य नसले तरी ही चौकट, मानव्य आणि सामाजिकशास्त्रे यांतील बहुसंख्य विद्याशाखा आणि परिस्थिती यासाठी उपयोजित होऊ शकते. तुम्ही वरील दृष्टिकोनांतून, ज्यांची उत्तरे मिळवण्यासाठी संशोधन तंत्राचा वापर करू शकाल, अशा तुमच्या स्वतःच्या शैक्षणिक क्षेत्रातील समस्या ओळखू शकल्या पाहिजेत.

सामाजिक कार्यामध्ये पुआव्य

संशोधन: याचा अर्थ काय?

'संशोधन' या शब्दाला अनेक अर्थ आहेत आणि त्याची तंतोतंत व्याख्या प्रत्येक विद्याशाखेनुसार आणि तज्ज्ञांनुसार वेगळी असते. संशोधन जी कार्ये पार पाडते ती लक्षात घेता, सर्व विद्याशाखा आणि समस्त तज्ज्ञ यांमध्ये संशोधन प्रश्नांची उत्तरे शोधणे याबाबत एकमत आहे. हे उद्दिष्ट संपादन करण्यासाठी तुम्ही कोणतीही संशोधन पद्धती/मार्ग वापरू शकता. या पद्धतींचा आवाका अनौपचारिक चिकित्सक मतांवर आधारित इथपासून ते काटेकोरपणे शास्त्रीय आणि पारंपरिक अपेक्षांना चिकटून असणाऱ्या शास्त्रीय रीतींपर्यंत असतो. संशोधन म्हणजे तुमच्या प्रश्नांची उत्तरे मिळवण्यासाठी यापैकी एक पद्धत वापरणे. तरीसुद्धा, जेव्हा तुमच्या प्रश्नांची उत्तरे मिळवण्यासाठी तुम्ही संशोधन अभ्यास हाती घेता तेव्हा, तुम्ही असे सूचित करत असता की ज्या प्रक्रियेचे उपयोजन सुरू आहे तीः

१. तात्त्विक संचाच्या चौकटीत राहून हाती घेतलेली आहे;
२. वापरण्यात आलेल्या रीती, पद्धती आणि तंत्रे यांची वैधता आणि विश्वसनीयता तपासली गेलेली आहे;
३. पूर्वग्रहविरहित व वस्तुनिष्ठ आराखडा असलेली आहे.

तुमचा तत्त्वज्ञानविषयक तोंडावळा हा कदाचित संशोधनातील अनेक रूपरेषा आणि मार्ग - प्रत्यक्षवादी, स्पष्टीकरणात्मक, इंद्रिय गोचर, कृती किंवा सहभागी, स्त्रीवादी, गुणात्मक, संख्यात्मक, संमिश्र पद्धती आणि शैक्षणिक शाखा ज्यात तुम्ही प्रशिक्षित आहात - यातून निष्पन्न झालेला असू शकेल. संशोधन प्रक्रियेच्या कोणत्याही पैलूला 'वैधते'ची संकल्पना लागू पडते. ती प्रश्नाचे उत्तर मिळवण्यासाठी संशोधन अभ्यासात अचूक रीत उपयोजित केल्याची खात्री देते. 'विश्वासार्हते'चा संबंध अनुमापन रितीच्या दर्जाशी असतो त्यातून वारंवारिता आणि अचूकता प्राप्त होते. 'पूर्वग्रहविरहित आणि वस्तुनिष्ठ' म्हणजे, प्रत्येक पायरी तुम्ही पूर्वग्रह न ठेवता आणि प्रत्येक अनुमान तुमच्या उत्तम क्षमतेनुसार आणि स्वतःची मते न लादता, मांडलेले असेल. लेखक **पूर्वग्रह** आणि व्यक्तिनिष्ठता यात फरक करतो. व्यक्तिनिष्ठता ही तुमच्या विचारप्रक्रियेत अंगभूत आहे जी तुमची शैक्षणिक पार्श्वभूमी, विद्याशाखा, तत्त्वज्ञान, अनुभव आणि कौशल्य यानुसार 'सशर्त' असते. उदाहरणार्थ, मानसशास्त्रज्ञ एखाद्या माहितीकडे मानववंशशास्त्रज्ञ किंवा इतिहासतज्ज्ञापेक्षा वेगळ्या नजरेतून बघेल. दुसऱ्या बाजूने, **पूर्वग्रह** म्हणजे तुमच्या हातात सर्व असल्याने एकतर काहीही लपवायचा किंवा काहीतरी ठळकपणे दाखवायचा प्रयत्न करणे. वर उल्लेखिलेल्या तीन कसोट्यांना चिकटून राहून केलेली प्रक्रिया 'संशोधन' म्हणून सक्षम करते. त्यामुळे, जेव्हा तुम्ही प्रश्नांची उत्तरे मिळवण्यासाठी संशोधन अभ्यास हाती घेतला आहे असे तुम्ही म्हणता, तेव्हा त्यामधून तुम्ही स्वीकारलेली पद्धत या अपेक्षा पूर्ण करते असे सुचवलेले असते (या प्रकरणात पुढे याची चर्चा केली आहे).

तरीही, अपेक्षित कसोट्यांची पूर्तता किती प्रमाणात होणे अपेक्षित आहे यात प्रत्येक विद्याशाखेनुसार फरक असतो आणि 'संशोधन' या शब्दाचा अर्थही प्रत्येक विद्याशाखेनुसार भिन्न असतो. उदाहरणार्थ, भौतिकशास्त्रे आणि

सामाजिकशास्त्रे यांमधील अपेक्षित संशोधन प्रक्रियांमध्ये लक्षणीय फरक असतो. भौतिकशास्त्रांत संशोधनकार्य हे प्रत्येक पायरीवर काटेकोरपणे नियंत्रित असले पाहिजे अशी अपेक्षा असते, याउलट सामाजिकशास्त्रांत तुम्ही माणसांचा अभ्यास करत असल्याने जबरदस्तीने नियंत्रण करता येऊ शकत नाही आणि काही वेळा तशी अपेक्षाही नसते.

वरील अपेक्षांच्या पूर्ततेच्या प्रक्रियेबाबत सामाजिकशास्त्राच्या अभ्यासकांमध्ये मतभेद असल्याने, सामाजिकशास्त्रांत नियंत्रणाची अपेक्षित पातळी ही विद्याशाखांनुसार लक्षणीयरीत्या भिन्न भिन्न असते. विद्याशाखेनुसार फरक असला तरीही चौकशीबाबत त्यांचा ढोबळमानाने दृष्टिकोन सारखाच असतो. या पुस्तकाचा आधार असलेले संशोधन प्रारूप हे या ढोबळ दृष्टिकोनावर आधारित आहे.

संशोधनातील नवोदित म्हणून तुम्ही हे जाणून घ्यायला हवे की सर्व संशोधन अभ्यास हे गुंतागुंतीच्या आणि तांत्रिक पद्धतीवर आधारित नसतात आणि तुम्हाला संख्याशास्त्र व संगणकाचा उपयोग करावाच लागतो. संशोधन ही दैनंदिन कामकाजाशी संबंधित अगदी साध्या प्रश्नांची उत्तरे मिळण्यासाठीची साधी कृती होऊ शकते. दुसऱ्या बाजूला, संशोधन कार्यपद्धती गुंतागुंतीचे सिद्धान्त प्रस्थापित किंवा जगण्याशी संबंधित कायदे अंमलात आणतात. संशोधन आणि संशोधनेतर कृतींमध्ये वर उल्लेख केल्याप्रमाणे, संशोधन प्रश्नांची उत्तरे मिळवण्यासाठीच्या मार्गात फरक आहे. एखाद्या प्रक्रियेला संशोधन म्हणण्यासाठी काही निश्चित अपेक्षांची पूर्तता आणि काही निश्चित गुणधर्म असले पाहिजेत. या अपेक्षा आणि वैशिष्ट्ये शोधून काढण्यासाठी संशोधनाच्या काही व्याख्यांचे परीक्षण करू.

> *रिसर्च* (संशोधन) हा शब्द *रि* (पुन्हा) आणि *सर्च* (शोध) या दोन संज्ञांपासून तयार झाला आहे. शब्दकोशात आधीच्याचा पूर्वप्रत्यय म्हणून पुन्हा हा अर्थ दिला आहे, नवीन किंवा पुन्हा आणि नंतरच्या क्रियापदाचा अर्थ काळजीपूर्वक आणि बारकाईने परीक्षण करणे, चाचणी घेणे आणि प्रयत्न करणे किंवा कसून तपासणी करणे, असा आहे. हे दोन्ही मिळून जे नाम तयार होते, ते, एखाद्या ज्ञानाच्या क्षेत्रात तथ्ये किंवा तत्त्वे प्रस्थापित करण्यासाठी काळजीपूर्वक, पद्धतशीर, चिकाटीने अंगीकृत केलेला अभ्यास आणि अन्वेषण होय, असे त्याचे वर्णन करते. (ग्रिनेल १९९३: ४)

ग्रिनेल पुढे अंतर्भूत करतोः 'संशोधन ही एक संरचनात्मक चौकशी आहे जी सामान्यतः उपयोजित नवीन ज्ञानाची निर्मिती करण्यासाठी आणि समस्या सोडवण्यासाठी स्वीकृत शास्त्रीय पद्धतींचा वापर करते.' (१९९३: ४)

लुंडबर्ग (१९४२) यांनी जी शास्त्रीय समजली जाते ती सामाजिक संशोधन प्रक्रिया आणि दैनंदिन आयुष्यात आपण वापरत असलेल्या प्रक्रिया यामध्ये समांतरता रेखाटली आहे. त्यांच्या मतेः

> शास्त्रीय पद्धतीत पद्धतशीर निरीक्षण, वर्गीकरण आणि तथ्यांचे अर्थांकन याचा समावेश होतो. अगदी उघडपणे, या प्रक्रियेत आपल्या दैनंदिन जीवनात जवळपास सर्वच लोक गुंतलेले असतात. आपल्या दैनंदिन जीवनातील सामान्यीकरण आणि सामान्यतः शास्त्रीय पद्धत म्हणून ओळखले जाणारे निष्कर्ष यात अनौपचारिकतेचे प्रमाण, ताठरपणा, पुनर्तपासणीयोग्य आणि पश्चात सर्वसाधारण वैधता याद्वारे फरक केला जातो.

बर्नस् (१९९७: २) यांनी संशोधनाची 'समस्यांची उत्तरे शोधण्यासाठी केलेले पद्धतशीर अन्वेषण आहे' अशी व्याख्या केली आहे.

कर्लिंगर यांच्या मते (१९८६: १०), 'शास्त्रीय संशोधन हे पद्धतशीर, नियंत्रित, अनुभवजन्य आणि वेगवेगळ्या घटनांतील गृहीत धरलेल्या संबंधांबाबतच्या विधानांचे चिकित्सक अन्वेषण असते.' बलमेर (१९७७: ५) म्हणतो: तरीसुद्धा सामाजिक संशोधन हे संशोधन म्हणून प्राथमिकत: पद्धतशीर, विश्वासार्ह आणि सामाजिक जगाविषयी वैध ज्ञान प्रस्थापित करण्यासाठी बांधील आहे.'

संशोधन प्रक्रिया: तिची वैशिष्ट्ये आणि अपेक्षा

या व्याख्यांवरून हे स्पष्ट होते की संशोधन ही संशोधन प्रश्नाचे उत्तर मिळवण्यासाठी माहिती संकलित करणे, तिचे विश्लेषण करणे आणि माहितीचा अर्थ लावण्याची प्रक्रिया आहे. 'संशोधन' म्हणून त्याला दर्जा प्राप्त होण्यासाठी त्यात काही निश्चित वैशिष्ट्ये असावी लागतात आणि काही अपेक्षा पूर्ण व्हाव्या लागतात: शक्यतोवर ते नियंत्रित, पद्धतशीर, ताठर, वैध आणि पुनर्तपासणी करण्याजोगे, अनुभवजन्य आणि चिकित्सक असावे.

आता आपण थोडक्यात ती वैशिष्ट्ये आणि अपेक्षा समजून घेण्यासाठी त्याचा अर्थ समजून घेऊ.

- **नियंत्रित** – प्रत्यक्ष आयुष्यात अशा अनेक शक्ती असतात ज्या प्रसंगाच्या निष्पत्ती(त्तीं)वर परिणाम करतात. सामाजिकशास्त्रांत, एखादी विशिष्ट घटना ही क्वचितच एका कारणाने घडते. अनेकविध घटक हे प्रसंगाची निष्पत्ती निश्चित करत असतात. हे खरं आहे की काही नाती ही समजायला सोपी असतात, तर काही इतर नाती गुंतागुंतीची व अवघड असतात. बहुतेक सर्व नात्यांमध्ये, मग ते नाते साधे असो किंवा गुंतागुंतीचे, बहुतेक निष्पत्ती या आंतरक्रियात्मक घटकांच्या अनेकविध क्रिया व प्रतिक्रिया असतात. कारण आणि परिणाम यांचे नाते विश्वासार्हतेने प्रस्थापित करण्यासाठी अभ्यासाचा आराखडा अशा प्रकारे करणे महत्त्वाचे आहे की ज्यामुळे कारण आणि परिणाम यांचा दुवा सांधला जाईल आणि याविरुद्धही होईल. अशा अभ्यासांमध्ये ज्या घटकांमध्ये संशोधक म्हणून तुम्हाला स्वारस्य नसेल अशा इतर सर्व घटकांचे परिणाम वेगळे करू शकला पाहिजे, परंतु त्यांचे निष्पत्तीत स्थान असेल. नियंत्रण ही संकल्पना असे ध्वनित करते की, दोन चलातील कार्यकारण नातेसंबंधांचे अन्वेषण करताना तुम्ही तुमच्या अभ्यासाची रचना अशी करता की घटकांचा परिणाम एक तर कमीतकमी किंवा गणना करता येईल एवढा राहतो (कारण तो काढून टाकणे अशक्य आहे) घटकांचा परिणाम, कारण चलाव्यतिरिक्तच्याही नातेसंबंधावर परिणाम करते. भौतिकशास्त्रांमध्ये मोठ्या प्रमाणात बहुतेक संशोधन हे प्रयोगशाळेत केले जात असल्यामुळे हे साध्य करणे शक्य असते. कितीही असले तरी सामाजिकशास्त्रांत जिथे समाजात राहणाऱ्या माणसांशी संबंधित मुद्द्यांविषयी संशोधन केले जाते, अशा ठिकाणी नियंत्रण अशक्य आहे. त्यासाठी, सामाजिकशास्त्रांत तुम्ही बाह्य घटक नियंत्रित करू शकत नसल्याने त्यांच्या प्रभावाची गणना करण्याचा प्रयत्न करता.
- **काटेकोरपणा** – तुम्हाला प्रश्नांची उत्तरे मिळवण्यासाठी वापरलेली कार्यपद्धती तर्कसंगत, उचित आणि न्याय्य आहे याची तुम्ही काटेकोरपणे काळजी घेऊन खात्री दिली पाहिजे. पुन्हा एकदा काटेकोरपणाचे प्रमाण भौतिक आणि सामाजिकशास्त्रांमध्ये ठळकपणे भिन्न असते, आणि सामाजिकशास्त्रांतर्गत सुद्धा भिन्न भिन्न असते.
- **पद्धतशीर** – यावरून असे सूचित होते की अन्वेषण हाती घेण्यासाठी वापरलेल्या पद्धतींना एक निश्चित तार्किक क्रम असतो. वेगवेगळ्या पायऱ्या अचानकपणे हाती घेता येत नाहीत. काही कार्यपद्धती इतरांनी अंमलात आणाव्या लागतात.

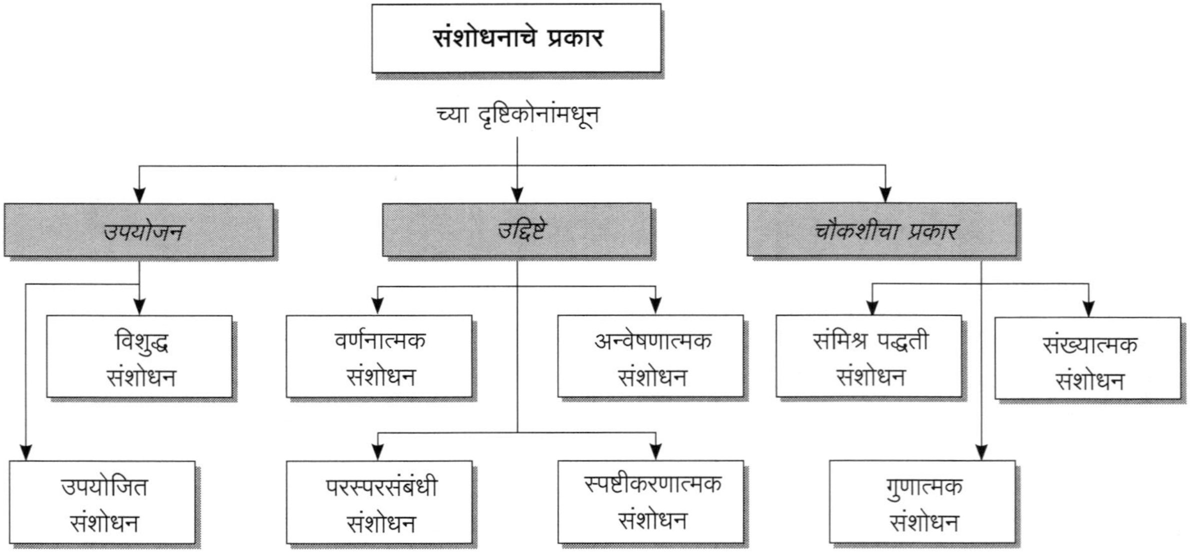

आकृती १.२ संशोधनाचे प्रकार

- **वैध आणि पुनर्तपासणी योग्य** – ही संकल्पना असे सूचित करते की तुमच्या अनुमानांवरून तुम्ही जो काही निष्कर्ष काढाल त्याची पुनर्तपासणी तुमच्याकडून आणि इतरांकडून केली जाऊ शकते.
- **अनुभवजन्य** – याचा अर्थ काढलेले कोणतेही निष्कर्ष हे प्रत्यक्ष आयुष्यातील अनुभवांवरून किंवा निरीक्षणांवरून माहिती संकलित करून मिळवलेल्या पुराव्यांवर आधारित असतात.
- **चिकित्सक** – संशोधन चौकशीसाठी वापरल्या जाणाऱ्या पद्धती आणि रीती यांची पूर्ण छाननी निर्णायक असते. अन्वेषणाची प्रक्रिया परिपूर्ण असावी आणि त्यात कोणत्याही उणिवा नसाव्यात. स्वीकारलेली प्रक्रिया, वापरलेल्या कार्यपद्धती या चिकित्सक छाननीला तोंड देणाऱ्या असाव्यात.

संशोधनाचे प्रकार

पूर्वी उल्लेख केल्याप्रमाणे काही मर्यादेपर्यंत संशोधनाची व्याख्या शैक्षणिक शाखेनुसार आणि तज्ज्ञ व्यक्तींनुसार भिन्न असते. संशोधन व्याख्येतील आणि समजुतीतील हा फरक, मोठ्या प्रमाणात संशोधन विचाराचा आधार असलेल्या विविध तात्त्विक बैठकींच्या अंगभूत गुणधर्मामुळे असतो. तुमच्या संशोधन प्रश्नांची उत्तरे मिळवण्यासाठी वापरावयाच्या पद्धतीचे औचित्य हे तुमच्या विशिष्ट तत्त्वज्ञानावरील विश्वासातून आकाराला येते. सामाजिकशास्त्रांच्या संशोधन पद्धतीतील साहित्यात संशोधनाचे विविध प्रकार वर्णन करण्यासाठी वापरलेल्या संज्ञांच्या आधारे

लेखकाने वेगवेगळ्या दृष्टिकोनातून संशोधनाचे वर्गीकरण करून त्याची चौकट विकसित करायचा प्रयत्न केला आहे (आकृती १.२). 'चौकशीचा प्रकार' हा दृष्टिकोन संशोधन प्रकाराचे वर्गीकरण संशोधनाला मार्गदर्शक असलेल्या वेगवेगळ्या तत्त्वज्ञानाच्या आधारे करतो, तर 'उपयोजन' आणि 'उद्दिष्टे' संशोधनाच्या वर्गीकरणाकडे 'उपयोजन' आणि 'हेतू' या दृष्टिकोनातून बघतात. या वर्गीकरणाला खालील तीन दृष्टिकोन आधार प्रस्थापित करतातः

१. संशोधन अभ्यासातील अनुमानांचे *उपयोजन;*
२. अभ्यासाची *उद्दिष्टे;*
३. संशोधन करण्यासाठी वापरलेला *चौकशीचा प्रकार.*

या दृष्टिकोनांच्या आधारे केलेले संशोधन प्रकारांचे वर्गीकरण परस्परसंबंधाने वैशिष्ट्यपूर्ण नसते. म्हणजे, 'उपयोजन' या दृष्टिकोनातून वर्गीकरण केलेल्या संशोधन अभ्यासाचे वर्गीकरण 'उद्दिष्टे' आणि 'चौकशीचा प्रकार' या दृष्टिकोनांचा वापर करूनही करता येऊ शकतो. उदाहरणार्थ, संशोधन प्रकल्पाचे (उपयोजित दृष्टिकोनातून) शुद्ध किंवा उपयोजित संशोधन, (उद्दिष्टे आणि हेतूच्या दृष्टीने) सहसंबंधात्मक, स्पष्टीकरणात्मक किंवा अन्वेषणात्मक आणि (उपयोगात आणलेला चौकशीचा प्रकार या दृष्टिकोनातून) गुणात्मक, संख्यात्मक किंवा संमिश्र पद्धती असे वर्गीकरण होऊ शकते.

उपयोजनात्मक दृष्टिकोन

जर तुम्ही संशोधन प्रकल्पाचे उपयोजित दृष्टिकोनातून परीक्षण केलेत तर त्यात दोन व्यापक वर्गीकरणे दिसतातः **शुद्ध संशोधन** आणि **उपयोजित संशोधन.** बेले (१९७८ः १७) यांच्या मतानुसार सामाजिकशास्त्रांतः

> शुद्ध संशोधनात संशोधकाला बौद्धिकदृष्ट्या आव्हानात्मक वाटणाऱ्या सिद्धान्तांची चाचणी आणि गृहीतकृत्यांचा विकास यांचा समावेश होतो; परंतु त्यांना वर्तमानकाळात किंवा भविष्यात प्रत्यक्ष उपयोजन शक्य असेल किंवा नसेल हे सांगता येत नाही. म्हणून अशा कामात गृहीतकृत्यांच्या चाचणीत नेहमीच अतिशय अमूर्त आणि विशिष्ट संकल्पनांचा समावेश असतो.

शुद्ध संशोधन हे सुद्धा विकास, परीक्षण, पडताळणी आणि संशोधन पद्धतींच्या – पद्धती, रीती, तंत्र आणि साधने – रचना करणाऱ्या या मुख्य अंगांच्या शुद्धतेशी संबंधित असते. विशिष्ट परिस्थितीत वापरता येणारे नमुना तंत्र विकसित करणे; कार्यपद्धतीच्या वैधतेचे मापन करण्यासाठी पद्धती विकसित करणे; लोकांची ताणाची पातळी अनुमापन करण्यासाठी साधनाचा विकास करणे आणि लोकांची अभिवृत्ती मापन करण्यासाठी उत्तम मार्ग शोधणे यांचा शुद्ध संशोधनात समावेश होतो. शुद्ध संशोधनाद्वारे प्राप्त झालेले ज्ञान संशोधन पद्धतीच्या प्रचलित ज्ञानकक्षेत समाविष्ट होऊ शकेल निर्माण केले जाते.

सामाजिकशास्त्रांतील बहुतेक संशोधन हे उपयोजित असते. वेगळ्या शब्दांत सांगायचे तर, संशोधन पद्धतीच्या मुख्य अंगांची रचना करणारे संशोधनाचे तंत्र, कार्य आणि पद्धती ही परिस्थिती, समस्या, प्रश्न किंवा घटना यांच्या विविध पैलूंविषयी माहिती संकलित करण्यासाठी उपयोजित केली जातात. अशा प्रकारे मिळालेल्या माहितीचा उपयोग धोरणांची आखणी करणे, अंमलात आणणे आणि घटना समजून घेण्यातील आकलन वाढवणे या इतर मार्गांसाठी होतो.

उद्दिष्टात्मक दृष्टिकोन

तुम्ही जर संशोधन अभ्यासाचे त्याच्या उद्दिष्टात्मक दृष्टिकोनातून परीक्षण केलेत तर संशोधन प्रकल्पाचे ढोबळमानाने वर्णनात्मक, सहसंबंधात्मक किंवा अन्वेषणात्मक असे वर्गीकरण होऊ शकते.

वर्णनात्मक अभ्यास म्हणून वर्गीकृत केलेला संशोधन अभ्यास परिस्थिती, प्रश्न, घटना, सेवा किंवा प्रणाली यांचे पद्धतशीरपणे करण्याचा प्रयत्न करतो किंवा समुदायातील राहणीमानाविषयी माहिती पुरवितो किंवा समस्यांप्रती समाजाच्या अभिवृत्तीचे वर्णन करतो. उदाहरणार्थ, एखाद्या संस्थेकडून पुरविल्या जाणाऱ्या सेवांचे प्रकार, संस्थेची प्रशासकीय रचना, समाजाबाहेर राहणाऱ्या आदिवासींची जीवनस्थिती, घटस्फोटाच्या अनुभवातून जाणे म्हणजे काय, कौटुंबिक हिंसा होत असलेल्या घरात राहणाऱ्या मुलाला काय वाटत असेल, किंवा कर्मचाऱ्यांची व्यवस्थाप्रती अभिवृत्ती यांचे वर्णन करण्याचा प्रयत्न करते. अभ्यासांतर्गत असलेल्या समस्या किंवा प्रश्न याबाबत सद्यःस्थिती काय आहे याचे वर्णन करणे हा अशा अभ्यासांचा मुख्य उद्देश असतो.

सहसंबंधी अभ्यास याचा मुख्य भर हा परिस्थिती किंवा घटना यातील दोन किंवा अधिक पैलूंमध्ये नातेसंबंध, सहसंबंध किंवा परस्परावलंबित्व शोधणे किंवा प्रस्थापित करणे, यावर असतो. उदाहरणार्थ, जाहिरात अभियानाचा उत्पादनाच्या विक्रीवर काय परिणाम झाला? तणावपूर्ण जीवन आणि हृदयविकाराच्या घटना यांचे काय नाते आहे? जन्मदर आणि मृत्यूदर यामधील नातेसंबंध काय आहे? तंत्रज्ञान आणि बेकारी यांचा संबंध काय आहे? रोगनियंत्रणावर आरोग्यसेवांचा काय परिणाम होतो किंवा शैक्षणिक संपादनावर घरातील वातावरणाचा परिणाम?

स्पष्टीकरणात्मक संशोधन घटना किंवा स्थिती यातील दोन पैलूंमध्ये का आणि कसे नाते आहे हे स्पष्ट करण्याचा प्रयत्न करते. याप्रकारचे संशोधन उदाहरणार्थ, तणावपूर्ण जीवनाचे पर्यवसान हृदयविकारात का होते;

मृत्यूदर कमी होण्यापाठोपाठ जन्मदर का कमी होतो; किंवा घरातील वातावरण मुलांच्या शैक्षणिक पातळी संपादनावर कसा परिणाम करते, हे स्पष्ट करायचा प्रयत्न करते.

अभ्यासाच्या उद्दिष्टांच्या दृष्टिकोनावर आधारित असलेले, चौथ्या प्रकारच्या संशोधनाला **अन्वेषणात्मक संशोधन** असे म्हणतात. जेव्हा एखाद्या क्षेत्राविषयी अत्यल्प माहिती उपलब्ध असते किंवा विशिष्ट संशोधन अभ्यास हाती घेण्याची शक्यता आजमावायची असते तेव्हा उपयोगात आणले जाते. अनेकदा एखाद्या अभ्यासाला त्यातील काही भाग हा वर्णनात्मक, काही सहसंबंधात्मक आणि काही स्पष्टीकरणात्मक असू शकत असल्याने, अनेक उद्दिष्टे असू शकतात. वस्तुतः चांगला अभ्यास ही तीनही उद्दिष्टे एकत्र करतो. जेव्हा अभ्यासाचे उद्दिष्ट त्याची सुसाध्यता निश्चित करण्यासाठी असतो, तेव्हा त्याला **सुसाध्यता अभ्यास** किंवा **मार्गदर्शक अभ्यास** असे म्हणतात. सामान्यतः संशोधकाला ज्या क्षेत्राविषयी अत्यल्प ज्ञान असते किंवा ज्ञान नसते अशा क्षेत्राचे अन्वेषण करतो तेव्हा हा प्रकार वापरला जातो. छोट्या प्रमाणावरचा अभ्यास हा सविस्तर अन्वेषण हाती घेणे कितपत व्यवहार्य आहे याचा निर्णय घेण्यासाठी वापरले जाते. अन्वेषणात्मक अभ्यासाच्या चाचपणीच्या आधारे संपूर्ण अभ्यास शेवटी हाती घेतला जातो. अन्वेषणात्मक अभ्यास हे, विकास, शुद्धता आणि/किंवा अनुमापन तंत्र आणि रीती यांची चाचणी करण्यासाठीसुद्धा केले जातात. तक्ता १.१मध्ये उद्दिष्टात्मक दृष्टिकोनातून संशोधन अभ्यासाचे प्रकार दर्शविले आहेत.

जरी सैद्धान्तिकदृष्ट्या संशोधन अभ्यासाचे वरीलपैकी एका उद्दिष्टात्मक वर्गीकरण करता येऊ शकते, प्रत्यक्ष व्यवहारात बहुतेक अभ्यास हे पहिल्या तीनचे संयोगीकरण असते; म्हणजेच, त्यांमध्ये वर्णनात्मक सहसंबंधात्मक आणि स्पष्टीकरणात्मक संशोधन घटकांचा समावेश असतो. प्रस्तुत पुस्तकातील संशोधन अहवाल लेखनाची मार्गदर्शक तत्त्वे या तीन पैलूंचा समावेश करण्यास प्रोत्साहन देते.

चौकशीचा प्रकार दृष्टिकोन

ढोबळमानाने 'चौकशीचा प्रकार' या दृष्टिकोनातून सामाजिक संशोधनात संशोधन प्रश्नांची उत्तरे मिळवण्यासाठी तीन दृष्टिकोन वापरले जातात. ते असेः

- संख्यात्मक किंवा संरचनात्मक दृष्टिकोन;
- गुणात्मक किंवा असंरचित दृष्टिकोन; आणि
- संमिश्र पद्धती दृष्टिकोन.

या तिघातील मुख्य फरक म्हणजे संशोधन प्रक्रियेत संशोधक म्हणून तुम्हाला मिळणारी विस्तृत लवचिकता. चौकशीच्या संख्यात्मक किंवा संरचनात्मक दृष्टिकोनात संशोधन प्रक्रिया सर्व गोष्टींची रचना करते. उद्दिष्टे, आराखडा, नमुना, तुम्ही तुमच्या प्रतिसादकांना विचारणार असलेले प्रश्न - हे सगळे पूर्वनिश्चित असते. असंरचित किंवा गुणात्मक दृष्टिकोन, याविरुद्ध संशोधक म्हणून तुम्हाला प्रक्रियेच्या या सर्व पैलूंमध्ये लवचिकता देतो. संमिश्र पद्धती दृष्टिकोनात दोन्ही इतर दृष्टिकोनातील गुणधर्म असतात, ते असे की संशोधन प्रक्रियेतील काही पैलूंना लवचिकता असेल आणि इतरांमधे मात्र याचा पूर्ण अभाव असेल, ते कोणत्या रूपरेषेशी संबंधित आहेत यावर हे अवलंबून आहे.

संख्यात्मक दृष्टिकोनाची मुळे तार्किकतेच्या तत्त्वज्ञानात सापडतात; तो अन्वेषणासाठी ताठर, संरचित आणि पूर्वनिश्चित कार्यपद्धतींचा संच वापरतो; घटनेतील भिन्नतेचे प्रमाणाची गणना करतो; चलांच्या अनुमापनावर

तक्ता १.१ उद्दिष्टांच्या दृष्टिकोनातून संशोधन अभ्यासाचे प्रकार

उदाहरणे	उद्देश	मुख्य विचार	संशोधनाचा प्रकार
• समाजातील रहिवाशांची सामाजिक–आर्थिक वैशिष्ट्ये • शिकविण्याच्या दर्जाबाबत विद्यार्थ्यांची अभिवृत्ती • अभिकरणाकडून पुरविल्या जाणाऱ्या सेवांचा प्रकार • समुदायाच्या गरजा • उत्पादनाची विक्री • मृत्यू आणि मरणोन्मुखता या प्रती परिचारकांची अभिवृत्ती • व्यवस्थापनाप्रती कामगारांची अभिवृत्ती • समाजात राहणारे लोक • नव्याने स्थलांतरित तोंड देत असलेल्या समस्या • स्थलांतरितांमध्ये व्यावसायिक गतिशीलतेचे प्रमाण • उत्पादनांबाबत ग्राहकांची आवड आणि नावड • कौटुंबिक हिंसाचार होत असलेल्या घरात राहण्याचे परिणाम • कामगारांची उत्पादनक्षमता वाढवण्यासाठी कंपनीकडून ठरवलेली रणनीती	च्या संबंधित प्रचलित असलेल्यांचे वर्णन: • लोकांचा गट • समुदाय • घटना • परिस्थिती • प्रणाली • निष्पत्ती	प्रचलित काय आहे त्याचे वर्णन	वर्णनात्मक संशोधन
• प्रणालीचा प्रभाव • तणावपूर्ण आयुष्य आणि हृदयविकाराच्या घटना यामधील संबंध • तंत्रज्ञानाच्या नोकऱ्यांवर परिणाम • माता आणि बालक यांच्या आरोग्यसेवांचा बालमृत्यूवर परिणाम • विवाह समुपदेशन सेवांचा वैवाहिक जीवनातील प्रश्नांच्या व्याप्तीवर होणारा परिणाम • जाहिरात अभियानाचा उत्पादनाच्या विक्रीवर होणारा परिणाम • कामगारांच्या उत्पादकतेवर प्रोत्साहनाचा होणारा परिणाम • संसर्गजन्य आजारावर नियंत्रण मिळवण्यासाठी सुरक्षिततेच्या उपायांची परिणामकारकता	प्रस्थापित करणे किंवा अन्वेषण करणे • संबंध • साहचर्यात्मक संबंध • परस्परावलंबित्व	नातेसंबंध आहे का ते निश्चित करणे	सहसंबंधात्मक संशोधन
• तणावपूर्ण जगण्याची परिणती हृदयविकारात का होते? • तंत्रज्ञान कशा प्रकारे नोकऱ्या/बेकारी निर्माण करू शकते? • माता आणि बालक आरोग्यसेवा बालमृत्यूवर कसा परिणाम करू शकतात? • एखाद्या मुद्द्याविषयी काही जणांची अभिवृत्ती सकारात्मक असते तर काहींची नाही असे का? • एखाद्या विशिष्ट मध्यस्थीचा काही जणांवर परिणाम होतो व काहींवर नाही, असे का? • एखादे उत्पादन काहीजण वापरतात व काहीजण नाही असे का? • काहीजण देश सोडून अन्य देशात का जातात व इतर का नाही? • काही लोक प्रणाली का स्वीकारतात व इतर लोक का स्वीकारत नाहीत?	स्पष्ट करणे: • संबंध, साहचर्यात्मक संबंध किंवा परस्परावलंबित्व का अस्तित्वात आहे? • विशिष्ट घटना का घडते?	संबंध का तयार झाले याचे स्पष्टीकरण	स्पष्टीकरणात्मक संशोधन

आणि प्रक्रियेच्या वस्तुनिष्ठतेवर भर देतो; मोठ्या आकाराच्या नमुन्यावरून सिद्ध करण्यावर विश्वास दर्शवितो; अनुमानाच्या वैधतेला आणि विश्वासार्हतेला महत्त्व देतो; विश्लेषणात्मक आणि सर्वात्म पद्धतीने अनुमानांचे संप्रेषण करतो; सामान्यीकरण होऊ शकेल अशा प्रकारे निष्कर्ष आणि अनुमाने काढतो.

दुसऱ्या बाजूने, **गुणात्मक दृष्टिकोन**, अनुभवाधिष्ठित सखोल तत्त्वज्ञानावर आधारित आहे; चौकशीसाठी मुक्त, लवचिक आणि असंरचित दृष्टिकोन अनुसरतो; याचा उद्देश गणना करण्यापेक्षा भिन्नतेचे अन्वेषण करणे हा आहे; भावना, आकलन आणि अनुभव यांचे अनुमापन करण्यापेक्षा वर्णन व कथनावर भर देतात; आणि अनुमानांचे विश्लेषण करण्यापेक्षा वर्णनात्मक आणि कथनात्मकतेने मांडणी करून ती संप्रेषित करतात, सामान्यीकरणावर अत्यल्प किंवा अजिबात भर दिला जात नाही.

संमिश्र पद्धती दृष्टिकोन हे संख्यात्मक आणि गुणात्मक या दोन्हीतील बलस्थाने वापरते. याचा उद्देश, संशोधन प्रश्नांची उत्तरे मिळवण्यासाठी गुणात्मक-संख्यात्मक असा फरक न करता, उत्तम पद्धती निवडणे हा असतो. अगदी साध्या शब्दात संमिश्र संशोधन पद्धती दृष्टिकोन सामाजिक संशोधनात संशोधन समस्येशी सुसंबद्ध तथ्ये संकलित करण्यासाठी व तथ्यांचे विश्लेषण करण्यासाठी दोन किंवा अधिक पद्धती वापरतो. या पद्धती एक तर संख्यात्मक आणि गुणात्मक किंवा फक्त एका रुपरेषेशी संबंधित असतात. विशिष्ट परिस्थितीत गुणात्मक तंत्र आणि काही इतर परिस्थितीसाठी संख्यात्मक तंत्र उत्तम असते हा या दृष्टिकोनाचा तार्किक आधार आहे. म्हणून, संशोधन अभ्यासातून काहीतरी चांगले निष्पन्न होण्यासाठी तुम्हाला दोन्ही दृष्टिकोन एकत्र करण्याची किंवा एकापेक्षा अधिक पद्धती वापरण्याची गरज असते.

संख्यात्मक किंवा संरचनात्मक दृष्टिकोन हा प्रश्नाची, समस्येची, किंवा घटनेची *व्याप्ती* निश्चित करण्यासाठी अधिक योग्य आहे, याउलट गुणात्मक किंवा असंरचित दृष्टिकोन हा तिचे *स्वरूप* अन्वेषित करण्यासाठी प्रामुख्याने वापरला जातो. अन्य शब्दांत सांगायचे म्हणजे घटना, प्रश्न, समस्या किंवा अभिवृत्ती यांच्याप्रती असलेले अंगभूत कमीजास्तपण किंवा वैविध्य शोधण्यासाठी वापरला जातो. उदाहरणार्थ, जर तुम्हाला एखाद्या समस्येविषयी किंवा लोक सामोरे जात असलेल्या प्रश्नाविषयी त्यांची वेगवेगळी मते जाणायची आहेत, तर अशा अन्वेषणासाठी असंरचित चौकशी ही योग्य पद्धती आहे. अन्य बाजूला, हा विशिष्ट दृष्टिकोन किती लोकांचा आहे, ही विशिष्ट समस्या किती लोकांना आहे किंवा हे विशिष्ट निरीक्षण किती लोकांचे आहे, या चौकशीसाठी तुम्हाला संरचित दृष्टिकोनाची गरज असते. तुम्ही जर या पैलूंचा विचार करणार असाल तर तुम्हाला दोन्हीही दृष्टिकोनांची गरज लागणार आहे, म्हणजेच तुम्हाला संमिश्र पद्धती दृष्टिकोन वापरावा लागेल. किती लोकांना विशिष्ट समस्या आहे किंवा ते विशिष्ट दृष्टिकोनाला बांधील आहेत याचा शोध घेण्यात जर तुम्हाला रस असेल तर याची संरचित चौकशी हाती घेण्यापूर्वी लेखकाच्या मते घटनेतील वैविध्य निश्चित करण्यासाठी असंरचित चौकशी हाती घेतली पाहिजे, ज्याचे संरचित चौकशीच्या माध्यमातून मोजमाप करता येईल. दोन्हीही दृष्टिकोनांना संशोधनात त्यांचे निश्चित स्थान आहे. दोन्हींमध्ये काही बलस्थाने व काही त्रुटी आहेत. त्यामुळे, तुम्ही स्वतःला पूर्णपणे संरचित किंवा असंरचित यात 'अडकवणे' उचित नाही.

जसे तुम्ही जाणताच की, चौकशीसाठीचा संरचित दृष्टिकोन हा संख्यात्मक संशोधन म्हणून वर्गीकृत होतो आणि असंरचित हा गुणात्मक संशोधन म्हणून वर्गीकृत होतो आणि संमिश्र पद्धती दृष्टिकोन हा एकतर पूर्णतः संख्यात्मक किंवा पूर्णतः गुणात्मक किंवा काही भाग गुणात्मक तर काही संख्यात्मक असा असू शकतो. या दोन्हीतील विभाजन हे, तर्कवादाचे आणि अनुभववादाचे तत्त्वज्ञान आणि ज्ञान मिळवण्याबाबतच्या अभिवृत्तीतील फरक, यावर आधारित आहे. 'मनुष्य त्याच्या तर्कशक्तीच्या जोरावर ज्ञान संपादन करू शकतो' हा तर्कवादाचा आधार आहे आणि मनुष्य हा त्याला आलेल्या संवेदनशील अनुभवांतून ज्ञान संपादन करू शकतो' यावर

अनुभववादाचा विश्वास आहे (बर्नार्ड १९९४: २). आधी म्हटल्याप्रमाणे, संमिश्र पद्धती, दोन्हींचे गुणधर्म एकत्र करू शकते. संख्यात्मक, गुणात्मक आणि संमिश्र पद्धती संशोधनातील फरक, शिवाय त्यांची तात्त्विक बैठक आणि चौकशीची संरचित/असंरचित प्रक्रिया हे ज्या इतर काही समजुतींवर अवलंबून असतात त्या तक्ता १.२ मध्ये थोडक्यात सादर केल्या आहेत. संख्यात्मक, गुणात्मक आणि संमिश्र पद्धती दृष्टिकोन खालील बाबींवर अवलंबून असला पाहिजेः

- **तुमच्या चौकशीचा हेतू** – अन्वेषण, निश्चिती किंवा गणना;
- **अनुमानांचा उपयोग** – धोरणाची आखणी किंवा प्रक्रिया समजून घेणे.

अभ्यासाचा उद्देश जर प्राथमिकतः घटना, स्थिती, प्रश्न किंवा प्रसंग यांचे वर्णन करण्याचा असेल तर सदर अभ्यास गुणात्मक पद्धतीत वर्गीकृत होईल, म्हणजे असे, जर माहिती, चलांचे सांकेतिक किंवा क्रमवाचक सारणीवर अनुमापन करून (गुणात्मक अनुमापन सारणी) मिळवली असेल; आणि जर परिस्थितीतील कमीजास्तपणा, घटना किंवा प्रश्न यांची गणना न करता, प्रस्थापित करण्यासाठी असेल तर ते गुणात्मक होईल. ऐतिहासिक घटनांची गणती, एखाद्या समस्येविषयी वेगवेगळी मते असलेल्या लोकांचे स्पष्टीकरण आणि एखाद्या परिस्थितीचे निरीक्षण, उदाहरणार्थ, समाजातील लोकांच्या राहणीमानाचे केलेले निरीक्षण ही गुणात्मक संशोधनाची उदाहरणे आहेत.

दुसऱ्या बाजूला, जर तुम्हाला घटना, स्थिती, प्रश्न किंवा समस्या यातल्या कमीजास्तपणाची गणना करायची असल्यास त्याचे वर्गीकरण संख्यात्मकमध्ये होते. माहिती जर प्रामुख्याने संख्यात्मक चलाने संकलित केली असेल; आणि विश्लेषण भिन्नतेचा संबंधाचे परिणाम निश्चित करण्यासाठी जर केले असेल तर हे संख्यात्मक असते. संशोधन अभ्यासाचे संख्यात्मक पैलूंचे उदाहरणः एखादी विशिष्ट समस्या किती लोकांना आहे, आणि ही विशिष्ट अभिवृत्ती किती लोकांची आहे.

सांख्यिकीचा वापर *नाही* हा संख्यात्मक अभ्यासाचा अंगभूत भाग आहे. सांख्यिकीचे मुख्य काम, तुमच्या विश्लेषण केलेल्या तथ्यांच्या आधारे तुम्ही काढलेले निष्कर्ष निश्चित किंवा परस्परविरोधी आहेत याची चाचणी घेणे हे आहे. सांख्यिकी, इतर गोष्टींमध्ये सहसंबंध किंवा संबंधाचे प्रमाण मोजणी करण्यात मदत करते, तुमच्या अनुमानात आत्मविश्वासाचे निदर्शन करते आणि वेगळ्या चलांचा परिणाम अलग करण्यासाठी मदत करते.

तुम्ही स्वतःला फक्त संख्यात्मक किंवा फक्त गुणात्मक संशोधक म्हणून बंदिस्त करू नका असे तुम्हाला प्रकर्षाने सांगितले जात आहे. हे खरं आहे की अशा काही विद्याशाखा आहेत, ज्या प्रामुख्याने संख्यात्मक किंवा गुणात्मक संशोधनात समाविष्ट होतात. उदाहरणार्थ, मानववंशशास्त्र, इतिहास आणि समाजशास्त्र अशा विद्याशाखा गुणात्मक संशोधनाकडे झुकणाऱ्या आहेत, याउलट मानसशास्त्र, शिक्षण, अर्थशास्त्र, सार्वजनिक आरोग्य आणि विपणन या संख्यात्मक संशोधनाकडे झुकणाऱ्या आहेत. तरीही, याचा अर्थ असा नाही की अर्थशास्त्रज्ञ किंवा मानसशास्त्रज्ञ गुणात्मक दृष्टिकोनांचा कधीच उपयोग करत नाहीत, किंवा मानववंशशास्त्रज्ञ संख्यात्मक माहितीचा कधीच उपयोग करत नाहीत. सामाजिकशास्त्रांतील बहुतेक विद्याशाखांमध्ये, उत्तम संशोधन अभ्यासासाठी दोन्ही प्रकारची संशोधने महत्त्वाची आहेत, ही मान्यता वाढत आहे. अभ्यास संख्यात्मक किंवा गुणात्मक पद्धतीने होणार आहे हे संशोधन समस्येने स्वतःच ठरवावे.

दोन्ही गुणात्मक आणि संख्यात्मक दृष्टिकोनांना त्यांची बलस्थाने आणि त्रुटी व फायदे आणि तोटे आहेत, 'कोणत्याही बाजूने एक दुसऱ्यापेक्षा लक्षणीयरित्या श्रेष्ठ नाही' (ॲकरॉयड आणि ह्यूजेस १९९२: ३०). संशोधन अभ्यासात ज्या चलांचे अनुमापन आणि विश्लेषण करायचे आहे ते अभ्यासाच्या हेतूवर अवलंबून असतात. अनेक

अभ्यासात तुम्हाला दोन्ही गुणात्मक आणि संख्यात्मक दृष्टिकोनांचे एकत्रीकरण गरजेचे असते. उदाहरणार्थ, समजा तुम्हाला शहरात कौटुंबिक हिंसेला बळी पडलेल्यांसाठी कोणत्या सेवा उपलब्ध आहेत आणि त्याच्या वापराचे प्रमाण किती आहे हे शोधून काढायचे आहे. सेवांचे प्रकार हा अभ्यासाचा गुणात्मक पैलू आहे, त्यांच्याविषयी जाणून घेणे यात सेवांचे वर्णन समाविष्ट असतो. सेवांच्या वापराची व्याप्ती हा संख्यात्मक पैलू आहे, यात जे लोक सेवा वापरतात त्यांचा अंदाजे आकडा आणि इतर निर्देशकांच्या मापनातून वापरणाऱ्यांचे प्रमाण कळते. संमिश्र पद्धती दृष्टिकोन तुमच्या संशोधनाची उद्दिष्टे उत्तम प्रकारे संपादन करण्यासाठी दोन्ही रूपरेषेतील बलस्थाने एकत्र करतो. एकाच रूपरेषेतील पद्धती वापरल्यामुळे येणाऱ्या त्रुटी यातून काढून टाकल्या जातात.

तुम्ही हे समजून घेणे महत्त्वाचे आहे की संमिश्र पद्धतीच्या तुलनेत, गुणात्मक आणि संख्यात्मक हे दोन्ही दृष्टिकोन म्हणजे अत्यंत विकसित झालेले पद्धतिशास्त्र आणि पद्धती आहेत. बहुतेक स्थितीत गुणात्मक आणि संख्यात्मक या दोन्ही दृष्टिकोनात रीती आणि पद्धती या संमिश्र पद्धतीत वापरल्या जातात. तक्ता १.२ या तिन्हीतील फरकांकडे वेगवेगळ्या दृष्टिकोनातून पहातो.

वाचकांसाठी महत्त्वाची नोंद

दोन्हीही संख्यात्मक आणि गुणात्मक दृष्टिकोनांना त्यांचे मुख्य सैद्धान्तिक ज्ञानाचे अंग आहे त्यात त्यांच्या सामायिक आणि अनुक्रमे पद्धती, प्रारूपे आणि रीती येतात. या पुस्तकात त्यांचे यथाक्रम सैद्धान्तिक ज्ञानाचा आधार हा तपशिलाने कार्यान्वयन टप्प्यांच्या संदर्भात जे पुस्तकाला संरचना आणि चौकट असे दोन्हीही पुरवते त्या दृष्टीने दिला आहे. लेखकाच्या ज्ञान आणि जाणिवांनुसार संमिश्र पद्धती साहित्याचे विस्तृत अंग नाही. यात बहुतांश पद्धती, प्रारूपे आणि रीती या संख्यात्मक आणि/किंवा गुणात्मक दृष्टिकोनातील वापरल्या जातात, त्यामुळे या पुस्तकात स्वतंत्रपणे तपशिलाने न देता संमिश्र पद्धती दृष्टिकोनासाठी सैद्धान्तिक ज्ञान प्रत्येक कार्यान्वयन टप्प्यावर दिलेले आहे.

तुमच्या अभ्यासाची उद्दिष्टे संपादन करण्यासाठी कोणती पद्धत सर्वात योग्य आहे, हे तुम्हाला संमिश्र पद्धती वापरताना आधी ठरवणे गरजेचे आहे. विशिष्ट पद्धती आणि रीती ज्या तुम्ही संमिश्र पद्धती दृष्टिकोनात वापरता त्या बहुतांश वेळी एकतर संख्यात्मक किंवा गुणात्मक असतात, त्यामुळे या पुस्तकात संख्यात्मक किंवा गुणात्मक पद्धती आणि रीती याविषयी तपशिलाने विवेचन दिले आहे. या पद्धतींविषयी तपशिलाने शिकण्यासाठी तुम्ही संख्यात्मक किंवा गुणात्मक दृष्टिकोनाचे वर्णन करणारा समर्पक विभाग अभ्यासला पाहिजे.

या प्रकरणाचा नंतरचा भाग व्याख्या, तत्त्वज्ञान, फायदे आणि तोटे, संमिश्र पद्धती दृष्टिकोनाच्या मिश्र चौकटी या वेगवेगळ्या पैलूंविषयी तपशील देतो. हा तपशील तुम्हाला संमिश्र पद्धतीचे एक दृष्टिकोन म्हणून अधिक आकलन विकरित करण्यासाठी आणि त्याची पार्श्वभूमीविषयक माहिती औचित्यपूर्ण रीतीने पुरवते.

खालील विभागाचा एकमेव हेतू नवोदित म्हणून तुम्हाला संशोधन पद्धती आणि संमिश्र संशोधन दृष्टिकोनातून तुमची जाण वाढवण्यासाठी पुरेशी माहिती देणे हा आहे. शिवाय संशोधन पद्धती आणि संमिश्र संशोधन दृष्टिकोनातून तुमची जाण वाढवण्यासाठी पुरेशी माहिती दिली आहे. शिवाय, यात ऐतिहासिक तपशील, तत्त्वज्ञानविषयक आणि सांकल्पनिक मुद्दे आणि याबद्दलचे वाद देण्यापेक्षा, वास्तविक ज्ञानावर भर दिला आहे. हे करताना बाबी जास्त गुंतागुंतीच्या न करता, संशोधन चौकशीसाठी संमिश्र पद्धती दृष्टिकोन याबाबत फक्त जागरूक करण्याचा प्रयत्न केला आहे. संमिश्र पद्धती दृष्टिकोन याबाबत अधिक जाणून घेण्यासाठी तुम्ही या पुस्तकात संदर्भात दिलेले पुस्तक वाचू शकता.

तक्ता १.२ गुणात्मक, संख्यात्मक आणि संमिश्र दृष्टिकोनातील फरक

च्या संदर्भात फरक	संख्यात्मक दृष्टिकोन	गुणात्मक दृष्टिकोन	संमिश्र पद्धती दृष्टिकोन
आधारभूत तत्त्वज्ञान	तर्कवाद: 'माणूस' ज्ञान संपादन करतो कारण, त्याच्याकडे तर्कबुद्धीचा वापर करण्याची क्षमता आहे	अनुभववाद: 'माणूस संवेदनशील अनुभवातून ज्ञान मिळवत असतो' (बर्नार्ड १९९४: २)	सामाजिक संशोधन सिद्धान्त आणि प्रात्यक्षिक हे दोन्हीही मौल्यवान आहे. ज्ञान हे तर्कबुद्धीचा वापर करण्याची क्षमता आणि संवेदनशील अनुभवातून मिळवता येते.
चौकशीबाबत दृष्टिकोन	संरचनात्मक/क्लिष्ट/पूर्वनिश्चित पद्धती	असंरचित/लवचिक/मुक्त पद्धती	संरचित, असंरचित किंवा दोन्ही असू शकते
अन्वेषणाचा मुख्य हेतू	घटना, परिस्थिती, समस्या इत्यादीत असलेल्या फरकाचे प्रमाण मोजणे	घटना, परिस्थिती, समस्या इत्यादी फरकाचे वर्णन करणे	घटनेचे बहुविध किंवा संमिश्र पद्धतीने अन्वेषण किंवा गणना अचूकता किंवा सखोलता उत्पन्न करणे
चलांचे अनुमापन	एकल चलांचे अनुमापन किंवा वर्गीकरण यातील काही साच्यांवर भर	चलांच्या वर्णनावर भर	अनुमापन आणि/किंवा वर्णन
नमुना आकार	मोठ्या नमुना आकारावर भर	कमी व्यष्टी	काही पैलूंसाठी मोठा नमुना आकार आणि इतरांसाठी लहान. हे संशोधनाच्या हेतूवर अवलंबून असते.
चौकशीचे केंद्र	चौकशीच्या प्रमाणात केंद्रीभूतता मर्यादित करते, परंतु मोठ्या संख्येने प्रतिसादकांकडून स्रोतांमधून हवी असलेली माहिती एकत्रित करते	अनेक मुद्दे समाविष्ट करते परंतु हवी असलेली माहिती काही प्रतिसादकांकडून मिळवते	मर्यादित किंवा विस्तृत किंवा दोन्हीही हे वापरल्या जाणाऱ्या पद्धतीवर अवलंबून आहे
संशोधन विषय मुख्य	प्रचलितता, घटना, प्रमाण, समस्यांचे स्वरूप, मते आणि अभिवृत्ती; यांच्यातील नियमितता शोधतो आणि सिद्धान्ताची रचना करतो	अनुभव, अर्थ, यथार्थता आणि भावनांचे अन्वेषण करतो	एक किंवा दोन्हीही वापरल्या जाणाऱ्या पद्धतीवर अवलंबून असते
तथ्यांचे विश्लेषण	मुख्य विषयातील चलांचे वारंवारता वितरण, बहुचल तक्ते किंवा इतर संख्याशास्त्रीय कार्यपद्धती	प्रतिसाद किंवा निरीक्षणात्मक तथ्ये ही मुख्य विचार ओळखण्यासाठी आणि त्यांचे वर्णन करते	गुणात्मक किंवा संख्यात्मक किंवा दोन्हीही हे उद्दिष्टांवर अवलंबून असते
संशोधन मूल्य वरचढ	विश्वासार्हता आणि वस्तुनिष्ठता (मूल्य–मुक्त)	खरेपणा परंतु मूल्य–मुक्त असा दावा करत नाही.	एक किंवा दोन्ही रूपरेषेची वरचढ मूल्य
अनुमानांचे संप्रेषण	अधिक विश्लेषणात्मक स्वरूप, अनुमाने आणि निष्कर्ष काढणे, आणि संबंधाची ताकद आणि महत्त्व याची चाचणी	अधिक वर्णनात्मक आणि कथन अशा स्वरूपात व्यवस्थित रचना	संख्यात्मक आणि/किंवा गुणात्मक दृष्टिकोनासारखाच.

संमिश्र बहुविध पद्धती दृष्टिकोन

परिचय

जरी संमिश्र पद्धती दृष्टिकोन हा दीर्घ काळापासून सामाजिक संशोधनात वापरला जात असला, तरी गेल्या दोन दशकांपासून त्याचे महत्त्व आणि त्याची ओळख सिद्ध झाली आहे. क्रेसवेल आणि क्लार्क (२०११: xix) यांच्या मते 'संमिश्र पद्धतीची मुळे गेल्या २० वर्षांपासून अनेक विद्याशाखांत गुंतलेली आहेत.'; तरीही 'गेल्या ५ ते १० वर्षांपासून या दृष्टिकोनातून संशोधन करण्याची आवड खूप वाढली आहे.' टेडली आणि ताशाक्कोरी (२००९: ७), यांच्या मते, (संमिश्र पद्धती) संशोधन परंपरा ही (संख्यात्मक) किंवा (गुणात्मक) परंपरांपेक्षा कमी प्रसिद्ध आहे, कारण ती गेल्या २० वर्षात ओळखली जात आहे. हे, विशिष्ट परिस्थितीत तुमच्या अनुमानांची अर्थपूर्णता आणि अचूकता वाढवण्यासाठी, परिस्थितीचे पूर्ण चित्र मिळण्यासाठी आणि तुमच्या अनुमानांची पुनःनिश्चिती करण्यासाठी तुम्हाला एका किंवा दोन्ही रूपरेषेशी संबंधित एकापेक्षा अधिक पद्धती वापराव्या लागतात. अनेक संशोधन तज्ज्ञ (बर्नार्ड १९९४; ब्रुव्हर आणि हंटर १९८९; क्रेसवेल आणि क्लार्क २०११; ताशाक्कोरी आणि टेडली १९९८; टेडली आणि ताशाक्कोरी २००९) यांनी सामाजिक संशोधनात संमिश्र पद्धतीच्या वापराचा पुरस्कार केला आहे. बर्नार्ड (१९९४: १) यांच्या मते, 'आपली कोणतीही सैद्धान्तिक अभिमुखता असो, कोणत्याही मानवी विचार आणि वर्तुणकीच्या अभ्यासात गुणात्मक आणि संख्यात्मक तथ्यांचे काही प्रमाणात एकत्रीकरण हे अपरिहार्य आहे.' ब्रुव्हर आणि हंटर (१९८९: २२) यांच्या मते, 'पन्नासच्या दशकापासून सामाजिकशास्त्रांत कमालीची वाढ झाली आणि त्या वाढीमुळे आता वास्तवात असे मुख्य समस्याक्षेत्र नाही, जे फक्त एका पद्धतीत अभ्यासले जाऊ शकते.' ताशाक्कोरी आणि टेडली (१९९८: ५) यांच्यानुसार, 'सामाजिक आणि वर्तनशास्त्रातील बहुतेक मुख्य संशोधन क्षेत्रात शिक्षणक्रमाचा भाग म्हणून आता बहुविधपद्धती वापरतात.' जे दोन किंवा अधिक पद्धती वापरून केलेले अभ्यास असतात. ते एकतर एक किंवा दोन रूपरेषेतील असतात, अनुमानांची अचूकता वाढवण्यासाठी संमिश्र/बहुविध दृष्टिकोन वापरला जातो.

संमिश्र पद्धती म्हणजे काय?

दृष्टिकोनांची व्याख्या करणे

क्रेसवेल आणि क्लार्क (२०११: २) यांच्या मते, 'संमिश्र पद्धतीच्या अनेक व्याख्या अनेक वर्षांपासून उदयाला आल्या आहेत, त्यात पद्धतीतील अनेक घटक, संशोधन प्रक्रिया, तत्त्वज्ञान आणि संशोधन आराखडा यांचा समावेश केलेला आहे.' अगदी साध्या शब्दांत सांगायचे तर संमिश्र पद्धती हा तत्त्वज्ञानापेक्षाही दृष्टिकोन अधिक आहे. ज्या सामाजिक चौकशीत दोन किंवा अधिक पद्धती प्रक्रिया वापरल्या जातात आणि (काही निश्चित परिस्थितीत) संशोधन अभ्यास हाती घेण्यासाठी तत्त्वज्ञाने वापरली जातात. याचा आधार, वेगवेगळ्या रूपरेषा आणि पद्धती यांची वेगवेगळी बलस्थाने आहेत आणि काही निश्चित परिस्थितीत त्यांची एकत्रित बलस्थाने अनुमानांची सखोलता आणि अचूकता वाढवतात. टेडली आणि ताशाक्कोरी (२००९: ७) यांच्या मते, 'संमिश्र पद्धती शास्त्रज्ञांनी संख्यात्मक आणि गुणात्मक यांचे पर्याय सादर केला.' संशोधनातील प्रश्नांची उत्तरे मिळवण्यासाठी जी पद्धतीविषयक तंत्रे वापरणे याचा पुरस्कार त्यांनी केला. त्यांच्या मते, संमिश्र पद्धती अभ्यासात गुणात्मक आणि संख्यात्मक दृष्टिकोन संशोधन पद्धतीच्या एका अभ्यास किंवा बहुटप्प्याच्या अभ्यासात एकत्रित करतात.' (ताशाक्कोरी आणि टेडली १९९८: १७-१८). ब्रायमन (२००४) आणि क्रेसवेल आणि क्लार्क (२००७) यांसारख्या लेखकांचा असा विश्वास आहे की संमिश्र पद्धती दृष्टिकोनात दोन्ही रूपरेषांतील पद्धतीचा वापर केला गेलाच पाहिजे. क्रेसवेल आणि क्लार्क (२००७: ५) यांच्या मते, 'पद्धती म्हणून अभ्यासमालिकेत किंवा एका अभ्यासात याचा भर संकलन, विश्लेषण आणि संख्यात्मक आणि गुणात्मक तथ्यांचे एकत्रीकरण

संमिश्र पद्धतीद्वारे कथाकथन

करते. याचे मुख्य तत्त्व म्हणजे गुणात्मक आणि संख्यात्मक दृष्टिकोनांच्या साहाय्याने एका दृष्टिकोनापेक्षा संशोधन समस्येची या सहयोगामुळे उत्तम जाण येते.' ताशाक्कोरी आणि टेडली (१९९८: ix) यांनी, संमिश्र पद्धती म्हणजे अभ्यासाच्या पद्धतीत संख्यात्मक आणि गुणात्मक दृष्टिकोनाचे एकत्रीकरण,' अशी व्याख्या केली. त्यांनी संमिश्र पद्धत आराखडा असा की ज्यात संख्यात्मक आणि गुणात्मक पद्धती एकत्र केलेल्या असतात. जॉन्सन आणि इतर (२००७: ११३) संमिश्र पद्धती संशोधन हे 'ज्यात संशोधक किंवा संशोधकांचा चमू गुणात्मक आणि संख्यात्मक दृष्टिकोनातील घटक (उदाहरणार्थ, गुणात्मक आणि संख्यात्मक विचार, तथ्य संकलन, विश्लेषण, अनुमानांचे तंत्र) हेतू, व्याप्ती, सखोल जाण आणि बळकटी आणण्यासाठी एकत्र करतो.'

तरीही, अलेक्झांडर आणि इतर (गिलबर्ट २००८: १२६) यांसारखे इतरही आहेत जे असे मानतात की जरी एकाच रूपरेषेतील पद्धती वापरल्या तरीही संमिश्र दृष्टिकोन असतो, तो असा असतो की दोन्हीही रूपरेषेतील दोन किंवा अधिक पद्धती किंवा त्या दोन्हींपैकी एकातील असू शकतात. त्यांच्यानुसार, 'संमिश्र पद्धती संशोधन स्वयंस्पष्ट असल्यासारखेच आहे, एकाच संशोधन प्रकल्पात (किंवा संशोधन प्रणालीमध्ये) दोन किंवा अधिक पद्धती वापरणे. क्रोनिन व इतर (२००७) यांच्यासारखे लेखक यांनीसुद्धा अलेक्झांडर व इतर यांच्या दृष्टिकोनाला सहमती दर्शवली आहे. ते ज्या अभ्यासात दोन भिन्न गुणात्मक किंवा संख्यात्मक पद्धती वापरल्या जातात त्यांत संमिश्र पद्धती दृष्टिकोन वापरण्यासाठी सुचवतात.'

वरील व्याख्यांवरून संमिश्र अभ्यास पद्धतीच्या (आकृती १.३) व्याख्येबाबत दोन मते आहेत. पहिली, दोन पद्धती एकाच रूपरेषेतील असाव्यात याचा पुरस्कार करते, तो असा एखाद्याने संख्यात्मक आणि गुणात्मक पद्धती एकत्रित करून दोन पद्धती दोन्ही रूपरेषेतील असाव्यात असा पुरस्कार करते (टेडली आणि ताशाक्कोरी २००९; ताशाक्कोरी आणि टेडली १९९८; ब्रायमन २००४; क्रेसवेल आणि क्लार्क २००७). दुसऱ्यांनी, जरी दोन्ही पद्धती एकाच रूपरेषेतील असतील तरी त्याला संमिश्र पद्धती अभ्यास असे म्हटले जावे असे सुचवले आहे (गिलबर्ट २००८; प्रकरण ७, क्रोनिन आणि इतर २००७). प्रस्तुत पुस्तकाचे लेखकांचासुद्धा, अभ्यासाचे संमिश्र पद्धती अभ्यास असे वर्गीकरण करायचे असेल तर, त्यात वापरल्या जाणाऱ्या दोन किंवा अधिक पद्धती, एका किंवा दोन्ही रूपरेषांतील दोन किंवा अधिक पद्धती वापरणे शक्य आहे, असा विश्वास आहे.

जरी 'बहुविध पद्धती दृष्टिकोन' ही संज्ञा आजकाल फारशी वापरात नसली किंवा आंतरबदलातून 'संमिश्र पद्धती दृष्टिकोन' म्हणून काहीजण वापरत असले तरीही लेखक 'बहुविध' आणि 'संमिश्र' पद्धती दृष्टिकोनात फरक करतो. 'संमिश्र पद्धती' ही संज्ञा लेखकानुसार जिथे गुणात्मक आणि संख्यात्मक दृष्टिकोन दोन्ही संशोधन प्रक्रियेतील वेगवेगळे घटक एकत्रित केले जातात तशा स्थितीत वापरली जाते, आणि जेव्हा एकाच रूपरेषेतील पद्धती निवडल्या जातात तेव्हा 'बहुविध पद्धती' ही संज्ञा वापरली जाते.

या दृष्टिकोनातून वेगवेगळ्या पद्धती संमिश्र किंवा एकत्र करणे हे दोन्ही रूपरेषांतील बलस्थानांचा फायदा घेण्यासाठी केले जाते आणि त्याच रूपरेषेतील बहुविध पद्धती अनुमानांतील अचूकता, समृद्धता, वैधता आणि विश्वासार्हता वाढवते. नेहमी आणि सर्व परिस्थितीत तुमच्या सर्व संशोधन प्रश्नांची अचूक उत्तरे देऊ शकेल असा एकच एक मार्ग नाही. काही परिस्थितीत तुम्हाला वेगवेगळ्या पद्धती वेगवेगळ्या संशोधन प्रश्नांसाठी किंवा तुमच्या अभ्यासासाठी मार्गदर्शक म्हणून वापरण्याची गरज असते. तसेच अशा काही परिस्थितींमध्ये 'तथ्यांचा एक स्रोत हा अपुरा असू शकतो, निष्कर्षांचे स्पष्टीकरण देणे गरजेचे असते, संशोधित निष्कर्षांचे सामान्यीकरण करावे लागते, प्राथमिक पद्धतीच्या दृढीकरणासाठी दुसरी पद्धत गरजेची असते, सैद्धान्तिक पवित्रा लागू करणे गरजेचे असते, आणि एकंदरीत संशोधन उद्दिष्ट बहुविध टप्पा किंवा प्रकल्पातून उत्तम संबोधित केले जाईल (क्रेसवेल आणि क्लार्क २०११: ८). संमिश्र/बहुविध पद्धती दृष्टिकोन तुम्हाला पद्धती निवडायला अडथळा करत नाही. त्या तुमच्या अभ्यासासाठी अगदी योग्य आणि रूपरेषेतील किंवा रूपरेषेपलीकडील असतील.

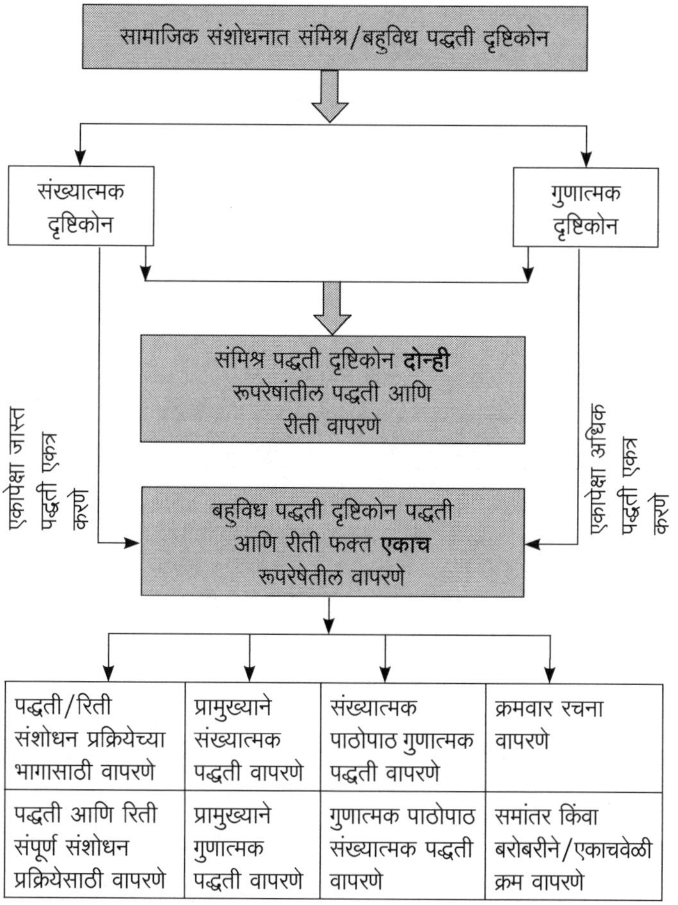

आकृती १.३ मिश्र/बहुविध पद्धती, सामाजिक संशोधनात गुणात्मक आणि संख्यात्मक दृष्टिकोन

जेव्हा तुम्ही संमिश्र पद्धती दृष्टिकोन स्पष्ट करता तेव्हा तुम्हाला आणखी एक संबंधित गोष्ट लक्षात ठेवणे गरजेचे असते. अनेक संशोधक नेहमी वेगवेगळ्या पद्धती वापरतात. तथ्य संकलनासाठीच्या फक्त एका कार्यान्वयन पायरीसाठी संख्यात्मक आणि/किंवा गुणात्मक अशा दोन पद्धती वापरतात. उदाहरणार्थ, तुम्ही प्रश्नपत्रिकेद्वारा तथ्य संकलन केली आहे आणि मुद्द्याविषयी अधिक जाणून घेण्यासाठी अभ्यास केलेल्या लोकसमुदायातील काहींशी तुम्ही सखोल मुलाखत घ्याल. अशीच परिस्थिती जेव्हा उदाहरणार्थ, तुम्हाला समाजाच्या गरजा जाणून घेण्यासाठी सार्वजनिक मंच प्रस्थापित कराल. ही गरजा भिन्नता शोधण्याची प्रक्रिया प्रश्नपत्रिका किंवा मुलाखत अनुसूची विकसित करण्याचा आधार ठरेल. मुद्दा हा आहेः जिथे तुम्ही तथ्य संकलनासाठी दोन किंवा अधिक पद्धती वापरणार आहात अशा अभ्यासाचे तुम्ही संमिश्र किंवा बहुविध यापैकी कोणत्या पद्धतीत वर्गीकरण कराल? दोन दृष्टिकोन वापरून पुन्हा अभ्यास करणे हेच खर्चाचे आणि म्हणून सामान्य नाही. लेखकाच्या मते बहुविध किंवा संमिश्र पद्धती दृष्टिकोन वापरून केलेला अभ्यास, जरी तो एका कार्यान्वयन पायरीसाठी एकापेक्षा जास्त पद्धती वापरल्या असतील तरीसुद्धा, संमिश्र किंवा बहुविध आहे. लेखकाच्या मते खालील स्थितीत एकापेक्षा अधिक पद्धतींचा वापर अभ्यास संमिश्र/बहुविध पद्धती दृष्टिकोनासाठी वर्गीकृत व्हायला लायक ठरेलः

- **तथ्य संकलित** करण्यासाठी विविध तथ्य संकलन पद्धती वापरणे म्हणजे तुम्ही तीच माहिती प्रश्नपत्रिका किंवा मुलाखत अनुसूची (संख्यात्मक पद्धती) तसेच सखोल मुलाखती, विशिष्ट गट किंवा सार्वजनिक मंत्र (गुणात्मक पद्धती). तथ्य संकलनातसाठी एका पेक्षा अधिक पद्धतींचा वापर अभ्यास संमिश्र/बहुविध पद्धती दृष्टिकोनासाठी वर्गीकृत व्हायला लायक ठरतो (हे पद्धती दोन्ही किंवा एका रूपरेषेतील आहेत किंवा नाहीत यावर अवलंबून असते). अर्थात, तथ्य संकलनाच्या पद्धतीशी मिळतेजुळते राहण्यासाठी तुम्हाला तथ्य विश्लेषण आणि प्रक्रिया यासाठी वेगळ्या पद्धती वापरण्याची गरज आहे.
- हवी असलेली माहिती वेगवेगळ्या लोकांच्या गटाकडून मिळवणे, अनुमानांच्या पुनर्तपासणी आणि निश्चितीसाठी त्याच अभ्यास समुदायात (**वेगळ्या नमुन्याकडून**) तीच माहिती घेणे. वेगळ्या शब्दांत म्हणजे एक नमुना प्रश्नपत्रिका भरून घेण्यासाठी, दुसरा सखोल मुलाखतीसाठी निवडायचा आणि तिसरा विशिष्ट गटासाठी निवडायचा आणि तीच माहिती वैधता, पुनर्तपासणी आणि समस्या अधिक समजून घेण्यासाठी तीच माहिती संकलित करणे.
- **माहिती प्रसारण** आणि **तथ्य विश्लेषण** करण्यासाठी वेगवेगळे मार्ग वापरणे, म्हणजे तथ्यांचे विश्लेषण गुणात्मक आणि संख्यात्मक अशा दोन्ही तंत्राने करून अभ्यासाची उद्दिष्टे उत्तम प्रमाणे संपादन करणे.

ताशाक्कोरी आणि टेडली (१९९८) यांनी दोन वेगळी नावे वापरून दोघात फरक केला आहे. त्यांच्या मते (पान १) 'संमिश्र पद्धती गुणात्मक आणि संख्यात्मक दृष्टिकोन अभ्यासाच्या संशोधन पद्धतीसाठी एकत्र करतात, तर संमिश्र प्रारूप अभ्यास हे दोन दृष्टिकोन संशोधन प्रक्रियेच्या सर्व टप्प्यांना एकत्र करतात.' लेखकाच्या मते हे दोन किंवा अधिक पद्धतींचा वापर एकतर संख्यात्मक, गुणात्मक किंवा दोन्हीही हे संपूर्ण संशोधन प्रक्रियेसाठी किंवा त्याच्या काही भागासाठी वापरले जातात.

तुम्ही तुमच्या संशोधन समस्येच्या किंवा उपउद्दिष्टाच्या मांडणीकरता जे मार्ग वापरता, त्यावरून तुमच्या प्रश्नांची अनुमाने काढण्याच्या उचित पद्धती निश्चित होतात, हे तुम्ही समजून घेणे महत्त्वाचे आहे. आपण एक उदाहरण घेऊया (आकृती १.४) ज्यामध्ये उपउद्दिष्टांची मांडणी करण्यासाठी वापरलेला मार्ग आणि ते अभ्यासण्याच्या उचित पद्धती यांचे नाते आणि वापरलेल्या पद्धती कशाप्रकारे स्वीकारलेल्या दृष्टिकोनांचा प्रकार निश्चित करतात हे समजून घेऊया. वेगवेगळी उद्दिष्टे संपादन करण्यासाठी तुम्हाला वेगवेगळे संशोधन दृष्टिकोन वापरावे लागतील याची नोंद घ्या. काहींसाठी हा शुद्ध संख्यात्मक, तर काहींसाठी शुद्ध गुणात्मक तर, काहींसाठी संमिश्र पद्धती दृष्टिकोन आहे.

समजा, तुम्हाला कौटुंबिक हिंसा या क्षेत्रामध्ये औत्सुक्य आहे आणि खालील उपउद्दिष्टांवर आधारित अभ्यास तुम्हाला करायचा आहे (तुम्हाला हवे असल्यास तुम्ही यातील फक्त एक उपउद्दिष्ट अभ्यासासाठी निवडू शकता):

१. समुदायात कौटुंबिक हिंसा प्रचलित आहे हे निश्चित करणे;
२. समुदायात कौटुंबिक हिंसेचे स्वरूप व प्रमाण समजून घेणे;
३. कौटुंबिक हिंसा होत असलेल्या कुटुंबात राहणाऱ्या स्त्री आणि पुरुषाला कौटुंबिक हिंसेबद्दल काय वाटते ते शोधून काढणे;
४. कौटुंबिक हिंसा होत असतानाही त्याला बळी पडलेल्या, काही स्त्रिया तसेच पुरुष नातेसंबंध का टिकवून आहेत हे समजून घेणे;

समजा, तुम्हाला कौटुंबिक हिंसा या क्षेत्रामध्ये औत्सुक्य आहे आणि खालील उपउद्दिष्टांवर आधारित अभ्यास तुम्हाला करायचा आहे (तुम्हाला हवे असल्यास तुम्ही यातील फक्त एक उपउद्दिष्ट अभ्यासासाठी निवडू शकता):

१. समाजात कौटुंबिक हिंसा प्रचलित आहे हे निश्चित करणे;
२. समाजात कौटुंबिक हिंसेचे स्वरूप व प्रमाण समजून घेणे;
३. कौटुंबिक हिंसा होत असलेल्या कुटुंबात राहणारे स्त्री आणि पुरुष यांच्याकरिता कौटुंबिक हिंसेचा अर्थ काय आहे ते शोधून काढणे;
४. कौटुंबिक हिंसा होत असतानाही त्याला बळी पडलेल्या, काही स्त्रिया तसेच पुरुष नातेसंबंध का टिकवून आहेत ते समजून घेणे;
५. समाजात कौटुंबिक हिंसेला बळी पडलेल्यांना कोणत्या प्रकारची सेवा उपलब्ध आहे; आणि
६. या सेवा मिळणाऱ्या ग्राहकांची सामाजिक–आर्थिक, लोकसंख्याशास्त्रीय माहिती प्रस्थापित करणे.

ही उद्दिष्टे संपादन करण्यासाठी तुम्हाला वेगवेगळ्या पद्धती वापरून अभ्यास करावा लागेल. उदाहरणार्थ:

उपउद्दिष्ट १ हे फक्त संख्यात्मक पद्धतीच्या वर्गवारीत येणाऱ्या पद्धतीद्वारे अभ्यासता येऊ शकते (पूर्वनिश्चित व स्वीकृत कसोट्यांच्या संचाचा वापर करून कौटुंबिक हिंसेचे प्रसंग घडणाऱ्या घरांची संख्या मोजणे). उपउद्दिष्ट २ साठी, तुम्हाला दोन्हीही रूपरेषेत असणाऱ्या पद्धती वापरणे गरजेचे आहे. कौटुंबिक हिंसाचाराचे स्वरूप पद्धतीद्वारे (सखोल मुलाखत, विशिष्ट गट, निवेदन, मौखिक इतिहास) उत्तम पद्धतीने अन्वेषित करता येऊ शकते, ज्या पद्धतीचा गुणात्मक संशोधन कार्यक्षेत्रात समावेश होतो आणि पद्धती (जसे, संरचित कौटुंबिक मुलाखत, कौटुंबिक हिंसाचारातील बळींना सेवा पुरविणाऱ्या अभिकरणांच्या नोंदी) ते संख्यात्मक रूपरेषेशी निगडित असल्याचे समजले जाते.

उपउदिष्ट ३ च्या अन्वेषणासाठी गुणात्मक पद्धती (बळींची सखोल मुलाखत, गट मुलाखत, निवेदने, मौखिक इतिहास, व्यष्टी अध्ययन) उत्तम होऊ शकेल, कारण 'याचा अर्थ काय' याची जो बळी प्रत्यक्ष कौटुंबिक हिंसा झालेल्या घरात राहतोय त्याच्याइतकी अचूक माहिती कोणतीही संख्यात्मक पद्धती देऊ शकणार नाही.

कौटुंबिक हिंसा असूनही नात्यात एकत्र राहण्याची कारणे (उपउद्दिष्ट ४) याचे अन्वेषण दोन्ही रूपरेषेतील अनेक पद्धती वापरून करता येऊ शकते. (तुम्ही सखोल मुलाखती संरचित मुलाखती, गट मुलाखती, विशिष्ट गट. तुम्ही एकाच पद्धतीने माहिती संकलित करू शकता किंवा अनेक पद्धतीद्वारे माहिती संकलित करू शकता.)

तशाच प्रकारे 'सेवांचे प्रकार' (उपउद्दिष्ट ५) याचा अभ्यास गुणात्मक मार्गाने (सेवा पुरविणाऱ्यांच्या आणि सेवा मिळणाऱ्या ग्राहकांच्या सखोल मुलाखती).

आणि

'ग्राहकांची माहिती' (उपउद्दिष्ट ६) याचे अन्वेषण संख्यात्मक पद्धतीने (प्रश्नावली किंवा मुलाखत अनुसूचीने) उत्तम प्रकारे करता येऊ शकते.

आकृती १.४ संमिश्र आणि बहुविध पद्धतीचा वापर – एक उदाहरण

५. कौटुंबिक हिंसेला बळी पडलेल्यांकरिता समुदायात कोणत्या प्रकारची सेवा उपलब्ध आहे; किंवा
६. या सेवा मिळणाऱ्या ग्राहकांची सामाजिक–आर्थिक–लोकसांख्यिकी माहिती प्रस्थापित करणे.

ही उद्दिष्टे संपादन करण्यासाठी वेगवेगळ्या पद्धती वापरून अभ्यास केला पाहिजे. उदाहरणार्थः

उपउद्दिष्ट १ हे फक्त संख्यात्मक पद्धतीच्या वर्गवारीत येणाऱ्या पद्धतीद्वारे अभ्यासता येऊ शकते (पूर्वनिश्चित व स्वीकृत कसोट्यांच्या संचाचा वापर करून कौटुंबिक हिंसेचे प्रसंग घडणाऱ्या घरांची संख्या मोजणे).

उपउद्दिष्ट २ साठी, तुम्हाला दोन्हीही रूपरेषेत येणाऱ्या पद्धती वापरण्याची गरज आहे. कौटुंबिक हिंसाचाराचे स्वरूप पद्धतीद्वारे (सखोल मुलाखत, विशिष्ट गट, निवेदन, मौखिक इतिहास) उत्तम पद्धतीने अन्वेषित करता येऊ शकते. ज्या पद्धतींचा गुणात्मक संशोधन कार्यक्षेत्रात समावेश होतो आणि पद्धती (जसे संरचित कौटुंबिक मुलाखत, कौटुंबिक हिंसाचारातील बळींना सेवा पुरविणाऱ्या अभिकरणाच्या नोंदी) ते संख्यात्मक रूपरेषेशी निगडित असल्याचे समजले जाते.

उपउद्दिष्ट ३ च्या अन्वेषणासाठी गुणात्मक पद्धती (बळींची सखोल मुलाखत, गट मुलाखत, निवेदने, मौखिक इतिहास, व्यष्टी अध्ययन) उत्तम होऊ शकेल, कारण 'याचा अर्थ काय' याची जो बळी प्रत्यक्ष कौटुंबिक हिंसा झालेल्या घरात राहतोय त्याच्याइतकी अचूक माहिती कोणतीही संख्यात्मक पद्धती देऊ शकणार नाही.

कौटुंबिक हिंसा असूनही नात्यात एकत्र राहण्याची कारणे (उपउद्दिष्ट ४) याचे अन्वेषण दोन्ही रूपरेषेतील अनेक पद्धती वापरून करता येऊ शकते. (तुम्ही सखोल मुलाखती, संरचित मुलाखती, गट मुलाखती, विशिष्ट गट). तुम्ही एकाच पद्धतीने माहिती संकलित करू शकता किंवा अनेक पद्धतीद्वारे माहिती संकलित करू शकता.

तशाच प्रकारे 'सेवांचे प्रकार' (उपउद्दिष्ट ५) याचा सर्वोत्तम अभ्यास गुणात्मक मार्गाने (सेवा पुरविणाऱ्यांच्या आणि सेवा मिळणाऱ्या ग्राहकांच्या सखोल मुलाखती) तुम्ही करू शकता.

शेवटी 'ग्राहकांची माहिती' (उपउद्दिष्ट ६) याचे अन्वेषण संख्यात्मक पद्धतीने (प्रश्नावली किंवा मुलाखत अनुसूचीने) उत्तम प्रकारे करता येऊ शकते.

वरील उदाहरणात अभ्यासातील वेगवेगळ्या उपउद्दिष्टांसाठी वेगवेगळ्या पद्धती प्रस्तावित केल्या आहेत. अशा प्रकारच्या अभ्यासात वेगवेगळ्या पद्धतींच्या बलस्थानांचा वापर करता येतो. मग तो अभ्यास कोणत्याही रूपरेषेशी संबंधित असला तरीही करता येतो आणि त्याच रूपरेषेशी संबंधित बहुविध पद्धतीचाही वापर करता येतो. याचे संमिश्र किंवा बहुविध अभ्यासात वर्गीकरण केले जाते. जर दोन्हीही रूपरेषेतील पद्धती वापरल्या असतील तर ही संमिश्र अभ्यास पद्धती असते. थोडक्यात, एखाद्या अभ्यासात ज्यामध्ये, अभ्यासाची उद्दिष्टे उत्तम प्रकारे संपादन करण्यासाठी, एका आणि/किंवा दुसऱ्या रूपरेषेशी एकतर संपूर्ण किंवा बहुतांश संशोधन प्रक्रियेशी निगडित असतील, अशा एकापेक्षा जास्त पद्धती वापरल्या गेल्या असतील तर, त्याचे संमिश्र/बहुविध पद्धती अभ्यासात वर्गीकरण केले जाते.

तर्कवाद – दृष्टिकोनाचा आधार

संमिश्र/बहुविध पद्धती दृष्टिकोनात अंतर्भूत असलेला तर्कवाद हा दोन विश्वासांवर आधारित आहे. पहिल्याचा संबंध हा रूपरेषेतील पद्धतींमध्ये कोणत्याही स्थितीत तुमच्या सर्व संशोधन प्रश्नांना अचूक उत्तरे देण्याची क्षमता असावी, याच्याशी आहे. दुसऱ्याचा संबंध बहुतेक स्थितीत एकापेक्षा अधिक पद्धती वापरल्याने घटना किंवा स्थितीचे उत्तम आणि अधिक संपूर्ण चित्र एकच पद्धत वापरण्यापेक्षा चांगले मिळते या विश्वासाशी आहे. हे विश्वास नेमके असे आहेतः

- तुम्ही ज्या मार्गाने तुमच्या उपउद्दिष्टांची रचना कराल त्यावर अभ्यास गुणात्मक किंवा संख्यात्मक चौकशीच्या प्रकारात समाविष्ट होईल की नाही हे निश्चित ठरेल. बहुतेक वेळा अभ्यासाला अनेक उपउद्दिष्टे (आकृती १.४) असतात. त्यातील सर्व विस्ताराने व अचूकपणे एकाच रूपरेषेतील पद्धतीत समाविष्ट करता येत नाहीत. नेहमीच असे घडते की काही उपउद्दिष्टे संख्यात्मक पद्धतीने आणि इतर गुणात्मक पद्धतीने अन्वेषित करता येतात. अशा परिस्थितीत जर तुम्ही एकाच रूपरेषेतील पद्धती वापरल्या तर तुम्ही तुमच्या अनुमानांच्या गुणवत्तेशी तडजोड कराल. संमिश्र पद्धती दृष्टिकोन हा, काही निश्चित परिस्थितीत, दोन्ही रूपरेषेतील पद्धती वापरल्या तर तुम्ही तुमच्या अनुमानांच्या गुणवत्तेशी तडजोड कराल. संमिश्र पद्धती दृष्टिकोन हा, काही निश्चित परिस्थितीत, दोन्ही रूपरेषेतील पद्धती वापरल्याने तुमच्या अनुमानातील अचूकता आणि विश्वासार्हता अधिक वाढेल. संमिश्र पद्धती दृष्टिकोन हा, काही निश्चित परिस्थितीत, दोन्ही रूपरेषेतील पद्धतींचा वापर करण्याचा मुक्तपणा, हे आहे.
- विशिष्ट परिस्थितीत एक पद्धत कदाचित स्थितीचे संपूर्ण, तपशीलवार आणि अचूक चित्र देऊ शकणार नाही किंवा काही प्रसंगांत तुम्हाला तुमची अनुमाने दुसरी पद्धत वापरून परत तपासायची आहेत, व याबाबत तुम्ही निश्चित आहात. बहुविध पद्धतीचा आधार हा, निश्चित परिस्थितीत एका रूपरेषेतील एकापेक्षा अधिक पद्धती वापरून तुमच्या अनुमानांची अचूकता वृद्धिंगत होते आहे.

याचा वापर केव्हा करावा

संमिश्र आणि बहुविध पद्धतीच्या वापराचे समर्थन करणारी अनेक कारणे आहेत. त्यापैकी काही कारणे खालीलप्रमाणे आहेतः

- **जेव्हा तुम्हाला दोन्ही विचारांमधून अन्वेषण करायचे आहे**. गुणात्मक आणि संख्यात्मक संशोधन हे घटनेकडे वेगवेगळ्या विचारातून पाहते. गुणात्मक संशोधन घटनेकडे सखोलपणे पाहते; परंतु ते काही व्यक्तींकडून संकलित केलेल्या माहितीवर आधारित असते. म्हणून व्यापक निष्कर्ष आणि सामान्यीकरणाला मर्यादा येतात. तर दुसऱ्या बाजूने संख्यात्मक दृष्टिकोन/मार्ग अनेकांकडून माहिती संकलित करतो. त्यामुळे सामान्यीकरण करण्याची क्षमता त्यात असते. परंतु सखोल विश्लेषणाबाबत त्याला मर्यादा असतात. शुद्ध संख्यात्मक किंवा शुद्ध गुणात्मक दृष्टिकोन हा अभ्यासाला त्या दृष्टिकोनाची बलस्थाने व त्रुटी दोन्हीही देतो. त्या दृष्टिकोनातील त्रुटींमधून बाहेर येऊन/त्या सोडवून दुसऱ्या दृष्टिकोनाच्या बलस्थानांचा वापर करून तुम्ही दोन्हीचा संयोग करू शकता. दोन्ही विचार, दृष्टिकोनांचा संयोग करून तुम्हाला अधिक स्पष्ट चित्र मिळू शकेल आणि घटनेची जाण दोन्ही विचारातून येईल.

- **जेव्हा एकाच स्रोतातून अचूक आणि पूर्ण माहिती मिळवणे अवघड असते.** तेव्हा काही वेळा परिस्थिती अशी असते की तुम्हाला पूर्ण आणि अचूक एकत्र पद्धती एकाच दृष्टिकोनातून वापरून मिळत नाही. अशा तफावती भरून काढण्यासाठी इतर पद्धती वापरून पुरवणी माहिती मिळवण्याची गरज असते, म्हणजेच संमिश्र पद्धती दृष्टिकोन स्वीकारणे. क्रेसवेल आणि क्लार्क (२०११: ८) यांच्यानुसार, संशोधन समस्या संमिश्र पद्धतीसाठी योग्य आहे म्हणजे ज्यात तथ्यांचा स्रोत अपुरा आहे, त्याचे परिणाम स्पष्ट करण्याची गरज आहे, अन्वेषणात्मक अनुमानांचे सामान्यीकरण करण्याची गरज आहे, प्राथमिक पद्धत वाढवण्यासाठी दुसऱ्या पद्धतीची गरज आहे, सैद्धान्तिक पवित्रा कामाला लावण्याची गरज आहे आणि एकंदरीतच संशोधन उद्दिष्ट बहुविध टप्प्याने किंवा प्रकल्पाने संबोधता येते. प्रस्तुत लेखक स्वत: ग्रामीण भारतातील जन्म आणि मृत्यूचे प्रमाण निश्चित करण्याच्या अभ्यासात सहभागी होते. जन्म आणि मृत्यू यांचा अचूक अंदाज काढण्यासाठी दोन दुय्यम आणि दोन प्राथमिक स्रोतांचा उपयोग केला गेला. यात सरकारने, ग्रामीण भागात अतिशय महत्त्वाचे सांख्यिकी माहिती जतन करण्यासाठी नेमलेल्या अधिकृत जबाबदार लोकांकडील नोंदी घेणे. (दुय्यम स्रोत); गावातील दाई जी दर पंधरा दिवसांनी संशोधन चमूबरोबर गावात भेटी घेऊन अनौपचारिक मुलाखतीद्वारा, गेल्या पंधरा दिवसातील जन्म आणि मृत्यूची माहिती संकलित करत असे. (प्राथमिक स्रोत); दहा 'प्रमुख माहीतगार' ज्यांची गावातील रहिवांशामधून निवड केली गेली. ही निवड जेवढा काळ अभ्यास चालणार होता तेवढ्या काळासाठी केली गेली. ज्यांच्याशी संशोधन चमूतील एक सदस्य दर पंधरा दिवसांनी संपर्क करीत असे. (प्राथमिक स्रोत); आणि रहिवासी दाई, संशोधन चमूतील कर्मचारी, दाईकडे तिच्या भागातील मागील महिन्याभरातील जन्म आणि मृत्यूच्या नोंदी पाठवण्याची जबाबदारी होती. (दुय्यम स्रोत). ह्या सर्व नोंदींची तुलना (तिहेरी पद्धतीने) त्या भागातील जन्म आणि मृत्यूची एकूण आकडेवारी निश्चित करण्यासाठी केली. अशा परिस्थितीत, जिथे तुम्हाला वास्तविक माहिती दीर्घकाळपर्यंत संकलित करायची आहे, आणि माहितीच्या अचूकतेविषयी खात्री हवी आहे, अशी परिस्थिती असल्यास तुम्हाला एकापेक्षा अधिक पद्धती वापरण्याची गरज आहे. संमिश्र/बहुविध पद्धती दृष्टिकोन.
- **उत्तम दर्जाचे संशोधन हवेच**. बहुतेक सर्व चांगले संशोधक सामान्यीकरण करण्यासाठी जे संशोधन करतात ते आधी अभ्यासाचे वेगवेगळे पैलू अन्वेषणात्मक टप्प्याने गुणात्मक संशोधनाद्वारे अभ्यासतात. संख्यात्मक अभ्यासासाठी गरज असलेली प्रत्येक बाब अन्वेषणात्मक अभ्यासातून विकसित केली जाते. तुमचा अभ्यास पूर्ण झाल्यावर तुम्ही तुमच्या प्रतिसादकांकडे स्पष्टीकरणासाठी आणि अर्थ समजून घेण्यासाठी पुन्हा घेऊन जाता, हे काही वेगळे नाही. लेखकाच्या मते चांगला संशोधक गुणात्मक – संख्यात्मक – गुणात्मक असे चक्र चौकशीसाठी अनुसरतो. म्हणून, तुमच्या संशोधनाची गुणवत्ता वाढवण्यासाठी तुम्हाला दोन्हीही दृष्टिकोन एकत्र करून प्रसंगी एकापेक्षा जास्त पद्धती वापराव्या लागतात.
- **जेव्हा तुम्हाला सामान्यीकरण करायचे असते**. जेव्हा तुमचा उद्देश तुमच्या अभ्यासावर सामान्यीकरण करायचे आणि अनुमाने अभ्यासाधीन लोकसमुदायाला त्यात भागीदार करून घ्यायचे असा असेल अशा वेळी तुम्हाला ज्या मुद्द्यांचे अन्वेषण करायचे असेल ते आणि तुम्ही तुमच्या प्रतिसादकांना विचारणार असलेले प्रश्न विकसित करायचे ही उत्तम क्रिया आहे, हे करताना सक्षम प्रतिसादकांशी चर्चा करून ठरवता येते. विकास आणि त्यांच्याशी चर्चा हे गुणात्मक दृष्टिकोनातून हाती घ्यावे हे उत्तम, अशा परिस्थितीत गुणात्मक आणि संख्यात्मक अशा दोन्ही पद्धती एकत्र कराव्या लागतात.
- **जेव्हा तुम्हाला तुमच्या अनुमानांसाठी स्पष्टीकरण शोधण्याची गरज असते**. काही वेळा अशी परिस्थिती येते की जेव्हा तुमची संख्यात्मक संशोधनातील अनुमानांना नेमका अर्थ कळण्यासाठी प्रतिसादकांनी दिलेल्या प्रतिसादांचा अर्थ कळण्यासाठी कष्ट करण्याची जरूर असते. याचा नेमका अर्थ जेव्हा प्रतिसादकांशी

चर्चा होते तेव्हाच कळतो. अशावेळी तुम्हाला संख्यात्मक पद्धती गुणात्मक पद्धतीबरोबर प्रतिसादांचे अर्थ कळण्यासाठी एकत्र करायची गरज आहे. क्रेसवेल आणि क्लार्क (२०११: ९) काही वेळा अभ्यासाचा परिणाम/निकाल संशोधन समस्येची अपूर्ण जाणीव देतो आणि त्यासाठी पुढील स्पष्टीकरणाची गरज नसते. या उदाहरणात दुसऱ्यांदा मिळवलेल्या माहितीचा पहिल्यांदा मिळवलेल्या माहितीचे स्पष्टीकरण देण्यासाठी संमिश्र पद्धती अभ्यासाचा वापर केला आहे. एखाद्या विशिष्ट परिस्थितीत जेव्हा संख्यात्मक परिणामांना त्यांचा नेमका अर्थ काय हे जाणण्यासाठी स्पष्टीकरणाची गरज असते.

- **जेव्हा तुम्हाला तथ्य संकलनासाठी उत्तम साधन विकसित करण्याची आणि प्रश्नांची वैधता निश्चित करायची असेल तेव्हा.** संख्यात्मक अभ्यासात तथ्य संकलनाचे साधन विकसित करताना सक्षम प्रतिसादकांचा सल्ला घेऊन त्यांच्या यथायोग्यतेची खात्री करणे हे सामायिक आहे. ही सल्लामसलतीची प्रक्रिया गुणात्मक संशोधनात वापरणे भाग पडते. याशिवाय, या प्रक्रियेतून प्रश्नांच्या वैधतेची खात्री पटेल कारण प्रतिसादक संशोधकाला हवा तसा प्रश्नाचा अर्थ कळेल की नाही आणि ते उत्तर देतील की नाही याचे अन्वेषण होईल.
- **जेव्हा आपण बहुउद्देशीय अभ्यास हाती घेतो.** काही वेळा तुम्ही बहुविध उद्दिष्टांचा अभ्यास करत असता आणि त्यापैकी सर्व एकाच दृष्टिकोनातून अभ्यासता येत नाहीत. तथ्यांचे संकलन एकतर संख्यात्मक आणि गुणात्मक दृष्टिकोनातून किंवा एकतर संख्यात्मक किंवा गुणात्मक पद्धतीने संकलित केलेल्या तथ्यांचे दोन संच हवे असतात.

पद्धती संमिश्र करण्याचे मार्ग

येथे विकसित केलेली 'प्रकार प्रणाली' अगदी काटेकोरपणे अभ्यास आराखड्यावर प्रतिबिंबित होत नाही. परंतु वेगवेगळे मार्ग ज्यात संख्यात्मक आणि गुणात्मकमधील रीती आणि पद्धतीचे दृष्टिकोन केव्हा, काय, कुठल्या टप्प्याला, कुठल्या क्रमाने आणि किती मर्यादेत यावर प्रतिबिंबित होते. आराखडे प्राथमिकतः संख्यात्मक आणि/वर गुणात्मक संशोधन यातील आहेत.

संमिश्र पद्धती विकसित करणे

पद्धती आणि रीती ज्या संख्यात्मक आणि/किंवा गुणात्मक रूपरेषेतल्या *संमिश्र* किंवा *बहुविध पद्धती* अभ्यासात संमिश्र करण्याचे अनेक मार्ग आहेत. ताशाक्कोरी आणि टेडली (१९९८: १८) यांनी शोधलेला संमिश्र पद्धती अभ्यास आराखडा लेखकाच्या मते, हा प्राथमिकतः पद्धती संमिश्र आहेत, यावर आधारित आहे. लेखकाला असे वाटते की वर्गीकरण किंवा 'अभ्यासाची प्रकार-प्रणाली' संमिश्र आणि बहुविध पद्धतीत प्रामुख्याने *काय* संमिश्र केले जात आहे (संमिश्र करणे हे दोन्ही रूपरेषेतून आहे की फक्त एका), संशोधन प्रक्रियेत संमिश्र *केव्हा* केले गेले (संमिश्र क्रमाने केले गेले आहे किंवा एकाचवेळी क्रमाने केले गेले आहे), संशोधनाच्या प्रक्रियेच्या *कोणत्या टप्प्यावर* एकत्रीकरण झाले आहे (संमिश्रता/एकत्रीकरण हा संशोधन प्रक्रियेचा भाग आहे किंवा पूर्ण प्रक्रिया आहे), एकत्रीकरण *कोणत्या क्रमाने* झाले आहे (हे गुणात्मक वरून संख्यात्मक किंवा संख्यात्मक वरून गुणात्मक की दोन्ही एकत्र) आणि *किती प्रमाणात* (हे प्रामुख्याने संख्यात्मक किंवा गुणात्मक) यावर अवलंबून आहे.

काय या संज्ञेत ढोबळमानाने दोन मार्ग आहेत. ज्यात तुम्ही वेगवेगळ्या पद्धती एकत्रित/संमिश्र करू शकताः

- संमिश्र पद्धती दोन रूपरेषेशी संबंधित एकतर पूर्ण संशोधन प्रक्रियेसाठी किंवा त्यातल्या एका भागासाठी.
- संमिश्र पद्धती एका रूपरेषेशी संबंधित एकतर पूर्ण संशोधन प्रक्रियेसाठी किंवा त्यातल्या एका भागासाठी.

केव्हा या संज्ञेत पुन्हा दोन मार्ग आहेतः

- एका पाठोपाठ एक अशा दोन किंवा अधिक पद्धती वापरा. (क्रमाने) एकतर पूर्ण संशोधन प्रक्रियेसाठी किंवा तिच्या भागासाठी वापरा. क्रेसवेल (१९९५: १७७) याने एका पाठोपाठ एक पद्धती वापरून केलेल्या अभ्यासाला क्रमाने केलेला अभ्यास म्हटले आहे.
- दोन किंवा अधिक पद्धती एकाच वेळी एकतर पूर्ण प्रक्रियेसाठी किंवा तिच्या भागासाठी वापरा. क्रेसवेल (१९९५: १७७) याने एकाच वेळी समांतर किंवा एकाच वेळी केला जाणारा अभ्यास असे म्हटले आहे.

टप्पे या संज्ञेत दोन मार्ग आहेतः

- संपूर्ण संशोधन प्रक्रियेत त्यांना एकत्रित करा.
- त्यांना फक्त सर्व किंवा काही कार्यान्वयनाच्या पायऱ्यात एकत्र करा.

क्रम या संज्ञेत तीन मार्ग आहेत, ज्यात तुम्ही पद्धती एकत्र करू शकता.

- गुणात्मक पद्धती वापरा, त्याच्या मागोमाग संख्यात्मक.
- संख्यात्मक पद्धती वापरा त्यांच्या मागोमाग गुणात्मक.
- गुणात्मक पद्धती वापरा. पाठोपाठ संख्यात्मक वापरा. त्यापाठोपाठ पुन्हा गुणात्मक वापरा.

प्रमाण या संज्ञेत एकत्रीकरणाचे दोन मार्ग आहेतः

- दोन्हीही पद्धती सारख्याच प्रमाणात वापरा. (**समान दर्जाचे अभ्यास**: क्रेसवेल १९९५: १७७).
- प्रामुख्याने एक पद्धत वापरा. (**प्रामुख्याने/कमी प्रामुख्याने अभ्यास**: क्रेसवेल १९९५: १७७) जेव्हा, अभ्यास करत असताना पद्धती अशा मार्गाने एकत्र करा की रूपरेषा प्रमुख असेल आणि इतरातून घेतलेल्या पद्धती/रीती यांचे प्रमाण कमी असेल.

फायदे आणि तोटे

संशोधन प्रकल्पात संमिश्र पद्धती वापरण्याचे फायदे आणि तोटे असतात. काही फायदे खालीलप्रमाणे आहेतः

- **संशोधन शक्यता वाढवते.** जर तुम्हाला संशोधन अभ्यासात बहुविध उद्दिष्टे संपादन करायची असतील आणि जर सर्व उद्दिष्टांचे अन्वेषण एकाच पद्धतीने होणार नसले तर अशा वेळी बहुविध पद्धतीचा वापर तुमच्या संशोधन प्रश्नांची उत्तरे शोधण्यासाठी योग्य ठरतो. उदाहरणार्थ, आकृती १.४ च्या उदाहरणात उपउद्दिष्ट २ याला दोन परिमाणे आहेत, 'स्वरूप' आणि मर्यादा'. या दोन्ही संकल्पनांसाठी दोन वेगळ्या पद्धती हव्यात. 'स्वरूप' हे गुणात्मक पद्धतीद्वारे अधिक समृद्धतेने अन्वेषित करता येऊ शकते, याउलट 'मर्यादा'चे अन्वेषण संख्यात्मक पद्धतीने चांगल्या प्रकारे करता येते कारण यात कौटुंबिक हिंसा होत असलेल्या कुटुंबाचा आकार मोजणे अपेक्षित असते. तशाच प्रकारे, समजा, तुम्हाला समाजात अमली पदार्थांच्या सेवनाची प्रचलितता निश्चित करायची आहे आणि अमली पदार्थांच्या व्यसनाधीनतेची प्रक्रिया जाणून घ्यायची आहे. पहिल्या भागाचे अन्वेषण तुम्ही संरचित मुलाखत किंवा प्रश्नावलीद्वारे करू शकता परंतु

दुसऱ्या भागाच्या अन्वेषणासाठी असंरचित आणि सखोल मुलाखत हे उत्तम असेल. म्हणून संमिश्र/बहुविध पद्धतीचा दृष्टिकोन हे अभ्यासायच्या चौकटीमध्ये संशोधनाची शक्यता वाढवतात.

- **अधिक गुंतागुंतीच्या परिस्थितीसाठी उत्तम**. संमिश्र पद्धती दृष्टिकोनाचा आणखी एक फायदा म्हणजे हा उत्तम पद्धती वापरण्यासाठी त्याची रूपावली लक्षात न घेता, अधिक गुंतागुंतीच्या परिस्थितीत स्वातंत्र्य देतो. क्रेसवेल आणि क्लार्क (२०११: २१) यांच्या मते, 'आमच्या संशोधन प्रश्नातील गुंतागुंत हे केवळ गुणात्मकमधील शब्दांनी किंवा संख्यात्मक मधील साध्या आकड्यांच्या पलीकडे त्याची उत्तरे आहेत.' या दोन्ही रूपांच्या/प्रकारांच्या तथ्यांचा सहयोग समस्येचे जास्तीत जास्त पूर्ण विश्लेषण करतो.
- **समृद्ध तथ्ये** अशी परिस्थिती असते की जेव्हा तुम्ही एका पद्धतीने तथ्य संकलित करता परंतु त्याच्या पुरवणीसाठी किंवा समृद्धतेसाठी तुम्हाला तथ्यांचा आणखी एक संच लागतो. तथ्यांचा दुसरा संच प्राथमिकत: मुद्दे वेगळ्या दृष्टिकोनातून बघतो. हा **त्रिकोण** माहिती समृद्ध करतो आणि अनुमानांची अचूकता वाढवतो. परंतु हे फक्त संमिश्र/बहुविध पद्धती दृष्टिकोन हा अभ्यास हाती घेताना वापरला तरच शक्य होते. आता आपण आणखी एक उदाहरण घेऊ, (आकृती १.५) ज्यात प्रस्तुत लेखक स्वत: सहभागी होता, ते म्हणजे असहभागी निरीक्षण परंतु त्याच्या नोंदी केलेल्या. ही पद्धत तथ्ये संकलनासाठी वापरली होती. तथ्ये त्या क्षणी/तात्काळ आणि (वर्णनात्मक आणि वर्गीकरणात्मक) अशा दोन साच्यामध्ये नोंदवली गेली. जरी तथ्ये एक पद्धत वापरून संकलित केली होती, तरी निरीक्षण नोंदी मात्र दोन वेगळ्या पद्धतींनी केल्या गेल्या होत्या. काही नंतरच्या पायऱ्या – विश्लेषण आणि अनुमानांचे संप्रेषण – हे मात्र तथ्ये ज्या प्रकारे संकलित केली होती, त्या दोन वेगळ्या परंतु योग्य मार्गाने हाताळली गेली. ही तथ्ये, केवळ नोंद करण्यासाठी संयुक्त पद्धती वापरल्याने आणि नंतरच्या पायऱ्या अनुसरल्याने समृद्ध होऊ शकली.
- **अधिक संशोधन पुरावे संकलित करणे**. गुंतागुंतीच्या आणि महत्त्वाच्या परिस्थितीत, जिथे तुमच्या वादाला विरुद्ध किंवा पाठिंबा देणारे पुरावे तुम्हाला हवे असतात, अशा वेळी दोन वेगवेगळ्या पद्धतींनी संकलित केलेली तथ्ये चांगली जाण निर्माण करतात. दुसरा संच पहिल्या पद्धतीने मिळालेल्या अनुमानातील तुलना आणि परस्पर विरोध किंवा खात्रीसाठी वापरला जातो.

> ग्रामीण भारतात माता आणि बालक यांच्यासाठी आरोग्यसेवा वितरण करण्यासाठी अभ्यास आराखडा विकसित करण्याचा कामात लेखकाचा समावेश होता. कामगार लोकसंख्येचे गुणोत्तर हे तथ्य संकलनासाठी 'दोन मिनिटांचे असहभागी तात्काळ निरीक्षण', सेवा वितरण कार्यकर्त्यांच्या कामाचे केले गेले. त्यासाठी यादृच्छिक दिवसांची निवड केली, यामध्ये चार वर्षांचा काळ विचारात घेतला गेला. कारण हंगामी कामामुळे काम कधी कमी, कधी जास्त असते. वेगवेगळ्या वर्गातील आरोग्य कामगारांचे दर दोन मिनिटांनी ते प्रत्यक्षात सेवा पुरवत असताना निरीक्षण केले गेले आणि त्यांची कामे वर्णनात्मक तसेच पूर्वनिश्चित सेवाकार्य वर्गीकरण (जे पूर्व चाचणी स्थितीच्या आधारावर विकसित केले गेले) निरीक्षकांकडून केले गेले. वर्णनात्मक नोंदीवरून संकलित केलेली माहिती यांचे मुख्य विषयाला धरून विश्लेषण केले गेले ते, कामगार करत असलेले काम व त्यात त्यांचा जाणारा वेळ, निश्चित करण्यासाठी. वर्गीकृत नोंदीद्वारे संकलित केलेली तथ्ये तशाच प्रकारे, प्रत्येक कामावर किती वेळ जातो, हे निश्चित करण्यासाठी विश्लेषित केली गेली. तथ्यांच्या दोन संचांची (त्रिकोणाने) तुलना, कामगार करत असलेले काम आणि त्या प्रत्येकावर खर्च होणारा सरासरी वेळ, याचा उत्तम कामगार लोकसंख्या गुणोत्तर सेवा वितरण प्रारूपाच्या आधारासाठी प्रस्थापित करणे.

आकृती १.५ संमिश्र/बहुविध पद्धती अभ्यास – एक उदाहरण

काही तोटे पुढीलप्रमाणे आहेतः

- **अधिक तथ्ये म्हणजे अधिक काम आणि संसाधने**. दोन किंवा अधिक पद्धतीने तथ्ये संकलित करणे म्हणजे अधिक तथ्ये आणि विश्लेषण म्हणजे अधिक वेळ, आर्थिक संसाधने, प्रयत्न आणि तंत्रज्ञ, तथ्यांचा एक संच हाताळण्याऐवजी किमान दोन संच तथ्ये संकलित करणे, विश्लेषण, प्रक्रिया आणि माहिती फैलावणे यासाठी हाताळावे लागतात.
- **जास्तीची आणि भिन्न कौशल्ये**. बहुपद्धती अभ्यासात संख्यात्मक आणि/किंवा गुणात्मक रूपरेषा दोन्हीसाठी वेगवेगळ्या पद्धती वापरल्या जातात. तुम्हाला त्या सर्व पद्धती आणि रीतींचे माफक प्रमाणात ज्ञान असणे गरजेचे आहे, यासाठी एक पद्धतीपेक्षा अधिक व्यापक कौशल्य असण्याची गरज असते. माहिती संकलनासाठी तुम्ही ज्या पद्धती प्रस्तावित करीत आहात. त्यांचे तुम्हाला ज्ञान असले पाहिजे. त्याचप्रमाणे, तथ्य संकलनाच्या वेगवेगळ्या पद्धतींना योग्य असलेल्या तथ्य विश्लेषणाच्या पद्धतीत तुम्ही पुरेसे कार्यक्षम असायला हवे. अंतिमतः माहितीच्या वेगवेगळ्या संचासाठी माहिती प्रसारण आणि तथ्य त्रिकोणात्मकता याची तुम्हाला चांगली जाण असणे गरजेचे असते.
- **अभ्यासाधीन दोन लोकसमुदायांशी संपर्क.** दोन संमिश्र पद्धती वापरण्याच्या आराखड्यात दोन किंवा अधिक अभ्यासाधीन लोकसमुदायाशी समन्वय प्रस्थापित करणे समाविष्ट असते, हे त्याच्या परिणामांसकट घेते.
- **तथ्यांतील असहमती दूर करणे**. तुम्हाला दोन तथ्य संचात ठळकपणे असहमती दिसून येईल. तथ्यसंचाच्या विश्वासार्हतेबद्दल तुम्ही कसा निर्णय घ्याल?

लक्षात ठेवायच्या संबंधित बाबी

जेव्हा तुम्ही संमिश्र पद्धती दृष्टिकोन वापरणार असता तेव्हा तुम्हाला अनेक बाबी लक्षात ठेवायला हव्यातः

- तुम्हाला जास्तीचे काम पूर्ण करण्यासाठी पुरेसा वेळ आहे. वेगवेगळ्या संशोधन पद्धती वापरणे याचा अर्थ पूर्ण संशोधन प्रकल्पासाठी जास्त काम.
- वेगवेगळ्या रीती आणि पद्धती वापरून संशोधन विकसित आणि/किंवा हाती घेण्यासाठी तुमच्याकडे तांत्रिक कौशल्य असल्याची खात्री करा.
- अनुमानांमध्ये एकवाक्यता नसल्यास तुम्हाला ती कशी आणायची याचा निर्णय घेण्याची गरज आहे.
- वेगवेगळ्या पद्धतीतून आलेल्या अनुमानांचे संप्रेषण कसे कराल? ते त्रिकोणात्मक, एकात्मिक किंवा समांतर पद्धतीने संप्रेषित केली जातील?

कोणत्या परिस्थितीत हा दृष्टिकोन वापरता येईल?

सामाजिक संशोधनात संमिश्र/बहुविध पद्धती दृष्टिकोन वापरता येतो. याचे समर्थन करणारी अनेक कारणे आहेत. हे अधिक स्पष्ट करण्यासाठी आपण काही उदाहरणे घेऊ. संमिश्र/बहुविध पद्धतीच्या वापराच्या कारणांकडे दुर्लक्ष करणे हे समाविष्टता, सखोलता, विश्वासार्हता आणि वैधता यातून तुमच्या अनुमानांची समृद्धता दुसरी पद्धत वापरून वाढवणे. विशेषतः बहुविध पद्धती या खालील परिस्थितीत वापरता येऊ शकतातः

१. जेव्हा तुमच्या मते तुमच्या अभ्यासाचे पैलू एकतर पद्धतीमुळे किंवा आर्थिक बंधनामुळे तुम्ही स्वीकारलेल्या मुख्य संशोधन दृष्टिकोनाद्वारे विश्वासार्हतेने अन्वेषित होऊ शकणार नाही. तुमच्या अभ्यासाच्या उपपैलूंविषयी सखोल, पूर्ण आणि/किंवा विश्वासार्ह समज मिळवण्यासाठी तुम्हाला कदाचित दुसरी पद्धत वापरावी लागेल. दुसऱ्या पद्धतीने केलेले अन्वेषण तुम्हाला तुमच्या अभ्यासातील पैलूंविषयी अधिक अचूक माहिती पुरवू शकतील अशी आशा आहे. उदाहरणार्थ, समजा, तुम्ही समाजातील तरुणांच्या मनोरंजनाच्या गरजा काय आहेत हे निश्चित करण्यासाठी आणि त्या गरजांच्या इच्छेप्रती समाजाची अभिवृत्ती याचा अभ्यास करत आहात. शिवाय समजा, तुम्ही तरुण व्यक्तींचे यादृच्छिक नमुना निवडीतून मुलाखत घेऊन मनोरंजनात्मक गरजा निश्चित करणार आहात. तुम्हाला समाजातील निवडलेल्या नमुन्यांची मुलाखत घ्यायला संसाधने पुरेशी नसल्याने जमणार नाही म्हणून तुम्ही उद्देश साध्य करण्यासाठी सार्वजनिक मंचाची रचना करण्याचा निर्णय घेता. ह्या परिस्थितीत तुम्ही तुमच्या अभ्यासाच्या वेगवेगळ्या पैलूंविषयी जाणून घेण्यासाठी दोन पद्धती वापरत आहात. संसाधने कमी असल्याने त्याच पद्धतीने त्याचे अन्वेषण करता येणार नाही. या प्रकारचे अभ्यास जे संमिश्र पद्धत दृष्टिकोनाने वापरून जे या उदाहरणात सांगितले आहे, ते संख्यात्मक आणि गुणात्मक पद्धती वापरून करता येते.
२. काही वेळा अशी परिस्थिती असते जेव्हा तुम्ही तुमच्या संशोधन प्रश्नांची उत्तरे मिळवण्यासाठी विशिष्ट संशोधन दृष्टिकोन वापरता, परंतु दोनदा खात्री होण्यासाठी तुमची अनुमाने दुसऱ्या दृष्टिकोनातून निश्चित केलेल्या अनुमानांशी तुलना करून बघता. आपण परत समाजातील तरुणांच्या गरजांचे निश्चितीकरणासाठी केलेल्या अभ्यास आराखड्याचे उदाहरण घेऊ. तुमच्या अनुमानांची अचूकता वाढवण्यासाठी तुम्ही कदाचित अनेक पद्धती वापराल. उदाहरणार्थ, तुम्ही नमुन्यांची सखोल मुलाखत घेऊन तरुणांच्या मनोरंजनाच्या गरजांचे आकलन करून घ्याल, त्यासाठी विशिष्ट गट आणि सार्वजनिक मंचाचा वापर कराल. तीनही स्रोतांतून मिळालेली अनुमाने तुम्हाला समृद्ध माहिती पुरवतील. हा अभ्यास तीन पद्धती वापरून केला असल्याने त्याचे वर्गीकरण बहुविध होईल. जर, सखोल मुलाखतीपेक्षा तुम्ही संरचित प्रश्नावली किंवा मुलाखत अनुसूची (दोन्ही संख्यात्मक तंत्र) वापरली तर अभ्यास त्याच्या प्रकारानुसार, लेखकाने सुचवल्याप्रमाणे संमिश्र अभ्यास पद्धती (जसे तुम्ही संख्यात्मक आणि गुणात्मक दोन्हीही पद्धती वापरत आहात) असे तिचे वर्गीकरण होईल. असे दृष्टिकोन तुमची अनुमाने परस्परविरोधी तपासणी करण्यासाठी मदत करतात. ज्यातून तुम्ही त्याची विश्वासार्हतेची खात्री करू शकता. ज्यामुळे तुमच्या अनुमानाबाबत तुम्हाला आत्मविश्वास असतो, इतर समस्या निर्माण होण्याची जोखीम आहे. कारण दोन्ही स्रोतांमध्ये ठळक फरक आहे.

संशोधनाची रूपरेषा

जरी सामाजिक संशोधनात दोन मुख्य रूपरेषा (गुणात्मक आणि संख्यात्मक) ह्या संशोधन पद्धतीच्या आधार असल्या तरी, गेल्या दोन दशकात संमिश्र पद्धती हा तिसरा दृष्टिकोन उदयाला आला. संमिश्र पद्धती ही जरी सामाजिक चौकशीचा दृष्टिकोन म्हणून विचारात घेतली गेली असली तरीही तिने स्वतःच्या अन्वेषण पद्धती आणि रीती धारण केलेल्या नाहीत. यात बहुतेकवेळा गुणात्मक आणि संख्यात्मक पद्धतीतील दृष्टिकोन वापरले जातात.

निर्णायक प्रश्न जो दोन प्रबळ रूपरेषांना विभागतो तो, भौतिकशास्त्रातील पद्धती सामाजिक घटनेच्या अभ्यासासाठी वापरता येऊ शकते का, हा आहे. भौतिकशास्त्रात मूळ असलेल्या रूपरेषेला संख्यात्मक, पद्धतशीर, शास्त्रीय किंवा सामाजिक चौकशीचा वास्तववादी दृष्टिकोन असे म्हणतात. याविरुद्ध रूपरेषा ही गुणात्मक, मानववंशासंबंधी, परिसंस्थाशास्त्र किंवा नैसर्गिक दृष्टिकोन म्हणून ओळखला जाऊ लागला. दोन्ही परस्पर विरोधी बाजूंचा पुरस्कार करणाऱ्यांनी त्यांची स्वतःची मूल्ये, संज्ञाकरण, पद्धती आणि तंत्र सामाजिक

घटना समजण्यासाठी विकसित केले. तरीही, १९६०च्या मध्यावर दोन्ही रूपरेषांना वाढती मान्यता मिळून स्वतःचे स्थान मिळाले आणि यातून सामजिक चौकशीसाठी संमिश्र पद्धती दृष्टिकोन आला. प्रस्तुत लेखकाला प्रकर्षाने असे वाटते की संशोधन कार्य ज्यासाठी हाती घेण्याचा उद्देश आहे, तो चौकशीच्या प्रकारावर म्हणजेच रूपरेषेवर निश्चित झाला पाहिजे. काहीही फरक न करता एकच संशोधन दृष्टिकोन सगळ्याला वापरणे चुकीचे आणि संशोधन भलतीकडे नेणारे असेल. संख्यात्मक आणि गुणात्मक यांच्या सहयोगाने होणारी पद्धती सबळ पद्धती आहे आणि जेथे पूर्ण खात्रीने हे पूर्ण स्पष्ट कळेपर्यंत वेगळे करायला भाग पाडेल आणि/किंवा संशोधनाच्या वेगवेगळ्या दृष्टिकोनाबाबत अधिक ज्ञान देईल तिथे ते वापरले गेले पाहिजे.

वास्तववादी रूपरेषेतील संख्यात्मक आणि गुणात्मक अशा दोन्ही तथ्यांचा समावेश असतो. लेखक एका बाजूने गुणात्मक तथ्यात फरक करतो आणि दुसऱ्या बाजूने गुणात्मक संशोधनात, जसे आधीच्याला अनुमापन चलात मर्यादित करतो, ते सांकेतिक आणि क्रमवाचक अनुमापन सारणीवर आणि नंतरचे गुणात्मक संशोधन पद्धतीत वापरले जाते.

लेखकाला विश्वास आहे की संशोधक कोणत्याही रूपावलीत काम करत असेल त्यामुळे फरक पडत नाही. तिने/त्याने काही निश्चित मूल्यांना चिकटून राहिले पाहिजे जी पूर्वग्रह नियंत्रणाशी संबंधित आहेत तसेच संशोधन प्रक्रिया आणि काढलेले निष्कर्ष यात वस्तुनिष्ठता असली पाहिजे. या मूल्यांचे उपयोजन माहिती संकलित करताना, विश्लेषण आणि अर्थ लावतानाच्या प्रक्रियेत केले पाहिजे ज्यायोगे ही प्रक्रिया संशोधन प्रक्रिया म्हणून गणली जाईल.

सारांश

तुमच्या प्रश्नाची उत्तरे शोधण्यासाठी आणि माहिती मिळवण्यासाठी आणि समजून घेण्यासाठी अनेक मार्ग आहेत. संशोधन हा एक मार्ग आहे. संशोधन आणि इतर मार्गात, तुमच्या प्रश्नाचे उत्तर मिळवण्यासाठी वापरल्या जाणाऱ्या प्रक्रियेचे वर्गीकरण संशोधन म्हणून केले जाते, तुम्ही तत्त्वज्ञानाच्या संचातील विशिष्ट साच्यात काम करता, वैधता आणि विश्वासार्हता यासाठी तपासल्या गेलेल्या पद्धतींचाच वापर करता आणि वस्तुनिष्ठ व पूर्वग्रह दूषित न राहण्याचा प्रयत्न करता.

संशोधनाचे उपयोजन खूप आहे. तुम्हाला प्रभावी सेवा पुरविणारा, प्रशासक/व्यवस्थापक किंवा योजनाकर्ते म्हणून संशोधन कौशल्य असणे गरजेचे आहे. व्यावसायिक म्हणून त्याची व्यावसायिक ज्ञान, संशोधन, कौशल्ये वृद्धिंगत करण्याची जबाबदारी आहे. संशोधनाची प्रकार-प्रणाली तीन दृष्टिकोनांतून बघितली जाऊ शकतेः उपयोजन, उद्दिष्ट आणि चौकशीचा प्रकार. संशोधनाचे उपयोजन या दृष्टीने उपयोजित आणि शुद्ध संशोधन हे भाग आहेत. सामजिकशास्त्रांत हाती घेतले जाणारे बहुतेक संशोधन हे उपयोजित असते, आणि अनुमानांचे उद्दिष्ट एकतर समस्या/घटना समजून घेणे किंवा प्रणाली/परिस्थिती यामध्ये बदल घडवून आणण्यासाठी केले जाते. शुद्ध संशोधन हे शैक्षणिक स्वरूपाचे असते आणि परिस्थितीविषयक ज्ञान मिळवण्यासाठी ते हाती घेतले जाते, ज्याचा उपयोग नजीकच्या भविष्यात होईल किंवा होणार नाही, नवीन तंत्र आणि रीती ज्या संशोधन पद्धतीचे मुख्य अंग बनतील त्या विकसित करणे.

संशोधन अभ्यास चार उद्दिष्टांसाठी केले जातेः परिस्थिती, घटना, समस्या किंवा मुद्दा याचे वर्णन करण्यासाठी (वर्णनात्मक संशोधन); दोन किंवा अधिक चलांमध्ये संबंध प्रस्थापित करण्यासाठी किंवा त्याचे अन्वेषण करण्यासाठी (सहसंबंधी संशोधन); काही गोष्टी अशा का घडल्या ते स्पष्ट करण्यासाठी (स्पष्टीकरणात्मक संशोधन); आणि अभ्यास करण्यासाठी असलेली सुसाध्यता किंवा ज्या विषयाबाबत फार थोडी माहिती आहे त्याविषयी अन्वेषण करणे. (अन्वेषणात्मक संशोधन).

चौकशीच्या प्रकारच्या दृष्टिकोनातून संशोधनाचे तीन प्रकार आहेतः संख्यात्मक (संरचित दृष्टिकोन), गुणात्मक (असंरचित दृष्टिकोन) आणि संमिश्र किंवा बहुविध पद्धती (संरचित आणि/किंवा असंरचित दृष्टिकोन). गुणात्मक अभ्यासाचे मुख्य उद्दिष्ट हे घटना, स्थिती किंवा अभिवृत्तीतील फरक आणि भिन्नता याचे वर्णन करणे त्यात लवचिक दृष्टिकोन ठेवून जेवढे जास्त भिन्नता आणि जेवढा जास्त फरक आहे तो ओळखणे, तर संख्यात्मक संशोधन याशिवाय, भिन्नता आणि फरक यांची गणना करायला मदत करते. संमिश्र पद्धतीचे उद्दिष्ट इतर दृष्टिकोनांची बलस्थाने रेखाटणे हे आहे. अनुमानांची विश्वासार्हता व सखोलता, अचूकता येण्यासाठी दोन्ही रूपरेषांचा उत्तम उपयोग करून घेणे. सामाजिक चौकशीत संमिश्र/बहुविध पद्धतीचा पुरस्कार करणारे अनेकजण आहे. लेखक गुणात्मक-संख्यात्मक-गुणात्मक या चक्राचा कट्टर पुरस्कर्ता आहे. रूपरेषेवर विसंबून राहण्याऐवजी संशोधनाच्या उद्दिष्टानुसार चौकशीचे साधन निश्चित करणे अधिक योग्य असते असे लेखकाला प्रकर्षाने वाटते.

याचा विचार करा

- प्रकरणाच्या सुरुवातीला दिलेल्या परवलीच्या शब्दांशी स्वत:ला पुन:परिचित करा. जर तुम्ही एखाद्या शब्दाचा अर्थ किंवा उपयोजन याबाबत साशंक असाल तर पुढे जाण्यापूर्वी पुन्हा प्रकरणाचे वाचन करा.
- सेवा पुरवणाऱ्यांना पुराव्यावर आधारित संशोधन त्यांना फायद्याचे ठरेल हे त्यांना कसे पटवून द्याल.
- दोन किंवा अधिक संशोधन प्रश्न शोधा, जे तुमच्या व्यवसायाशी किंवा शैक्षणिक क्षेत्राशी संबंधित आहेत, ज्यांची उत्तरे खालीलपैकी प्रत्येक प्रकारच्या संशोधनातून मिळू शकतील.
    - ◻ वर्णनात्मक संशोधन
    - ◻ सहसंबंधात्मक संशोधन
    - ◻ स्पष्टीकरणात्मक संशोधन
    - ◻ अन्वेषणात्मक संशोधन
- संशोधनातील तीन दृष्टिकोन संख्यात्मक, गुणात्मक आणि संयुक्त/बहुविध पद्धती हे तुमच्या व्यावसायिक क्षेत्रात तुमचा व्यवसाय वाढवण्यासाठी कसे उपयुक्त ठरू शकतील याचा विचार करा.

आता तुम्ही हे प्रकरण वाचले आहे त्यावरून खालील प्रश्नांची उत्तरे द्यायचा प्रयत्न करा:

- संशोधन म्हणजे काय? प्रक्रियेला संशोधन प्रक्रिया संबोधण्यासाठी कोणत्या अपेक्षांची पूर्तता करावी लागेल?
- संशोधन तुमच्या व्यवसायासाठी पुरावे कशाप्रकारे देऊ शकेल?
- संशोधनाबाबतचे वेगवेगळे दृष्टिकोन कोणते आणि त्यात काय फरक आहे?
- संशोधन हे वेगवेगळ्या दृष्टिकोनातून वर्गीकरण करता येऊ शकेल. या दृष्टिकोनांच्या वेगवेगळ्या प्रकाराचे वर्गीकरण करा.
- संमिश्र/बहुविध पद्धती दृष्टिकोन ही संशोधनाची तिसरी रूपरेषा आहे असे तुम्हाला वाटते का? सकारण स्पष्ट करा.

२

संशोधन प्रक्रियाः एक दृष्टिक्षेप

या प्रकरणात तुम्ही खालील मुद्दे शिकणार आहात

- संशोधनाचे काम करण्यासाठी आठ पायऱ्यांचे प्रारूप
- या प्रक्रियेच्या वेगवेगळ्या अवस्था व स्वरूप

टप्पा अ: कशाचे संशोधन करायचे ते ठरवणे

- पायरी १: संशोधन समस्येची मांडणी करणे

टप्पा आ: संशोधन अध्ययनाचे नियोजन

- पायरी २: संशोधन आराखड्याची संकल्पना तयार करणे
- पायरी ३: तथ्य संकलनासाठी साधन रचना
- पायरी ४: नमुना रचना
- पायरी ५: संशोधन प्रस्ताव लिहिणे

टप्पा इ: संशोधन अध्ययन पार पाडणे

- पायरी ६: तथ्यांचे संकलन करणे
- पायरी ७: तथ्यांवरील प्रक्रिया आणि तथ्यांचे सादरीकरण
- पायरी ८: संशोधन अहवाल लेखन

परवलीचे शब्द

तथ्ये, तथ्यांचे सादरीकरण, तथ्यांवरील प्रक्रिया, अनुभववाद, गृहीतकृत्य, मुलाखतीची अनुसूची, असंभाव्यता नमुना, प्राथमिक तथ्ये, संभाव्यता नमुना, गुणात्मक संशोधन, प्रश्नावली, तार्किकता, विश्वासार्हता, संशोधन आराखडा, संशोधन साधन, संशोधन उद्दिष्टे, संशोधन समस्या, संशोधन प्रस्ताव, नमुना, नमुना संख्या, नमुना आराखडा, दुय्यम तथ्ये, अध्ययन आराखडा, असंरचित मुलाखत, वैधता, चल

या प्रकरणाच्या अभ्यासानंतर तुम्हाला पुढील मुद्दे समजतील

- संशोधन प्रक्रिया आणि त्याच्या प्रत्यक्ष कृतीचे टप्पे
- संशोधन अभ्यास हाती घेताना त्यात कशाचा समावेश असतो
- संशोधन प्रक्रिया आणि आवश्यक सैद्धान्तिक ज्ञान यामधील परस्परसंबंध

संशोधन प्रक्रिया: आठ पायऱ्यांचे प्रारूप

अनेक विद्याशाखांमध्ये शिकविल्या जाणाऱ्या संशोधन पद्धती आणि रीती या अनेक पातळ्यांवर विविध संशोधन रूपरेषांविषयी बांधील असतात. त्यांच्या रूपरेषेतील आशय आणि सार जरी भिन्न असले तरीही लेखकाच्या मते त्यांचा संशोधन विषयाबद्दलचा व्यापक दृष्टिकोन एकसारखाच असतो. अशीच कल्पना आपल्या *रिसर्च मेथड्स इन बिहेविअरल सायन्सेस* या पुस्तकाच्या प्रस्तावनेत व्यक्त करताना फेस्टिन्गर आणि काट्झ म्हणतातः जरी सर्वच क्षेत्रात शास्त्रीय पद्धतीचा तर्कशास्त्रीय आधार एकच असला तरी त्याची विशिष्ट तंत्रे आणि दृष्टिकोन यात विषयानुसार फरक असतो (१९६६ः vi). त्यामुळे, इथे विकसित केलेले प्रारूप हे वस्तुनिष्ठ स्वरूपाचे आहे आणि सामाजिकशास्त्रांतील विद्याशाखांना उपयुक्त ठरणारे आहे. हे प्रारूप व्यावहारिक आणि संशोधन विषयात टप्प्याटप्प्याने प्रवेश करणारे आहे. यातील प्रत्येक टप्पा हा पद्धती, प्रारूप आणि रीती यांचा गुच्छ असेल ज्यातून तुम्ही योग्य निवड करू शकाल.

ढोबळमानाने, संशोधन प्रक्रिया ही प्रवासासारखीच असते. समजा, तुम्हाला मोटार गाडीने फेरफटका मारायचा असेल तर त्यापूर्वी तुम्हाला कुठे जायचे आहे व कोणत्या मार्गाने जायचे आहे हे ठरवावे लागते. तुम्हाला जर मार्ग माहिती असेल तर तुम्हाला नकाशा पाहण्याची गरज नाही, परंतु तसे जर नसेल तर तुम्हाला नकाशा पहावा लागेल आणि कोणता मार्ग निवडायचा हे ठरवावे लागेल. जर एकापेक्षा जास्त मार्ग असतील तर तुमची द्विधा होईल. कोणता मार्ग निवडायचा हे तुम्हाला ठरवावे लागेल. तसेच, **संशोधन प्रवासासाठी** तुम्हाला दोन महत्त्वाचे निर्णय घ्यावे लागतात. पहिला म्हणजे, *तुम्हाला कशाविषयी आणि काय शोधायचे आहे* किंवा अन्य शब्दांत कोणत्या संशोधन प्रश्नांची उत्तरे तुम्हाला शोधायची आहेत. **संशोधन प्रश्न** किंवा संशोधन

समस्येविषयी निर्णय घेतल्यावर ही उत्तरे *तुम्ही कशाप्रकारे शोधणार आहात* याचाही निर्णय तुम्हाला घ्यावा लागतो. तुमच्या संशोधन प्रश्नांची उत्तरे मिळवण्याचा मार्ग म्हणजे संशोधनपद्धती होय. तुमच्या प्रवासात जशा तुम्हाला ज्या ठिकाणी पोचायचे आहे तिथपर्यंत दिशादर्शक पाट्या असतात, तशाच संशोधन प्रवासात तुमच्या प्रश्नाचे उत्तर मिळवण्यासाठी प्रत्यक्षात तुम्हाला आठ टप्पे पार करायचे असतात (आकृती २.१). त्यांचा क्रम निश्चित नसतो आणि तुमच्या अनुभवानुसार तुम्ही तो बदलू शकता. संशोधन प्रक्रियेतील कार्यवाहीच्या प्रत्येक टप्प्यावर अनेकविध पद्धती, रीती आणि संशोधन पद्धती यातून तुमच्या **संशोधनाची उद्दिष्टे** साध्य करण्यासाठी कोणती पद्धत उत्तम आहे हे तुम्हाला माहीत असणे आवश्यक आहे. इथे तुमचे संशोधन पद्धतीविषयीचे मूलभूत ज्ञान आणि माहिती हे महत्त्वाचे आहे.

संशोधनाच्या योग्य पद्धती आणि रीती निवडण्यास तुम्ही सक्षम व्हावे याकरिता तुम्हाला योग्य पद्धती आणि रीतींची माहिती व ज्ञान द्यावे हा या पुस्तकाचा उद्देश आहे. या पुस्तकाची जमेची बाजू म्हणजे हे पुस्तक तुमच्या संशोधन प्रवासात प्रत्येक टप्प्यावर तुम्हाला आवश्यक असणाऱ्या सैद्धान्तिक ज्ञानाची गरज भागविते, तुम्हाला प्रत्येक टप्प्यावर सैद्धान्तिक आधार देते. प्रत्येक कार्यसंचलनाच्या टप्प्यावर या पुस्तकातून तुम्हाला, नवोदितांच्या पातळीवर, गुणात्मक आणि संख्यात्मक अशा दोन्हीही संशोधनात वापरल्या जाणाऱ्या पद्धती आणि रीती यांचे ज्ञान देते. येथे मात्र संख्यात्मक पद्धतीचाच प्रामुख्याने विचार केला आहे.

संशोधन प्रक्रिया			
टप्पा	**टप्पा 'अ'**	**टप्पा 'ब'**	**टप्पा 'क'**
मुख्य काम	*निर्णय* ↓ **काय** (संशोधन प्रश्न ज्यांची उत्तरे मिळवायची आहेत?)	*नियोजन* ↓ **कसे** (संशोधन प्रश्नाचे उत्तर मिळवण्यासाठी पुरावे संकलित करणे)	*पार पाडणे* ↓ **संकलन** (हवी असलेली माहिती)
कार्य संचलनाचे टप्पे/संशोधन प्रवास	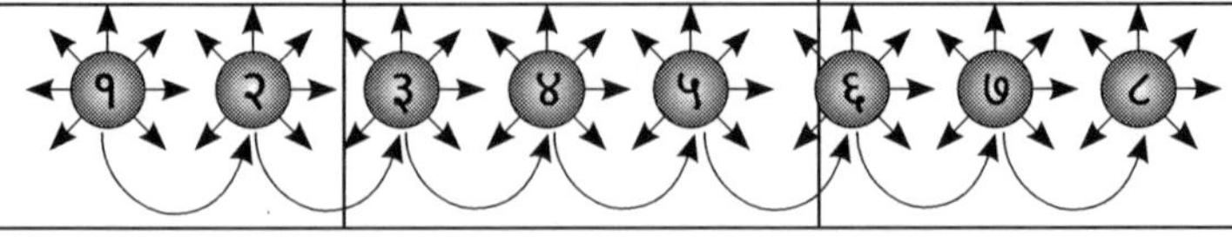		

आकृती २.१ संशोधन प्रवास – प्रत्येक स्तंभ पहा आणि तुमच्या प्रवासासाठी योग्य पद्धती आणि रीती निवडा

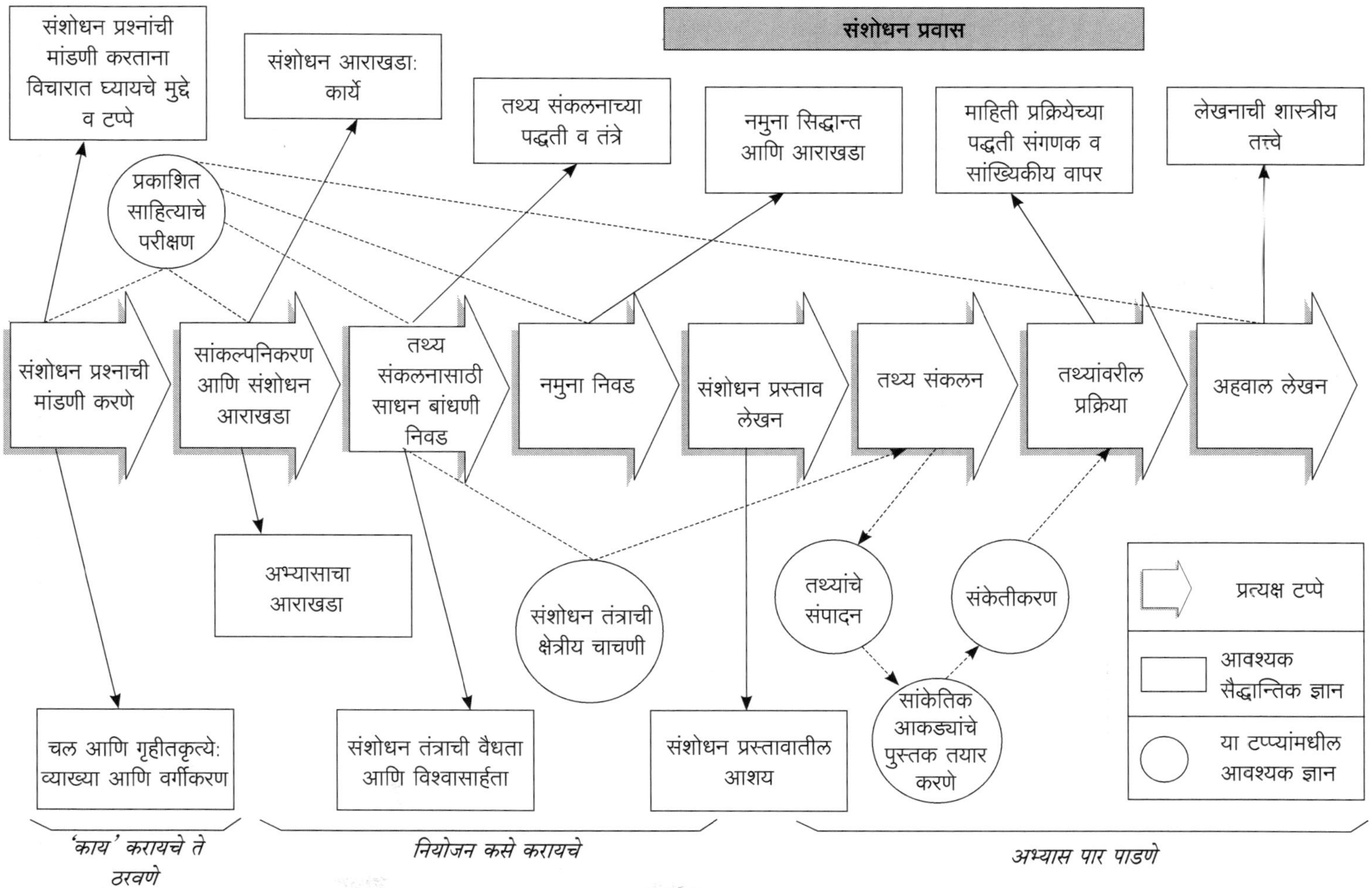

आकृती २.२ संशोधन प्रक्रिया

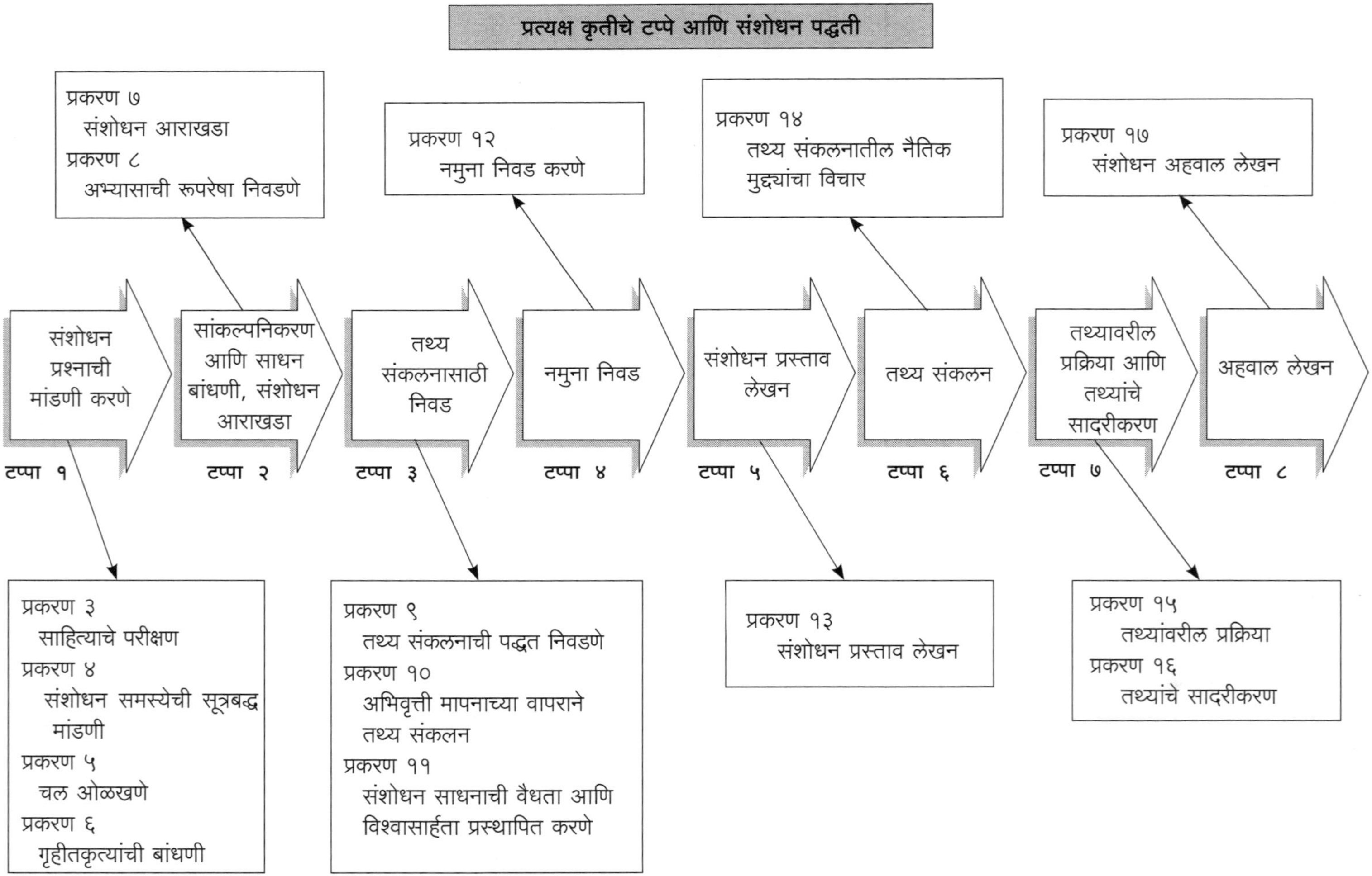

आकृती २.३ कार्यात्मक पायऱ्यांच्या अनुषंगाने ग्रंथातील प्रकरणे

गुणात्मक आणि संख्यात्मक संशोधन पद्धतींचे तात्त्विक आधार आणि काही प्रमाणात त्यात वापरल्या जाणाऱ्या पद्धती, प्रारूपे आणि रीती यांमध्ये फरक आढळून येतो. ढोबळमानाने गुणात्मक आणि संख्यात्मक संशोधनात संशोधन प्रक्रिया ही एकसारखीच असली, तरी त्यातील तथ्य संकलनाच्या पद्धती, तथ्यांवरील प्रक्रिया करण्यासाठी आणि विश्लेषणासाठी वापरली जाणारी रीत आणि अनुमाने संप्रेषित करण्याची पद्धत यात फरक आहे. उदाहरणार्थ, जर तुमचा संशोधन प्रश्न हा गुणात्मक संशोधनात येत असेल तर तथ्य संकलनासाठी तुम्ही असंरचित मुलाखत किंवा निरीक्षण ही पद्धती वापराल. गुणात्मक संशोधनात तथ्यांचे विश्लेषण करताना संख्याशास्त्रीय रीतीप्रमाणे तुमची तथ्ये आकडेवारीच्या स्वरूपात मांडण्याऐवजी तुम्ही त्यातला विचार जाणून घेणे आणि तुमच्या मुलाखती किंवा निरीक्षणातून काय सापडले आहे त्याचे वर्णन करणे आवश्यक आहे. संशोधन चौकशीकरिता संयुक्त पद्धतींचा वापर करताना मुख्यतः संख्यात्मक आणि/किंवा गुणात्मक संशोधनातील पद्धती आणि रीतीचा वापर केला जातो. प्रकरण १ मधील तक्ता १.२ मध्ये संशोधनात वापरल्या जाणाऱ्या गुणात्मक, संख्यात्मक आणि संयुक्त पद्धतींच्या मार्गांची विविध दृष्टिकोनात्मक तुलना केली आहे.

संशोधन प्रक्रियेच्या विविध पायऱ्यांवर त्यात वापरावयाच्या पद्धती आणि रीती यांच्या निवडीवर संख्यात्मक-गुणात्मक फरकाचा प्रभाव दिसून येतो. लेखकाने या फरकाला कोणतेही महत्त्व दिलेले नाही. मात्र या पुस्तकातील काही प्रकरणांत रीती आणि पद्धती यांची जी चर्चा केली आहे ती गुणात्मक आणि संख्यात्मक पद्धतींसाठी स्वतंत्रपणे केली आहे. गुणात्मक आणि संख्यात्मक पद्धतींमध्ये अनेक रीती आणि पद्धतींचा वापर होत असल्यामुळे लेखकाने त्यातील अंतर कमीतकमी करण्याचा प्रयत्न केला आहे. इथे एक बाब लक्षात घ्या की, हे पुस्तक नवोदितांसाठी आहे, त्यामुळे यात प्रत्येक पद्धत, प्रारूप आणि रीत यांचा विस्ताराने विचार केलेला नाही. पद्धती किंवा रीत याविषयी सखोल माहिती जाणून घेण्यासाठी या पुस्तकात नमूद केलेली संदर्भपुस्तके किंवा संदर्भग्रंथ सूचीमध्ये दिलेल्या पुस्तकांचा वापर तुम्ही करू शकता. तुम्ही पुस्तकांसाठी वेबसाइट पाहू शकता.

प्रस्तावित संशोधन प्रारूप आकृती २.२मध्ये दाखवले आहे. बाणाच्या खुणेने दाखविलेली नेमून दिलेली कामे हे कार्यसंचलनाचे टप्पे आहेत. जे तुम्हाला अभ्यास करण्यासाठी अनुसरावे लागतील. जरी तुम्ही संख्यात्मक, गुणात्मक किंवा संमिश्र पद्धती वापरणार असाल तरीही नेमून दिलेली कामे तीच असतील. *काटकोनात* दिलेले विषय हे ते टप्पे पार पाडण्यासाठी आवश्यक असलेल्या सैद्धान्तिक ज्ञानाची गरज दर्शवतात. *वर्तुळात* दिलेली कामे ही एका टप्प्यावरून दुसऱ्या टप्प्याकडे जाण्यापूर्वीच्या मध्यावधीत असलेली पूर्ण करणे गरजेचे आहे. नवोदितांनी या टप्प्यांद्वारे व प्रस्तावित क्रमाने कामे केली पाहिजेत. पूर्वी म्हटल्याप्रमाणे एकदा तुम्हाला तुमच्या प्रवासाचा मार्ग ठाऊक झाला की तुम्हाला तो क्रम अनुसरण्याची गरज नाही.

या पुस्तकात प्रत्येक कार्यान्वयनाच्या टप्प्यावर आवश्यक असलेले सैद्धान्तिक ज्ञान त्या प्रत्येक टप्प्याच्या अवतीभवती दिले आहे आणि तुम्ही प्रत्यक्ष संशोधन अन्वेषण जेव्हा हाती घ्याल तेव्हा त्याच क्रमाने प्रगती होणे आवश्यक आहे. प्रत्येक कार्यान्वयनाच्या टप्प्यावर आवश्यक असलेले सैद्धान्तिक ज्ञान हे सुसंगतपद्धतीने वेगवेगळ्या प्रकरणांत आणि कार्यान्वयनाच्या प्रत्येक टप्प्याभोवती दिले आहे, जे लेखकाच्या मते प्रत्येक कार्यान्वयनाच्या टप्प्यावर तर्कसंगत आहे (आकृती २.३). आणि हो, नवोदितांकरिता कार्यान्वयनाच्या टप्प्यावरच्या सैद्धान्तिक ज्ञानाशी संबंधित आकृतीचा अभ्यास करणे महत्वाचे आहे.

या प्रकरणातील पुढील विभागात संशोधन अध्ययन हाती घेण्यासाठी व करण्यासाठी जी वेगवेगळी कार्ये करणे गरजेचे असते त्याचा दृष्टिक्षेपात परिचय करून दिला आहे, ज्यावरून तुम्हाला संशोधन प्रवासाची कल्पना येईल.

अ: कशाचे संशोधन करायचे ते ठरवणे

पायरी १: संशोधन समस्येची मांडणी करणे

संशोधन प्रक्रियेत संशोधन समस्येची मांडणी करणे हा पहिला आणि सर्वात महत्त्वाचा टप्पा आहे. संशोधन समस्येवरून तुमचे अंतिम उद्दिष्ट तुम्हाला कळते. यावरून तुमच्या पर्यवेक्षकांना व वाचकांना तुम्हाला काय आणि कशाचे संशोधन करायचे आहे ते समजेल. तुम्ही जेवढे स्पष्ट आणि नेमके असाल तेवढे चांगले असेल, संशोधन प्रक्रियेत अभ्यासाचा आराखडा, अनुमापन पद्धती, नमुना संकलित करण्याच्या पद्धती, विश्लेषणाची चौकट आणि अहवाल किंवा शोधनिबंध लिहिण्याची तुमची शैली या सगळ्यांवर तुम्ही संशोधन समस्या कशी मांडता याचा निश्चित प्रभाव असतो. म्हणून तुम्ही समस्या तपशीलवार, दक्षतेने, काळजीपूर्वक तपासणे महत्त्वाचे आहे. तुम्हाला नेमके काय शोधायचे आहे हे निश्चित करणे हे संशोधन समस्येच्या मांडणीचे मुख्य कार्य होय. प्रकरण ४ मध्ये संशोधन समस्या मांडणीचे अनेकविध पैलू तपशिलाने दिले आहेत.

तुमच्याकडे संशोधनासाठी उपलब्ध असलेला वेळ, पैसा, तसेच तुमचे आणि तुमच्या पर्यवेक्षकाचे अभ्यासविषयातील ज्ञान आणि कौशल्य या दृष्टिकोनातूनही तुमची संशोधन समस्या तपासून पहा. संशोधनाशी संबंधित विद्याशाखांतील तुमच्या ज्ञानात, उदाहरणार्थ, विश्लेषणासाठी आवश्यक संख्याशास्त्राचे ज्ञान, काही त्रुटी नाहीत ना हे जाणून घेणेही तितकेच महत्त्वाचे आहे. याशिवाय तुम्ही जर एखादी संगणकप्रणाली (सॉफ्टवेअर) वापरायची ठरवले असेल तर त्या संगणकप्रणालीचे आणि संगणकाचे पुरेसे ज्ञान तुम्हाला आहे का ते पहा.

आ: अभ्यासाचे नियोजन

पायरी २: संशोधन आराखड्याची संकल्पना निर्मिती

उचित, योग्य संशोधन पद्धतीचा वापर करणे हे संशोधनाचे सर्वात महत्त्वाचे वैशिष्ट्य होय. संशोधनात, जे माहीत नाही त्याची व्यवस्थित, नियंत्रित पद्धतीने, वैधपणे आणि कसून केलेली पाहणी आणि वर्णन करणे याचा आणि प्राप्त परिस्थितीत कार्यकारणभाव आणि संबंध प्रस्थापित करून त्यातून अचूक पूर्वकथन करणे याचा समावेश असतो. संशोधनामध्ये ज्ञानातील त्रुटी शोधून काढणे, जे अगोदरच ठाऊक आहे त्याची पुनर्तपासणी करणे, पूर्वीच्या चुका आणि मर्यादा जाणणे याचाही समावेश होतो. तुम्ही *काय* शोधले आहे याची ताकद तुम्ही ते *कसे* शोधले यात मोठ्या प्रमाणात असते.

संशोधन आराखड्याचे मुख्य काम, संशोधन समस्येचे उत्तर तुम्ही *कसे* मिळवणार हे ठरविणे, याचे वर्णन करणे, स्पष्टीकरण करणे आणि सिद्ध करणे हे आहे. संशोधन आराखडा तुमच्या संशोधन चौकशीच्या विशिष्ट तपशिलाची व्यवस्थित घडी बसवतात. संशोधन आराखड्यात पुढील गोष्टींचा समावेश असावाः अध्ययनाचा आराखडा आणि हे अध्ययन हाती घेण्यासाठी करावी लागणारी प्रत्यक्ष तयारी, अनुमापन पद्धती, नमुना संकलित करण्याच्या पद्धती, विश्लेषणाची चौकट आणि कामाचे वेळापत्रक. (अध्ययनाचा आराखडा आणि संशोधन आराखडा यात गल्लत करू नका. अध्ययनाचा आराखडा हा संशोधन आराखड्याचा एक भाग आहे. संशोधन आराखड्यात संशोधन प्रक्रियेतील इतर भागांचाही समावेश होतो.)

कोणत्याही अन्वेषणात, योग्य **संशोधन आराखडा** हा महत्त्वाचा असतो. कारण, तो तुम्हाला वैध अनुमाने, तौलनिक अभ्यास आणि निष्कर्षांपर्यंत पोहोचवत असतो. चुकीच्या संशोधन आराखड्यामुळे चुकीचे निष्कर्ष प्राप्त होतील आणि त्यामुळे तुमचे श्रम आणि पैसा वाया जाईल. शास्त्र विषयाच्या परिघात अनुभवजन्य

अन्वेषणाचे समर्थन आणि प्राथमिक मूल्यमापन हे तुम्ही निवडलेल्या संशोधन आराखड्यावरून केले जाते. संशोधन आराखडा निवडताना तो *वैध, व्यवहार्य* आणि *आटोपशीर* आहे ना याची खात्री करा. सातव्या प्रकरणात गुणात्मक आणि संख्यात्मक संशोधनात सामायिकपणे वापरल्या जाणाऱ्या संशोधन आराखड्याविषयी तपशिलाने दिले आहे.

अध्ययन आराखड्यात प्रचंड विविधता आहे (प्रकरण ८) आणि संख्यात्मक आणि गुणात्मक अशा दोन्ही पद्धतीमध्ये सर्वसाधारणपणे वापरल्या जाणाऱ्या अध्ययन आराखडे तुम्हाला माहीत असणे आवश्यक आहे. प्रामुख्याने संख्यात्मक किंवा गुणात्मक अध्ययन आराखडे वापरले जात असल्याने या प्रकरणात संमिश्र पद्धतीच्या अध्ययन आराखड्याचे स्वतंत्रपणे वर्णन केलेले नाही. तुमच्या अध्ययनाकरिता सुयोग्य आराखडा निवडा किंवा स्वतः विकसित करा. विशिष्ट आराखडा तुम्ही का निवडला याचे ठोस कारण तुमच्याकडे पाहिजे; तुमची निवड कशी बरोबर आहे ते तुम्हाला पटवून देता आले पाहिजे आणि त्याच्या जमेच्या बाजू, त्याच्या उणिवा आणि मर्यादा याविषयी तुम्ही जागरूक असले पाहिजे. याशिवाय, तुम्ही सुचविलेला आराखडा अंमलात आणण्यासाठी तुम्हाला कराव्या लागणाऱ्या प्रत्येक कामाचे स्पष्टीकरण द्यावे लागेल.

पायरी ३: तथ्य संकलनासाठी साधनांची बांधणी

तुमच्या अध्ययनात माहिती संकलित करण्यासाठी जे साधन वापरले जाते त्याला 'संशोधन तंत्र' किंवा 'संशोधन साधन' असे म्हटले जाते. मुलाखतीची अनुसूची , प्रश्नावली, क्षेत्रीय निरीक्षणातील नोंदी, क्षेत्रीय रोजनिशी, दुय्यम नोंदीतून मिळवलेली माहिती, मुलाखत मार्गदर्शक तत्त्वे ही या संशोधन साधनांची उदाहरणे होत.

अध्ययन करण्यासाठी **संशोधन साधनाची निवड** ही पहिली 'व्यावहारिक' पायरी आहे. प्रस्तावित अध्ययनासाठी तुम्ही कशाप्रकारे तथ्य संकलित करणार आहात हे तुम्हाला आधी ठरवावे लागेल व त्यानंतर तथ्य संकलनासाठी साधन ठरवावे लागेल. प्रकरण ९मध्ये गुणात्मक आणि संख्यात्मक पद्धतीसाठी तथ्य संकलनाच्या पद्धती आणि संशोधन साधने विकसित करण्याच्या विविध प्रक्रिया दिल्या आहेत.

जर तुम्ही विशेषतः तुमच्या अध्ययनासाठी तथ्ये (**प्राथमिक तथ्ये**) संकलित करत असाल तर तुम्हाला एकतर संशोधन साधनाची रचना करावी लागेल किंवा आधीच रचलेले संशोधन साधन वापरावे लागेल. प्रकरण १०मध्ये अभिवृत्ती मापनातून तथ्य संकलनाच्या पद्धतीविषयीचे तपशील दिले आहेत. संशोधन साधनांच्या संदर्भात वैधता आणि विश्वासार्हता या संकल्पनांची चर्चा ११व्या प्रकरणात केली आहे.

तुम्ही जर **दुय्यम तथ्ये** (जी माहिती अन्य कोणत्यातरी उद्देशाने मिळवली आहे) वापरणार असाल तर त्या माहितीतून तुम्हाला हवी असलेली तथ्ये साररूपाने काढून आवश्यक तेवढीच माहिती घ्यावी लागेल. कोणती माहिती हवी आहे हे निश्चित करण्यासाठी तुम्हाला प्राथमिक तथ्ये संकलित करण्यासाठी जी प्रक्रिया वापरली जाते तीच प्रक्रिया अनुसरावी लागेल.

संशोधन साधनाची क्षेत्रीय चाचणी (किंवा पूर्वचाचणी) हा साधनांच्या बांधणीचा आवश्यक भाग आहे. नियमाप्रमाणे, संशोधन साधनाची पूर्वचाचणी ही तुम्ही ज्या लोकसमूहाचा अभ्यास करणार आहात त्यांच्यावर करू नका; परंतु त्यांच्यासारख्याच इतरांवर ज्यांना तुम्ही तुमच्या अध्ययनात घेणार नाही त्यांच्यावर करा. याविषयी नवव्या प्रकरणात तपशीलवार माहिती दिली आहे.

तथ्य विश्लेषणासाठी जर तुम्ही संगणकाचा वापर करणार असाल तर संशोधन साधनावर तथ्यांना सांकेतिक क्रमांक देण्यासाठी जागा सोडावी लागेल. पंधराव्या प्रकरणात याविषयीचे स्पष्टीकरण दिले आहे.

पायरी ४: नमुना निवड

तुमच्या अनुमानाची बिनचुकता ही तुम्ही नमुना निवड ज्या तऱ्हेने करता त्यावर अवलंबून असते. नमुना आराखड्याचे मुख्य उद्दिष्ट, खर्चाच्या रकमेत बसवणे, तुमच्या नमुन्यातून तुम्हाला मिळालेली मूल्ये आणि अभ्यास केलेल्या लोकसमूहात सर्वत्र आढळणारी मूल्ये यांच्यातील अंतर कमी करणे हे आहे.

नमुना निवडीमागे असलेले मूलभूत तत्त्व म्हणजे तुलनेने कमी नमुन्याची निवड जर केली तर ते अभ्यासाधीन लोकसमुदायाचे खरेखुरे प्रतिनिधित्व करतात आणि पुरेशा जास्त प्रमाणात शक्यता देतात त्यामुळे ज्या लोकसंख्येचा अभ्यास केला जाणार आहे त्याचे खरे प्रतिबिंब यात दिसते.

नमुना निवड करताना तुम्ही दोन मुख्य उद्देश संपादन करण्याचा प्रयत्न केला पाहिजेः (१) नमुना निवड करताना **पूर्वग्रह** टाळले पाहिजेत; आणि (२) प्राप्त संसाधनांच्या खर्चावर योग्य नियंत्रण ठेवून त्यांचा योग्य प्रकारे वापर केला पाहिजे.

नमुना आराखड्याचे तीन प्रकार आहेत (प्रकरण १२); यादृच्छिक/संभाव्यता नमुना आराखडा, अयादृच्छिक/असंभाव्यता नमुना आराखडा आणि 'संमिश्र' नमुना आराखडा.

पहिल्या दोन प्रकारात नमुना संकलित करण्याच्या अनेक पद्धती आहेत, तुम्ही त्यांचा परिचय करून घेणे गरजेचे आहे. दोन्हीच्या जमेच्या बाजू व उणिवा, त्या कोणत्या परिस्थितीत वापरता येऊ शकतात वा येऊ शकत नाहीत, हे पाहिले पाहिजे. ज्यातून तुम्हाला तुमच्या अभ्यासासाठी योग्य पद्धतीची निवड करता येईल. नमुना निवड करण्याची जी रणनीती तुम्ही वापराल तिचा प्रभाव, तुमच्या नमुना अनुमानाचा अभ्यासाधीन लोकसमूहासाठी सामान्यीकरण करण्याच्या क्षमतेवर असेल, आणि संख्याशास्त्रीय चाचणी जी तुम्ही तथ्यांसाठी उपयोगात आणू शकता त्यावरही असेल.

पायरी ५: संशोधन प्रस्ताव लेखन

संशोधन प्रस्ताव म्हणजे काय?

सर्व प्रारंभिक काम पूर्ण केल्यावर त्यापुढची पायरी म्हणजे ते काम अशा तऱ्हेने एकत्रित मांडणे की ज्यातून तुमच्या संशोधनाविषयी पुरेशी माहिती तुमचे पर्यवेक्षक आणि इतरांना मिळेल. या एकंदरीत योजनेला **संशोधन प्रस्ताव** असे म्हणतात. संशोधन प्रस्ताव वाचकांना तुमच्या संशोधन समस्येविषयी आणि त्याच्या अन्वेषणासाठी तुम्ही काय नियोजन केले आहे ते सांगतो. ढोबळमानाने, संशोधन प्रस्तावाचे मुख्य कार्य म्हणजे तुमच्या संशोधन प्रश्नांची उत्तरे मिळवण्यासाठी तुमच्या कार्यान्वयनाचा तपशीलवार आराखडा देणे. यामुळे तुमच्या वाचकांना तुम्ही वस्तुनिष्ठ आणि बिनचूक उत्तरे मिळविण्याकरिता वैध पद्धती निवडली आहे हे कळते आणि त्याची खात्री होते.

विद्यापीठ आणि इतर संस्था यांच्या संशोधन प्रस्तावातील आशय आणि शैली याविषयी वेगळ्या गरजा, अपेक्षा असतील; परंतु बहुसंख्य संस्थांना मात्र इथे नमूद केल्याप्रमाणेच लेखनासंबंधी अपेक्षा असतात. संस्थेमध्ये विविध विद्याशाखांतर्गत आणि पर्यवेक्षकांनुसार अपेक्षा, गरजा वेगळ्या असू शकतील. तरीही तेराव्या प्रकरणात संशोधन प्रस्ताव लेखनाची बहुतेकांना स्वीकृत होतील अशी सर्वसाधारण मार्गदर्शक तत्त्वे दिली आहेत.

संशोधन प्रस्तावातून, तुमच्या पर्यवेक्षकाला आणि परीक्षकाला तुमच्या अभ्यासाबाबत पुढील माहिती ही मिळालीच पाहिजेः

- तुम्ही *काय* करायचे प्रस्तावित केले आहे;
- तुम्ही पुढे *कसे* जाणार आहात;
- तुम्ही प्रस्तावित रणनीतीच *का* निवडली.

त्यामुळे या लेखन प्रस्तावामध्ये तुमच्या अभ्यासाविषयी खालील माहिती असली पाहिजे (प्रकरण १३):

- अभ्यासाची *उद्दिष्टे;*
- अशी *गृहीतकृत्ये* जी तुम्ही तपासणार आहात, त्यांची यादी;
- तुम्ही वापरणार असलेला प्रस्तावित *अध्ययन आराखडा;*
- अध्ययनाची *रूपरेषा*
- तुम्ही वापरणार असलेले संशोधन *साधन(ने)*;
- *नमुना आकार* आणि *नमुना आराखडा;*
- तथ्यांवरील *प्रक्रियेची पद्धत;*
- अहवालासाठी प्रस्तावित *प्रकरणांची* रचना;
- अभ्यासातील *समस्या* आणि *मर्यादा* आणि;
- प्रस्तावित *वेळापत्रक;*

इ: प्रत्यक्ष संशोधन अध्ययन करणे

पायरी ६: तथ्य संकलन

संशोधन प्रश्नाची मांडणी केल्यावर, तुम्ही प्रथम अभ्यासाचा आराखडा विकसित करता, त्यानंतर संशोधन साधनाची बांधणी आणि नमुना निवड हे झाल्यावर तुम्ही तथ्य संकलन करता ज्यावरून तुम्ही तुमच्या अभ्यासाचे निष्कर्ष आणि अनुमान काढणार आहात.

आवश्यक असलेली तथ्ये संकलित करण्यासाठी अनेक साधनांचा वापर करता येऊ शकतो. संशोधन आराखड्याचा एक भाग म्हणून तुम्ही तथ्ये संकलित करण्यासाठीची रीत, कार्यपद्धती ठरवता. या स्थितीत तुम्ही *प्रत्यक्षात तथ्ये संकलित करता.* उदाहरणार्थ, तुमच्या नियोजनानुसार तुम्ही मुलाखती घ्याल, प्रश्नपत्रिका टपालाने पाठवाल, अनौपचारिक/विशिष्ट विषयावर गटचर्चा घ्याल किंवा निरीक्षण कराल. यापैकी कोणत्याही पद्धतीने तथ्ये संकलित करताना त्यात काही नैतिक मुद्दे लक्षात घ्यावे लागतात, ज्याची चर्चा प्रकरण १४मध्ये केली आहे.

पायरी ७: तथ्यांवरील प्रक्रिया आणि तथ्यांचे सादरीकरण

तुम्ही संकलित केलेल्या माहितीचे विश्लेषण करता ते दोन गोष्टींवर अवलंबून असतेः एक, माहितीचा प्रकार (वर्णनात्मक, संख्यात्मक, गुणात्मक किंवा अभिवृत्ती दर्शविणारा); आणि दोन, तुम्हाला ज्या प्रकारे तुमची अनुमाने तुमच्या वाचकांना संप्रेषित करायची आहेत यावर. प्रकरण १५मध्ये गुणात्मक आणि संख्यात्मक तथ्य विश्लेषणाचे वेगवेगळे प्रकार, मार्ग वर्णन केले आहेत, तर प्रकरण १६मध्ये विश्लेषण केलेल्या तथ्यांच्या सादरीकरणाच्या अनेक पद्धतींचे तपशील दिले आहेत.

गुणात्मक आणि संख्यात्मक फरकाशिवायही, तथ्यांच्या विश्लेषणामध्ये तुम्ही तथ्यांचे विश्लेषण हाताने करणार आहात की संगणकाने करणार आहात याचा विचार करणे महत्त्वाचे आहे.

जर तुमचा अभ्यास केवळ वर्णनात्मक असेल तर तुम्ही तुमचा प्रबंध/अहवाल क्षेत्रीय अभ्यासातील नोदींच्या आधारे, हाताने केलेल्या तुमच्या नोंदीच्या आशय विश्लेषणाच्या आधारे लिहू शकता किंवा याच उद्देशाने तयार केलेल्या NVivo या संगणक प्रोग्रामचा तुम्ही वापर करू शकता.

जर तुम्हाला संख्यात्मक विश्लेषण करायचे असेल तर कोणत्या प्रकारचे विश्लेषण (वारंवारता वितरण, विरोधी तक्ते किंवा इतर संख्याशास्त्रीय रीती प्रतीपगामी विश्लेषण, घटक विश्लेषण आणि विचलनाचे विश्लेषण) करायचे आहे ते ठरवणे गरजेचे असते आणि याचे सादरीकरण कसे करायचे ते ठरवावे लागते. सांख्यिकी रीतीसाठी आत्मनिष्ठ चल शोधणे गरजेचे आहे.

पायरी ८: संशोधन अहवाल लेखन

संशोधन अहवालाचे ढोबळमानाने दोन प्रकार आहेतः संख्यात्मक आणि गुणात्मक. पूर्वी उल्लेख केल्याप्रमाणे यातील फरक हा इतर संशोधनाप्रमाणे वास्तवापेक्षा अधिक शैक्षणिक स्वरूपाचा आहे. कारण, बहुतेक अभ्यासात संख्यात्मक आणि गुणात्मक कौशल्ये एकत्रित करावी लागतात. तरीसुद्धा काही निव्वळ गुणात्मक आणि काही निव्वळ संख्यात्मक अभ्यास आहेत.

अहवाल लेखन ही संशोधन प्रक्रियेतील अखेरची आणि अनेकांना अवघड वाटणारी पायरी आहे. हा अहवाल, तुम्ही काय केले आहे, कशाचा शोध घेतला आहे आणि तुमच्या अनुमानातून काय निष्कर्ष काढले आहेत ते जगाला सांगतो. जर तुम्हाला या संपूर्ण प्रक्रियेविषयी स्पष्ट कल्पना असेल तर अहवाल कसा लिहायचा याचीही तुम्हाला स्पष्ट कल्पना येईल. तुमचा अहवाल हा शैक्षणिक धाटणीने (शैलीत) लिहिलेला असावा आणि हे लेखन वेगवेगळ्या प्रकरणात आणि/किंवा विभागात विभागलेले असावे. हे विभाग तुमच्या अभ्यासाच्या मुख्य विषयावर आधारित असावेत. प्रकरण १७ मध्ये संशोधन अहवाल लेखनाचे काही मार्ग दिले आहेत.

सारांश

३ टप्प्यांचा सारांश/ ८ पायऱ्यांची संशोधन प्रक्रिया

या प्रकरणात संशोधन प्रक्रियेची सर्वसाधारण माहिती दिली आहे, जी तीन स्वरूप (अ, आ, इ) आणि आठ पायऱ्यांमध्ये विभागली आहे, ज्याचा तपशील या पुस्तकाच्या उर्वरित भागात दिला आहे. प्रत्येक टप्प्यावर हे संशोधन प्रारूप विविध पद्धती, प्रारूपे, तंत्र आणि रीती उपलब्ध करते, ज्यातून तुम्ही तुमच्या अभ्यासासाठी योग्य त्याची निवड करू शकता. हे स्वरूची पद्धतीच्या जेवणासारखे आहे, ज्यात आठ टेबल आहेत, त्यावर वेगवेगळे पदार्थ मांडले आहेत आणि त्यातले घटक पदार्थ सारखेच आहेत. तुम्ही सगळ्या आठही टेबलांपाशी जा आणि प्रत्येकातून तुम्हाला जे जास्त आवडेल ते घ्या. हे उदाहरण आणि प्रारूप यात मुख्य फरक असा आहे की तुम्ही असेच प्रारूप निवडाल जे तुमच्या अभ्यासासाठी उचित असेल, जे तुम्हाला आवडले आहे त्याची निवड तुम्ही करणार नाही. नवोदितांना या सर्व टप्प्यांमधून, जरी त्याच क्रमाने गेले नाही तरी, जाणे महत्त्वाचे आहे. अनुभवाने तुम्ही अनेक जवळचे मार्ग निवडू शकाल.

या आठ टप्प्यात संशोधनाचा प्रश्नांची मांडणी ते अहवाल लेखन असा पूर्ण पट उलगडतो. हे टप्पे कार्यान्वयनाचे आहेत, ते तर्कदृष्ट्या क्रमाने मांडलेले आहेत आणि एकापाठोपाठ एक अशा सरळपणे वेगवेगळ्या पद्धती आणि रीती यांचे तपशीलवार वर्णन आहे.

याचा विचार करा

- प्रकरणाच्या सुरुवातीला दिलेल्या परवलीच्या शब्दांशी स्वत:ला पुन:परिचित करा आणि त्यातील काही शब्दांचा अर्थ किंवा वापर याबद्दल तुम्हाला खात्री नसेल तर पुढे जाण्यापूर्वी प्रकरणात पुन्हा एकदा ते शब्द पहा.
- गुणात्मक आणि संख्यात्मक संशोधनात प्रतिबिंबित होणारे फरक पहा (तक्ता १.२ मध्ये दर्शविल्याप्रमाणे) आणि तुम्ही कुठला मार्ग निवडणार आहात आणि का? ते निश्चित करा. तुमच्या मूलभूत तात्त्विक बैठकीवर याचे किती प्रतिबिंब पडते याकडेही लक्ष द्या.
- आता, तुम्ही या प्रकरणाचा जो अभ्यास केला आहे, त्यावरून खालील प्रश्नांची उत्तरे द्यायचा प्रयत्न करा:
- या प्रकरणात संशोधन प्रक्रियेतील पहिली पायरी कोणती आणि शेवटची पायरी कोणती आहे?
- तुमच्या संशोधन प्रकल्पात या संशोधन प्रक्रियेची उपयोगिता चिकित्सक पद्धतीने तपासा.
- प्रस्तावित संशोधन प्रक्रियेत संख्यात्मक, गुणात्मक आणि संमिश्र पद्धतीच्या अभ्यासपद्धतीच्या उपयोजिततेचा विचार करा. प्रकरण १मध्ये सांगितल्याप्रमाणे विविध संशोधन मार्ग, उद्दिष्टे आणि रूपरेषा आणि तुमच्या समजुतीप्रमाणे आठ टप्प्यांच्या प्रारूपाचा मार्ग यात फरक आहे का?

पायरी पहिली

संशोधन समस्येची सूत्रबद्ध मांडणी

या कार्यात्मक पायरीमध्ये खालील चार प्रकरणांचा समावेश आहे:

- **प्रकरण ३: साहित्याचे परीक्षण**
- **प्रकरण ४: संशोधन समस्येची सूत्रबद्ध मांडणी**
- **प्रकरण ५: चल ओळखणे**
- **प्रकरण ६: गृहीतकृत्यांची बांधणी**

३

साहित्याचे परीक्षण

या प्रकरणात तुम्ही खालील मुद्दे शिकणार आहात

- संशोधनात साहित्याच्या परीक्षणाचे कार्य
- साहित्याचा शोध कसा घ्यावा
- साहित्याचा सारांश आणि साहित्याचे परीक्षण या दोन्हीतील फरक
- साहित्याच्या परीक्षणासाठी इंटरनेटचा वापर कसा करावा
- निवडक साहित्याचे परीक्षण कसे करावे.
- सैद्धान्तिक व सांकल्पनिक चौकट कशी विकसित करावी
- साहित्याचे परीक्षण कसे लिहावे

परवलीचे शब्द

पुस्तकसूची, सांकल्पनिक चौकट, संदर्भीकरण, इंटरनेट, ज्ञानकक्षा साहित्याचे परीक्षण, सर्च इंजिन, साहित्याचा सारांश, विषय लेखन, सैद्धान्तिक चौकट.

या प्रकरणाच्या अभ्यासानंतर तुम्हाला पुढील मुद्दे समजतील

- संशोधनात साहित्य परीक्षणाचे स्थान
- साहित्य कसे शोधावे
- सैद्धान्तिक आणि सांकल्पनिक चौकट कशी विकसित करावी

संशोधनात साहित्याच्या परीक्षणाचे स्थान

संशोधन अध्ययन करायचे ठरवल्यावर ज्या विषयात तुम्हाला स्वारस्य आहे आणि ज्यातून तुमच्या विषयातील ज्ञान तुम्हाला मिळेल त्या विषयातील सध्या उपलब्ध असलेल्या साहित्याची माहिती करून घेणे हे एक महत्त्वाचे काम असते. **साहित्याचे परीक्षण** हे वेळखाऊ, भीतिदायक आणि वैफल्य आणणारे असते; परंतु ते पारितोषिकसुद्धा देते. साहित्याचे परीक्षण हा संशोधन प्रक्रियेचा अंगभूत भाग आहे. कारण, कार्यान्वयनाच्या प्रत्येक टप्प्यावर ते महत्त्वाचे योगदान देते. पहिल्या टप्प्याच्या आधी म्हणजे संशोधन प्रवासातून ज्या प्रश्नाचे उत्तर मिळवायचे आहे, तो प्रश्न केवळ तुमच्या विचाराधीन असतो तेव्हाही साहित्याचे परीक्षण हे आवश्यक आहे. संशोधनाच्या सुरुवातीला, तुमच्या संकल्पना स्पष्ट होण्यासाठी, तुमच्या संशोधनाचा सैद्धान्तिक पाया प्रस्थापित होण्यासाठी आणि संशोधन पद्धती विकसित होण्यासाठी याची मदत होते. प्रक्रियेच्या नंतरच्या टप्प्यावर साहित्याचे परीक्षण तुमचे त्या विषयातील ज्ञान वाढविते आणि त्याचा पाया भक्कम करते आणि तुमच्याकडे असलेल्या ज्ञानाच्या आधारे तुमच्या अनुमानांचे परीक्षण करण्यास मदत करते. तुमच्या संशोधनातील अनुमाने इतरांच्या अनुमानांशी तुलना करून पाहणे ही महत्त्वाची जबाबदारी असते. यासाठी साहित्याचे परीक्षण महत्त्वाची भूमिका बजावते. तुमच्या अहवालाचे लेखन करताना तुमची अनुमाने, तुमच्या असलेल्या ज्ञानाशी एकतर सहमत असतात किंवा विरोधी असतात. तुमची शैक्षणिक पातळी जेवढी उच्च तेवढी तुमच्या अनुमानांचे सध्याच्या साहित्याशी पूर्णतः एकात्म होणे अधिक महत्त्वाचे आहे.

थोडक्यात, साहित्याच्या परीक्षणाची खालील कार्ये आहेतः

साहित्याचे परीक्षण म्हणजे काय?

- यामुळे तुमच्या अभ्यासाला सैद्धान्तिक पार्श्वभूमी प्राप्त होते;
- तुम्ही कशाचे परीक्षण करायचे प्रस्तावित केले आहे आणि कशाचा यापूर्वीच अभ्यास झाला आहे, यांचा दुवा प्रस्थापित करायला मदत करते;
- तुमच्या व्यवसायातील विद्यमान ज्ञानात तुमची अनुमाने कशाप्रकारे योगदान देऊ शकतात हे दाखविण्याची क्षमता तुमच्या साहित्याच्या परीक्षणाने येते. तुमचे प्रचलित ज्ञान आणि तुमच्या संशोधनाची अनुमाने यात एकवाक्यता आणण्यासाठी तुम्हाला मदत करते.

साहित्याचे परीक्षण तुमच्या स्वतःच्या अभ्यासासंबंधी तुम्हाला पुढील चार प्रकारे मदत करू शकतेः

१. तुमच्या संशोधन समस्येत स्पष्टता आणि केंद्रीभूतता आणते;
२. तुमची संशोधन पद्धती अधिक दर्जेदार करते;
३. तुमच्या संशोधन क्षेत्रातील तुमच्या असलेल्या ज्ञानाचा विस्तार करते; आणि
४. तुमच्या अनुमानांना संदर्भमूल्य देते म्हणजेच उपलब्ध ज्ञानाशी तुमच्या अनुमानांची सांगड घालते.

साहित्य परीक्षणाची भूमिका

तुमच्या संशोधन समस्येत स्पष्टता आणि केंद्रीभूतता आणणे

साहित्याच्या परीक्षणात विरोधाभास असतो. एका बाजूला तुम्हाला कोणत्या समस्येचे अन्वेषण करायचे आहे याविषयी स्पष्ट कल्पना नसल्यामुळे तुम्ही आवश्यक साहित्याचा शोध तितक्या परिणामकारकतेने घेऊ शकत नाही. दुसऱ्या बाजूला, तुमच्या संशोधन समस्येचे स्वरूप ठरवताना संशोधन समस्येची निवड कशी करायची व कशी करायची नाही हे निश्चित करण्यामध्ये साहित्याचे परीक्षण महत्त्वाची भूमिका बजावते. याकरिता साहित्याचे परीक्षण आणि त्याचा तुमच्या संशोधन समस्येवर होणारा प्रभाव यामध्ये समतोल राखणे महत्त्वाचे आहे. साहित्याच्या परीक्षणातून तुम्हाला अभ्यासक्षेत्राचे उत्तम ज्ञान होते, त्यामुळे संशोधन समस्येचे स्पष्ट आणि नेमके संकल्पनाचित्र करण्यास आणि तुमची क्षेत्रीय चौकशी अधिक समर्पक आणि योग्य करण्यास मदत होते. साहित्याच्या परीक्षणातून तुम्हाला तुमच्या अभ्यासक्षेत्राचे कोणते पैलू इतरांनी तपासले आहेत, त्यांचा अभ्यास केला आहे, त्यातून त्यांनी काय शोधले, त्यांना काय त्रुटी आढळल्या, आणि पुढील संशोधनासाठी त्यांनी काय सूचना केल्यात ते कळते. या सगळ्यातून तुम्हाला तुमच्या प्रश्नाच्या अंतरंगाचे यथार्थ ज्ञान आणि वैध आणि तर्कनिष्ठ अभ्यासात आवश्यक असलेली स्पष्टता आणि केंद्रीभूतता येण्यास मदत होईल. याशिवाय, साहित्याचे परीक्षण ज्यायोगे तुमच्या अभ्यासाचे महत्त्व आणि समर्पकता वाढेल अशा प्रचलित ज्ञानकक्षांमध्ये असलेल्या त्रुटी लक्षात देऊन त्यावर तुमच्या अभ्यासात लक्ष केंद्रित करण्यासाठी मदत करेल.

तुमच्या संशोधन पद्धतीत सुधारणा

साहित्याच्या अभ्यासातून, तुम्ही जे अन्वेषण करत आहात तशाच संशोधन समस्यांची उत्तरे मिळवण्यासाठी इतरांनी कोणत्या पद्धती वापरल्या होत्या याच्याशी तुमचा परिचय होईल. संशोधन परीक्षणातून संशोधनाकरिता तुम्ही ज्या पद्धती आणि रीती प्रस्तावित केल्या आहेत, त्या पद्धती आणि रीती इतरांनी वापरताना त्यांच्या कामासाठी चांगल्या तऱ्हेने उपयोगी पडल्या का, त्यांना काही अडचणी आल्या का, हे माहीत होते. संभाव्य समस्या आणि धोके यांची जाणीव झाल्याने तुम्ही तुमच्या अभ्यासासाठी तुमच्या संशोधन समस्येचे वैध उत्तर देऊ शकेल अशी पद्धती तुम्ही निवडू शकाल. त्यातून तुम्ही जी पद्धती वापरायची ठरवली आहे, त्याविषयी तुमचा आत्मविश्वास वाढविण्यासाठी आणि तिच्या वापराचे समर्थन करण्यासाठी तुम्हाला सज्ज करते.

संशोधनक्षेत्रातील तुमच्या ज्ञानाचा पाया विस्तारित करणे

साहित्याच्या परीक्षणाचे महत्त्वाचे योगदान म्हणजे ज्या विषयात तुम्हाला संशोधन करायचे आहे त्या विषयातील साहित्याचे आपण अधिक विस्तृत आणि व्यापक वाचन करणे आवश्यक आहे याची तुम्हाला जाणीव होते. इतर संशोधकांना, याच किंवा यासारख्या समस्यांच्या अभ्यासात काय आढळून आले, त्यातून कोणते सिद्धान्त पुढे

आले आणि संबंधित ज्ञानकक्षेत आणखी कोणत्या उणिवा आहेत हे तुम्हाला माहीत असणे महत्त्वाचे आहे. तुम्ही जेव्हा उच्च शैक्षणिक पातळी (जसे एम.ए. किंवा पीएच.डी.) साठी अभ्यास हाती घेता तेव्हा तुम्ही या संशोधन क्षेत्रात तज्ज्ञ असणे अपेक्षित आहे. साहित्याचा विस्तृत आणि व्यापक अभ्यासातूनच तुम्हाला या अपेक्षा पूर्ण करता येतील. साहित्याचे परीक्षण करण्याचा आणखी एक महत्त्वाचा फायदा म्हणजे तुमच्या अभ्यासातील अनुमाने सध्याच्या ज्ञानकक्षेत कशी चपखल बसतात हे तुम्हाला समजेल (मार्टिन १९८५: ३०).

थोडक्यात, मूलभूत ज्ञान यासंदर्भात साहित्याचे परीक्षण खालील गोष्टींसाठी तुम्हाला खूप उपयोगी ठरेलः

- संशोधन क्षेत्रात काय प्रस्थापित केले आहे, संशोधन क्षेत्रात असलेल्या उणिवा जाणून घेऊन त्याद्वारे तुमच्या संशोधनाची समर्पकता आणि उपयोगिता याची खात्री तुम्हाला साहित्याच्या परीक्षणातून मिळते.
- अशाच प्रकारच्या अभ्यासासाठी वापरलेल्या पद्धती आणि रीती यांचा परिचय होतो व त्यामुळे तुमच्या अभ्यासासाठी उचित, अचूक संशोधन पद्धतीची निवड करण्यासाठी मदत करते.
- तुमची संशोधन समस्या आणि अनुमाने विद्यमान साहित्यातून निश्चित करण्यासाठी मदत करते.
- तुमच्या संशोधन समस्येचे समर्थन करण्यासाठी मदत करते.
- तुमच्या अभ्यासविषयातील तुमचे ज्ञान विकसित होण्यासाठी, विस्तारण्यासाठी आणि सप्रमाण सिद्ध करण्यासाठी मदत करते.

तुमच्या अनुमानांचे संदर्भीकरण

तुमच्या संशोधनाधीन प्रश्नाचे उत्तर मिळवणे तुलनेने सोपे आहे. मात्र तुमची अनुमाने प्रचलित ज्ञानकक्षेत चपखलपणे बसतात की नाही याचे परीक्षण करणे हा भाग अवघड आहे. इतरांच्या तुलनेत तुमच्या संशोधन प्रश्नांच्या उत्तरांमधून काय सिद्ध झाले? प्रचलित ज्ञानकक्षेत तुम्ही काय योगदान करू शकलात? इतरांपेक्षा तुमची अनुमाने वेगळी कशी आहेत? साहित्याच्या परीक्षणाने तुम्ही तुमच्या अनुमानांची इतरांशी तुलना करू शकाल आणि या प्रश्नांची उत्तरेही देऊ शकाल. तुमच्या चौकशीच्या आधारे जे ज्ञात झाले आहे, त्या संदर्भात तुमची अनुमाने मांडणे म्हणजेच प्रचलित साहित्य आणि तुमची साध्ये यांची एकमेकांशी सांगड घालणे हेही महत्त्वाचे आहे.

साहित्याचे परीक्षण आणि साहित्याचा सारांश यामधील फरक

काही लोक साहित्याचे परीक्षण आणि साहित्याचा सारांश हे शब्द एकाच अर्थाने वापरत असले, तरीसुद्धा त्या दोन्हीत फरक आहे. **साहित्याचा सारांश** हे विषयाशी संबंधित वाचलेल्या प्रत्येक भागातून मिळालेल्या उल्लेखनीय शोधांचे वर्णन असते. सारांश हा मुळात तुमच्या संशोधन अभ्यासाशी योग्य अशी अनुमाने आणि प्रत्येक स्रोतांतून जे मिळाले आहे त्याची निव्वळ यादी असते. शोधलेल्या स्रोतांची नोंद कोणत्याही क्रमाने करता येऊ शकते. तरीही, साहित्याच्या परीक्षणात तुमच्या साहित्याच्या शोधातून समोर आलेल्या बाबींभोवती मुख्य अनुमाने संघटित केलेली असतात. प्रत्येक मुख्य विचार ज्या भोवती तुमची मुख्य अनुमाने संबंधित असतात ती तुम्ही सर्व स्रोतांतून शोधून त्याचा उल्लेख करून आणि तुलना करून, त्यांच्यामधील साधर्म्य आणि भिन्नता दर्शवाल. हे सामान्यतः मुख्य विचाराच्या संदर्भात निष्कर्ष रूपाने असते. विचार हे तार्किकदृष्ट्या एकत्र मांडले जातात. साहित्याच्या सारांश हा मुख्य अनुमानाचा तुम्ही शोधलेल्या उचित संदर्भाचा सारांश असतो. साहित्याच्या परीक्षणात साहित्य संशोधनातून

उदयाला आलेल्या प्रत्येक विचाराचे तुम्ही वर्णन करत असता, त्याचे मुळ पुरावे देता, इतरांबरोबर त्याची तुलना करता आणि ठरलेल्याशी तर्कशुद्ध पद्धतीने एकात्म करता येते. विविध अभ्यासांमध्ये तोच विचार एका ठिकाणी संदर्भ म्हणून पुढे येतो तर साहित्याचे परीक्षणाचा एक भाग म्हणून त्या विचाराची चर्चा केली जाते.

साहित्याचे परीक्षण कसे करावे?

जर तुम्ही एखादी विशिष्ट संशोधन समस्या निवडली नसेल तर तुम्हाला स्वारस्य असलेल्या व्यापक विषयात तुम्ही साहित्याचे परीक्षण करून हळूहळू तुमचा विषय ठरवण्याच्या ध्येयाने तुम्हाला ज्याचा शोध घ्यायचा आहे तो विषय सीमित करावा. हे एकप्रकारे तुमच्या कल्पनांना नरसाळे लावण्यासारखे आहे. सुरुवातीला या कल्पनांचे स्वरूप ढोबळ आणि संदिग्ध वाटेल; परंतु तुम्हाला जसजसे तुमच्या संशोधन प्रश्नाचे अंतरंग कळत जाईल तसतसे तुम्ही तुम्हाला ज्यात खरोखरच स्वारस्य आहे त्याची निवड करण्याच्या उद्देशाने ते सीमित कराल, अधिक सुधारणा कराल. एकदा तुम्ही तुमचा संशोधन प्रश्न सीमित केलात की साहित्याचे परीक्षण हे तुमच्या संशोधन प्रश्नाभोवती केंद्रित होईल. तुम्हाला नेमका कशाचा अभ्यास करायचा आहे याची पुरेशी स्पष्ट कल्पना नसताना साहित्याचे परीक्षण करणे धोक्याचे आहे. साहित्याचे परीक्षणातून तुमच्या अभ्यासाबाबतचे, तुम्ही वापरणार असलेल्या पद्धतीबाबतचे तुमचे विचार निश्चित आकार घेतात; मात्र असे न झाल्यास तुमच्या संशोधन समस्येच्या विषय व पद्धतीत नावीन्यच राहणार नाही. म्हणून तुम्ही साहित्य परीक्षणाचे काम हाती घेण्यापूर्वी तुमच्या संशोधन समस्येचे संकल्पनाचित्र उभे करण्याचा प्रयत्न अवश्य केला पाहिजे. तुमचा साहित्याचा शोध तुमच्या संशोधन समस्येतील मुख्य विचाराभोवती केंद्रित असला पाहिजे आणि तुम्ही खालील प्रश्नांची उत्तरे देण्यास जबाबदार आहात असे वाटले पाहिजेः

- या क्षेत्राविषयी काय माहिती आहे?
- काय माहीत नाही किंवा प्रचलित ज्ञानकक्षेत कोणत्या उणिवा आहेत?
- कुठले प्रश्न अनुत्तरित आहेत?
- काही व्यावसायिक वादविवाद आहे का?
- तुमच्या संशोधन क्षेत्राशी कोणते सिद्धान्त समर्पक ठरवले आहेत?
- पुढील संशोधनासाठी काय सूचना केल्या आहेत?
- अशाच स्वरूपाच्या संशोधनासाठी इतरांनी कोणती संशोधन रणनीती वापरली आहे?

साहित्य परीक्षणासाठी चार टप्प्यांचा अंतर्भाव केला आहेः

१. तुमच्या अभ्यासक्षेत्रातील विद्यमान साहित्याचा शोध घेणे.
२. निवडक साहित्याचे परीक्षण करणे.
३. सैद्धान्तिक चौकट विकसित करणे.
४. सांकल्पनिक चौकट विकसित करणे.

या कामासाठी लागणारी कौशल्ये वेगळी आहेत. सैद्धान्तिक आणि सांकल्पनिक चौकट विकसित करणे हे इतर कामांपेक्षा अवघड काम आहे.

विद्यमान साहित्याचा शोध

साहित्याचा शोध

तुमच्या चौकशीच्या संदर्भात तुम्हाला साहित्याचा शोध घेताना, तुमच्या संशोधनासाठी कोणते निकष लावायचे हे समजण्याकरिता, तुमच्या व्यापक अभ्यासक्षेत्राविषयी आणि तुम्हाला ज्या समस्येविषयी अन्वेषण करायची इच्छा आहे त्याबद्दल किमान कल्पना असायलाच हवी. तुम्ही अभ्यासाधीन लोकसमूहाविषयीही माहिती असायला हवी. उदाहरणार्थ, तुम्हाला स्थानांतरित, तरुण, स्त्रिया, विद्यार्थी किंवा एखाद्या संस्थेत राहणारे यापैकी कोणाचा अभ्यास करण्यात रुची आहे हे ठरवावे लागेल. याशिवाय ज्या लोकसमूहाचा अभ्यास करायचा आहे, त्यांच्याविषयी तुम्हाला नेमके काय जाणून घ्यायचे आहे. उदाहरणार्थ, स्थानांतरिताच्या बाबतीत कदाचित तुम्हाला त्यांच्या स्थिरावण्याविषयी अभ्यास करायचा असेल, स्थानांतराची कारणे किंवा व्यावसायिक गतिशीलतेचा प्रकार अभ्यासाचा आहे ते ठरवावे लागेल. यानंतर या व्यापक विषयातील प्रकाशित साहित्याची सूची करा. तुम्ही चार प्रकारच्या स्रोतांमधून तुम्ही ही सूची करू शकताः

(अ) पुस्तके;
(आ) नियतकालिके;
(इ) परिषदेत सादर केलेले शोधनिबंध;
(ई) आंतरजाल (इंटरनेट)

पुस्तके

कोणत्याही संदर्भग्रंथ सूचीत पुस्तकांना मध्यवर्ती स्थान असते, ज्याचे काही फायदे आणि तोटेही असतात. पुस्तकांचा मुख्य फायदा म्हणजे त्यात प्रकाशित झालेला मजकूर हा महत्त्वाचा असतो आणि त्याचा दर्जाही उत्तम असतो. पुस्तकातील अनुमाने त्यांची 'इतर संशोधनाशी सांगड घालून ती संलग्न ज्ञानकक्षेच्या रूपात' मांडली जातात (मार्टिन १९८५ः ३३). पुस्तकाचा मुख्य तोटा म्हणजे पुस्तकातील माहिती पूर्णतः अद्ययावत नसते, कारण संशोधनाचे काम पूर्ण झाल्यानंतर ते पुस्तकरूपाने प्रकाशित होण्यास एक किंवा त्यापेक्षा जास्त वर्ष लागते.

पुस्तके शोधण्याचा सर्वोत्तम मार्ग म्हणजे ग्रंथालयातील संदर्भसूची पाहणे. ग्रंथपाल जेव्हा पुस्तक संदर्भसूचीत टाकतात तेव्हा ते *लायब्ररी ऑफ काँग्रेस*च्या विषयाच्या शीर्षकाप्रमाणे नोंदवतात. तुम्हाला जर पुस्तकाच्या शीर्षकाविषयी खात्री नसेल तर तुमच्या ग्रंथपालाला तुमच्या अध्ययनविषयातील उत्तम शीर्षकांविषयी विचारा. यामुळे तुमचा वेळ वाचेल. *पुस्तकपरीक्षण सूची*मध्ये तुम्हाला स्वारस्य असलेली पुस्तके मिळतील.

तुम्हाला स्वारस्य असलेल्या अभ्यासविषयातील पुस्तके शोधण्यासाठी *विषयवार सूची* किंवा *परवलीचे शब्दां*चा वापर करा. परवलीचे अचूक शब्द निवडून तुमचे अभ्यासक्षेत्र मर्यादित करा. ही शीर्षके काळजीपूर्वक पहा आणि तुम्हाला हवी असलेली पुस्तके निवडा. तुमच्या विषयासाठी पुस्तकांची शीर्षके योग्य वाटली तर शक्य असल्यास त्यांची छापील सूची करा, त्यामुळे तुमचा वेळ वाचेल किंवा ती लिहून घ्या. पुस्तकाच्या केवळ शीर्षकावरून काहीवेळा पुरेशी कल्पना येत नाही. यासाठी त्यातल्या मजकुरावरही नजर टाकावी लागते.

तुम्हाला तुमच्या विषयासाठी योग्य वाटताहेत अशी तुम्ही जी १०-१५ पुस्तके निवडली असतील, अशा प्रत्येक पुस्तकाची संदर्भग्रंथ सूची तपासा. जर परवानगी असेल तर पुस्तकांच्या संदर्भग्रंथ सूचीची छायाप्रत केलीत तर तुमचा वेळ वाचेल. या सर्व संदर्भग्रंथ सूची काळजीपूर्वक बघा आणि त्यातील अनेक सामाईक पुस्तके वेगळी करा. जर एकाच पुस्तकाचा अनेक लेखकांनी संदर्भ घेतला असेल तर त्याचा समावेश तुमच्या यादीत करा. यानंतर जी पुस्तके तुम्ही वाचलीच पाहिजेत अशा पुस्तकांची अंतिम यादी तयार करा.

या पुस्तकांची यादी केल्यावर ही पुस्तके तुमच्या ग्रंथालयात शोधा किंवा इतर ठिकाणांहून पुस्तके आणा. तुमच्या विषयाशी ती संबंधित आहेत ना यासाठी त्यातील आशय परत तपासा. जर पुस्तक तुमच्या संशोधनाशी संबंधित नसेल तर यादीतून काढून टाका. जर तुम्हाला एखाद्या पुस्तकात तुमच्या विषयाशी संबंधित काही मजकूर मिळाला तर त्याची एक टीपेसह संदर्भग्रंथ सूची तयार करा. या संदर्भग्रंथ सूचीत टीप लिहिताना सदर पुस्तकात अंतर्भूत असलेले पैलू आणि त्यांचे औचित्य याविषयी तुमच्या स्वतःच्या संक्षिप्त नोंदी यांचा समावेश असावा. तुमच्या संदर्भांचा सतत मागोवा घेत राहा. हे करण्यासाठी तुमची स्वतःची कार्डांची तालिका तयार करा किंवा एन्डनोट्स (Endnotes) किंवा झोटेरा (Zotero) या संगणक प्रणालीचा वापर करा.

इलेक्ट्रॉनिक संदर्भ व्यवस्था

नियतकालिके

पुस्तकांप्रमाणेच तुम्हाला तुमच्या संशोधनाशी संबंधित नियतकालिके अभ्यासावी लागतील. संशोधन पूर्ण होणे आणि ते नियतकालिकात प्रसिद्ध होणे यात २–३ वर्षांचे जरी अंतर असले तरीही नियतकालिकांतून बहुतांशी अद्ययावत माहिती उपलब्ध होते. तुम्हाला कुठल्या विषयाचा अभ्यास करायचा आहे यावर जरी उपलब्ध नियतकालिकांची संख्या अवलंबून असली तरीही जेवढी शक्य आहेत तेवढी नियतकालिके निवडा. निवडलेल्या नियतकालिकांतून, तुमच्या अभ्यासाशी निगडित असलेले साहित्य असलेल्या नियतकालिकांचे परीक्षण तुम्ही अशा प्रकारे करू शकताः

- तुमच्या अभ्यासासाठी योग्य असलेल्या नियतकालिकांच्या छापील प्रती मिळवा;
- संबंधित लेखांचा सारांश वाचण्याकरिता आणि/किंवा निवडण्याकरिता अशा लेखांचा गोषवारा किंवा सारांश सूची पहा.
- संगणकीकृत माहिती शोधा.

जर तुम्हाला काही उपयुक्त नियतकालिके आणि लेख मिळाले असतील तर त्यापैकी ज्यांचे तुम्ही परीक्षण करणार आहात त्यांची सूची करा. या नियतकालिकांपैकी एका नियतकालिकाचा ताजा अंक घ्या आणि तुमच्या संशोधन विषयाशी संबंधित मजकूर पाहण्यासाठी अनुक्रमणिकेचे पान बघा. एखादा लेख तुमच्या आवडीचा आहे असे वाटले तर त्याचा सारांश, मुख्य कल्पना वाचा. जर हा लेख तुम्ही वापरणार आहात असे तुम्हाला वाटले, तर तुमच्या आर्थिक तरतुदीनुसार त्याची छायाप्रत काढा किंवा त्याचा सारांश लिहा व पुढे उपयोगासाठी संदर्भाच्या नोंदी करून ठेवा. छायाप्रत करताना अधिकृत परवानगी अगोदरच प्राप्त करा.

अधिक इलेक्ट्रॉनिक माहिती संदर्भ

नियतकालिके शोधण्यासाठी सोपे आणि वेळ वाचवणारे पुढील अनेक स्रोत तयार केले आहेतः

- नियतकालिकांची सूची (उदाहरणार्थ, *मानववंश सूची*);
- लेखांचे सारांश (उदाहरणार्थ, *एरिक*);
- पुराव्यादाखल वापरलेल्या उताऱ्यांची सूची (उदाहरणार्थ, *सामाजिक शास्त्रे*).

सूची, सारांश आणि उतारे यांची माहिती छापील स्वरूपात किंवा इंटरनेटवर उपलब्ध आहे.

बहुतेक ग्रंथालयांमध्ये पुस्तके, नियतकालिके आणि सारांश रूपातील माहिती संगणकावर असते. प्रत्येक माहितीचे विषय, लेखक आणि शीर्षक यानुसार वर्गीकरण केलेले असते. याशिवाय तुम्हाला परवलीच्या शब्दांचा पर्यायही आहे (लेखक/परवलीचा शब्द; शीर्षक/परवलीचा शब्द; विषय/परवलीचा शब्द; किंवा फक्त परवलीचे शब्द). तुमच्या ग्रंथालयात कोणती माहिती उपलब्ध आहे आणि तुम्ही कोणती माहिती नेहमी वापरता यावर तुम्ही कोणती पद्धती वापरणार हे अवलंबून आहे.

तक्ता ३.१ सार्वजनिक आरोग्य, समाजशास्त्र, शिक्षण आणि व्यावसायिक अभ्यास यांमध्ये वापरली जाणारी सामायिक संगणकीकृत माहिती

संगणकीकृत माहिती	**वर्णन**	**छापील**
एबीआय/इन्फॉर्म	ॲबस्ट्रॅक्ट बिझनेस इन्फर्मेशन (ABI) यात जगातील विविध व्यवसायांच्या माहितीचे संदर्भ दिलेले आहेत. यात अकाउंटिंग, बॅंक, माहिती प्रक्रिया, अर्थशास्त्र, अर्थव्यवस्था, आरोग्य, विमा, कायदा, व्यवस्थापन, विपणन, कर्मचारी उत्पादन, लोकप्रशासन, वास्तू व्यवसाय, करप्रणाली आणि दूरसंचार	नाही
एरिक (ERIC)	अमेरिकेतील शिक्षण विभागाच्या एज्युकेशन रिसोर्सेस इन्फर्मेशन सेंटर (एरिक) ने संकलित केलेले साहित्य एरिक या माहितीमध्ये उपलब्ध आहे. यात प्रौढांचे व्यवसाय शिक्षण, समुपदेशन आणि कार्मिक सेवा, शैक्षणिक व्यवस्थापन, प्राथमिक आणि पूर्व प्राथमिक शिक्षण, अपंग आणि विशेष बुद्धिमान मुले, उच्च शिक्षण, माहिती संसाधन, भाषा आणि भाषाशास्त्र, वाचन आणि संप्रेषण, ग्रामीण विकास, विज्ञान, गणित आणि पर्यावरण शिक्षण, सामाजिकशास्त्रांतील शिक्षण, शिक्षकांचे शिक्षण, माध्यमिक शिक्षण, मूल्यमापन आणि नागरी शिक्षण.	*सीआयजेई: करंट इनडेक्स टू जर्नल्स*
हेल्थरॉम (HEALTHROM)	हेल्थरॉममध्ये पर्यावरण, आरोग्य, एचआयव्ही/एड्स आणि संसर्गजन्य रोग, मूलभूत आरोग्य, चिकित्सालयातील औषधे, पोषक आहार, मद्यपान आणि व्यसनाधीनता याविषयीचे काही संदर्भ व माहितीने परिपूर्ण प्रकाशने दिलेली आहेत.	नाही
मेडलाइन MEDLINE	मेडलाइन यात जैववैद्यक शास्त्रासह, वैद्यक, औषधनिर्माणशास्त्र, शुश्रुषा, दंतवैद्यक, वैद्यकीय व्यवसायसंबंधित इतर व्यवसाय, सार्वजनिक आरोग्य, वर्तनविषयक शास्त्र, फिजिओथेरपी, व्यावसायिक उपचारपद्धती, वैद्यकीय तंत्रज्ञान, इस्पितळ प्रशासन, आणि शरीरशास्त्र याविषयीचे संदर्भ उपलब्ध आहेत.	*मेडिकस सूची* (MEDICUS)
सिनाहल (CINAHL)	क्युमुलेटिव्ह इनडायसेस टू नर्सिंग ॲण्ड अलाइड हेल्थ लिटरेचर यात शुश्रुषा विषयक नियतकालिके आणि आरोग्य शिक्षण, वैद्यकीय नोंदी, व्यावसायिक रोगनिवारण पद्धती, शारीरिक उपचार, रेडिओलॉजी तंत्रज्ञान अशा इतर १३ आरोग्य विद्याशाखांशी संबंधित प्राथमिक नियतकालिके यांचा समावेश आहे.	सिनाहल (CINAHL)

अनेक विद्याशाखांमध्ये वैशिष्ट्यपूर्ण संगणकीकृत माहिती तयार केली जाते. संदर्भसूची तयार करण्यासाठी या माहितीचा उपयोग होतो. उदाहरणार्थ, बहुतेक ग्रंथालयांमध्ये तक्ता ३.१ मध्ये दर्शविल्याप्रमाणे संगणकीकृत माहिती उपलब्ध असते.

तुमच्या अभ्यासासाठी काही उपयुक्त संदर्भ मिळतील अशी योग्य गाहिती निवडा. अर्थात, संगणकावर जे लेख आणि नियतकालिके नोंदविलेली असतील तेवढ्यापुरतीच ही माहिती मर्यादित असेल. तुमच्या अभ्यासाशी निगडित अधिक वाचन करावयाच्या साहित्याची यादी तयार करण्यासाठी तुमचे संशोधन पर्यवेक्षक आणि इतर तज्ज्ञ यांच्याशी तुम्ही चर्चा करणे आवश्यक आहे.

परिषदेत सादर केलेले शोधनिबंध

व्यावसायिक परिषदांमध्ये सादर केलेले शोधनिबंध हासुद्धा साहित्य परीक्षणाचा महत्त्वाचा स्रोत आहे. यातून तुम्हाला तुमच्या क्षेत्रातील अद्ययावत, अगदी अलीकडे झालेल्या संशोधनाविषयी माहिती उपलब्ध होईल. तुम्हाला औत्सुक्य असलेल्या क्षेत्रात अलीकडे झालेल्या परिषदांमध्ये सादर केलेल्या शोधनिबंधांच्या प्रती मिळवण्याचा प्रयत्न करा.

आंतरजाल (इंटरनेट)

प्रकाशित साहित्याचा शोध घेण्यासाठी, आता बहुतेक सर्व विद्याशाखा आणि व्यावसायिक क्षेत्रे यात, इंटरनेट हे महत्त्वाचे साधन झाले आहे. इंटरनेटद्वारे तुम्ही पुस्तके, नियतकालिके आणि अन्य स्रोतांचा शोध घेऊ शकता.

इंटरनेटवरून घ्यायचा शोध हा सर्च इंजिनमार्फत घेतला जातो. (http//www.thesearchenginelist.com अशी अनेक सर्च इंजिन आहेत त्याची यादी या साइटवर मिळते.) वेगवेगळ्या इंजिनवर वेगवेगळी माहिती मिळते. काही विशेषतः व्यवसाय, कायदा, नकाशे, पुस्तके, वैद्यकीय आणि बहुमाध्यमे; इतर सर्वउद्देशीय सर्च इंजिन आहेत. तरीही, तुमच्या उद्दिष्टासाठी *गुगल, स्कॉलर, गुगल.कॉम आणि याहू*! (Google, scholar. goole.com and yahoo) इंटरनेटवरचा आणखीन एक महत्त्वाचा स्रोत म्हणजे विकीपीडिया. यात विशेष करून संकल्पना आणि संज्ञा यांचे वर्णन केलेले असते आणि स्पष्टीकरण दिलेले असते. तुम्ही व्याख्या, अर्थ आणि इतर तपशील यासाठी याचा वापर करू शकता; परंतु हे तुम्ही विकीपीडिया वरून घेतले असा संदर्भ तुम्ही तुमच्या संशोधनात देऊ शकणार नाही याची जाणीव ठेवा, कारण अनेक विद्यापीठे हा संदर्भ विश्वासार्ह मानत नाहीत.

सर्च इंजिन

परवलीच्या शब्दांच्या सहाय्याने इंटरनेटवरून आणि ग्रंथालयातील संगणक सूचीवरून पुस्तके आणि लेख शोधणे हे दोन्ही सारखेच आहे. इंटरनेटवरून स्वतंत्र किंवा संयुक्त शब्द असलेले परवलीचे शब्द वापरून माहितीच्या संचामध्ये काय काय माहिती, साहित्य आहे ते पाहता येते. इतर लोक जे वापरतात तेच शब्द किंवा शब्दसमूह तुम्ही निवडणे आवश्यक आहे.

गिलबर्ट (२००८: ७३), बहुसंख्य शोधांसाठी बुलिअन तर्कशास्त्र वापरते, जे ''आणि'', ''किंवा'' आणि ''नाही'' या तीन मुख्य प्रकारातून शोध घेत असते. योग्य, नेमका संदर्भ शोधण्यासाठी तुमचा शोध सीमित करण्यास तुम्ही सरावाने परवलीचे शब्द आणि, किंवा, नाही यांच्यासह कार्यक्षम आणि परिणामकारकपणे वापरू शकाल.

बुलिअन शोध प्रणाली

निवडक साहित्याचे परीक्षण

आता तुम्ही अनेक उपयुक्त पुस्तकांचा आणि लेखांचा शोध घेतला आहे. तुमच्या अभ्यासाशी निगडित असलेले मुद्दे आणि विषय त्या वाचनातून चिकित्सकपणे निवडून एकत्रित करणे ही आता पुढची पायरी आहे. तुम्ही निवडलेली पुस्तके आणि लेख वाचताना जोपर्यंत तुमच्या मनात विषयाला अनुसरून सैद्धान्तिक आकृतिबंध तयार होत नाही, तोपर्यंत तुम्ही शोधलेला प्रत्येक विषय किंवा मुद्दा स्वतंत्र कागदावर लिहा. खालील उदाहरणांत ही प्रक्रिया तपशीलवार दिली आहे.

लेखकाने नुकतीच मूल्यमापन अभ्यासाचा भाग म्हणून पश्चिम ऑस्ट्रेलियातील वैद्यकीय सेवा पुरविणाऱ्या वैद्यकीय सेवा पुरवठादाराची समुदाय प्रतिसादात्मकता अभ्यासली. सदर मूल्यमापन करण्यापूर्वी 'आरोग्याबाबत समुदाय प्रतिसादात्मकता' या विषयाशी संबंधित साहित्य शोधून त्याचे परीक्षण करण्यात आले. या परीक्षणातून अनेक विषय पुढे आले, जे अभ्यासासाठीच्या सैद्धान्तिक चौकटीच्या विकासाचे आधार ठरले. या सगळ्यातून, मूल्यमापन अभ्यासासाठी करायच्या सैद्धान्तिक चौकटीसाठी पुढील विषय निवडले गेलेः

- समुदायाचा प्रतिसादः याचा अर्थ काय?
- समुदायाचा प्रतिसाद यामागे असलेली तात्त्विक बैठक
- या संकल्पनेचा ऑस्ट्रेलियातील ऐतिहासिक विकास
- आरोग्य नियोजनातील या संकल्पनेच्या वापराची व्याप्ती
- समुदायाचा प्रतिसाद मिळण्यासाठी विकसित केलेली रणनीती
- यश किंवा अपयशाचे निदर्शक
- सामाजिक सहभागासाठी प्रयत्न
- समुदायाचा प्रतिसाद अमंलात आणताना येणाऱ्या अडचणी
- सहभागधारकांचा समुदायाचा प्रतिसाद या संकल्पनेविषयीचा दृष्टिकोन.

आता आपण शिक्षणाक्षेत्रातील आणखीन एक उदाहरण घेऊ.

नियतकालिकांतील लेखांचे वाचन

समजा, तुम्ही माध्यमिक विद्यालयातील विद्यार्थ्यांच्या उच्च शैक्षणिक प्रगतीचे निर्धारकांचा अभ्यास करणार आहात. या कामाचा एक भाग म्हणून सैद्धान्तिक चौकट तयार करताना तुम्ही कदाचित साहित्यावर भर देताना उच्च शैक्षणिक प्रगती आणि पुढील घटक यांचे परस्पर संबंध शोधण्यावर तुम्ही भर द्याल.

- घरातले वातावरण
- समवयस्कांचा दबाव
- खेळातील भाग
- आत्मसन्मान
- अभ्यासातील प्रेरणा
- पालकांची शैक्षणिक पार्श्वभूमी
- शिक्षकांबरोबरचे नातेसंबंध

एकदा का तुम्ही कच्ची चौकट तयार केलीत की, या विचारांशी संबंधित आत्तापर्यंत वाचलेल्या मजकुरातून मिळालेली अनुमाने, प्रत्येकासाठी स्वतंत्र कागद वापरून, तुम्ही विकसित केलेल्या चौकटीत समाविष्ट करा. तुम्ही जसजसे पुढे वाचत जाल तसतशी प्राप्त होणारी माहिती त्या त्या विषयामध्ये समाविष्ट करा. लक्षात ठेवा, तुम्ही जसजसे पुढे वाचन करत जाल तसतसे तुम्हाला नवीन विचारांचा समावेश करावा लागेल. साहित्य वाचताना तुम्ही काळजीपूर्वक आणि चिकित्सक पद्धतीने तपासले पाहिजे. त्यात पुढील पैलू विचारात घेतले पाहिजेतः

- तुमच्या सैद्धान्तिक चौकटीच्या स्वरूपाविषयी, तुम्हाला कोणत्याही शंका नाहीत याकडे लक्ष द्या.
- मांडलेले सिद्धान्त, त्यांवरील टीका, त्यांचे आधार, तसेच वापरलेल्या पद्धती (अध्ययन आराखडा, नमुना आकार आणि त्याची वैशिष्ट्ये, अनुमापन पद्धती इत्यादी) आणि या सर्वांवरील टीका लक्षात घ्या.
- प्राप्त केलेल्या अनुमानांचे सामान्यीकरण इतर परिस्थितीत किती प्रमाणात करता येऊ शकते याचे परीक्षण करा.
- संशोधकांमध्ये ज्याबाबत विशेष मतभिन्नता आहे ती लक्षात घ्या, तिच्या वैधतेविषयी तुमचे मत आणि भूमिका मांडा. त्याबद्दलच्या तुमच्या कारणांचाही उल्लेख करा.
- ज्यात अल्प किंवा थोडीसुद्धा माहिती उपलब्ध नाही अशी अभ्यासक्षेत्रे शोधा. ज्ञानकक्षेतील उणिवा शोधून काढा.

सैद्धान्तिक चौकट विकसित करणे

साहित्याचे परीक्षण करणे हे कधीही न संपणारे काम आहे, परंतु तुमच्याकडे वेळ कमी असल्याने तुमच्या संशोधन विषयातील मुख्य विचाराशी संबंधित काही निकष साहित्याच्या परीक्षणातून निश्चित करा. तुम्ही जसजसे साहित्याचे वाचन कराल तसतसे तुमच्या लक्षात येईल की तुम्हाला ज्या प्रश्नाचे अन्वेषण करायचे आहे त्या प्रश्नाची मुळे वेगवेगळ्या दृष्टिकोनातून विकसित केलेल्या अनेक सिद्धान्तांत आहेत. अनेकविध पुस्तके व मासिके यातून मिळालेल्या माहितीची मुख्य विचार आणि सिद्धान्त यात विभागणी करा. लेखकांमधील याबद्दलच्या मान्यता व अमान्यता अधोरेखित करा, आणि त्यातील उणिवा व अनुत्तरित प्रश्न शोधा. तुमच्या लक्षात येईल की, साहित्यामध्ये तुमच्या संशोधन विषयाशी प्रत्यक्ष आणि अप्रत्यक्षपणे निगडित असलेले अनेक पैलू हाताळले आहेत. या पैलूंचा सैद्धान्तिक चौकट तयार करण्यासाठी वापर करा. यापूर्वी उल्लेख केल्यानुसार, तुम्ही साहित्याचे परीक्षणातून मिळविलेली माहिती या चौकटीत वर्गीकृत केली पाहिजे. तुम्ही जसजसे वाचत जाल, तसतसे याविषयी सैद्धान्तिक चौकट मार्गदर्शन करेल, मात्र तुम्ही या चौकटीच्या संदर्भात साहित्याचे परीक्षण केले नाहीत तर तुम्ही तुमच्या साहित्याचा शोध केंद्रीभूत पद्धतीने करू शकणार नाही. येथे पूर्वी उल्लेख केलेला विरोधाभास पुढे येतोः जोपर्यंत तुम्ही साहित्याचे वाचन करत नाही तोपर्यंत तुम्ही सैद्धान्तिक चौकट विकसित करू शकत नाही, आणि जोपर्यंत तुम्ही सैद्धान्तिक चौकट तयार करत नाही तोपर्यंत तुम्ही साहित्याचे परीक्षण परिणामकारकपणे करू शकणार नाही. यावर उपाय म्हणजे प्रथम काही साहित्य वाचा आणि नंतरच चौकट विकसित करायचा प्रयत्न करा, ती कच्च्या स्वरूपाची असली तरीही चालेल, उर्वरित वाचनातून तुम्ही त्या चौकटीची जुळणी कराल. जसजसे तुम्ही अधिक वाचन कराल तसतसे तुम्ही चौकटीत बदल कराल. तरीही, याशिवाय आपण जरूर नसतानाही वाचन केले व आपल्या विषयाशी निगडित नसलेल्या नोंदी घेतल्या अशा विचारात तुम्ही अडकण्याची शक्यता आहे.

तुमच्या अभ्यासासाठी समर्पक असलेल्या साहित्यात दोन प्रकारची माहिती असेल; वैश्विक किंवा सर्वसामान्य; आणि अधिक विशिष्ट (स्थानिक कल किंवा विशिष्ट कार्यक्रम). अशा माहितीविषयी लिहिताना पहिल्यांदा तुम्ही सर्वसामान्य माहितीपासून सुरुवात करून हळूहळू ती विशिष्ट माहितीच्या मर्यादेत आणली पाहिजे. आकृती ३.१ मधील उदाहरण पहा.

जर तुम्हाला जन्मदर आणि मृत्यूदर यांच्यातील परस्परसंबंध अभ्यासायचा असेल तर तुम्हाला खालील विषयाशी संबंधित साहित्याचे परीक्षण करावे लागेलः

- *जन्मदर* – कल, सिद्धान्त, त्याचे दर्शक व त्यावरील टीका, प्रजननावर परिणाम करणारे घटक, प्रजनन नियंत्रित करण्याच्या पद्धती, गर्भनिरोधकाच्या वापरावर परिणाम करणारे घटक;
- *मृत्यूदर* – मृत्यूदरावर परिणाम करणारे घटक, मृत्यूदर निर्देशांक आणि एकूण लोकसंख्येतील मृत्यूदराच्या पातळ्या मापनातील त्यांची संवेदनशीलता, मृत्यूदरातील कल आणि सर्वात महत्त्वाचे;
- *जन्मदर आणि मृत्यूदर या दोघांमधील संबंध* – जन्म आणि मृत्यू यामधील संबंध स्पष्ट करण्यासाठी मांडलेले सिद्धान्त, त्यांचे सूचक संबंध.

या साहित्य परीक्षणातून तुम्हाला तुमच्या अभ्यासासाठी सैद्धान्तिक साचा विकसित करावा लागेल. प्राथमिकतः हे सिद्धान्त जन्म आणि मृत्यू यांच्यातील संबंधांतून पुढे आलेले असावेत. ह्या संबंधांचे स्पष्टीकरण देणारे अनेक सिद्धान्त तुम्हाला आढळतील. उदाहरणार्थ, हे आर्थिक, धार्मिक, वैद्यकीय आणि मानसशास्त्रीय दृष्टिकोनातून स्पष्ट केलेले आहेत. प्रत्येक दृष्टिकोनातून अनेक सिद्धान्त पुढे आले आहेतः 'विमा सिद्धान्त', 'मृत्यूच्या भयाचा सिद्धान्त', 'बदलाचा सिद्धान्त', 'किमतीचा सिद्धान्त', 'उपयोगाचा सिद्धान्त', 'अधिक' किंवा 'साठेबाजीचा सिद्धान्त' आणि 'धोक्याचा सिद्धान्त'.

तुमचे संशोधन परीक्षण पुढील शीर्षकाखाली लिहिलेले असावे त्यातली जास्तीत जास्त परीक्षणे जन्म आणि मृत्यू यांच्यातील संबंधाची तपासणी करणारी असावीत.

- जन्मविषयक सिद्धान्त;
- लोकसंख्येच्या संक्रमणाचा सिद्धान्त;
- जन्मदराचा कल (जागतिक, राष्ट्रीय आणि स्थानिक पातळीवरील);
- गर्भनिरोधनाच्या पद्धती (त्यांचा स्वीकार आणि परिणामकारकता);
- मृत्यूच्या दरावर परिणाम करणारे घटक;
- मृत्यूदराचा कल (आणि त्याचे सूचक संबंध);
- मृत्यूदराचे सूचक निर्देशांक (आणि त्यांची संवेदनशीलता);
- *जन्मदर आणि मृत्यूदर यांच्यातील संबंध* (विविध सिद्धान्त उदाहरणार्थ, 'विमा', 'मृत्यूची भीती', 'बदल', 'किंमत', 'उपयोग', 'धोका' आणि 'साठेबाजी').

सांकल्पनिक चौकट विकसित करणे

सांकल्पनिक चौकट हा तुमच्या संशोधन समस्येचा आधार असतो. ही सैद्धान्तिक चौकटीचीच शाखा असते आणि सामान्यतः तुमच्या अभ्यासाकरिता आधारभूत असलेले विभाग तिच्या केंद्रस्थानी असतात. सैद्धान्तिक

चौकटीत तुमच्या अभ्यासातील सिद्धान्त किंवा प्रश्न यांचा समावेश असतो, तर तुमच्या चौकशीचा आधार म्हणून तुम्ही निवडलेल्या सैद्धान्तिक चौकटीतील पैलूंचे वर्णन सांकल्पनिक चौकटीत असते. उदाहरणार्थ, आकृती ३.१अ मधील सैद्धान्तिक चौकटीत जन्म आणि मृत्यू यांच्यातील संबंधाचे स्पष्टीकरण देण्यासाठी मांडलेल्या सर्व सिद्धान्तांचा समावेश होतो. असे असले तरीही, तुम्ही यापैकी एखाद्याच सिद्धान्ताचे परीक्षण कराल, उदाहरणार्थ, मृत्यूची भीती. तशाच प्रकारे आकृती ३.१ब मधील सांकल्पनिक चौकट ही समुदायाचा प्रतिसाद वाढविण्यासाठी आखलेल्या नीतीचे यश किंवा अपयशाचे मापन करण्यासाठी असलेल्या निर्देशकांवर केंद्रित करते. म्हणून सांकल्पनिक चौकट सैद्धान्तिक चौकटीतून विकसित होते आणि ती विशेष करून फक्त तुमच्या संशोधन समस्येशी निगडित असते. अशाप्रकारे सांकल्पनिक साचा हा तुमच्या अभ्यासाचा पाया होतो.

परीक्षण केलेल्या साहित्याविषयी लेखन करणे

आता बाकी राहते ते, तुम्ही परीक्षण केलेल्या साहित्याविषयी लेखन करणे. या प्रकरणाच्या सुरुवातीला उल्लेख केल्याप्रमाणे साहित्याच्या परीक्षणाची ढोबळमानाने दोन कार्ये आहेतः (१) तुमच्या अभ्यासाची सैद्धान्तिक पार्श्वभूमी तयार होते, (२) प्रचलित ज्ञानकक्षेच्या संबंधात तुमच्या अनुमानांना संदर्भीकरणाची क्षमता प्राप्त होते, याशिवाय तुमची पद्धती अधिक सुधारित होते. तुमच्या साहित्याच्या परीक्षणातील आशयावर या दोन उद्दिष्टांचे प्रतिबिंब उमटले पाहिजे. पहिले उद्दिष्ट साध्य होण्यासाठी तुम्ही तुमच्या क्षेत्राशी निगडित असलेले अनेक सिद्धान्त शोधून त्यांचे वर्णन केले पाहिजे आणि विद्यमान ज्ञानातील उणिवांकडे विशेष निर्देश केला पाहिजे, तसेच अभ्यासक्षेत्रात झालेली नवीन प्रगती, सध्याचे कल आणि इत्यादी शोधून त्यांचे वर्णन केले पाहिजे. दुसरे उद्दिष्ट साध्य होण्यासाठी तुम्ही प्रचलित साहित्यातील तुमच्या अभ्यासाशी निगडित असलेल्या विशिष्ट अनुमानांची आणि तुमच्या अभ्यासाची निष्पत्ती यांची, खात्री करण्यासाठी किंवा त्यांचे खंडन करण्यासाठी, तुलना करून सांगड घालणे आवश्यक आहे. या टप्प्यावर तुम्ही तुमच्या अभ्यासासाठी आवश्यक सैद्धान्तिक पार्श्वभूमी मिळवणे हे पहिले उद्दिष्ट साहित्याच्या परीक्षणातून साध्य करू शकता याची नोंद घ्या. अनुमानांचे संदर्भीकरण करणे, हे दुसरे उद्दिष्ट साध्य करण्यासाठी तुम्हाला अहवाल लेखनाच्या टप्प्यापर्यंत वाट पाहावी लागेल.

तुमच्या अभ्यासाची सैद्धान्तिक पार्श्वभूमी तयार होण्यासाठी वाचन करत असताना काही विशिष्ट विचार आकार घेत असल्याची तुम्हाला जाणीव होईल. जे मुख्य विचार आहेत त्यांची यादी करून त्यांचे उपशीर्षकांत रूपांतर करा. काहीजण साहित्याचे परीक्षण उपशीर्षके न देता 'परीक्षण साहित्याचे', 'साहित्याचा सारांश' किंवा 'साहित्याचे परीक्षण' असे शीर्षक देऊन एकाच विभागात लिहितात, परंतु प्रस्तुत लेखक अशी आग्रहाची सूचना करत आहे की तुमच्या मुख्य विचाराला आधारभूत, जी तुम्ही शोधली आहेत आणि ज्यांनी तुमच्या सैद्धान्तिक चौकटीला आकार दिला आहे, अशी उपशीर्षके द्या. ही उपशीर्षके (जी तुमच्या सैद्धान्तिक चौकटीला आकार देतील) नेमकी, समस्येतील विचाराचे योग्य वर्णन करणारी आणि तर्कशुद्ध पद्धतीने दिलेली असावीत. आता प्रत्येक उपशीर्षकाखाली मुख्य अनुमानांची, समस्येतील विचाराचे अनुषंगाने (**विचारानुसार लेखन**), नोंद करा. या अनुमानांबाबत, जर त्याच्या बाजूने व विरुद्ध, काही प्रतिवाद असतील तर, त्यांची कारणे आणि त्यातील उणिवा आणि प्रश्न ओळखून त्यांची ठळकपणे नोंद करा. आकृती ३.२अ मध्ये जी साहित्याच्या परीक्षणातील विचारांचे वर्णन करणारी उपशीर्षके वापरली आहेत, ती शीर्षके लेखकाने 'पश्चिम ऑस्ट्रेलियातील देशांतर्गत दत्तकविधान' या नावाने केलेल्या अभ्यासातील आहेत. आकृती ३.२ब समुदायाचा प्रतिसाद या अभ्यासासाठी याभोवती मुख्य विचार केंद्रीभूत ठेवून साहित्य परीक्षण केले गेले आहे.

जर तुम्हाला जन्मदर आणि मृत्यूदर यांच्यातील परस्परसंबंधाचा अभ्यासायचा असेल तर तुम्हाला खालील विषयाशी संबंधित साहित्याचे परीक्षण करावे लागेलः

- *जन्मदर* – कल, सिद्धान्त, त्याचे दर्शक व त्यावरील टीका, प्रजननावर परिणाम करणारे घटक, प्रजनन नियंत्रित करण्याच्या पद्धती, गर्भनिरोधकाच्या वापरावर परिणाम करणारे घटक;
- *मृत्यूदर* – मृत्यूदरावर परिणाम करणारे घटक, मृत्यूदर निर्देशांक आणि एकूण लोकसंख्येतील मृत्यूदराच्या पातळ्या मापनातील त्यांची संवेदनशीलता, मृत्यूदरातील कल आणि सर्वात महत्त्वाचे;
- *जन्मदर आणि मृत्यूदर या दोघांमधील संबंध* – जन्म आणि मृत्यू यामधील संबंध स्पष्ट करण्यासाठी मांडलेले सिद्धान्त, त्यांचे सूचक संबंध.

या साहित्य परीक्षणातून तुम्हाला तुमच्या अभ्यासासाठी सैद्धान्तिक साचा विकसित करावा लागेल. प्राथमिकतः हे सिद्धान्त जन्म आणि मृत्यू यांच्यातील संबंधातून पुढे आलेले असावेत. तुम्हाला, ह्या संबंधांचे स्पष्टीकरण देणारे अनेक सिद्धान्त तुम्हाला आढळतील. उदाहरणार्थ, हे आर्थिक, धार्मिक, वैद्यकीय आणि मानसशास्त्रीय दृष्टिकोनातून स्पष्ट केलेले आहेत. प्रत्येक दृष्टिकोनातून अनेक सिद्धान्त पुढे आले आहेतः 'विमा सिद्धान्त', 'मृत्यूच्या भयाचा सिद्धान्त', 'बदलाचा सिद्धान्त', 'किमतीचा सिद्धान्त', 'उपयोगाचा सिद्धान्त', 'अधिक' किंवा 'साठेबाजीचा सिद्धान्त' आणि 'धोक्याचा सिद्धान्त'.

तुमचे संशोधन परीक्षण पुढील शीर्षकाखाली लिहिलेले असावे त्यातील जास्तीत जास्त परीक्षणे जन्म आणि मृत्यू यांच्यातील संबंधांची तपासणी करणारा असावा.

- जन्मविषयक सिद्धान्त;
- लोकसंख्येच्या संक्रमणाचा सिद्धान्त;
- जन्मदराचा कल (जागतिक, राष्ट्रीय आणि स्थानिक पातळीवरील);
- गर्भनिरोधनाच्या पद्धती (त्यांचा स्वीकार आणि परिणामकारकता);
- मृत्यूदरावर परिणाम करणारे घटक;
- मृत्यूदराचा कल (आणि त्याचे सूचक संबंध);
- मृत्यूदराचे सूचक निर्देशांक (आणि त्यांची संवेदनशीलता);
- *जन्मदर आणि मृत्यूदर यांच्यातील संबंध* (विविध सिद्धान्त उदाहरणार्थ, 'विमा', 'मृत्यूची भीती', 'बदल', 'किंमत', 'उपयोग', 'धोका' आणि 'साठेबाजी').

आकृती ३.१अ सैद्धान्तिक आराखडा विकसित करणे जन्मदर आणि मृत्यूदरामधील संबंध

टिपणः *काही सहभागधारकांशी केलेल्या प्राथमिक चर्चेत असे निष्पन्न झाले की, समाजाचा प्रतिसाद याविषयी त्यांना फारशी माहिती नसल्यामुळे हा अभ्यास पूर्वतयारीचा टप्पा आणि प्रत्यक्ष मूल्यमापन टप्पा अशा दोन टप्प्यात करावा असा प्रस्ताव मांडण्यात आला. पूर्वतयारीच्या टप्प्याचे मुख्य उद्दिष्ट, संकल्पना निश्चितपणे समजून घेणे, उपयोगात आणली जात असलेली किंवा होऊ शकेल अशी रणनीती शोधून काढणे आणि योजनेचे यशापयश मोजण्यासाठीचे निर्देशक तयार करणे हे होते. ही चौकट या अभ्यासाच्या पहिल्या टप्प्याचा पाया, आधार ठरला होता.*

पहिल्या टप्प्यासाठी लिहिले गेलेले साहित्याचे परीक्षण हे खाली दिलेल्या सैद्धान्तिक चौकटीच्या अनुषंगाने लक्षात घेऊन लिहिले गेले होते, अर्थातच जे साहित्याच्या परीक्षणातूनच आकाराला आले होते.

सामुदायिक प्रतिसादः सहभागधारकांना (सेवा पुरवठादार, सेवा व्यवस्थापक आणि ग्राहक) यांना सामुदायिक प्रतिसाद यातून काय बोध होतो, त्याची गरज काय, त्यातून कोणते उद्दिष्ट साध्य होते?

ऐतिहासिक आणि तात्त्विक दृष्टिकोनः संकल्पनेची सुरुवात, तिचा उदय आणि ऐतिहासिक विहंगावलोकन, संकल्पनेच्या निर्मितीमागील तात्त्विक दृष्टिकोन.

अंमलबजावणीची रणनीती: सेवा पुरवठा क्षेत्रात सामुदायिक प्रतिसाद संपादन करण्यासाठी कोणती नीती उपयोगात आणली होती?

सहभागधारकांचा दृष्टिकोनः सेवा पुरवठादार, सेवा व्यवस्थापक आणि ग्राहक यांचा सामुदायिक प्रतिसाद याबाबतचा दृष्टिकोन काय आहे?

सामुदायिक प्रतिसाद या संकल्पनेचे मूल्यमापनः या रणनीतीचा परिणाम निश्चित करण्यासाठी कोणते निर्देशक निश्चित करण्यात आले आहेत, रणनीतीच्या अंमलबजावणीचे यश आणि अपयश कशावरून निश्चित केले पाहिजे आणि ते कोणाकडून आणि कसे निश्चित केले पाहिजेत?

आकृती ३.१ब आरोग्याबाबत सामुदायिक प्रतिसादाच्या अभ्यासाची सैद्धान्तिक चौकट

पश्चिम ऑस्ट्रेलियातील देशांतर्गत दत्तकविधान

(दत्तक घेणाऱ्या कुटुंबाची माहिती)

खालील विषयाच्या अनुषंगाने साहित्याचे परीक्षण करण्यात आलेः

- परिचय (दत्तक विधानाविषयी सुरुवातीची निरीक्षणे)
- दत्तक विधानाचा इतिहास आणि तत्त्वज्ञान
- दत्तक विधानाची कारणे
- दत्तक विधानाबाबत कल (जागतिक आणि राष्ट्रीय)
- देशांतर्गत दत्तक विधान
- पश्चिम ऑस्ट्रेलयातील देशांतर्गत दत्तक विधानाचा इतिहास
- पश्चिम ऑस्ट्रेलियातील देशांतर्गत दत्तक विधानाबाबत कल
- पश्चिम ऑस्ट्रेलियातील दत्तक विधानाचे कायदे
- पश्चिम ऑस्ट्रेलियातील दत्तक विधान प्रक्रिया
- दत्तक विधानातील अडचणी आणि प्रश्न
- साहित्यातील उणिवा (यामध्ये ज्या पालकांनी इतर देशांतून मुले दत्तक घेतली होती त्यांची माहिती उपलब्ध नव्हती, जी या अभ्यासाचा आधार होती.)

आकृती ३.२अ साहित्य परीक्षणाचा नमुना आराखडा

या अध्ययनासाठी केलेल्या साहित्याचे परीक्षण हे खाली दिलेल्या विचारांच्या अनुषंगाने केले गेले आहे, जे विचार साहित्याचे परीक्षण आणि अध्ययनाची उद्दिष्टे यावरून प्रस्थापित झाले आहेत.

- संकल्पनेची परिचयात्मक पार्श्वभूमी
- सामुदायिक प्रतिसाद याचा अर्थ काय?
- पश्चिम ऑस्ट्रेलियातील सामुदायिक प्रतिसाद या संकल्पनेचा परिचयात्मक ऐतिहासिक दृष्टिकोन
- सामुदायिक प्रतिसाद या संकल्पनेची तात्त्विक बैठक.
- सामुदायिक प्रतिसाद या संकल्पनेविषयी सहभागधारकांचा दृष्टिकोन.
- सामुदायिक प्रतिसाद साध्य करण्यासाठी आखावयाच्या विविध नीती
- योजनेच्या अंमलबजावणीच्या रणनीतीची परिणामकारकता मोजणे: निर्देशक आणि पद्धती

आकृती ३.२ब सामुदायिक प्रतिसाद अभ्यासासाठी साहित्याच्या परीक्षणातील मुख्य विचार

लेखन केन्द्र

साहित्याच्या परीक्षणाचे दुसरे व्यापक कार्य तुमच्या अध्ययनातील अनुमानांचे संदर्भीकरण करणे म्हणजे इतरांनी काढलेल्या अनुमानांशी तुमच्या अनुमानांची पद्धतशीरपणे तुलना करणे होय. तुमची अनुमाने खंडन करतात, की योग्य असण्याची खात्री देतात, की नवीन भर घालतात हे दाखवण्यासाठी इतरांच्या अभ्यासाचे उल्लेख उद्धृत करा. इतरांच्या अभ्यासातून मिळालेल्या अनुमानांच्या संदर्भात तुमच्या अनुमानांना स्थान प्राप्त होईल. कोणत्याही उद्धृत केलेल्या मजकुराचा पूर्ण संदर्भ मसुद्यात दिलेला आहे याची खात्री करा. पूर्वीच नमूद केल्याप्रमाणे तुमच्या तथ्यांचे विश्लेषण झाल्यावर तुमची अनुमाने लिहिताना, हे काम हाती घ्या.

सारांश

साहित्याचे परीक्षण ही अखंड चालणारी प्रक्रिया आहे. ती संशोधन समस्या निश्चित करण्याअगोदर सुरू होते आणि अंतिम अहवाल लेखनापर्यंत सतत चालू राहते. साहित्याच्या परीक्षणात विरोधाभास आहे. तुम्ही संशोधन समस्या सूत्रबद्ध केल्याशिवाय परिणामकारकपणे साहित्याचे परीक्षण करू शकत नाही. तरीही समस्यासूत्रण करण्यासाठी मदत करण्यात साहित्याच्या परीक्षणाची भूमिका महत्त्वाची असते. साहित्य परीक्षणाने तुमच्या संशोधन समस्येत स्पष्टता आणि केंद्रीभूतता येते, तुमच्या संशोधन पद्धतीत सुधारणा होते आणि तुमच्या ज्ञानाचा पाया विस्तारतो. साहित्याच्या परीक्षणातून तुम्हाला तुमच्या अभ्यासाशी निगडित असलेला विषय वेगळा काढता येतो, तर साहित्याचा सारांश संदर्भाच्या परीक्षणातून प्राप्त झालेल्या मुख्य अनुमानांचे त्यातील परस्पर दुवे आणि वैचारिक एकात्मता याशिवाय वर्णन करतो.

साहित्याच्या परीक्षणात पुढील टप्प्यांचा समावेश होतोः तुमच्या अध्ययन विषयातील विद्यमान साहित्याचा शोध घेणे; निवडलेल्या साहित्याचे परीक्षण करणे; तुमच्या अभ्यासाच्या सुरुवातीपासून सैद्धान्तिक चौकट तयार करण्यासाठी या साहित्याचा उपयोग करणे, यातून तुमच्या अन्वेषणाचा मुख्य भाग असलेली सांकल्पनिक चौकट विकसित करणे. साहित्य शोधण्याचे पुस्तके, नियतकालिके, परिषदांमधील शोधनिबंध आणि इंटरनेट हे मुख्य स्रोत आहेत. समर्पक साधने, प्राप्त करण्यासाठी अनेक स्रोत माहिती उपलब्ध करून देतात.

साहित्य परीक्षणाची दोन मुख्य कार्ये आहेतः (१) यातून तुमच्या अभ्यासाला सैद्धान्तिक पार्श्वभूमी प्राप्त होते, आणि (२) ते चौकशीच्या क्षेत्राशी संबंधित तुम्ही काढलेल्या अनुमानांची इतरांच्या अनुमानांशी तुलना करून त्याचे संदर्भीकरण करण्यास मदत करते. संशोधन प्रक्रियेच्या या टप्प्यावर फक्त पहिले कार्य संबोधित केले जाऊ

शकते. हे दुसरे कार्य, जेव्हा तुम्ही तुमच्या तथ्यांचे विश्लेषण कराल आणि तुमच्या अनुमानांविषयीच्या लेखन प्रक्रियेत असाल तेव्हाच वापरू शकाल.

साहित्याचे परीक्षण यासंदर्भातील तुमचे लेखन वैचारिक स्वरूपाचे असावे, ते मुख्य विषयावर आधारित असावे, लेखनातील विचारांचा क्रम तार्किकदृष्ट्या पुढे नेलेला असावा, आपला प्रतिवाद गांडण्यासाठी दिलेली साहित्यातील अनेक वैशिष्ट्यपूर्ण उद्धृते आणि पुराव्यादाखलचे उतारे, हे शैक्षणिक संदर्भ देण्याच्या मान्य शैलीनुसार असावेत.

याचा विचार करा

- प्रकरणाच्या सुरुवातीला असलेल्या परवलीच्या शब्दांशी स्वतःला पुनःपरिचित करा आणि जर काही शब्दाचा अर्थ किंवा वापर याबद्दल तुम्हाला खात्री नसेल तर पुढे जाण्यापूर्वी प्रकरणात पुन्हा एकदा ते शब्द पहा.
- विचार किंवा मुद्दा शोधण्यासाठी परवलीचा शब्द शोधण्याकरिता (अ) इंटरनेट सर्च इंजिनचा जसे, गुगल स्कॉलर आणि (आ) ग्रंथालय शोध यांचा वापर करा. या दोन्हीची तुलना करा.
- दोन किंवा तीन संशोधन अहवाल निवडा. त्यातील सारांश नजरेखालून घाला, त्यात जे सिद्धान्त मांडले आहेत त्याच्या नोंदी करा, तसेच वापरलेली पद्धती आणि पुढच्या अभ्यासासाठी केलेल्या शिफारशी याच्याही नोंदी करा. हे अहवाल अभ्यासविषयातील सहमती किंवा मतभेद याकडे अंगुलीनिर्देश करतात का?
- तुम्ही निवडलेला विषय किंवा प्रश्न याविषयी सैद्धान्तिक चौकट तयार करा.

आता तुम्ही हे प्रकरण वाचले आहे त्यावरून खालील प्रश्नांची उत्तरे द्यायचा प्रयत्न करा.

- संशोधन अभ्यासात साहित्याच्या परीक्षणाचे काय कार्य आहे?
- सैद्धान्तिक आणि सांकल्पनिक चौकट यातील फरक स्पष्ट करा.
- साहित्याचे परीक्षण व साहित्याचा सारांश या दोघांत काय फरक आहे?

४

संशोधन समस्येची सूत्रबद्ध मांडणी

या प्रकरणात तुम्ही खालील मुद्दे शिकणार आहात

- संख्यात्मक संशोधनात संशोधन समस्येची सूत्रबद्ध मांडणी करणे
- संख्यात्मक संशोधनात संशोधन समस्येच्या सूत्रबद्ध मांडणीचे महत्त्व
- संशोधन समस्येचे स्रोत
- संशोधन समस्येच्या निवडीतील विचारार्ह मुद्दे
- संशोधन समस्येची सूत्रबद्ध मांडणीचे टप्पे
- संशोधन उद्दिष्टांची सूत्रबद्ध मांडणी कशी करावी
- कार्यान्वयन व्याख्या प्रस्थापित करण्याचे महत्त्व
- गुणात्मक संशोधनात संशोधन समस्येची सूत्रबद्ध मांडणी

परवलीचे शब्द

संकल्पना, विच्छेदन,	संशोधन उद्दिष्टे,	विषयक्षेत्र,
कार्यान्वयन व्याख्या,	संशोधन समस्या,	वैधता, चल
गुणात्मक संशोधन,	अभ्यासक्षेत्र,	कार्यचालन व्याख्या
संख्यात्मक संशोधन ,	अभ्यासाधीन लोकसमुदाय,	

या प्रकरणाच्या अभ्यासानंतर तुम्हाला पुढील मुद्दे समजतील

- गुणात्मक आणि संख्यात्मक संशोधनात समस्येच्या सूत्रबद्ध मांडणीची प्रक्रिया
- संशोधन समस्येच्या सूत्रबद्ध मांडणीचे स्रोत आणि विचारार्ह मुद्दे
- संशोधन प्रश्न आणि उद्दिष्टे यांची सूत्रबद्ध मांडणी
- संकल्पनांचे कार्यान्वयन आणि अभ्यासाधीन लोकसमुदाय

जरी तुम्ही विशिष्ट कार्यपद्धती स्वीकारण्याची शक्यता असली तरीसुद्धा या प्रकरणाचा मध्यवर्ती उद्देश हा संशोधन समस्येच्या सूत्रबद्ध मांडणीच्या प्रक्रियेचे तपशील देणे हा आहे, जी अवलंबून असतेः

- संशोधन पद्धतीतील तुमचे कौशल्य;
- त्या विषयक्षेत्रातील तुमचे ज्ञान;
- परीक्षण करावयाच्या मुद्द्यांविषयीचे तुमचे आकलन;
- तुमच्या अभ्यासाची तुम्ही निश्चित केलेली व्याप्ती; आणि
- संख्यात्मक, गुणात्मक किंवा संयुक्त संशोधन पद्धतीविषयी तुमची स्वतःची पुरेशी ओळख.

जर तुम्हाला संशोधन प्रक्रियेचा पुरेसा परिचय नसेल आणि/किंवा नेमके कशाचे संशोधन करायचे याची स्पष्ट कल्पना नसेल तर या प्रकरणात दिलेल्या प्रत्येक टप्प्याचे अनुसरण करणे जरुरीचे आहे. तरीही, पूर्वानुभव असलेले संशोधक अनेक जवळचे मार्ग वापरू शकतील. येथील प्रक्रियेचा कच्चा मसुदा तयार करताना, तुम्हाला संशोधन समस्येच्या सूत्रबद्ध मांडणीसाठी आवश्यक असलेले ज्ञान नाही आणि कशाचे संशोधन करायचे याची विशिष्ट कल्पना नाही, असे गृहीत धरले आहे. जर तुम्हाला तुमच्या चौकशीच्या आधारभूत घटकांविषयी निश्चित कल्पना असेल तर तुम्हाला हे प्रकरण वाचण्याची गरज नाही. जरी सर्व प्रश्न संशोधन पद्धतीत समाविष्ट नसले तरीही तुमची कल्पना संशोधन करण्याजोगी आहे याची अवश्य खात्री करा.

संशोधन समस्या

ढोबळमानाने, तुम्हाला एखाद्या प्रश्नाचे उत्तर हवे आहे आणि कोणतेही गृहीतक किंवा अटकळ जिचा तुम्हाला शोध घ्यायचा आहे किंवा अन्वेषण करायचे आहे असा, कोणताही प्रश्न **संशोधन समस्या** किंवा अभ्यासाचा

विषय होऊ शकतो. तरीही, हे लक्षात ठेवणे महत्त्वाचे आहे की सगळ्या प्रश्नांचे संशोधन समस्येत रूपांतर करता येत नाही आणि काही प्रश्न अभ्यास करण्यासाठी कमालीचे अवघड असतात. पॉवर्स आणि इतर यांच्या मते (१९८५: ३८), 'संशोधन करण्याची संभाव्य क्षमता असलेले संशोधन प्रश्न आपल्यासमोर नियमित येत असतात, परंतु त्यांची अर्थपूर्ण सूत्रबद्ध मांडणी करणे हे अजिबात सोपे काम नाही.' नवोदितांना समस्येची सूत्रबद्ध मांडणी करणे सोपे वाटेल, परंतु त्यासाठी संशोधन पद्धती आणि **विषयक्षेत्र** यांचे पुरेसे ज्ञान असणे आवश्यक आहे. एकदा का तुम्ही संशोधनाधीन प्रश्न अगदी बारकाईने तपासलात की त्याची संशोधन समस्येत सूत्रबद्ध मांडणी करणे हे किती गुंतागुंतीचे आहे हे तुमच्या लक्षात येईल. 'प्रथमतः संशोधन प्रश्न ओळखणे आणि नंतर त्यात नेमकेपणा आणणे हे संशोधनातील सोपे आणि झटपट पूर्ण होणाऱ्या कार्यासारखे आहे असे वाटते. मात्र, अनेकदा ते तसे नसते.' (येगिडिस आणि वेनबॅक १९९१: ३५)

तुम्ही ज्या समस्येची सूत्रबद्ध मांडणी करणार आहात त्या समस्येत तम्ही अनुसरणाऱ्या प्रक्रियेच्या अंतर्गत फेरतपासणी करणे आवश्यक आहे. यावर विचार करण्यासाठी तुम्ही पुरेसा वेळही द्यायला हवा.

संशोधन समस्येच्या सूत्रबद्ध मांडणीचे महत्त्व

संशोधन समस्येची सूत्रबद्ध मांडणी ही संशोधन प्रक्रियेतील सर्वात महत्त्वाची पायरी आहे. प्रवासाला निघण्यापूर्वी आपले गंतव्यस्थान जसे निश्चित केले जाते तसेच हे आहे. पोहोचण्याचे ठिकाण जर निश्चित नसेल तर जवळचाच काय, कोणताही मार्ग शोधणे अशक्य असते. त्याचप्रमाणे, संशोधन समस्या जर स्पष्ट नसेल तर सुस्पष्ट आणि मितव्ययी नियोजन करणे शक्य नसते. संशोधन समस्या आणि इमारतीचा पाया यामध्येही साम्य आहे. इमारतीचा प्रकार आणि आराखडा त्याच्या पायावर अवलंबून असतो. जर इमारतीच्या पायाचा आराखडा सुयोग्य आणि मजबूत असेल तर इमारतही योग्य उभी राहते. संशोधन समस्या ही संशोधनाच्या पायासमानच असते; जर तिची उत्तम सूत्रबद्ध मांडणी झाली तर तुम्ही चांगल्या अभ्यासाची अपेक्षा करू शकता. कर्लिंगर (१९८६: १७) यांच्या मताप्रमाणे 'जर एखाद्याला प्रश्न सोडवायचा असेल तर त्याला प्रश्न नेमका काय आहे याची जाण असावी लागते. काय शोधायचा प्रयत्न केला जातोय हे समस्येच्या व्यापक भागावरून कळते असे आपण म्हणू शकतो.' तुम्ही अमूक एक शोधलेच पाहिजे याचा विचार न करता तुम्हाला कशाविषयी शोधायचे आहे याची तुम्हाला स्पष्ट कल्पना असणे आवश्यक आहे.

संशोधन समस्येची अनेक रूपे असतात, अगदी सोप्यापासून ते गुंतागुंतीपर्यंत. तुम्ही केलेल्या समस्येच्या सूत्रबद्ध मांडणीनुसारच पुढील प्रत्येक टप्पा ठरतो: संशोधनात वापरण्यात येणारा अभ्यास आराखडा; नमुने संकलित करण्याकरिता उपयोगात आणावयाचे रणनीती; उपयोगात आणावयाचे किंवा विकसित करावयाचे संशोधन साधन; आणि विश्लेषण पद्धती. समजा, नैराश्य हा व्यापक विषय तुमच्या औत्सुक्याचा आहे. पुढे असेही समजा की, समुदायातील नैराश्याच्या रुग्णांना ज्या सेवा उपलब्ध आहेत त्याविषयी तुम्हाला संशोधन करायचे आहे. जर तुमचा मुख्य भर हा नैराश्याच्या रुग्णांना उपलब्ध असलेल्या सेवा शोधणे हा असेल तुमच्या अभ्यासाचे स्वरूप हे वर्णनात्मक व गुणात्मक असेल. अशा प्रकारचा अभ्यास हा गुणात्मक संशोधन पद्धती वापरून केला जातो. दुसऱ्या बाजूला, जर तुम्हाला या सेवांचा वापर किती प्रमाणात केला जातो म्हणजेच किती लोक या सेवांचा वापर करतात हे शोधायचे असेल तर त्यासाठी, अभ्यासाचे स्वरूप जरी गुणात्मक असले तरी संख्याशास्त्रीय पद्धती वापरावी लागेल. जर तुमच्या अभ्यासाचा केंद्रबिंदू या सेवांच्या वापराची व्याप्ती आणि रुग्णाचे स्वाभाविक गुण या संबंधात असेल तर अभ्यासाचे वर्गीकरण सहसंबंध (आणि संख्यात्मक) असे

करावे लागेल. इथे वापरली जाणारी पद्धती वर्णनात्मक संशोधनात वापरल्या जाणाऱ्या पद्धतीपेक्षा भिन्न असेल. त्याचप्रमाणे, जर तुम्हाला या सेवांची परिणामकारकता अभ्यासायची असेल तर पुन्हा अभ्यासाचे वर्गीकरण सहसंबंधी असे करावे लागेल आणि अभ्यास आराखडा, माहिती संकलन पद्धती आणि विश्लेषण हे संख्यात्मक पद्धतीसारखे असेल. म्हणून, तुमची समस्येच्या सूत्रबद्ध मांडणीची पद्धती, संशोधन प्रवासादरम्यान तुम्हाला अनुसरावयाचे सर्व टप्पे ठरवते हे तुम्ही समजून घेणे महत्त्वाचे आहे.

समस्येची सूत्रबद्ध मांडणी ही अभ्यासासाठी पुरवलेली माहिती आणि त्याद्वारे मिळालेली संशोधनपर माहिती ही संपूर्णपणे अहवालातील आशयाची गुणवत्ता, प्रस्थापित सहसंबंधाची किंवा कार्यकारणभावाची वैधता यावर अवलंबून असते. म्हणून संगणकाबाबत 'कचरा आत, कचरा बाहेर' (garbage in, garbage out) अशी जी म्हण आहे ती संशोधन समस्येला सुद्धा लागू पडते.

सुरुवातीला, तुम्ही कदाचित गोंधळून जाल, परंतु सामान्यपणे असेच घडते व हे प्रगतीचे लक्षण आहे. लक्षात ठेवा, गोंधळाची अवस्था ही वारंवार येते, परंतु ही स्पष्टतेकडे नेणारी पहिली पायरी आहे. तुमच्या समस्येच्या सूत्रणासाठी पुरेसा वेळ द्या. तुमच्या संशोधन समस्या/प्रश्न याबाबत तुम्ही जेवढे अधिक स्पष्ट असाल तेवढे नंतर तुम्हाला ते सोपे जाईल. लक्षात ठेवा, ही सर्वात निर्णायक पायरी आहे.

संशोधन समस्येचे स्रोत

या विवेचनाचा संबंध, जर तुम्ही अद्याप संशोधन विषयाची निवड केली नसेल आणि त्याची सुरुवात कुठून करावी हे जर तुमच्या लक्षात नसेल तर काय करावे याच्याशी आहे. जर तुमचा विषय किंवा प्रश्न तुम्ही यापूर्वीच निवडला असेल तर पुढील विवेचनाकडे जा.

विद्यार्थ्यांचे दृष्टिकोन

मानव्य विद्याशाखेतील बहुतेक संशोधन पीपल (लोक), प्रॉब्लेम (समस्या), प्रोग्राम (योजना) आणि फिनोमेना (घटना) या चार इंग्रजी 'पी'च्या शब्दांभोवती फिरत असते. खरे सांगायचे तर कोणत्याही शैक्षणिक किंवा व्यावसायिक क्षेत्राकडे बारकाईने पाहिल्यास असे लक्षात येते की बहुतेक सर्व संशोधन हे या चार इंग्रजी 'पी'भोवती फिरत असते. कोणत्या 'पी'वर भर असणार हे वेगवेगळ्या अभ्यासानुसार ठरते, परंतु प्रत्यक्षात बहुतेक संशोधन दोन 'पी'चे एकत्रीकरणावर आधारित असते. यात तुम्ही व्यक्तींचा गट (व्यक्तींचा गट किंवा समूह – लोक [पीपल]) यांचे त्यांच्या आयुष्याशी संबंधित प्रश्न किंवा समस्यांचे स्वरूप परीक्षण करण्यासाठी, समस्येप्रती (प्रॉब्लेम) त्यांचा कल निश्चित करण्यासाठी, घटने(फिनोमेना)चे सातत्य किंवा अस्तित्व निश्चित करण्यासाठी किंवा केलेल्या मध्यस्थी(प्रोग्राम)च्या परिणामकारकतेचे मूल्यमापन करण्यासाठी निवड कराल. तुमच्या केंद्रस्थानी त्या प्रश्नाचा अभ्यास, सहसंबंध किंवा ती प्रत्यक्ष घटना असू शकेल. जसे की, रस्त्यावरचे गुन्हे आणि बेकारी यांचा संबंध, धूम्रपान आणि कर्करोग, जन्मदर आणि मृत्यूदर, अपराध आणि रस्त्यावरील गुन्हेगारी किंवा शैक्षणिक यश आणि घरातले वातावरण, हा अभ्यास व्यक्ती, गट, समुदाय अथवा संस्था याच्याकडून संकलित केलेल्या माहितीवरून तुम्ही पार पाडाल. या अभ्यासाचा मुख्य भर पाहणी करणे, शोध घेणे, सहसंबंध किंवा कार्यकारणभाव प्रस्थापित करणे यावर असतो. अशाच प्रकारे, तुम्ही योजनेची परिणामकारकता, योजनेची संरचना, तिची गरज, योजनेतून होणारे ग्राहकांचे समाधान आणि असे अनेकविध पैलू अभ्यासू शकता. हे अनेकविध पैलू निश्चित ठरवण्यासाठी तुम्ही लोकांकडून माहिती घेत असता.

प्रत्येक संशोधन अभ्यासाला दोन पैलू असतातः लोकांमधून तुम्हाला 'अभ्यसनीय लोक' निवडता येतात, तर समस्या, योजना किंवा घटना यापैकी ज्याविषयी माहिती संकलित केली आहे, ते 'विषयक्षेत्र' उपलब्ध करून देतात. संशोधन समस्येचे पैलू दर्शविणारी रूपरेषा तक्ता ४.१मध्ये दिली आहे.

तक्ता ४.१ संशोधन समस्येचे विविध पैलू

अभ्यासाचे पैलू	च्या विषयी माहिती	चा अभ्यास	अभ्यासाचे महत्त्व
अभ्यासनीय लोक	लोक	व्यक्ती, संस्था, गट, समुदाय	त्यांच्याकडून तुम्हाला हवी असलेली माहिती मिळते. किंवा तुम्ही माहिती त्यांच्याकडून किंवा त्यांच्याविषयी माहिती मिळवता
विषयक्षेत्र	समस्या	लोकांच्या गटाला भेडसावणारा प्रश्न किंवा समस्या; विविध परिस्थितींचे वर्णन, त्यातील सहसंबंध, त्यांच्या गरजा, त्यांच्या प्रवृत्ती; लोकांची माहिती; सेवा वितरण प्रक्रिया इत्यादी.	तुमच्या सेवा संशोधन प्रश्नासाठी उत्तरे मिळवण्याकरता माहिती संकलित केली पाहिजे
	योजना	आशय, पुरविलेल्या सेवा, प्रशासकीय संरचना, सेवांची निष्पत्ती, ग्राहकहित, ग्राहकांची माहिती, सेवा पुरवठादारांची माहिती, प्रभावक्षमता, मूल्य मोबदला इत्यादी.	
	घटना	कारण आणि परिणाम, घटकांतील नातेसंबंध, प्रत्यक्ष त्या घटनेचा अभ्यास इत्यादी.	

तुम्ही कोणतीही समस्या, योजना किंवा घटना ही कोणत्याही शैक्षणिक क्षेत्रात किंवा व्यावसायिक दृष्टिकोनातून अभ्यासू शकता. उदाहरणार्थ, तुम्ही आरोग्यक्षेत्रातील योजनेचा प्रभाव याचे मापन करू शकता; शिक्षण, समाजकार्य, औद्योगिक व्यवस्थापन, सार्वजनिक आरोग्य, शुश्रुषा, आरोग्यप्रचार किंवा कल्याण यांचा अभ्यास करू शकता; किंवा तुम्ही एखाद्या समस्येचा किंवा योजनेचा आरोग्यविषयक, व्यावसायिक किंवा कल्याणकारी अशा दृष्टिकोनातून अभ्यास करू शकता. त्याचप्रमाणे, तुम्ही ग्राहकांच्या वरील क्षेत्रांविषयी असलेल्या मतांचे मापन करू शकता.

या चार 'पीं'च्या संदर्भात तुम्ही तुमच्या स्वतःच्या शैक्षणिक किंवा व्यावसायिक क्षेत्रातील एखादा औत्सुक्याचा मुद्दा तपासून पहा. उदाहरणार्थ, जर तुम्ही आरोग्यविषयक शिक्षण घेत असाल तर आरोग्यक्षेत्रातील उपविभागात अनेकविध मुद्दे, विशिष्ट परिस्थिती आणि त्यातील सहसंबंध यांचे परीक्षण करू शकाल. रोगाचा प्रसार, व्यसनाधीन व्यक्तींचे पुनर्वसन, रोगप्रतिबंधक लसीकरण कार्यक्रम, उपचारांचा प्रभाव, ग्राहकांच्या समाधानाची व्याप्ती किंवा एखाद्या विशिष्ट आरोग्यविषयक कार्यक्रमाशी संबंधित प्रश्न यांतून अनेक संशोधन समस्या तुम्हाला अभ्यासाकरिता उपलब्ध होतील. अशाच प्रकारे, शिक्षणक्षेत्रात अनेक मुद्दे आहेत. जसे की,

शिक्षकांच्या शिकवण्याबद्दल विद्यार्थ्यांचे समाधान, चांगल्या शिक्षकांचे विशेष गुण, विद्यार्थ्यांच्या शैक्षणिक प्रगतीवर घरातील वातावरणाचा होणारा परिणाम आणि उच्च शिक्षणात पदव्युत्तर शिक्षणासाठी पर्यवेक्षकांची गरज. विपणन संशोधन, समाजकार्य, समुदायाचे मानसशास्त्र, पर्यटन यांसारख्या इतर शैक्षणिक किंवा व्यावसायिक क्षेत्रांचेही अनेक उपक्षेत्रात विभाजन करून संभाव्य संशोधन समस्येसाठी परीक्षण करता येईल. विविध क्षेत्रांतील विशिष्ट समस्या आणि योजना यात अगदी ठळकपणे फरक असला तरीही अनेक क्षेत्रांचे वरीलप्रमाणे वर्गीकरण करणे शक्य आहे.

या घडीला चार 'पी'च्या संकल्पनेतील नेमकेपणा, विभागीकरण, निःसंदिग्धता आणि केंद्रीभूतता यांच्या व्याप्तीत जरी मुख्य फरक असला तरीही संख्यात्मक आणि गुणात्मक त्या संशोधनासाठी वापरता येतात. संशोधनात तुम्ही जसजसे पुढे पुढे जाता तसतसे तुम्हाला अभ्यासाशी निगडित काही सापडेल यादृष्टीने गुणात्मक संशोधनात ही गुणवैशिष्ट्ये जाणीवपूर्वक शिथिल ठेवली जातात. तुम्ही तुमच्या शोध घेण्याच्या क्षमतेला बंधनात अडकवून तुमच्या क्षमतांना मर्यादा घालत नाही. 'गुणात्मक संशोधनात संशोधन समस्येची सूत्रबद्ध मांडणी' याविषयी या प्रकरणात पुढे वेगळा विभाग दिला आहे, ज्यामधून या प्रक्रियेविषयी पुढील मार्गदर्शन मिळेल.

संशोधन समस्येची सूत्रबद्ध मांडणी करताना विचारात घ्यायचे मुद्दे

संशोधन समस्या किंवा विषय निवडताना तुमचा अभ्यास आवाक्यात राहिल आणि तुमचा उत्साह कायम टिकण्यासाठी अनेक गोष्टी विचारात घ्याव्या लागतातः

- **स्वारस्य** – संशोधन समस्येची सूत्रबद्ध मांडणी करताना हा मुद्दा सर्वात महत्त्वाचा ठरतो. संशोधन कार्य हे नेहमीच वेळखाऊ असते, त्याकरिता कठोर मेहनत घ्यावी लागते आणि तुमच्या मार्गात अनेक अडचणी येऊ शकतात. अशा परिस्थितीत तुम्ही जर तुम्हाला फारसे स्वारस्य नाही असा विषय निवडलात तर तुम्हाला काम पूर्ण होण्यासाठी आवश्यक असलेला उत्साह टिकवणे आणि वेळ आणि ऊर्जा देणे अतिशय कठीण होईल.
- **कार्यविस्तार** – प्रस्तावित अभ्यास पूर्ण करण्यासाठी त्यात समाविष्ट असलेल्या कामाचे कल्पनाचित्र उभे करण्यासाठी तुम्हाला संशोधन प्रक्रियेचे पुरेसे ज्ञान असणे आवश्यक आहे. तुमचा विषय आटोपशीर, सुस्पष्ट आणि नेमका करा. तुमच्याकडे उपलब्ध असलेला वेळ, संसाधने, पैसा यात तुम्ही पूर्ण करू शकाल असा विषय निवडणे अतिशय महत्त्वाचे आहे. जरी तुम्ही वर्णनात्मक अभ्यास हाती घेणार असलात तरीही त्या अभ्यासाच्या कार्यविस्ताराचा तुम्ही काळजीपूर्वक विचार करणे आवश्यक आहे.
- **संकल्पनांचे अनुमापन** – तुम्ही जर तुमच्या अभ्यासात (संख्यात्मक अभ्यासात) **संकल्पनांचा** वापर करणार असाल तर त्याचे निदर्शक आणि त्यांचे अनुमापक याविषयी तुम्हाला स्पष्ट कल्पना आहे याची खात्री करा. उदाहरणार्थ, जर तुम्ही आरोग्य सुधारणा कार्यक्रमाच्या परिणामकारकतेचे मोजमाप करण्याचे ठरवले असेल किंवा देशातील मनोरुग्णांचा पुनर्वसन कार्यक्रम किंवा यादृच्छिक श्वसन चाचणी कार्यक्रम याचा अभ्यास करायचे ठरवले असेल तर तुम्हाला त्यांच्या परिणामकारकतेचे निदर्शक व त्यांच्या मापन पद्धती याविषयी स्पष्ट कल्पना असली पाहिजे. ज्या संकल्पनांचे मापन कसे करायचे याबाबत तुम्हाला खात्री नाही अशा संकल्पना तुमच्या अभ्यासात वापरू नका. याचा अर्थ अभ्यासातील प्रगतीनुसार तुम्ही अनुमापन रीत विकसित करू शकणार नाही असा नाही. अभ्यास करता करताच तुम्ही ही विकासात्मक कार्य करू शकाल, मात्र या घडीला तुम्हाला या संकल्पनांच्या अनुमापनाविषयीची पुरेशी स्पष्टता असलीच पाहिजे.

- **कौशल्य पातळी** – जे कार्य तुम्ही प्रस्तावित केले आहे त्याकरिता पुरेसे कौशल्य तुमच्याकडे आहे याची खात्री करा. अभ्यासादरम्यान अनेक कौशल्ये आत्मसात करण्याची तयारी ठेवा. तुमचे पर्यवेक्षक आणि इतर अनेकांकडून तुम्हाला मदत मिळेल; परंतु बरेचसे काम तुमचे तुम्हालाच करायचे आहे हे लक्षात ठेवा.
- **समर्पकता** – व्यावसायिक म्हणून तुमच्या कामाशी निगडित असलेला विषय निवडा. तुमचा अभ्यास विद्यमान ज्ञानात भर घालणारा, त्यात असलेल्या उणिवा भरून काढणारा किंवा धोरण आखण्यासाठी उपयुक्त ठरू शकेल असा आहे याची खात्री करा. यामुळे तुमच्या अभ्यासातील तुमचे स्वारस्य कायम राहण्यास मदत होईल.
- **तथ्यांची उपलब्धता** – तुम्हाला तुमच्या अभ्यासासाठी दुय्यम स्रोतांतून (कार्यालयीन नोंदी, अशिलांकडील नोंदी, जनगणना किंवा प्रसिद्ध झालेले अहवाल इत्यादी) घेणे आवश्यकच असेल तर अशी तथ्ये उपलब्ध आहेत आणि ती ज्या विशिष्ट स्वरूपात तुम्हाला हवी आहेत तशीच उपलब्ध आहेत याची विषय नक्की करण्यापूर्वी खात्री करून घ्या.
- **नैतिक मुद्दे** – संशोधन समस्येची सूत्रबद्ध मांडणी करण्यापूर्वी विचारात घ्यायचा महत्त्वाचा मुद्दा म्हणजे त्यात समाविष्ट असलेले नैतिक मुद्दे. संशोधन अभ्यास करत असताना कदाचित त्यातील काही प्रश्नांचा (प्रत्यक्ष किंवा अप्रत्यक्षपणे) अभ्यासाधीन लोकांवर विपरित परिणाम होईल; ते व्यक्तिगत माहिती देणार नाहीत; त्यांनी खाजगी आणि संवेदनशील माहिती सांगावी ही अपेक्षा; किंवा फक्त प्रयोगात्मक 'ससा' करावे (ज्यांच्यावर प्रयोग केला जातो ते गिनीपिग) ही अपेक्षा करणे. समस्या सूत्रणाच्या घडीला नैतिक मुद्द्यांचा अभ्यासाधीन लोकांवर कशा प्रकारे परिणाम करतात आणि नैतिक मुद्द्यांतून बाहेर कसे पडणार याचे पूर्ण परीक्षण करणे गरजेचे आहे.

संशोधन समस्येच्या सूत्रबद्ध मांडणीच्या पायऱ्या

उत्तर देण्यायोग्य संशोधन प्रश्न

संशोधन समस्येची सूत्रबद्ध मांडणी हा संशोधन प्रवासातील सर्वात महत्त्वाचा भाग आहे, कारण, तुमच्या संशोधन प्रकल्पाची गुणवत्ता आणि समर्पकता ही पूर्णतः त्यावर अवलंबून आहे. यापूर्वी नमूद केल्याप्रमाणे संशोधन प्रवासातील (आकृती २.१) प्रत्येक पायरीवर *कसे* हा भाग प्रस्थापित करणारा असतो आणि तो तुम्ही संशोधन समस्येची सूत्रबद्ध मांडणी कशी करता यावर अवलंबून असतो. या पायरीचे महत्त्व असताना अन्य पुस्तकांत याविषयी अतिशय अल्प मार्गदर्शन सापडते. हे काम जास्त प्रमाणावर संशोधन पद्धती शिकवणारे शिक्षक किंवा विद्यार्थी यांनी स्वतः शिकण्यावर सोपवले जाते. या पुस्तकावर दृष्टीकोनात्मक मार्गदर्शक असा शिक्का मारण्याची भीती झुगारून यात नवोदितांसाठी पायरीपायरीने मार्गदर्शक तत्त्वे एकाच ठिकाणी दिली आहेत जी या पुस्तकाची एक जमेची बाजू.

संशोधन समस्येच्या सूत्रबद्ध मांडणीच्या प्रक्रियेत अनेक पायऱ्या असतात. या पायऱ्यांप्रमाणे काम करताना जो अभ्यास हाती घेतला जाणार आहे त्याच्या संशोधनात पद्धतीविषयी, विषयक्षेत्राचे पुरेसे व्यापक ज्ञान असल्याचे गृहीत धरले आहे. ही ज्ञानाची व्याप्ती अधिक विस्तृत करण्यासाठी समर्पक साहित्याचे संक्षिप्त परीक्षणही खूप मदत करते. अशा ज्ञानाशिवाय विषयक्षेत्राचे सुस्पष्ट आणि पुरेसे 'भाग' पाडणे अवघड आहे.

जर ज्यावर संशोधन करायचे आहे असा विशिष्ट संशोधन विषय, कल्पना, प्रश्न किंवा मुद्दा याबद्दल तुम्हाला नेमकी स्पष्ट कल्पना नसेल (जे विद्यार्थ्यांमध्ये सर्वसामान्यपणे दिसून येते), तर पुढील पायऱ्यांची तुम्हाला कशाबद्दल, काय शोधायचे आहे याचा निर्णय घेण्यासाठी खूप मोठी मदत होईल. याचा तुम्हाला तुमच्या अभ्यासाधीन संशोधन समस्येचा पाया होऊ शकणारे विषयक्षेत्र निवडण्यासाठी व ते मर्यादित करण्यासाठी मदत होईल.

पायरी १ **तुमच्या स्वारस्याचे एखादे व्यापक क्षेत्र किंवा विषय निवडा**. तुमचा संशोधन प्रवास सुरू करण्यापूर्वी तुम्हाला याची निवड करणे अनिवार्य आहे. 'एक व्यावसायिक म्हणून मला नेमके कशात स्वारस्य आहे?' असे स्वतःला विचारा. लेखकाच्या मते, पदवी परीक्षेनंतर कोणत्या क्षेत्रात तुम्हाला काम करायला आवडेल याचा विचार करणे, ही सगळ्यात चांगली कल्पना आहे. याचा उपयोग तुम्हाला आवडीचा विषय शोधण्यासाठी होईल आणि कदाचित त्याचा तुम्हाला भविष्यात उपयोग होईल. उदाहरणार्थ, तुम्ही जर समाजकार्य या विषयाचे विद्यार्थी असाल आणि युवक कल्याण, निर्वासितांचे प्रश्न किंवा कौटुंबिक हिंसाचार या विषयांकडे पदवीनंतर तुमचा कल असेल तर यापैकी एक विषय तुम्ही अभ्यासासाठी निवडू शकता किंवा जर तुम्ही विपणनशास्त्राचा अभ्यास करत असाल तर तुम्हाला ग्राहक वर्तन या विषयात औत्सुक्य असेल. सार्वजनिक आरोग्य या विषयाचे विद्यार्थी म्हणून एचआयव्ही/एड्सच्या रुग्णांसाठी काम करणे हा तुमचा हेतू असेल, तर तुम्हाला कदाचित एचआयव्ही/एड्सशी संबंधित विषयावर संशोधन करायला आवडेल किंवा तुम्हाला शिक्षक व्हायला आवडेल.

पायरी २ **मुख्य विषय लहान लहान विषयात विभाजित करा**. त्यातून वर सुचविलेल्या युवक कल्याण, निर्वासितांचे प्रश्न, कौटुंबिक हिंसाचार, ग्राहक वर्तन आणि एचआयव्ही/एड्स या विषयांना अनेक पैलू आहेत असे तुमच्या लक्षात येईल. उदाहरणार्थ, आकृती ४.१मध्ये दर्शविल्याप्रमाणे कौटुंबिक हिंसा या विषयाशी संबंधित अनेक पैलू आणि प्रश्न आहेत.

तुम्ही मुख्य विषयाबद्दल जेवढे वाचन कराल तेवढे अधिकाधिक उपविषय तुम्हाला कळत जातील. उदाहरणार्थ, तुम्ही मद्यपान (पहा, आकृती ४.२, पायरी २) हा एक व्यापक विषय पाहू शकता. यासाठी उपविषयांची यादी करताना ज्यांना या विषयातले ज्ञान आहे त्यांच्याशी चर्चा करा व या विषयाशी संबंधित साहित्य वाचा. एकदा तुम्ही वेगवेगळ्या स्रोतांमधून लहान लहान विषयाची सर्वसमावेशक यादी तयार केलीत की तुमच्या चौकशीचा आधार काय आहे याची निवड करण्याच्या टप्प्याकडे जाल.

आकृती ४.१ कौटुंबिक हिंसा या विषयक्षेत्राचे उपक्षेत्रात विभाजन

पायरी ३ **तुम्हाला जास्त आवड कशाची आहे त्याची निवड करा**. सगळ्याच उपविषयांचा अभ्यास करा असे सुचवणे हे संयुक्तिक नाही. तुमच्या यादीतून ज्या विषयाबाबत तुम्हाला जिव्हाळा आहे असे मुद्दे, प्रश्न किंवा उपविषय निवडा. मागच्या विभागात चर्चा केल्यानुसार इतर संबंधित मुद्दे जरी असले तरीही तुमची त्या विषयाची आवड हा सर्वात महत्त्वाचा निकष असायला हवा. तुम्हाला नेमका कशात रस आहे हे जाणून घेण्यासाठी काढून टाकण्याच्या प्रक्रियेने सुरुवात करा. तुमची यादी बघा व त्यातून तुम्हाला न आवडणारे मुद्दे किंवा प्रश्न, उपविषय काढून टाका. या प्रक्रियेच्या शेवटी तुमच्या लक्षात येईल की आता यापुढे काढून टाकणे कठीण आहे. तुमच्याकडे उपलब्ध असलेला वेळ, तुमची कौशल्यपातळी आणि अभ्यासाकरिता आवश्यक असलेली संसाधने लक्षात घेऊन, जे तुमच्या आवाक्यात आहे ते मिळेपर्यंत ही प्रक्रिया तुम्ही सुरू ठेवा. एकदा का जे तुम्ही निवडले आहे त्याविषयी तुम्हाला जिव्हाळा आहे व ते तुम्ही पार पाडू शकता याची तुम्हाला खात्री असेल तर तुम्ही पुढच्या पायरीकडे जाऊ शकता.

पायरी ४ **संशोधन प्रश्न निर्माण करा**. या पायरीवर ''या उपविषयात मला नेमके काय शोधायचे आहे?'' असा स्वतःला प्रश्न विचारा. निवडलेल्या उपविषयासंबंधी तुमच्या मनात निर्माण होणाऱ्या प्रश्नांची यादी करा. जर त्यातील अनेक प्रश्न तुमच्या आवाक्यातील आहेत असे तुमच्या लक्षात आले तर पुन्हा एकदा तिसऱ्या पायरीवरील काढून टाकण्याची प्रक्रिया वापरा.

पायरी ५ **उद्दिष्टांची सूत्रबद्ध मांडणी करा**. तुमच्या संशोधन प्रश्नावर आधारित मुख्य उद्दिष्टे व उपउद्दिष्टांची सूत्रबद्ध मांडणी करा. उद्दिष्टे आणि संशोधन प्रश्न यांच्यातील मुख्य फरक हा, ते कशा प्रकारे लिहिले गेले आहेत यात असतो. संशोधन प्रश्न हे उघडपणे प्रश्न असतात. उद्दिष्टे अशा प्रश्नांचे वर्तनिक हेतू लक्षात घेऊन त्यांचे कृतिदर्शक शब्द वापरून प्रश्नांत रूपांतर करतात. जसे 'शोधून काढणे', 'निश्चित करणे', 'खात्री करणे', 'परीक्षण करणे'. काही संशोधक उद्दिष्टांपासून सुरुवात करून संशोधन प्रश्नाची सूत्रबद्ध मांडणी करणे अशी उलट प्रक्रिया पसंत करतात. काही संशोधक हे संशोधन प्रश्नावर समाधानी असतात आणि उद्दिष्टांची सूत्रबद्ध मांडणी करत नाहीत. तुम्हाला फक्त संशोधन प्रश्न किंवा फक्त उद्दिष्टे हवी आहेत का, हे ठरवणे चांगले आहे, परंतु तुमच्या संस्थेची संशोधन प्रस्तावाविषयी गरज काय आहे हे लक्षात घ्या. उद्दिष्टांची सूत्रबद्ध मांडणी करण्यासाठी पुढचा विभाग पहा.

पायरी ६ **तुमची उद्दिष्टे निर्धारित करा**. तुमच्या संशोधनाच्या प्रयत्नातून तुमची उद्दिष्टे संपादन करता येतील का याची खात्री करा. उपलब्ध वेळ, संसाधने (पैसा आणि मनुष्यबळ) आणि तांत्रिक कौशल्ये या दृष्टीनेही यावर विचार करा.

पायरी ७ **पुनर्तपासणी**. पुन्हा एकदा सुरुवातीपासून विचार कराः तुम्हाला या अभ्यासात पुरेसा रस आहे ना, आणि त्यासाठी पुरेशी संसाधने तुमच्याजवळ आहेत ना याचा विचार करा. स्वतःला विचारा की, ''अभ्यास करण्याबाबत मी खरंच उत्सुक आहे का?'' आणि ''अभ्यास हाती घेण्यासाठी माझ्याकडे खरोखरच पुरेशी संसाधने आहेत का?'' या प्रश्नांची विचारपूर्वक आणि वास्तविक उत्तरे द्या. जर यापैकी एक जरी उत्तर नाही असे असेल तर तुमच्या उद्दिष्टे पुन्हा एकदा निर्धारित करा.

आकृत्या ४.२ – ४.४ मध्ये वेगवेगळ्या शैक्षणिक विभागातील (आरोग्य, समाजकार्य/सामाजिक शास्त्रे आणि समाजविकास) कार्यान्वयन पायऱ्या १–७ उदाहरणासकट दिल्या आहेत.

उदाहरण १: समजा, तुम्हाला दारूचे व्यसन या विषयाचा अभ्यास करायचा आहे. तुमच्या समस्येच्या सूत्रबद्ध मांडणीत तुम्ही खालील टप्प्यांचा समावेश करा.

पहिली पायरी

मुख्य अभ्यासविषय क्षेत्र निश्चित करा

व्यसनाधीनता

दुसरी पायरी

उपक्षेत्रात विभाजन करा

१ व्यसनी लोकांची माहिती
२ व्यसनांची कारणे
३ व्यसनी बनण्याची प्रक्रिया
४ व्यसनाधीनतेचे कुटुंबावर परिणाम
५ व्यसनी लोकांप्रती समाजाचा दृष्टिकोन
६ उपचार प्रारूप इत्यादीची परिणामकारकता

तिसरी पायरी

तुमच्या आवडीचे उपअभ्यास क्षेत्र निवडा

व्यसनाधीनतेच कुटुंबावर परिणाम

चौथी पायरी

संशोधन प्रश्न उपस्थित करा

१ व्यसनाधीतेचा वैवाहिक संबंधांवर काय परिणाम होतो?
२ मुलांच्या जीवनातील वेगवेगळ्या पैलूंवर याचा कसा आघात होतो?
३. कुटुंबाच्या आर्थिक परिस्थितीवर काय परिणाम होतात?

पाचवी पायरी

उद्दिष्टांचे सूत्रण

मुख्य उद्दिष्टे:
व्यसनधीनतेचा कुटुंबावर होणारा परिणाम शोधणे
विशिष्ट उद्दिष्टे:
१ व्यसनाधीनतेचा वैवाहिक संबंधावरचा परिणाम शोधून काढणे
२ मुलांच्या जीवनातील वेगवेगळ्या पैलूंवर त्याचा होणारा आघात
३ व्यसनाधीनतेचे कुटुंबावरील आर्थिक परिणाम इत्यादी शोधून काढा

सहावी पायरी

खात्री करा

उद्दिष्टे या दृष्टीने तपासून पहा:
१ समाविष्ट असलेले काम
२ तुमच्याकडे असलेला वेळ
३ खर्चाची तरतूद
४ तुमचे (आणि तुमच्या पर्यवेक्षकांचे) या क्षेत्रातील तांत्रिक कौशल्य.

सातवी पायरी

दोनदा तपासणी

१ तुम्हाला अभ्यास करण्यात खरोखरच रस आहे
२ उद्दिष्टांशी तुम्ही वेगवेगळ्या पैलूंवर सहमत आहात
३ तुमच्याकडे पुरेशी संसाधने आहेत
४ तुमच्याकडे अभ्यास हाती घेण्यासाठी तंत्रज्ञ आहेत

आकृती ४.२ संशोधन समस्येच्या सूत्रबद्ध मांडणीच्या पायऱ्याः व्यसनाधीनता

उदाहरणा २: समजा, तुम्हाला जन्मदर आणि मृत्यूदर यांच्यातील संबंधाचा अभ्यास करायचा आहे. यासाठी खालील पायऱ्यांचे अनुकरण करा.

पहिली पायरी

मुख्य अभ्यासविषय क्षेत्र निश्चित करा

जन्म आणि मृत्यू

→

दुसरी पायरी

उपक्षेत्रात विभाजन करा

१ जन्मदर आणि मृत्यूदर यातील कल
२ जन्मदराशी संबंधित वर्तनाचे निर्धारक
३ जन्मदर आणि मृत्यूदर यातील संबंध
४ आरोग्यसेवेचा मृत्यूदरावर होणारा परिणाम
५ जन्मवृत्तीवर संतती नियमनाच्या साधनांचा परिणाम

→

तिसरी पायरी

तुमच्या आवडीचे उपअभ्यास क्षेत्र निवडा

जन्म आणि मृत्यू यामधील संबंध

→

चौथी पायरी

संशोधन प्रश्न उपस्थित करा

१ मृत्यूदर कमी होण्याने जन्म प्रक्रियेत काय घडते?
२ जन्मदर कमी होण्यास सुरुवात व मृत्यूदर कमी होण्यास सुरुवात यामधील वेळ किती जातो?
३. मृत्यूदर कमी होण्यास कारणीभूत ठरणारे घटक कोणते? इत्यादी

↓

पाचवी पायरी

उद्दिष्टांचे सूत्रण

मुख्य उद्दिष्टे: जन्मदर आणि मृत्यूदर यांच्यातील संबंधाचा शोध घेणे
विशिष्ट उद्दिष्टे:
१ जन्मदर कमी होण्याचा मृत्यूदर कमी होण्याशी संबंध
२ जन्मदर कमी होणे आणि मृत्यूदर कमी होणे यात पडलेले अंतर
३ जन्मदरात बदल घडवणारे घटक शोधणे.
४. लोकसंख्येची सामाजिक, आर्थिक व भौगोलिक वैशिष्ट्ये आणि मृत्यूदर आणि जन्मदर यांच्या प्रमाणात झालेले बदल यांचे संबंध शोधणे

←

सहावी पायरी

खात्री करा

उद्दिष्टे या दृष्टीने तपासून पहा:
१ समाविष्ट असलेले काम
२ तुमच्याकडे असलेला वेळ
३ खर्चाची तरतूद
४ तुमचे (आणि तुमच्या पर्यवेक्षकांचे) या क्षेत्रातील तांत्रिक कौशल्य

←

सातवी पायरी

दोनदा तपासणी

१ तुम्हाला अभ्यास करण्यात खरोखरच रस आहे
२ उद्दिष्टांशी तुम्ही वेगवेगळ्या पैलूंवर सहमत आहात
३ तुमच्याकडे पुरेशी संसाधने आहेत
४ तुमच्याकडे अभ्यास हाती घेण्यासाठी तंत्रज्ञ आहेत

आकृती ४.३ संशोधन समस्येच्या सूत्रबद्ध करणे: जन्म व मृत्यू यामधील संबंध

उदाहरण ३: समजा, तुम्हाला आरोग्यक्षेत्रात अभ्यास करायचा आहे. यासाठी खालील पायऱ्यांचे अनुकरण करा.

पहिली पायरी

मुख्य अभ्यासविषय क्षेत्र निश्चित करा

आरोग्य

दुसरी पायरी

उपक्षेत्रात विभाजन करा

१ समाजाला पुरविल्या जाणाऱ्या आरोग्य सेवा
२ सेवांचा प्रभाव
३ सेवांची किंमत
४ लोकांना उपलब्ध असलेली आरोग्य विमा योजना
५ आरोग्य व्यावसायिकांचे प्रशिक्षण
६ आरोग्य व्यवसायात नीतिमत्ता टिकवणे
७ आरोग्य सेवांप्रती ग्राहकांचा दृष्टिकोन
८ आरोग्यसेवा इत्यादी वितरणात समाजाची प्रतिसादात्मकता

तिसरी पायरी

तुमच्या आवडीचे उपअभ्यास क्षेत्र निवडा

आरोग्य सेवा वितरणात समाजाची प्रतिसादात्मकता

चौथी पायरी

संशोधन प्रश्न उपस्थित करा

१ समाजाची प्रतिसादात्मकता याची आरोग्य प्रशासन, नियोजनकर्ते, सेवा पुरविणारे, आणि ग्राहक व्याख्या कशी करतील?
२ समाजाची प्रतिसादात्मकता कशी संपादन करता येईल?
३. समाजाच्या प्रतिसादात्मकतेच्या रणनीतीचे मूल्यमापन करताना कोणते निर्देशक वापरता येऊ शकतील

पाचवी पायरी

उद्दिष्टांचे सूत्रण

मुख्य उद्दिष्टे: आरोग्य सेवा वितरणात समाजाच्या प्रतिसादात्मकतेच्या रणनीतीच्या प्रभावाचे मूल्यमापन करणे

विशिष्ट उद्दिष्टे:

१ आरोग्य प्रशासक, नियोजनकर्ते, सेवा पुरविणारे आणि सेवा ग्राहक यांची 'समाजाची प्रतिसादात्मकता' या संकल्पनेविषयीचे समज
२ आरोग्यसेवेत समाजाची प्रतिसादात्मकता संकल्पनेची अंमलबजावणी करण्यासाठी रणनीती शोधणे
३ समाजाच्या प्रतिसादात्मकतेच्या अंमलबजावणीसाठी वापरलेल्या रणनीतीच्या प्रभावाचे मूल्यमापन करण्यासाठीचे निर्देशक विकसित करणे

सहावी पायरी

खात्री करा

उद्दिष्टे या दृष्टीने तपासून पहा:

१ समाविष्ट असलेले काम
२ तुमच्याकडे असलेला वेळ
३ खर्चाची तरतूद
४ तुमचे (आणि तुमच्या पर्यवेक्षकांचे) या क्षेत्रातील तांत्रिक कौशल्य

सातवी पायरी

दोनदा तपासणी

१ तुम्हाला अभ्यास करण्यात खरोखरच रस आहे
२ उद्दिष्टांशी तुम्ही वेगवेगळ्या पैलूंवर सहमत आहात
३ तुमच्याकडे पुरेशी संसाधने आहेत

आकृती ४.४ संशोधन समस्या मर्यादित करणे: आरोग्य

संशोधन उद्दिष्टांची सूत्रबद्ध मांडणी

तुमच्या अभ्यासाची तुम्ही ठरविलेली उद्दिष्टे ही तुमच्या संशोधनाचे साध्य असतात. ही उद्दिष्टे तुमच्या अभ्यासातून तुम्हाला काय साध्य करायचे आहे ते वाचकांना सांगतात, ती स्पष्ट आणि नेमक्या शब्दांत मांडणे अत्यंत आवश्यक आहे.

मुख्य उद्दिष्टे आणि उपउद्दिष्टे यात फरक करणे महत्त्वाचे आहे. मुख्य उद्दिष्टे ही तुमच्या मुख्य अभ्यासाशी खोलवर संबंधित असतात. याशिवाय, त्यांचा संबंध जे प्रमुख सहसंबंध आणि नातेसंबंध तुम्ही शोधत आहात किंवा प्रस्थापित करत आहात त्यांच्याशी आहे. उपउद्दिष्टे ही तुमच्या मुख्य अभ्यासाच्या आराखड्यात तुम्हाला कशाचे अन्वेषण करायचे आहे याचे विशिष्ट पैलू आहेत.

उपउद्दिष्टे ही आकडे देऊन यादी केलेली असावीत. ती स्पष्ट आणि निःसंदिग्ध असावीत. उपउद्दिष्टात अभ्यासाचा प्रत्येकी एक पैलू समाविष्ट आहे याची खात्री करा. उद्दिष्टे लिहिताना क्रियादर्शक शब्द किंवा क्रियापदे लिहा. उद्दिष्टांची सुरुवात 'निश्चित करणे', 'शोध घेणे', 'खात्री करणे', 'मापन करणे', तपास करणे' अशा शब्दांनी करावी.

मुख्य उद्दिष्टे आणि उपउद्दिष्टे मांडण्यासाठी योजलेल्या शब्दांवरून तुमच्या संशोधनाचे वर्गीकरण (उदाहरणार्थ, वर्णनात्मक, सहसंबंधी किंवा प्रयोगात्मक) निश्चित होते. अन्य शब्दांत सांगायचे तर, उद्दिष्टांची मांडणी करण्यासाठी तुम्ही वापरलेल्या शब्दांवरून तुम्हाला संशोधन कार्यासाठी कोणत्या संशोधन आराखड्याची गरज आहे ते निश्चित होते. यासाठी उद्दिष्टांची मांडणी करताना तुमची शब्दयोजना काळजीपूर्वक करा.

संशोधनाचा प्रकार कोणताही असो, तुमची उद्दिष्टे स्पष्ट, संपूर्ण आणि नेमक्या शब्दांत तुमच्या वाचकांपर्यंत तुमचा हेतू संप्रेषित करतील अशा तऱ्हेने व्यक्त केलेली असावीत. उद्दिष्टांमधील संदिग्ध, विस्कळीत किंवा अपूर्ण शब्दांना किंवा शब्दांतून संप्रेषित होणाऱ्या कल्पनांना यात स्थान नसावे. आकृती ४.५ मध्ये संशोधन अभ्यासाच्या प्रकाराशी संबंधित उद्दिष्टांच्या शब्दांमधून व्यक्त होणारी त्यांची लक्षणे दर्शविली आहेत.

जर तुमचा अभ्यास प्राथमिकतः वर्णनात्मक असेल तर तुमच्या मुख्य उद्दिष्टांतून तुमच्या अभ्यासाचा मुख्य केंद्रबिंदू स्पष्ट होणे आवश्यक आहे. जर गोपनीय ठेवायचे नसेल तर, संस्था आणि तिचे स्थान(पत्ता) यांचा (उदाहरणार्थ, [जागेचे नाव] येथील मद्यपींसाठी ज्यांनी संस्थेचे नाव उपचाराचे कार्यक्रम आयोजित केले आहेत त्या *किंवा* येथील [जागेचे नाव] यांनी [आरोग्य केंद्राचे/विभागाचे नाव] पुरविलेल्या आरोग्यसेवांविषयी समाजाची मते जाणून घेण्यासाठी) उल्लेख केला पाहिजे. या सेवा स्थानविशिष्ट आणि संस्थाविशिष्ट असू शकतात आणि इतर संस्था तशाच प्रकारच्या सेवा त्याच लोकांना उपलब्ध करत नसतील त्याकरिता सदर संस्थेचे नाव आणि पत्ता (ठिकाण) जाणून घेणे महत्त्वाचे आहे.

जर तुमचा अभ्यास सहसंबंधात्मक असेल तर आकृती ४.५ मध्ये दर्शविल्याप्रमाणे पहिल्या तीन वैशिष्ट्यांशिवाय मुख्य उद्दिष्टांमध्ये मुख्य सहसंबंधी चलांचाही समावेश केला पाहिजे. (उदाहरणार्थ, कौटुंबिक भूमिकांवर होणारा *स्थानांतरणा*चा परिणाम याची खातरजमा करणे किंवा *विविध शिक्षण पद्धतींचा विद्यार्थ्यांच्या आकलन क्षमतेवर* होणाऱ्या परिणामांचा तुलनात्मक अभ्यास करणे.)

गृहीतकृत्य तपासणे हा जर तुमच्या अभ्यासाचा मुख्य उद्देश असेल तर, मुख्य उद्दिष्टांतील शब्दांद्वारे, तुम्ही तपासणार असलेले संबंधही निर्देशित झाले पाहिजेत (उदाहरणार्थ, जर *तरुणांमधील बेकारी वाढली* तर *रस्त्यावरील गुन्ह्यांचे प्रमाण वाढते* याची खातरजमा करणे किंवा ऑस्ट्रेलियाच्या ग्रामीण भागातील आदिवासींकरिता माता आणि बालक आरोग्यसेवेच्या तरतुदी उपलब्ध केल्यामुळे *बालमृत्यूचे प्रमाण घटते* हे निदर्शनास आणून देणे.)

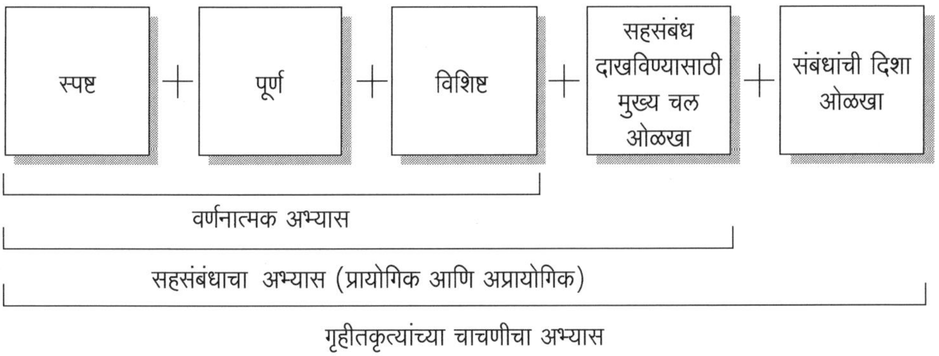

आकृती ४.५ उद्दिष्टांची वैशिष्ट्ये

अभ्यासाधीन लोकसमुदाय

आतापर्यंत आपण अभ्यासातील संशोधन समस्या फक्त या एका पैलूवर लक्ष केंद्रित केले आहे. सामाजिकशास्त्रांच्या अभ्यासात ज्यांच्याकडून संशोधन प्रश्नावरील उत्तरे शोधण्यासाठी आवश्यक माहिती मिळवली जाते तो **अभ्यासाधीन लोकसमुदाय** हा दुसरा पैलू आहे. योग्य प्रतिसादक निवडण्याकरिता ज्याप्रमाणे तुम्ही तुमची संशोधन समस्या मर्यादित कराल, त्याच प्रकारे नेमकेपणाने आणि स्पष्टपणे तुम्हाला तुमचा अभ्यासाधीन लोकसमुदाय म्हणजे कोण हे ठरवावे लागेल.

समजा, तुम्ही समुदायात राहणाऱ्या तरुण मुलांच्या गरजा निश्चित करण्यासाठी अभ्यासाचा आराखडा तयार केला आहे. अभ्यासाधीन लोकसमुदाय ठरवताना सुरुवातीच्या अनेक प्रश्नांपैकी 'मी तरुण व्यक्ती म्हणून कोणाचा विचार करणार आहे?' या प्रश्नाचे तुम्हाला उत्तर शोधावे लागेल. मोजमाप करण्याच्या दृष्टीने तुमचे प्रतिसादक कोणत्या वयोगटातील असतील हे तुम्हाला ठरवावे लागेल. ते १५ आणि १८, १५ आणि २० किंवा १५ आणि २५ या वयोगटातील असतील का? किंवा यापेक्षा वेगळाच वयोगट तुमच्या डोळ्यासमोर असेल. तुमचा संशोधन प्रवास सुरू होण्यापूर्वी तुम्हाला याचा निर्णय घ्यावा लागेल. एका विशिष्ट वयोगटातील व्यक्ती तुम्ही 'तरुण व्यक्ती' म्हणून ठरविल्यानंतर तुम्ही स्त्री आणि पुरुष या दोघांचाही अभ्यास करणार आहात की एकाच गटाचा (स्त्री किंवा पुरुष) मर्यादित ठेवणार आहात, याही प्रश्नाबाबत तुम्हाला निर्णय घ्यावा लागेल. याशिवाय, 'समुदाय म्हणजे कोण?' तुमच्या प्रतिसादकांचे भौगोलिक क्षेत्र (क्षेत्रे) किंवा वांशिक पार्श्वभूमी यांची निवड तुम्ही कशी करणार आहात? याही मुद्द्यांचा विचार तुम्हाला करावा लागेल.

आपण आणखी एक उदाहरण घेऊ. समजा, तुम्हाला स्थलांतरितांची स्थायिक होण्याची प्रक्रिया अभ्यासायची आहे. तुम्ही अभ्यासाधीन लोकसमुदायाचा विचार करताना कुणाला स्थानांतरित समजणार आहात याचा निर्णय घ्यावा लागेल. ५, १०, १५ किंवा २० वर्षांपूर्वी स्थलांतरित झालेली व्यक्ती आहे का? लोक कोणत्या देशांतून स्थलांतरित झाले आहेत याचाही तुम्ही विचार करण्याची गरज आहे. प्रतिसादकांच्या मूळ देशाचा विचार न करता तुम्ही त्यांची निवड करणार आहात की विशिष्ट देशातून किंवा देशांमधून आलेल्यांची निवड करणार आहात? संशोधन समस्येप्रमाणेच तुमच्या अभ्यासाधीन लोकसमुदायाची व्याख्याही मर्यादित करावी लागेल. या मुद्द्यांची सखोल चर्चा पुढच्या भागात केली आहे.

संख्यात्मक संशोधनात तुमची संशोधन समस्या आणि अभ्यासाधीन लोकसमुदाय दोन्हीही मर्यादित करा, शक्य तेवढा त्यात नेमकेपणा आणा म्हणजे तुम्हाला आणि तुमच्या वाचकांना त्याची स्पष्ट कल्पना येईल. गुणात्मक संशोधनात, परिस्थितीनुरूप वैविध्यपूर्ण आणि मौल्यवान तथ्य संकलनासाठी तुमच्या दृष्टिकोनात प्रतिबिंबित होणारे अभ्यासाधीन लोकसमुदाय आणि संशोधन समस्या हे 'संशोधनात्मक' तात्त्विक आधार लवचिक आणि शिथिल ठेवा.

कार्यान्वयन व्याख्या प्रस्थापित करणे

समस्येची व्याख्या करताना तुम्ही कदाचित मोजमाप करण्यास अवघड आणि/किंवा विविध प्रतिसादकांनुसार त्यांचे अर्थ कदाचित वेगवेगळे असतील असे काही विशिष्ट शब्द किंवा कलम वापराल. संशोधन अभ्यासात असे शब्द/कलमे यांचे स्पष्ट अर्थ प्रस्थापित होण्यासाठी नियम, व्याख्या, निदर्शक किंवा त्यांच्या मापनाची पद्धती विकसित करणे आवश्यक आहे. काही वेळा तुम्हाला हवी असलेली माहिती तुम्ही ज्यांच्याकडून मिळवणार आहात तो अभ्यासाधीन लोकसमुदाय नेमकेपणाने स्पष्ट करणे महत्त्वाचे असते. तुम्ही तुमच्या संशोधन समस्येत आणि/किंवा तुमचा अभ्यासाधीन लोकसमुदाय वेगळा करून त्याचे अनुमापन करण्यासाठी तुम्ही योजलेल्या संकल्पनांच्या ज्या व्याख्या तयार केल्या असतील त्या व्याख्यांना **कार्यान्वयन व्याख्या** किंवा **कार्याचालन व्याख्या** असे म्हणतात. तुम्ही विकसित केलेल्या कार्यान्वयन व्याख्या या फक्त तुमच्या अभ्यासापुरत्याच आहेत त्या कायदेशीर व्याख्यांपेक्षा किंवा इतरांनी वापरलेल्या व्याख्यांपेक्षा पूर्णपणे भिन्न असू शकतील हे समजून घ्या. संकल्पनांचा तुम्ही लावलेला अर्थ हा फक्त तुमच्या अभ्यासाच्या उद्दिष्टांच्या पूर्तीसाठी आणि तुमच्या प्रतिसादकांची निवड करताना किंवा त्यांच्याशी संप्रेषण करताना त्यात कोणतीही संदिग्धता राहू नये यासाठी त्यांची योजना केली आहे. संकल्पनांची समज ही व्यक्तीव्यक्तींनुसार ठळकपणे वेगळी असते. तुमच्या कार्यान्वयन व्याख्यांमधून तुमच्या अभ्यासासाठी तुम्ही वापरलेल्या संकल्पनांचा नेमका अर्थ तुमच्या वाचकांना समजेल.

आता आपण काही अभ्यासांतील मुख्य उद्दिष्टांची खालील उदाहरणे पाहू:

१. ऑस्ट्रेलियातील *दारिद्र्यरेषे*खाली राहणाऱ्या *मुलांची* संख्या शोधणे;
२. स्थलांतरणाचा *स्थलांतरितांच्या कौटुंबिक भूमिकांवर* झालेला परिणाम निश्चित करणे;
३. तरुणांना सहाय्य करण्यासाठी आखलेल्या पुन:प्रशिक्षण कार्यक्रमाची *परिणामकारकता* मोजणे.

जरी वरील उद्दिष्टे अभ्यासाच्या मुख्य विषयाशी थेट संबंधित असली, तरीही मुख्य चलाबाबत किंवा ज्या लोकसमुदायाचा अभ्यास करायचा त्याबाबत त्यात नेमकेपणा नाही. तुम्ही जोपर्यंत दारिद्र्य रेषा म्हणजे काय व ती कशाप्रकारे निश्चित केली जाते हे ठरवत नाही तोपर्यंत तुम्ही दारिद्र्यरेषेखालील जीवन जगणाऱ्या मुलांची संख्या मोजू शकणार नाही; जोपर्यंत तुम्ही इतर भूमिकांमधून कौटुंबिक भूमिका या वेगळ्या करू शकत नाही तोपर्यंत तुम्ही स्थलांतरणाचा कुटुंबांवरील परिणाम शोधू शकणार नाही; आणि परिणामकारकता म्हणजे काय, याची जोवर तुम्ही व्याख्या करत नाही, तोपर्यंत तुम्ही परिणामकारकतेचे मोजमाप करू शकणार नाही. दुसऱ्या बाजूला, 'बालके', 'स्थलांतरित' किंवा 'तरुण' याचा तुम्ही लावलेला नेमका अर्थ निश्चित करणे हेही तितकेच महत्त्वाचे आहे. किती वयापर्यंतच्या व्यक्तीला तुम्ही 'बालक' म्हणून विचारात घेणार आहात? तुम्ही तरुण म्हणून कोणाला विचारात घेणार आहात? स्थलांतरित म्हणून तुम्ही कोणाचा विचार करणार? याशिवाय,

तुम्ही प्रत्येक देशातील की फक्त काही देशातील स्थलांतरितांचा विचार करणार? अनेकदा तुम्हाला तुमच्या अभ्यासातील माहितीचा स्रोत असलेल्या लोकांसाठी आणि तुम्ही करत असलेल्या अभ्यासातील चलांच्या आणि संकल्पनांच्या व्याख्या विकसित करणे जरुरीचे असते. तक्ता ४.२ मध्ये कार्यान्वयन संकल्पना आणि लोकांचे गट यांची वरील उदाहरणांकरिता यादी दिली आहे. कार्यान्वयन व्याख्या विकसित केल्यामुळे संदिग्धता आणि गोंधळ टाळता येतो.

कार्यान्वयन व्याख्या या सर्वसामान्य दैनंदिन अर्थ तसेच शब्दकोशातील किंवा कायदेशीर व्याख्या यांपासून भिन्न असू शकतात. हे अर्थ, तुमचा अभ्यासाधीन लोकसमुदाय किंवा तुम्ही अभ्यासाधीन संकल्पना वेगळ्या ओळखण्यासाठी कदाचित मदत करणार नाहीत. जरी दैनंदिन आयुष्यात तुम्ही 'मुले', 'तरुण' आणि 'स्थलांतरित' असे शब्द सहजपणे वापरत असलात, तरीही संशोधन अभ्यासासाठी हे शब्द वापरताना तुम्हाला नेमकेपणाने वापरावे लागतील. तुम्हाला तुमच्या व्याख्यांनुसार काम करावे लागेल.

कार्यान्वयन व्याख्या ही वापरण्यात आलेल्या संकल्पना आणि अभ्यासाधीन लोकसमुदाय यांना कार्यान्वयनाचा अर्थ देते. वैधपणे वर्णन करून, स्पष्टीकरण देऊन, पुनःतपासणी करून आणि चाचणी घेऊन तुम्ही तुमची कार्यपद्धती निःसंदिग्धपणे सिद्ध करू शकाल. कार्यान्वयन व्याख्या वैध आहे की नाही हे ठरविण्याचे कोणतेही नियम नाहीत हे लक्षात ठेवा. तुमच्या व्याख्यांचे औचित्य हे तुमच्या प्रतिवादातून इतरांप्रती सिद्ध होईल.

तक्ता ४.२ संकल्पना आणि अभ्यासाधीन लोकसमुदाय यांचे कार्यान्वयन

	अभ्यासाधीन संकल्पना		**अभ्यासाधीन लोकसमुदाय**	
अभ्यास	**संकल्पना**	**प्रश्न**	**अभ्यासाधीन लोकसमुदाय**	**प्रश्न**
१	दारिद्र्यरेषा	'दारिद्र्यरेषा' कशावरून निश्चित केली जाते?	मुले	तुम्ही मूल कोणाला म्हणाल?
२	कौटुंबिक भूमिका	'कौटुंबिक भूमिका' कशावरून निश्चित केली जाते?	स्थानांतरित	तुम्ही स्थानांतरित कोणाला समजाल?
३	परिणामकारकता	'परिणामकारकता' कशावरून निश्चित केली जाते?	तरुण	तुम्ही तरुण कोणाला समजाल?
हे तुम्ही केलंच पाहिजे:	संकल्पना कृतीत आणण्याजोग्या करा.– व्यवहारात येईल अशी व्याख्या करा. अनुमापनक्षम आणि निरीक्षणक्षम संज्ञा. 'दारिद्र्यरेषा', 'कौटुंबिक भूमिका' आणि 'परिणामकारकता'		या अभ्यासाधीन लोकसमुदायाला कृतीत आणण्याजोगा करा. शोध घेता येईल अशा संज्ञांच्या व्याख्या करा. 'बालके', 'स्थानांतरित' आणि 'तरुण'.	

गुणात्मक संशोधनात संशोधन समस्येची सूत्रबद्ध मांडणी करणे

गुणात्मक विरुद्ध संख्यात्मक संशोधन

तुम्ही संशोधन समस्येची सूत्रबद्ध मांडणी कशी करता इथपासून गुणात्मक आणि संख्यात्मक अभ्यासातील वेगळेपण सुरू होते. संख्यात्मक संशोधनात तुम्ही शक्य तेवढा नेमकेपणा आणण्याचा प्रयत्न करता आणि तुमच्या अभ्यासाची व्याप्ती मर्यादित करून, तुमचा शोध बसवता येईल अशी चौकट विकसित करता. दुसऱ्या बाजूला, गुणात्मक संशोधनात नेमकेपणा, व्याप्ती, पद्धती आणि चौकट याची जरूर नसते. लवचिकता, खुलेपणा

एकदा मी अटेन्शन डेफिसीट हायपरॲक्टिव्हिटी डिसऑर्डर (एडीएचडी) या विषयाची आवड असलेल्या विद्यार्थिनीचा पर्यवेक्षक होतो. 'कुटुंबात एडीएचडी बाधित मूल असणं याचा अर्थ काय?' अशा शब्दांत तिने तिला काय शोधून काढायचे आहे ते मांडले. अर्थात माझा तिला पहिला प्रश्न होता ''याचा अर्थ काय?'' यात तुला नेमके काय अभिप्रेत आहे? ती थोडावेळ थांबली आणि म्हणाली, ''याचा अर्थ काय?'' हाच याचा अर्थ आहे.' मी तिला तुझ्या एखाद्या प्रतिसादकासारखं मला समज आणि प्रश्न विचार असे सांगितले. तिने मला विचारले, 'कुटुंबात एडीएचडी बाधित मूल असणे म्हणजे काय?' या प्रश्नाला माझे उत्तर असे होते, मला तुझा प्रश्न कळला नाही. मला ''याचा अर्थ काय,'' याचा अर्थ काय हे कृपया स्पष्ट करून सांगशील का?' ते स्पष्ट करणे तिला अवघड गेले आणि या प्रश्नात काय अडचणी आहेत हे लगेच तिच्या लक्षात आले. स्वतःच्या विचारांशी ती स्पष्ट होती मात्र ते स्पष्टपणे व्यक्त करणे तिला अवघड गेले. तिच्या मनात नेमके काय आहे हे मला स्पष्ट करून सांगण्यात तिचा थोडा वेळ गेला. चर्चेत तिच्या मनात काय विचार आहेत ते तिने स्पष्ट करून सांगितले. परंतु तिच्या लक्षात आले की हा सुरुवातीचा प्रश्न घेऊन ती प्रतिसादकांकडे जाऊ शकत नाही.

मानसशास्त्रातील गुणात्मक संशोधन

विद्यार्थिनीला, घरात एडीएचडी बाधित मूल असलेले एक कुटुंब माहीत होते व जे तिचे या विषयातील औत्सुक्य वाढण्यास कारणीभूत होते. मी तिला त्या मुलाच्या आईशी बोलण्यास सुचवले. तिने तसे केले आणि तिला आश्चर्य वाटले. कारण, जो प्रश्न मी विचारला होता तोच मुलाच्या आईने विचारला.

मी तिला एडीएचडी विषयाशी निगडित साहित्य वाचण्याचा आणि एडीएचडी बाधित मूल असलेल्या दोन कुटुंबांशी अनौपचारिक गप्पा मारण्याचा सल्ला दिला. आम्ही फक्त आई असलेले एक व दुसरे आईवडील दोघेही अशा मुलाची जबाबदारी घेतात असे दुसरे कुटुंब घ्यायचे ठरवले. तिला 'याचा अर्थ काय?' हा तिचा समज असलेले प्रश्न प्रतिबिंबित करणारे, ज्यात एडीएचडी बाधित मूल वाढविण्याशी संबंधित बाबी होत्या असे सर्व प्रश्न आणि पैलू यांची नोंद करण्याचा सल्ला दिला. तिने साडेतीन पानांची प्रश्न आणि पैलू यांची एक मोठी यादी केली, ज्यात तिच्या 'याचा अर्थ काय?' या प्रश्नाचे प्रतिबिंब होते. तिने या प्रश्नांशी किंवा पैलूंशी संबंधित एकही विशिष्ट प्रश्न लिहिला नाही. जर संभाव्य प्रतिसादकांकडून 'कुटुंबात एडीएचडी बाधित मूल असणे म्हणजे काय?' या संदर्भात काही मुद्दे किंवा पैलू, उपस्थित केले गेले नाहीत तर मिळालेली माहिती तिला प्रतिसादकांकडून प्रश्न उपस्थित करण्यासाठी एक पार्श्वभूमी तयार झाली.

या यादीमुळे 'याचा अर्थ काय?' या तिच्या विचारात प्रचंड स्पष्टता आली आणि कुटुंबांच्या मुलाखतीसाठी पाया तयार झाला. आढावा बैठकीत तिने संकल्पनांच्या चौकटीशिवाय ती काहीच करू शकली नसती असे अनेकवेळा तिने बोलून दाखवले. मुलाखतीच्या मार्गदर्शकाशी तुम्ही याची गल्लत करू नका. तुमच्या विचारांची यादी ही विषयाची पार्श्वभूमी असणारी आणि संभाव्य प्रतिसादकांशी पुरेसा संवाद होत नसेल तर संकल्पना बांधणीसाठी चर्चेचा आधार ठरू शकते.

आणि स्वातंत्र्य अबाधित ठेवण्याऐवजी तुम्ही नवीन कल्पनांचा समावेश करण्यासाठी किंवा सुरुवातीला समाविष्ट केलेला, परंतु नंतर समर्पक नाही असा एखादा पैलू काढून टाकण्यासाठी प्रयत्न करता. सुरुवातीच्या टप्प्यावर तुम्ही तुम्हाला ज्याचा अभ्यास करायचा आहे असे विशिष्ट पैलू आणि तुमच्या अभ्यासाचा मुख्य विषय हेच तुम्ही शोधता. गुणात्मक संशोधनात प्राथमिकतः अनुमानाविषयी युक्तिवाद मांडला जातो. या उलट संख्यात्मक संशोधनात तथ्य संकलन करण्यापूर्वी संशोधन समस्या मांडली जाते. गुणात्मक संशोधनात तथ्य संकलनाची सुरुवात करण्यापूर्वी संशोधन समस्येचे अनेकवेळा सूत्रण केले जाते. संशोधनातील घटना 'पूर्णतः' संपादित करण्यासाठी किंवा विशिष्ट पैलूंचा सखोल अभ्यास करण्यासाठी, संशोधन समस्या आणि तथ्य संकलन रणनीती यांचे, तथ्य संकलन करताना जरूर असेल तेव्हा पुन्हा सूत्रबद्ध मांडणी केली जाते.

लवचिकता आणि स्वातंत्र्य यामुळे काही निश्चित स्वरूपाचे फायदे होत असले तरीही संकलित केलेल्या माहितीच्या तौलनिकतेबाबत प्रश्नचिन्ह निर्माण होऊ शकतात. तथ्य संकलनाच्या प्राथमिक आणि अंतिम टप्प्यात तुमच्या संशोधनक्षेत्रात ठळकपणे फरक होण्याची शक्यता आहे. सुरुवातीच्या वैकासिक अवस्थेत अनेक संशोधक 'स्मरणार्थ' चौकट (चौकशीची सांकल्पनिक चौकट) तयार करतात. ज्याचा प्रतिसादकांशी चर्चा करताना महत्त्वाचे प्रश्न/पैलू यांचा अंतर्भाव झाला आहे ना याची खात्री करणे हा हेतू असतो. अभ्यास पुढे पुढे सरकत असताना, जरूर असल्यास या चौकटीत अनेक प्रश्न किंवा विषय समाविष्ट केले जातात. ही प्रश्नांची यादी नसते तर फक्त काही कारणाने प्रतिसादकांबरोबर चर्चा करताना काही त्रुटी राहू नये यासाठी 'स्मरण' म्हणून वापरायची असते.

गुणात्मक संशोधनात संशोधन समस्येची सूत्रबद्ध मांडणी करण्याची तपशीलवार प्रक्रिया वरील उदाहरणात दिली आहे. संख्यात्मक संशोधनाप्रमाणे गुणात्मक संशोधनात तुम्ही समस्येची सूत्रबद्ध मांडणी करत नाही. तरीही प्रतिसादकांशी चर्चा करण्यासाठी आधाराचे मुद्दे म्हणून तुम्ही सांकल्पनिक चौकट विकसित करणे, विशेषतः प्रतिसादक माहिती देण्यात तत्पर नसल्यास, अतिशय आवश्यक असते. गुणात्मक संशोधनात, सखोल आणि मौलिक तथ्य संकलित करण्यासाठी तुमचे चौकशीचे तंत्र लवचिक आणि खुले असणे गरजेचे आहे.

सारांश

संशोधन प्रक्रियेतील संशोधन समस्येची सूत्रबद्ध मांडणी ही सर्वात महत्त्वाची पायरी आहे. या संदर्भात हा आराखडा संशोधनाचा पाया आहे, ज्यावर तुमच्या पूर्ण अभ्यासाची बांधणी केलेली असते. यात जर काही दोष राहिले तर त्याचा तुमच्या अभ्यासाच्या वैधतेवर आणि विश्वासार्हतेवर विपरीत परिणाम होऊ शकतो.

संशोधनातील तुमचे यश

यासाठी काही ठरावीक मार्गदर्शक तत्त्वे नाहीत, परंतु या प्रकरणात सुचविलेली चौकट नवोदितांना उपयुक्त ठरेल. सात पायऱ्यांचे प्रारूप तुमच्या औत्सुक्याचे व्यापक क्षेत्र मर्यादित करून तुम्हाला नेमका कशाचा अभ्यास करायचा आहे ते ठरवण्यास मदत करेल. हा कार्यान्वयन स्वरूपाचा आराखडा आहे. तो नवोदिताना समस्येच्या सूत्रबद्ध मांडणीतील गुंतागुंतीकडून सोप्या आणि सहज समजेल अशा स्वरूपाकडे घेऊन जाईल.

संख्यात्मक संशोधनात तुमच्या संशोधन प्रवासाचा मार्ग तुम्हाला अगोदरच निश्चित करावा लागतो. हा नकाशाच तुमचा मार्गदर्शक ठरतो. तुम्ही सूत्रण केलेल्या उद्दिष्टांवरून मार्ग आणि निष्पत्ती निश्चित केली जाते. गुणात्मक संशोधनात मात्र प्रवासाचा कोणताही एकच एक मार्ग न राहता मुक्त आणि खुला प्रवास असतो. संख्यात्मक संशोधनात, संशोधन समस्या ही प्रक्रियेद्वारे मर्यादित करत करत अगदी शून्यापर्यंत आणणे हे महत्त्वाचे असते. तुम्ही सूत्रबद्ध मांडणी केलेल्या उद्दिष्टांवर तुमचा मार्ग आणि निष्पत्ती निश्चित केली जाते.

तुमच्या अभ्यासाची उद्दिष्टे मुख्य उद्दिष्ट किंवा उपउद्दिष्टे ही स्पष्ट, निःसंदिग्ध असावीत आणि प्रत्येक उद्दिष्ट हे अभ्यासाच्या फक्त एका पैलूशी निगडित असावे. तुमच्या उद्दिष्टांना लिखित स्वरूप देताना क्रियाभिमुख शब्द वापरावेत.

गुणात्मक संशोधनात, संशोधन समस्येची सूत्रबद्ध मांडणी करण्याचा मार्ग वेगळा असतो. तुम्ही प्रस्तावित केलेल्या संशोधन समस्येचे नेमके स्वरूप आणि मर्यादा तुम्ही आधीच निश्चित करू शकत नाही. जसजशी तुम्हाला त्याविषयी अधिक माहिती मिळायला लागते तसतसे तुम्ही त्यात बदल करत जाता. तरीसुद्धा, जर तुम्ही संभाव्य प्रतिसादकांशी चर्चा करण्याकरिता समस्येच्या वेगवेगळ्या पैलूंशी संबंधित प्रश्नांची सांकल्पनिक चौकट विकसित केल्यास सहायक ठरते.

तुम्ही सुचविलेल्या अभ्यासविषयातील संकल्पनांची कार्यान्वयन व्याख्या करणे अत्यंत महत्त्वाचे आहे. यामुळे तुमचा नियोजित माहिती देणारा अभ्यासाधीन लोकसमुदाय व तुम्ही शोध घेत असलेले प्रश्न याविषयी अधिक स्पष्टता निर्माण होते. तुमच्या प्रस्तावित अभ्यासातील मुख्य चले आणि तुमचा अभ्यासाधीन लोकसमुदाय हे दोन्हीही घटक कार्यरत करणे महत्त्वाचे आहे.

याचा विचार करा

- प्रकरणाच्या सुरुवातीला दिलेल्या परवलीच्या शब्दांशी स्वतःला पुनःपरिचित करा. जर तुम्ही एखाद्या शब्दाचा अर्थ किंवा उपयोजन याबाबत साशंक असाल तर पुढे जाण्यापूर्वी प्रकरणाचे पुन्हा वाचन करा.
- तुमच्या स्वतःच्या अभ्यासक्षेत्राशी किंवा व्यावसायिक क्षेत्राशी संबंधित असलेले व इंग्रजी 'पी' अक्षराने सुरू होणारे चार शब्द (तक्ता ४.१मध्ये दाखविल्याप्रमाणे): पीपल, प्रॉब्लेम, प्रोग्राम, फिनोमेना (लोक, समस्या, कार्यक्रम आणि घटना) यांच्याशी संबंधित असे दोन किंवा तीन संभाव्य संशोधन प्रश्न वेगळे काढा.
- या गृहीतकांवर आधारित प्रत्येक संशोधन प्रश्नासाठी तुम्ही ज्यांची कार्यान्वयन व्याख्या करणे आवश्यक आहे अशा संकल्पना आणि लोक वेगळे करा. हे जर नाही केले तर येणाऱ्या अडचणीचा विचार करा.
- तुमचे आवडते व्यापक विषयक्षेत्र निवडा आणि त्याचे उपक्षेत्रात विभाजन करा.

आता, तुम्ही हे प्रकरण वाचले आहे, त्यावरून खालील प्रश्नांची उत्तरे द्यायचा प्रयत्न करा.

- संख्यात्मक संशोधन आणि गुणात्मक संशोधन यातील समस्येच्या सूत्रबद्ध मांडणीतील फरक ढोबळमानाने सांगा.
- आकृती ४.१ मध्ये दाखवल्याप्रमाणे, तुमच्या आवडीचे विषयक्षेत्र निवडा आणि त्यांचे उपक्षेत्रात विभाजन करा.
- संशोधनाची उद्दिष्टे शब्दबद्ध करताना तुम्ही कोणत्या बाबी विचारात घ्याल?
- तुमचे आवडते अभ्यासक्षेत्र निवडा आणि संशोधन समस्येच्या सूत्रबद्ध मांडणीच्या प्रक्रियेचा दिशादर्शक नकाशा तयार करा.

५

चल ओळखणे

या प्रकरणात तुम्ही खालील मुद्दे शिकणार आहात

- चल आणि संकल्पना म्हणजे काय आणि त्यातील फरक ओळखणे
- संकल्पनांचे कृती करण्याजोग्या चलात रूपांतर कसे करायचे
- कार्यकारण भावाच्या दृष्टीतून चलांचे प्रकार, अभ्यासाचा आराखडा आणि मापनाचे एकक
- अनुमापन सारणीचे प्रकार: सांकेतिक किंवा वर्गीकृत, क्रमवार किंवा दर्जानुसार, अंतर आणि गुणोत्तर

परवलीचे शब्द

कार्यक्षम चले, स्वाभाविक	अवलंबी चल	अनुमापन सारणी
गुण असलेली चले, वर्गीकृत	विभाजन, भिन्न चल	सांकेतिक सारणी, क्रमवार सारणी,
चले, कार्यकारणभाव,	स्वतंत्र चल, अंतर सारणी	पॉलीटॉमस गुणोत्तर सारणी,
स्थिर चल, अखंड चल	मध्यस्थ चल	अनुमापनाचे एकक

या प्रकरणाच्या अभ्यासानंतर तुम्हाला पुढील मुद्दे समजतील

- विविध दृष्टिकोनावर आधारित विविध चलांचे प्रकार
- संशोधनात चलांचे स्थान
- संकल्पनांचे चलात रूपांतर कसे करायचे
- अनुमापन सारणीचे वेगवेगळे प्रकार

ते जर अस्तित्वात आहे, तर त्याचे मापन करता येऊ शकते. (बॅबी १९८९: १०५)

संख्यात्मक संशोधनात संशोधन समस्येची सूत्रबद्ध मांडणी करताना दोन मुख्य बाबी विचारात घ्याव्या लागतात: तुम्ही तुमच्या अभ्यासप्रक्रियेत संकल्पनेचे संशोधन करणार आहात किंवा नाही; आणि तुम्ही गृहीतकृत्यांची चाचणी घेणार आहात किंवा नाही. संकल्पना आणि गृहीतकृत्य हे दोन्हीही कार्यान्वयनाच्या दृष्टीने तुमच्यावर अतिरिक्त जबाबदारी टाकतात. संकल्पनांचे कार्यान्वयन वर्तनस्वरूपात करणे गरजेचे असते आणि गृहीतकृत्यांची रचना करून त्यांची निष्पत्ती विशिष्ट स्वरूपात संप्रेषित करावी लागते. मागील प्रकरणात आपण, व्यक्तिपरत्वे भिन्न अर्थ असणाऱ्या संकल्पनांचे स्वरूप व्यक्तिनिष्ठ असते, असे प्रस्थापित केले. त्यामुळे, (त्यांचे अचूकपणे) आणि समानतेने मापन करता येत नाही. संशोधन अभ्यासात संकल्पना अनुमापन करता येतील अशा तऱ्हेने मांडलेल्या असाव्यात की ज्यामुळे प्रतिसादकांच्या समजुतीतील वैविध्य पूर्णपणे काढून टाकता आले नाही तरी कमी करता येईल. संकल्पना कार्यान्वित करण्यासाठी तंत्रांचा वापर आणि चलांविषयी व त्यांच्या अनुमापनाविषयी असलेले ज्ञान यांची संशोधन समस्येतील अनियमितता कमी करण्यात व त्यांची लय साधण्यात महत्त्वाची भूमिका असते.

चल म्हणजे काय?

तुम्ही मान्य करा अथवा करू नका, आपण आपल्या दैनंदिन जीवनात सतत गुणात्मक मतप्रदर्शन करत असतो: 'जेवण *छान* आहे'; 'काल रात्री मला *शांत* झोप लागली नाही'; 'मला हे *आवडत* नाही'; आणि 'हे *आश्चर्यकारक* आहे असे मला वाटते'; ही सर्व मते म्हणजे आपले प्राधान्यक्रम, निर्देशक आणि पडताळा यावर आधारित असतात. कारण, या भावना किंवा प्राधान्यक्रम यांचे आधारभूत घटक व्यक्तीनुसार ठळकपणे वेगळे असतात. त्यांच्या मापनाकरिता एकच एक मोजपट्टी उपलब्ध नाही. एखाद्या माणसाला एखादा पदार्थ 'चविष्ट' वाटेल तर दुसऱ्याला 'बेचव' लागेल आणि एखादी गोष्ट एखाद्याला सुंदर वाटेल तर दुसरा तिलाच कुरूप म्हणेल.

व्यक्ती जेव्हा अशा भावना किंवा प्राधान्यक्रम व्यक्त करतात तेव्हा त्यांच्या मनाचे काही आडाखे असतात किंवा त्यात त्यांच्या अपेक्षा असतात. तुम्ही जर त्यांना प्रश्न विचारलेत तर तुमच्या लक्षात येईल की त्यांचे मत हे त्यांच्या अपेक्षा, निर्देशक यावर असते व त्यातून ते निष्कर्ष काढून मत व्यक्त करीत असतात.

याचा विचार व्यावसायिक संदर्भात करू:

- 'ही योजना *प्रभावी* आहे.'
- 'ही योजना *प्रभावी नाही.*'
- 'आम्ही आमच्या अशिलांना *दर्जेदार* सेवा पुरवितो.'
- 'हे वेळ *वाया* घालवणं आहे.'
- 'या संस्थेत स्त्रियांविरुद्ध *भेदभाव* केला जातो.'
- 'या कार्यालयात कुणाकडेच *उत्तरदायित्त्व* नाही.'
- 'हे उत्पादन *चांगले* चालत नाही.'

वास्तविक हे प्राधान्यक्रम नाहीत. ती मतं आहेत, जी जाहीर करायला पुरेसा आधार असावा लागतो. उदाहरणार्थ, तुम्हाला जर योजना प्रभावी आहे की नाही; सेवा दर्जेदार आहे का, भेदभाव केला जातो का हे शोधायचे असेल तर तुम्ही ही विधाने तार्किक व सशक्त आधारावर केली आहेत का हे पहाणे आवश्यक आहे. यासाठी चलांविषयी अधिक माहिती उपलब्ध करून देणारी मापनप्रक्रिया असणाऱ्या तपासयंत्रणेची भूमिका महत्त्वाची असते.

ज्यांचे मोजमाप करणे शक्य आहे म्हणजेच ज्यांमध्ये वेगवेगळी मूल्ये आत्मसात करण्याची क्षमता आहे, अशा प्रतिमा, आकलन किंवा संकल्पना यांना **चल** असे म्हणतात. कर्लिंगर (१९८६: २७), यांच्या मताप्रमाणे, 'चलामध्ये विविध मूल्ये सामावून घेण्याचा गुणधर्म असतो. वेगळ्या शब्दांत सांगायचे झाल्यास चल हे सतत वरखाली होत असतात. अंक किंवा गुण यांद्वारे व्यक्त होणारी प्रतीके म्हणजे चल होय.' ब्लॅक आणि चॅम्पियन (१९७६: ३४) यांनी चलांना 'विश्लेषणाचे तार्किक एकक असे म्हटले आहे जे मूल्यसंचातील कोणत्याही एका आकड्यासाठी योजलेले असते.' चल ही एक ज्याच्या मापनातील अचूकपणात फरक असतो अशा चार प्रकारच्या **अनुमापन सारणी**तील कोणत्याही सारणीद्वारे मापन करण्याजोगी संकल्पना आहे (या प्रकरणात पुढे अनुमापन सारणीची चर्चा केली आहे).

तरीही, अभिप्राय, प्राधान्यक्रम, मूल्य, भावना यांचे मापन करण्यासाठी शास्त्रीय पद्धती सक्षम नाहीत असे काही लोकांना वाटते. लेखकाच्या मते, यातील बहुतेक बाबींचे जरी परिस्थितीनुसार प्रत्यक्षपणे मापन करता आले नाही तरी, अचूक, योग्य निर्देशक वापरून अप्रत्यक्षपणे मापन करता येऊ शकते. हे अभिप्राय आणि मतं ही प्रत्यक्ष आयुष्यातील निरीक्षणात्मक वर्तनावर आधारित असतात. त्यांच्या वर्तनाचे प्रतिबिंब त्यांच्या मतांमध्ये असते व ते व्यक्तीनुसार भिन्न असते. कोहेन आणि नेगेल (१९६६: ३५२) यांच्या शब्दात:

> अंदाज किंवा मूल्य जसे – 'हे सुंदर आहे', 'हे चांगले आहे' किंवा 'हे केलंच पाहिजे' यांच्यासाठी शास्त्रीय पद्धती उपयोगी पडू शकत नाही असे अनेक थोर लेखकांचे म्हणणे आहे. ... ही मतं केवळ व्यक्तीच्या अभिप्राय, आवडनिवड व वैयक्तिक प्राधान्य सुचवतात. ती खरी किंवा खोटी असे म्हणू शकत नाही (फक्त जी व्यक्ती शब्दांत व्यक्त करते तिच्या त्या व्यक्तिगत भावना इतकेच) ...जर आपण प्रत्येक नीतीविषयक किंवा सौंदर्यविषयक मतप्रदर्शन हे इतर कशापेक्षाही खरे किंवा खोटे नसते असे समजून चाललो तर बहुतेक सर्व लोकांमधील संभाषण अर्थहीन होईल.

तक्ता ५.१ संकल्पना आणि चल यांची उदाहरणे

संकल्पना	चल
• परिणामकारकता	• लिंग (पुरुष/स्त्री)
• समाधान	• कल
• प्रभाव	• वय (*क्ष* वर्ष, *य* महिने)
• उत्कृष्ट	• उत्पन्न ($ – – प्रतिवर्षी)
• उच्च संपादन	• वजन (– – किलो)
• आत्मसन्मान	• उंची (– – सेमी)
• श्रीमंत	• धर्म (कॅथॉलिक, प्रोटेस्टंट, ज्यू, मुस्लीम)
• कौटुंबिक हिंसा	• इत्यादी
• मद्यपानाचा प्रकार आणि प्रमाण	
• इत्यादी	
– व्यक्तिनिष्ठ मत	– जरी अनुमापनात भिन्न सारणीत आणि भिन्न चलात फरक (उदाहरणार्थ, कल - व्यक्तिनिष्ठ, उत्पन्न - वस्तुनिष्ठ) असला तरी अनुमापन योग्य असतात.
– वेगवेगळ्या लोकांची याविषयीची वेगवेगळी समज	
– वास्तविक अनुमापन करू शकत नाही.	

संकल्पना आणि चल यातील फरक

मापनक्षमता हा **संकल्पना** आणि चल यातील मुख्य फरक आहे. संकल्पना या मानसिक प्रतिमा किंवा जाणिवा असतात आणि त्यामुळे त्यांचे अर्थ व्यक्ती-व्यक्तीनुसार ठळकपणे भिन्न असतात. मापनसारणी लक्षात घेता त्यांच्या अचूकतेत थोडा फरक असला तरी चल ही मापनक्षम असतात. संकल्पनांचे मापन करता येत नाही, मात्र चलाचे कच्च्या/शुद्ध किंवा वस्तुनिष्ठ/व्यक्तिनिष्ठ मापनाच्या एककाने मापन करता येऊ शकते. संकल्पना हे व्यक्तिनिष्ठ मत असते, त्यांचे जर मापन केले तर वेगवेगळ्या प्रतिसादकांकडून मिळालेल्या प्रतिसादांची तुलना करताना अडचणीचे कारण होईल. यंग (१९६६: १८) यांच्या मताप्रमाणे,

> जर संकलित केलेल्या माहितीचे एकाच प्रकारे वर्गीकरण केले, प्राप्त अनुमानांची नोंद घेतली आणि त्यांची चाचणी घेतली किंवा पुन्हा सादर केली, तर तथ्यांचे संकलन करणाऱ्या प्रत्येकाला संकल्पनांचा एकत्र अर्थ माहीत असणे आवश्यक आहे. संकल्पनांचे वर्गीकरण आणि तुलना करण्याकरिता संकल्पनांच्या प्रकारांची अचूक व एकसमान व्याख्या करावी लागते.

यासाठी संकल्पनांचे (प्रत्यक्षपणे किंवा निर्देशकानुसार) चलांमध्ये रूपांतर करणे महत्त्वाचे आहे कारण त्यांचे अनुमापन करणे हे व्यक्तिनिष्ठ आहे. जरी, त्यांचे ज्या प्रकारातून अनुमापन होऊ शकते तरी त्यातील मापनात अनुमापन सारणीनुसार (*सांकेतिक, क्रमवाचक, अंतराने किंवा गुणोत्तर*) ठळक फरक करता येऊ शकतो. तक्ता ५.१ मध्ये संकल्पना आणि चल या दोघांमधील फरक उदाहरणाने दर्शविला आहे.

संकल्पनांचे चलांत रूपांतर करणे

तुम्ही जर तुमच्या अभ्यासात संकल्पनांचा वापर करणार असाल तर त्यांचे कार्यान्वयन म्हणजेच तुम्ही त्यांचे मापन कसे करणार आहात याचा विचार करणे गरजेचे आहे. अनेकवेळा संकल्पनांचे कार्यान्वयन करताना पहिल्यांदा निर्देशक जाणून घेण्याची प्रक्रिया करावी लागते. ज्याद्वारे संकल्पनांचे चलांत रूपांतर करता येऊ शकते अशी संकल्पनांची पारख करण्याची कसोटी ठरवावी लागते. संकल्पनांच्या निर्देशकांची निवड संशोधकानुसार वेगळी असू शकेल, परंतु ज्या निर्देशकांची निवड केली जाईल त्यांचा संकल्पनेशी तार्किक संबंध असेल. काही संकल्पना जसे की – 'श्रीमंत' (संपत्तीच्या संदर्भात) या सहजपणे निर्देशकांत व नंतर चलांत रूपांतरित होऊ शकतात. उदाहरणार्थ, मनुष्य श्रीमंत आहे हे जर वस्तुनिष्ठपणे बघायचे असेल तर संपत्तीचे निर्देशक काय हे आधी ठरवावे लागेल. समजा, आपण उत्पन्न आणि मालमत्ता हे निर्देशक ठरविले आहेत. उत्पन्न हे चल आहे कारण ते मापनाचे डॉलररूपी चलन हे साधन आहे. त्यामुळे त्याचे चलात रूपांतर करण्याची गरज नाही. जरी स्वतःची मालमत्ता ही तिच्या/त्याच्या श्रीमंतीचे निर्देशक असले तरी ते संकल्पनेच्या वर्गात येतात. त्यामुळे तुम्हाला मालमत्तेचे निर्देशक पाहणे गरजेचे आहे. उदाहरणार्थ, घर, बोट, गाडी आणि गुंतवणूक हे मालमत्तेचे निर्देशक आहेत. प्रत्येकाचे मूल्य डॉलरमध्ये रूपांतरित केल्यावर व्यक्तीच्या मालकीची मालमत्तेची एकूण किंमत कळेल. नंतर, समाजातील लोकांच्या मालकीच्या मालमत्तेची सरासरी तसेच उत्पन्न वितरणाच्या उपलब्ध माहितीवरून एक पातळी निश्चित करा. हा तुमच्या वर्गीकरणाचा पाया असेल. त्यानंतर उत्पन्न व मालमत्तेची किंमत यांचे विश्लेषण करा व माणूस 'श्रीमंत' वर्गात बसू शकतो का ते पहा. 'परिणामकारकता' किंवा कार्यक्रमांचा 'प्रभाव' अशा संकल्पनांचे कार्यान्वयन करून सिद्ध करणे अवघड आहे. तक्ता ५.२ मध्ये दिलेल्या उदाहरणांचा तुम्हाला संकल्पनांचे चलात रूपांतर करण्याची प्रक्रिया समजण्याकरिता मदत होईल. या उदाहरणांमध्ये फक्त काही निर्देशक निवडले आहेत याची नोंद घ्या. शिवाय, निर्णयपातळी निश्चितीसाठीची मूल्ये मनात आली तशी घेतली आहेत, त्यांना अनुभवात्मक किंवा प्रयोगात्मक आधार नाही.

गुणात्मक आणि संख्यात्मक संशोधन अभ्यासात मुख्यतः चलांमध्ये फरक आहे. गुणात्मक संशोधनात जाणिवा, विश्वास किंवा भावना यांचा अभ्यास असतो, त्यामुळे प्रतिसादकांमध्ये याविषयी समानता प्रस्थापित करण्याची गरज नाही; आणि म्हणून अनुमापन आणि चल यांना विशेष महत्त्व नाही. तर दुसऱ्या बाजूने संख्यात्मक संशोधनात अभ्यासाधीन लोकसमुदायातील सामायिकता शोधायची असल्याने अनुमापन व चल यांची भूमिका महत्त्वाची असते.

चलांचे प्रकार

चलांचे अनेक प्रकारात वर्गीकरण होऊ शकते. येथे विकसित केलेले वर्गीकरण चलांना तीन वेगवेगळ्या मार्गाने पहाण्याच्या परिणामातून केलेले आहे (पहा आकृती ५.१):

तक्ता ५.२ संकल्पनांचे चलांमध्ये रूपांतर

संकल्पना → निर्देशक → चल

संकल्पना →	निर्देशक →	चल	
		चल	निर्णय पातळी (कार्यान्वयन व्याख्या)
श्रीमंत/गरीब	१ उत्पन्न २ सर्व वस्तूंची किंमत (मालकीच्या)	१ वर्षभराचे एकूण उत्पन्न २ घराची (घरांची; मोटारींची (मोटारींच्या) बोटींची गुंतवणुक	यांची श्रीमंत म्हणून गणना करा: १ जर वार्षिक उत्पन्न २००,००० असल्यास २ जर मालकीच्या एकूण वस्तूंची किंमत २००,००० असल्यास
उच्च शैक्षणिक यश	१ परीक्षेतील कामगिरी २ प्रात्यक्षिक काम/क्षेत्रीय काम यातील कामगिरी ३ लघुचाचणीमधील कामगिरी ४ एकंदरीत कामगिरी इत्यादी	१ परीक्षेतील गुण २ प्रात्यक्षिक काम/क्षेत्रीय काम यातील गुण ३ लघुचाचणीमधील गुण ४ एकंदरीत गुण	१ जर > ८५% २ जर > ८५% ३ जर > ८५% ४ जर > ८५%
(आरोग्य कार्यक्रमाची) परिणामकारकता	१ सेवांच्या वापरासंबंधीची बदलती प्रणाली २ समाजातील रोगांच्या प्रवृत्तीतील बदल ३ विशिष्ट काळामधील रोगांचे बदलत्या घटना ४ बालमृत्यूचे बदलते प्रमाण ५ मुलांमधील बदल पोषण दर्जा (वजन, उंची, आजारपणे इत्यादी)	१ रुग्णांची दरमहा वाढती किंवा घटती संख्या २ (अ) रोगाच्या प्रवृत्तीतील बदल (आ) रोगाच्या प्रकारात बदल ३ महिनाभरातील रोगाच्या घटनांमध्ये वाढ किंवा घट ४ वयानुसार मृत्यूदर ५ समाजातील निव्वळ मृत्यूदरात वाढ किंवा घट ६ समाजातील ५ वर्षांपर्यंतच्या मुलांचा वजन, उंची, आजार यातील बदल	अशावेळी ते परिणामकारक समजा: १ वर्षाच्या शेवटी रुग्णांची संख्या २५% नी वाढली. २ तज्ज्ञांच्या गटाने तपासल्याप्रमाणे रोगांच्या प्रकारात लक्षणीय बदल ३ एक वर्षानंतर आजाराच्या घटना ३०% ने कमी झाल्या ४ निव्वळ मृत्यूदर ०.०५ ने वर्षाच्या शेवटी कमी झाला किंवा तज्ज्ञांच्या गटाने नोंदविलेला ठळक बदल ५ तज्ज्ञांच्या गटाने सांगितल्याप्रमाणे ५ वर्षाखालील मुलांच्या आजाराचे प्रमाण खूप कमी आणि वजन यात ठळक वाढ

- कार्यकारण संबंध;
- अभ्यास आराखडा;
- अनुमापनाचे एकक.

कार्यकारण संबंधांच्या दृष्टिकोनातून

कार्यकारणभाव किंवा सहसंबंध या दृष्टिकोनातून अन्वेषण केलेल्या अभ्यासात, चार प्रकारचे चल कार्यान्वयन करतात (पहा आकृती ५.२):

- घटना किंवा परिस्थिती, वस्तुस्थिती यात बदल *घडवून आणण्यात* चल जबाबदार असतात.
- *निष्पत्ती* चल, जे बदलाच्या चलाचे परिणाम, प्रभाव असतात.
- कारण आणि परिणाम चलांमधील दुव्यांवर *प्रभाव* टाकणारा चल
- *दुवा* किंवा *जोडणारा* चल, विशिष्ट परिस्थितीत कारण आणि परिणाम या चलांमधील संबंध स्पष्ट करण्यासाठी गरजेचे असते.

संशोधनामध्ये वापरण्यात येणाऱ्या संज्ञांनुसार, बदलणाऱ्या चलाला **स्वतंत्र चल** असे म्हणतात, निष्पत्ती/परिणाम या चलांना **परावलंबी चल** म्हणतात, कारण आणि परिणाम या संबंधांवर ठसा उमटवणाऱ्या, मापन न करता येणाऱ्या चलांना **भिन्न चल** म्हणतात, आणि कारण आणि परिणाम या संबंधांचा दुवा ठरणाऱ्या चलांना मध्यस्थ चल असे म्हणतात. अधिक तपशिलाकरिता पुढील विवेचन पहा:

चल

१. **स्वतंत्र चल** – घटना किंवा परिस्थिती यात बदल घडवून आणण्यासाठी जबाबदार असलेले चल.
२. **परावलंबी चल** – स्वतंत्र चलाच्या आधाराने निष्पत्ती किंवा बदल आणू शकतात.
३. **भिन्न चल** – प्रत्यक्ष वास्तवातील अनेक घटक अवलंबी चलात बदलावर परिणाम करतात. अभ्यासात या घटकांचे मापन केले जात नाही; परंतु स्वतंत्र आणि परावलंबी चलांच्या संबंधांचे महत्त्व किंवा बळ वाढवतात किंवा कमी करतात.
४. **मध्यस्थ चल** – कधी कधी आश्चर्यचकित करणारा चल (ग्रिनेल १९८८: २०३) हा परावलंबी आणि स्वतंत्र चल यामधील दुवा असतो. विशिष्ट परिस्थितीत स्वतंत्र चल आणि परावलंबी चल यांच्यातील संबंध मध्यस्थ चलाशिवाय प्रस्थापित होऊ शकत नाहीत. कारण किंवा स्वतंत्र चल यांचा गृहीत धरलेला परिणाम हा केवळ मध्यस्थ चलामुळे होतो.

हा प्रकार स्पष्ट करण्यासाठी आपण काही उदाहरणे घेऊ. समजा, तुम्हाला धुम्रपान आणि कर्करोग यातील संबंधांचा अभ्यास करायचा आहे. धुम्रपान हे कर्करोगाचे कारण आहे असे तुम्ही गृहीत धरले आहे. विविध अभ्यासांमधून या संबंधांवर प्रभाव पाडणारे अनेक घटक आहेत असे दर्शविण्यात आले आहे. जसे की, दर दिवशी ओढलेल्या सिगरेटची संख्या किंवा त्यातील तंबाखूचे प्रमाण; धूम्रपानाचा कालावधी, धूम्रपान करणाऱ्या व्यक्तीचे वय; आहाराच्या सवयी; आणि ती व्यक्ती करत असलेल्या व्यायामाचे प्रमाण. हे सर्व घटक धूम्रपानामुळे कर्करोग होण्याच्या शक्यतेवर व्यापक प्रमाणात परिणाम करतात. उपरोक्त चल या संबंधांचे महत्त्व वाढवू किंवा कमी करू शकतात.

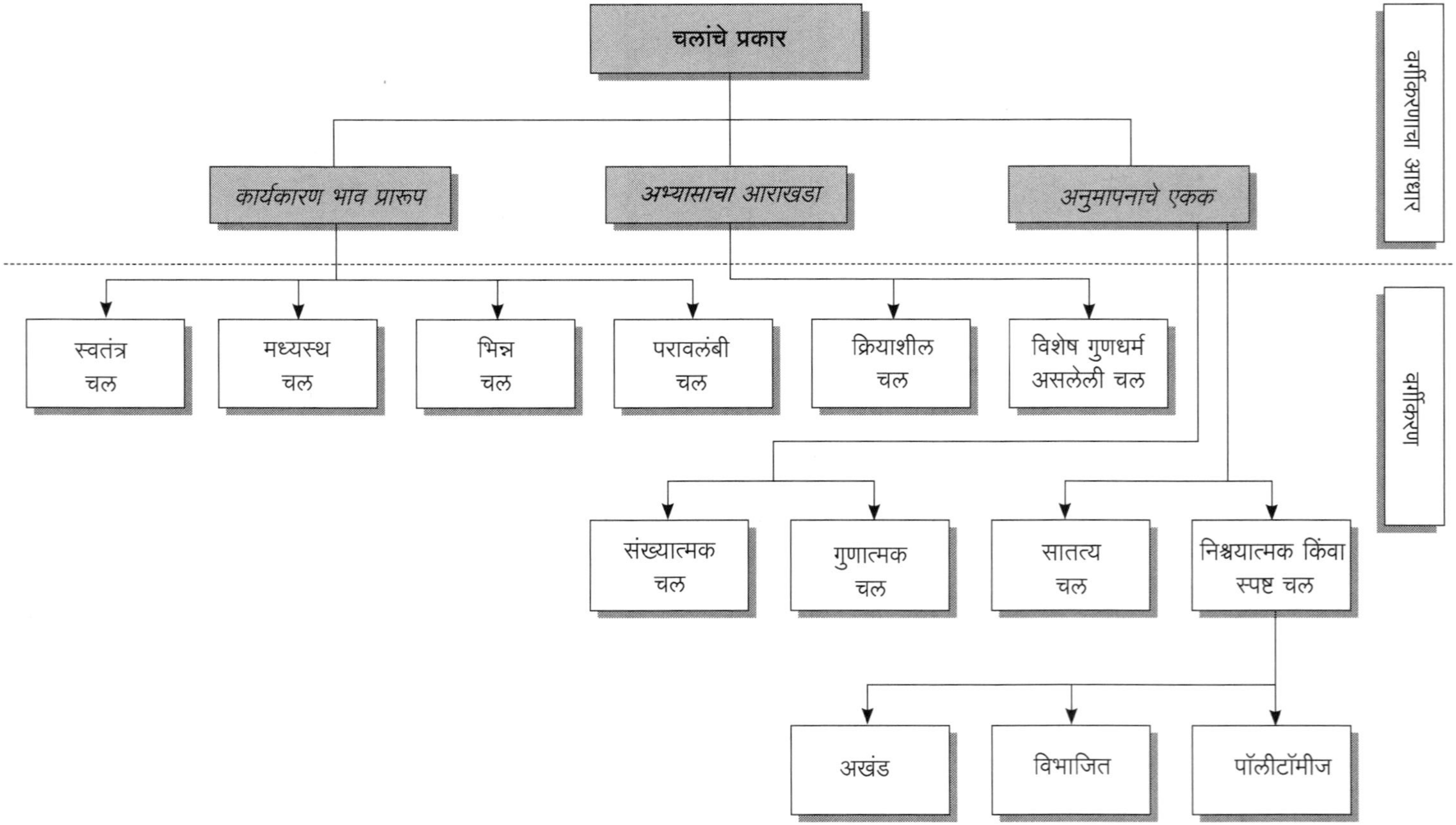

आकृती ५.१ चलांचे प्रकार

कृपया नोंद घ्यावी: वर्गीकरणाच्या तीन आधारावर केलेले वर्गीकरण सरमिसळ होऊ शकते (एकमेकात वापरले जाऊ शकते), परंतु वर्गीकरणाच्या एकाच आधारावरील वर्गीकरण सरमिसळ होऊ शकत नाही. एकाच अभ्यासात स्वावलंबी चल हा कार्यरत चलही असू शकतो, किंवा संख्यात्मक वा गुणात्मक चल, किंवा सातत्य अथवा निश्चयात्मक किंवा स्पष्ट चलही असू शकतो; पण तो परावलंबी, बहिस्थ अथवा मध्यस्थ चल होऊ शकत नाही.

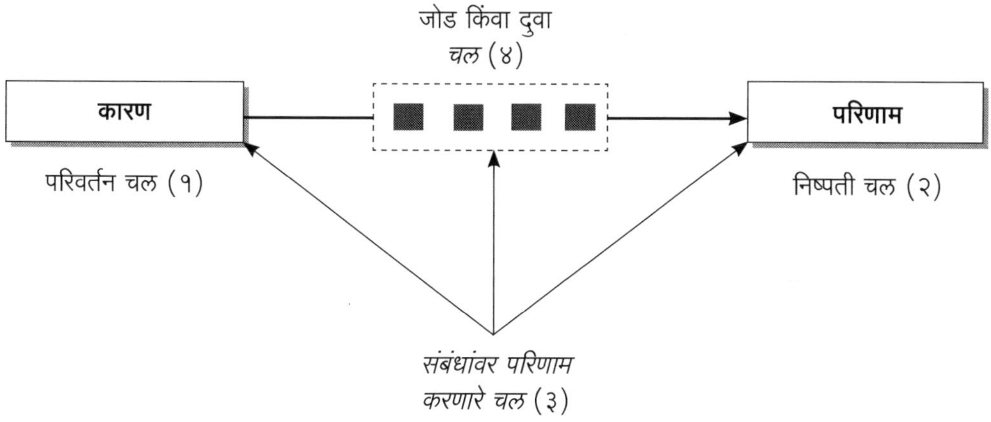

आकृती ५.२ कार्यकारण संबंधांत चलांचे प्रकार

या उदाहरणात धूम्रपानाचे प्रमाण हे स्वतंत्र चल आहे आणि कर्करोग होणे हे परावलंबी चल आहे आणि या संबंधांवर सकारात्मक किंवा नकारात्मक परिणाम करू शकणारे चल हे भिन्न चल असतात. आकृती ५.३ पहा.

आणखी एक उदाहरण घेऊया, समजा तुम्हाला वैवाहिक समस्यांकरिता विवाहविषयक समुपदेशन करणाऱ्या संस्थेच्या सेवांचा परिणाम अभ्यासावयाचा आहे. आकृती ५.४मध्ये दाखवलेला चलांचा संच समुपदेशन आणि वैवाहिक समस्या यांचा संबंध या अभ्यासात कार्यान्वयन करू शकेल.

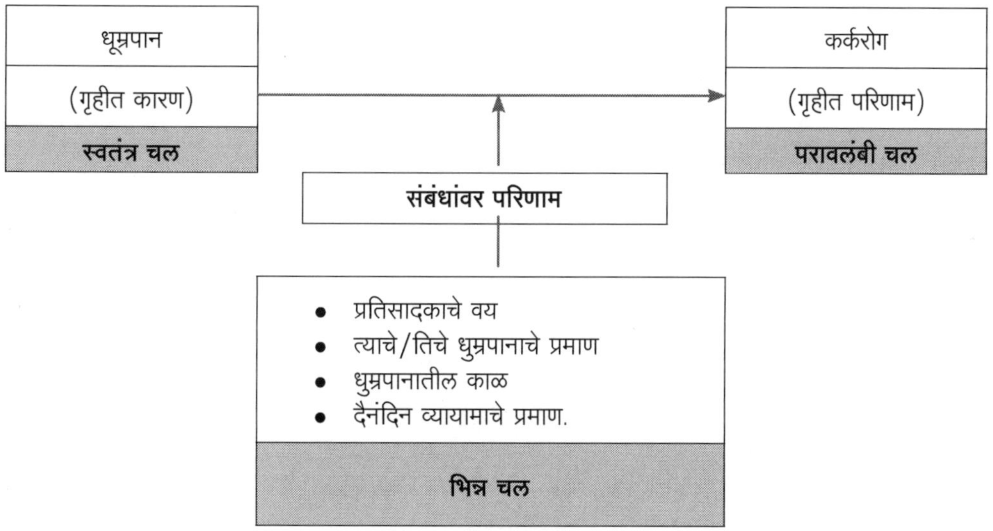

आकृती ५.३ कार्यकारण संबंधात स्वतंत्र, परावलंबी आणि भिन्न चल

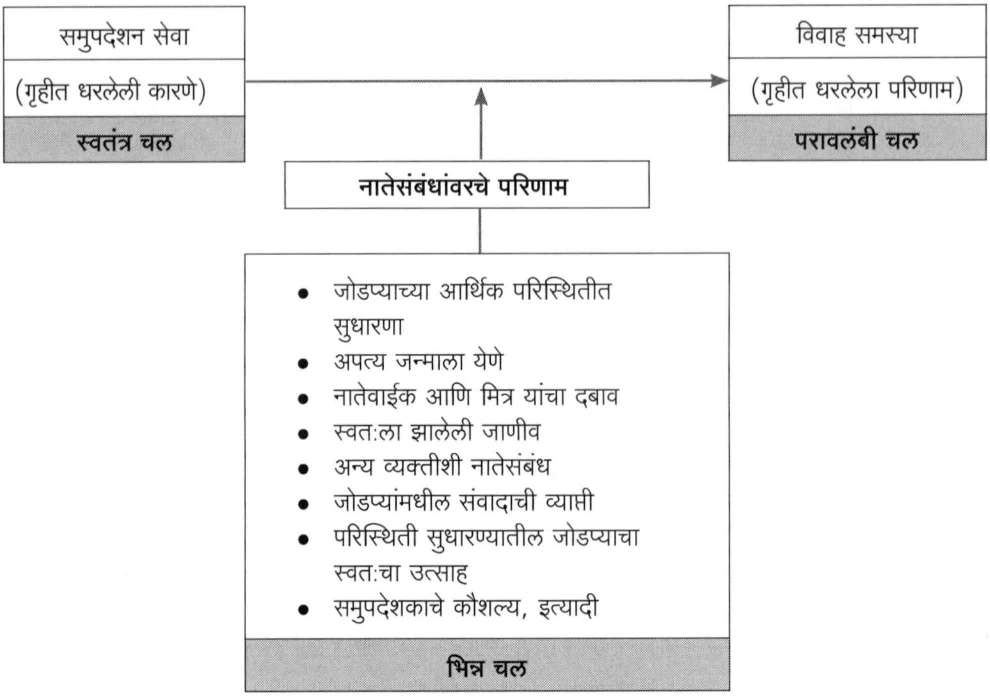

आकृती ५.४ वैवाहिक समस्या आणि समुपदेशनातील चलांचा संच

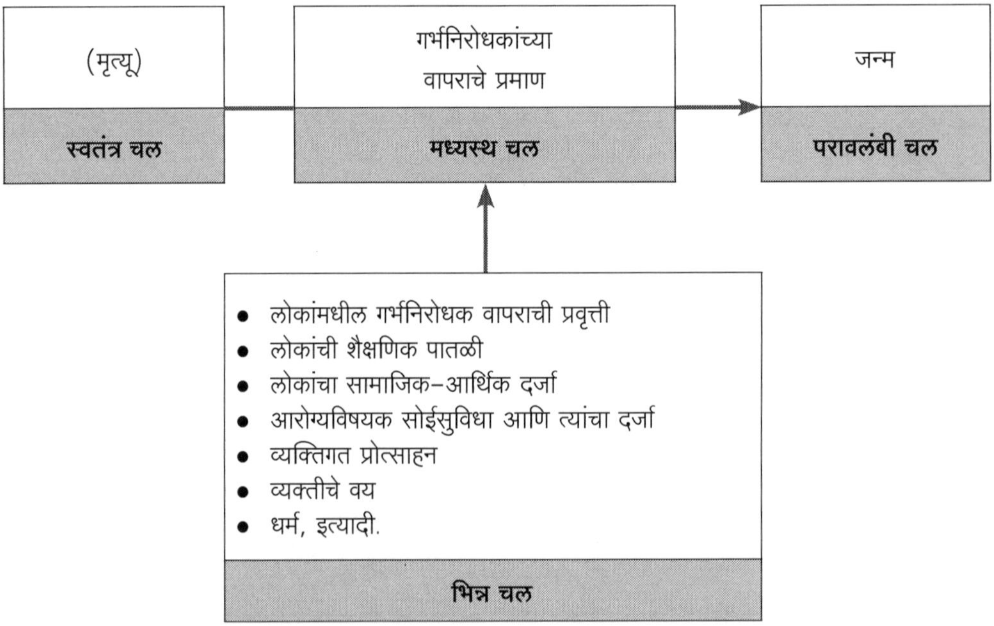

आकृती ५.५ स्वतंत्र, परावलंबी, भिन्न आणि मध्यस्थ चल

या संबंधांचा अभ्यास करताना, समुपदेशनाचा वैवाहिक समस्यांवर मर्यादित प्रभाव पडेल असे गृहीत धरले आहे. त्याअर्थाने, समुपदेशन सेवेचा प्रकार हे स्वतंत्र चल आणि वैवाहिक समस्येचे प्रमाण हे अवलंबी चल आहे. या नात्याचे महत्त्व किंवा ताकद यावर सकारात्मक किंवा नकारात्मक परिणाम करणारे अनेक घटक आहेत, जे या अभ्यासाच्या केंद्रभागी नाहीत. मुलाचा जन्म; जोडप्याच्या आर्थिक स्थितीत सुधारणा; जोडप्याला प्रोत्साहन दिल्यामुळे परिस्थितीत झालेला बदल; अन्य व्यक्तीचा सहभाग; स्वतःला झालेली जाणीव; नातेवाईक आणि मित्र यांचा दबाव हे कदाचित भिन्न चल असू शकतील. भिन्न चल हे संबंधांची ताकद वाढवतात किंवा कमी करतात.

आकृती ५.५ मधील उदाहरण तुम्हाला मध्यस्थ चल समजण्यासाठी मदत करेल. समजा, तुम्हाला जन्मदर आणि मृत्यूदर यांच्यातील संबंधांचा अभ्यास करायचा आहे. मृत्यूदर कमी होण्याचा जन्मदरावर काय परिणाम होतो त्याचा शोध लावणे हा तुमचा उद्देश आहे. जरी विविध देशांमध्ये घटत्या जन्मदराची एकच पातळी येण्यास लागणाऱ्या वेळात लक्षणीय फरक असला तरी, लोकसंख्येच्या संक्रमणाचा इतिहास असे दर्शवितो की जन्मदराच्या पातळीतील घटी पाठोपाठ मृत्यूदराच्या पातळीतही घट झालेली दिसून येते. मुळातच, जन्मदर आणि मृत्यूदर यात कोणताच थेट संबंध नाही. घटत्या मृत्यूदराबरोबर, लोकांनी जर आपल्या कुटुंबाचा आकार मर्यादित ठेवण्याचा प्रयत्न केला तरच जन्मदर कमी होऊ शकतो. इतिहास हे दर्शवितो की अनेकविध कारणांसाठी (जो या पुस्तकाचा चर्चाविषय नाही) लोकांनी जन्मदर मर्यादित ठेवण्यासाठी एक किंवा अनेक पद्धती वापरल्या, परिणामी जन्मदराच्या पातळीत घट झाली. याचा अर्थ गर्भनिरोधक पद्धती ही मध्यस्थाच्या रूपाने हा संबंध पूर्ण करतेः गर्भनिरोधकाचा उपयोग जेवढा जास्त तेवढी जन्मदर पातळी खाली येते, लोक जेवढ्या लवकर गर्भनिरोधक साधनांचा वापर करतील, तेवढ्या लवकर जन्मदराच्या पातळीत घट होईल. गर्भनिरोधक साधनांच्या वापरावरही अनेक घटक परिणाम करतात. उदाहरणार्थ, गर्भनिरोधकांविषयीचे दृष्टिकोन, शैक्षणिक पातळी, सामाजिक-आर्थिक दर्जा आणि वय, धर्म आणि आरोग्यविषयक सोईसुविधा आणि त्यांचा दर्जा. ही सगळी भिन्न चल म्हणून वर्गीकृत केली आहेत.

या उदाहरणात मृत्यूदर घटण्याचे कारण जन्मदर घटणे असे गृहीत धरले आहे, त्यामुळे मृत्यूदर हे स्वतंत्र चल आहे आणि जन्मदर हे परावलंबी चल आहे. परंतु, हे संबंध दुसऱ्या एका मध्यस्थ चलाशिवाय म्हणजे, गर्भनिरोधकाचा वापर, पूर्ण होऊ शकत नाहीत. मृत्यूदर कमी होणे (विशेषतः बालमृत्यूदर) यामुळे कुटुंबाचा आकार वाढतो आणि अशा मोठ्या कुटुंबामुळे त्या कुटुंबावर सामाजिक, आर्थिक आणि मानसिक दबाव येतो, ज्यामुळे कुटुंब लहान असण्याकडे कल तयार होतो. हा वृत्तीतील बदल गर्भनिरोधकाच्या वापराने प्रत्यक्ष वर्तनात आणता येईल. जर लोकांनी गर्भनिरोधकाच्या पद्धती वापरल्या नाहीत, तर मृत्यूदराचा परिणाम जन्मदरावर होणार नाही. विकसनशील देशांमधील लोकसंख्येच्या स्फोटाचे प्राथमिक कारण गर्भनिरोधक साधनांचा स्वीकार न करणे हे आहे. गर्भनिरोधकांच्या वापराच्या व्याप्तीवरून जन्मदर खाली येण्याची पातळी निश्चित होते. लोकांचा गर्भनिरोधक साधनांचा वापर अनेक घटकांवर अवलंबून असतो. या अगोदर सांगितल्याप्रमाणे या कार्यकारण प्रारूपात जन्मदर हे परावलंबी चल आहे, गर्भनिरोधकांच्या वापराचे प्रमाण हे मध्यस्थ चल आहे, मृत्यूदर हे स्वतंत्र चल आहे आणि कल, शिक्षण, वय, धर्म आणि सेवांचा दर्जा ही अनुमापन न करता येण्याजोगी चले असल्याने ती भिन्न चले होय. परावलंबी आणि स्वतंत्र चलातील संबंध मध्यस्थ चलाशिवाय पूर्ण होऊ शकत नाही.

अध्ययन आराखड्याच्या दृष्टिकोनातून

ज्यात सहसंबंध किंवा कार्यकारणसंबंध अभ्यासावयाचा असतो असा अभ्यास नियंत्रित/घडवून आणलेला प्रयोग, प्रयोगाशी मिळताजुळता प्रयोग किंवा *घटनोत्तर* किंवा अ-प्रायोगिक अभ्यास असतो. नियंत्रित प्रयोगात स्वतंत्र (कारण) चल हे संशोधकाकडून किंवा तशी सेवा देणाऱ्या अन्य व्यक्तीकडून पुरवले जाते किंवा तयार केले जाते. अशा परिस्थितीत चलांचे दोन संच असतात (पहा आकृती ५.६):

- **क्रियाशील चले** – जी बदलली जातात किंवा नियंत्रित केली जातात किंवा तयार केली जातात अशी चले.
- **विशेष गुणधर्म असलेली चले** – ही चले तयार करता येत नाहीत, बदलली जात नाहीत किंवा नियंत्रित करता येत नाहीत आणि ज्यात अभ्यासाधीन लोकसमुदायाची वय, लिंग, शिक्षण आणि उत्पन्न, इत्यादी वैशिष्ट्ये प्रतिबिंबित होतात.

अभ्यासातील मध्यस्थ	*अभ्यासाधीन लोकसमुदाय*
• वेगवेगळी शैक्षणिक प्रारूपे • प्रायोगिक मध्यस्थ • कार्यक्रम, सेवा इत्यादी.	• वय • लिंग • प्रोत्साहन पातळी • कल, प्रवृत्ती • धर्म, इत्यादी.
क्रियाशील चल	**विशेष गुणधर्म असलेली चले**
संशोधक तयार करू शकतो, नियंत्रित करू शकतो किंवा मापन करू शकतो.	*संशोधक तयार करू शकत नाही. बदलू शकत नाही, मापन करू शकत नाही.*

आकृती ५.६ क्रियाशील आणि विशेष गुणधर्म असलेली चले

समजा, तीन शैक्षणिक प्रारूपांचा (अ, ब, आणि क) सापेक्ष परिणाम मोजण्यासाठी अध्ययन आराखडा तयार केला आहे. यातील प्रत्येक प्रारूपाची संरचना व आशय वेगवेगळा असेल व कोणत्याही प्रारूपाची कोणत्याही गटावर चाचणी घेता येईल. लोकांच्या गटावरील आशय, संरचना आणि प्रारूपाची चाचणीक्षमता विविध संशोधकांनुसार भिन्न भिन्न असेल. तर दुसऱ्या बाजूला संशोधकाचा अध्ययनाधीन विद्यार्थ्यांच्या वय, लिंग, अभ्यासाच्या प्रेरणा अशा वैशिष्ट्यांवर नियंत्रण नसते. अभ्यासाधीन लोकसमूहाच्या अशा वैशिष्ट्यांना विशेष गुणधर्म असलेली चले असे म्हणतात. तरीही, संशोधकाकडे शैक्षणिक प्रारूपावर नियंत्रण ठेवण्याची आणि/किंवा शैक्षणिक प्रारूप बदलण्याची क्षमता असते. ती/तो शैक्षणिक प्रारूपात कोणते घटक अंतर्भूत करायचे आणि (जर यादृच्छिकची निवड केली नाही) कोणत्या विद्यार्थीगटावर याची चाचणी केली पाहिजे, हे ठरवू शकतो.

अनुमापन एककाच्या दृष्टिकोनातून

अनुमापन एककाच्या दृष्टिकोनातून चलांच्या वर्गीकरणाचे दोन मार्ग आहेतः

- अनुमापनाचे एकक हे वर्गीकृत आहे का (सांकेतिक आणि क्रमवाचक सारणीत असते तसे) किंवा स्वरूपात सातत्य असलेले (अंतर आणि गुणोत्तर सारणीत असते तसे);
- गुणात्मक असेल तर (सांकेतिक आणि क्रमवाचक सारणीत असते तसे) किंवा संख्यात्मक स्वरूपाचे (अंतर आणि गुणोत्तर सारणीत असते तसे).

एकंदरीत गुणात्मक आणि वर्गीकृत या दोन्हीमध्ये आणि अखंड आणि संख्यात्मक, चलांमध्ये किंचितसा फरक असतो. त्यांच्यातील हा अल्पसा फरक खाली स्पष्ट केला आहे.

वर्गीकृत चल हे सांकेतिक किंवा क्रमवाचक अनुमापन सारणीने मापन केले जातात. या उलट **सातत्य चल** हे मध्यन्तर किंवा गुणोत्तर सारणीने अनुमापन केले जातात. वर्गीकृत चलांचे तीन प्रकार आहेतः

- **अखंड चल** – याला फक्त एकच मूल्य किंवा वर्ग असतो. उदाहरणार्थ, टॅक्सी, झाड आणि पाणी.
- **विभाजित चल** – यात फक्त दोनच वर्ग असतात. जसे पुरुष/स्त्री, होय/नाही, चांगला/वाईट, छापा/काटा, वर/खाली आणि श्रीमंत/गरीब.
- **बहुविभाजित चल** – दोनपेक्षा अधिक वर्गात विभागले जाऊ शकतात. उदाहरणार्थ – धर्म (ख्रिश्चन, मुस्लीम, हिंदू); राजकीय पक्ष (मजूर, उदार, पुराणमतवादी); आणि कल (अतिशय अनुकूल, अनुकूल, अनिश्चित, प्रतिकूल, तीव्र प्रतिकूल)

अखंड चलांना दुसऱ्या बाजूने अनुमापनाचे सातत्य असते. उदाहरणार्थ, वय, उत्पन्न आणि कल गुण. ते सारणीवर कोणतेही ज्याचे मापन होऊ शकेल असे कोणतेही मूल्य घेतात. वय हे वर्ष, महिने आणि दिवस यात मापन करता येऊ शकते. त्याचप्रमाणे, उत्पन्न हे डॉलर्स आणि सेंट्समध्ये मोजता येते.

गुणात्मक चल आणि वर्गीकृत चल यांमध्ये अनेक प्रकारचे साम्य आहे. दोन्हीही सांकेतिक किंवा क्रमवाचक अनुमापन सारणीत मोजता येतात. तरीही त्यात काही फरकही आहेत. उदाहरणार्थ, अखंड सारणीवरून केलेल्या अनुमापनाच्या आधारे वर्गीकरण करता येऊ शकते, जसे – लोकांचे उत्पन्न डॉलर आणि सेंट यात मोजता येऊन 'कमी', 'मध्यम' आणि 'उच्च' उत्पन्न असे वर्गीकरण करता येऊ शकते. उत्पन्नाचे मापन डॉलर आणि सेंट हे अखंड चलात वर्गीकृत करता येते, याउलट याचे व्यक्तिनिष्ठ मापन 'कमी', 'मध्यम' आणि 'उच्च' गट हे गुणात्मक चल आहेत.

जरी हा फरक असला, तरीही वर्गीकृत आणि गुणात्मक चल किंवा अखंड आणि संख्यात्मक चल यामध्ये व्यावहारिक पातळीवर फरक आहे. तक्ता ५.३ मध्ये चलांच्या वेगवेगळ्या प्रकारातील फरक दर्शविला आहे.

ज्या प्रकारे चलाचे अनुमापन केले जाते त्यावरून, त्याच्या विश्लेषणाचा प्रकार कोणता असेल, माहितीवर प्रक्रिया करण्याकरिता कोणती संख्याशास्त्रीय पद्धती वापरली जाऊ शकते, तथ्यांचा अर्थ कशाप्रकारे लावला जाणार आणि अनुमाने कशाप्रकारे संप्रेषित केली जाणार, ते ठरते, हे नवोदितांनी समजून घेणे महत्त्वाचे आहे. सुरुवातीला तुमच्या हे लक्षात येणार नाही की तुमच्या अहवालाची शैली, ही पूर्णतः चलांचे ज्याप्रकारे मापन होते त्यावर म्हणजे प्रश्न ज्याप्रकारे विचारले जातात त्यावर आणि त्याच्या प्रतिसादांची नोंद ज्याप्रकारे केली जाते त्यावर पूर्णतः अवलंबून आहे. तुम्ही तुमच्या अभ्यासात चलांचे मापन कसे करता यावरून तुमच्या अभ्यासाचे स्वरूप 'गुणात्मक' किंवा 'संख्यात्मक' असणार ते ठरते. त्यामुळे चलांच्या अनुमापन सारणीविषयी जाणून घेणे महत्त्वाचे आहे.

तक्ता ५.३ वर्गीकृत/सातत्य आणि संख्यात्मक/गुणात्मक चल

वर्गीकृत					
अखंड	**विभाजित**	**बहुविभाजित**	**सातत्य**	**गुणात्मक**	**संख्यात्मक**
• पाणी • झाड • टॅक्सी	• होय/नाही • चांगले/वाईट • श्रीमंत/गरीब • दिवस/रात्र • पुरुष/स्त्री • गरम/थंड	कल • खूप सहमत • सहमत • अनिश्चित • असहमत • तीव्र असहमत राजकीय पक्ष • मजूर • उदार • पुराणमतवादी वय[अ] • वृद्ध • मूल • तरुण उत्पन्न[आ] • उच्च • मध्यम • कमी	उत्पन्न ($) • वय (वर्षे) • वजन (कि.)	लिंग • स्त्री • पुरुष शैक्षणिक पातळी • उच्च • सरासरी • कमी वय[अ] • वृद्ध • तरुण • मूल उत्पन्न • उच्च • मध्यम • कमी तापमान[इ] • गरम • थंड	शैक्षणिक पातळी —— पूर्ण केलेली वर्षे वय:[अ] —— वय/महिने उत्पन्न[आ] —— दरवर्षी डॉलर्स तापमान[इ] ——°से. किंवा °फॅ

[अ] हे गुणात्मक वर्गात वर्गीकृत करता येऊ शकते. उदाहरणार्थ, वृद्ध, तरुण, मूल किंवा अखंड सारणीवर संख्यात्मक उदाहरणार्थ, वर्ष, महिने आणि दिवस.

[आ] संख्यात्मक मापनात डॉलर आणि सेंट यात मापन करता येते आणि गुणात्मकरित्या उच्च, मध्यम आणि कमी.

[इ] वेगवेगळ्या सारणीद्वारे संख्यात्मक रितीने मोजता येते (सेल्सिअस, फॅरनहाइट) किंवा गरम आणि थंड अशा गुणात्मक वर्गीकरणात.

अनुमापन सारणीचे प्रकार

> ज्या चौकटीत आपण सर्व काही चपखल बसवायचा प्रयत्न करत असतो, ती आपली स्वत:ची रचना असते; परंतु आपण त्याची यादृच्छिकपणे रचना करत नाही; त्यामुळेच तथ्यांची आवश्यक वैशिष्ट्ये कमी न करता आपण ते त्यात बसवू शकतो. (पॉइनकेअर १९५२: xxv)

कोणत्याही चौकशीत अनुमापनास मध्यवर्ती स्थान असते. चौकशीच्या कोणत्याही प्रकाराचे वैचारिक आणि तात्त्विक आधार, याशिवाय अभ्यासात प्रतिसादकांकडून माहिती मिळवण्यासाठी वापरलेली अनुमापन साधने,

हा गुणात्मक आणि संख्यात्मक संशोधन यातील मुख्य फरक असतो. गुणात्मक संशोधनात संशोधन प्रश्नांची उत्तरे मिळवण्यासाठी वर्णनात्मक विधानाचा वापर केला जातो, याउलट संख्यात्मक संशोधनात (सांकेतिक, क्रमवाचक, गुणोत्तर किंवा अंतर यापैकी) एका सारणीने उत्तरे मिळविली जातात. तथ्यांचे संकलन करताना जर यापैकी एका सारणीचा वापर केला नसेल तर विश्लेषणाच्या वेळी ती माहिती अनुमापन सारणी वापरून तिचे चलात रूपांतर केले जाते. या अनुमापनाचे प्रमाण हे गुणात्मक वर्गीकरणातील असेल किंवा अनुमापनाचे तंतोतंत प्रमाण असेल. अनुमापनाचे एकक असलेल्या सारणी (अंतर आणि गुणोत्तर) ह्या अधिक शुद्ध वस्तुनिष्ठ आणि अचूक, मानल्या जातात. तर दुसऱ्या बाजूने सांकेतिक आणि क्रमवाचक सारणी ह्या त्यांचे अनुमापनाचे एकक नसल्यामुळे अचूक नसतात आणि म्हणून व्यक्तिनिष्ठ मानल्या जातात. अन्य बाबी समान असताना चलाच्या अनुमापन एककात जितकी अधिक अचूकता तेवढे त्यातील निष्कर्ष इतरांच्या दृष्टीने अधिक विश्वासार्ह असतात. सामाजिकशास्त्रे आणि भौतिकशास्त्रे यातील मुख्य फरक म्हणजे त्यातील अनुमापनाची एकके आणि त्याला असलेले महत्त्व होय. भौतिकशास्त्रात अनुमापने अचूक आणि तंतोतंत असावी लागतात, याउलट सामाजिकशास्त्रांमध्ये टोकाच्या व्यक्तिनिष्ठतेपासून ते अत्यंत मापनीय अशा स्वरूपाची असतात. सामाजिकशास्त्रांमध्ये भिन्न भिन्न विद्याशाखांनुसार अनुमापनातील अचूकतेवरील भर देण्यात उल्लेखनीय फरक आहे. मानववंशशास्त्रज्ञ 'व्यक्तिनिष्ठ' अनुमापन एकक वापरतात, याउलट अर्थशास्त्रज्ञ किंवा साथरोगशास्त्रज्ञ यांचा भर 'वस्तुनिष्ठ' अनुमापनावर असतो.

अनुमापन सारणी

वेगवेगळ्या प्रकारच्या चलांचे मापन करण्यासाठी सामाजिकशास्त्रांमध्ये दोन मुख्य वर्गीकरण पद्धती आहेत. त्यापैकी एक एस.एस. स्टीव्हन् यांनी (१९४६मध्ये; पहा स्टीव्हन्स् १९५१) विकसित केली होती आणि दुसरी डंकन (१९८४) यांनी विकसित केली होती. स्मिथ (१९९१: ७२) यांच्या मते, 'डंकन (१९८४) यांनी शास्त्रज्ञांची रुची अधिक वाढविण्यासाठी सांकेतिक वर्गीकरण, क्रमवाचक मापन, मुख्य मापन, गुणोत्तर मापन आणि संभाव्यता मापन ही पाच प्रकारची अनुमापन तंत्रे मांडली'. डंकन (१९८४: viii) यांनी स्टीव्हन यांच्या वर्गीकरणाविषयी खालीलप्रमाणे लिहिले आहे:

> १९४६मध्ये एस. एस. स्टीव्हन यांनी प्रस्तावित केलेल्या सारणी सिद्धान्तात सांकेतिक, क्रमवाचक, अंतर आणि गुणोत्तर हे अनुमापन प्रमाणाचे प्रकार आहेत. या प्रकारातील काही उदाहरणे – जी मुख्यत: मानसशास्त्रीय चाचणी गुणांकनाशी संबंधित असतात – चुकीची अनुमाने दर्शवितात.

तरीही, बेली (१९७८: ५२) यांनी म्हटले आहे की 'एस. एस. स्टीव्हन्स यांनी ढोबळमानाने वापरल्या जाणाऱ्या अनुमापन पातळ्यांची रचना केली आहे'. हे पुस्तक नवोदितांकरिता असल्याने आणि स्टीव्हन्स यांचे वर्गीकरण सोपे असल्याने, या प्रकरणात त्याचीच चर्चा केली आहे. स्टीव्हनने अनुमापन सारणीचे चार वेगवेगळ्या प्रकारात वर्गीकरण केले आहे.

- सांकेतिक किंवा वर्गीकृत सारणी;
- क्रमवाचक किंवा दर्जात्मक सारणी;
- अंतर सारणी;
- गुणोत्तर सारणी.

तक्ता ५.४ हा चार अनुमापन सारण्यांची वैशिष्ट्ये सारांशाने स्पष्ट करतो.

तक्ता ५.४ चार अनुमापन सारणीची वैशिष्ट्ये आणि उदाहरणे

अनुमापन सारणी	उदाहरणे	सारणीची वैशिष्ट्ये
सांकेतिक किंवा वर्गीकृत	घर, झाड, टॅक्सी इत्यादी लिंग: पुरुष/स्त्री कल: मान्य/अमान्य राजकीय पक्ष • मजूर • उदारमतवादी • लोकशाही • पर्यावरणवादी मानसिक विकलांगता • छिन्नमनस्कता • विभ्रम • उत्साह, विषण्णता, इत्यादी धर्म • ख्रिश्चन • इस्लाम • हिंदू इत्यादी	प्रत्येक उपगटाची जी वैशिष्ट्ये/लक्षणे आहेत ती सामायिक आहेत व ती त्या उपगटात वर्गीकृत केली आहेत.
क्रमवाचक किंवा दर्जात्मक	उत्पन्न • सरासरीपेक्षा जास्त • सरासरी • सरासरीपेक्षा कमी सामाजिक–आर्थिक दर्जा • उच्च • मध्यम • खालचा कल • उत्कटपणे मान्य • मान्य • अनिश्चित • अमान्य • तीव्रपणे अमान्य लिकर्ट कल सारणी (पहा प्रकरण १०)	याला सांकेतिक सारणीची वैशिष्ट्ये आहेत. उदाहरणार्थ, व्यक्तिगत, गट, सामायिक वैशिष्ट्ये असलेल्या उपगटात वर्गीकरण केलेली आहेत. अधिक • उपगटांमध्ये परस्परांशी संबंध आहेत. • त्यांच्या अनुक्रमित दर्जानुसार वाढत्या किंवा चढत्या क्रमाने रचले आहेत.

अनुमापन सारणी	उदाहरणे	सारणीची वैशिष्ट्ये
अंतर	तापमान • सेल्सियस • फॅरनहाइट थर्स्टन काल सारणी (पहा प्रकरण १०)	याला क्रमवाचक सारणीची वैशिष्ट्ये आहेत. (यात सांकेतिक मापनाचा समावेश असतो.) अधिक • याला निश्चित न केलेला सुरुवातीचा किंवा शेवटचा बिंदू नसलेले अनुमापन सारणी एकक आहे.
प्रमाण	उंची: सेमी उत्पन्न: $ वय: वर्ष/महिने वजन: किलो कल गुणांकन: गटमन सारणी (पहा प्रकरण १०)	याची सर्व लक्षणे अंतर सारणीची आहेत. अधिक • याचा सुरुवातीचा बिंदू शून्यापासून आहे.

सांकेतिक किंवा वर्गीकृत सारणी

सांकेतिक सारणी सामाईक/समांगी लक्षणे किंवा गुण यावर आधारित व्यक्ती, वस्तू किंवा प्रतिसाद यांचे वर्गीकरण करू शकतात. अशा व्यक्ती, वस्तू किंवा प्रतिसाद अनेक उपगटात अशाप्रकारे विभागले जातात की उपगटातील प्रत्येक सदस्यात सामाईक गुणधर्म किंवा लक्षणे सामावलेली असतात. सांकेतिक सारणीने मापन केलेल्या चलाचे त्यातील फरकाच्या प्रमाणानुसार एक, दोन किंवा अधिक उपवर्गीकरण केलेले असते. उदाहरणार्थ, 'पाणी' आणि 'टॅक्सी' यांचा एक उपगट आहे, याउलट 'लिंग' हे चल दोन उपवर्गात विभागले जाऊ शकते: पुरुष आणि स्त्रिया. तशाच प्रकारे ऑस्ट्रेलियातील राजकीय पक्ष चार उपवर्गात विभागले जाऊ शकतील: मजूर, उदार, लोकशाही आणि पर्यावरणवादी. जे सदस्यत्व किंवा विचासरणीवरील श्रद्धा या आधारे स्वतः मजूर पक्षाचे म्हणून ओळखले जातात ते 'मजूर' म्हणून वर्गीकृत केले जातात, जे 'उदार' पक्षाचे म्हणून ओळखले जातात ते 'उदार' या गटात वर्गीकृत केले जातात. पुढच्या पक्षांविषयीही असेच म्हणता येईल. उपगटासाठी निवडलेले राष्ट्रीय हे नाव उपवर्गीकरण आहे, परंतु प्रभावी संप्रेषणाकरिता हे उपवर्गाचे गुणवर्णन करणारे नाव निवडणे सर्वात योग्य आहे.

> सांकेतिक सारणीद्वारे केलेले वर्गीकरण हे, त्याच उपगटातील व्यक्ती, वस्तू किंवा प्रतिसाद यांमध्ये त्यांच्या वर्गीकरणाचे आधार म्हणून समान गुण किंवा लक्षण असतात, याची खात्री देते. उपगटांमध्ये कोणताही क्रमसंबंध नसल्यामुळे उपगटांची कोणत्या क्रमाने सूची केली असली तरी फरक पडत नाही.

क्रमवाचक किंवा श्रेणीवाचक सारणी

क्रमवाचक सारणीत सांकेतिक सारणीतील – समान लक्षणाच्या आधारित व्यक्ती, वस्तू, प्रतिसाद किंवा उपगटाची लक्षणे यांचे वर्गीकरण करणे – ही सर्व लक्षणे असतात, शिवाय उपगटांना विशिष्ट क्रमाने दर्जा

दिलेला असतो. त्यांची चढत्या किंवा उतरत्या क्रमाने अशी मांडणी केली जाते की चलांच्या वैविध्यात होणारे चढउताराचे प्रमाण हे उपवर्गीकरणात प्रतिबिंबित होते. उदाहरणार्थ, उत्पन्नाचे संख्यात्मक (डॉलरमधे आणि सेंटमधे) किंवा गुणात्मक पद्धतीने, उपवर्गीकरणाचा वापर करून: 'सरासरीच्या वर', 'सरासरी' आणि 'सरासरीच्या खाली' अनुमापन करता येऊ शकते. (हे वर्गीकरण संख्यात्मक मापनाच्या आधारे, उदाहरणार्थ १०,००० डॉलरपेक्षा कमी म्हणजे सरासरीच्या खाली, १०,०००-२५,००० डॉलर म्हणजे सरासरी आणि २५,००० डॉलरपेक्षा जास्त म्हणजे सरासरीच्या वर, असे विकसित करता येऊ शकते.) 'सरासरीपेक्षा जास्त' या उपगटामध्ये 'सरासरी' उत्पन्न असलेल्या गटातील लोकांपेक्षा जास्त उत्पन्न असलेले आणि 'सरासरी' या गटात येणारे लोक 'सरासरीपेक्षा कमी उत्पन्न' असणाऱ्यांपेक्षा जास्त उत्पन्न असलेले लोक आहेत. उत्पन्नाचे हे उपगट एकमेकांशी लोकांच्या उत्पन्नाचे प्रमाणानुसार संबंधित आहेत, परंतु प्रमाण हे मोजता येण्याजोगे नाही, आणि म्हणून यामध्ये 'सरासरीपेक्षा जास्त' आणि 'सरासरी' किंवा 'सरासरी' आणि 'सरासरीपेक्षा कमी' असे उपवर्ग निश्चित करता येत नाहीत. याचप्रमाणे क्रमवाचक सारणीतील चल, जसे की सामाजिक-आर्थिक दर्जा आणि अभिवृत्ती मापन याविषयीही असेच म्हणता येईल.

सारांशाने, क्रमवाचक सारणीमध्ये स्वतःची गुण/लक्षणे याशिवाय सांकेतिक सारणीचीही सर्व गुण/लक्षणे आहेत. हे उपवर्गीकरण गुण/लक्षणे यांच्या प्रमाणानुसार रचले गेले आहे. शिवाय, संख्यात्मक अनुमापनाचे एकक नसल्याने उपवर्गात असलेले अंतर समान नाही.

अंतर सारणी

अंतर सारणीमध्ये क्रमवाचक सारणीची सर्व म्हणजे एकाच उपगटात असणाऱ्या व्यक्ती किंवा प्रतिसाद यांची समान वैशिष्ट्ये असतात आणि हे उपगट चढत्या किंवा उतरत्या क्रमाने रचलेले असतात, ही वैशिष्ट्ये अंतर्भूत आहेत. याशिवाय, चलांच्या विस्तारात, अंतर सारणी ही अनुमापनाचे जे एकक वापरते ते वैयक्तिक किंवा प्रतिसादांना समान मध्यान्तर देते. ह्या मापनाला सुरुवातीचा व शेवटचा बिंदू आहे आणि ते समान एककात/अंतरात विभागले गेले आहेत. सुरुवातीचा आणि शेवटचा बिंदू आणि एकक/अंतर यामधील संख्या/आकडा भिन्न भिन्न सारणीनुसार वेगळे आणि अनिश्चित पद्धतीने ठरवलेले असतात.

सेल्सियस आणि फॅरनहाइट ही अंतर सारणीची उदाहरणे आहेत. सेल्सियस पद्धतीत सुरुवातीचा बिंदू (गोठण बिंदू समजूया) 0°सेल्सियस आहे आणि शेवटचा बिंदू (उत्कलन बिंदू समजूया) १००°सेल्सियस इतका आहे. गोठण बिंदू आणि उत्कलन बिंदू यातील अवकाश हा १०० समान अंतरामध्ये विभागला गेला आहे, ज्याला अंश असे म्हणतात. फॅरनहाइट पद्धतीत गोठण बिंदू हा ३२°फॅरनहाइट आणि उत्कलन बिंदू हा २१२°फॅरनहाइट आहे. या दोन्हीतील अंतर १८० समान अंतरात विभागली जाते. प्रत्येक अंश किंवा अंतर हे तापमानाचे अनुमापक आहे, जितके अंश जास्त तितके तापमान जास्त असेल. सुरुवातीचा आणि शेवटचा बिंदू अनिश्चित पद्धतीने ठरवले आहेत त्यामुळे ते पूर्ण नाहीत; म्हणजे, ६०°सेल्सियस हे ३०°सेल्सियसच्या दुप्पट उष्ण आहे किंवा ३०°फॅरनहाइट हे १०°फॅरनहाइट पेक्षा तीन पट जास्त उष्ण आहे, असे तुम्ही म्हणू शकत नाही. याचा अर्थ या आकडेवारीवर कोणतीही अंकगणिती प्रक्रिया होऊ शकत नाही तर तापमानामधील फरकावर होऊ शकते. उदाहरणार्थ, अ आणि ब या दोन वस्तूंच्या तापमानात १५°सेल्सियसचा फरक आहे, आणि क आणि ड या अन्य दोन वस्तूंच्या तापमानात ४५°सेल्सियस इतका फरक आहे, तुम्ही असे म्हणू शकता की क आणि ड यांच्या तापमानात अ आणि ब मधील तापमानापेक्षा तिप्पट फरक आहे. थर्स्टन सारणीनुसार एखाद्या

समस्येप्रतीच्या प्रवृत्तीचे मापनात यात साम्य आहे. तरीही लिकर्टसारणी निव्वळ प्रवृत्तीची तीव्रता मापन करू शकत नाही, केवळ अन्य व्यक्ती बरोबरच्या संबंधात याचे मापन करू शकते.

सारांशाने, अंतर सारणी ही सापेक्ष आहे; म्हणजे ही सारणी व्यक्ती किंवा प्रतिसाद यांचे एकमेकांच्या संबंधात अनुमापन चलाचे प्रमाणानुसार स्थान ठरवते. म्हणून अंतर सारणीत क्रमवाचक सारणीची सर्व लक्षणे समाविष्ट आहेत आणि त्याला सुरुवातीचा आणि शेवटचा बिंदू अनिश्चित असलेले अनुमापन एकक आहे.

गुणोत्तर सारणी

गुणोत्तर सारणीत सांकेतिक, क्रमवाचक आणि अंतर सारणीची सर्व लक्षणे अंतर्भूत असतात आणि त्यांचा सुरुवातीचा बिंदू शून्य अंशावर निश्चित केलेला असतो. त्यामुळे ती पूर्ण सारणी आहे अंतरातील फरक हा नेहमी शून्यापासून मोजला जातो. याचा अर्थ गुणोत्तर सारणीही गणिती प्रक्रियांसाठी वापरता येऊ शकते. उत्पन्न, वय आणि उंची यांचे मोजमाप ही या सारणीची उदाहरणे आहेत. चाळीस वर्षाचा माणूस हा वीस वर्षाच्या माणसापेक्षा दुप्पट मोठा आहे. साठ हजार डॉलर वार्षिक उत्पन्न असलेली व्यक्ती वीस हजार डॉलर पगार असलेल्या व्यक्तीपेक्षा तिपटीने जास्त पैसे मिळवते.

सारांश

संकल्पना किंवा आकलन याविषयीचे समज किंवा अर्थांकन हे भिन्न भिन्न प्रतिसादकांनुसार वेगळे असते, त्यामुळे त्याचे अनुमापनात सातत्य नसते. चलाला वर्गीकरणाचा आधार असल्याने त्याची समज आणि अर्थांकन यात अल्प विसंगती असते. संकल्पना या मानसिक आकलन आहेत, तर चल ही एका अनुमापन सारणीने – वस्तुनिष्ठ किंवा व्यक्तिनिष्ठ पद्धतीने – मापन करण्यायोग्य असतात. तुम्ही जेव्हा संकल्पनेचे चलात रूपांतर करता तेव्हा तुम्ही अनुमापनाच्या आधारावर ती विभिन्न वर्गात विभाजित करता, ज्यामुळे आकलनातील स्वाभाविक भिन्नताही कमी करता. जेव्हा तुम्हाला संकल्पनेचे थेट अनुमापन करणे शक्य नसेल तेव्हा तुम्ही पहिल्यांदा तिचे निर्देशकांत आणि नंतर चलांत रूपांतर करणे गरजेचे आहे.

संख्यात्मक आणि गुणात्मक संशोधनात आवश्यक असलेली माहिती संकलित करण्याची पद्धती हाच लक्षणीय फरक असतो. गुणात्मक संशोधनात 'अनुमापनाचे साधन' म्हणून वर्णनात्मक किंवा निवेदनात्मक स्वरूपात विधाने केली जातात, याउलट संख्यात्मक संशोधनात चार अनुमापन सारणीपैकी एका सारणीने मापन करण्यावर मुख्य भर असतो. गुणात्मक संशोधनात तथ्य संकलित करताना जरी वर्णनात्मक विधानावर भर दिला जात असला तरी काही अभ्यासात विश्लेषणाच्या वेळी या विधानांचे ते जो मुख्य विचार संप्रेषित करतात त्या आधारावर वर्गीकरण केले जाते. तरीही, काही वेळा तुमचे तर्क आणि वाद यांच्या मांडणीकरिता तुम्ही शब्दशः वर्णन आणि निवेदन करणे पसंत कराल.

संख्यात्मक संशोधनात वेगवेगळ्या प्रकारच्या चलांचे ज्ञान आणि त्यांचे मापन करण्याची पद्धती हे महत्त्वाची भूमिका बजावत असतात. संशोधन समस्येच्या सांकल्पनिकरणात सुस्पष्टता आणि नेमकेपणा आणण्यासाठी, गृहीतकृत्यांची सूत्रबद्ध मांडणी करण्यासाठी आणि संशोधन साधन विकसित करण्यासाठी चल महत्त्वाचे असतात. ते तथ्यांचे विश्लेषण कशाप्रकारे होऊ शकेल, तथ्यांना कोणत्या प्रकारच्या सांख्यिकी चाचण्या उपयोगी पडू शकतील, कोणते अर्थ काढले जाऊ शकतात, तथ्यांचे कशा प्रकारे सादरीकरण केले जाऊ शकते, काय अनुमाने काढली जाऊ शकतात या सगळ्यावर परिणाम करते. तुम्ही ज्या प्रकारे प्रश्न विचारता त्यावरून त्याचे अनुमापन

सारणीवर वर्गीकरण ठरते, ज्याचा परिणाम, तथ्यांचे विश्लेषण कसे केले जाऊ शकते, तथ्यांसाठी कोणत्या संख्याशास्त्रीय चाचण्या उपयोगी पडू शकतील, वेगवेगळे कसे अर्थ काढले जाऊ शकतील, तथ्यांचे कशाप्रकारे सादरीकरण केले जाऊ शकते आणि कोणते निष्कर्ष काढले जाऊ शकतात, यावर होतो. याशिवाय तथ्यांचे संकलन करताना चलांचे मापन कशाप्रकारे केले गेले यावरून अभ्यासाचे स्वरूप प्रामुख्याने 'गुणात्मक' किंवा 'संख्यात्मक' असणार हे ठरते.

नवोदित अभ्यासकांनी चलांच्या मापनाचे वेगवेगळे मार्ग व अभ्यासाशी असलेला त्यांचा संबंध जाणून घेणे महत्त्वाचे आहे. चलाचे वर्गीकरण तीन दृष्टिकोनातून होऊ शकते जे परस्परभिन्न नाही; कार्यकारण संबंध, अभ्यासाचा आराखडा आणि अनुमापन एकक. कार्यकारणभाव दृष्टिकोनातून चल चार प्रकारात विभागता येते; स्वतंत्र, परावलंबी, भिन्न आणि मध्यस्थ. अभ्यास आराखड्याच्या दृष्टिकोनातून चलांचे दोन प्रकारात वर्गीकरण होतेः क्रियाशील आणि विशेष गुणधर्म असलेले. अनुमापनाच्या एककातून जर चलांचे परीक्षण केले तर त्यांचे वर्गीकृत आणि अखंड किंवा गुणात्मक आणि संख्यात्मक असे वर्गीकरण होऊ शकते.

सामाजिकशास्त्रांत चार अनुमापन सारणी वापरल्या जातातः सांकेतिक, क्रमवाचक, अंतर आणि गुणोत्तर. या सारणीनुसार अनुमापन केलेल्या कोणत्याही संकल्पनेला चल असे म्हणतात.

अनुमापन सारणीवर चलाचे अनुमापन करण्याची निवड ही तुमच्या अभ्यासाच्या उद्दिष्टावर अवलंबून आहे आणि तुमच्या वाचकांना तुम्हाला अनुमाने ज्या प्रकारे संप्रेषित करायची आहेत त्यावर अवलंबून आहे.

याचा विचार करा

- प्रकरणाच्या सुरुवातीला दिलेल्या परवलीच्या शब्दांशी स्वतःला पुनःपरिचित करा. एखाद्या शब्दाचा अर्थ किंवा उपयोजन याबाबत जर तुम्ही साशंक असाल तर पुढे जाण्यापूर्वी प्रकरणात पुन्हा त्यांचे वाचन करा.
- अशी कल्पना करा की तुमच्या व्याख्यात्यांच्या व्याख्यानाचे तुम्हाला मूल्यमापन करायला सांगितले आहे. शिकवण्यातील कोणत्या पैलूंचा तुम्ही महत्त्वाचे पैलू म्हणून विचार कराल ते ठरवा व त्यावर प्रतिबिंबित होणाऱ्या निर्देशकांचा संच विकसित करा.
- आत्मसन्मान ही संकल्पना कार्यान्वयन करण्यास अवघड आहे. एका व्यक्तींच्या गटात आत्म सन्मानाच्या पातळीतील फरक निश्चित करण्यासाठी निर्देशकांचा संच विकसित करण्यासाठी काय कराल याचा विचार करा.
- या प्रकरणात विकसित केलेले चलांचे वेगवेगळे प्रकार चिकित्सकपणे तपासा. तुम्हाला कोणते बदल सुचवायला आवडतील?

आता तुम्ही हे प्रकरण वाचले आहे, त्यावरून खालील प्रश्नांची उत्तरे द्यायचा प्रयत्न करा.

- चल आणि संकल्पना यातील फरक स्पष्ट करा.
- वेगवेगळ्या दृष्टिकोनातून चलांचे प्रकार विकसित करा.
- भिन्न चल आणि मध्यस्थ चल यांमध्ये काय फरक आहे?
- विविध प्रकारच्या अनुमापन सारणी कोणत्या? संशोधन अभ्यासात त्या कशाप्रकारे सहाय्यभूत ठरतात?

६

गृहीतकृत्यांची बांधणी

या प्रकरणात तुम्ही खालील मुद्दे शिकणार आहात

- गृहीतकृत्यांची व्याख्या
- संशोधनात गृहीतकृत्यांची कार्ये
- गृहीतकृत्यांची चाचणी कशी घेतली जाते
- वेगवेगळ्या प्रकारची गृहीतकृत्ये आणि त्यांचे उपयोजन
- गृहीतकृत्यांच्या चाचणीत कशाप्रकारे त्रुटी राहू शकतात
- गुणात्मक संशोधनात गृहीतकृत्यांचा उपयोग

परवलीचे शब्द

पर्यायी गृहीतकृत्य
अंदाज, गृहीतकृत्य प्रचलित
मुद्द्यांवरील गृहीतकृत्य

शून्य गृहीतकृत्य
कृतीत आणण्याजोगा

संशोधन गृहीतकृत्य, त्रुटी
प्रकार १, त्रुटी प्रकार २,
एकाभिमुख, वैध

या प्रकरणाच्या अभ्यासानंतर तुम्हाला पुढील मुद्दे समजतील

- संशोधनात गृहीतकृत्यांचे स्थान
- गृहीतकृत्यांची चाचणी
- गृहीतकृत्यांचे प्रकार
- गृहीतकृत्यांच्या चाचणीत राहणाऱ्या त्रुटी

विज्ञानाच्या इतिहासातील बहुतेक प्रत्येक मोठे पाऊल हे 'निसर्गाला गृहीत धरून' उचलले गेले आहे, ते म्हणजे गृहीतकृत्याचा शोध लावून, जरी ते सिद्ध करण्याजोगे असले तरीही, बऱ्याचदा सुरुवात करण्याकरिता त्याला अल्पसा आधार असतो. (टी. एच. हक्सले, कोहेन आणि नागेल १९६६: १९७ मधील उद्धृत)

गृहीतकृत्यांची व्याख्या

संशोधन समस्या आणि गृहीतकृत्ये

संख्यात्मक संशोधनात समस्येची सूत्रबद्ध मांडणी करताना **गृहीतकृत्यां**ची बांधणी करणे ही दुसरी महत्त्वाची बाब लक्षात घ्यावी लागते. गृहीतकृत्ये, समस्येच्या सूत्रबद्ध मांडणीत सुस्पष्टता, नेमकेपणा आणि केंद्रीभूतता आणतात, मात्र अध्ययनासाठी ती आवश्यक असतातच असे नाही. तुम्ही एकाही औपचारिक गृहीतकृत्यांची बांधणी न करताही वैध अन्वेषण करू शकता. तर दुसऱ्या बाजूला, संशोधन अभ्यासाच्या संदर्भात तुम्हाला योग्य वाटतील तितक्या अनेक गृहीतकृत्यांची बांधणी तुम्ही बांधू शकता. अन्वेषण हाती घेताना गृहीतकृत्यांची सूत्रबद्ध मांडणी केलीच पाहिजे असे काहीजणांना वाटते; परंतु लेखकाचे असे मत नाही. गृहीतकृत्य हे प्राथमिकतः अंदाजामधून येते, जे अंदाज अभ्यासातून तपासलेले असतात आणि या अंदाजांशिवाय कुणीही अचूक वैध अभ्यास पार पाडू शकतो. तरीसुद्धा, साथींच्या प्रादुर्भावाचा अभ्यास करताना अन्वेषणाचे क्षेत्र मर्यादित करण्यासाठी गृहीतकृत्यांची सूत्रबद्ध मांडणी करणे महत्त्वाचे आहे. गृहीतकृत्यांचे महत्त्व हे संशोधन अभ्यासास दिशा देणे, त्यात नेमकेपणा आणणे आणि केंद्रीभूत करणे या त्याच्या क्षमतेत सामावले आहे. गृहीतकृत्ये, ज्यामुळे संशोधनाला केंद्रीभूतता येते, अशी नेमकी कोणती माहिती संशोधकाने संकलित करायची हे सुचवतात.

तुम्ही शर्यतीत सहभागी आहात व तुम्ही पैज लावली आहे. एक विशिष्ट घोडा जिंकेल या अंदाजाने तुम्ही पैज लावली आहे. शर्यतीनंतरच तुमचा अंदाज बरोबर आहे की नाही हे तुम्हाला कळेल. आणखी एक उदाहरण घेऊ, समजा, तुमच्या वर्गात सिगरेट न ओढणाऱ्यांपेक्षा सिगरेट ओढणाऱ्यांची संख्या जास्त आहे असा तुमचा

अंदाज आहे. या अंदाजाची चाचणी घेण्यासाठी तुम्ही वर्गातील सर्वांना किंवा काही जणांना तुम्ही सिगरेट ओढता का असे विचाराल. मगच तुम्ही तुमचा अंदाज बरोबर आहे की नाही याचा निष्कर्ष काढाल.

आता आपण थोडेसे वेगळे उदाहरण घेऊ. समजा, तुम्ही सार्वजनिक आरोग्यक्षेत्रात कार्यरत आहात. एकूण लोकसंख्येपैकी विशिष्ट उपगटातील लोकांमध्ये विशिष्ट शारीरिक लक्षणे किंवा आजार जास्त प्रमाणात आहे असे तुमच्या वैद्यकीय निरीक्षणातून तुम्हाला जाणवले आहे. तुमचा अंदाज बरोबर आहे की नाही हे तुम्हाला पहिल्यांदा शोधायचे आहे आणि नंतर या अवस्थेची संभाव्य कारणे काय आहेत ते पाहायचे आहे याला कदाचित बरीच कारणे असतील. प्रत्येक शक्यता शोधण्यासाठी प्रचंड वेळ आणि संसाधने लागतील. त्यामुळे सर्वात जास्त संभाव्य कारण कोणते आहे हे तुम्ही तुमच्या क्षेत्रातील ज्ञानाच्या आधारावर ठरवाल. तुमचा अंदाज तपासण्याकरिता माहिती संकलित करण्यासाठी अभ्यासाचा आराखडा तयार करू शकाल. प्रत्यक्ष पडताळणीत तुम्ही गृहीत धरलेले कारणच उपगटातील लोकांच्या त्या विशिष्ट स्थितीसाठीचे खरे कारण आहे असा निष्कर्ष तुम्ही काढलात, तर तुमची धारणा बरोबर असल्याचे सिद्ध होईल.

या उदाहरणात तुम्ही वरकरणी अंदाज किंवा धारणांपासून सुरुवात केली आहे. पहिल्या उदाहरणात (घोड्यांच्या शर्यतीत) ती शर्यत पूर्ण होईपर्यंत तुम्ही थांबलात, आणि इतर दोन घटनांमध्ये तुम्ही तुमची जी धारणा आहे तिची वैधता तपासण्यासाठी अभ्यास केला आहे आणि त्याचे काळजीपूर्वक अन्वेषण केल्यानंतर तुम्ही तुमची धारणा वैध असल्याचा निष्कर्ष काढला आहे.

गृहीतकृत्य याच तर्कावर आधारित असते. संशोधक म्हणून तुम्हाला घटना, परिस्थिती, लोकांची विशिष्ट स्थिती किंवा कार्यक्रमाचे परिणाम माहीत नाहीत, परंतु तुमच्याकडे एक अंतःप्रेरणा आहे, ज्या आधारे तुम्ही काही निश्चित धारणा किंवा अंदाज बांधू शकता. याची कसोटी घेण्यासाठी तुम्ही माहिती संकलित करता आणि तुमची अंतःप्रेरणा बरोबर आहे की नाही हे त्यावरून निष्कर्ष काढून ठरवू शकता. वैधतेच्या प्रक्रियेतून दोन किंवा तीन बाबी निष्पन्न होतील. तुमचा अंदाज अगदी बरोबर असेल, काही प्रमाणात बरोबर किंवा चूक असेल. वैधतेच्या प्रक्रियेशिवाय तुमच्या मनोधारणेच्या वैधतेविषयी काही निष्कर्ष काढू शकत नाही.

म्हणून, गृहीतकृत्य हे अंदाज, मनोधारणा, संशय, प्रतिपादन किंवा घटना, नाते किंवा परिस्थिती याविषयीची अंतःप्रेरणा असते. त्याची सत्यता किंवा वास्तविकता तुम्हाला ठाऊक नसते. संशोधक ह्या मनोधारणा, प्रतिपादन, विधाने किंवा अंदाज यांचा गृहीतकृत्य म्हणून संदर्भ घेतात आणि ते चौकशीचा आधार होतात. बहुतेक अध्ययनांमध्ये गृहीतकृत्य पूर्वी केलेल्या अध्ययनांवर किंवा तुमच्या स्वतःच्या किंवा इतरांच्या निरीक्षणावर आधारित असेल.

गृहीतकृत्यांच्या अनेक व्याख्या आहेत. कर्लिंगर (१९८६: १७) यांच्या मते 'गृहीतकृत्य म्हणजे दोन किंवा अधिक चलांमधील नातेसंबंधांविषयी तर्कावर आधारित केलेले विधान होय.' *वेबस्टर्स थर्ड न्यू इंटरनॅशनल डिक्शनरी* (१९७६) यात गृहीतकृत्यांची व्याख्या पुढीलप्रमाणे केली आहे:

> क्रियाविशेषण, अवस्था किंवा तत्त्व जे विश्वासाशिवाय गृहीत धरले आहे, त्याचे तर्कशुद्ध परिणाम व त्याच पद्धतीने त्याचा माहीत असलेल्या किंवा निश्चित केलेल्या तथ्यांशी मेळ घालणे.

ब्लॅक आणि चॅम्पियन (१९७६: १२६) यांनी, 'ज्याची वैधता माहीत नाही असे विधान म्हणजे गृहीतकृत्य'. अन्य एका व्याख्येत बाली (१९७८: ३५) यांनी गृहीतकृत्यांची अशी व्याख्या केली:

> एखादे विधान जे चाचणी घेता येण्याजोगे आहे आणि जे दोन (किंवा जास्त) चलांमधील परस्परसंबंध दाखवते. अन्य शब्दांत, जर परस्परसंबंध आहे असे आपल्याला वाटत असेल, तर आपण प्रथम गृहीतकृत्य म्हणून शब्दांत मांडू आणि नंतर क्षेत्रीय अभ्यासात त्या गृहीतकृत्यांची चाचणी घेऊ.

ग्रिनेल (१९८८: २००) यांच्या मताप्रमाणे:

> गृहीतकृत्य अशा तऱ्हेने लिहिले जाते की ते वैध आणि विश्वासार्ह तथ्यांद्वारे सिद्ध केले जाते किंवा नाही ही तथ्ये मिळवण्यासाठी आपण अध्ययन करतो.

वरील सर्व व्याख्यांवरून गृहीतकृत्यांची काही निश्चित वैशिष्ट्ये दिसतात.

१. हे कच्चे विधान आहे.
२. त्याची वैधता माहीत नाही.
३. बहुतांश उदाहरणात, हे दोन किंवा अधिक चलांमधील संबंध दाखवते.

गृहीतकृत्यांची कार्ये

काही संशोधकांचा असा विश्वास आहे की, अध्ययन पार पाडण्यासाठी गृहीतकृत्यांची गरज असते, परंतु वर सांगितल्याप्रमाणे गृहीतकृत्यांची गरज नसते. तरीही, संशोधन समस्येमध्ये स्पष्टता आणण्यासाठी गृहीतकृत्य महत्त्वाचे असते. विशेषतः गृहीतकृत्य खालील कार्ये करतेः

- तुमच्या अध्ययनात नेमकेपणा आणि स्पष्टता आणल्यामुळे, गृहीतकृत्यांची सूत्रबद्ध मांडणी तुम्हाला नेमका कशाचा शोध घ्यायचा आहे हे अचूकपणे स्पष्ट करण्याचा आग्रह धरते.
- गृहीतकृत्यांची बांधणी करताना नेमकेपणा आणि स्पष्टता यांची गरज असते. तुम्ही तुम्हाला जेवढी गरज आहे तेवढीच माहिती संकलित करत असल्याची खात्री करा. यामुळे अभ्यासाला केंद्रीभूतता येते. यामुळे तुमच्या अभ्यासाची वैधता वाढते. कारण, यातून तुम्हाला जे अनुमापन करायचे होते त्याचेच मापन केले आहे याची खात्री पटते.
- ज्याप्रमाणे अभ्यासात केंद्रीभूतता येते, गृहीतकृत्य अभ्यासात वस्तुनिष्ठताही आणते.
- गृहीतकृत्यांच्या चाचणीतून तुम्ही खरे काय किंवा खोटे काय हे नेमकेपणाने मांडू शकता, त्यामुळे सिद्धान्त बांधणी करायला तुम्ही सक्षम होता.

गृहीतकृत्यांची चाचणी

गृहीतकृत्यांची चाचणी घेण्यासाठी तुम्हाला एका प्रक्रियेतून जावे लागेल, ज्या प्रक्रियेत तीन अवस्था आहेतः (१) गृहीतकृत्यांची बांधणी; (२) योग्य ते पुरावे संकलित करणे; आणि (३) निष्कर्ष काढण्यासाठी पुराव्यांचे विश्लेषण करणे व गृहीतकृत्यांची वैधता सिद्ध करणे. आकृती ६.१ ही प्रक्रिया आकृतीद्वारे दाखवली आहे. पुराव्यांचे विश्लेषण केल्यावरच तुम्हाला तुमची अंतःप्रेरणा किंवा गृहीतकृत्य चूक आहे की बरोबर हे कळते. पारंपरिकपणे, तुम्ही गृहीतकृत्यांविषयी निष्कर्ष काढता तेव्हा तुम्ही गृहीतकृत्याच्या अचूकतेविषयी किंवा त्याहीपेक्षा तुम्ही 'गृहीतकृत्य खरे आहे' किंवा 'गृहीतकृत्य खोटे आहे' असे विधान करता. तुम्ही तुमच्या गृहीतकृत्यांची सुस्पष्ट, बिनचूक आणि चाचणी घेता येईल अशा स्वरूपात सूत्रबद्ध मांडणी करणे अत्यंत महत्त्वाचे आहे. तुमच्या गृहीतकृत्याच्या वैधतेबाबत निष्कर्ष काढताना, तुम्ही ज्या तऱ्हेने पुरावे संकलित करता ते सगळ्यात महत्त्वाचे आहे. त्यामुळे अभ्यासाचा आराखडा, नमुना, तथ्य संकलन पद्धती, तथ्य विश्लेषण

आणि निष्कर्ष, याचे संप्रेषण वैध, योग्य असावे, पूर्वग्रहदूषित नसावे. जर अभ्यासाचा आराखडा, नमुना, तथ्य संकलनाच्या पद्धती इत्यादी जर अयोग्य असतील तर गृहीतकृत्याची वैधता तपासणी आणि निष्कर्ष यांना काहीच अर्थ उरणार नाही. गृहीतकृत्यांची चाचणी घेताना संपूर्ण संशोधन प्रक्रियेच्या बिनचूकतेबाबत तुम्हाला खात्री असायला हवी.

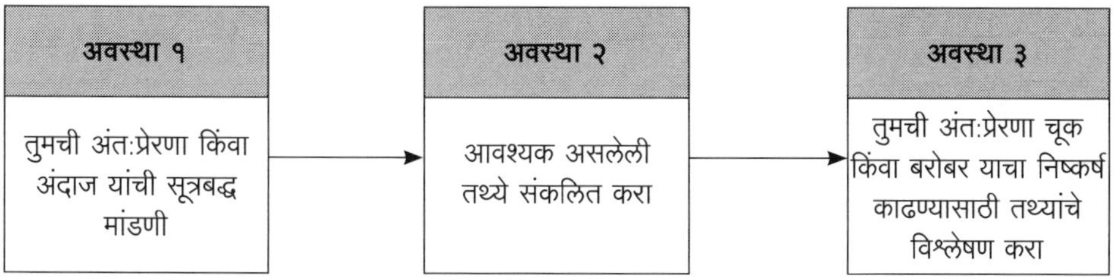

आकृती ६.१ गृहीतकृत्यांच्या चाचणीची प्रक्रिया

गृहीतकृत्यांची वैशिष्ट्ये

गृहीतकृत्याचे सूत्रण अनेक शक्याशक्यता मनात ठेवून करावे लागते, कारण ते वैधता तपासण्यासाठी अत्यंत महत्त्वाचे असते. गृहीतकृत्यातील शब्दयोजना त्याची वैधता निश्चित करणे तुम्हाला सोपे जाईल यासाठी वैशिष्ट्यपूर्ण असावी.

प्रथम, गृहीतकृत्य हे *साधे, नेमके आणि सांकल्पनिकदृष्ट्या स्पष्ट* असावे. तुमच्या गृहीतकृत्याच्या सूत्रणात संदिग्धता नसावी, संदिग्धतेमुळे तुमच्या गृहीतकृत्यांची तपासणी करणे अशक्य होईल. गृहीतकृत्य हे एककोनीय असावे – जे एकावेळी फक्त एकाच परस्परसंबंधाची किंवा अंत:प्रेरणेची चाचणी करेल. चांगले गृहीतकृत्य विकसित करण्यासाठी तुम्हाला विषयक्षेत्राचे ज्ञान असायला हवे (यासाठी साहित्याच्या परीक्षणाची तुम्हाला खूप मदत होईल). तुम्हाला समस्येच्या अंतरंगाविषयी जेवढे यथार्थ ज्ञान असेल तेवढे तुम्हाला गृहीतकृत्य बांधणी करणे सोपे जाईल. उदाहरणार्थ:

या वर्गातील विद्यार्थ्यांचे सरासरी वय विद्यार्थिनींपेक्षा जास्त आहे.

वरील गृहीतकृत्य हे स्पष्ट, नेमके आणि चाचणी घेण्यास सोपे आहे. यातून तुम्हाला कशाची तुलना करायची आहे (या वर्गाचे सरासरी वय) हे कळते, लोकांच्या कोणत्या गटांची तुलना करायची आहे (विद्यार्थी आणि विद्यार्थिनी), आणि तुम्हाला कशाची पाहणी करायची आहे. (विद्यार्थ्यांचे सरासरी वय विद्यार्थिनीपेक्षा जास्त आहे का?)

आता आपण दुसरे उदाहरण घेऊः

सामाजिक सौहार्द असल्यास आत्महत्येचे प्रमाण व्यस्त असते. (ब्लॅक ॲण्ड चॅम्पियन १९७६: १२६)

हे गृहीतकृत्य स्पष्ट आणि नेमके आहे, परंतु चाचणी घेण्यासाठी फार अवघड आहे. या गृहीतकृत्याच्या तीन बाजू आहेत: 'आत्महत्येचे प्रमाण', 'व्यस्त प्रमाण', जे या संबंधाची दिशा सीमित करते आणि सामाजिक

'सौहार्द'. आत्महत्येचे प्रमाण शोधणे आणि सामाजिक सौहार्दाशी त्याचे संबंध व्यस्त किंवा सरळ प्रमाणात आहे हे प्रस्थापित करणे तुलनेने सोपे आहे, परंतु सामाजिक सौहार्द आहे की नाही याची निश्चिती करणे हे जास्त कठीण आहे. सामाजिक सौहार्द आहे की नाही हे कशावरून निश्चित करायचे? त्याचे मापन कसे करायचे? या प्रश्नांमुळे गृहीतकृत्यांची चाचणी घेणे जास्त कठीण होते.

दुसरे, मुळात गृहीतकृत्यच *तपासणी करता येण्याजोगे* असावे. तथ्यांच्या संकलनासाठी आणि विश्लेषणासाठी पद्धती आणि तंत्रे उपलब्ध असावीत. गृहीतकृत्य तपासणीची तंत्रे उपलब्ध नसतील व त्यामुळे गृहीतकृत्यांची तपासणी करू शकत नसाल तर गृहीतकृत्यांची सूत्रबद्ध मांडणी करणे अर्थहीन आहे. तरीही, याचा अर्थ तुम्ही, जी तपासण्यासाठी कोणती पद्धतीच नाही, अशी गृहीतकृत्यांची सूत्रबद्ध मांडणी करूच नये, असे नाही. कदाचित संशोधन प्रक्रियेदरम्यान तुम्ही त्याच्या तपासणीसाठी नवे तंत्र शोधून काढाल.

तिसरे, गृहीतकृत्य हे *प्रचलित ज्ञानकक्षेशी* संबंधित असावे. तुमचे गृहीतकृत्य हे प्रचलित ज्ञानकक्षेतूनच निर्माण झालेले असावे आणि त्यात भर घालणारे असावे, कारण हे संशोधनाचे महत्त्वाचे कार्य आहे. तुमच्या गृहीतकृत्यांची बीजे ही प्रचलित ज्ञानकक्षेत असतील तरच हे साध्य करणे शक्य आहे.

सरतेशेवटी, गृहीतकृत्य हे *कृतिशील* असावे. म्हणजेच त्याचे मोजमाप करता येईल अशा प्रकारे व्यक्त केलेले असावे. त्याचे जर मापन करणे शक्य नसेल, त्याची चाचणी घेता येणे शक्य नसेल आणि त्यामुळे त्यावरून कोणतेही निष्कर्ष काढता येणार नाहीत.

गृहीतकृत्याचे प्रकार

सैद्धान्तिकदृष्ट्या, तुमच्या संशोधनाचा पाया असेल असे संशोधन गृहीतकृत्य हे फक्त एकाच प्रकारचे गृहीतकृत्य असावे. तरीसुद्धा, शास्त्रीय चौकशीत परंपरेनुसार आणि गृहीतकृत्याच्या सूत्रबद्ध मांडणीत वापरले जाणारे शब्द, यामुळे गृहीतकृत्यांचे अनेक प्रकारांत वर्गीकरण करता येऊ शकते. ढोबळमानाने गृहीतकृत्याचे दोन प्रकारांत वर्गीकरण होतेः

१. संशोधन गृहीतकृत्य
२. पर्यायी गृहीतकृत्य

वैज्ञानिक वर्तुळात **पर्यायी गृहीतकृत्यांची** सूत्रबद्ध मांडणी करणे हा संकेत आहे. पर्यायी गृहीतकृत्याचे मुख्य कार्य म्हणजे जरी संशोधन गृहीतकृत्य हे चुकीचे आहे असे सिद्ध झाले तरीही त्यातील परस्परसंबंध हे स्पष्ट व उघडपणे खरे आहेत असे दाखवता येते. एका प्रकारे पर्यायी गृहीतकृत्य हे संशोधन गृहीतकृत्याच्या विरोधी आहे. पारंपरिक संकेतांनुसार, शून्य गृहीतकृत्य किंवा फरक नसलेले गृहीतकृत्य हे पर्यायी गृहीतकृत्य म्हणून सूत्रण केलेले असावे.

एक उदाहरण घेऊ. समजा, तुम्हाला वेगवेगळ्या विषयांच्या एकत्रित समूहानुसार माताबालक आरोग्यसेवा (एमसीएच) आणि पूरक पोषण आहार (एनएस) यांचा बालमृत्यू दरावर होणारा परिणाम याची चाचणी घ्यायची आहे. याची चाचणी घेताना तुम्ही दोन गुणिले दोन असा तथ्यात्मक प्रायोगिक आराखडा (पहा आकृती ६.२) स्वीकाराल. या अभ्यासाच्या चौकटीत तुम्ही गृहीतकृत्यांची सूत्रबद्ध मांडणी अनेक प्रकारे करू शकता. उदाहरणार्थ,

		माता आणि बाल आरोग्य सेवा	
		हो	नाही
पूरक पोषण (एनएस)	हो	एमसीएच + एनएस	एनएस
	नाही	एमसीएच	नियंत्रित

आकृती ६.२ एमसीएच आणि एनएस आणि बालमृत्यू यांच्या संबंधातील दोन गुणिले दोन असा तथ्यात्मक प्रायोगिक अभ्यास

१. उपचारांच्या वेगवेगळ्या पद्धतींमध्ये बालमृत्यूच्या प्रमाणात फरक नाही. (शून्य गृहीतकृत्य सामान्यतः एच$_0$ असे लिहिले जाते.)
२. फक्त माताबालक आरोग्यसेवा (एमसीएच) उपचारातील गटापेक्षा माताबालक आरोग्यसेवा (एमसीएच) आणि पूरक पोषण आहार (एनएस) उपचारातील गटात बालमृत्यूचे प्रमाण कमी असेल तर फक्त पूरक पोषण आहार (एनएस) उपचार घेणारा गट हा नियंत्रित गट असेल.
३. माताबालक आरोग्यसेवा (एमसीएच) उपचार गटातील बालमृत्यूचे प्रमाण पाच वर्षात दर हजारी तीसपर्यंत पोचेल.
४. पाच वर्षांनंतर पूरक पोषण आहार (एनएस) गटातील बालमृत्यूचा दर माताबालक आरोग्यसेवा (एमसीएच) उपचार गटापेक्षा तीन पटीने कमी झाला असेल.

आता आपण आणखी एक उदाहरण घेऊ. समाजात लिंगभेदानुसार धूम्रपानाचा वर्तनबंध काय आहे याविषयी अभ्यास करायचा आहे. यासाठी खालील गृहीतकृत्ये होऊ शकतातः

१. अभ्यासाधीन लोकांपैकी धूम्रपान करणाऱ्या स्त्रिया आणि पुरुष यांच्या प्रमाणात लक्षणीय फरक नाही.
२. अभ्यासाधीन लोकांमध्ये धूम्रपान करणाऱ्या स्त्रियांचे प्रमाण पुरुषांपेक्षा अधिक आहे.
३. अभ्यासाधीन लोकांपैकी ६०% स्त्रिया व ३०% पुरुष धुम्रपान करतात.
४. अभ्यासाधीन लोकांमध्ये धूम्रपान करणाऱ्या पुरुषांपेक्षा स्त्रियांची संख्या दुप्पट आहे.

वरील दोन्ही उदाहरणांपैकी पहिल्या गृहीतकृत्यांची ज्या पद्धतीने मांडणी केली आहे त्यावरून असे दिसते की वेगवेगळ्या उपचार पद्धतींचा बालमृत्यू दर यावर किंवा धूम्रपान करणाऱ्या स्त्रिया आणि पुरुष यांचे प्रमाण यावर कोणताही परिणाम होत नाही. तुम्ही जेव्हा दोन परिस्थिती, गट, निष्कर्ष, किंवा प्रचलित स्थिती किंवा घटना यांच्यात फरक नाही या अटीवर गृहीतकृत्यांची सूत्रबद्ध मांडणी करता त्याला **शून्य गृहीतकृत्य** असे म्हटले जाते व ते सामान्यतः एच$_0$ असे लिहिले जाते.

शून्य गृहीतकृत्य

वरील प्रत्येक उदाहरणातील दुसरे गृहीतकृत्य असे सुचविते की फरक जरी नेमकेपणाने नमूद केला नसला तरी वेगवेगळ्या उपचार पद्धतींच्या बालमृत्यूवर होणाऱ्या परिणामांच्या मर्यादेत किंवा लोकसंख्येतील धूम्रपान करणाऱ्या स्त्री-पुरुषांच्या प्रमाणात फरक आहे. ज्या गृहीतकृत्यात संशोधक भेद आहे असे म्हणतो परंतु नेमका किती हे स्पष्ट करू शकत नाही त्याला **भेदाचे गृहीतकृत्य** असे म्हणतात.

संशोधकाकडे, धूम्रपानाच्या समाजातील सवयी किंवा उपचार आणि त्याचे परिणाम, आणि नेमकी सद्यःस्थिती किंवा उपचाराच्या कार्यक्रमाचे परिणाम याबाबतचे संभाव्य निष्कर्ष हे संख्यात्मक स्वरूपात दाखविणे याचे पुरेसे ज्ञान असू शकेल. दोन्ही उदाहरणांमध्ये तिसरे गृहीतकृत्य तपासून पहाः बालमृत्यूचे प्रमाण प्रतिहजारी ३० आणि धुम्रपान करणाऱ्या स्त्रिया आणि पुरुष यांचे प्रमाण अनुक्रमे ६० आणि ३० टक्के आहे. या प्रकारच्या गृहीतकृत्याला **प्रचलित मुद्द्यांवर आधारित गृहीतकृत्य** असे म्हणतात.

दोन्ही उदाहरणांतील चौथे गृहीतकृत्य हे एमएचसी आणि एनएस कार्यक्रमातील वेगवेगळ्या समूहांचा परावलंबी चलावर (बालमृत्यू) परिणाम किंवा प्रचलित घटना (धूम्रपान) वेगवेगळ्या लोकसंख्येतील (स्त्रिया आणि पुरुष) संबंध अनुमानाचा आधार म्हणून मांडते. याप्रकारचे गृहीतकृत्य परावलंबी चलावर (एनएस गटात ५ वर्षात असेल त्यापेक्षा एमसीएच उपचार गटात तिप्पट जास्त) किंवा वेगवेगळ्या लोकसंख्या गटात प्रचलित असलेली घटना (पुरुषांपेक्षा दुपटीहून जास्त स्त्रिया धुम्रपान करतात) परस्पर संबंधाच्या मर्यादेचे संकेत दर्शवते. या प्रकारच्या गृहीतकृत्याला **सहसंबंधी गृहीतकृत्य** असे म्हणतात.

आकृती ६.३ मधील शून्य गृहीतकृत्याचे सुद्धा संशोधन गृहीतकृत्यात भेद नसलेले गृहीतकृत्य म्हणून वर्गीकरण केले आहे. शून्य गृहीतकृत्यासकट कोणतेही गृहीतकृत्य हे चौकशीचा आधार होऊ शकते. शून्य गृहीतकृत्य जेव्हा अन्वेषणाचा आधार होते तेव्हा ते संशोधन गृहीतकृत्य ठरते.

गृहीतकृत्य तपासणीत राहणाऱ्या त्रुटी

या आधी नमूद केल्याप्रमाणे, गृहीतकृत्य ही अशी एक धारणा आहे जी कदाचित चूक किंवा कदाचित बरोबर सिद्ध होईल. विविध कारणांमुळे गृहीतकृत्याविषयी चुकीचे निष्कर्ष येणे शक्य आहे. गृहीतकृत्यांच्या वैधतेविषयी चुकीचे निष्कर्ष निघू शकतात, जरः

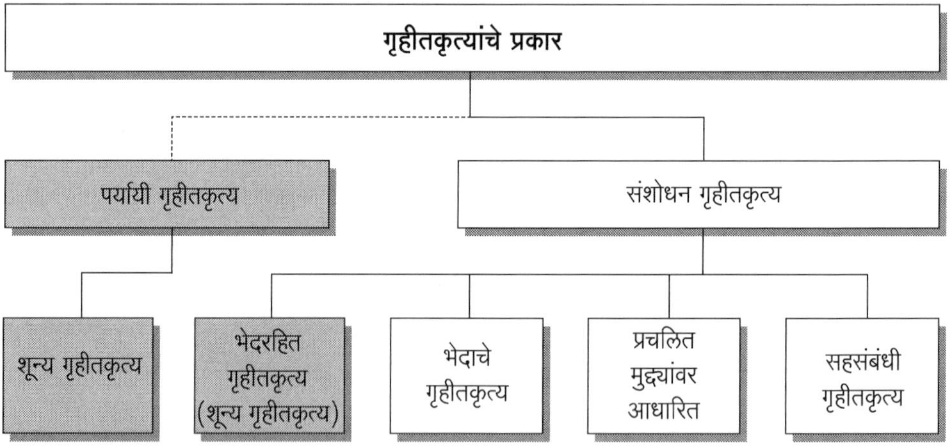

आकृती ६.३ गृहीतकृत्यांचे प्रकार

- अभ्यासाचा आराखडा चुकीचा निवडला;
- नमुना प्रक्रिया जर चुकीची निवडली;
- तथ्य संकलनाची चुकीची पद्धत;
- विश्लेषण चुकीचे आहे;
- सांख्यिकी पद्धत जी वापरली ती अयोग्य होती; किंवा
- काढलेले निष्कर्ष चुकीचे होते.

संशोधन प्रक्रियेतील वरीलपैकी एखाद्या, काही किंवा सर्व बाजूंकडे पुरेसे लक्ष न पुरविल्यामुळे तुमच्या अभ्यासात त्रुटी राहू शकतात, दिशाभूल करणारे निष्कर्ष येऊ शकतात. म्हणून, गृहीतकृत्यांची चाचणी घेत असताना वर दिलेल्या कारणांशी संबंधित त्रुटी राहण्याची शक्यता आहे. आकृती ६.४ मध्ये गृहीतकृत्यांच्या चाचणीत राहणाऱ्या त्रुटींचे प्रकार दाखवले आहेत.

म्हणून, गृहीतकृत्याविषयी निष्कर्ष काढताना दोन प्रकारच्या चुका होऊ शकतातः

- शून्य गृहीतकृत्य बरोबर असताना *नाकारणे.* याला **त्रुटी प्रकार १** म्हणतात.
- शून्य गृहीतकृत्य चुकीचे असताना त्याचा *स्वीकार करणे,* याला **त्रुटी प्रकार २** म्हणतात.

गुणात्मक संशोधनातील गृहीतकृत्य

संशोधन अभ्यास हाती घेताना त्यात गृहीतकृत्याला असलेले महत्त्व आणि त्याच्या वापराची व्याप्ती हा गुणात्मक आणि संख्यात्मक संशोधनामधील एक फरक होय. गुणात्मक अभ्यासाची, वर्णनावर दिलेला भर, वर्गीकरणात्मक आणि व्यक्तिनिष्ठ मापन पद्धतीचा वापर करून घटना समजून घेणे आणि तिचा शोध घेणे, गृहीतकृत्य, कुठली बाजू न मांडणारे, अर्थपूर्ण रीतीने प्रत्यक्षात न आणलेले, इत्यादी वैशिष्ट्ये असतात. याशिवाय, गुणात्मक संशोधनात गृहीतकृत्यांची चाचणी घेण्यासाठी नेमकेपणा असावा लागतो, जो जाणूनबुजून आणलेला नसतो, ज्यामुळे गृहीतकृत्यांची चाचणी घेणे कठीण होते. परंतु याचा अर्थ गुणात्मक संशोधनात तुम्ही गृहीतकृत्यांची निर्मितीच करू शकत नाही असे नाही; तरीही समस्येत, तसेच पद्धती आणि रीती यातही नेमकेपणा नसणे यामुळे गृहीतकृत्यांची

जेव्हा शून्य गृहीतकृत्य प्रत्यक्षात असते:

जेव्हा तुमचा निर्णय आहे:

	खरे	खोटे
स्वीकार	योग्य निर्णय	त्रुटी प्रकार २
नकार	त्रुटी प्रकार १	योग्य निर्णय

आकृती ६.४ गृहीतकृत्याच्या चाचणीतील त्रुटी प्रकार १ व त्रुटी प्रकार २

सूत्रबद्ध मांडणी ही व्यावहारिकदृष्ट्या आणि सुचविण्यास अयोग्य आहे. संख्यात्मक संशोधनात सुद्धा भिन्न भिन्न शैक्षणिक विद्याशाखांनुसार गृहीतकृत्याच्या निर्मितीला असलेले महत्त्व आणि त्याच्या पद्धती नोंद घेण्याइतक्या भिन्न आहेत. उदाहरणार्थ, साथीच्या रोगांबाबत संशोधन करताना आणि एखाद्या घटनेची कारणे शोधण्याबाबत संशोधन करताना गृहीतकृत्ये सर्वाधिक प्रचलित असतात, जिथे कारण आणि परिणाम यांच्या संबंधाचा नेमका अभ्यास करण्यासाठी संभाव्य कारणाची यादी मर्यादित करणे हे महत्त्वाचे असते. सामाजिकशास्त्रांमध्ये गृहीतकृत्यांची सूत्रबद्ध मांडणी ही बव्हंशी संशोधक आणि शैक्षणिक विभाग यांच्यावर अवलंबून असते, तसेच शैक्षणिक विभागांर्तगत गुणात्मक आणि संख्यात्मक संशोधनाच्या रूपरेषेत लक्षणीय फरक असतो.

सारांश

गृहीतकृत्य जरी महत्त्वाचे असले तरी अभ्यासासाठी जरुरीचे नाही. गृहीतकृत्यांची निर्मिती न करता वैध अभ्यास करता येऊ शकतो. संशोधन अभ्यासात स्पष्टता, नेमकेपणा आणि केंद्रीभूतता आणण्यासाठी गृहीतकृत्य महत्त्वाचे असते.

गृहीतकृत्य हे अंदाज व्यक्त करणारे विधान असते आणि संशोधन अभ्यासातून त्याची तपासणी करायची असते. गृहीतकृत्यांची सूत्रबद्ध मांडणी करताना ते सोपे, नेमके आणि सांकल्पनिकदृष्ट्या स्पष्ट, तपासता येऊ शकते का, त्याची बीजे प्रचलित ज्ञानकक्षेत आहेत का आणि ते कृतीत आणण्याजोगे आहे का याची खात्री करा.

गृहीतकृत्याचे ढोबळमानाने संशोधन गृहीतकृत्य आणि पर्यायी गृहीतकृत्य असे दोन प्रकार पडतात. संशोधन गृहीतकृत्याचे, त्याची ज्याप्रकारे सूत्रबद्ध मांडणी केली आहे यावर आधारित शून्य गृहीतकृत्य, भेदाचे गृहीतकृत्य, प्रचलित मुद्द्याचे गृहीतकृत्य आणि सहसंबंधी गृहीतकृत्य असे वर्गीकरण करता येऊ शकते.

संशोधनामध्ये गृहीतकृत्याच्या उपयोगाची व्याप्ती किती आहे व त्याला संशोधनात किती महत्त्व आहे हा गुणात्मक आणि संख्यात्मक संशोधनातील एक मुख्य फरक आहे. गुणात्मक संशोधनात, अन्वेषणाचा उद्देश माहिती संकलित करणे आणि माहिती संकलित करण्यासाठी वापरल्या जाणाऱ्या पद्धती याला असल्यामुळे गृहीतकृत्ये वापरली जात नाहीत व त्याला महत्त्व दिले जात नाही. तसेच संख्यात्मक संशोधनात, गृहीतकृत्याचा वापर हा, जरी प्रत्येक विद्याशाखेनुसार आणि प्रत्येक संशोधकानुसार भिन्न असला तरी, सार्वत्रिक आहे. एकंदरीत आपण असे म्हणू शकतो की ज्या विषयाबद्दल फार थोडे ज्ञान आहे त्याबद्दल जास्त जाणून घेणे हे जर अभ्यासाचे उद्दिष्ट असले तर अशावेळी गृहीतकृत्यांची सूत्रबद्ध मांडणी केली जात नाही, तरीही कारणे किंवा सहसंबंध यांच्या सहाय्याने निश्चयात्मकतेची चाचणी घेणे हे अभ्यासाचे उद्दिष्ट असेल, एखाद्या बाबीच्या सार्वत्रिकतेची वैधता सिद्ध करण्यासाठी किंवा अस्तित्व प्रस्थापित करण्यासाठी गृहीतकृत्यांची सूत्रबद्ध मांडणी करता येते.

तुमच्या संशोधन पैलूंशी संबंधित आराखडा, नमुना पद्धती, तथ्य संकलनाची पद्धती, तथ्यांचे विश्लेषण, संख्याशास्त्रीय पद्धतीचे उपयोजन किंवा काढलेले निष्कर्ष यापैकी एका पैलूत जरी काही चुका असल्या किंवा तो समर्पक नसला तरीही गृहीतकृत्य तपासणीत चुका होऊ शकतात. याचा परिणाम म्हणजे गृहीतकृत्याच्या तपासणीत काही त्रुटी राहू शकतात; त्रुटी प्रकार १ ही तुम्ही जेव्हा शून्य गृहीतकृत्य हे खरे आहे व ते नाकारणे योग्य नसतानाही नाकारले जाते तेव्हा उद्भवते; त्रुटी प्रकार २ ही तुम्ही शून्य गृहीतकृत्य खोटे असूनही आणि ते स्वीकारले जाऊ नये असे असले तरीही स्वीकारले जाते.

याचा विचार करा

- प्रकरणाच्या सुरुवातीला असलेल्या परवलीच्या शब्दांशी स्वत:ला पुन:परिचित करा. आणि जर काही शब्दांचा अर्थ किंवा वापर याबद्दल तुम्हाला खात्री नसेल तर पुढे जाण्यापूर्वी पुन्हा एकदा ते प्रकरण पहा.
- सामाजिक संशोधनात किती मर्यादिपर्यंत गृहीतकृत्यांचा वापर योग्य आहे?
- तुमच्या आवडत्या विषयात दोन किंवा तीन गृहीतकृत्यांची सूत्रबद्ध मांडणी करा आणि त्यांच्या वैधतेवर कोणत्या घटकांचा परिणाम होऊ शकतो याचा विचार करा.

आता, तुम्ही हे प्रकरण वाचले आहे त्यावरून खालील प्रश्नांची उत्तरे द्यायचा प्रयत्न करा.

- संशोधन अभ्यासात गृहीतकृत्य म्हणजे काय व त्याची कार्ये काय आहेत?
- गृहीतकृत्यांची वैधता तपासण्यासाठी अनेक पूर्वअटी आहेत. त्या पूर्वअटी काय आहेत?
- गृहीतकृत्यांचे विविध प्रकार कोणते? शून्य गृहीतकृत्याचे मुख्य कार्य आहे?
- गृहीतकृत्य तपासणी करताना कोणत्या दोन प्रकारच्या त्रुटी उद्भवतात? स्पष्ट करा.

संशोधन प्रकल्प विकसित करणे: नवोदितांकरिता सरावसंच

उपयोजन हे ज्ञानाचे सार आहे. तरीही सैद्धान्तिक ज्ञान आणि त्याचे उपयोजन यात काही अंतर हे असतेच. केवळ सरावानेच हे अंतर कमी करता येते. नवोदित जे सैद्धान्तिक ज्ञानाचे उपयोजन करण्याचा प्रयत्न करत असतात. त्यासाठी त्यांना योग्य दिशा व मार्गदर्शनाची गरज असते. या संचातील प्रत्येक सराव हा प्रत्यक्ष कृतीच्या टप्प्याशी जोडलेला आहे, हा विश्वास मनात ठेवूनच त्याची निर्मिती केली आहे. याच्या द्वारे काम करण्यामुळे तुम्हाला संशोधन विकसित करण्यास मदत होईल..

या सरावांचा मुख्य उद्देश, तुम्हाला संशोधन प्रक्रियेतील प्रत्यक्ष कृतींशी निगडित मध्यवर्ती चौकट देणे, हा आहे. बहुतांशी गुणात्मक आणि संख्यात्मक संशोधनासाठी वेगवेगळे सराव दिले जातात, म्हणून सुरुवात करण्यापूर्वी तुम्ही कोणत्या प्रकारे काम करणार आहात हे जाणून घ्या. प्रत्येक सरावात प्रक्रियेसंबंधीच्या मुद्द्यांबाबत संक्षिप्त स्मरणे दिली आहेत आणि तुम्हाला कार्यपद्धतीचा विचार करण्याबाबत प्रश्नमालिका दिली आहे, तसेच तुमचा अभ्यास विकसित करण्यासाठी आराखडा दिला आहे.

या प्रश्नांची उत्तरे आणि सरावाच्या रूपरेषेत दिलेल्या समस्यांविषयीची जागरूकता यामुळे तुम्ही संशोधन प्रस्तावाचा आराखडा लिहिण्यासाठीची चौकट पूर्ण करू शकाल (प्रकरण १३), आणि यातून तुमच्या संशोधन प्रस्तावाचा मुख्य भाग आकाराला येईल.

नवोदितांसाठी या सराव प्रश्नांबाबत विचारपूर्वक व काळजीपूर्वक काम करणे महत्त्वाचे आहे.

अभिनंदन!

आता तुम्ही संशोधन प्रवासातील पहिले पाऊल टाकायला शिकला आहात. आत्तापर्यंत तुम्हाला संशोधन समस्येची सूत्रबद्ध मांडणी कशी करायची याविषयी पुरेशी समज आली आहे. संशोधन समस्येच्या सूत्रबद्ध मांडणी प्रक्रियेत, तुम्ही तुमचे ज्ञान आणि कौशल्य प्रत्यक्षात वापरण्याकरिता तयार असले पाहिजे. हा सराव आराखडा तुम्हाला तुमच्या आवडत्या विषयात संशोधन समस्येची सूत्रबद्ध मांडणी करण्यासाठी केला आहे. शुभेच्छा!

सराव १: संशोधन समस्येची सूत्रबद्ध मांडणी

संख्यात्मक अभ्यास

तुम्ही संशोधन प्रक्रियेतील पहिला टप्पा तयार करण्याविषयीच्या सर्व प्रकरणांचा अभ्यास केला आहे, ह्या सरावातून तुम्हाला तुमच्या आवडत्या क्षेत्रातील संशोधन समस्या तुमच्या ज्ञानाचा उपयोग करून तिची सूत्रबद्ध मांडणी करण्याची संधी मिळेल. तुम्हाला माहीतच आहे की सामाजिक समस्या निवडणे हा सामाजिक संशोधनातील अनेक पैलूंपैकी एक महत्त्वाचा पैलू आहे. त्यामुळे हा सराव तुम्हाला तुमच्या प्रस्तावित अभ्यासातील प्रश्न आणि समस्या उपस्थित करून, त्याच्या वेगवेगळ्या बाजू व पैलू यांचे चिकित्सकपणे परीक्षण करून संशोधन समस्येची सूत्रबद्ध मांडणी करायला मदत होईल. ह्या सरावाच्या रचनेतून तुम्हाला समस्या सूत्रणाची दिशादर्शक चौकट म्हणून मार्गदर्शन मिळेल. एक गोष्ट लक्षात ठेवा की, या सरावात उपस्थित केलेले प्रश्न आणि समस्या हे फक्त दिशादर्शक आहेत, म्हणून त्यावर तुम्ही चिकित्सक वृत्तीने आणि सर्जनशीलतेने काम केले पाहिजे. संशोधन समस्येविषयी काळजीपूर्वक विचार केल्यास पैसा आणि श्रम मोठ्या प्रमाणात वाचवता येतात.

सराव १
मार्गदर्शक
नमुना

संशोधन समस्येचे स्वरूप स्पष्ट आणि नेमके असावे. या टप्प्यावर अभ्यासासाठी प्रक्रिया तज्ज्ञ, पैसा आणि वेळ यांची उपलब्धता या दृष्टिकोनातून अभ्यास करता येण्याजोगा आहे का, तसेच त्याची समर्पकताही पहा. जो अभ्यास कार्यकारण संबंध किंवा सहसंबंध प्रस्थापित करण्याचा प्रयत्न करतो, त्यात स्वतंत्र (कारण) आणि परावलंबी (परिणाम) चलांची अचूक अनुमापनता महत्त्वाची असते, म्हणून त्याचा गांभीर्याने विचार केला पाहिजे. तुम्ही संशोधन समस्या आधीच निवडली असेल तर तुम्हाला या प्रक्रियेचा विचार करण्याची गरज नाही.

तुमच्या आवडीचे *व्यापक विषयक्षेत्र* निवडा. उदाहरणार्थ, आरोग्य, शिक्षण, स्थलांतर, सार्वजनिक आरोग्य, प्रवास, मनोरंजन, पालकत्व, गुन्हा, सामाजिक न्याय. ह्या सरावाचा आराखडा तुम्हाला तुम्ही निवडलेल्या विषयाची विभागणी करून तुम्हाला उपविभागाची निवड करून तुमच्या अभ्यासाचा पाया तयार व्हावा यासाठी मदत करेल. या सरावाद्वारे काम कसे करावे यासाठी या पुस्तकातील प्रकरण ४ मार्गदर्शन करेल.

पायरी १: तुमच्या शैक्षणिक विद्याशाखेतील ढोबळमानाने तुमचे आवडते क्षेत्र निवडा.

क्षेत्र निवडल्यानंतरचा पुढील टप्पा म्हणजे त्याचे विविध पैलू आणि उपक्षेत्रे जाणून घेण्यासाठी त्याची विभागणी करा. उदाहरणार्थ, समजा तुमचे क्षेत्र स्थलांतर असेल तर स्थलांतराचे काही पैलू किंवा स्थलांतराचे उपविभाग खाली दिले आहेत:

- स्थलांतरित व्यक्तींची सामाजिक–आर्थिक लोकसंख्याशास्त्रीय माहिती;
- स्थलांतराची कारणे;
- स्थलांतरितांचे प्रश्न;
- स्थलांतरितांना पुरवल्या जाणाऱ्या सेवा;
- स्थलांतरितांप्रती स्थानिक समाजाची मनोवृत्ती;
- सांस्कृतिक सरमिसळ आणि एकरूपतेचे प्रमाण;
- स्थानिक देशातील वांशिक भेद.

किंवा कदाचित तुम्हाला सार्वजनिक आरोग्य कार्यक्रमाचा अभ्यास करण्यात स्वारस्य आहे. ज्या पैलूंचा अभ्यास करता येईल तितके त्याचे विभाजन करा. जसजसे ते मिळतील त्याची यादी करा. उदाहरणार्थ,

- लक्ष्य गटाची सामाजिक–आर्थिक लोकसमुदायाची माहिती;
- समाजातील रोग आणि मृत्यू यांचा रचनाबंध;
- कार्यक्रमाच्या उपयोगितेची व्याप्ती आणि स्वरूप;
- या कार्यक्रमाची समाजावरील परिणामकारकता;
- विशिष्ट आरोग्यप्रसार नीतीची परिणामकारकता;

किंवा तुम्हाला गुन्हेगारांचा अभ्यास करायचा असेल. गुन्ह्यांचे काही पैलू:

- बेकारी, शहरीकरण, भंगलेली कुटुंब आणि गुन्हेगारी यांचा संबंध;
- गुन्हेगारांविषयी माहिती;
- गुन्ह्यांची कारणे;
- वेगवेगळ्या उपचार पद्धती;

पायरी २: पहिल्या टप्प्यात तुम्ही ढोबळमानाने निवडलेल्या क्षेत्राचे उपक्षेत्रांमध्ये दूरदर्शीपणाने व शक्य तेवढे सूक्ष्मपणे विभाजन करा. तुमच्याबरोबर आणखी एक व्यक्ती घेऊन विचारमंथन करा.

१. __________

२. __________

३. __________

४. __________

५. __________

> या उपक्षेत्रांचे अन्वेषण करायला सांगण्याजोगे नाही आणि करणे सुसाध्यही नाही. तुमच्या वेळेच्या, पैशाच्या आणि कौशल्याच्या मर्यादेत राहून तुम्ही अभ्यास करू शकाल अशीच उपक्षेत्रे निवडा. उपक्षेत्र निवडण्याचा एक मार्ग म्हणजे वगळण्याच्या प्रक्रियेपासूनच सुरुवात करा; ज्या विषयाची तुम्हाला आवड नाही ते खोडून टाका. शेवटी हे कदाचित कठीण होईल परंतु जोपर्यंत तुम्ही तुमच्या मर्यादेत राहतील अशी उपक्षेत्रे निवडत नाही तोपर्यंत तुम्हाला ते वगळत राहावे लागेल. एखादे उपक्षेत्रसुद्धा तुम्हाला वैध आणि सर्वांगीण अभ्यासविषय देऊ शकेल.

पायरी ३: वरील उपक्षेत्रातून तुम्हाला ज्याविषयी अभ्यास करायला आवडेल असे उपक्षेत्र किंवा उपक्षेत्रे निवडा.

१. ______________________________

२. ______________________________

३. ______________________________

पायरी ४: प्रत्येक उपक्षेत्रातून तुम्हाला कोणत्या प्रश्नांची उत्तरे मिळवायची आहेत? (शक्य होईल तेवढा नेमकेपणा ठेवा. तुम्ही एक किंवा तुम्हाला हवी तेवढी उपेक्षेत्रे निवडू शकता.)

उपक्षेत्रे	ज्यांची उत्तरे द्यायची असे विशिष्ट संशोधन प्रश्न	
१अ	१	
	२	
	३	
१आ	१	
	२	

१ (अ) ______________________________
(आ) ______________________________
(इ) ______________________________
(ई) ______________________________
(उ) ______________________________

२ (अ) ______________________________
(आ) ______________________________
(इ) ______________________________

(ई) ______
(उ) ______

३ (अ) ______
(आ) ______
(इ) ______
(ई) ______
(उ) ______

अभ्यासातून ज्या संशोधन प्रश्नांचे उत्तर द्यायचे आहे ते तुमच्या उद्दिष्टांचा पाया असतील. आता तुम्हाला तुमच्या अभ्यासाची उद्दिष्टे सूत्रबद्ध मांडावी लागतील. हे करताना कृतिशील शब्दांची निवड करा. संशोधन प्रश्न आणि उद्दिष्टे यांच्यातील मुख्य फरक म्हणजे त्यांची लेखनपद्धती. प्रश्नातील शब्दांची रचना ही प्रश्नार्थक असते तर उद्दिष्टांची विधाने ही कार्यपूर्तीच्या संदर्भात शब्दबद्ध केलेली असतात.

तुमच्या मुख्य उद्दिष्टांतून तुमच्या अभ्यासाच्या केंद्रस्थानी असलेला विषय आणि उपउद्दिष्टे निर्देशित झाली पाहिजेत. तसेच त्याचे विशिष्ट पैलूंही दर्शविले पाहिजेत. उपउद्दिष्टांची आकडे देऊन तयारी करा. ती स्पष्ट आणि नि:संदिग्ध शब्दांत लिहिलेली असावीत. प्रत्येक उद्दिष्टात अभ्यासाच्या एकाच पैलूंचा समावेश आहे ना याची खात्री करा.

पायरी ५ : तुमच्या संशोधन प्रश्नाच्या आधारे तुमच्या अभ्यासाचे मुख्य उद्दिष्ट आणि उपउद्दिष्टे यांचे सूत्रण करा.

मुख्य उद्दिष्ट (तुमच्या अभ्यासाचा मुख्य केंद्रबिंदू)

______

______

______

उपउद्दिष्टे (तुमच्या अभ्यासाचे विशिष्ट पैलू)

१. ______
२. ______
३. ______
४. ______
५. ______

पायरी ६: तुमच्या अभ्यासातील खालील पैलूंचा काळजीपूर्वक विचार करा.

काम	**काय समाविष्ट आहे**	**आवश्यक वेळ**	**अंदाजे खर्चे**	**तंत्रज्ञांची गरज**	**ज्ञान आणि कौशल्य यातल्या त्रुटी**
साहित्याचे परीक्षण					
साधनांची जुळवाजुळव					
तथ्य संकलन					
तथ्य विश्लेषण					
कच्चा मसुदा					
अंतिम अहवाल					

आता तुम्ही तुमच्या अभ्यासाची उद्दिष्टे निश्चित केली आहेत. थोडावेळ यासंबंधी विचार करा. परंतु कोणत्या कामांचा समावेश आहे त्याविषयी स्पष्टता ठेवा. यासाठी तुम्हाला खरोखरच किती वेळ लागणार आहे आणि हा अभ्यास करण्यासाठी कोणती कौशल्ये विकसित करावी लागणार आहेत ते पहा. ह्या क्षेत्रांचा पुन्हा काळजीपूर्वक विचार करा.

पायरी ७: दोनवेळा तपासणी

- तुम्हाला या अभ्यासाची खरोखरच आवड आहे का?
  हो ☐ नाही ☐ सांगता येत नाही ☐
- अभ्यासाच्या उद्दिष्टांविषयी तुम्ही सहमत आहात का?
  हो ☐ नाही ☐ सांगता येत नाही ☐
- तुमच्याकडे पुरेशी संसाधने आहेत का?
  हो ☐ नाही ☐ सांगता येत नाही ☐
- ज्या लोकसंख्येचा अभ्यास करायचा आहे त्यांना भेटणे सुलभ आहे का?
  हो ☐ नाही ☐ सांगता येत नाही ☐

तुम्ही यापैकी एका प्रश्नाचे उत्तर जरी 'नाही' किंवा 'अनिश्चित' असे दिलेत तर तुम्ही निवडलेल्या पैलूंचा काळजीपूर्वक विचार करा आणि उद्देशांमध्ये योग्य ते बदल करा.

तुमच्या मताने, या अभ्यासात सिद्धान्त आणि प्रात्यक्षिक यांची समर्पकता काय आहे? प्रचलित ज्ञानकक्षेत तुमचा अभ्यासात कशाप्रकारे योगदान करू शकेल आणि तुमच्या व्यवसायातील व्यक्ती आणि धोरण आखणाऱ्यांना मदत करू शकेल का?

सिद्धान्ताची समर्पकताः

____

____

____

____

प्रात्यक्षिकासाठी समर्पकताः

____

____

____

____

आता तुम्ही तुमच्या संशोधन समस्येची सूत्रबद्ध मांडणी केली आहे, जर तुम्ही तुमचे उद्दिष्ट, संशोधन प्रश्न आणि गृहितके यांच्या सूत्रबद्ध मांडणीत काही संकल्पना वापरल्या असतील तर त्यांची तपासणी करणे गरजेचे आहे. तुम्ही तुमच्या संकल्पनांचे चलांत रूपांतर केलेत तर चलांविषयीचे समज महत्त्वाची भूमिका बजावतात. संकल्पना या व्यक्तिनिष्ठ असतात त्यामुळे त्याविषयीचा समज व्यक्तिनिहाय भिन्न असतो, आणि मुख्यत: त्याचे अनुमापन करता येत नाही. कोणतीही संकल्पना, आकलन किंवा कल्पना ही चार अनुमापन पद्धतींपैकी (सांकेतिक, क्रमवाचक, अंतराने किंवा प्रमाण) एखाद्या पद्धतीने मोजता येऊ शकते, तिला चल असे म्हणतात. अभ्यासात वापरलेल्या संकल्पना या अनुमापन करता येण्याजोग्या असाव्यात, त्यामुळे जर ते चल काढून टाकले नाही तर, ज्या लोकसंख्येचा अभ्यास करायचा आहे, त्यांची त्या संकल्पनांच्या समजाबाबत तफावत कमी होईल.

या टप्प्यावर, उद्दिष्टांची सूत्रबद्ध मांडणी तुम्ही केली आहे, उद्दिष्टांमध्ये वापरलेल्या संकल्पना प्रत्यक्ष कृतीत तुम्ही कशा उतरवणार आहात, संशोधन प्रश्न किंवा गृहीतकृत्यांचे सूत्रण केले आहे का: त्याचे निर्देशक काय आहेत आणि त्याचे मापन कसे करणार आहात?

पुढे दिलेल्या तक्त्यावरून एड्ससंबंधीच्या आरोग्यशिक्षण कार्यक्रमाबाबत 'परिणामकारकता' ही संकल्पना कृतीत आणण्याविषयी सूचना मिळतील. यातून परिणामकारकतेचे निर्देशक मिळतील (तुम्ही याखेरीज निर्देशकही निवडू शकता), या निर्देशकांचे मापन करणारे चल निवडा आणि चलाच्या मापनाचे एकक निवडा.

संकल्पना →	**निदर्शक** →	**चल** →	**अनुमापनाचे एकक**
परिणामकारकता	एड्सविषयी *जागरूकता*	यातील बदलाची व्याप्ती	लोकसंख्येच्या सापेक्ष प्रमाणात बदल, आरोग्यशिक्षण कार्यक्रमापूर्वी आणि नंतर, खालील बाबींच्या अनुषंगाने:
	एड्सविषयी *माहिती*	जागरूकता माहितीचा प्रत्यक्ष वापर	एड्सच्या वेगवेगळ्या पैलूंबाबत जागरूकता आणि ज्ञान.
	गर्भनिरोधकाचा (प्रत्यक्ष) वापर		सुरक्षित संभोगासाठी गर्भनिरोधकाचा वापर

तुमच्या अभ्यासातील संकल्पना कृतीत आणण्यासाठी या सरावाचा आराखडा केला आहे. चलांविषयीच्या अधिक माहितीसाठी प्रकरण ५ चा संदर्भ घ्या.

पायरी ८: तुमच्या संकल्पना प्रत्यक्ष कृतीत आणणे

उद्दिष्टे/संशोधन समस्या/गृहीतकृत्य	मुख्य संकल्पना	निदर्शक	चल	अनुमापनाचे एकक

तुम्ही अभ्यासाधीन लोकसमुदायाची कार्यान्वयन व्याख्या तयार करा. उदाहरणार्थ, तुम्ही कुणाला रोगी मानाल, स्थलांतरित, तरुण, मानसशास्त्रज्ञ, शिक्षक, गुन्हेगार की ख्रिश्चन? कार्यान्वयन व्याख्या केल्याने नमुना निवडीतील संदिग्धता टाळता येते आणि अभ्यासाधीन लोकसमुदाय मर्यादित करता येतो.

पायरी ९: अभ्यासाधीन लोकसमुदायाची कार्यान्वयन व्याख्या तयार करा.

तुम्ही जर गृहीतकृत्याची सूत्रबद्ध मांडणी केली नसेल तर हा विभाग सोडून द्या.

पूर्वी चर्चा केल्याप्रमाणे, काही जणांना असे वाटते की अन्वेषणासाठी गृहीतकृत्य असायलाच हवे; तरीही लेखकाच्या मते, गृहीतकृत्य जरी संशोधन समस्येला स्पष्टता, नेमकेपणा आणि केंद्रीभूतता आणत असले, तरीही अभ्यासासाठी आवश्यक असतेच असे नाही. तुम्ही एक औपचारिक गृहीतकृत्याची सूत्रबद्ध मांडणी न करताही वैध अन्वेषण करू शकता. दुसरीकडे तुम्ही तुम्हाला योग्य वाटतील अशा अनेक गृहीतकृत्यांची सूत्रबद्ध मांडणी करू शकता. संसर्गजन्य आजाराच्या अभ्यासाबाबत क्षेत्रीय अन्वेषण मर्यादित करण्यासाठी व परिस्थितीची संभाव्य कारणे शोधण्यासाठी गृहीतकृत्यांची सूत्रबद्ध मांडणी करणे आवश्यक आहे.

गृहीतकृत्य हे एखादी घटना, नातेसंबंध किंवा स्थिती या विषयीची अंत:प्रेरणा, धारणा, संशय, प्रतिपादन किंवा कल्पना असते व ती कल्पना, अंदाज खरे असल्याचे तुम्हाला अन्वेषण करायचे असते. ते बरोबर असल्याचे सिद्ध झाले तर तुमची धारणा बरोबर असल्याचे सिद्ध होईल; यातून तुमचे गृहीतकृत्य बरोबर असल्याचे सिद्ध होते. अन्यथा तुमचे गृहीतकृत्य चूक असल्याचा निष्कर्ष निघेल.

गृहीतकृत्य बरोबर असल्याचे सिद्ध करण्यापेक्षा त्याचे खंडन करणे जास्त महत्त्वाचे आहे. गृहीतकृत्य हे सामान्यत: जे बरोबर आहे असे मानले जाते त्यावर आधारित असते. तुम्ही त्याचे खंडन केल्याने आधीच्या संशोधकांकडून दुर्लक्षित झालेली एखादी बाब नव्याने समजू शकेल.

गृहीतकृत्य हे सांकल्पनिकदृष्ट्या सरळ, स्पष्ट आणि नेमके असले पाहिजे. तसेच तपासणीयोग्य आणि प्रत्यक्ष कृतीद्वारे व्यक्त होणारे असावे.

गृहीतकृत्य लिहिण्याची एक विशिष्ट पद्धती असते व त्याची तुम्हाला ओळख होणे गरजेचे असते (पहा प्रकरण ६).

पायरी १०: प्रत्येक उपउद्दिष्ट/संशोधन प्रश्नासाठी गृहीतकृत्याचे/गृहीतकृत्यांची सूत्रबद्ध मांडणी करा.

उद्दिष्टे/संशोधन प्रश्न	**तपासणी केली जाणारी गृहीतकृत्ये**
	१
	२
	३

उद्दिष्टे/संशोधन प्रश्न	तपासणी केली जाणारी गृहीतकृत्ये
	१
	२
	३
	१
	२
	३

गुणात्मक संशोधन

पूर्वी उल्लेख केल्याप्रमाणे, तुम्ही संशोधन प्रश्नाची सूत्रबद्ध मांडणी कशाप्रकारे करता त्याचा विचार कशाप्रकारे करता यापासून संख्यात्मक आणि गुणात्मक संशोधनातील फरक सुरू होतो. यासाठी गुणात्मक संशोधनात संशोधन समस्या प्रश्न ही व्यापक, लवचिक आणि तथ्य संकलनाच्या प्रक्रियेदरम्यान ती सूत्रबद्ध केली पाहिजे. माहिती संकलनाच्या प्रक्रियेत जर तुम्हाला तुमच्या व्यापक अभ्यासविषयातील काही चित्तवेधक बाबी सापडल्या तर त्यांचा तुमच्या पैलूंमध्ये समावेश करा आणि हा नवीन दृष्टिकोन सामावून घेण्यासाठी तुमचा केंद्रबिंदू बदला.

लवचिकता हे गुणात्मक संशोधनाचे बलस्थान आहे, परंतु तुम्ही तुमच्या अभ्यासाकरिता प्रश्न आणि समस्या यांची सांकल्पनिक चौकट तयार करणे महत्त्वाचे आहे. जर, तुम्हाला आपण काय शोधायचे आहे याविषयी नेमकेपणा नसेल तर त्यामुळे प्रतिसादकांना अडचणी निर्माण होतात. अनेक व्यक्तींना सहजता जाणवत नाही किंवा त्यांना सूचकपणे माहिती दिल्याशिवाय त्यांना त्या क्षेत्राचे विविध पैलू शब्दांत मांडता येत नाहीत. अशा परिस्थितीत तुमच्या चौकशीची पूर्ण चौकट तुमच्या मनात तयार असली पाहिजे. तथ्य संकलन करताना ही चौकट तुम्ही खात्रीने विकसित करू शकता, मात्र अभ्यासाच्या सुरुवातीच्या अवस्थेत मिळविलेल्या माहितीची पूर्णत्व आणि तौलनिकता या दृष्टीने अडचणी निर्माण होऊ शकतात. सुरुवातीलाच सांकल्पनिक चौकट तयार करून काही अडचणी कमी करू शकता. प्रतिसादकांच्या मनात पूर्वग्रह निर्माण होणार नाही किंवा त्यांच्या विचारांवर प्रभाव पडणार नाही, याकरिता अत्यंत नेमकेपणाने प्रतिसादकांशी संवाद साधणे आवश्यक आहे.

लक्षात ठेवा, तुम्ही प्रतिसादकांना विचारायचे हे प्रश्न नाहीत. प्रतिसादकांकडून काहीच प्रतिसाद येत नसेल तर हे फक्त त्याला स्मरण देण्यासाठीचे प्रश्न किंवा मुद्दे आहेत.

गुणात्मक संशोधनात खालील क्षेत्रे ढोबळमानाने आवडीची म्हणून विचारात घेऊ:

- कुटुंबात एडीएचडी असलेले मूल याचा अर्थ काय?
- समाज किती संवेदनक्षम आहे?
- समाजाची प्रतिसादात्मकता म्हणजे काय?
- एचआयव्ही/एड्सचे प्रत्यक्ष रुग्ण.
- जंगलातील वणवा किंवा त्सुनामी नंतर समाज कसा पूर्वस्थितीवर आला?

पायरी १: तुम्हाला औत्सुक्य असणारे अभ्यास क्षेत्र निवडा किंवा संशोधन अभ्यासातून ज्याचे उत्तर शोधायचे आहे अशी समस्या निवडा.

पायरी २: संशोधन समस्या किंवा औत्सुक्य असणारे क्षेत्र निवडल्यानंतर त्यातील ज्या प्रश्नांची उत्तरे तुम्ही शोधणार आहात त्यांची यादी करा. तुमच्या प्रतिसादकांबरोबर तुम्ही ज्या मुद्द्यांची चर्चा करणार आहात त्यांची यादी करा. या टप्प्यावर तुम्हाला साहित्याचे परीक्षण, इतरांबरोबर केलेल्या चर्चा, आणि संभाव्य प्रतिसादकांशी सल्लामसलत याची खूप मदत होईल.

प्रश्नः

समस्याः

पायरी दुसरी

संशोधन आराखड्याचे सांकल्पनिक चित्र तयार करणे

या कार्यात्मक पायरीमध्ये खालील दोन प्रकरणांचा समावेश आहे:

- **प्रकरण ७: संशोधन आराखडा**
- **प्रकरण ८: अभ्यास आराखड्याची निवड करणे**

७

संशोधन आराखडा

या प्रकरणात तुम्ही खालील मुद्दे शिकणार आहात

- संशोधन आराखडा म्हणजे काय
- संशोधन आराखड्याची महत्त्वाची कार्य
- स्वत:चा संशोधन आराखडा करताना विचारात घ्यायचे मुद्दे
- कार्यकारणवाद सिद्धान्त आणि संशोधन आराखडा

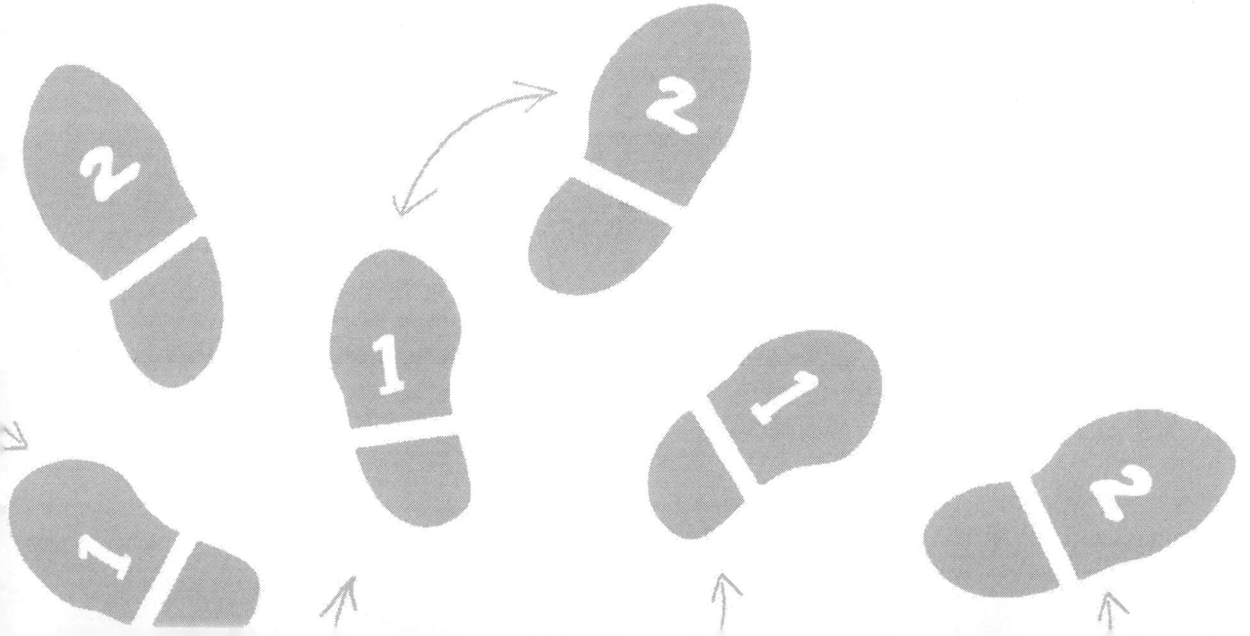

परवलीचे शब्द

संभाव्य चल,	स्वतंत्र चल,	यादृच्छिकरण,
नियंत्रित गट,	मिळताजुळता, 'मॅक्समिनकॉन'	संशोधन आराखडा,
प्रायोगिक गट,	विभेदनाचे तत्त्व,	अभ्यास आराखडा,
भिन्न चल,	यादृच्छिक चूक,	उपचार गट

या प्रकरणाच्या अभ्यासानंतर तुम्हाला पुढील मुद्दे समजतील

- संशोधन आराखडा आणि त्याची सामाजिक संशोधनातील कार्ये
- कार्यकारणवादाचा सिद्धान्त आणि प्रयोगात्मक आराखडा या दोहोंतील संबंध
- घटनेत बदल घडवून आणण्यातील जबाबदार घटक
- परिणामांची मोजदाद अभ्यासताना भिन्न चलांच्या प्रभावाचे मापन

तुम्हाला तुमच्या संशोधन समस्येबाबत स्पष्टता असेल तर ती अभिनंदनीय बाब आहे. तुमच्या संशोधन प्रवासातला अतिशय महत्त्वाचा आणि अवघड टप्पा तुम्ही पार केला आहे. तुम्ही *काय* अभ्यासणार आहात याचा निर्णय घेतल्यावर आता तुम्ही अभ्यास *कसा* पार पडणार आहात हे ठरवणे गरजेचे आहे. तुमच्या अभ्यासात तुम्ही पुढे जाण्यापूर्वी तुम्हाला अनेक प्रश्नांची उत्तरे द्यायची आहेत. तुमच्या संशोधन समस्यांची उत्तरे मिळवण्यासाठी तुम्ही कोणती पद्धत वापरणार आहात? संशोधन प्रक्रियेतील वेगवेगळे घटक पूर्ण करण्यासाठी करावे लागणारे काम तुम्ही कसे करणार आहात? अभ्यासप्रक्रियेत कोणत्या गोष्टी तुम्ही केल्या पाहिजेत व कोणत्या नाही? मूलतः या प्रश्नांच्या उत्तरातून संशोधन आराखड्याचा गाभा आकार घेतो.

संशोधन आराखडा म्हणजे काय?

संशोधन आराखडा

संशोधन आराखडा हा, संशोधन प्रवासातील संशोधन समस्यांची वैध, वस्तुनिष्ठ, बिनचूक उत्तरे मिळण्यासाठी आणि आर्थिकदृष्ट्या परवडण्यासाठी तुम्ही निवडलेला एक पथदर्शक नकाशा आहे. संशोधन प्रक्रियेत कशा आणि कोणत्या पद्धती आणि रीती वापरायच्या याचा रीती आणि कृती याची ही योजना आहे. कर्लिंगर (१९८६: २७९) यांच्या मतेः

> संशोधन आराखडा हा, संशोधन प्रश्न किंवा समस्या यांची उत्तरे प्राप्त करण्यासाठी अन्वेषणाचा संरचित आणि रणनीती दर्शवणारा नकाशा आहे. हा नकाशा संशोधनाचा पूर्ण कार्यक्रम किंवा योजना आहे. यामध्ये अन्वेषक, गृहीतकृत्य लेखनापासून ते तथ्यांचे अंतिम विश्लेषण यापर्यंत होणाऱ्या कार्यान्वियन विहितार्थ यांचा समावेश होतो.

थियर (१९९३: ९४) यांच्या मतेः

पारंपरिक संशोधन आराखडा हा संशोधन अभ्यास कशा प्रकारे पूर्ण करणार – मापन करण्यायोग्य चले कार्यान्वित करणे, अभ्यासासाठी योग्य नमुन्यांची निवड करणे, गृहीतकृत्याची चाचणी घेण्यासाठी आधारभूत तथ्य संकलित करणे आणि अनुमानांचे विश्लेषण करणे – याची तपशीलवार रूपरेषा असते.

सेल्टीझ आणि इतर (१९६२: ५०) यांच्या मतेः

संशोधन आराखडा ही तथ्य संकलन आणि विश्लेषण यांची अशी रचना आहे ज्याचा त्याचा उद्देश संशोधन हेतूची व्यावहारिक सांगड घालणे आणि कार्यपद्धती अल्प खर्चात पार पाडणे उद्देश असतो.

संशोधन आराखडा हा, ज्याद्वारे तुम्ही कोणता अभ्यास आराखडा वापरणार आहात हे तुमच्या स्वतःसाठी ठरवणार आहात व इतरांना सांगणार आहात, तुमच्या प्रतिसादकांकडून तुम्ही माहिती कशी संकलित करणार आहात, तुम्ही प्रतिसादकांची निवड कशी करणार आहात, तुम्ही संकलित केलेल्या माहितीचे विश्लेषण कसे करणार आहात आणि तुमची अनुमाने तुम्ही कशी संप्रेषित करणात आहात, याची योजना आहे. याशिवाय तुमच्या संशोधन प्रवासात 'कसे' याचे प्रत्येक निर्णयासाठी तर्कशुद्ध आणि स्पष्टीकरणात्मक तपशील द्या. तर्कशुद्ध उत्तरे आणि स्पष्टीकरण सादर करताना साहित्याच्या परीक्षणाचा आधार घ्यावा लागेल. तुम्हाला, तुम्ही ठरवलेला मार्ग हा वैध आणि विश्वसनीय निष्कर्ष देईल याची तुम्हाला स्वतःला व इतरांना खात्री द्यावी लागेल.

संशोधन आराखड्याची कार्ये

वरील व्याख्यांवरून संशोधन आराखड्याची दोन मुख्य कार्ये सूचित करण्यात आली आहेत. संशोधन अभ्यास हाती घेताना पहिले कार्य, आवश्यक कार्यपद्धतीचा शोध आणि/किंवा विकास आणि त्याची आखणी याच्याशी संबंधित असते आणि दुसरे या कार्यपद्धतीत वैधता, वस्तुनिष्ठता आणि अचूकता आणून गुणवत्तेची हमी देण्यावर भर असतो. म्हणून संशोधन आराखड्यातून तुम्हालाः

- तुमचा अभ्यास पूर्ण होण्यासाठी विविध रीती आणि कामे पूर्ण करावी लागतात यासाठी प्रत्यक्ष कृती करण्याजोग्या रूपरेषेचे संकल्पनात्मक चित्र उभे करा.
- संशोधन समस्येची वैध, वस्तुनिष्ठ आणि अचूक उत्तरे प्राप्त करण्यासाठी या पद्धती पुरेशा आहेत का याची खात्री करा. कर्लिंगर (१९८६: २८०) या कृतीस **बदलावरील नियंत्रण** असे संबोधतो.

यापैकी आपण पहिले कार्य बघू. तुमच्या संशोधन समस्येचे उत्तर मिळवण्यासाठी तुम्ही वापरणार असलेल्या प्रक्रियांची रूपरेषा, करणार असलेली कामे हे तुमच्या पर्यवेक्षकाला, वाचकांना व इतरांना स्पष्ट झाले पाहिजे. संशोधन आराखड्याची सर्वात महत्त्वाची गरज म्हणजे त्यात आवश्यक सर्व बाबी नेमकेपणाने नोंदविल्या म्हणजे तुमच्या वाचकांना तुम्ही कोणत्या पद्धती वापरणार आहात व त्या कशा वापरायच्या आहेत हे समजेल. या नोंदी इतक्या तपशीलवार व स्पष्टपणे लिहिल्या पाहिजेत की, जर अन्य कुणालाही अभ्यास करायचा असेल तर, तिला/त्याला अगदी तुमच्यासारखाच अभ्यास यावरून तो करता येईल. याकरिता संशोधन आराखड्यात खालील बाबींचा समावेश असला पाहिजेः

- अभ्यासाच्या आराखड्याचे नाव – 'भिन्न–विभागाचा', 'पूर्वी आणि नंतर', 'तुलनात्मक', 'नियंत्रित प्रयोगात्मक' किंवा 'यादृच्छिक नियंत्रित' (प्रकरण ८ मध्ये सामान्यत: वापरले जाणारे अभ्यासाचे आराखडे दिले आहेत).
- अभ्यासाच्या खालील पैलूंविषयी तपशिलाने माहिती द्या. (याचा तपशील पुस्तकातील पुढच्या प्रकरणांमध्ये दिला आहे):

  - तुमचा अभ्यासाधीन लोकसमुदाय कोण असणार आहे?
  - अभ्यासाधीन लोकसमुदाय कशाप्रकारे वेगळा करणार आहात?
  - नमुना निवड करणार आहात की संपूर्ण लोकसमुदाय निवडणार आहात?
  - जर नमुना निवड केली तर त्यांच्याशी संपर्क कसा साधणार आहात?
  - त्यांची संमती कशी मिळवणार आहात?
  - तथ्य संकलनासाठी कोणती पद्धत वापरणार आणि का?
  - जर प्रश्नावली वापरली असेल तर प्रतिसादकांनी ती कुठे आणून द्यायची आहे?
  - प्रतिसादकांना जर शंका असतील तर त्यांनी कुठे संपर्क करायचा आहे?
  - मुलाखती घेणार असाल तर त्या कुठे घेणार?
  - नैतिक मुद्द्यांबाबतची खबरदारी कशी घेणार?

कार्यकारणवाद आणि संशोधन आराखडा

आता आपण संशोधन आराखड्याचे दुसरे कार्य पाहू – संशोधन समस्येची अचूक, वैध आणि वस्तुनिष्ठ उत्तरे मिळवण्यासाठी ठरवलेल्या पद्धती पुरेशा योग्य आहेत याची खात्री करा. सामाजिकशास्त्रांत, ज्यांच्यावर आपले नियंत्रण नाही असे अनेक घटक उलगडत जातात जे घटना बदलण्यास कारणीभूत ठरतात. हे घटक घटनेवर अनेक मार्गाने परिणाम करू शकतात. तरीही, बहुतेक अभ्यासांमध्ये तुम्ही एकाच कारणांचा (स्वतंत्र चल) अभ्यास करता आणि प्रसंगी दोन कारणांचा. तुम्ही जसजशी अधिक स्वतंत्र चले समाविष्ट करत जाल तसतसा आराखडाही अधिकाधिक जटिल होत जाईल, तो करायला कठीण व खर्चिकही होईल. या सर्व चलांचा दुवा जरी परावलंबी चलाशी जोडला असला तरीही ते तुमच्या अभ्यासाच्या केंद्रस्थानी नसतात, त्यांना भिन्न चल असे म्हटले जाते. कार्यकारण सिद्धान्त तुम्हाला परावलंबी चलामध्ये बदल घडवून आणण्यास कारण ठरणारी वेगवेगळी चले समजून घेण्यासाठी मदत करतो. हा सिद्धान्त तुम्हाला चलांच्या वेगवेगळ्या वर्गीकरणाचा निश्चित व अलग प्रभाव दाखविण्यासाठी मदत करतो, त्यामुळे तुम्ही स्वतंत्र चलांची वैधता, वस्तुनिष्ठपणे व अचूकपणे शोधून काढू शकता. हे स्पष्ट करण्यासाठी काही उदाहरणांचे परीक्षण करू.

समजा, तुम्हाला एका अभिकरणाकडून दिल्या जाणाऱ्या विवाह समुपदेशन सेवेच्या प्रभावाचे म्हणजे असे की, त्यांच्या अशिलांना वैवाहिक समस्या सोडवण्यासाठी या सेवेचा किती प्रमाणात उपयोग झाला? याचे परीक्षण करायचे आहे. अशा नात्यांचा अभ्यास करताना तुम्ही एक बाब लक्षात घेतली पाहिजे की प्रत्यक्ष आयुष्यात असे अनेक बाह्य घटक असतात जे तुमच्या मध्यस्थीच्या निष्कर्षांवर परिणाम करणारे असतात. उदाहरणार्थ, तुम्ही अभिकरणाकडे समुपदेशनासाठी जात असताना, तुमच्या अशिलाला चांगली नोकरी कदाचित मिळते. जर काही वैवाहिक समस्या आर्थिक परिस्थिती वाईट असल्यामुळे निर्माण झाल्या असतील आणि आर्थिक प्रश्न आता सुटला असेल तर वैवाहिक समस्या सोडवणारा हा एक घटक ठरतो. तर दुसऱ्या बाजूने, अशिलाने त्याने/तिने नोकरी गमावली तर आर्थिक प्रश्न अतिशय बिकट होत गेल्याने वैवाहिक समस्या एक

तर अधिक तीव्र होतात किंवा कमी होतात; म्हणजे, काही जोडप्यांमध्ये आर्थिकदृष्ट्या बिकट होत गेलेली परिस्थितीमुळे वैवाहिक समस्या वाढतात, याउलट काही जोडप्यांमध्ये अशा परिस्थितीमुळे जास्त जवळीक निर्माण होते. काही परिस्थितीत, वैवाहिक संबंध सुधारण्यात समुपदेशनाचा वाटा अत्यंत अल्प असतो, त्यात आर्थिक स्थितीतील बदलामुळे जवळजवळ पूर्णपणे या परिस्थितीतून बाहेर येतात. 'मूल जन्माला येणे' किंवा 'जोडप्यांना स्वतःचीच जाणीव होणे' अशा इतर प्रसंगांचा सुद्धा वैवाहिक समस्यांचे स्वरूप आणि मर्यादा यावर परिणाम होतो. आकृती ७.१ मध्ये भिन्न चलांच्या वर्गात इतर शक्य असलेल्या घटकांची यादी दिली आहे. ही यादी कोणत्याही प्रकारे परिपूर्ण नाही.

परस्परसंबंध आणि कार्यकारणभाव

विवाह आणि समुपदेशन हीच उदाहरणे पुढे घेऊन विवाह समस्या आणि समुपदेशन यांच्यातील संबंधांवर परिणाम करू शकणारे घटक दिले आहेत. ते पुढीलप्रमाणे:

१. समुपदेशन (स्वतंत्र चल)
२. वैवाहिक समस्येच्या प्रमाणात समुपदेशनाखेरीज इतर कोणतेही कारण जे सकारात्मक किंवा नकारात्मक बदल घडवून आणते (भिन्न चल).
३. वैवाहिक समस्येच्या प्रमाणात बदल किंवा अन्य काही (अवलंबी चल)
४. काही काही वेळा, विवाह समस्येतील प्रश्नांबाबतच्या प्रतिसादांमध्ये विविधता, ही एकतर प्रतिसादकाची मनोवस्था किंवा प्रश्नांबाबतची संदिग्धता यामुळे येते. काही प्रतिसादक वैवाहिक समस्येविषयी एक तर प्रमाणाबाहेर गंभीर असतात किंवा फारसे गंभीर नसतात, कारण त्यांची त्यावेळची मानसिक स्थिती तशी असते. काही प्रतिसादक अगदी तशाच परिस्थितीत असले तरीसुद्धा कदाचित नेमकेपणा नसलेला किंवा संदिग्ध प्रश्नाला वेगवेगळ्या पद्धतीने प्रतिसाद देतील, हे त्या प्रश्नाचा अर्थ ते कशा प्रकारे लावतात यावर ठरते (यादृच्छिक किंवा संभाव्यता चल).

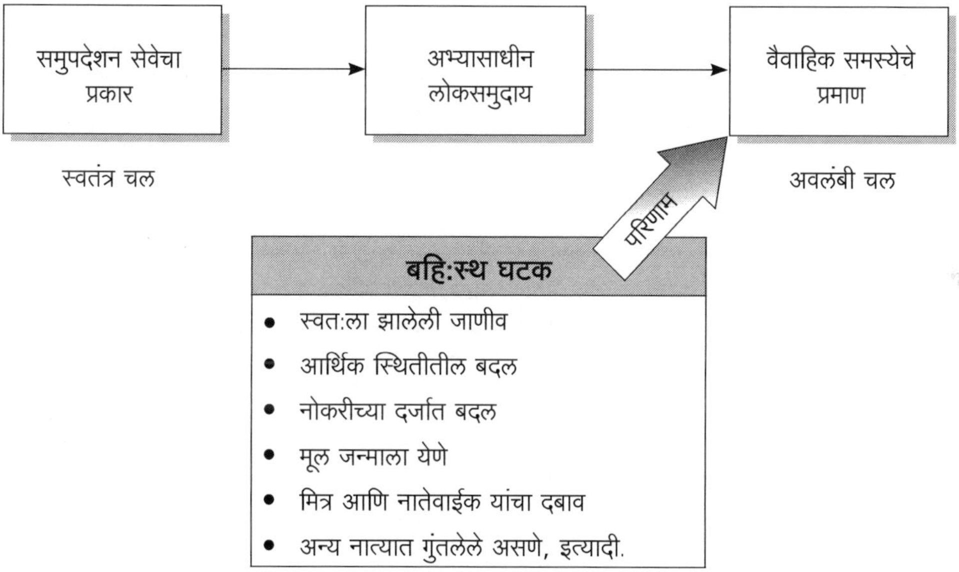

आकृती ७.१ वैवाहिक समुपदेशन सेवा आणि वैवाहिक समस्यांची तीव्रता ह्यांमधील परस्परसंबंधावर परिणाम करणारे घटक

यापूर्वी प्रकरण ५ मध्ये स्पष्ट केल्याप्रमाणे जे चल बदल घडवून आणते त्याला *स्वतंत्र चल* म्हणतात. या उदाहरणात समुपदेशन हे स्वतंत्र चल आहे. जेव्हा तुम्ही कारण आणि परिणाम यांच्या संबंधाचा अभ्यास करता तेव्हा फक्त एका स्वतंत्र चलाच्या प्रभावाचा अभ्यास करत असता. प्रसंगी दोन स्वतंत्र चलांच्या किंवा (अगदी क्वचित) दोनपेक्षा जास्त चलांच्या प्रभावाचा अभ्यास करता; परंतु अशा प्रकारचा संशोधन आराखडा हा गुंतागुंतीचा असतो.

या उदाहरणात *समुपदेशन हे वैवाहिक समस्यांच्या प्रमाणातील* बदलाचे कारण म्हणून गृहीत धरले आहे; म्हणून वैवाहिक समस्येचे प्रमाण हे *अवलंबी चल* आहे, वैवाहिक समस्येच्या प्रमाणातील बदल हा समुपदेशनावर अवलंबून होता.

इतर सर्व घटक जे वैवाहिक समस्या आणि समुपदेशन यांच्या संबंधांवर परिणाम करतात, त्यांना *भिन्न चल* असे म्हणतात. सामाजिकशास्त्रांत, प्रत्येक अभ्यासात भिन्न चल कृतीत असतात आणि ती काढून टाकता येत नाहीत. अर्थात, काही मर्यादेपर्यंत ते नियंत्रित होऊ शकतात. (या प्रकरणाच्या पुढच्या भागात त्यांना नियंत्रित करण्याच्या काही पद्धती वर्णन केल्या आहेत.) तरीसुद्धा, भिन्न चलांच्या विशेष गुणाचे परीक्षण करणे शक्य आहे. अभ्यास आराखड्यात ते **नियंत्रित गट** म्हणून परिचय करून दिले आहे. भिन्न चलांचा परावलंबी चलांवर होणाऱ्या प्रभावाचे मोजमाप करणे हे नियंत्रित गटाचे एकमेव कार्य असते.

संशोधन साधनातील संदिग्धता किंवा प्रतिसादकाची मनोवस्था यामुळे अवलंबी चलांमध्ये होणाऱ्या बदलाला **यादृच्छिक चल** किंवा **संभाव्य चल** असे म्हणतात. त्यामुळे होणाऱ्या चुकीला *यादृच्छिक* किंवा *संभाव्य त्रुटी* असे म्हणतात. अनेक उदाहरणांमध्ये संभाव्य चलांचा प्रभाव हा नगण्य असतो, कारण प्रतिसादकांनी अत्यल्प प्रतिसाद नोंदवले आहेत ते विचारात घेऊन ज्यांनी जास्त प्रमाणात प्रतिसाद नोंदवले आहेत ते रद्द करण्याकडे कल असतो. तशाच प्रकारे संशोधन साधनातील संदिग्ध प्रश्नांनाही हे तत्त्व लागू होते.

म्हणून कोणत्याही कार्यकारण संबंधांत अवलंबी चलातील परिणामांमुळे तीन प्रकारचे चल घडून येतात.

अवलंबी चलातील बदल	=	स्वतंत्र चलात बदल घडून येण्याची शक्यता	±	भिन्न चलात बदल घडून येण्याची शक्यता	±	यादृच्छिक किंवा संभाव्यता चलात बदल घडून येण्याची शक्यता

आपण दुसरे उदाहरण घेऊ. समजा, तुम्हाला वेगवेगळ्या शैक्षणिक प्रारूपांचा विद्यार्थ्यांच्या आकलनावर पडणारा प्रभाव याचा अभ्यास करायचा आहे आणि त्याकरिता तुम्ही तुलनात्मक अभ्यास आराखडा वापरणार आहात. या अभ्यासात आकलनाच्या पातळीतील बदल फक्त शैक्षणिक प्रारूपांमुळे घडून येत नाही तर इतर अनेक घटकही त्याला कारणीभूत असतात, त्यापैकी काही घटक आकृती ७.२ मध्ये दाखवले आहेत:

[आकलन पातळीतील बदल]

= [शैक्षणिक प्रारूपामुळे बदल घडून येण्याची शक्यता]
± [भिन्न चलात बदल घडून येण्याची शक्यता]
± [संभाव्यता चलात बदल घडून येण्याची शक्यता]

वस्तुतः, कोणत्याही अभ्यासात कार्यकारण संबंध प्रस्थापित करताना परावलंबी चलामध्ये बदल घडवणारे चलांचे तीन संच कृतीत असतात. समीकरणातून हे पुढीलप्रमाणे दाखवता येईल.

[निष्पत्ती चलात बदल]

= [परिवर्तित चलामुळे बदल]
± [भिन्न चलामुले बदल]
± [संभाव्यता किंवा यादृच्छिक चलामुळे बदल]

(संशोधनाच्या परिभाषेत) अशा प्रकारे वर्णन करता येईलः

[परावलंबी चलातील बदल]

= [स्वतंत्र चलामध्ये बदल घडणे शक्य]
± [भिन्न चलामध्ये बदल घडणे शक्य]
± [यादृच्छिक किंवा संभाव्यतेत बदल]

किंवा सांख्यिकी/तांत्रिक परिभाषेत

[संपूर्ण फरक]

= [स्वतंत्र चलामध्ये विभेदन घडणे शक्य]
± [भिन्न चलामध्ये विभेदन घडणे शक्य]
± [यादृच्छिक किंवा संभाव्यतेत बदल]

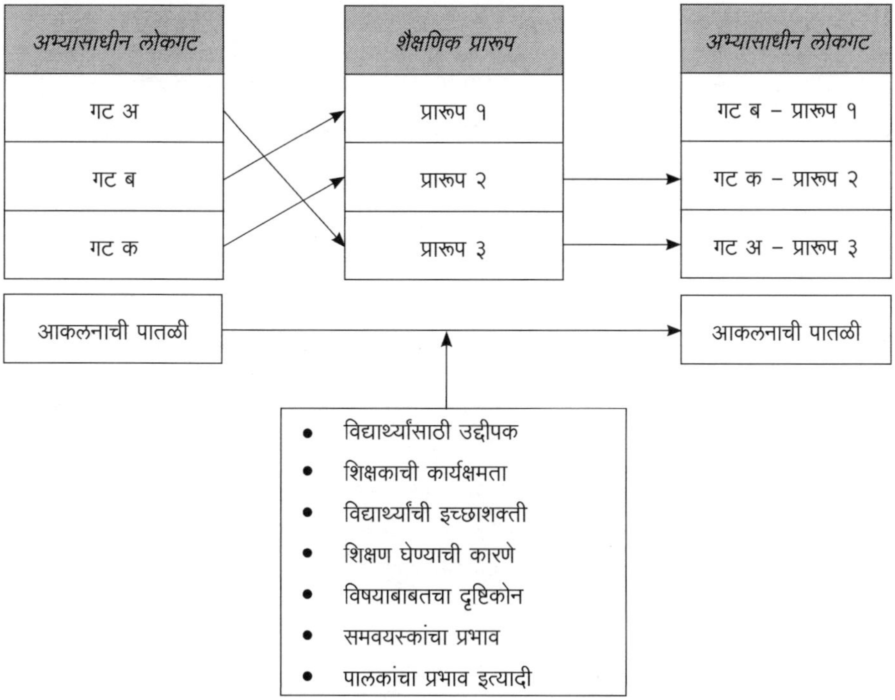

आकृती ७.२ शैक्षणिक प्रारूप आणि आकलन यांमधील संबंध

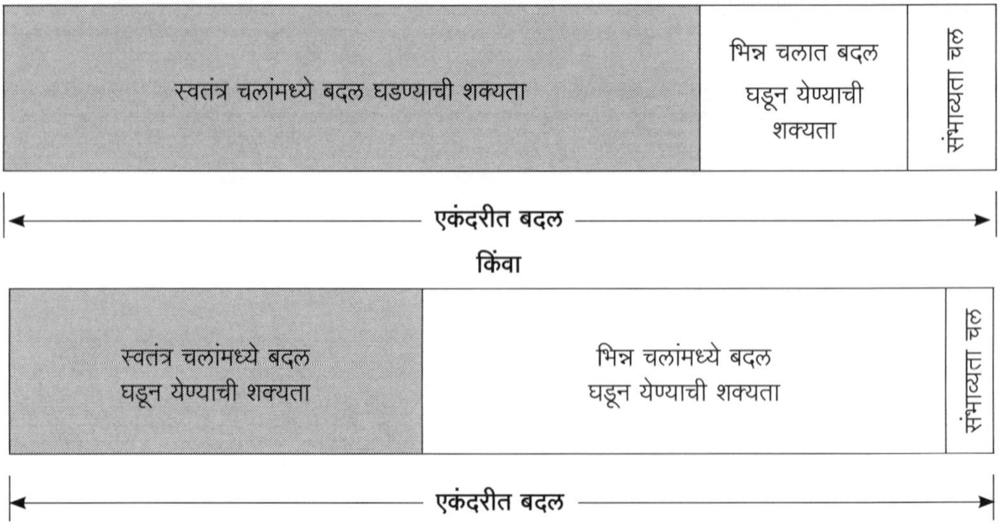

आकृती ७.३ एकंदरीत बदलाचे घटकः स्वतंत्र, भिन्न आणि संभाव्यता

हे आलेखाद्वारेही दर्शविता येते. (आकृती ७.३)

एकंदरीत बदल हा सर्व तीन घटकांचे एकूण मोजमाप करत असल्यामुळे त्यातील प्रत्येक घटकाचा प्रभाव स्वतंत्र करणे कठीण आहे (पहा आकृती ७.३). संशोधक म्हणून आत्तापर्यंत तुमचे उद्दिष्ट स्वतंत्र चलात बदल घडवून आणता येतो याची निश्चिती करणे हे आहे. तुमचा अभ्यास आराखडा तयार करताना, जरी भिन्न आणि संभाव्यता चलांवरील प्रभाव कमी केला (जर शक्य असेल तर) किंवा त्याचे मापन केले किंवा ते काढून टाकले तरीही स्वतंत्र चलाला अवलंबी चलावर पूर्णतः परिणाम करण्याची *जास्तीत जास्त* संधी असल्याची खात्री देईल, असे असावे. यालाच कर्लिंगरने (१९८६ः २८६) **विभेदाचे मॅक्समिनकॉन तत्त्व** असे म्हटले आहे.

सर्वात महत्त्वाचा प्रश्न आहेः आपण भिन्न आणि संभाव्यता चलांवर घडून येणारा प्रभाव कसा कमीत कमी करू शकणार आहोत? याचे सरळ उत्तर असे आहे की बहुतेक वेळा कमी करू शकणार नाही; मात्र आपण तो मोजू शकतो. नियंत्रित गट असण्याचे कारण, यापूर्वी सांगितल्याप्रमाणे, भिन्न चलाचा परिणाम म्हणून झालेले बदल मापन करणे हे आहे. संभाव्यता चलाचा परिणाम हा नेहमी शून्य किंवा लक्षात न घेण्याजोगा असे गृहीत धरले जाते. कारण, त्याचा परिणाम तटस्थ असतो. चर्चा केल्याप्रमाणे, संभाव्यता विभेदन सामान्यतः दोन स्रोतांतून – प्रतिसादक आणि संशोधन साधन – येते. जर काही प्रतिसादकांनी परावलंबी चलावर सकारात्मक परिणाम केला तर, इतर नकारात्मक परिणाम करतील हे गृहीत धरले जाते. उदाहरणार्थ, जर काही प्रतिसादक एखाद्या प्रश्नाविषयी अत्यंत सकारात्मक, उदारमतवादी किंवा सकारात्मक पूर्वग्रह असलेले असतील तर दुसरीकडे काही अन्य प्रतिसादक अत्यंत नकारात्मक (अतिशय पुराणमतवादी व नकारात्मक पूर्वग्रह असलेले) असणे अपरिहार्य असते. त्यामुळे त्यांचा एकमेकांना नाकारण्याकडे कल असतो, आणि म्हणून त्याचा निव्वळ परिणाम शून्य गृहीत धरला जातो. तरीही, अभ्यासाधीन लोकगटात बहुसंख्य लोक नकारात्मक किंवा सकारात्मक पूर्वग्रह असलेले असतील, तर अनुमानांमध्ये पद्धतीमध्ये त्रुटी आढळून येईल. तशाच प्रकारे, जर संशोधन साधन विश्वासार्ह नसेल (म्हणजे ज्याचे नेमके मापन करायचे आहे त्याचे जर त्यातून अचूकपणे मापन होत नसेल) तर पद्धतीतील पूर्वग्रह अभ्यासात आढळून येईल.

		मातेचे आरोग्य	
		हो	नाही
पूरक पोषण आहार	हो	मातेचे आरोग्य + पूरक पोषण आहार	पूरक पोषण आहार
	नाही	मातेचे आरोग्य	नियंत्रण

आकृती ७.४ आराखड्याची रचना करणे

भौतिकशास्त्रांत प्रयोगशाळेत प्रयोग केले जातात त्यामुळे भिन्न चलांवर संशोधक नियंत्रण ठेवू शकतो. याउलट समाजिकशास्त्रांत समाज हीच एक प्रयोगशाळा असते, ज्यावर संशोधकाचे नियंत्रण नसते. वर उल्लेख केल्याप्रमाणे, संशोधकाचे भिन्न चलांवर नियंत्रण नसल्याने बहुतेक वेळा त्याचा प्रभाव कमी करता येऊ शकत नाही. नियंत्रित गटाचा वापर करून त्यांचा प्रभाव मोजणे हा यावर उत्तम उपाय आहे. जरी नियंत्रित गटाची निर्मिती केली तरी याची खात्री देणे कठीण आहे, कारण नियंत्रित आणि प्रयोगात्मक गटावर भिन्न चले एकसारखाच परिणाम करतात. काही विशिष्ट स्थितीतच त्यांचा प्रभाव काढून टाकता येतो (हे शक्य होईल जेव्हा एक किंवा दोन चलांचा परावलंबी चलांवर लक्षणीय परिणाम होईल फक्त तेव्हा). भिन्न चलाचा नियंत्रित आणि प्रायोगिक गटावर एकसारखाच परिणाम होतो हे निश्चित करण्याच्या दोन पद्धती आहेत आणि भिन्न चल काढून टाकण्याच्या दोन पद्धती आहेतः

प्रयोगात्मक आराखडा

१. **भिन्न चलाचा नियंत्रित आणि प्रायोगिक गटावर एकसारखाच परिणाम होतो याची खात्री करा.** जर दोन गट तुलना करण्याजोगे असतील, तर असे गृहीत धरा, की भिन्न चल अवलंबी चलावर ज्या प्रमाणात परिणाम करेल तो दोन्ही गटांमध्ये एकसारखाच असेल. नियंत्रित गट आणि प्रायोगिक गट हे एकमेकांशी तुलना करण्यायोग्य आहेत हे निश्चित करण्याच्या दोन पद्धती आहेत: **यादृच्छिकीकरण** आणि **मिळताजुळता** असणे (याची चर्चा प्रकरण ८ मध्ये केली आहे).
२. **भिन्न चल(ले) काढून टाका किंवा वेगळे करा**. काही वेळा भिन्न चल काढून टाकणे किंवा अभ्यासाच्या आराखड्यात बसवणे शक्य असते. हे सामान्यतः, अवलंबी चलाचे भिन्न चलाशी उच्च सहसंबंध असल्याचे सबळ पुरावे असतील तर केले जाते. हे साध्य करण्याच्या दोन मुख्य पद्धती आहेत:

(अ) **भिन्न चलाची तुमच्या संशोधन आराखड्यात रचना करा.** ही संकल्पना स्पष्ट करण्यासाठी एक उदाहरण घेऊ. समजा, माता आरोग्यसेवेचा एका लोकसमुदायातील बालमृत्यूवर किती परिणाम झाला याचा तुम्हाला अभ्यास करायचा आहे. मुलांच्या पोषक आहाराच्या दर्जाचा सुद्धा बालमृत्यूवर उल्लेखनीय परिणाम होतो असे गृहीत धरू शकतो. माता आरोग्यसेवेचा अभ्यास करताना आकृती ७.४ मध्ये दाखवल्याप्रमाणे २×२ चा परिस्थितीजन्य आराखडा तुम्ही स्वीकाराल. याप्रकारे तुम्ही भिन्न चलाचा स्वतंत्रपणे आणि आंतरक्रियात्मक अभ्यास स्वतंत्र चलाबरोबर करू शकाल.

(आ) **चल काढून टाकणे**. हे समजण्यासाठी आपण आणखी एक उदाहरण घेऊया. समजा, तुम्हाला आरोग्य शिक्षण कार्यक्रमाचा, मूळ ऑस्ट्रेलियातील नसलेल्या आणि ऑस्ट्रेलियन मूळ असणाऱ्या व एका विशिष्ट समाजात राहणाऱ्या व्यक्तींचा विशिष्ट आजाराची कारणे व उपचार पद्धती याविषयीचे दृष्टिकोन व कल यांचा अभ्यास तुम्हाला करावयाचा आहे. संस्कृती–संस्कृतीतील विश्वास, प्रवृत्ती, कल यात उल्लेखनीय भिन्नता असल्यामुळे मूळचे ऑस्ट्रेलियन व मूळचे ऑस्ट्रेलियातील नसलेले याचा एक गट अचूक चित्र उभे करू शकणार नाही. अशा अभ्यासात, अभ्यासाधीन लोकगटाची स्वतंत्रपणे निवड करून अभ्यासणे गरजेचे आहे किंवा विश्लेषणाचे वेळी संस्कृतीविशिष्ट असे समविचारी गट करून अभ्यासाधीन लोकगटात असलेली सांस्कृतिक भिन्नता दूर करणे योग्य आहे.

सारांश

या प्रकरणात तुम्ही संशोधन आराखड्याची कार्ये शिकलात. संशोधन आराखड्याची दोन मुख्य कार्ये आहेतः (१) अभ्यास हाती घेण्यासाठीची कार्यपद्धती तपशीलवार मांडणे; आणि (२) कार्यकारणवादात, जर भिन्न आणि संभाव्यता चलांचा प्रभाव कमी करता आला किंवा मोजता आला तर स्वतंत्र चलाला अवलंबी चलावर पुरेपूर प्रभाव ठेवण्याची संधी मिळते, याची खात्री करणे. पहिल्या कार्याच्या संदर्भात संशोधन प्रवासातील संपूर्ण प्रक्रियेत समाविष्ट असलेल्या प्रत्येक प्रक्रियेचा तपशील संशोधन आराखड्यात समाविष्ट केला पाहिजे. तुम्हाला तुम्ही कोणता अभ्यास आराखडा वापरणार आहात आणि का वापरणार आहात, तुमचे प्रतिसादक कोण आहेत त्यांची निवड कशी केली जाणार आहे, माहिती घेण्यासाठी किती जणांची गरज आहे, तुम्ही माहिती कशी संकलित करणार आहात व तिचे विश्लेषण कसे करणार आहात, हे फोड करून सांगितले पाहिजे. यातील प्रत्येक पैलूसाठी तुम्ही तार्किक आधार आणि स्पष्टीकरण देणे जरुरीचे आहे, शक्यतोवर त्यासाठी साहित्य परीक्षणाचा आधार घ्या.

दुसऱ्या कार्यातून, 'विभेदनाचे नियंत्रण', संबंध किंवा कार्यकारणवाद प्रस्थापित करताना, तुम्हाला तुमचे पर्यवेक्षक आणि वाचक यांना तुमच्या अभ्यासात तुम्ही स्वतंत्र चलाला अवलंबी चलावर प्रभाव पाडण्याची पुरेपूर संधी दिली आहे आणि भिन्न आणि संभाव्यता चलांचा प्रभाव कमीतकमी, मोजता येण्याजोगा आणि/किंवा नियंत्रित आहे, अशी खात्री द्यावी लागेल (हे विभेदनाचे मॅक्समिनकॉन तत्त्व).

नियंत्रित गटाशिवाय केलेला अभ्यास हा घटकांत किंवा परिस्थितीत पूर्ण बदल (स्वतंत्र चलामध्ये बदल घडून येण्याची शक्यता ± भिन्न चलांमध्ये बदल घडून येण्याची शक्यता ± संभाव्यता चलामध्ये बदल घडून येण्याची शक्यता) मापन करतो. नियंत्रित गटाच्या समावेशाचा उद्देश, भिन्न चलांचा आणि संभाव्यतेचा प्रभाव मापन करण्यासाठी आहे.

अभ्यास आराखडा हा संशोधन आराखड्याचा भाग आहे. संशोधन आराखड्यात प्रस्तावित अभ्यास पूर्ण करण्यासाठी कराव्या लागणाऱ्या प्रत्येक प्रक्रियेच्या तपशिलाचा समावेश असतो.

याचा विचार करा.

- प्रकरणाच्या सुरुवातीला दिलेल्या परवलीच्या शब्दांशी स्वत:ला पुन:परिचित करा. जर एखाद्या शब्दाचा अर्थ किंवा उपयोग याबाबत साशंक असाल तर प्रकरण पुढे जाण्यापूर्वी पुन्हा त्यांचे वाचन करा.
- तुमच्या स्वत:च्या अभ्यासक्षेत्रातील प्रत्यक्ष उदाहरण कार्यकारणभावाच्या संदर्भात घ्या (याकरिता प्रकरण ५ चा संदर्भ तुम्हाला घेता येईल).
- तुमच्या आवडीच्या क्षेत्रातील एक किंवा दोन उदाहरणे शोधून त्यांच्या आधारे 'मॅक्समिनकॉन' विभेदता तत्त्व कसे लागू होऊ शकते, ते स्पष्ट करा.

आता, तुम्ही हे प्रकरण अभ्यासले आहे, खालील प्रश्नांची उत्तरे द्यायचा प्रयत्न करा.

- सहसंबंध किंवा कार्यकारणभावाचा अभ्यास करताना अवलंबी चलावर परिणाम घडवणाऱ्या तीन चलांच्या संचाचे उदाहरण देऊन स्पष्टीकरण द्या.
- संशोधन आराखड्याची मुख्य कार्ये काय आहेत? अभ्यास हाती घेण्यापूर्वी संशोधन आराखडा असणे का जरुरीचे आहे?
- एखाद्या कार्यक्रमाच्या प्रभावाचा अभ्यास करताना भिन्न चलांचा प्रभाव कसा मोजाल?
- संशोधन आराखड्यात अभ्यासातील ज्या पैलूंचे वर्णन करावे लागेल ते पैलू ओळखा.
- प्रभावाची मोजदादाचा अभ्यास करताना भिन्न चलांचा प्रभाव तुम्ही काढून टाकू शकाल का? जर होय उत्तर असेल तर कसा?
- कार्यकारणभावाचा विचार करता गुणात्मक संशोधन पद्धतीत तथ्य संकलन करताना कोणते मुद्दे उपस्थित होतील असे तुम्हाला वाटते?

गुणात्मक संशोधनातील कार्यकारणभाव

८

अभ्यास आराखड्याची निवड करणे

या प्रकरणात तुम्ही खालील मुद्दे शिकणार आहात

- संख्यात्मक आणि गुणात्मक अभ्यास आराखड्यातील फरक
- संख्यात्मक संशोधनातील समाईक अभ्यास आराखडे आणि त्यांचा वापर केव्हा करायचा
- गुणात्मक संशोधनातील सामायिक अभ्यास आराखडे आणि त्यांचा वापर केव्हा करायचा
- वेगवेगळ्या अभ्यास आराखड्यांची बलस्थाने आणि त्रुटी

परवलीचे शब्द

कृती संशोधन, फक्त पश्चात आराखडा घर्षण, पूर्व आणि पश्चात अभ्यास आराखडा, अदृश्य अभ्यास, व्यष्टी अध्ययन, समसंघ अभ्यास, परिस्थितीजन्य परिणाम, नियंत्रित अभ्यास, बहुविभागीय अभ्यास आराखडा द्विअदृश्य अभ्यास, प्रयोगात्मक मृत्यू, प्रायोगिक अभ्यास आराखडा, स्त्रीवादी संशोधन, केंद्रीभूत अभ्यास, रेखावृत्तीय अभ्यास, परिपक्वता परिणाम, अप्रयोगात्मक अभ्यास, पॅनेल अभ्यास, सत्ता अंतर संभाव्य कालीन अभ्यास आराखडा, तत्सम प्रायोगिक संशोधन पद्धती, प्रतिक्रियात्मक, परिणाम वैचारिक नोंदी, प्रतिपगमन परिणाम, गतकालीन अभ्यास, अर्धप्रयोगात्मक अभ्यास, कल अभ्यास

या प्रकरणाच्या अभ्यासानंतर तुम्हाला पुढील मुद्दे समजतील

- गुणात्मक आणि संख्यात्मक संशोधन आराखड्यात काय फरक आहे
- गुणात्मक आणि संख्यात्मक संशोधनात कोणते समान अभ्यास आराखडे आहेत
- प्रत्येक अभ्यास आराखड्याची बलस्थाने आणि त्रुटी काय आहेत
- अभ्यास आराखड्याची निवड करताना विचारात घ्यायला पाहिजेत अशा बाबी

गुणात्मक आणि संख्यात्मक अभ्यास आराखड्यातील फरक

या प्रकरणात आपण संख्यात्मक आणि गुणात्मक अशा दोन्हीही संशोधनात हमखास वापरल्या जाणाऱ्या अभ्यास आराखड्याची चर्चा करणार आहोत. एकंदरीत, गुणात्मक संशोधनापेक्षा संख्यात्मक संशोधनात अनेक अभ्यास आराखडे आहेत. संख्यात्मक अभ्यास आराखडे हे नेमके, संरचनादृष्ट्या उत्कृष्ट, त्यांची वैधता आणि विश्वासार्हता तपासलेली असते, ते निःसंदिग्धपणे मांडलेले आणि मान्य केलेले असतात. गुणात्मक संशोधनातील अभ्यास आराखड्यात एकतर हे विशिष्ट गुणधर्म नसतात किंवा असलेच तर कमी प्रमाणात असतात. त्यांच्यात अचूकता आणि यथायोग्यता कमी असते आणि संरचनात्मक खोली नसते. मॅक्सवेल (२०१३ः ३) यांनी गुणात्मक आराखड्याचे वर्णन पुढील शब्दात केलेः

> गुणात्मक अभ्यास आराखडा तयार करताना तुम्ही फक्त अगोदरच तार्किक रणनीती विकसित करून (किंवा इतरांची घेऊन) त्याची विश्वासार्हतेने अंमलबजावणी करू शकत नाही. तुम्ही संशोधन *आराखड्याची रचना आणि पुनर्रचना* करण्यासाठी पुरेसा विस्तार करणे आवश्यक आहे आणि माझ्या आराखडा प्रारूपात हा तर्कशुद्ध विचार मुख्य आहे. गुणात्मक संशोधन आराखडा हा संख्यात्मक

संशोधनापेक्षा अधिक सविस्तर असतो, 'आपले आपण वापरा' अशा प्रक्रियेपेक्षा 'स्वतः करा' अशा प्रकारचा असतो. यात आराखड्याचे वेगवेगळे घटक 'पुढे' आणि 'मागे' अशा प्रकारे जोडलेले असतात, त्यांचा एकमेकांशी संबंध तपासावा लागतो. याची सुरुवात पूर्वनिश्चित सुरुवातीचा बिंदू किंवा क्रमवार नक्की केलेल्या टप्प्याने होत नाही. परंतु वेगवेगळ्या आराखड्यातील घटकांशी आंतरक्रिया आणि अंतर्गत जोडलेले असतात.

तत्त्वज्ञानविषयक दृष्टिकोनातून प्रत्येक रूपरेषेत असलेले फरक अभ्यासाच्या उद्दिष्टांशी एकत्र केले आहेत. जे मोठ्या प्रमाणात अभ्यासाचा केंद्रबिंदू, चौकशीचा प्रकार, मार्ग निश्चित करतात. ज्यातून अभ्यास आराखड्याचे संरचनात्मक पैलू निश्चित होतात. गुणात्मक संशोधनात मुख्य भर हा लोकसमुदायाच्या भावना, आकलन, अभिवृत्ती, मूल्य, विश्वास आणि अनुभव समजून घेणे, नेमकेपणा आणणे, अन्वेषण करणे, शोधून काढणे व परिस्थिती स्पष्ट करणे यावर आहे. अभ्यास आराखडे हे अनुमानापेक्षा अनुमानाच्या तर्कावर आधारित असतात. ते लवचिक आणि अचानक उद्‌भवणारे असतात आणि बरेचदा कार्यान्वयनात अ-रेखायुक्त आणि अ-क्रमवाचक असतात. अभ्यास आराखडा मुख्यतः ज्या लोकांकडून चौकशीच्या संदर्भात मोकळेपणाने माहिती संकलित करणे आणि अन्वेषण करायचे असते त्यांची निवड करायला भाग पाडते. अभ्यासाच्या व्याप्तीचे मापदंड आणि माहिती संकलित करायच्या पद्धती आणि प्रक्रिया या लवचिक आणि विकसित होणाऱ्या असतात. त्यामुळे बहुतेक गुणात्मक आराखडे हे संख्यात्मकसारखे संरचित आणि क्रमवाचक नसतात. दुसऱ्या बाजूला संख्यात्मक संशोधनात जी माहिती मिळवली जाते, तिचे अनुमापन आणि वर्गीकरण केले जाते असे संशोधन आराखडे हे अधिक संरचित, ताठर, निश्चित, तसेच माहिती आणि तिचे वर्गीकरण याची वैधता आणि विश्वासार्हतेची खात्री देणारे असतात.

गुणात्मक अभ्यासात अभ्यास आराखडा आणि तथ्य संकलनाच्या पद्धती यातील फरक हा अतिशय अस्पष्ट असतो. संख्यात्मक अभ्यास आराखड्यात आराखडा आणि माहिती संकलनाच्या पद्धती या अधिक स्पष्ट आणि एकमेकांहून भिन्न असतात. गुणात्मक संशोधनात मात्र या दोन्ही परस्परांमध्ये मिसळलेल्या असतात. काही आराखडे हे मुळात तथ्य संकलनाच्या पद्धती असतात. उदाहरणार्थ, सखोल मुलाखत, त्याचप्रमाणे मौखिक इतिहास आणि सहभागी निरीक्षण यासुद्धा आराखडा आणि तथ्य संकलनाच्या पद्धती आहेत.

प्रतिसादकांच्या एकमताच्या संकल्पनेशी चिकटून राहणे गुणात्मक संशोधनाचे अगदी आगळे वैशिष्ट्य आहे, तरीही संशोधक म्हणून प्रतिसादकांनी तुमचे अर्थांकन, परिस्थितीचे सादरीकरण, अनुभव, आकलन आणि निष्कर्ष यांच्याशी प्रतिसादकांची सहमती असावी यासाठी तुम्ही प्रयत्न करीत असता. संख्यात्मक संशोधनात प्रतिसादकांचे एकमत ही कोणतीही महत्त्वाची स्थिती व्यापून टाकत नाही. काहीवेळा अभ्यासात ज्यांनी सहभाग घेतला आहे, त्यांच्यामध्ये अनुमानांची देवाणघेवाण किंवा अभिसरण करणे आणि सहमती प्राप्त करणे हे गृहीत धरले जाते.

गुणात्मक संशोधनात अनौपचारिक संरचना आणि ज्यात तथ्य संकलित केली जाते ती परिस्थिती यात संशोधक आणि अभ्यासाधीन लोकसमुदाय आणि संशोधक यांच्यात 'अधिसत्ता तफावत' कमी असते.

संख्यात्मक संशोधनात अभ्यास आराखड्याविषयी पुरेसा तपशील आणि प्रतिकृती पुनःनिश्चितता आणि वैधता तपासण्यासाठी दिले जाते. गुणात्मक संशोधनात अभ्यास आराखड्याकडे किंवा अभ्यासाचे इतर संरचनात्मक पैलू याकडे फार कमी लक्ष दिले जाते. म्हणून अभ्यास आराखड्याचा संरचनात्मक पैलू आणि अनुमाने यांची पुनरावृत्ती करणे बहुतांशी अशक्य असते.

गुणात्मक आणि संख्यात्मक अभ्यासात आणखी एक फरक म्हणजे संशोधकाच्या पूर्वग्रहाचा परिचय होणे. कारण लवचिकता आणि नियंत्रण नसल्यामुळे गुणात्मक अभ्यासात संशोधकाचा पूर्वग्रह तपासणे कठीण असते.

प्रत्येक रूपरेषेतील अभ्यास आराखडे हे वेगवेगळ्या बाबी शोधण्यासाठी योग्य असतात. गुणात्मक संशोधनातील अभ्यास आराखडे हे सामाजिक जीवनातील कोणत्याही पैलूविषयी असलेली विविधता आणि भिन्नता यांचे अन्वेषण करण्यासाठी अधिक यथार्थ आहेत, याउलट संख्यात्मक संशोधनात ते भिन्नता आणि विविधता यांच्या मर्यादा आणि प्रमाण शोधण्यासाठी अधिक योग्य असतात. जर तुम्हाला मूल्य, विश्वास, समज, आकलन, अर्थ इत्यादीचा अभ्यास करण्याची आवड असल्यास गुणात्मक संशोधन आराखडा हा योग्य आहे. कारण, त्यात खूप जास्त लवचिकता असते. तर दुसऱ्या बाजूने जर तुमचा हेतू त्याचे आकारमान मोजणे हा असेल, किती लोक विशिष्ट मूल्य, विश्वास इत्यादी मानतात हे पहायचे असेल तर, यासाठी संख्यात्मक आराखडे हे अधिक योग्य आहेत. चांगल्या गुणात्मक संशोधनासाठी, जेव्हा तुम्ही घटनेची विविधता आणि भिन्नता याचे स्वरूप आणि प्रमाण निश्चित करता तेव्हा संख्यात्मक कौशल्याबरोबर गुणात्मक कौशल्य एकत्रित करणे हे महत्त्वाचे आहे. लेखकाच्या मते, गुणात्मक-संख्यात्मक-गुणात्मक हा मार्ग सर्वसमावेशक आणि विचार करण्याजोगा आहे. गुणात्मक संशोधनात भिन्नतेचे प्रसरण निश्चित करणे, संख्यात्मक पद्धतीद्वारे त्यातील वैविध्याची व्याप्ती मोजणे आणि नंतर परत त्याची धाटणी स्पष्ट करण्यासाठी गुणात्मकतेचा वापर करणे, येथपासून त्यांचा समावेश सुरू होतो. याआधीच म्हटल्याप्रमाणे, जरी तुमचा प्राधान्यक्रम ठरला असला तरी संख्यात्मक किंवा गुणात्मक रूपरेषेशी स्वतःला जखडून ठेवा असे लेखक तुम्हाला सुचवत नाही, तर संख्यात्मक आणि गुणात्मक अभ्यास आराखड्यांमध्ये निवड करावी हाच याचा हेतू आहे. जर तुम्हाला (मागील अभ्यासांवरून किंवा व्यावहारिक ज्ञानावरून) आधीच माहीत असेल की तुम्हाला आवड असलेल्या क्षेत्रातील भिन्नतेचे स्वरूप, याच्या प्रमाणाबद्दलचे ज्ञान हे फक्त संख्यात्मक पद्धती वापरूनच निश्चित करता येऊ शकते, बऱ्याच अभ्यासात जर तुम्हाला दोन्हीचे अन्वेषण करायचे असेल तर तुम्ही दोन्हीही रूपरेषेच्या अभ्यासक्षेत्रात येणाऱ्या दोन्ही पद्धतीचा वापर केला पाहिजे.

संख्यात्मक संशोधनातील अभ्यास आराखडा

संख्यात्मक अभ्यासातील सर्व अभ्यास आराखडे खालील तीन दृष्टिकोनातून परीक्षण करून वर्गीकरण करता येऊ शकतेः

१. अभ्यासाधीन लोकसमुदायातील संपर्क करणार असलेल्यांची संख्या;
२. अभ्यासाचा काळानुसार संदर्भ;
३. अन्वेषणाचे स्वरूप.

हे दृष्टिकोन वर्गीकरणाचे अनियमित आधार आहेत; म्हणून त्यांचे वर्णन करण्यासाठी वापरलेली संज्ञा ही वैश्विक नाही. तरीही प्रत्येक वर्गीकरणाच्या आराखड्याची नावे विश्वात सर्वत्र वापरली जातात. लक्षात घ्या, प्रत्येक वर्गीकरणातील आराखडे हे वेगळे आहेत, ते असे जर विशिष्ट अभ्यासाचे स्वरूप भिन्नगट आहे. एकाचवेळी तो पूर्व आणि पश्चात किंवा रेखावृत्तीय अभ्यास, परंतु हे अ-प्रायोगिक किंवा प्रायोगिक अभ्यास, तसेच गतकाळाचा किंवा संभाव्यकाळाचा अभ्यास होऊ शकतो. आकृती ८.१ पहा.

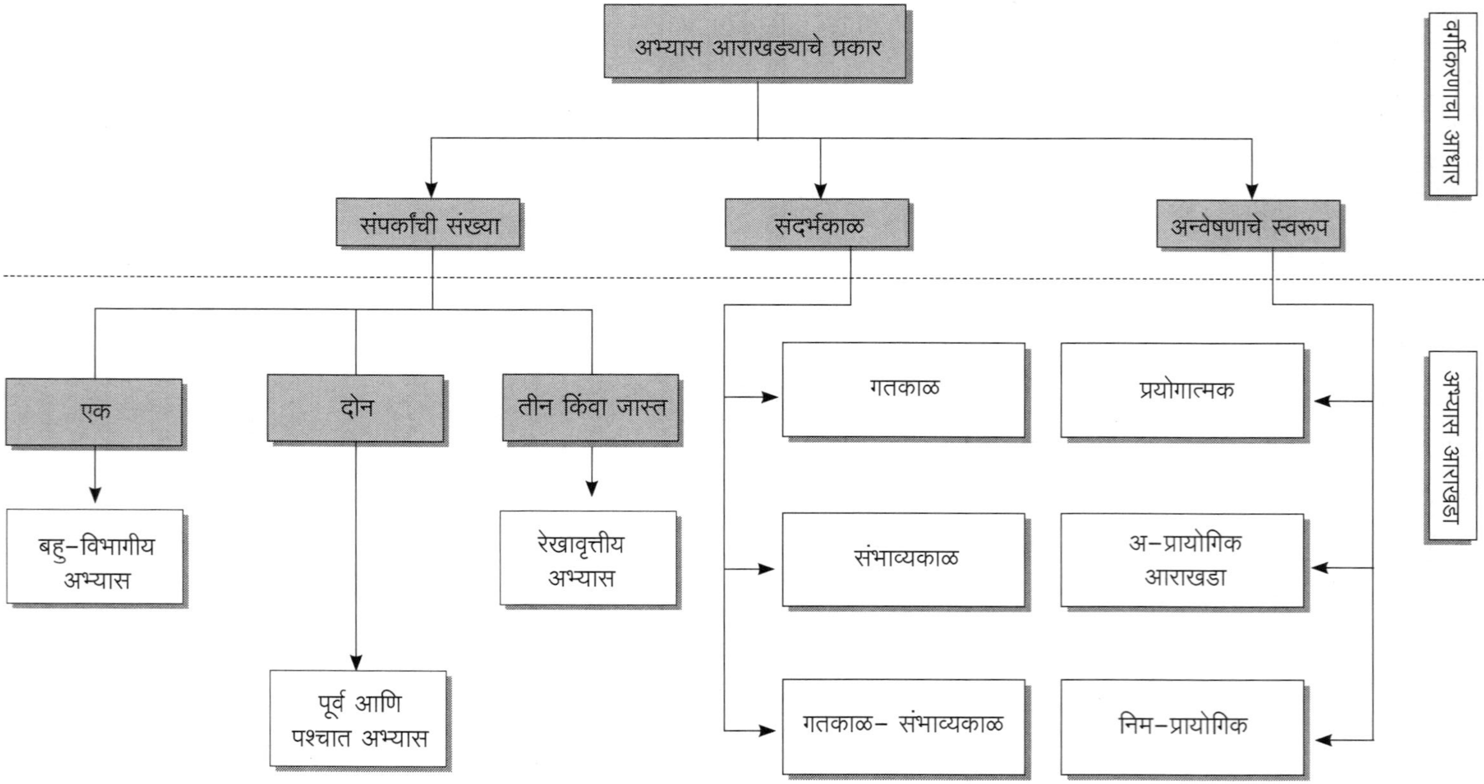

आकृती ८.१ अभ्यास आराखड्याचे प्रकार

प्रकरणाचा शेवटचा भाग हा, विशिष्ट तत्त्वज्ञान किंवा पद्धती यावर आधारित सर्वसामान्यपणे वापरली जाणारी व ज्यांनी स्वतःची नावे संपादन केली आहेत, याविषयी आहे.

संपर्काच्या संख्येवर आधारित अभ्यास आराखडे

अभ्यासाधीन लोकसमुदायातील संपर्क करणार असलेल्या लोकांच्या संख्येवर आधारित आराखडे खालील तीन गटांत विभागले जाऊ शकतातः

१. भिन्नगट अभ्यास;
२. पूर्व आणि पश्चात अभ्यास;
३. रेखावृत्तीय अभ्यास.

भिन्नगट अभ्यास

भिन्नगट अभ्यास आराखडा

भिन्नगट अभ्यासाला *दर्जा अभ्यास* किंवा *एकसलग केलेला अभ्यास* असे म्हणतात. सामाजिकशास्त्रांत हे आराखडे बहुतांशी वापरले जातात. हा आराखडा एखादी घटना, स्थिती, प्रश्न, अभिवृत्ती किंवा मुद्दा प्रचलित आहे का हे शोधण्यासाठी लोकसंख्येतील भिन्नगट अभ्यास करण्यासाठी अगदी योग्य आराखडा आहे. अभ्यासाच्या वेळी एकंदरीत जे 'चित्र' असेल ते टिपण्यासाठी ते अतिशय उपयुक्त आहे. हे आराखडे एखाद्या घटनेवर भिन्नगट एकाचवेळी अभ्यास करण्यासाठी उपयोगी आहेत. (बाबी १९८९: ८९) असे भिन्नगट अभ्यास दोन्हीही म्हणजे अभ्यासाधीन लोकसमुदायाविषयी आणि अन्वेषणाच्या वेळचे असे दोन्हीही आहेत.

भिन्नगट अभ्यास हा आराखड्यात अगदी सोपा आहे. तुम्हाला कशाचा शोध घ्यायचा आहे याचा निर्णय घ्या, कोणत्या लोकसमुदायाचा अभ्यास करायचा ते ओळखा, नमुना (तुम्हाला जर गरज असेल तर) निवडा आणि प्रतिसादकांशी संपर्क तुम्हाला हवी असलेली माहिती मिळवण्यासाठी करा. उदाहरणार्थ, भिन्नगट अभ्यास आराखडा हा खालील विषयांवरील अभ्यासासाठी अगदी योग्य आहे.

- अभ्यासाधीन लोकसमुदायाचा ऑस्ट्रेलियातील युरेनियम खाणींविषयीची अभिवृत्ती.
- पश्चिम ऑस्ट्रेलियातील स्थलांतरिताची सामाजिक-आर्थिक आणि लोकसांख्यिकी वैशिष्ट्ये.
- ऑस्ट्रेलियातील एचआयव्ही-बाधित केसेसच्या घटना.
- तरुणांमधील निवारा नसण्याची कारणे.
- संघटनेकडून पुरविल्या जाणाऱ्या सेवांच्या गुणवत्तेची खात्री.
- बेकारीचा रस्त्यावर घडणाऱ्या गुन्ह्यांवर होणारा परिणाम (हा कदाचित पूर्व आणि पश्चात अभ्यास असू शकतो).
- घरातले वातावरण आणि मुलाची शाळेतील शैक्षणिक कामगिरी याचा परस्परसंबंध.
- समाजाची न्यायविषयक मुद्द्यांप्रती अभिवृत्ती.
- शहरातील बेकारीचे प्रमाण.
- उत्पादनाप्रती ग्राहकांचे समाधान.
- रस्ते अपघातांना प्रतिबंध करण्यात यादृच्छिक श्वासचाचणीची परिणामकारकता. (हा सुद्धा पूर्व आणि पश्चात अभ्यास होऊ शकतो.)

- समाजाच्या आरोग्यविषयक गरजा.
- विद्यार्थ्यांची त्यांच्या ग्रंथालयात उपलब्ध असलेल्या सोयी-सुविधांप्रती अभिवृत्ती.

या अभ्यासात अभ्यासाधीन लोकसमुदायाशी फक्त एक संपर्काचा समावेश आहे, तो संपर्क तुलनेने करण्यासाठी स्वस्त आणि विश्लेषणासाठी सहज आहेत. तरीही, त्यांचा मोठा तोटा म्हणजे ते बदलाचे अनुमापन करू शकत नाहीत. बदलाचे अनुमापन करण्यासाठी किमान दोन भिन्नगट, वेळेच्या भाषेत दोन वेळा त्याच भिन्नगट अभ्यासात हे तथ्य संकलनाचे किमान दोन बिंदू असावे लागतात.

पूर्व आणि पश्चात अभ्यास आराखडा

पूर्व चाचणी/ पश्चात चाचणी

पूर्व आणि पश्चात आराखड्याचा (*पूर्व चाचणी/पश्चात चाचणी* आराखडा असेही म्हणतात) मुख्य फायदा म्हणजे हा घटनेतील, परिस्थितीतील, मुद्द्यातील, समस्येतील किंवा अभिवृत्तीतील बदलाचे मापन करू शकते. कार्यक्रमाचा प्रभाव किंवा परिणामकारकता मापन करण्यासाठी हा अत्यंत योग्य आराखडा आहे. पूर्व आणि पश्चात आराखडा याचे वर्णन विभागीय तथ्य संकलनाचे एकाच लोकसमुदायाचे घटना किंवा चल यांच्यामध्ये एकाचवेळी दोन बिंदुंमधील बदल शोधून काढणे असे करता येऊ शकते. बदलाचे अनुमापन, घटना किंवा चल यांच्यात मध्यस्थी पूर्व आणि पश्चात फरकाची तुलना करून करता येते (आकृती ८.२ पहा).

पूर्व आणि पश्चात अभ्यास हीच प्रक्रिया स्वीकारून भिन्नगट अभ्यास करता येईल, फक्त यात दोन भिन्नगटांतील तथ्य संचांचा समावेश होईल, दुसऱ्यांदा करावयाचा अभ्यास हा एका निश्चित कालावधीनंतर करता येईल. हे कसे प्रस्थापित झाले आहे, पूर्व आणि पश्चात हा अभ्यास एकतर प्रायोगिक किंवा अप्रायोगिक असू शकेल, यावर अवलंबून आहे. मूल्यमापन अभ्यासात सामान्यतः वापरला जाणारा आराखडा आहे. तथ्य संकलनाच्या दोन प्रस्थापित संचातील फरक हा अवलंबी चलासंबंधी आहे, आणि ते कार्यक्रमाचा प्रभाव म्हणून विचारात घेतले जाते. हा आराखडा वापरून केल्या जाऊ शकणाऱ्या विषयांची खाली उदाहरणे दिली आहेतः

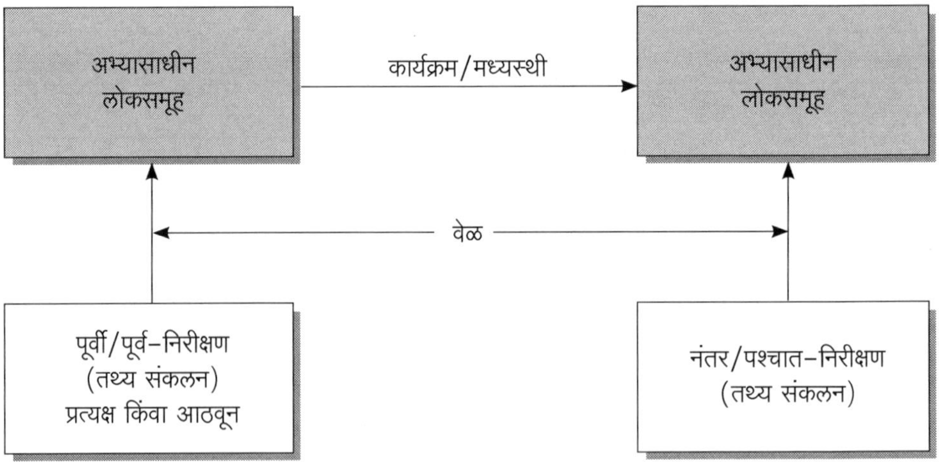

आकृती ८.२ पूर्वी आणि नंतर (पूर्व चाचणी/पश्चात चाचणी) अभ्यास आराखडा

- संघटनेकडून पुरविल्या जाणाऱ्या सेवांच्या दर्जावर प्रशासकीय पुनर्रचनेचा प्रभाव.
- विवाह समुपदेशन सेवेची परिणामकारकता.
- शालेय विद्यार्थ्यांमधील लैंगिक वर्तनावर लैंगिक शिक्षणाचा प्रभाव.
- तरुणांमध्ये, अमली पदार्थविरोधी जागरूकता कार्यक्रमाचा अमली पदार्थविषयक ज्ञान आणि वापर यावरील परिणाम.
- विद्यापीठातील शिकवण्याच्या गुणवत्तेवर वाढलेल्या अनुदानाचा परिणाम.
- माता आणि बालक यांच्या आरोग्य सेवेचा बालमृत्यूदरावरील परिणाम.
- यादृच्छिक पद्धतीच्या श्वासचाचणीचा रस्त्यावरील अपघातांवर होणारा परिणाम.
- उत्पादनाच्या विक्रीवर जाहिरातींचा पडणारा प्रभाव.

घटनेतील बदल किंवा मध्यस्थीच्या प्रभावाची मोजदाद करणे, याची क्षमता असते हा पूर्व आणि पश्चात आराखड्याचा मुख्य फायदा आहे. तरीही याचे तोटे असू शकतात जे प्रत्येक अभ्यासात एकएकटे किंवा समूहाने उद्भवत नाहीत. विशिष्ट तोट्यांची प्रचलितता ही अन्वेषणाच्या स्वरूपावर, अभ्यासाधीन लोकसमूदायावर आणि तथ्य संकलनाच्या पद्धतीवर अवलंबून असते. यात खालील तोट्यांचा समावेश आहेः

- तथ्य दोन वेळा संकलित करावी लागते, अभ्यासाधीन लोकसमुदायाचा यात दोन वेळा समावेश करावा लागतो. त्यामुळे अशा अभ्यासाची अंमलबजावणी करणे हे अवघड व खर्चिक असते. हा अभ्यास पूर्ण व्हायला सुद्धा वेळ लागतो, विशेषत: तुम्ही जर प्रायोगिक आराखडा वापरत असाल तर तुम्ही दुसऱ्यांदा तथ्य संकलित करण्यापूर्वी तुम्हाला मध्यस्थी (कार्यक्रम) पूर्ण होईपर्यंत थांबावे लागते.
- काही वेळा *दोन संपर्कात वेळ जातो* यातून अभ्यासाधीन लोकसमुदायातील व्यक्ती ज्या पूर्व चाचणीत सहभागी झाल्या होत्या, त्या कदाचित तो भाग सोडून गेल्या असतील किंवा इतर कारणांसाठी प्रयोगातून बाहेर पडल्या असतील, त्यामुळे त्यांची संख्या कमी होते.
- या आराखड्याची एक मर्यादा म्हणजे यातून *एकूण बदल* मोजला जातो, त्यामुळे अवलंबी चलांमध्ये भिन्न किंवा स्वतंत्र यापैकी कोणत्या चलांमुळे बदल होतो हे तुम्ही निश्चित करू शकत नाही. शिवाय, स्वतंत्र आणि भिन्न चलांचे योगदान वेगवेगळे गणले जाऊ शकत नाही.
- हे अभ्यासाधीन लोकसमुदायाच्या वयावरही अवलंबून आहे. कारण, जर माहिती संकलित करण्यापूर्वी आणि नंतर अशा माहिती संकलनाच्या पद्धतीत वेळ गेला तर अभ्यासाधीन लोकसमुदायाच्या परिपक्वतेमुळे बदल होतात. हे विशेषत: तुम्ही तरुण मुलांचा अभ्यास करत असताना होते. या परिपक्वतेचे प्रतिबिंब 'पश्चात' निरीक्षणावर, जर हे अवलंबी चलाशी अर्थपूर्णरित्या सहसंबंधी असेल, हेच **परिपक्वता परिणाम** म्हणूनही ओळखले जाते.
- काहीवेळा साधन स्वत:च प्रतिसादकांना शिकवत असते. हे साधनांचा **प्रतिक्रियात्मक परिणाम** म्हणूनही ओळखले जाते. उदाहरणार्थ, समजा तुम्हाला लोकांमध्ये अमली पदार्थांविषयी जागरूकता निर्माण करण्यासाठी आखणी केलेल्या कार्यक्रमाचा प्रभाव नक्की झाला आहे का पाहायचे आहे. याकरता तुम्ही अनेक अमली पदार्थांची यादी कराल आणि त्यांनी त्याविषयी ऐकले आहे का हे त्यांना विचाराल. प्रतिसादकाच्या पूर्वचाचणी स्थितीत प्रश्नांची उत्तरे देतांना त्यात अनेक अमली पदार्थांची नावे समाविष्ट असतील यामुळे ते जागरूक होतील आणि याचं प्रतिबिंब पश्चात चाचणीत तिच्या/त्याच्या प्रतिसादात

पडते. याप्रमाणे संशोधन साधन स्वतःच अभ्यासाधीन लोकसमुदायाला शिकवते, आणि ते अवलंबी चलावर परिणाम घडवून आणते. याचे आणखी एक उदाहरण म्हणजे कुटुंब नियोजन शिक्षण कार्यक्रमाचा प्रतिसादकांवर गर्भनिरोधक पद्धतींबाबतच्या जागरूकतेच्या परिणामांचे अनुमापन करण्यासाठीचा अभ्यास आराखडा होय. सहभागी व्यक्तींच्या जागरूकतेविषयीचा प्रभाव अनुमापन करण्यासाठी असलेले बहुसंख्य अभ्यास आराखड्यांना, जागरूकतेची काही प्रमाणात बदललेली पातळी ही कदाचित प्रतिक्रियात्मक परिणामांमुळे होते व ह्याच अडचणीला तोंड द्यावे लागते.

- याचा आणखी एक तोटा होण्याची शक्यता म्हणजे, जेव्हा तुम्ही संशोधन साधन लोकसमुदायाची मुद्द्यांप्रती असलेली अभिवृत्ती मापन करण्यासाठी दुसऱ्यांदा वापरता, त्यावेळेस दोन वेळा संकलित केल्या जाणाऱ्या तथ्यांच्या अभिवृत्तीत परिवर्तन होणे शक्य असते. काही वेळा लोक स्वतःला पूर्व चाचणी स्थितीत अनुमापन सारणीवर टोकाच्या स्थितीत ठेवतात, ते अनेक कारणांमुळे असते, तेच लोक पश्चात चाचणी स्थितीत मध्यस्थितीकडे पालटतात. (पहा आकृती ८.३) त्यांना कदाचित असे वाटत असेल की आधीच्या चाचणीत आपण फार नकारात्मक किंवा फार होकारात्मक होतो. त्यामुळे, प्रश्नपत्रिका किंवा मुलाखत यांच्या प्रतिसादातील अभिवृत्तीची केवळ व्यक्तता ही त्यांच्या पश्चात चाचणीत त्यांच्या अभिवृत्तीविषयी विचार व त्यात बदल याला कारण ठरते. अशा प्रकारच्या परिणामाला **प्रतिगमन परिणाम** असेही म्हटले जाते.

रेखावृत्तीय अभ्यास आराखडा

पूर्वी आणि पश्चात हा अभ्यास आराखडा हा घटना, समस्या, अभिवृत्ती आणि तत्सम यातील बदलाचे मर्यादेचे अनुमापन करण्यासाठी अतिशय योग्य आहे. परंतु बदलाचे प्रकार अभ्यासण्यासाठी याचा अल्प उपयोग होतो. बदलाचा वेळेशी संबंधित नमुना निश्चित करण्यासाठी रेखावृत्तीय अभ्यासाचा आराखडा वापरला जातो; उदाहरणार्थ, जर तुम्हाला लोकांनी काळानुसार कार्यक्रम स्वीकारण्याचे सापेक्ष प्रमाणाचा अभ्यास करण्याची इच्छा असल्यास हा आराखडा उपयोगी पडेल. सातत्याने वस्तुस्थितीविषयक माहिती संकलित करायची असल्यास तुम्हाला **रेखावृत्तीय अभ्यास आराखडा** उपयोगी ठरतो. तुम्हाला कदाचित मजुरांची मागणी, स्थानांतर, रोगाच्या घटनांतील बदल किंवा लोकसंख्येतील जन्म, मृत्यू आणि आजार यांच्यातील कल अभ्यासायचा, निश्चित करायचा आहे.

रेखावृत्तीय विरुद्ध भिन्नगट

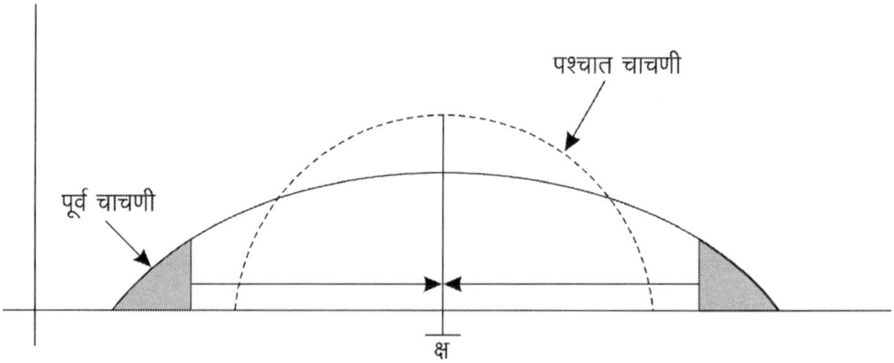

आकृती ८.३ प्रतिगमन परिणाम

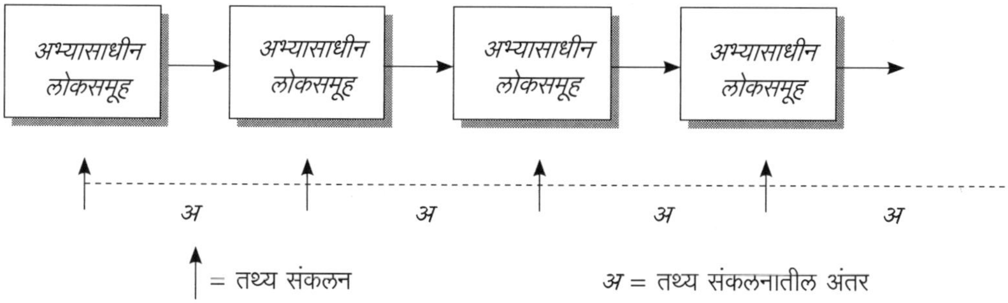

आकृती ८.४ रेखावृत्तीय अभ्यास आराखडा

रेखावृत्तीय अभ्यासात, अभ्यासाधीन लोकसमुदायाला ठरावीक काळाच्या अंतराने बराच काळपर्यंत हवी असलेली माहिती संकलित करण्यासाठी भेटावे लागते (पहा आकृती ८.४). हे अंतर निश्चित नसते. प्रत्येक अभ्यासागणिक त्याचे अंतर वेगळे असते. अंतर हे अगदी कमीत कमी एक आठवडा किंवा जास्तीत जास्त एक वर्षही असू शकते. अंतराचा आकार लक्षात न घेता प्रत्येक वेळी मिळालेली माहिती ही अगदी तंतोतंत जुळणारी असते. जरी एकाच लोकसमुदायातून तथ्ये संकलित केली असली तरीही ती त्याच प्रतिसादकांकडून संकलित केली असतीलही किंवा नसतीलही. रेखावृत्तीय अभ्यास हा भिन्नगट अभ्यासाच्या पुनरावृत्तीची मालिका म्हणूनही बघू शकतो.

रेखावृत्तीय अभ्यासात पूर्व आणि पश्चात अभ्यासातलेच तोटे आहेत. काही प्रसंगांत त्याचे प्रमाण जास्तच आहे. याशिवाय, रेखावृत्तीय अभ्यासाचे पारिस्थितीक परिणाम यामुळे नुकसान होते. जर त्याच प्रतिसादकाशी अनेकदा संपर्क केला गेला तर त्यांना आपल्याकडून काय अपेक्षित आहे हे कळते आणि ते प्रश्नाबाबत विचार न करताच उत्तर देण्याची शक्यता असते, किंवा त्यांचे चौकशीतले स्वारस्य संपलेले असते. त्यामुळे तेच परिणाम मिळत नाहीत.

रेखावृत्तीय अभ्यासाचा मुख्य फायदा हा आहे की यातून संशोधकाला बदलाचा नमुना, प्रकार अभ्यासता येतो आणि वास्तवातील माहिती मिळवणे, नियमित किंवा सातत्याने माहिती मिळवणे यामुळे त्यातली अचूकता वाढते.

संदर्भकाळावर आधारित अभ्यास आराखडे

संदर्भकाळ याचा अर्थ ज्या काळात घटना, परिस्थिती, प्रसंग किंवा समस्या यांचे अन्वेषण केले गेले असा ठरावीक काळ. अभ्यासाचे या दृष्टिकोनातूनही वर्गीकरण करता येतेः

- गतकाळ;
- संभाव्यकाळ;
- गतकाळ–संभाव्य काळ

गतकाळाच्या अभ्यासाचा आराखडा

गतकाळाच्या अभ्यासाचा आराखडा हा पूर्वी घडून गेलेली घटना, प्रसंग, समस्या किंवा मुद्दा यांचे अन्वेषण होय. ते सामान्यतः त्या काळातल्या उपलब्ध असलेल्या तथ्यांवर एकतर आधारित असतात किंवा प्रतिसादक ती

घटना पुन्हा आठवतात व त्या आधारे ते पार पाडले जाते (आकृती ८.५ अ). उदाहरणार्थ, खालील विषयांवर केले जाणारे अभ्यास हे गतकालीन अभ्यासवर्गात येतातः

- विसाव्या शतकाच्या सुरुवातीच्या काळातील ऑस्ट्रेलियातील आदिवासी आणि टोरेन स्ट्रेट बेटावर राहणाऱ्या लोकांची जीवनशैली.
- दुसऱ्या महायुद्धापूर्वी युरोपमधील जमिनीचा वापर.
- पूर्व युरोपातील १९१५ आणि १९४५ मधील स्थलांतराच्या चळवळीचे ऐतिहासिक मूल्यमापन.
- बेकारी आणि रस्त्यावरचे गुन्हे यांच्यामधील पातळीचा संबंध (हा अभ्यास तथ्य संकलित करण्याच्या पद्धतीनुसार गतकालीन तसेच संभाव्यकालीनही होऊ शकतो. दुय्यम स्रोतांतून तथ्य संकलित केली असल्यास त्याचा संबंध गतकाळाशी असतो, त्याला गतकालीन अभ्यास असे म्हटले जाते. जर तो विद्यमान काळाच्या आधारे संबंधाचे अन्वेषण करण्यासाठी केला जात असेल तर त्याला भविष्यकालीन अभ्यास असे म्हटले जाते.)

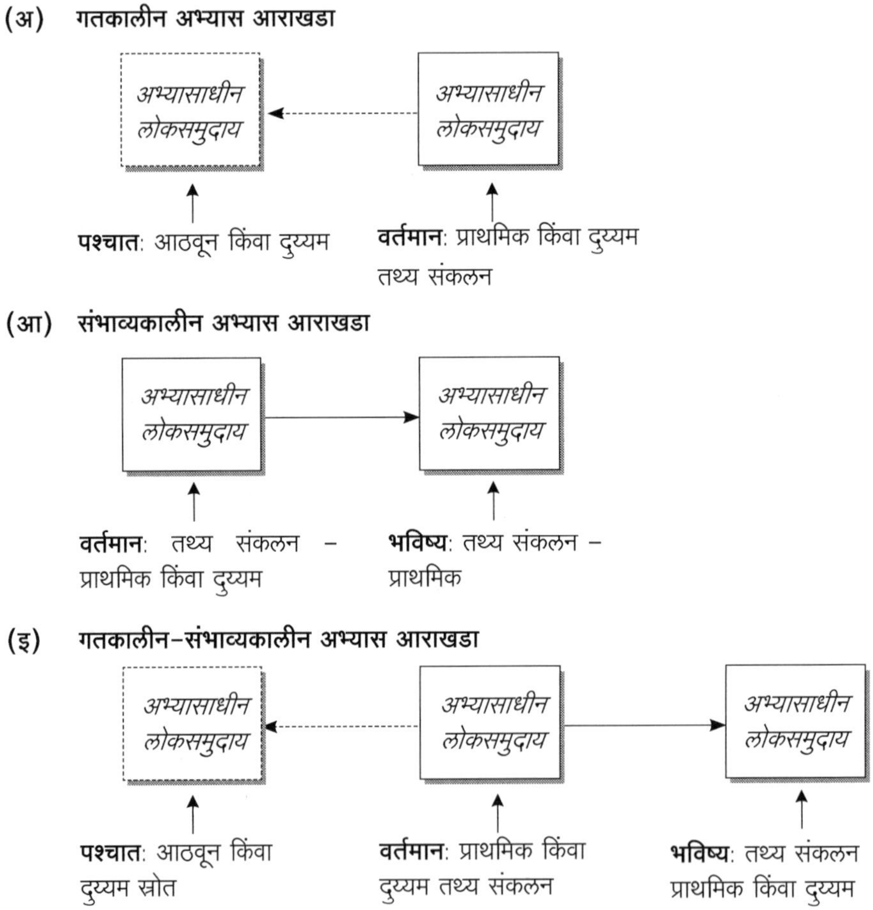

आकृती ८.५ संदर्भ काळावर आधारित अभ्यास आराखड्याचे वर्गीकरणः (अ) गतकालीन; (आ) संभाव्यकालीन; (इ) गतकालीन-संभाव्यकालीन

संभाव्यकालीन अभ्यास आराखडा

संभाव्यकालीन अभ्यास आराखडा याचा संदर्भ घटना, परिस्थिती, समस्या, प्रवृत्ती जी घडण्याची शक्यता आहे किंवा भविष्यात घडणार असल्याशी आहे (आकृती ८.५ आ). असे अभ्यास, प्रसंगातून काय निष्पन्न होईल हे किंवा काय घडण्याची शक्यता आहे ते प्रस्थापित करतात. प्रयोगांचे नेहमी संभाव्य अभ्यासात वर्गीकरण केले जाते, कारण लोकसमुदायावर मध्यस्थीचा/कार्यक्रमाचा परिणाम होण्यासाठी संशोधकाला थांबावेच लागते. पुढील विषय संभाव्य अभ्यासात वर्गीकृत केले आहेतः

- क्षेत्रीय परिस्थितीत माता आणि बालक आरोग्यसेवांचा बालमृत्यूच्या पातळीवरील परिणाम निश्चित करणे.
- वैवाहिक समस्यांच्या प्रमाणावर समुपदेशन सेवांचा प्रभाव प्रस्थापित करणे.
- रस्त्यावरील अपघातांना प्रतिबंध करण्यासाठी यादृच्छिक श्वासचाचणीचा प्रभाव निश्चित करणे.
- पालकांच्या सहभागाचा मुलांच्या शैक्षणिक यश संपादनातील प्रभाव शोधणे.
- ऑस्ट्रेलियातील स्थानांतराच्या प्रमाणावर स्थलांतरविषयक धोरणातील बदलाचा परिणाम मापन करणे.

गतकालीन–संभाव्यकालीन अभ्यास आराखडा

गतकालीन–संभाव्यकालीन अभ्यास हा घटनेतील पूर्वीचे कल आहेत त्यावर केंद्रित करून त्याचा भविष्यकाळात अभ्यास करते. उपलब्ध असलेल्या नोंदीवरून काही गतकालीन तथ्य संकलित केली जातात. मध्यस्थी/कार्यक्रमाचा परिचय करून देण्यापूर्वी हे केले जाते, आणि नंतर अभ्यासाधीन लोकसमुदायाला मध्यस्थी/कार्यक्रमाचा परिणाम निश्चित करण्यासाठी अनुसरले जाते (आकृती ८.५ इ).

जेव्हा तुम्ही नियंत्रित गट नसताना मध्यस्थी/कार्यक्रमाच्या परिणामांचे अनुमापन करता तेव्हा त्या अभ्यासाचे ह्या वर्गात वर्गीकरण केले जाते. वस्तुतः बहुसंख्य पूर्वी आणि पश्चात अभ्यास जर नियंत्रित न करता पार पाडले गेले तर त्याची आधारभूत रेषा ही मध्यस्थी/कार्यक्रमाच्या परिचयापूर्वी त्याच लोकसमुदायाकडून आखली गेली पाहिजे. हा अभ्यास गतकालीन अभ्यासात वर्गीकृत केला जाईल. कल, प्रवाह यांचे अभ्यास, जे भविष्यकालीन चित्र मांडण्याचा आधार असतात, तेसुद्धा याच वर्गात मोडतात. पुढे काही गतकालीन संभाव्यकालीन अभ्यासाची उदाहरणे दिली आहेतः

- रस्ते अपघातावर यादृच्छिक श्वासचाचणीचा परिणाम.
- संस्थेतील कर्मचाऱ्यांच्या उत्पादन क्षमतेवर प्रोत्साहनाचा परिणाम.
- माता आणि बालक आरोग्यसेवेचा बालमृत्यूदरावर होणारा परिणाम.
- उत्पादन विक्रीवर जाहिरातींचा प्रभाव.

अन्वेषणाच्या स्वरूपावर आधारित अभ्यास आराखडे

अन्वेषणाच्या स्वरूपावरून संख्यात्मक संशोधनातील अभ्यास आराखड्यांचे वर्गीकरण खालील प्रकारे होऊ शकतेः

- प्रायोगिक;
- अ–प्रायोगिक;
- तत्सम– किंवा अर्ध–प्रायोगिक.

यातील फरक समजावून घेण्यासाठी काही उदाहरणांचा विचार करू. समजा, तुम्हाला पुढील गोष्टींची चाचणी घ्यायची आहेः शिकविण्याच्या विशिष्ट पद्धतींचा विद्यार्थ्यांच्या आकलन क्षमतेवरील परिणाम; यादृच्छिक श्वासचाचणी कार्यक्रमाचा रस्ते अपघातांच्या पातळीवरील परिणाम; किंवा एचआयव्ही-बाधित व्यक्तींच्या उपचारात ॲझिडोथिमायडिन (एझेडटी) या औषधाची उपयुक्तता. अशा परिस्थितीत कारण आणि परिणाम हे नाते गृहीत धरलेले असते. हे नातेसंबंध अभ्यासण्याचे दोन मार्ग आहेत. पहिल्यामध्ये संशोधक (किंवा इतर कुणी) मध्यस्थ/कार्यक्रमाचा परिचय करून देईल ते बदलाचे 'कारण' म्हणून गृहीत धरले जाईल, आणि त्या कारणाने बदल घडवून आणेपर्यंत थांबणे किंवा - तो बदल होईपर्यंत पुरेसा वेळ दिला जाणे. दुसऱ्यात संशोधक स्वतःच घटनेचे निरीक्षण करून त्याचे कारण प्रस्थापित करायचा प्रयत्न करतो. अशा प्रसंगांत संशोधक परिणाम किंवा निष्पत्तीपासून सुरुवात करून कारणे निश्चित करण्याचा प्रयत्न करतो. नातेसंबंधांचा पहिल्या मार्गाने अभ्यास केला तर, परिणाम प्रस्थापित करण्यासाठी कारणांपासून सुरुवात करून कारणे प्रस्थापित करण्याचा प्रयत्न करणे, याचे **प्रयोगात्मक अभ्यास** असे वर्गीकरण केले जाते. जर दुसरा मार्ग अवलंबला तो असा की परिणामांपासून सुरुवात करून कारणांचा शोध लावणे - याचे **अ-प्रयोगात्मक अभ्यास** असे वर्गीकरण केले जाते (पहा आकृती ८.६).

मागील उदाहरणात स्वतंत्र चलाचे 'निरीक्षण', परिचय करून, नियंत्रित पद्धतीने किंवा घडवून आणणे हे संशोधकाकडून किंवा अन्य कोणाकडून केले जाते, याउलट नंतरच्यात हे होऊ शकत नाही. कारण, जे गृहीत धरलेले असते ते पूर्वीच घडून गेलेले असते. त्याऐवजी संशोधक, कारण आणि निष्पत्ती यांचा गतकालीन दुवा जोडतो. **अर्ध-प्रयोगात्मक अभ्यास** किंवा **तत्सम-प्रायोगिक अभ्यास** यात प्रयोगात्मक आणि अप्रयोगात्मक अभ्यासाची वैशिष्ट्ये असतात; अभ्यासाचा काही भाग कदाचित अप्रयोगात्मक आणि बाकीचा भाग प्रयोगात्मक असतो.

प्रायोगिक अभ्यास हा एकतर 'नियंत्रित' किंवा 'नैसर्गिक' वातावरणात पार पाडला जाऊ शकतो. प्रायोगिकमध्ये नियंत्रित वातावरणात, संशोधक (किंवा इतर कुणीतरी) मध्यस्थी किंवा प्रोत्साहन, त्याचे परिणाम

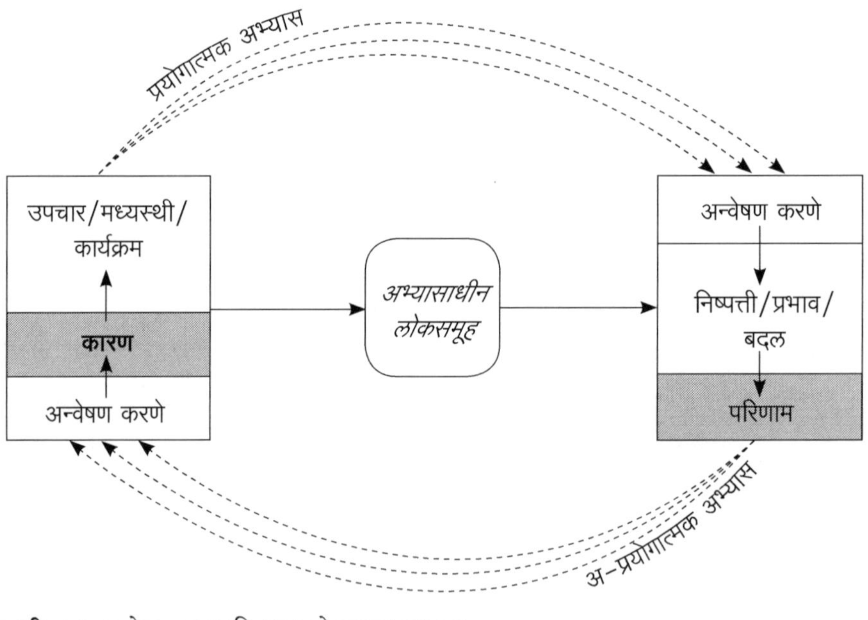

आकृती ८.६ प्रयोगात्मक आणि अ-प्रयोगात्मक अभ्यास

अभ्यासण्यासाठी देतो. अभ्यासाधीन लोकसमुदाय हा 'नियंत्रित' परिस्थितीत – जसे, खोलीत – असतो अशा प्रयोगांना **नियंत्रित प्रयोग** असे म्हटले जाते. नैसर्गिक वातावरणात प्रयोग करण्यासाठी अभ्यासाधीन लोकसमुदाय त्याच्या स्वतःच्या वातावरणात मध्यस्थी करून उघड केला जातो.

प्रायोगिक अभ्यास हे यानंतर अभ्यासाधीन लोकसमुदाय हा वेगवेगळ्या उपचार/अभ्यासासाठी गटात यादृच्छिक पद्धतीने नेमलेला आहे की नाही, यावरूनही वर्गीकरण करता येते. तुलनात्मक आराखड्यातील मोठी समस्या (ज्यात तुम्ही दोन किंवा अधिक गटांमध्ये तुलना करता) असते की या गटांमध्ये उपचार वगळता इतर प्रत्येक बाबींमध्ये याची वस्तुतः तुलना होऊ शकते याबाबत अनिश्चितता असते. यादृच्छिकतेची प्रक्रिया ही गट तुलनात्मक आहेत याची खात्री करण्यासाठी आखणी केलेली आहे. **यादृच्छिक आराखड्यात** अभ्यासाधीन लोकसमुदाय, प्रयोगात्मक उपचार हे दोन्हीही पूर्वनिश्चित केलेले नसते तर यादृच्छिकपणे निश्चित केलेले असते (पहा आकृती ८.७). प्रयोगात्मकतेत यादृच्छिक अभ्यास म्हणजे कोणतीही व्यक्ती किंवा अभ्यासाधीन गटाला प्रायोगिक किंवा नियंत्रित गट होण्याची किंवा बहुविध उपचारात यांना कोणत्याही उपचार पद्धतीला कोणत्याही लोकसमुदायाला निवडण्याची *समान* आणि *स्वतंत्र* संधी असते.यादृच्छिकरणाची संकल्पना ही कोणत्याही प्रयोगात्मक आराखड्याला उपयोगी पडू शकते. हे लक्षात ठेवणे महत्त्वाचे आहे, याची चर्चा आपण केली आहे.

प्रयोगात्मक अभ्यास आराखडा

प्रायोगिक आराखड्याचे खूप प्रकार आहेत. परंतु त्या सर्वांचा या पुस्तकात विचार करणे शक्य नाही. त्यासाठी या विभागात सामाजिक शास्त्रे, मानववंश, सार्वजनिक आरोग्य, विपणन, शिक्षण, समाजकार्य, संसर्गरोगशास्त्र आणि इतरः

- फक्त–पश्चात प्रयोगात्मक आराखडा;
- पूर्व आणि पश्चात प्रयोगात्मक आराखडा;
- नियंत्रित गट आराखडा;

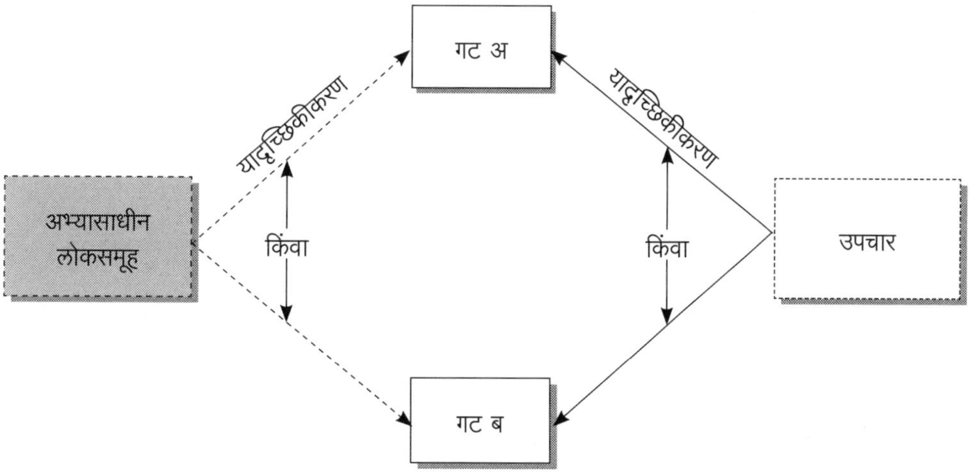

आकृती ८.७ प्रयोगात यादृच्छिकता

- द्विगुणित-नियंत्रण आराखडा;
- तुलनात्मक आराखडा;
- मिळताजुळता नियंत्रित प्रयोगात्मक आराखडा;
- आभासी आराखडा;

फक्त-पश्चात प्रयोगात्मक आराखडा

फक्त-पश्चात आराखड्यात संशोधकाला, लोकसमुदाय मध्यस्थीला सामोरा जात आहे किंवा दिला जाणार आहे आणि त्याचा लोकसमुदायावरचा प्रभाव अभ्यास करायची त्याची इच्छा असते. या आराखड्यात, आधारभूत माहिती (पूर्वचाचणी किंवा निरीक्षणापूर्वी) ही सामान्यतः 'रचली' जाते ती प्रतिसादकांच्या मध्यस्थीपूर्वी घटनेपूर्वी जे आठवते त्यावर किंवा दुय्यम स्रोतांत उपलब्ध असलेल्या तथ्यांवरून रचली जाते (आकृती ८.८). अवलंबी चलातील बदल हा 'पूर्वी' (आधारभूत) आणि 'पश्चात'चा तथ्य संच यातील फरकावरून अनुमापन केला जातो. तांत्रिकदृष्ट्या हा आराखडा दोषपूर्ण आहे. कारण नंतरच्या निरीक्षणाशी तुलना करण्यासाठी योग्य आधारभूत माहिती नसल्याने मध्यस्थीचा प्रभाव अनुमापन करण्यासाठी हा आराखडा योग्य नाही. सर्वात महत्त्वाची समस्या म्हणजे दोन तथ्य संचांमध्ये तुलना होऊ शकतेच असे नाही. या आराखड्याची आणखी एक समस्या म्हणजे हा आराखडा पूर्ण बदलाचे मापन करतो, भिन्न चलातील विशेष गुणातील बदलही समाविष्ट आहे, त्यामुळे मध्यस्थीमुळे होणारा थेट परिणाम ओळखता येत नाही. तरीही हा आराखडा व्यापकपणे **परिणामांची मोजदाद अभ्यासण्यासाठी** वापरला जातो, जसे प्रत्यक्ष जीवनात अनेक कार्यक्रमांचे, कार्यक्रमांच्या नियोजनाच्या वेळी नियोजित मूल्यमापनाचा फायदा विचारात न घेता (जरी यात वेगाने बदल होत असला तरीही) कार्यक्रमांचे कार्यान्वयन केले जाते, ज्यामध्ये क्रम जसाच्या तसा पाळणे शक्य नसते. म्हणजेच आधारभूत तथ्य संकलन करणे, कार्यक्रमाची अंमलबजावणी आणि नंतर त्याचे मूल्यमापन. त्यामुळे मूल्यमापनासाठी हा आराखडा वापरण्याशिवाय, स्वीकारण्याशिवाय पर्यायच नसतो.

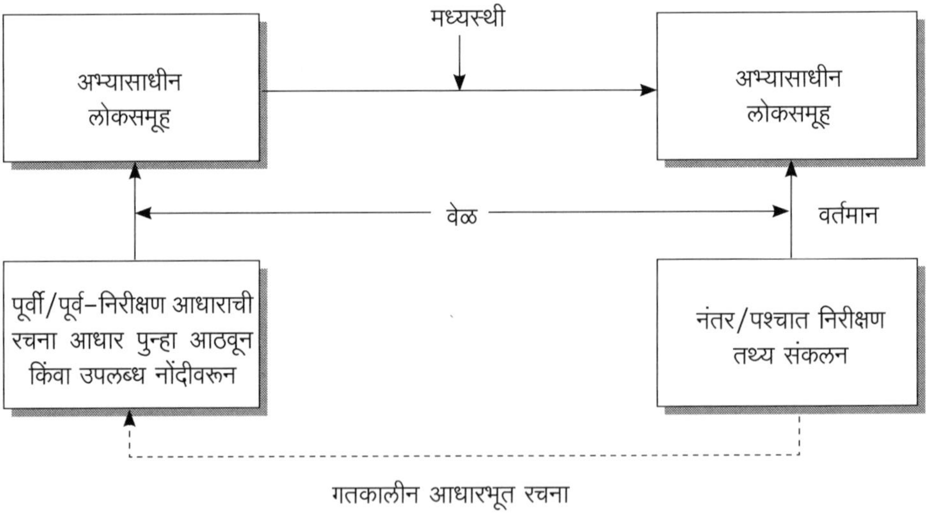

आकृती ८.८ फक्त नंतर आराखडा

प्रत्यक्षात, मध्यस्थी/कार्यक्रमाच्या परिचयापूर्वी घटनेच्या प्रचलिततेबाबत उपलब्ध असलेल्या पुरेशा अचूक तथ्यांवर या आराखड्याची पर्याप्तता अवलंबून असते. हे कदाचित, यादृच्छिक श्वासचाचणीचा रस्ते अपघातांवर होणारा परिणाम, आरोग्य कार्यक्रमाचा लोकसंख्येतील मृत्यूवर होणारा परिणाम, किंवा स्थानांतराच्या धोरणातील बदलाचा स्थानांतराच्या प्रमाणावरील परिणाम अशा घटनेत होऊ शकते. या परिस्थितीत अभ्यासाधीन घटनेबाबत अचूक नोंदी ठेवणे अपेक्षित असते आणि त्यामुळे कल/प्रवृत्ती यात झालेला बदल हा मध्यस्थीमुळे झालाय किंवा धोरणातील बदलामुळे आहेत हे निश्चित करणे सोपे जाते.

पूर्व आणि पश्चात प्रयोग आराखडा

पूर्व आणि पश्चात आराखडा हा गतकालीन 'पूर्व' निरीक्षणातून अभ्यासाधीन लोकसमुदायाला मध्यस्थी सुरू करण्यापूर्वी निर्माण झालेल्या समस्या सोडवण्यासाठी आहे (पहा आकृती ८.२). नंतर जेव्हा कार्यक्रमाची अंमलबजावणी पूर्णतः केली जाते किंवा त्यांचे लोकसंख्येवर होणारे परिणाम गृहीत धरणे, 'पश्चात' निरीक्षण हे मध्यस्थीमुळे परिणाम घडून आल्याच्या निश्चितीसाठी केले जाते. (पहा आकृती ८.९)

पूर्व आणि पश्चात आराखडा नंतर फक्त आराखड्याच्या समस्येची काळजी वाहतो. ती अशी पूर्व आणि पश्चात निरीक्षणांची तुलनात्मकता यावरून कोणीही असा निष्कर्ष काढू शकला नाही. संपूर्ण किंवा भागात कार्यक्रमाच्या मध्यस्थीमुळे बदल घडून येतो. ही समस्या सोडवण्यासाठी *नियंत्रित गटाचा* वापर केला जातो. पूर्व आणि पश्चात आराखडा यातही समस्या येऊ शकतात याची या प्रकरणात याआधी पूर्व आणि पश्चात आराखड्यात चर्चा केली आहे. पूर्व आणि पश्चात आराखड्यात मध्यस्थीचा परिणाम पुढीलप्रमाणे गणना केली जातेः

[अवलंबी चलातील बदल]

= ['पश्चात' निरीक्षणात अवलंबी चलाचा दर्जा]

− ['पूर्व' निरीक्षणात अवलंबी चलाचा दर्जा]

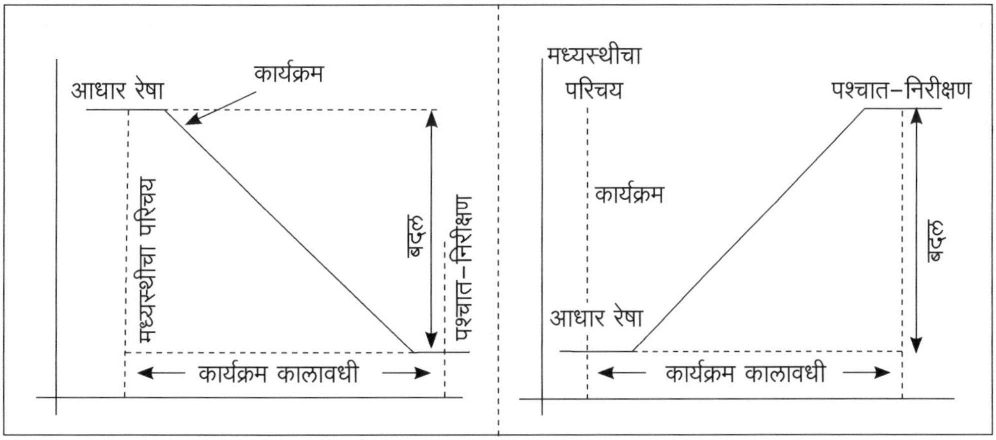

आकृती ८.९ पूर्व आणि पश्चात आराखड्याद्वारे बदलाचे अनुमापन

नियंत्रित गट आराखडा

अभ्यासात **नियंत्रित आराखड्याचा** उपयोग करण्यासाठी संशोधक एकाऐवजी दोन लोकसमुदाय गट निवडतोः एक **नियंत्रित गट** आणि **प्रयोगात्मक गट** (आकृती ८.१०) हे गट, मध्यस्थी सोडून (जे बदल घडवून आणणारे कारण म्हणून गृहीत धरले आहे.) इतर सर्व बाबतीत जेवढे शक्य आहे तेवढे तुलनात्मक असणे अपेक्षित असते. प्रयोगात्मक गटाला मध्यस्थी मिळते किंवा उघड होते परंतु नियंत्रित गटाला नाही. पहिल्यांदा, दोन्ही गटांवर एकाच वेळेस 'पूर्व' निरीक्षण केले जाते. प्रयोगात्मक गटाला मध्यस्थी नंतर उघड केली जाते. जेव्हा मध्यस्थीचा प्रभाव गृहीत धरला जातो, दोन्ही गटांचे 'पश्चात' निरीक्षण केले जाते. 'पूर्व' आणि 'पश्चात' निरीक्षणामध्ये गटांमध्ये फरक आला तो फरक अवलंबी चलात असेल तर तो मध्यस्थीमुळे घडून येतो.

प्रयोगात्मक गटात, अवलंबी चल ($य_{इ}$) मधील पूर्ण बदल पुढील प्रमाणे गणन केला जातोः

$$य_{इ} = इ_{अ} - इ_{ब}$$

इथे $इ_{अ}$ हे प्रयोगात्मक गटाचे 'पश्चात' निरीक्षण आहे आणि $इ_{ब}$ हे प्रयोगात्मक गटाचे 'पूर्व' निरीक्षण आहे. वेगळ्या शब्दात सांगायचे तर,

$$इ_{अ} - इ_{ब} = (\text{कार्यक्रम मध्यस्थीचा प्रभाव}) \pm (\text{भिन्न चलाचा प्रभाव}) \pm (\text{संधी चलाचा प्रभाव})$$

नियंत्रित गटात अवलंबी चलातील पूर्ण बदल ($य_{क}$) खालीलप्रमाणे गणला जाऊ शकतोः

$$य_{क} = क_{अ} - क_{ब}$$

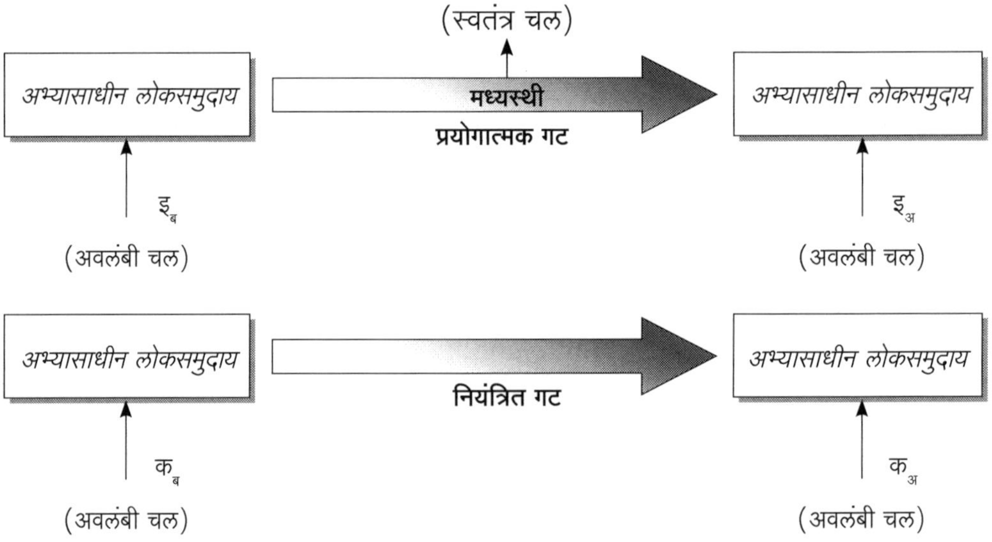

आकृती ८.१० नियंत्रित प्रयोगात्मक आराखडा

जिथे $क_{अ}$ हे नियंत्रित गटाचे 'पश्चात' निरीक्षण आहे. $क_{ब}$ हे नियंत्रित गटाचे 'पश्चात' निरीक्षण आहे. अन्य शब्दांत,

$क_{अ} - क_{ब}$ = (भिन्न चलाचा प्रभाव) ± (संधी चलाचा प्रभाव)

नियंत्रित गट आणि प्रयोगात्मक गट यातील फरकाची गणना खालील प्रकारे होऊ शकते.

$$य_{इ} - य_{क} = (इ_{अ} - इ_{ब}) - (क_{अ} - क_{ब})$$

जे असे,

{(मध्यस्थी कार्यक्रमाचा प्रभाव) ± (प्रयोगात्मक गटात भिन्न चलाचा प्रभाव) ± (प्रयोगात्मक गटात संधी चलाचा प्रभाव)} – {(भिन्न चलाचा नियंत्रित गटावर प्रभाव) ± (नियंत्रित गटात संधी चलाचा प्रभाव)}

अंकगणितातली साधी सूत्रे वापरून, हे मध्यस्थीचा सारखाच परिणाम दाखवते. त्यामुळे 'पूर्व' आणि 'पश्चात' निरीक्षणात कोणत्याही मध्यस्थीचा परिणाम प्रयोगात्मक आणि नियंत्रित गटात सारखाच असतो.

नियंत्रित गटाचे मुख्य उद्दिष्ट हे भिन्न चलांचे परिणाम मोजणे हे आहे ते लक्षात ठेवणे महत्त्वाचे आहे. यामुळे तुम्हाला मध्यस्थीचा परिणाम निश्चित करायला मदत होते.

द्विगुणित-नियंत्रण आराखडा

जरी नियंत्रित आराखडा तुम्हाला भिन्न चलामुळे घडून येणारा परिणाम मोजण्यासाठी मदत करतो, परंतु हे संशोधन साधन (जसे प्रतिक्रियात्मक परिणाम) किंवा प्रतिसादक (जसे परिपक्वता किंवा प्रतिगमन परिणाम, किंवा आभासी (placebo) परिणाम) यामुळे होणाऱ्या परिणामांपासून वेगळे करता येत नाही. जेव्हा तुम्हाला हे परिणाम अलग करायचे असतात आणि ओळखायचे असतात. त्यावेळी द्विनियंत्रण आराखडा हवा असतो.

द्विगुणित-नियंत्रण आराखड्यात तुम्हाला एकाऐवजी दोन नियंत्रण गट असतात. साधनाचा प्रतिक्रियात्मक परिणाम मोजण्याकरिता 'पश्चात' निरीक्षणातून एक नियंत्रित गट वजा करा (आकृती ८.११).

वेगवेगळे परिणाम तुम्ही खालील प्रकारे गणन करू शकताः

$य''_{इ} - य'_{इ}$ = (कार्यक्रम मध्यस्थीचा प्रभाव) ± (भिन्न चलाचा प्रभाव) ± (प्रतिक्रियात्मक परिणाम) ± (यादृच्छिक परिणाम)
$य''_{क१} - य'_{क१}$ = (भिन्न चलाचा प्रभाव) ± (प्रतिक्रियात्मक परिणाम) ± (यादृच्छिक परिणाम)
$य''_{क२} - य'_{क१}$ = (भिन्न चलाचा प्रभाव) ± (यादृच्छिक परिणाम)

(लक्षात घ्या. नंतरची अभिव्यक्ती $य''_{क२} - य'_{क१}$ = आहे आणि $य''_{क२} - य'_{क२}$ = हे नाही. कारण दुसऱ्या नियंत्रित गटासाठी 'पूर्व' निरीक्षण नाही.) फरक असे आहेतः

$य''_{इ} - य'_{इ} - (य''_{क१} - य'_{क१})$ = कार्यक्रम मध्यस्थीचा प्रभाव
$य''_{क१} - य'_{क१} - (य''_{क२} - य'_{क१})$ = प्रतिक्रियात्मक परिणाम

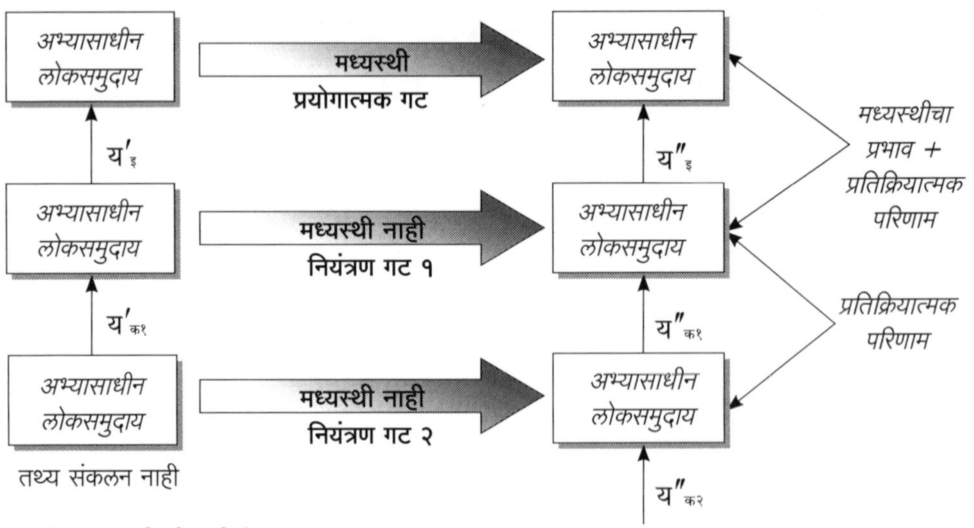

आकृती ८.११ द्विगुणित नियंत्रण गट

कार्यक्रम मध्यस्थीचा निव्वळ परिणाम याच पद्धतीने जसे आधी नियंत्रण गट आराखड्यात स्पष्ट केले आहे तशा प्रकारे गणना करता येऊ शकते.

तुलनात्मक आराखडा

काही वेळा तुम्ही वेगवेगळ्या उपचारांच्या परिणामकारकतेची तुलना करता अशा परिस्थितीत तुलनात्मक आराखडा योग्य आहे.

तुलनात्मक अभ्यास आराखडा, इतर अनेक आराखड्याप्रमाणे, एक तर प्रयोगात्मक किंवा अप्रयोगात्मक अभ्यास करू शकतो. तुलनात्मक प्रयोग आराखड्यात ज्या प्रकारे उपचारांची चाचणी घ्यायची आहे. त्यानुसार सारख्याच प्रमाणात अभ्यासाधीन लोकसंख्येचे गट पाडले जातात. प्रत्येक गटासाठी अवलंबी चलाच्या दृष्टीने आधारभूत रेषा प्रस्थापित केली जाते. नंतर उपचारांच्या वेगवेगळ्या प्रारूपांचा वेगवेगळ्या गटांना परिचय करून दिला जातो. एका निश्चित कालावधीनंतर जेव्हा उपचारांच्या प्रारूपांचा प्रभाव पडलेला आहे असे दिसते, 'पश्चात' निरीक्षण अवलंबी चलात काही बदल झालाय का हे निश्चित करण्यासाठी केले जाते. लोकसमुदायातील वेगवेगळ्या गटांना मिळणाऱ्या वेगवेगळ्या उपचार प्रारूपांमुळे झालेल्या बदलांची तुलना करून विविध मध्यस्थीची संबंधित परिणामकारकता प्रस्थापित केली जाते.

तुलनात्मक आराखड्याच्या अप्रायोगिक रूपात, आधीच वेगवेगळ्या प्रकारची मध्यस्थी मिळणारे गट शोधले जातात आणि अवलंबी चलांच्या संदर्भात पश्चात निरीक्षण आयोजित करतात. पूर्वचाचणी तथ्य संच हा एकतर अभ्यासाधीन लोकसमुदायातील प्रत्येक गटाला उपचारांशी परिचय होण्यापूर्वीच्या काळातील हवी असलेली माहिती मिळवण्यासाठी आठवायला सांगितले जाते, किंवा अशी माहिती अस्तित्व असलेल्या नोंदीतून मिळवली जाते. काही वेळा पूर्व चाचणी निरीक्षण केले जात नाही, तर गट जर तुलनात्मक असतील तर आधाररेषा ही तंतोतंत जुळणारी असेल असे गृहीत धरले जाते. प्रत्येक गटाची आधाररेषा सारखीच आहे असे गृहीत धरून पश्चात चाचणी निरीक्षणात फरक येईल तोही मध्यस्थीमुळे असे गृहीत धरले जाते.

हे अधिक ठळकपणे दाखवण्यासाठी कल्पना करा. एका वर्गातील विद्यार्थ्यांची समज जाणून घेण्यासाठी तीन शैक्षणिक प्रारूपांची (अ, ब आणि क) च्या परिणामकारकतेची तुलना करायची आहे. (आकृती ८.१२) हा अभ्यास हाती घेण्यासाठी तुम्ही वर्गाचे (क्ष, य आणि ज्ञ) तीन गट करता ते यादृच्छिकपणे करता त्यांच्या तुलनात्मकतेची खात्री करता. या प्रारूपाविषयी काही सांगण्यापूर्वी तुम्ही निवडलेल्या विषयात प्रत्येक गटाची आकलनक्षमता आधाररेषा निश्चित करण्यासाठी प्रस्थापित करा. नंतर निवडलेल्या विषयात प्रत्येक गटाला वेगवेगळ्या प्रारूपांची ओळख करून द्या. त्यानंतर दिलेल्या सामग्रीबाबत त्यांची आकलनक्षमता परत मापन करा. समजा, $क्ष_{अ}$ आकलनक्षमतेची साधारण पातळी क्ष गटाची आहे. ही पातळी सामग्री शिकवण्यापूर्वीची होती, आणि $क्ष'_{अ}$ ही सामग्री शिकवल्यानंतरची या गटाची सरासरी पातळी आहे. आकलनक्षमतेत झालेला बदल $क्ष'_{अ} - क्ष_{अ}$ हा बदल प्रारूपामुळे घडून आला आहे. तशाच प्रकारे य आणि ज्ञ या गटामध्ये झालेले बदल होय. $य'_{ब} - य_{ब}$ आणि $ज्ञ'_{क} - ज्ञ_{क}$ हे शैक्षणिक प्रारूप ब आणि क मुळे अनुक्रमे घडून आले आहे. आकलनक्षमतेच्या सरासरी पातळीत आलेल्या बदलावरून तीन गटांमध्ये कोणते प्रारूप प्रभावी आहे ते प्रस्थापित करण्यासाठी तुलना केली जाईल. (नोंद घ्या. भिन्न चल आकलनाच्या पातळीवर सर्व गटांवर प्रभाव टाकेल. कारण, त्यांची रचना यादृच्छिकपणे केली गेली आहे.)

हा अभ्यास अ-प्रयोगात्मक पद्धतीने करणेही शक्य आहे. यात प्रत्येक गटाला तीन शैक्षणिक प्रारूपांपैकी फक्त एकाशी परिचय करून द्यायचा आणि त्यांचे फक्त 'पश्चात' निरीक्षण करायचे. आकलन क्षमतेमधील फरक हा शैक्षणिक प्रारूपामुळे घडून आला. कारण तीनही गट विषयाबाबतच्या आकलनक्षमतेत मूळ सारख्याच पातळीवर आहेत असे गृहीत धरले आहे.

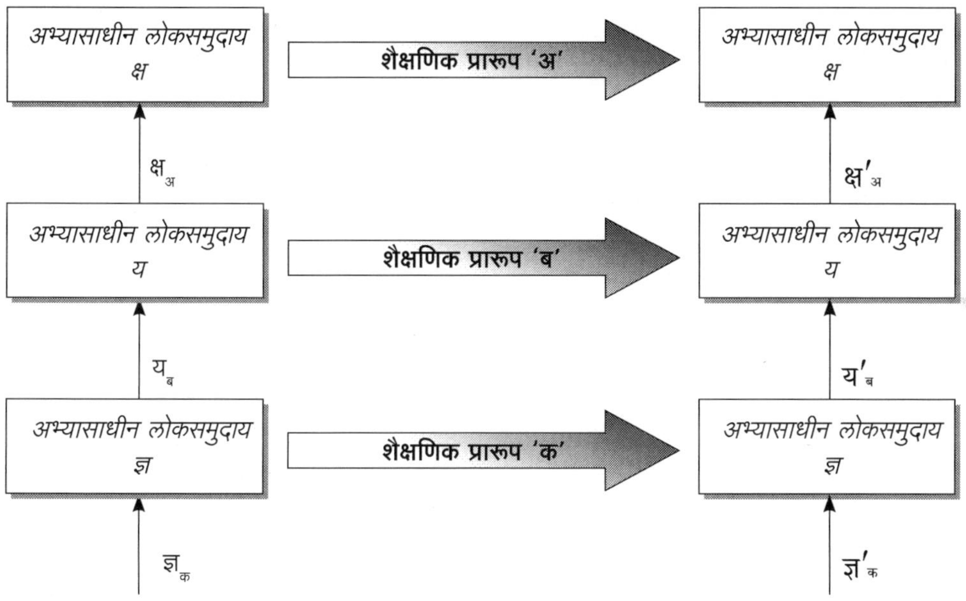

आकृती ८.१२ तुलनात्मक प्रयोगात्मक आराखडा

मिळता-जुळता नियंत्रित प्रयोगात्मक आराखडा

तुलनात्मक गट हे सामान्यतः एकंदरीत तुलनात्मकता उचित वैशिष्ट्यांच्या दृष्टीने अभ्यासाधीन लोकसमुदायात केली जाते. जसे, सामाजिक-आर्थिक दर्जा, विशिष्ट परिस्थिती किंवा अभ्यासाधीन लोकसमुदायातील समस्यांची व्याप्ती. मिळत्या-जुळत्या अभ्यासात तुलनात्मकता ही व्यक्तीव्यक्तीच्या आधारावर केली जाते. अभ्यासाधीन लोकसमुदायातील दोन व्यक्ती निवडलेली वैशिष्ट्ये आणि/किंवा परिस्थिती जसे, वय, लिंग किंवा आजाराचा प्रकार या संदर्भात तंतोतंत सारख्या असतील/मिळते-जुळते असतील आणि प्रत्येकजण स्वतंत्र गटात असेल (मिळतेजुळतेपण हे सहजपणे जुळण्यासारख्या वैशिष्ट्यांवर केले जाते). एकदा मिळत्या-जुळत्या नियंत्रित प्रयोगात्मक दोन गटांची रचना केली की संशोधक यादृच्छिकपणे कोणता गट प्रयोगात्मक आणि कोणता नियंत्रित हे ठरवतो. मिळता-जुळता आराखडा अनेक आव्हाने उभी करतोः

- मिळत्या-जुळत्यामध्ये एकापेक्षा जास्त चलांचा अभ्यास अडचणी वाढवतो.
- चलांचे जसे प्रवृत्ती किंवा मत यांचे मिळते-जुळतेपण अतिशय कठीण असते.
- काहीवेळा मिळते-जुळतेपणासाठी आधार म्हणून कोणते चल निवडावे हे कळणे कठीण असते. तुम्ही तुमचा निर्णय पूर्वीच्या अनुमानांवरून घेऊ शकता किंवा तुम्हाला चलाची निवड करण्यासाठी तुम्हाला अगदी पूर्वअभ्यास हाती घ्यावा लागेल.

मिळता-जुळता नियंत्रित आराखडा हा नवीन औषधांची चाचणी घेण्यासाठी सामान्यतः वापरला जातो.

आभासी आराखडा

बेन गोल्डकेअर आणि आभासी परिणाम

रुग्णाला आपल्याला योग्य उपचार मिळत आहेत हा विश्वास उपचार जरी फारसे प्रभावी नसतील तरीही आजारातून बरे होण्यात महत्त्वाची भूमिका बजावतात. या मानसशास्त्रीय परिणामाला **आभासी परिणाम** असे म्हणतात. **आभासी अध्ययनात** दोन किंवा तीन गटांचा समावेश असतो, नियंत्रित गट हवा की नाही (आकृती ८.१३). जर संशोधकाला नियंत्रित गट हवा असेल तर पहिल्या गटाला उपचार मिळतील, तर दुसऱ्या गटाला आभासी उपचार मिळतील, आणि तिसरा - नियंत्रित गट - त्याला काहीच मिळणार नाही. कोणत्या गटाला उपचार मिळतील, आभासी किंवा नियंत्रित गट हे यादृच्छिकपणे ठरवता येऊ शकते.

संख्यात्मक संशोधनात सामान्यत: वापरले जाणारे इतर आराखडे

काही अभ्यास आराखडे वरील प्रकारात मोडतात. परंतु त्यांचा वेगळेपणा आणि पूर्वअस्तित्व त्यांना स्वतःला स्वतःची नावे आहेत. त्यांची वर्णने खाली वेगळेपणाने दिली आहेः

ऑनलाइन सर्वेक्षण

ऑनलाइन सर्वेक्षण

डिजिटल तंत्रज्ञानाची प्रगती आणि वाढता उपयोग विशेषतः दळणवळणात झाल्याने सामाजिक संशोधनात एक वेगळीच संधी निर्माण झाली आहे. गेल्या काही वर्षांत सामाजिक मुद्द्यांवर ऑनलाइन सर्वेक्षण पुरेसे वाढलेले आहे हा याचा पुरावा आहे. 'इतर सर्व संशोधन पद्धतींप्रमाणे **ऑनलाइन सर्वेक्षण** संशोधनाचे फायदे आणि दोषही आहेत; काही संशोधन प्रकल्पांसाठी ही पद्धत योग्य आहे. परंतु सर्व संशोधन उद्दिष्टांसाठी नाही' (सु आणि रिटर २०१२: १).

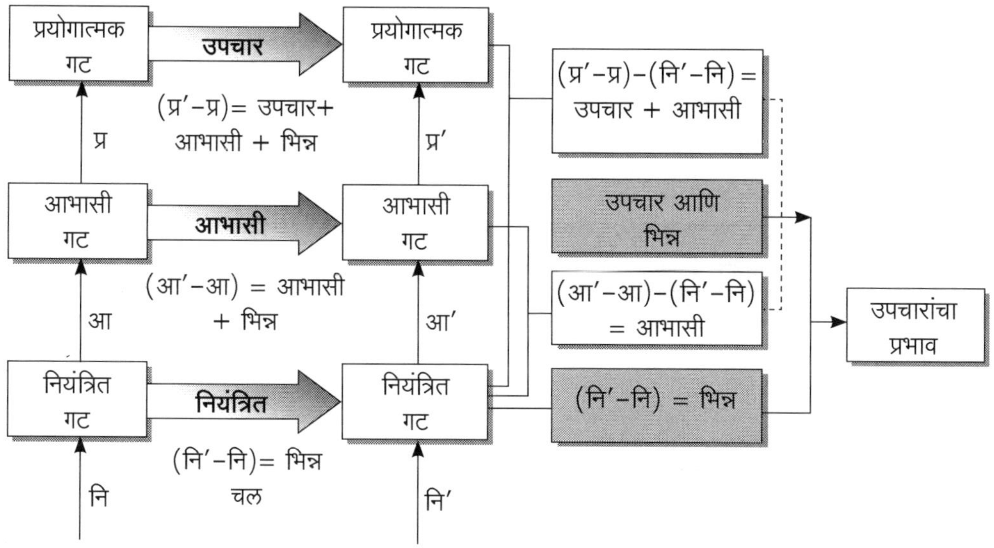

आकृती ८.१३ आभासी आराखडा

ऑनलाइन सर्वेक्षणासाठी तीन सामायिक पर्याय आहेतः इमेल, वेबसाइट आणि भ्रमणध्वनी (मोबाईल). याद्वारे तथ्य संकलित करताना नेहमीच्या प्रश्नावलीसारखीच पद्धत आहे. सॉफ्टवेअरचा वापर करून तुम्ही प्रश्नपत्रिका विकसित करून इंटरनेट सर्व्हरमधे साठवून ठेवून संभाव्य प्रतिसादकाला ती इंटरनेटद्वारे प्राप्त करता यावी हा हेतू असतो. सक्षम प्रतिसादक ती प्रश्नपत्रिका उचलून त्याच्या नेहमीच्या प्रश्नावली प्रमाणेच उत्तरे देतो. फरक एवढाच आहे की नेहमीची प्रश्नावली तुम्ही हाताने पूर्ण करता आणि ऑनलाइन प्रश्नावली संगणकाचा कळफलक (कीबोर्ड) वापरून केली जाते.

सु आणि रिटर (२०१२: प्रकरण १) यांनी अशा अनेक परिस्थिती शोधल्या आहेत जिथे ऑनलाइन सर्वेक्षण हवेसे असते. जेव्हा तुमचा नमुना मोठा असतो आणि भौगोलिकदृष्ट्या दूरवर पसरलेला असतो, तेव्हा ऑनलाइन सर्वेक्षण खूप उपयोगी पडते. ते झटपट होणारे आणि स्वस्त असते. तरीही, याच्या वापरात अनेक अडथळे आहेत. पहिला आणि सर्वात महत्त्वाचा अडथळा म्हणजे, प्रत्येकाकडे इंटरनेट किंवा भ्रमणध्वनी नसतो. त्यामुळे सर्व लोकगटासाठी ऑनलाईन सर्वेक्षण उपयोगी पडत नाही. याशिवाय, ज्या लोकांकडे इंटरनेट आणि भ्रमणध्वनी आहे त्यांची सर्वसामान्य लोकांपेक्षा काही वेगळी वैशिष्ट्ये असतील त्यामुळे ते सर्वसामान्य लोकांचे प्रतिनिधित्व करू शकणार नाहीत. इंटरनेट वापरणाऱ्यांचा नमुना ही चौकट होत नसल्याने यादृच्छिकपणे त्यांची निवड करणे शक्य नाही. डिजिटल सर्वेक्षण करण्यासाठी संशोधकाला पुरेसे तांत्रिक ज्ञान आणि कौशल्य हवे. परंतु जर तुम्हाला तांत्रिक कौशल्य असेल आणि इतर काहीच अडथळे नसतील, तर सामाजिक संशोधनासाठी इंटरनेट हा जलद, कार्यक्षम आणि कमी खर्चाचा पर्याय आहे.

सु आणि रिटर (२०१२: १४) यांच्या मते, 'जेव्हा आपण इ-मेल सर्वेक्षण म्हणतो, याचा अर्थ सर्वेक्षण सॉफ्टवेअरचा वापर करून आणि प्रतिसादकांशी इ-मेल आमंत्रणाद्वारे जोडले जाणे, असा होतो. ज्यांना ऑनलाइन सर्वेक्षण सॉफ्टवेअरमध्ये प्रवेश आहे अशी सर्व्हेमन्की, झूमरॅन्ग किंवा इन्स्टंट सर्व्हे ही सर्वसाधारणपणे सॉफ्टवेअर्स आहेत, जी ऑनलाइन सर्वेक्षण करू शकतात.'

इ-मेल सर्वेक्षण आणि इंटरनेट सर्वेक्षण यात प्रतिसादकांना सर्वेक्षण प्रश्नपत्रिकेत मिळणारा प्रवेश हा मुख्य फरक आहे. इ-मेल सर्वेक्षणात इ-मेलच्या लिंकद्वारे प्रवेश मिळू शकतो, याउलट 'इंटरनेटवर प्रश्नपत्रिका वेबपेजवर दिसते, त्याची लिंक त्याच पानावर पोस्ट केलेली असते किंवा पॉप-अप किंवा कॉल-इन-लिंकवर असते' (सु आणि रिटर २०१२: १७-१८).

स्मार्टफोन आणि संगणक टॅबलेट यामुळे मोबाईल फोन सर्वेक्षणाची व्याप्ती बदलली. पूर्वी, मोबाईल सर्वेक्षणात 'प्राथमिकतः टेक्स्ट मेसेज प्रतिसादकांच्या मोबाइल फोन वर पाठवले जायचे' (सु आणि रिटर २०१२: १९). आताच्या काळात प्रगत तंत्रज्ञानात ज्याद्वारे स्मार्टफोन आणि टॅबलेटवर संपूर्ण ऑनलाइन सर्वेक्षण होऊ शकते अशा प्रणाली उपलब्ध आहेत.

'इ-मेल, वेबसाइट किंवा मोबाइल सर्वेक्षण करण्यासाठी तुम्हाला एका सॉफ्टवेअरची आणि वेबवर आधारित सर्वेक्षण करणाऱ्या यजमानाची (होस्टची) गरज असेल.' (सु आणि रिटर २०१२: २०) आज जे सर्वेक्षणाचे सॉफ्टवेअर पुरवतात, असे वेबआधारित सर्वेक्षण करणारे अनेक होस्ट आहेत. फक्त तुम्हाला तुमच्या अभ्यासाकरिता ते योग्य आहेत की नाही हे निश्चित करण्यासाठी तुम्ही स्वतः संशोधन करावे लागते. याशिवाय तुम्ही जे सॉफ्टवेअर वापरणार आहात त्यांच्या अटी आणि नियम संपूर्ण पाहून त्याचा विचार करावा लागतो. ऑनलाइन अभ्यास हाती घेण्यापूर्वी सर्व तंत्र आणि कौशल्ये याबाबतीत तुम्ही पूर्ण विचार केला पाहिजे. हे ऑनलाइन सर्वेक्षण हाती घेण्यापूर्वी तुम्ही ऑनलाइन सर्वेक्षणाबाबत सर्व संदर्भ वाचन केले पाहिजे असा तुम्हाला सल्ला दिला जातो.

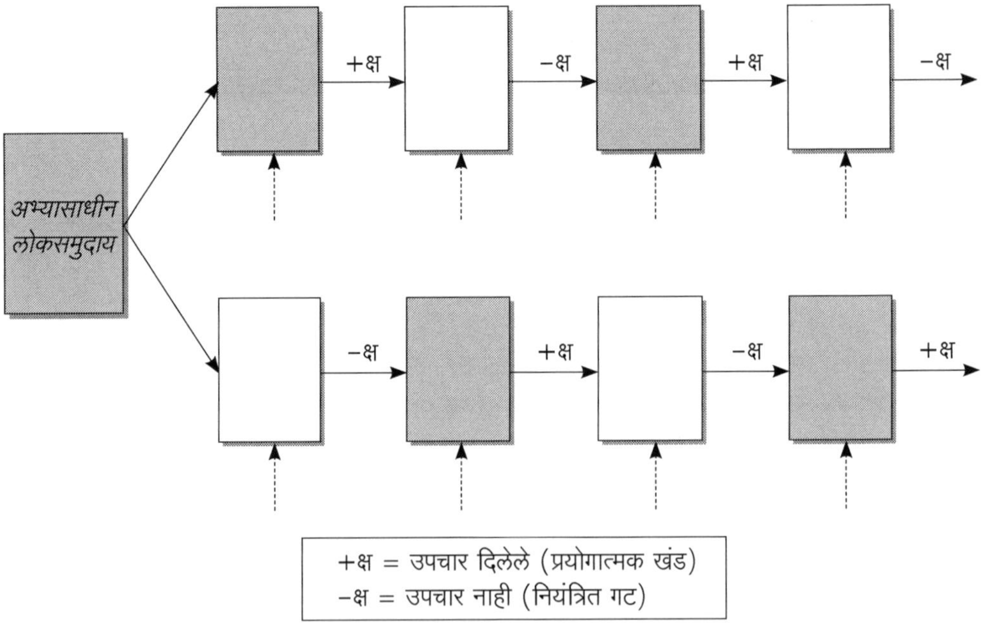

आकृती ८.१४ तुलनात्मक प्रायोगिक पलीकडचा आराखडा

तुलनात्मक प्रायोगिक पलीकडचा आराखडा

नियंत्रित गटाला उपचार नाकारणे हे काही व्यावसायिकांच्या दृष्टीने अनैतिक आहे. याशिवाय नियंत्रित गटातील काही व्यक्तींना ते मान्य होणार नाही, याचा परिणाम म्हणजे ते प्रयोगातून गळतील आणि/किंवा इतर ठिकाणी उपचार घ्यायला जातील. आधीचा प्रायोगिक मृत्यू वाढवतो आणि नंतरचा अभ्यास बिघडवतो. जरी या आराखड्याचे काही प्रश्न असले तरीही. **तुलनात्मक प्रायोगिक पलीकडचा आराखडा** यामुळे कोणत्याही गटाला उपचार नाकारून उपचारांचा प्रभाव अनुमापन करता येतो.

या तुलनात्मक प्रायोगिक पलीकडच्या आराखड्याला एबीएबी आराखडा (ग्रिनेल १९९३: १०४) असे सुद्धा म्हणतात, दोन गटांची रचना केली जाते, त्यापैकी एकाला मध्यस्थी दिली जाते आणि त्यानंतर काही निश्चित काळाने त्याच्या प्रभावाचे अनुमापन केले जाते. त्यानंतर मध्यस्थीच्या 'पलीकडे'; म्हणजे प्रयोगात्मक गट हा नियंत्रित गट होतो आणि उलटपक्षी, काही वेळा हे अभ्यास काळात परत परत केले जाते (आकृती ८.१४). तरीही, या आराखड्यात, लोकसमुदायातील गट प्रयोगात्मक किंवा नियंत्रित गट प्रस्थापित करत नाहीत. परंतु फक्त त्यातील खंड आहेत, ज्यांच्यावर प्रयोगात्मक आणि नियंत्रित निरीक्षण केले जाते.

उपचार पद्धतीत सातत्य नसणे ही यातील अतिशय महत्त्वाची समस्या आहे. मुख्य प्रश्न हा आहेः मध्यस्थीमुळे जो प्रभाव निर्माण झाला आहे तो प्रायोगिक खंडांतून मागे घेऊ शकत नाही का, म्हणजे, उपचारामध्ये सातत्य नसण्याच्या उपचारांच्या एकंदरीत प्रभावाचा परिणाम कमी कसा होऊ शकेल?

बहु-विभागीय हुबेहूब आराखडा

वास्तवात जी प्रणाली आधीच अस्तित्वात आहे आणि ज्यात अशील जे मध्यस्थीच्या वेगवेगळ्या टप्प्यांवर आहेत त्यांचे सामान्यतः परीक्षण केले जाते. अशा प्रणालीच्या प्रभावाचे मूल्यमापन पारंपरिक प्रायोगिक आराखड्यांनुसार करणे शक्य नाही. कारण मध्यस्थी जर आधीच सुरू झाली असेल तर आधाररेषा प्रस्थापित होऊ शकत नाही. याचा अर्थ प्रणालीसाठी नुकतेच भरती केलेले लोक आणि मध्यस्थी पूर्ण होईपर्यंत त्यांना अनुसरणे यात खूप वेळ जाईल. त्यामुळे ही नेहमीची पद्धत वेळखाऊ आहे. अशा परिस्थितीत, प्रणालीच्या वेगवेगळ्या टप्प्यावर असलेले अशील निवडणे व तुमच्या अभ्यासाचा पाया बनवणे हे शक्य आहे (आकृती ८.१५).

बहु-विभागीय हुबेहूब आराखडा याचा आधार, वेगवेगळ्या टप्प्यांवरील प्रणालीमधील सहभागी हे सामाजिक-आर्थिक-लोकसांख्यिक वैशिष्ट्यांनी आणि ज्या समस्येसाठी ते मध्यस्थी घेत आहेत तीसुद्धा सारखीच आहे, हे गृहीतक आहे. परिणामांची मोजदाद करण्यासाठी मध्यस्थीच्या वेगवेगळ्या टप्प्यांवर असलेल्या अशिलांमधून नमुना निवड केली जाते. अशिलांमध्ये अवलंबी चलातील फरक आत आल्याचा टप्पा आणि शेवटचा टप्पा यांचा विचार मध्यस्थीच्या प्रभावासाठी केला जातो.

कल अभ्यास

तुम्हाला औत्सुक्य असलेल्या विषयाशी संबंधित घटना, परिस्थिती, अभिवृत्ती किंवा वस्तुस्थिती यांमध्ये काळाच्या ओघात झालेल्या बदलांचा मागोवा घ्यायचा असेल तर **कल अभ्यास** ही अन्वेषणाची उचित पद्धत आहे. कल विश्लेषणातून लोकसमुदायात पूर्वी काय घडले होते, सध्या काय घडत आहे आणि भविष्यात काय घडेल हे समजू शकते. या आराखड्यात पूर्वीचे तथ्यविषयक निरीक्षणाच्या बाबींची निवड करणे, विद्यमान किंवा अभ्यासल्या जात असलेल्या घटनेचा नजीकचा भूतकाळ यांचे एकत्र चित्र तयार करणे आणि त्यावरून

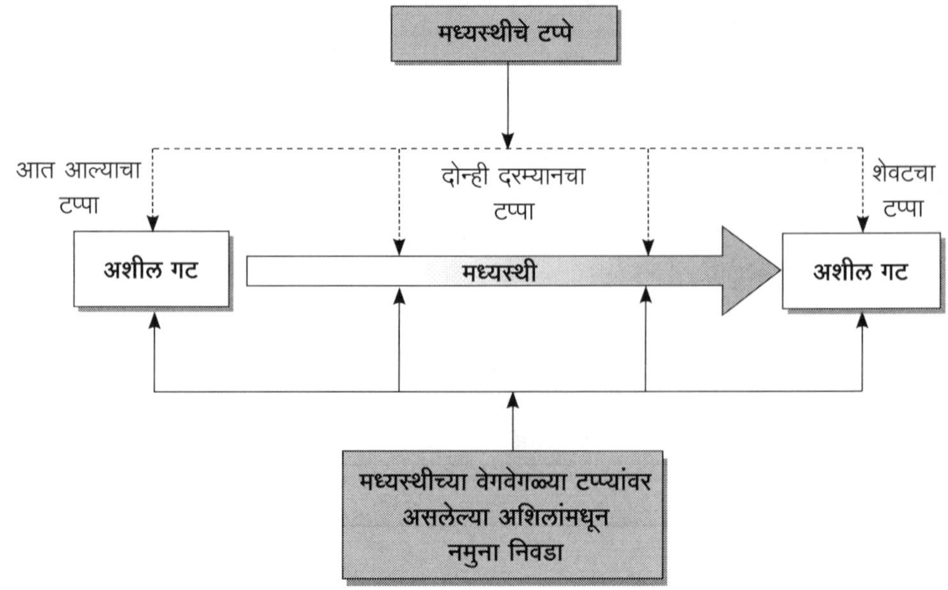

आकृती ८.१५ बहुविभागीय हुबेहूब आराखडा

भविष्यातील कलविषयक निश्चित गृहीतक मांडणे यांचा समावेश होतो. एकप्रकारे तुम्ही, जो कल अभ्यासला जात आहे त्याची भूतकाळ, वर्तमानकाळ आणि भविष्यकाळ याबद्दलची बहु-विभागीय निरीक्षणे संकलित करत आहात. अशा या बहु-विभागीय निरीक्षणातून तुम्ही बदलाच्या प्रकाराविषयी निष्कर्ष काढता.

कल अभ्यास हे वर्तमान आणि भूतकाळातील कल अभ्यासून उपलब्ध झालेल्या माहितीतून नियोजनात मौल्यवान योगदान देण्यासाठी, अंदाज करण्यासाठी उपयोगी असतात. घटनेविषयी असलेले कल जे अभ्यासले जात आहेत त्यांचे अभ्यासाधीन लोकसमुदायातील वैशिष्ट्यांशी सहसंबंध प्रस्थापित होऊ शकतात. उदाहरणार्थ, तुम्हाला अभ्यासाधीन लोकसमुदायातील राजकीय प्राधान्यक्रम बदल, वय, लिंग, उत्पन्न किंवा नैतिकता यांच्या संबंधात अभ्यासावयाचा आहे. हा आराखडा गतकालीन भविष्यकालीन आराखडा असेही वर्गीकरण करता येईल.

समसंघ अभ्यास

समसंघ अभ्यास

समसंघ अभ्यास हे समान वैशिष्ट्यांच्या अस्तित्त्वावर आधारित असतात, जसे जन्मसाल, पदवी किंवा विवाह जे लोकसमूहातील उपसमूहात आहेत, त्यावर आधारित. समजा, तुम्हाला १९८५ साली विद्यापीठातून अकाउंटंट या विषयातील विद्यार्थ्यांच्या नोकरीचा बंध अभ्यासायचा आहे, किंवा १९७० साली लग्न झालेल्या स्त्रियांमधील प्रजनन वर्तनबंध अभ्यासावयाचा आहे. अकाउंटंटच्या करियरबाबत जाणून घेण्यासाठी तुम्ही विद्यापीठातून १९८५ साली पदवीधर झालेल्यांकडून त्यांच्या नोकरीचा इतिहास जाणून घ्याल. तशाच प्रकारे, १९७० साली लग्न झालेल्या स्त्रियांचा प्रजनन इतिहास जाणून घ्याल. हे दोन्ही अभ्यास एकतर बहु-विभागीय किंवा रेखावृत्तीय अभ्यास आराखड्याद्वारे अभ्यास करू शकता. जर तुम्ही बहु-विभागीय आराखडा अवलंबिलात तर तुम्ही एका

मार्गाने माहिती मिळवता, परंतु जर तुम्ही रेखावृत्तीय आराखडा निवडलात तर अभ्यास काळात वेगवेगळ्या कालावधीत हवी असलेली माहिती मिळवली जाते. या दोन्ही आराखड्यांची बलस्थाने व त्रुटी आहेत. रेखावृत्तीय अभ्यासात जरी प्रतिसादक अभ्यासाधीन समसंघाशी संबंधित असले तरीही हवी असलेली माहिती त्याच प्रतिसादकाकडून संकलित केली पाहिजे असे नाही, म्हणजे वरील उदाहरणात ते १९८५ साली पदवीधर किंवा १९७० साली विवाहित झालेले चालतील.

गट किंवा पॅनेल अभ्यास

पॅनेल अभ्यास हा कल किंवा समसंघ अभ्यासासारखाच आहे, फक्त सामाजिक अंतराच्या शिवाय ते दूरदर्शी स्वरूपाचे आहे व माहिती नेहमी त्याच प्रतिसादकांकडून घेतली जाते. (कल आणि समसंघ अभ्यासात माहिती बहुविभागीय पद्धतीने आणि निरीक्षणांचे मुद्द्यांची गतकालीन रचना करता येते.) समजा, तुम्हाला समाजातील कौटुंबिक वस्तूंचा खर्चातील बदलाचा प्रकार अभ्यासायचा असेल, तर हे करण्यासाठी तुम्ही काही कुटुंबांची निवड कराल आणि कौटुंबिक खर्चावर ते दर पंधरवड्याला किती खर्च करतात ते शोधून काढाल. खर्चातील पद्धतीत झालेला बदल निश्चित करण्यासाठी काही काळ तुम्ही त्याच कुटुंबांकडून तीच माहिती मिळवाल. तशाच प्रकारे, पॅनेल अभ्यास आराखडा समाजातील रोगांच्या प्रकाराविषयी अभ्यास करण्यासाठी वापरू शकता.

अदृश्य अभ्यास

अदृश्य अभ्यास ही संकल्पना तुलनात्मक आणि आभासी आराखड्यांच्या संदर्भात वापरली जाते आणि ती औषध किंवा मध्यस्थी यांची परिणामकारकता अभ्यासण्यासाठी उपयोगी असते. अदृश्य अभ्यासात अभ्यासाधीन लोकसमुदायाला खरे उपचार किंवा खोटे उपचार मिळता आहेत हे माहीत नसते, किंवा तुलनात्मक अभ्यास चाचणीत कोणते उपचार मिळतात हे माहीत नसते. अदृश्य अभ्यास आराखड्याचे मूळ उद्दिष्ट हे आभासी परिणाम अलग करणे आणि हे करताना सहभागींना उपचारांविषयी सांगितले जात नाही.

द्वि–अदृश्य अभ्यास

द्वि–अदृश्य अभ्यास हा अदृश्य अभ्यासासारखाच आहे, परंतु संशोधकाचे पूर्वग्रह काढून टाकण्यासाठी प्रायोगिक आणि आभासी गटांची ओळख संशोधकापासून लपवली जाते. वेगळ्या शब्दांत सांगायचे तर, द्वि–अदृश्य अभ्यासात संशोधक आणि अभ्यासात सहभागी झालेल्या व्यक्ती यापैकी कोणाला खरे उपचार व कोणाला खोटे उपचार मिळत आहे किंवा कोणते उपचार मिळत आहेत हे ठाऊक नसते.

गुणात्मक संशोधनातील अभ्यास आराखडे

या विभागात गुणात्मक संशोधनात सामान्यतः वापरले जाणारे अभ्यास आराखडे संक्षिप्त स्वरूपात दिले आहेत. प्रस्तुत लेखकाला संख्यात्मक आणि गुणात्मक आराखडे वेगळे करणे योग्य वाटत नाही, परंतु नवोदितांना संशोधनाबद्दल उत्तम ज्ञान मिळावे यासाठी तसे केले आहे. लक्षात ठेवा, अनेक वेळा सांगितल्याप्रमाणे गुणात्मक संशोधन अभ्यासाचे अनेक आराखडे संख्यात्मक अभ्यासातही प्रचलित आहेत. याविषयीचे सखोल ज्ञान मिळण्यासाठी गुणात्मक संशोधनाचे पुस्तक वापरण्याचा सल्ला देत आहोत.

व्यष्टी अध्ययन

व्यष्टी
अध्ययन

व्यष्टी अध्ययन हे गुणात्मक संशोधनात प्रभावी असले तरी संख्यात्मक संशोधनातसुद्धा प्रचलित आहे. व्यष्टी हे एखादे शहर किंवा नगर, लोकसमुदायातील एखादा उपगट, एखादी घटना, एखादी व्यक्ती, एखादी स्थिती, एखादा समाज असे काहीही असू शकते. व्यष्टी अध्ययनात एकूण अभ्यासाधीन लोकसमुदायाला व्यष्टी म्हणून समजणे महत्त्वाचे असते.

व्यष्टी अध्ययन आराखड्यात तुम्ही निवडलेल्या व्यष्टीच्या ज्या पैलूंचा तुम्हाला शोध घ्यायचा आहे तिचे बारीकसारीक तपशिलासह पूर्णतः अन्वेषण असते. 'यामध्ये विशिष्ट घटना किंवा काही निवडलेल्या व्यष्टी बारकाईने अभ्यासल्या जातात.' (गिलबर्ट २००८: ३६). बर्न्स (१९९७: ३६४) यांच्या मताप्रमाणे, 'व्यष्टी अध्ययन म्हणून निवड करताना ती *निश्चितपणे बंधित व्यवस्था* असावी, त्यात काही गुणधर्म असावेत. व्यष्टी अध्ययन मर्यादित विषय/एकक यावर केंद्रित होऊन ते एकतर प्रातिनिधिक किंवा वैशिष्ट्यपूर्ण असणे गरजेचे आहे.' ग्रिनेल (१९८१: ३०२) यांच्या मते, 'व्यष्टी अध्ययन तथ्य संकलन आणि विश्लेषण करण्याचे अतिशय लवचिक आणि स्वैर ही वैशिष्ट्ये असलेले तंत्र आहे'.

व्यष्टी अध्ययन आराखडा हा, ज्या व्यष्टीचा अभ्यास केला जात आहे ती विशिष्ट प्रकारची आहे आणि त्यामुळे एक व्यष्टीसुद्धा ज्या गटातून ती निवडली गेली आहे त्या गटात प्रचलित असलेल्या घटना आणि परिस्थिती याविषयी अंतर्दृष्टी देऊ शकेल. बर्नस् (१९९७: ३६५) यांच्या मते, 'व्यष्टी अध्ययनात व्यष्टीच्या विशिष्ट वागण्याबोलण्याच्या लकबीवर त्यातील गुंतागुंतीवर लक्ष केंद्रित केले जाते, लोकसमुदायातील सर्व व्यष्टींवर लक्ष नसते.' यासाठी व्यष्टीची निवड करताना तुम्ही सामान्यपणे हेतुपूर्वक, सुज्ञ किंवा माहितीभिमुख नमुना तंत्राचा वापर करावा.

ज्या क्षेत्राविषयी तुम्हाला फार कमी माहिती आहे किंवा तुम्हाला पूर्ण परिस्थिती, घटना, प्रसंग, गट किंवा समाज याविषयी जाणून घेण्यासाठी हा अभ्यास आराखडा फार उपयुक्त आहे. गिलबर्ट (२००८: ३६), यांच्या मते, 'व्यष्टी अध्ययन आराखड्याचा फायदा म्हणजे एखाद्याने मोठ्या नमुन्यावर अभ्यास केला तर त्याहून अधिक, तपशीलवार माहिती मिळेल. परंतु तोटा असा की मिळालेल्या अनुमानांचे सामान्यीकरण करणे अवघड आहे आणि अन्वेषण करणे हा अभ्यास आराखडा, जेव्हा अभ्यासाचा केंद्रबिंदू केवळ खात्री करणे आणि गणना करणे यापेक्षा विस्ताराने अन्वेषण करणे आणि समजून घेणे हा असताना, अतिशय सुसंबद्ध आहे. यातून सर्वसाधारण मत कळते आणि व्यष्टीबद्दल सखोल जाण येते, अभ्यासाधीन एककाविषयीची प्रक्रिया आणि आंतरक्रियात्मक गतिशीलता लक्षात येते. परंतु व्यष्टींशिवाय लोकांबाबत अशाच केलेल्या व्यष्टी अभ्यासाबाबत सामान्यीकरण करू शकत नाही.'

या व्यष्टीमध्ये तुम्ही यादृच्छिक नमुना निवड करत नाही तर व्यष्टी तुम्हाला जेवढी शक्य आहे तेवढी माहिती व्यष्टीची संपूर्णता समजण्यासाठी पुरवते. तुम्ही एखादा प्रसंग किंवा घटना अभ्यासता तेव्हा तुम्ही उपलब्ध असलेल्या सर्व स्रोतांमधून तो पूर्णतः समजून घेण्यासाठी माहिती संकलित करता. तुमच्या अभ्यासाचा मुख्य भर जर गट किंवा समाज यावर असेल तर त्यांच्या विषयी माहिती संकलित करण्यापूर्वी तुम्ही त्यातील सदस्यांशी खूप जवळचा संबंध प्रस्थापित करण्यासाठी पुरेसा वेळ दिला पाहिजे.

जरी तुम्ही सखोल मुलाखत ही एकच पद्धती वापरू शकत असला, तरी दुय्यम नोंदीतून माहिती मिळवणे, निरीक्षणाद्वारे तथ्य संकलित करणे आणि लक्षकेंद्रित गटाच्या माध्यमातून तथ्ये संकलित करणे आणि गट मुलाखत हादेखील व्यष्टी अध्ययनाचा महत्त्वाचा पैलू आहे. असे असले तरीही, विश्लेषणाच्या वेळी तुम्ही व्यष्टी ही एक व्यक्ती म्हणून विचारात घ्यायला हवी.

मौखिक इतिहास

मौखिक इतिहास ही अभ्यास आराखड्यापेक्षाही तथ्ये संकलित करण्याची पद्धत अधिक आहे. असे असले तरीही, गुणात्मक संशोधनात तो, आकलने, अनुभव यांचा अभ्यास आणि एखाद्या प्रसंगाबद्दलची माहिती मिळविणे किंवा प्रत्यक्षदर्शी व्यक्तींकडून ऐतिहासिक ज्ञान संकलित करणे, यातून तयार झालेला दृष्टिकोन आहे. मौखिक इतिहास ही वैयक्तिक अनुभव आणि मते यावर आधारित अभ्यास गट किंवा एककातील काही सदस्यांची मते जाणून घेण्याची ऐतिहासिक किंवा सध्याची माहिती मिळवण्याची, नोंदी करण्याची, अर्थ लावण्याची एक प्रक्रिया आहे. ही मते किंवा अनुभव प्रत्यक्ष पाहिलेल्या पुराव्यावर किंवा वृद्ध व्यक्ती, लोकगीते आणि गोष्टी ज्या पूर्वजांकडून कळल्यात यावर आधारित असतील. रिची (२००३: १९), यांच्या मते, 'स्मरणशक्ती हा मौखिक इतिहास गाभा आहे, ज्यामधून अर्थ काढून जतन करून ठेवता येतो. अगदी सोप्या शब्दांत सांगायचे तर, मौखिक इतिहास हा ध्वनिमुद्रित मुलाखतीद्वारे ऐतिहासिक महत्त्व असलेल्या आठवणी आणि व्यक्तिगत समालोचन संकलित करतो'. बर्न्स (१९९७: ३६८) यांच्या मते, 'हे प्रथम पुरुषी निवेदन असते व संशोधक ते त्या व्यक्तीच्या विस्तृत मुलाखतीद्वारे संकलित करत असतो'.

मौखिक इतिहास

आराखडा यादृष्टीने तो अगदी साधा असतो. सर्वप्रथम तुम्ही तुम्हाला कोणत्या प्रकारची स्पष्टीकरणे, आकलने किंवा ऐतिहासिक घटनांचा शोध घ्यायचा आहे, हे ठरवावे लागते. नंतर तुम्ही व्यक्ती किंवा स्रोत यांची निवड केली पाहिजेत (जे अवघड आणि वेळखाऊ असू शकेल) ज्यांच्याकडून तुम्हाला हवी असलेली माहिती मिळू शकेल. मगच तुम्ही त्यांच्याकडून संकलित केलेल्या माहितीचे विश्लेषण करून तिचा अर्थ लावू शकता.

लक्षकेंद्री गट/गट मुलाखती

लक्षकेंद्री गट हा गुणात्मक संशोधनात रणनीतीचा एक प्रकार आहे, जो समस्या, उत्पादन, सेवा किंवा कार्यक्रम याविषयीच्या अभिवृत्ती, मते किंवा ज्ञान आहे, ज्याचे अन्वेषण गटातील सदस्य आणि संशोधक यांच्यातील मुक्त आणि मोकळ्या चर्चेतून केले जाते. विशिष्ट गट आणि **गट मुलाखती** यात संशोधक मुद्दे उपस्थित करतो किंवा प्रश्न विचारतो व गटातील सदस्यांमध्ये चर्चा चालू राहावी यासाठी उत्तेजन देतो. कारण ही माहिती घेण्याची पद्धत कमी खर्चाची आहे आणि सर्व अभ्यास क्षेत्रात, व्यावसायिक क्षेत्रात लोकप्रिय आहे. सामाजिक, राजकीय आणि वर्तनवादी शास्त्रज्ञ, विपणन संशोधन आणि उत्पादन चाचण्या करणाऱ्या अभिकरण आणि नागरी आणि शहर नियोजन, तज्ज्ञ हे वेगवेगळ्या परिस्थितीत हा आराखडा वापरतात. उदाहरणार्थ, बाजारपेठेचे संशोधन करताना हा आराखडा व्यापकपणे ग्राहकांचे उत्पादनांबाबतचे मत आणि प्रतिक्रिया जाणून घेण्यासाठी, उत्पादनाच्या गुणवत्तेबाबत मत जाणून घेण्यासाठी, त्याचा स्वीकार आणि आकर्षण, किंमत आणि आवरण, गुणवत्ता कशी सुधारायची आणि उत्पादनाची विक्री कशी वाढवायची इत्यादीकरिता वापरला जातो. विशिष्ट गट हे रचनात्मक आणि सारांशाने मूल्यमापने आणि सामाजिक कार्यक्रम आणि सेवा यात सुधारणा करण्यासाठी असते. सामाजिक आणि नागरी नियोजनात मुद्दे, पर्याय, विकासाची रणनीती आणि भावी नियोजन आणि विकासाच्या दिशा यांच्यासाठी हे तंत्र उपयोगी आहे.

लक्षकेंद्री गट

हा आराखडा अगदी साधा आहे. संशोधक म्हणून तुम्ही ज्याचे तुम्हाला अन्वेषण करायचे आहे त्या विषयावर व्यवस्थित चर्चा करू शकतील अशा गटाची निवड करता. गटामध्ये खूप प्रशिक्षित व्यावसायिक किंवा सर्वसाधारण रहिवासी, यांचे तुमच्या विशिष्ट गटाची उद्दिष्टे लक्षात घेऊन निवड करता. विशिष्ट गटाची रचना

करताना गटाचा आकार ही महत्त्वाची बाब असते. तो खूप मोठा नसावा किंवा अगदी लहान नसावा. ज्यामुळे चर्चेच्या गुणवत्तेला आणि विस्ताराला अडथळा होईल; सुमारे आठ ते दहा लोक सामान्यतः अनुकूल समजले जातात. चर्चेसाठीचे मुद्दे तुम्हाला काळजीपूर्वक निवडावे लागतात, तसेच नवे मुद्दे उदय पावतील अशी संधी निर्माण करून गटाशी सल्लामसलत करून तुम्हाला नोंदींची प्रक्रिया ठरवावी लागते. यात अगदी साध्या बाबी असतात जसे, गटाची भेटण्याची वेळ, आणि अधिक गुंतागुंतीचे मुद्दे जसे, गटात असहमत झाल्यास सहमतीवर कसे यायचे.

त्यानंतर तुमच्या चर्चेच्या नोंदी, अनुमाने आणि निष्कर्ष यांचा आधार बनतात. विशिष्ट गट आणि गट मुलाखती यातील मुख्य फरक म्हणजे चर्चिल्या जाणाऱ्या मुद्द्यांविषयी विशिष्टता होय. विशिष्ट गटात चर्चिले जाणारे मुद्दे हे गट मुलाखतीपेक्षा अधिक विशिष्ट आणि केंद्रीभूत असतात आणि संशोधकाने ते पूर्वनिश्चित केलेले असतात. गट मुलाखतीत तुम्ही गटातील सदस्यांना जे वाटते त्यावर चर्चा करू देता. तरीही, संशोधक म्हणून तुमची भूमिका आवडीच्या मुद्द्याकडे वळवणेही असते.

इतर आराखड्यांशी तुलना करता ही पद्धत कमी खर्चाची आणि पूर्ण होण्यास फार कमी वेळ लागणारी आहे. मिळालेली माहिती तपशीलवार होऊ शकते आणि समृद्ध असते आणि मुद्द्यांच्या व्यापक विविधतेचे अन्वेषण करू शकते. तरीही, याचा तोटा म्हणजे चर्चेला जर योग्य दिशा दाखवली नाही तर गटावर वर्चस्व गाजविण्याची ज्यांना सवय असते त्यांच्या मताचे प्रतिबिंब चर्चेवर पडते. वेगवेगळ्या मुद्द्यांवर असलेल्या मतांच्या वैविध्याबाबतचे अन्वेषण करण्यासाठी ही पद्धत उपयोगी आहे. परंतु या भिन्नतेचा विस्तार किती मोठा आहे हे पाहण्यासाठी ही पद्धत उपयोगी नाही.

सहभागी निरीक्षण

गुणात्मक संशोधनात सामाजिक आंतरक्रिया किंवा घटना याबाबत माहिती संकलित करण्यासाठी **सहभागी निरीक्षण** ही आणखी एक नीती आहे. हे सामान्यतः गटातील व्यक्तींशी अगदी आंतरक्रियेद्वारे किंवा ज्या स्थितीचा अभ्यास करणार आहे त्या स्थितीत राहून केले जाते. जरी हा प्रामुख्याने गुणात्मक संशोधन आराखडा असला तरीही संख्यात्मक संशोधनातही वापरले जाते, परंतु हे माहिती कशाप्रकारे मिळवली व नोंदवली जात आहे त्यावर अवलंबून आहे. गुणात्मक संशोधनात निरीक्षण नेहमीच वर्णनात्मक पद्धतीने नोंदवले जाते. हा दोन्हीचा संयोगही असू शकतो – काही भाग वर्गीकरणात्मक आणि काही भाग वर्णनात्मक किंवा वर्गीकरणासह वर्णनात्मक स्पष्टीकरण असे असते. तुम्ही वर्णनात्मक नोंदी विश्लेषण व विभागणीद्वारे वर्गीकृत करू शकता. याशिवाय, निरीक्षणाखेरीज, तुम्ही एक निरीक्षक म्हणून माहिती संकलित करत असता, ही माहिती अनौपचारिक मुलाखती, सखोल मुलाखती, गटचर्चा, पूर्वीची कागदपत्रे आणि मौखिक इतिहास याद्वारेही संकलित करता येते. सहभागी निरीक्षणातून मिळवलेल्या माहितीची समृद्धता इतर अनेक पद्धती वापरल्याने वाढेल.

सहभागी निरीक्षण

याचा आराखडा अगदी साधा आहे. संशोधक म्हणून तुम्ही गटातील कृतींमध्ये सहभागी होता, गटातील व्यक्तींशी जवळीक निर्माण करता, त्यांची संमती मिळवता, आणि घटना किंवा जागा, परिस्थिती, आंतरक्रिया यांचे बारकाईने निरीक्षण करता. तुम्ही जे निरीक्षण करता त्याच्या एका चौकटीत तुम्हाला योग्य वाटेल त्या पद्धतीने आणि परिस्थितीला योग्य असतील त्या प्रकारे नोंदी घेता. गरज भासल्यास तुम्ही तथ्य संकलनाच्या इतर पद्धती वापरून तथ्ये संकलित करू शकता. तुम्ही तुमची स्वतःची निरीक्षणे आणि इतर साधनांद्वारे मिळवलेली तथ्ये यांचे विश्लेषण करता आणि अनुमाने आणि निष्कर्ष काढता.

सहभागी निरीक्षणाचा मुख्य फायदा म्हणजे तुम्ही गटाबरोबर किंवा त्या परिस्थितीत पुरेसा वेळ घालवता त्यामुळे तुम्हाला सखोल, विपुल आणि अधिक अचूक माहिती मिळते. परंतु याचा मुख्य तोटा म्हणजे तुम्ही जर खूप काळजी घेतली नाहीत तर तुमचे स्वतःचे पूर्वग्रह त्यात येऊ शकतात.

सर्वसमावेशक संशोधन

संशोधनाचा सर्वसमावेशक दृष्टिकोन हा अभ्यास आराखड्यापेक्षा ते अधिक प्रमाणात तत्त्वज्ञान आहे. हा 'आराखडा' आपल्या आयुष्यात अनेकविध घटक आंतरक्रिया करत असतात, त्यामुळे आपण एक किंवा दोन दृष्टिकोनांमधून घटक समजून घेऊ शकत नाही या तत्त्वज्ञानावर आधारित आहे. स्थिती किंवा घटक समजून घेण्यासाठी त्याच्या संपूर्णतेकडे बघण्याची गरज आहे – ते म्हणजे सर्वसमावेशक प्रत्येक कंगोऱ्यातून बघणे. वेगवेगळ्या दृष्टिकोनातून घटनेचे अन्वेषण करताना कोणताही आराखडा वापरू शकता, आणि अनेक पद्धतींचा वापर करणे हे प्रचलित आहे आणि अपेक्षित आहे.

सार्वजनिक चर्चा मंच

सार्वजनिक चर्चा मंच हे सामाजिक मुद्दे आणि समस्या याबाबत मते, अभिवृत्ती आणि/किंवा कल्पना जाणून घेण्यासाठी हा आराखडा आहे. समाज सदस्यांशी संबंधित मुद्द्यांबाबत निर्णय घेण्यासाठी समाजातील व्यक्तींचा सहभाग घेण्यासाठी हा लोकप्रिय मार्ग आहे. असे मंच नगर नियोजनाचे पर्याय आणि समाजासाठी समुदाय आरोग्य कार्यक्रम राबविण्यासाठी, वाहतूक व्यवस्थापनासारख्या विषयात लोकसहभाग घेण्यासाठी व समस्या सोडविण्यासाठी, क्षेत्रातील संरचनात्मक सुधारणा आणि पुढची दिशा ठरवण्यासाठी आणि परिसरात सुरू करणार असलेल्या नव्या योजनांची माहिती देणे, यासाठी अतिशय लोकप्रिय आहेत.

नेटनोग्राफी म्हणजे काय?

सार्वजनिक मंच हे गट चर्चेसारखेच असतात. फक्त सहभागी व्यक्तींची संख्या मोठ्या प्रमाणात असते. शिवाय, गटचर्चेत कदाचित तुम्ही सहभागी होणाऱ्या व्यक्तींची निवड करता येते. परंतु सार्वजनिक चर्चा मंच ज्यांना त्या विषयात रुची आहे, अशा सर्वांसाठी खुले असतात. त्यामुळे कुणीही भाग घेऊ शकतो. संशोधक सामान्यतः अशा मंचाविषयी स्थानिक लोकांना सांगण्यासाठी स्थानिक माध्यमांचा वापर करतात.

समुदायाच्या पातळीवर समस्या, प्रश्न इत्यादींची व्याप्ती किती प्रमाणात आहे याचा शोध घेण्यासाठी हा आराखडा उपयोगी आहे. कमी खर्चात व वेळेत होणाऱ्या या आराखड्याचे काही तोटे आहेत. उदाहरणार्थ, सत्तेच्या आधारे काही व्यक्ती मंचावरील चर्चेचा ताबा मिळवण्याची शक्यता असते, आणि अगदी आयत्यावेळी उपस्थितीचे प्रमाण अत्यल्प राहण्याची शक्यताही असते. अशा परिस्थितीत परिणामस्वरूप चर्चेत समुदायाच्या अभिवृत्तीचे प्रतिबिंब पडत नाही.

प्रतिबिंबात्मक टिपण नोंद

मूलतः, हा आराखडा तुम्हाला संशोधक म्हणून विचारांची **प्रतिबिंबात्मक टिपण नोंद**वही ठेवण्यास भाग पाडतो. ही नोंद तुम्ही जे काही पहाल, कुणाशी बोलाल, एखाद्या कार्यात सहभागी व्हाल किंवा एखादे निरीक्षण कराल, जे तुम्हाला तुम्ही जे शोधण्याचा प्रयत्न करीत आहात त्यासाठी किंवा त्यात भर टाकण्याचा प्रयत्न करीत असाल ते समजण्यासाठी मदत करते. नंतर या वैचारिक प्रतिबिंबात्मक नोंदी तुमची अनुमाने आणि निष्कर्ष यांचा

आधार होतात. तुम्ही फक्त वैचारिक प्रतिबिंबात्मक नोंदी हीच पद्धत तथ्य संकलनासाठी वापरू शकता किंवा ही पद्धत मुलाखत, गट मुलाखत आणि दुय्यम स्रोत या इतर पद्धतींच्या सहयोगाने वापरू शकता.

सामान्यत: तत्त्वज्ञान–मार्गदर्शित वापरले जाणारे इतर आराखडे

संशोधन साहित्यामध्ये ज्यांना मान्यता प्राप्त झाली आहे असे संशोधनासाठीचे अनेक दृष्टिकोन आहेत. स्वभावतः हे आराखडे नसले तरीही सामाजिक संशोधनात ते एखादा विशिष्ट तात्त्विक दृष्टिकोन मांडतात. ते म्हणजेः कृतिआधारित संशोधन, स्त्रीवादी संशोधन, सहभागी संशोधन आणि संयुक्त विद्यमाने चौकशी हे आहेत. अगदी काटेकोरपणे बोलायचे झाले तर, जरी त्यांना प्रामुख्याने गुणात्मक संशोधन असे समजत असले तरी, या प्रत्येकातील संशोधनाचा काही भाग हा एकतर गुणात्मक किंवा संख्यात्मक असतो. प्रत्येक रूपरेषेत त्यांच्या उपयोगाची शक्यता आणि श्रेष्ठत्व यामुळे त्यांचे स्वतंत्र वर्गीकरण करावे लागते. हे आराखडे पद्धतीवर आधारित असण्यापेक्षा तत्त्वज्ञान–मार्गदर्शित आहेत. उदाहरणार्थ, कृतिआधारित संशोधनात, संशोधनाचा भाग, सेवा किंवा आयुष्यात काही चांगले संपादन करण्यासाठी कृतीचे काही उचित प्रकार असतात या तत्त्वावर आधारित आहे; समाजशास्त्रीय संशोधनात स्त्री–समस्यांचे संशोधनावर पुरुषप्रधानतेला असलेला विरोध आणि त्याला दिलेली आव्हाने या पूर्वग्रहांचा प्रभाव येऊ शकतो, आणि त्यातून स्त्रियांशी संबंधित समस्या या फक्त स्त्रियांनाच उत्तमरित्या समजतात व संशोधन करता येतात असा समज निर्माण होऊ शकतो. सहभागी संशोधन आणि संयुक्त विद्यमाने चौकशी यामध्ये संशोधनात सहभागी झालेल्या व्यक्ती किंवा संशोधन प्रक्रियेतील समुदाय हेच एक सुप्त तत्त्वज्ञान असते. या 'आराखड्यांचा' महत्त्वाचा पैलू म्हणजे ते संशोधनात सहभागी झालेल्या व्यक्तींना संशोधन प्रक्रियेत सामावून घेण्याचा प्रयत्न करतात. संशोधन अनुमानांद्वारे, प्राप्त परिस्थितीच्या संदर्भात विशिष्ट समस्या किंवा प्रश्न यांचे योग्य वर्णन केले जाते. तसेच या अनुमानांची विश्वसनीय आधारावर रणनीती विकसित करून त्या समस्या हाताळण्यासाठी मदत घेतली जाते.

कृतिआधारित संशोधन

कृतिआधारित संशोधन

नावातूनच सुचविल्याप्रमाणे यात दोन घटक आहेतः *कृती* आणि *संशोधन* (पहा आकृती ८.१६). तुमचा सराव वाढविण्यासाठी, तसेच प्रश्न किंवा समस्या हाताळण्यासाठी कृती करणे याकरिता कृती हे संशोधनाचे साधन आहे. कृतिआधारित संशोधन हे कृती करण्याच्या इच्छेने प्रेरित असल्यामुळे स्पष्ट शब्दांत सांगायचे झाल्यास स्वभावतः हा आराखडा नाही. बहुतेक वेळा कृतिआधारित संशोधन हे सेवांची गुणवत्ता सुधारण्याशी संबंधित असते. संबंधित नवीन क्षेत्र शोधण्यासाठी, विकसित करण्यासाठी आणि पर्यायांची चाचणी घेण्यासाठी आणि नव्या दृष्टिकोनांचे प्रयोग करण्यासाठी याचे उपयोजन केले जाते.

कृतिआधारित संशोधनात दोन परंपरा आहेत. ब्रिटिश परंपरेनुसार, कृतिआधारित संशोधन हे प्रत्यक्ष सरावात प्रगती आणि सुधारणा करण्याचे साधन आहे, या दृष्टिकोनाकडे झुकलेले आहे (कार आणि केमिस १९८६), याउलट अमेरिकन परंपरेनुसार सामाजिक बदलाच्या आधारभूत घटकांच्या तथ्यांचे पद्धतशीरपणे संकलन करणे हा याचा उद्देश आहे (बॉगड्न आणि बिकलन, १९९२).

सहभागी संशोधन आणि संयुक्त चौकशी यासह कृतिआधारित संशोधन हे, समुदायातील सदस्यांचा सहभाग मिळवण्याचा प्रयत्न करून सामुदायिक विकास साधणे, या तत्त्वावर आधारित आहे. या तीन दृष्टिकोनांची,

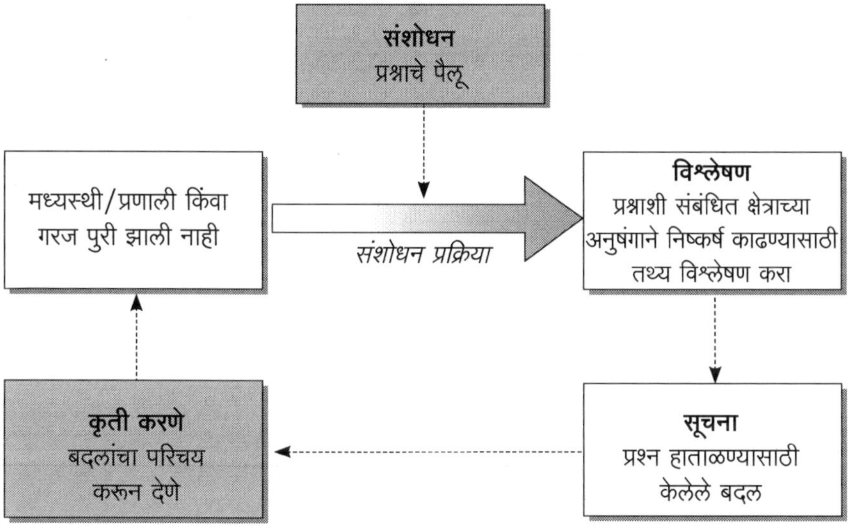

आकृती ८.१६ कृतिआधारित संशोधन आराखडा

समस्या शोधून काढण्यापासून ते त्यावरील उपायांची अंमलबजावणी करण्यापर्यंतच्या प्रक्रियेत समुदायाला जोडून घेणे आणि त्याचा सहभाग घेणे ही दोन ठळक वैशिष्ट्ये आहेत. संख्यात्मक, गुणात्मक किंवा संमिश्र यापैकी एका संशोधन प्रक्रियेद्वारे तथ्ये संकलित केली जाते आणि प्रत्यक्ष कृती करून बदल घडवून आणला जातो. कृतिआधारित संशोधनात संस्थेचे अधिकारी कृती करतात किंवा समुदाय स्वतः कृती करतो, तसेच संमिश्र किंवा सहभागी संशोधनात समुदायातील सदस्य कृती करतात.

कृतिआधारित संशोधनाचे दोन केंद्रबिंदू आहेतः

१. सामर्थ्य आणि/किंवा कार्यक्षमता वाढविण्याच्या दृष्टीने सुधारणा करण्यास वाव असलेली क्षेत्रे शोधून काढणे या अनुषंगाने सध्याची प्रणाली किंवा मध्यस्थी यांचा अभ्यास करणे. अनुमाने ही बदलाचे आधारभूत घटक म्हणून पुढे येतात.
२. व्यावसायिक, समुदायात किंवा अशिलांच्या गटात, दुर्लक्षित प्रश्न किंवा स्पष्टीकरण न केलेली समस्या निवडतो, आणि नव्याने सादर केलेल्या सेवा किंवा मध्यस्थी यांचे समर्थन करण्यासाठी पुरावे संकलित केले जातात. संशोधन तंत्रे, प्रश्नाचे अस्तित्व किंवा समस्येचे महत्त्व, अशा रीतीने प्रस्थापित करतात की ती हाताळताना उचित कृती करता येते.

स्त्रीवादी संशोधन

स्त्रीवादी सिद्धान्त हे **स्त्रीवादी संशोधनाचे** तात्त्विक आधारभूत लक्षणे आहेत. सर्व चौकशा आणि स्त्रियांचे प्रश्न जी मार्गदर्शक चौकट म्हणून कार्य करतात, ती यात सामावलेली आहेत. स्त्रीवादी संशोधनात पारंपरिक संशोधनापेक्षा तीन फरक आहेतः

स्त्रीवादी संशोधन

१. याचा मुख्य भर स्त्रियांचे अनुभव आणि दृष्टिकोन यावर असतो. त्यांचा शोध घेण्याच्या उद्देशाने संशोधन पद्धती वापरल्या जातात.
२. संशोधक आणि प्रतिसादक यांमधील सत्ता असंतुलन कमी करण्यासाठी किंवा काढून टाकण्यासाठी सक्रिय प्रयत्न करते.
३. पुरुष आणि स्त्रिया यांमधील असमानतेत बदल आणणे हे स्त्रीवादी संशोधनाचे उद्दिष्ट आहे. वस्तुतः, स्त्रीवादी संशोधनाचे लिंगभावावर आधरित असमानता या क्षेत्रात, स्त्रियांविषयक समस्या आणि प्रश्न यांविषयी जागरुकता निर्माण करणे, स्त्री–पुरुष समानतेला हातभार लावण्यासाठी प्रोत्साहन देणारी कृती करणे, यांचा उपयोग करून कृतिआधारित संशोधन म्हणूनच वर्गीकरण केले पाहिजे.

स्त्रीवादी संशोधनात कोणताही अभ्यास आराखडा वापरता येऊ शकतो.

सहभागी संशोधन आणि संयुक्त विद्यमाने चौकशी

सहभागी संशोधन म्हणजे काय?

पूर्वी उल्लेख केल्याप्रमाणे, लेखकाच्या मते, स्वभावतः हे आराखडे नाहीत, परंतु यामधून असा एक तात्त्विक दृष्टिकोन व्यक्त होतो जो संशोधन प्रक्रियेत संशोधनात सहभागी व्यक्तींच्या सक्रिय सहभाग सूचित करतो. **सहभागी संशोधन** आणि **संयुक्त विद्यमाने चौकशी** या दोन्हींचा, संशोधक आणि संशोधनातील सहभागी यांमधील 'अंतर' कमीतकमी करणे हा तात्त्विक आधार आहे, तसेच समुदायाच्या गरजांची पूर्ती होण्यासाठी संशोधन अनुमानांची समर्पकता वाढवण्यासाठी, त्याला जोडून घेणे, त्यांचा सहभाग वाढविणे यावर भर दिला जातो. अशा समाविष्टतेतून समुदाय संशोधन अनुमानांचा स्वीकार करेल असे गृहीत धरले जाते, आणि गरज वाटल्यास प्रश्न आणि समस्या सोडवण्यासाठी त्यांची इच्छा आणि समाविष्टता यांमुळे ते समोरासमोर येतात. या दृष्टिकोनांमध्ये तुम्ही संख्यात्मक आणि गुणात्मक अभ्यास तुम्ही अंमलात आणू शकता, परंतु तुमचा मुख्य भर हा संशोधन प्रक्रियेतील लोकांना जोडून घेणे, संलग्न करणे आणि सहभागी करणे यावर असला पाहिजे. या ना त्या मार्गाने हे आराखडे समुदाय विकास या प्रारूपावर आधारित आहेत, जिथे समाजाची बांधिलकी ही संशोधन कार्याचे नियोजन आणि अंमलबजावणी यामधील सल्लामसलत आणि सहभाग यात असायलाच हवी. तुम्ही केवळ संशोधक नाही तर समुदायाचा सक्रिय सहभाग मिळवण्यासाठी प्रयत्न करणारे समुदाय संघटक आहात.

संशोधक म्हणून तुम्ही दोन पातळ्यांवर काम करत असताः (१) समुदाय संघटन आणि (२) संशोधक. समुदाय संघटक म्हणून तुम्ही, समुदायाच्या मागण्या आणि गरजा शोधणे, त्यांचा प्राधान्यक्रम ठरवणे, उपाय विकसित करणे, रणनीती आखणे आणि ते पूर्ण करण्यासाठी कामाची अमंलबजावणी करणे, यात समुदायाला जोडून घेता व त्याचा सहभाग मिळविता. संशोधनाच्या संदर्भात, समुदायाशी सल्लामसलत करून संशोधन कार्य आणि प्रक्रिया विकसित करणे आणि संशोधन अनुमाने सदस्यांपर्यंत पोचवणे, ही तुमची महत्त्वाची जबाबदारी असते. संशोधनातील सहभागी व्यक्तीबरोबर या दोन्ही पातळ्यांवर सातत्याने सल्लामसलत करणे हा संशोधन आराखड्याचा अंगभूत भाग आहे.

सारांश

या प्रकरणात विविध संख्यात्मक आणि गुणात्मक संशोधनातील अभ्यास आराखड्यांचे परीक्षण केले आहे. प्रत्येक अभ्यास आराखडा कोणत्या परिस्थितीत वापरणे उचित होईल याविषयीचा तपशील दिलेला आहे. प्रत्येक आराखड्याची बलस्थाने आणि त्रुटी आणि कार्यान्वयनाची पद्धत दिली आहे.

संख्यात्मक संशोधनात तीन दृष्टिकोनातून वेगवेगळे अभ्यास आराखडे तपासले आहेत. याला वापरलेल्या संज्ञा या लेखकाच्या आहेत, मात्र अभ्यास आराखड्यांची जगभर हीच नावे वापरली जातात. प्रत्येक गटातील विविध अभ्यास आराखडे हे परस्परांहून भिन्न आहेत, परंतु एकाच गटातील मात्र तसे नाहीत.

संपर्काची संख्या, संदर्भकाळ आणि अन्वेषणाचे स्वरूप हे तीन दृष्टिकोन आहेत. पहिल्यात बहुविभागीय अभ्यास, पूर्व आणि पश्चात अभ्यास आणि रेखावृत्तीय अभ्यास याचा समावेश होतो. दुसरा अभ्यास हा गतकालीन, भविष्यकालीन आणि गतकालीन-भविष्यकालीन अशा प्रकारे वर्गीकृत केला होतो. तिसऱ्या वर्गीकरणात प्रयोगात्मक, अ-प्रयोगात्मक आणि अर्ध-प्रयोगात्मक अभ्यासाचा समावेश होतो. फक्त-पश्चात प्रयोगात्मक आराखडे, पूर्व-आणि-पश्चात प्रयोगात्मक आराखडे, नियंत्रित आराखडे, तुलनात्मक आराखडे, मिळता-जुळता नियंत्रित, आभासी आराखडा यांचे तपशीलवार वर्णन केले आहे. या प्रकरणात संख्यात्मक संशोधनात सामान्यतः वापरले जाणारे काही आराखडे तपशिलाने दिले आहेतः ऑनलाइन सर्वेक्षण, तुलनात्मकता पलीकडचा आराखडा, कल अभ्यास, समसंघ आराखडा, पॅनेल अभ्यास आणि अदृश्य आणि द्विअदृश्य अभ्यास.

गुणात्मक संशोधन आराखड्यात संशोधनासारखे विशिष्ट, तंतोतंत आणि चांगल्या प्रकारे व्याख्या केलेले नसतात. शिवाय, अभ्यास आराखडा आणि तथ्य संकलनाच्या पद्धती एकमेकांमध्ये मिसळलेल्या आहेत. काही आराखडे हे सहजपणे तथ्य संकलनाच्या पद्धती म्हणून विचारात घेतल्या जातात. गुणात्मक संशोधनात काही आराखडे सामान्यतः वापरले जातातः व्यष्टी अभ्यास आराखडा, स्त्रीवादी आराखडा, मौखिक इतिहास, विशेष गट अभ्यास, सहभागी निरीक्षण, समाज चर्चा मंत्र आणि वैचारिक रोजनिशी.

संशोधनासंबंधी चार आणखी दृष्टिकोनाचे वर्णन केले आहः कृती संशोधन, स्त्रीवादी संशोधन, सहभागी संशोधन आणि संयुक्त चौकशी. जरी हे आराखडे म्हणून विचारात घेतले जाऊ शकत नाहीत, त्यांनी स्वतःची ओळख मिळवली आहे. दोन्ही कृती आणि स्त्रीवादी संशोधन हे संख्यात्मक किंवा गुणात्मक अशा दोन्हीही पद्धतीने करता येते, परंतु सहभागी आणि संयुक्त चौकशी यांचे स्वरूप गुणात्मक असते.

याचा विचार करा

- प्रकरणाच्या सुरुवातीला असलेल्या परवलीच्या शब्दांशी स्वत:ला पुन:परिचित करा आणि जर काही शब्दाचा अर्थ किंवा वापर याबद्दल तुम्हाला खात्री नसेल तर पुढे जाण्यापूर्वी पुन्हा एकदा प्रकरण पहा.
- तुमच्या आवडत्या विषयातील जिथे तुम्हाला गुणात्मक अभ्यास आराखडा हा फायदेशीर आहे असे वाटते अशा दोन किंवा तीन स्थिती निवडा आणि हे असे का घडले याचा विचार करा.
- तुमच्या स्वत:च्या शैक्षणिक किंवा व्यावसायिक क्षेत्रातील ज्यात प्रयोगात्मक नियंत्रण किंवा आभासी गट याचा उपयोग केला जाईल अशी दोन उदाहरणे घ्या आणि याच्याशी संबंधित नैतिक मुद्दे शोधून काढा.

आता, तुम्ही हे प्रकरण वाचले आहे. त्यावरून खालील प्रश्नांची उत्तरे द्यायचा प्रयत्न करा:

- गुणात्मक आणि संख्यात्मक अभ्यास आराखड्यात कोणते फरक आहेत?

- या पुस्तकात अभ्यास आराखड्याचे प्रकार तीन दृष्टिकोनांमधून विकसित केले गेले आहेत. या दृष्टिकोनांची वैधता टीकात्मक पद्धतीने तपासा:
- व्याख्या करा:
  - प्रतिपगमन परिणाम
  - परिपक्वता परिणाम
  - प्रतिक्रियात्मक परिणाम
- प्रायोगिक अभ्यासात, नियंत्रित गटामुळे कोणते उद्दिष्ट साध्य होते?
- प्रायोगिक आणि अ-प्रायोगिक अभ्यासात काय फरक आहे?
- यादृच्छिकीकरण म्हणजे काय आणि अभ्यासात यामुळे कोणते उद्दिष्ट साध्य होते?

सराव २: अभ्यास आराखड्याचे संकल्पनाचित्र तयार करणे

संख्यात्मक अभ्यासासाठी

सराव २
मार्गदर्शक
नमुना

तुमची संशोधन समस्या विकसित करण्यासाठी पहिल्या सरावाची तुम्हाला मदत झाली. त्यामध्ये तुम्हाला नेमके *काय* शोधायचे आहे याची स्पष्ट कल्पना दिली आहे. आता पुढची पायरी म्हणजे हे कसे करायचे. यासाठी सराव दोनचा आराखडा केला आहे. यामध्ये, तुमच्या संशोधन प्रवासात तुम्ही प्रस्तावित केलेल्या व वापरणार असलेल्या संशोधनपद्धती आणि रीती यांची निवड आणि एकंदर योजना यांचा समावेश आहे. तुमच्या योजना आणि रीती यांचा तपशील हा तुमच्या अभ्यास आराखड्याचा मुख्य भाग आहे.

अभ्यास आराखडा हा स्वतःच आराखड्याचे, म्हणजे तुम्ही कोणता अभ्यास आराखडा स्वीकारणार असल्याचे प्रस्तावित केले आहे, त्याचे वर्णन करतो. उदाहरणार्थ, प्रस्तावित अभ्यास सहसंबंधी, प्रयोगात्मक की परस्परविरोधी गटांचा आहे. अभ्यासाधीन लोकसमूहाकडून संकलित करायच्या असलेल्या माहितीसाठी कराव्या लागणाऱ्या प्रत्येक कामाचा तपशील यात मिळेल. या सरावातून तुमच्या अभ्यासासाठी तुम्ही प्रस्तावित केलेला आराखडा का निवडला याचे स्पष्टीकरण देणारे प्रतिवाद तुम्हाला मिळतील. तसेच यातील जमेच्या बाजू व उणिवा कळतील. त्यामुळे तुमच्याकडे कार्यान्वियनासाठी उत्तम अभ्यास आराखडा निवड करण्याची क्षमता येईल. या सरावातून तुम्ही अभ्यासाधीन लोकसमुदायापर्यंत कसे पोचणार, सक्षम प्रतिसादकांकडून हवी असलेली माहिती संकलित करण्यासाठी तुमची काय योजना आहे, या सर्वांची रूपरेषा ठरविण्याच्या प्रत्येक कृतीतील आव्हानाबाबत विचार कराल, यामुळे तुमच्या प्रवासातील तुमचा मार्गदर्शक विकसित व्हायला मदत होईल.

गुणात्मक संशोधनाचा आशय जरी भिन्न असला तरी प्रक्रिया एकसारखीच असते.

या सरावात उपस्थित केलेले प्रश्न तुम्हाला अभ्यास आराखडा तयार करण्यासाठी मदत करतील. प्रकरण ८मध्ये, या सरावावर काम करताना, दिलेल्या गुणात्मक आणि संख्यात्मक अशा दोन्ही पद्धतीतील वेगवेगळ्या प्रकारच्या अभ्यास आराखड्याचे तपशील दिले आहेत, त्याचा संदर्भ घेता येईल.

अः खालील प्रश्नांची उत्तरे तुम्हाला संशोधन आराखडा विकसित करण्यासाठी मदत करतील (टप्पा २).

१. तुमच्या अभ्यासासाठी तुम्ही जो आराखडा प्रस्तावित केला आहे तो अभ्यास परस्परविरोधी गटांचा, प्रयोगात्मक, तुलनात्मक की रेखांशीय स्वरूपाचा आहे? शक्य असल्यास त्याचे रेखाचित्र काढा.

___

___

___

२. तुम्ही हा संशोधन आराखडा का निवडला?

___

___

___

३. तुमच्या मते या आराखड्याच्या कोणत्या बाजू जमेच्या आहेत?

४. या आराखड्याच्या त्रुटी आणि मर्यादा काय आहेत?
त्रुटी:

मर्यादा:

५. तुम्ही अभ्यास करणार असलेले लोक कोण आहेत?

६. तुम्ही अभ्यासाधीन लोकांपैकी प्रत्येक प्रतिसादकाला ओळखाल का?
होय ☐ नाही ☐

(अ) जर होय, तर त्यांची निवड कशी करणार?

(आ) जर नाही, तर तुम्ही त्यांना भेटण्यासाठी काय नियोजन कराल?

७. नमुना निवडीचे तुम्ही नियोजन केले का?
होय ☐ नाही ☐

दोन्ही बाबतीत, तुम्ही घेतलेल्या निर्णयाची कारणे द्या.

८. तुमच्या प्रतिसादकांकडून तुम्ही तथ्ये कशी संकलित करणार आहात? (उदाहरणार्थ, मुलाखत, प्रश्नपत्रिका)

(अ) तथ्ये संकलनासाठी तुम्ही ही पद्धत का निवडली?

(आ) तुमच्या मताने यातील त्रुटी आणि जमेच्या बाजू कोणत्या आहेत?

जमेच्या बाजू:

त्रुटी

(इ) जर मुलाखती घेणार असाल तर त्या कुठे घेणार?

(ई) जर तुम्ही टपालाने प्रश्नपत्रिका पाठवणार असाल;

(१) सक्षम प्रतिसादकांचे पत्ते तुम्ही कुठून मिळवणार?

(२) प्रश्नपत्रिकेबरोबर स्वत:चा पत्ता असलेले तिकिट लावलेले पाकीट सोबत पाठवण्याच्या विचारात तुम्ही आहात का?
होय ☐ नाही ☐

(३) प्रतिसादाचे प्रमाण कमी असेल तर तुम्ही स्मरणपत्र पाठवणार का?
होय ☐ नाही ☐

(४) जर काही शंका असतील तर प्रतिसादकांनी तुमच्याशी संपर्क कसा करायचा?

____

आः वरील माहितीच्या आधारे तुमचा संशोधन आराखडा बनवा. (पुढील मार्गदर्शनासाठी प्रकरण ८ पहा.)

गुणात्मक अभ्यासासाठी

अ. खालील प्रश्नांची उत्तरे तुम्हाला तुमच्या संशोधन प्रवासाचा मार्गदर्शक नकाशा विकसित करण्यासाठी मदत करतील.

१. तुमच्या अभ्यासासाठी तुम्ही कोणते भौगोलिक क्षेत्र, समाज, गट किंवा लोकसंख्या गट निवडणार आहात?

२. तुम्ही या क्षेत्रात, समुदायात किंवा गटात प्रवेश मिळवण्यासाठी काय योजना आखली आहे? कोणती संपर्क यंत्रणा वापरायच्या विचारात तुम्ही आहात?

३. तुम्ही या गटाची निवड का केलीत?

४. आवश्यक असलेली माहिती तुम्ही कोणाकडून संकलित करणार? (तुमचे प्रतिसादक कोण असणार आहेत?)

५. जर तुम्ही दुय्यम स्रोतांतून माहिती संकलित करणार असाल तर त्याची उपलब्धता तुम्ही तपासली का?
हो ☐ नाही ☐ सांगता येत नाही ☐

६. आवश्यक असलेली माहिती त्यात उपलब्ध आहे का हे पाहिलेत का?
हो ☐ नाही ☐ सांगता येत नाही ☐

७. तुम्ही व्यक्तिगत पातळीवर माहिती संकलित करणार असाल तर तुम्ही किती जणांना भेटणार आहात?

____

____

____

८. या व्यक्तींची निवड कशाच्या आधारे करणार?

____

____

____

९. आवश्यक असलेली माहिती तुम्ही कशी संकलित करणार? तुम्ही ज्या पद्धती वापरायचे ठरवले आहे त्यांची यादी करा.

____

____

____

पायरी तिसरी

तथ्य संकलनाकरिता साधनांची बांधणी करणे

या कार्यात्मक पायरीमध्ये खालील तीन प्रकरणांचा समावेश आहे:

- **प्रकरण ९: तथ्य संकलनाच्या पद्धतींची निवड करणे**
- **प्रकरण १०: अभिवृत्ती मापन सारणीद्वारे तथ्य संकलन**
- **प्रकरण ११: संशोधन साधनाची वैधता आणि विश्वासार्हता प्रस्थापित करणे**

९

तथ्य संकलनाच्या पद्धतींची निवड करणे

या प्रकरणात तुम्ही खालील मुद्दे शिकणार आहात

- तथ्य संकलनाच्या गुणात्मक, संख्यात्मक आणि संमिश्र पद्धतीतील फरक
- माहिती संकलित करण्याचे मुख्य मार्ग
- प्राथमिक स्रोतांतून तथ्य संकलित करणे
  - निरीक्षण
  - मुलाखत
  - प्रश्नावली
- गुणात्मक संशोधनातील तथ्य संकलनाच्या पद्धती
- दुय्यम स्रोतांतून तथ्य संकलन

परवलीचे शब्द

बंदिस्त प्रश्न, आशय,
विश्लेषण, सहपत्र
दुहेरी प्रश्न,
उच्च पातळीवरील परिणाम
केंद्रीय प्रवृत्तीची चूक,
विशिष्ट गट
हॅलो इफेक्ट, हॉथोर्न
इफेक्ट, सखोल मुलाखत,

मुलाखत अनुसूची
मार्गदर्शक प्रश्न
वर्णनात्मक, असहभागी
निरीक्षण, निरीक्षक पूर्वग्रह
मुक्त-मर्यादा, मौखिक
इतिहास, सहभागी निरीक्षण

प्रतिसादाचे प्रमाण,
प्राथमिक तथ्ये,
प्राथमिक स्रोत, प्रश्नावली
दुय्यम तथ्ये, दुय्यम,
स्रोत, स्व-निवड पूर्वग्रह
संरचित मुलाखत
असंरचित मुलाखत

या प्रकरणाच्या अभ्यासानंतर तुम्हाला पुढील मुद्दे समजतील

- प्राथमिक आणि दुय्यम तथ्ये यातील फरक
- तथ्य संकलित करण्याच्या विविध पद्धती व त्या त्या पद्धतीचे फायदे आणि तोटे
- मुक्त मर्यादा आणि बंदिस्त प्रश्नांचे फायदे आणि तोटे
- मुलाखत अनुसूची किंवा प्रश्नावली कशी विकसित करावी
- गुणात्मक, संख्यात्मक किंवा संमिश्र पद्धतीने तथ्ये संकलित करणे

संख्यात्मक, गुणात्मक आणि संमिश्र संशोधन पद्धतीतील तथ्य संकलनाच्या पद्धतीतील फरक

संशोधन पद्धतीसंबंधी ध्वनिचित्रफित

तथ्य संकलनाच्या बहुतेक पद्धती या अशा अभ्यासासाठी वापरू शकता ज्यांचे वर्गीकरण गुणात्मक, संख्यात्मक किंवा संमिश्र पद्धतीत होते. वस्तुतः एखाद्या अभ्यासासाठी तथ्य संकलित करायची पद्धत मोठ्या प्रमाणात अभ्यासाच्या वर्गीकरणावरून निश्चित होते. यातील फरक हा मुख्यतः चौकशी मागचे तत्त्वज्ञान, माहिती संकलित करण्यातील मार्ग व रचना यात स्वातंत्र्य आणि लवचिकता, आणि संशोधन प्रश्नाचे उत्तर मिळवण्यासाठी संशोधक म्हणून तुम्हाला असलेली मोकळीक आणि सखोल विचार हा आहे. संख्यात्मक संशोधनात ही बंधने पाळली जातात, परंतु गुणात्मक संशोधन मात्र याला विरोध करते. ही बंधने किंवा लवचिकता संमिश्र पद्धतीतील अभ्यासात विशिष्ट पद्धती कशा आणि का अवलंबिल्या जात आहेत यावर अवलंबून आहे. संख्यात्मक, गुणात्मक किंवा संमिश्र पद्धतीचे वर्गीकरण हे खालील प्रश्नांच्या उत्तरावर अवलंबून आहे:

- संशोधन चौकशीच्या दृष्टीने कोणती तत्त्वज्ञानविषयक अभ्यास पद्धती याचा आधार आहे?

- माहिती कशा प्रकारे संकलित केली होती? तो संरचित किंवा असंरचित/लवचिक असा माहिती संकलित करण्याचा साचा होता किंवा या दोन्हीचा सहयोग होता?
- माहिती संकलित करताना चर्चिले गेलेले प्रश्न किंवा समस्या हे आधीच निश्चित केले होते किंवा तथ्य संकलित करताना विकसित झाले?
- संकलित केलेली माहिती कशा प्रकारे नोंदवली होती? ती वर्णनात्मक, निवेदनात्मक स्वरूपात, वर्गीकृत स्वरूपात, संख्यात्मक स्वरूपात किंवा कोणत्या सारणीवर नोंदवली होती?
- माहितीचे विश्लेषण कशा प्रकारे केले होते? वर्णनात्मक, वर्गीकृत किंवा अंक विश्लेषण?
- तुमची अनुमाने तुम्ही कशा प्रकारे संप्रेषित करायचे प्रस्तावित केले आहे? तुम्हाला ते वर्णनात्मक किंवा विश्लेषणात्मक पैकी कशा पद्धतीने लिहायचे आहे?
- अभ्यास हाती घेताना किती वेगवेगळ्या पद्धती वापरल्या होत्या?

वरील प्रश्नांकरिता जर तुम्ही अनुभवाधारित तात्त्विक ज्ञानमीमांसा स्वीकारली असेल, तुम्ही असंरचित आणि लवचिक चौकट वापरून माहिती संकलित केली असेल, तथ्य संकलन प्रक्रिया करताना तुम्ही मुद्दे ओळखले असतील, तुम्ही माहिती वर्णनात्मक किंवा निवेदन स्वरूपात नोंदविली असेल आणि वर्गीकृत आणि वर्णनात्मक पद्धतीने विश्लेषण केले असेल आणि तुम्ही तुमची अनुमाने विश्लेषणात्मक धाटणीने संप्रेषित केली नसतील तर, ही संशोधन प्रक्रिया गुणात्मक म्हणून ओळखली जाते; अन्यथा ती संख्यात्मक असते. जर तुम्ही एकापेक्षा जास्त म्हणजे संख्यात्मक किंवा गुणात्मक किंवा दोन्ही पद्धती वापरल्या तर ती संमिश्र अभ्यास पद्धती होते. उदाहरणार्थ, जर निरीक्षणे निवेदनात्मक किंवा वर्णनात्मक पद्धतीने नोंदविली असतील तर ती गुणात्मक माहिती असते, परंतु ती जर वर्गीकृत चौकटीत किंवा सारणीवर नोंदविली असतील तर ती संख्यात्मक माहिती म्हणून तिचे वर्गीकरण होईल, आणि गुणात्मक आणि संख्यात्मक अशा दोन्ही पद्धतींचा वापर म्हणजे वर्गीकरणाची संमिश्र पद्धती होय. तशाच प्रकारे मुलाखतीद्वारे तथ्य संकलित करताना, असंरचित मुलाखत, वर्णनात्मक किंवा निवेदनात्मक स्वरूपात नोंदविली गेल्यास ती गुणात्मक पद्धती असते; परंतु संरचित मुलाखतीत जर माहिती प्रतिसादात्मक गटात विकसित केली असेल किंवा गट जर वर्णनात्मक प्रतिसादातून विकसित केले असतील आणि त्यांची गणना केली असेल तर ती संख्यात्मक पद्धती असते. मुक्त-मर्यादा प्रश्नांना वर्णनात्मक स्वरूपाचे उत्तर मिळाल्यास तो प्रतिसाद गुणात्मक असतो, मात्र तो अंकाच्या स्वरूपात असल्यास संख्यात्मक स्वरूपाचा असतो. जर तुम्ही गट विकसित केले आणि मुक्त-मर्यादा प्रश्नांची गणना करताना वर्णनात्मक प्रतिसादाच्या विश्लेषणाचा भाग म्हणून त्यांचे वर्गीकरण केलेत तर ते संख्यात्मक विश्लेषण ठरते. विशिष्ट लोकांचा गट, मौखिक इतिहास, वर्णनात्मक लेखन, गट-मुलाखती हे नेहमीच गुणात्मक स्वरूपाचे असते; तरीही तुम्ही तथ्यांचे वर्गीकृत विश्लेषण करू शकता जे नंतर संख्यात्मक स्वरूपाचे विश्लेषण होते. गुणात्मक आणि संख्यात्मक दृष्टिकोनातील फरक थोडक्यात पुढील तीन बाबींवर अवलंबून असतोः तथ्ये कशा प्रकारे संकलित केली होती; त्याचे विश्लेषण कशा प्रकारे केले गेले आणि अनुमाने कशा प्रकारे संप्रेषित केली होती.

माहिती संकलनाचे प्रमुख मार्ग

कोणतीही समस्या, व्यक्ती किंवा एखादा घटक यांबद्दल माहिती मिळवण्याचे दोन प्रमुख मार्ग असतात. जेव्हा तुम्ही संशोधन अभ्यास हाती घेता तेव्हा बहुतेक वेळा तुम्हाला आवश्यक ती माहिती संकलित करणे गरजेचे असते, तर काही वेळा आवश्यक असलेली माहिती आधीच उपलब्ध असते आणि तुम्ही त्यातून सार काढणे

गरजेचे असते. माहिती संकलित करण्याच्या या दोन व्यापक मार्गावर आधारित तथ्यांचे पुढील प्रकारे वर्गीकरण होऊ शकतेः

- प्राथमिक तथ्ये
- दुय्यम तथ्ये

पहिल्या मार्गाने संकलित केलेली माहिती **प्राथमिक स्रोत** यातून मिळवलेली असते, याउलट दुसऱ्या मार्गाने मिळवलेल्या माहितीला **दुय्यम स्रोत** असे म्हणतात. प्राथमिक स्रोताच्या उदाहरणात आरोग्यविषयक सेवांप्रती समाजाच्या अभिवृत्तीची प्रत्यक्ष माहिती, समाजाच्या आरोग्यविषयक गरजा निश्चित करणे, सामाजिक कार्यक्रमाचे मूल्यमापन, एखाद्या संस्थेत नोकरी करणाऱ्या व्यक्तीचे नोकरीविषयक समाधान निश्चित ठरवणे, आणि कामगारांकडून दिल्या जाणाऱ्या सेवांची गुणवत्ता निश्चित करणे यांचा समावेश होतो. दुसऱ्या बाजूला जनगणनेतील माहितीवरून वय आणि लिंग यानुसार लोकसंख्येच्या रचनाबंधाविषयी माहिती मिळवणे, समाजातील रोग आणि मृत्यू यांच्या प्रमाणाची माहिती रुग्णालयातील नोंदीवरून मिळवणे, संस्थेच्या वेगवेगळ्या कामांविषयीची तथ्ये संस्थेच्या नोंदींवरून मिळवणे आणि लेख, संशोधनपत्रिका, मासिके, पुस्तके आणि नियतकालिके यातून ऐतिहासिक आणि अन्य प्रकारची माहिती मिळवणे, या सर्व माहितीचे वर्गीकरण दुय्यम स्रोतांतून मिळवलेल्या माहितीच्या आधारे केले जाते. थोडक्यात, प्राथमिक स्रोत, प्राथमिक माहिती पुरवतात आणि दुय्यम स्रोत दुय्यम माहिती पुरवतात. आकृती ९.१ मध्ये माहिती संकलित करण्याच्या वेगवेगळ्या पद्धती दर्शविल्या आहेत.

तथ्य संकलनाची कोणतीही पद्धत शंभर टक्के अचूक आणि विश्वासार्ह माहिती देत नाही. संकलित केलेल्या तथ्यांची गुणवत्ता इतर अनेक घटकांवर अवलंबून असते यावर आपण प्रत्येक पद्धतीविषयी चर्चा करताना पाहू. संशोधक म्हणून तथ्यांच्या गुणवत्तेवर परिणाम करणाऱ्या घटकांबाबत काळजी घेणे हे तुमचे कौशल्य आहे. अनुभवी संशोधक आणि हौशी, नवोदित संशोधक यांच्यात हे घटक समजून घेणे, त्यांच्यावर नियंत्रण ठेवणे याची क्षमता हाच फरक असतो. यासाठी नवोदितांनी यापासून सावध राहणे गरजेचे आहे.

प्राथमिक स्रोतांतून तथ्य संकलित करणे

प्राथमिक तथ्ये मिळवण्यासाठी अनेक पद्धती वापरता येऊ शकतात. पद्धतीची निवड ही अभ्यासाचा उद्देश, उपलब्ध संसाधने आणि संशोधकाचे कौशल्य यावर अवलंबून असते. अनेकदा आवश्यक त्या संसाधनांचा आणि/किंवा आवश्यक कौशल्यांचा अभाव अशा मर्यादा असल्याने अभ्यासाची उद्दिष्टे साध्य करण्यासाठी अतिशय योग्य असलेली पद्धत वापरता येऊ शकत नाही. अशा परिस्थितीत तुम्ही या समस्यांविषयी जागरूक राहिले पाहिजे, कारण या मर्यादांचा परिणाम तथ्यांच्या गुणवत्तेवर होतो.

तथ्य संकलनाची पद्धत निवडताना अभ्यासाधीन लोकसमुदायाची सामाजिक-आर्थिक आणि लोकसंख्याशास्त्रीय वैशिष्ट्ये महत्त्वाची भूमिका बजावतात. तुम्हाला शक्य असतील तेवढी म्हणजे शैक्षणिक स्तर, वयाचे रचनाबंध, सामाजिक-आर्थिक दर्जा आणि वांशिक पार्श्वभूमी इत्यादी वैशिष्ट्ये माहिती असायला हवीत. शक्य असल्यास, सहभागी होणाऱ्या लोकसमुदायाचे अभ्यासातील स्वारस्य आणि त्याप्रतीची अभिवृत्ती जाणून घेतल्यास उपयुक्त होईल. काहीजणांना, तथ्य संकलनाच्या विशिष्ट पद्धतीत, अनेक कारणांमुळे (जसे, मुलाखत घेणे) किंवा प्रश्नावलीत मत व्यक्त करणे, यात मोकळेपणा वाटणार नाही. याहीपुढे, माहिती संकलनाच्या एखाद्या पद्धतीला प्रतिसाद देण्यात अल्पशिक्षित व्यक्ती आणि उच्चशिक्षित व्यक्ती यांच्यात तुलनेने फरक असतो.

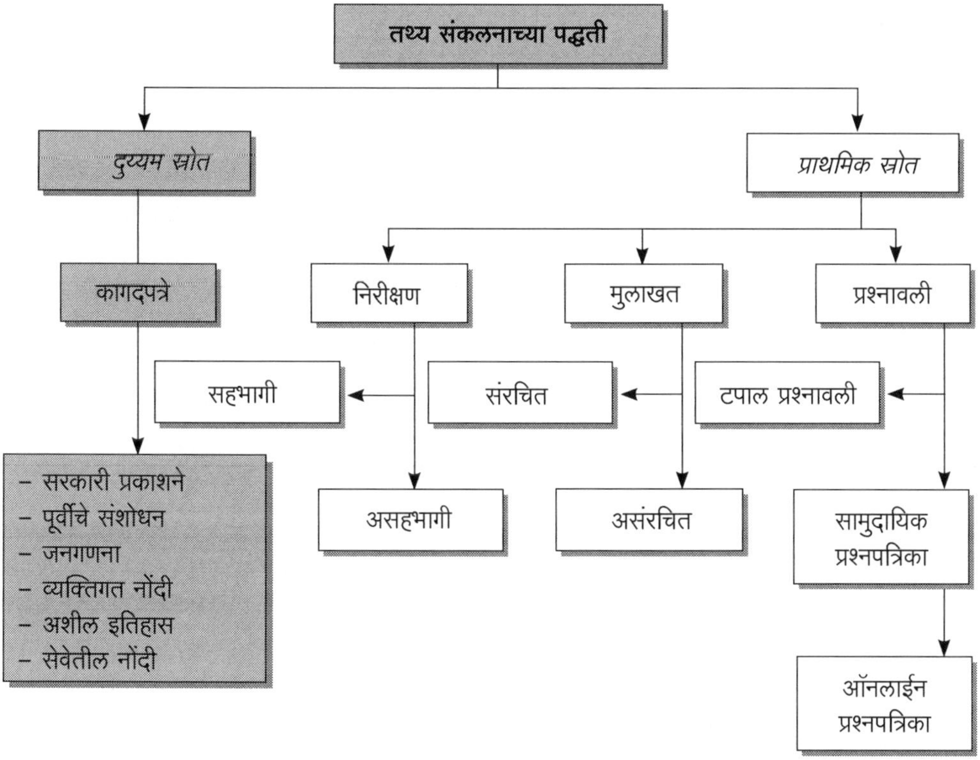

आकृती ९.१ तथ्य संकलनाच्या पद्धती

संभाव्य प्रतिसादकांना तुम्ही अभ्यासाचे उद्दिष्ट आणि समर्पकता कशा प्रकारे समजावून सांगता हा तुमच्या तथ्यांच्या गुणवत्तेचा आणखी एक निर्धारक होय. तथ्य संकलनासाठी कोणतीही पद्धती वापरली तरीही, ती प्रतिसादकाला तुमच्या अभ्यासाचा उद्देश आणि समर्पकता व्यवस्थित समजली आहे याची खात्री करा. जेव्हा तुम्ही प्रश्नपत्रिकेद्वारे तथ्य संकलन करणार असता तेव्हा याला विशेष महत्त्व आहे, कारण मुलाखतीच्या वेळी प्रतिसादकाच्या प्रश्नाचे उत्तर तुम्ही देऊ शकता, परंतु प्रश्नपत्रिकेत तुम्हाला अशी संधी मिळणार नाही.

पुढील भागात तथ्य संकलनाच्या प्रत्येक पद्धतीची उपयोजितता आणि परिस्थितीशी समर्पकता, आणि तिच्याशी संबंधित समस्या व मर्यादा यांची चर्चा केली आहे.

निरीक्षण

प्राथमिक तथ्ये संकलित करण्याचा **निरीक्षण** हा एक मार्ग आहे. आंतरक्रिया किंवा घटना जशी घडते आहे तशी पाहणे व ऐकणे याचा हा उद्देशपूर्ण, पद्धतशीर आणि निवडक मार्ग आहे. ज्यात तथ्य संकलनाची निरीक्षण ही सर्वात योग्य पद्धत आहे अशा अनेक घटना असतात; उदाहरणार्थ, जेव्हा तुम्हाला गटातील आंतरक्रियेचा अभ्यास करायचा आहे, लोकसमूहातील आहारपद्धतीचा अभ्यास करायचा आहे, एखाद्या कामगाराने केलेली

कार्यपूर्ती निश्चित करायची आहे किंवा एखाद्या व्यक्तीच्या वर्तणुकीच्या किंवा व्यक्तिमत्त्वाच्या विशेष लक्षणांचा अभ्यास करायचा असल्यास, ही पद्धती योग्य आहे. ही पद्धत, जेव्हा प्रश्न विचारून एखाद्या स्थितीची पूर्ण आणि/किंवा अचूक माहिती प्रश्नाद्वारे काढून घेता येत नाही, अशा प्रसंगी योग्य असते, कारण प्रतिसादक प्रतिसाद देताना एकतर सहकार्य करत नाहीत किंवा आपल्या उत्तराबाबत त्यांना जाणीव नसते, कारण आंतरक्रियेपासून स्वतःला अलग ठेवणे त्यांना अवघड असते. थोडक्यात, जेव्हा तुम्हाला व्यक्तींच्या आकलनापेक्षा वर्तनात अधिक स्वारस्य असते किंवा प्रतिसादक हे आंतरक्रियेत इतके दंग असतात की ते वस्तुनिष्ठ माहिती देऊ शकत नाहीत, अशा वेळी निरीक्षण हा आवश्यक माहिती मिळवण्याचा उत्तम मार्ग आहे.

निरीक्षणाचे प्रकार

निरीक्षणाचे दोन प्रकार आहेतः

१. सहभागी निरीक्षण
२. तटस्थ निरीक्षण

जेव्हा तुम्ही संशोधनाधीन गटाच्या कार्यामध्ये गटातील सदस्यासारखे सहभाग घेता आणि गटातील सदस्यांना आपले निरीक्षण केले जात आहे हे माहीत असते किंवा नसते त्याला **सहभागी निरीक्षण** असे म्हणतात. उदाहरणार्थ, व्यावसायिक उपचारपद्धतीचे विद्यार्थी म्हणून तुम्हाला चाकाच्या खुर्चीत बसलेल्या लोकांबाबत इतर लोकांच्या काय प्रतिक्रिया आहेत ते जाणून घ्यायचे आहे. हे करण्यासाठी तुम्ही चाकाची खुर्ची वापराव्या लागणाऱ्या अपंग व्यक्तीचे ढोंग कराल. सार्वजनिक ठिकाणी प्रत्यक्ष चाकाची खुर्ची वापरून तुम्ही लोकांच्या समोर याल तेव्हा तुम्ही लोकांच्या प्रतिक्रियांचे निरीक्षण करू शकाल. प्रसंगाचे औचित्य असेल तर तुम्ही तुमच्या निरीक्षण नोंदी औचित्यपूर्ण कराल. किंवा समजा, कैदी म्हणजे काय याचा अर्थ तुम्हाला जाणून घ्यायचा आहे, तेव्हा तुमचे उद्दिष्ट साध्य करण्यासाठी या ना त्या मार्गाने तुम्ही कैदी बनाल. कैदी जसे राहतात तसेच तुम्ही राहाल आणि तुमच्या अभ्यासाची उद्दिष्टे साध्य करण्यासाठी ती माहिती त्यांच्याकडून मिळवाल. किंवा समजा, तुम्हाला दुर्गम भागातील आदिवासींचा अभ्यास करायचा आहे हे करण्यासाठी तुम्ही त्यांच्याबरोबर राहाल आणि गरज असलेली तथ्ये प्राप्त कराल. अनेक मानववंशशास्त्रीय अभ्यास या मार्गाने केले गेले आहेत.

तर दुसऱ्या बाजूने जेव्हा तुम्ही संशोधक म्हणून गटाच्या कार्यात प्रत्यक्ष सहभागी न होता तटस्थ निरीक्षक म्हणून राहता, गटाच्या कृती ऐकता आणि पाहता आणि त्यातून निष्कर्ष काढता ते **तटस्थ निरीक्षण** होय. उदाहरणार्थ, समजा, तुम्हाला रुग्णालयातल्या परिचारिकांच्या कामांचा अभ्यास करायचा आहे. निरीक्षक म्हणून तुम्ही त्या करत असलेली कामे बघाल, अनुसराल आणि त्यांची नोंद कराल. अनेक निरीक्षणे केल्यानंतर, रुग्णालयातील परिचारिका कोणती कामे करतात याबद्दल निष्कर्ष काढू शकाल. कोणताही व्यावसायिक गटाचे अशाच प्रकाराने निरीक्षण केले जाऊ शकते.

तथ्य संकलनाची पद्धत म्हणून निरीक्षणाचा वापर करताना येणाऱ्या समस्या

तथ्य संकलनासाठी निरीक्षणाचा पद्धती म्हणून वापर करताना अनेक समस्या उद्भवतील. प्रत्येक वेळेस या सर्व किंवा यापैकी काही समस्या उद्भवतीलच असे सुचवायचे नाही. परंतु नवोदित म्हणून या अव्यक्त समस्यांबाबत तुम्ही जागरूक असायला हवेः

- जेव्हा एखादी व्यक्ती किंवा गट निरीक्षण केले जात असताना जागरूक होतात, तेव्हा ते कदाचित आपल्या वर्तनात बदल करतात. परिस्थितीनुसार हा बदल सकारात्मक किंवा नकारात्मक असेल – हा बदल म्हणजे उदाहरणार्थ, त्यांची कमी किंवा जास्त उत्पादकता असेल, आणि तो बदल अनेक कारणांमुळे घडून येईल. जेव्हा व्यक्ती किंवा गटाच्या वर्तनात बदल घडून येतो व तो त्यांचे निरीक्षण केले जात असल्यामुळे होतो तेव्हा त्याला **हॉथोर्न परिणाम** असे म्हणतात. अशा परिस्थितीत केलेले निरीक्षण विपर्यस्त होऊ शकते: नोंदविलेले निरीक्षण हे त्यांचे सामान्य वर्तन असेलच असे नाही.
- निरीक्षकाचे काही पूर्वग्रह असण्याची शक्यता असते. जर निरीक्षक पक्षपाती असेल, तर तो/ती त्याचे निरीक्षणात सहजपणे पूर्वग्रह डोकावू शकतो आणि त्या निरीक्षणांची आणि त्यावरून काढलेल्या अनुमानांची पुनर्तपासणी करणे क्लिष्ट असते.
- विविध निरीक्षकांनुसार निरीक्षणाचा लावलेला अर्थ कदाचित भिन्न भिन्न असू शकेल.
- निरीक्षण आणि/किंवा नोंदी अपूर्ण राहण्याची शक्यता आहे. जे नोंदीच्या पद्धतीहून वेगळे असेल. निरीक्षक अगदी बारकाईने निरीक्षण करेल परंतु ते तपशीलवार नोंदीच्या बदल्यात असेल. याउलटही समस्या निर्माण होऊ शकते. निरीक्षक तपशीलवार नोंदी करेल, परंतु त्यामुळे त्याच्या निरीक्षणातून काही आंतरक्रिया निसटतील.

कोणत्या परिस्थितीत निरीक्षणे केली जाऊ शकतात

निरीक्षणे ही दोन परिस्थितीत होऊ शकतात:

१. नैसर्गिक;
२. नियंत्रित.

गटाचे त्याच्या सामान्य कामकाजात ढवळाढवळ न करता केल्या जाणाऱ्या निरीक्षणाला नैसर्गिक परिस्थितीत केलेले निरीक्षण असे समजले जाते. गटाला उद्दीपन देणारी एखादी गोष्ट सांगणे आणि त्यांच्या प्रतिक्रियांचे निरीक्षण करणे हे नियंत्रित परिस्थितीत निरीक्षण असे समजले जाते.

निरीक्षणाच्या नोंदी

निरीक्षणाच्या नोंदी करण्याचे अनेक मार्ग आहेत. नोंदीच्या पद्धतीची निवड ही निरीक्षणाचे उद्दिष्ट काय आहे त्यावर अवलंबून आहे. निरीक्षणाची नोंद ज्या प्रकारे केली जाते त्यावरूनही अभ्यास संख्यात्मक किंवा गुणात्मक आहे ते ठरते. निवेदन आणि वर्णनात्मक स्वरूपातील नोंदी या प्रामुख्याने गुणात्मक संशोधनात केल्या जातात, परंतु जर तुम्ही संख्यात्मक अभ्यास करत असाल तर तुम्ही निरीक्षण अंकसारणी किंवा वर्गीकृत साच्यात कराल. लक्षात ठेवा निरीक्षणाच्या नोंदी करण्याच्या प्रत्येक पद्धतीचे काही फायदे किंवा काही तोटे आहेत.

निवेदन स्वरूपातील नोंदी करताना संशोधक आंतरक्रियेचे वर्णन तिच्या/त्याच्या स्वतःच्या शब्दांत नोंद करते. अशा नोंदी या स्पष्टपणे गुणात्मक संशोधनात येतात. सामान्यतः संशोधक निरीक्षण करत असताना आंतरक्रियांची थोडक्यात नोंद करत असतो आणि निरीक्षण पूर्ण झाल्यानंतर निवेदन स्वरूपातील त्या नोंदी तपशिलाने लिहित असतो. याशिवाय, काही संशोधक आंतरक्रियांचा अर्थ लावतात आणि त्यातून निष्कर्ष काढतात. निवेदन स्वरूपातील नोंदीचा सर्वात मोठा फायदा म्हणजे त्यामुळे आंतरक्रियेविषयीचे सखोल अंतरंग

समजते. तरीही, निरीक्षक तिच्या/त्याच्या निरीक्षणात पूर्वग्रहदूषित असेल तर निरीक्षणातून प्राप्त झालेली अर्थांकने आणि अनुमाने पूर्वग्रहदूषित असण्याची शक्यता असते. याशिवाय, अर्थांकने आणि अनुमाने व्यक्तिनिष्ठ असतील व संशोधकाच्या आकलनाचे प्रतिबिंब त्यात दिसून येईल. याखेरीज संशोधकाचे लक्ष निरीक्षणावर असेल तर तो/ती आंतरक्रियेच्या महत्त्वाच्या भागाची नोंद करणे राहून जाण्याची शक्यता आहे. त्याही पुढे, नोंदी करण्याच्या प्रक्रियेत, आंतरक्रियेचा भाग निसटण्याची शक्यता आहे. त्यामुळे अपूर्ण नोंदी आणि/किंवा निरीक्षण राहण्याची शक्यता नेहमीच असते. याशिवाय, जेव्हा अनेक निरीक्षक असतात तेव्हा निवेदन स्वरूपातील नोंदींच्या तुलना करणे ही समस्या निर्माण होऊ शकते.

काही वेळा काही निरीक्षक घटना किंवा आंतरक्रियेच्या वेगवेगळ्या पैलूंना गुण देण्यासाठी सारणी विकसित करणे पसंत करतात. निरीक्षक/संशोधकाने विकसित केलेल्या सारणीवर नोंद घेतली जाते. सारणी कदाचित एक, दोन किंवा त्रिमितीय असेल, ते निरीक्षणाच्या हेतूवर अवलंबून असेल. उदाहरणार्थ, आकृती ९.२ सारणी गटातील आंतरक्रियांच्या स्वरूपाची नोंदणी करण्यासाठी तयार केली आहे – त्याला तीन मिती आहेतः सकारात्मक, नकारात्मक आणि तटस्थ.

सारणीचा मुख्य फायदा असा आहे की तुम्हाला तपशिलाने नोंदी घ्यायची गरज नसल्याने त्यात वेळ घालवायची गरज नाही आणि तुम्ही निरीक्षणावर लक्ष एकाग्र करू शकता. दुसऱ्या बाजूला सारणी वापरण्यातली समस्या म्हणजे यातून आंतरक्रियेविषयी विशिष्ट आणि सखोल माहिती मिळत नाही. याशिवाय, खालीलपैकी कोणतीही त्रुटी यात राहू शकतेः

गटांमधील आंतरक्रियांच्या स्वरूपाचा अभ्यास

आंतरक्रियेचे पैलू	← *सकारात्मक*					*तटस्थ*				*नकारात्मक* →	
सहभाग	५	४	३	२	१	०	१	२	३	४	५
सलोखा	५	४	३	२	१	०	१	२	३	४	५
आत्मविश्वास	५	४	३	२	१	०	१	२	३	४	५
आक्रमकता	५	४	३	२	१	०	१	२	३	४	५
मागे घेणे	५	४	३	२	१	०	१	२	३	४	५
मैत्री	५	४	३	२	१	०	१	२	३	४	५
अलिप्तता	५	४	३	२	१	०	१	२	३	४	५

आकृती ९.२ त्रि–दिश मापनसारणीवर गटातील आंतरक्रियांचे निरीक्षण/नोंदणी

- निरीक्षक तिच्या/त्यांच्या आंतरक्रियेच्या जाणिवांविषयी अतिशय आत्मविश्वासू असेल तर ती/तो सारणीवर टोकाची भूमिका घेणे टाळेल आणि मध्यवर्ती भागाचा वापर करेल. यामधून निर्माण झालेल्या प्रवृत्तीला **मध्यगा प्रवृत्तीची त्रुटी** असे संबोधतात.
- काही शिक्षक जसे गुण देण्याच्या बाबतीत कडक असतात तर काही नसतात त्याचप्रमाणे काही निरीक्षक सारणीवरील विशिष्ट भागालाच फक्त प्राधान्य देतील. जेव्हा निरीक्षकांना आंतरक्रियेची नोंदणी करताना सारणीवरील विशिष्ट भाग वापरण्याची प्रवृत्ती असते तेव्हा या घटनेला **उच्चगामी परिणाम** असे म्हणतात.
- आणखी एका प्रकारची चूक म्हणजे निरीक्षक आंतरक्रियेदरम्यान व्यक्तीला एका पैलूसाठी देत असलेल्या गुणांचा व्यक्तीच्या अन्य पैलूसाठी देत असलेल्या गुणांवर प्रभाव पडतो. पुन्हा एकदा याचे शिक्षणक्षेत्रातील समांतर उदाहरण म्हणजे एक शिक्षक विद्यार्थ्याला एका विषयाचे गुण देताना तिच्या/त्याच्या दुसऱ्या विषयातल्या कामगिरीचे गुण देण्यावर प्रभाव पडतो. अशा प्रकारच्या परिणामाला **वलय परिणाम** असे म्हणतात.

काही वेळा निरीक्षक तिचे/त्याचे निरीक्षण *वर्गीकृत नोंदी* वापरून करायचे ठरवतो. या वर्गीकरणाचा प्रकार आणि संख्या हे आंतरक्रियेच्या प्रकारावर आणि निरीक्षकाने निरीक्षणाचे कशा प्रकारे वर्गीकरण करायचे ठरवले आहे, यावर अवलंबून असते. उदाहरणार्थ, क्रियाशील/तटस्थ (दोन गट); अंतर्मुख/बहिमुर्ख (दोन गट); नेहमी/कधीतरी/कधीच नाही (तीन गट); किंवा पूर्ण सहमत/सहमत/अनिश्चित/असहमत/पूर्ण असहमत (पाच गट). निरीक्षणांची नोंद करण्यासाठी अशा प्रकारच्या वर्गीकरणाचा वापर करण्याने सारणीवरील वर्गीकरणात जशा समस्या येतात तशाच समस्या येतील.

निरीक्षणे व्हिडिओ कॅमेराद्वारे किंवा इतर *इलेक्ट्रॉनिक उपकरणा*द्वारे नोंदी करून नंतर त्याचे विश्लेषण करता येते. आंतरक्रियांची या प्रकारे नोंदणी करण्याचा एक फायदा असा असतो की त्या नोंदींचा अर्थ लावण्यापूर्वी किंवा त्यातून काही निष्कर्ष काढण्याआधी अनेक वेळा ते बघता येते. अधिक वस्तुनिष्ठ निष्कर्ष येण्यासाठी इतर व्यावसायिकांना बोलावून या नोंदी दाखवून मत विचारता येते. तरीही, याचा एक तोटा म्हणजे कदाचित काही लोकांना कॅमेऱ्यापुढे सहजपणे वावरायला जमणार नाही किंवा त्यांचे वर्तन वेगळे असेल. त्यामुळे परिस्थितीतील आंतरक्रियेचे वास्तव प्रतिबिंब प्राप्त होणार नाही.

तुमच्या निरीक्षणाच्या उद्दिष्टावर त्याच्या नोंदणीसाठीच्या विशिष्ट पद्धतीची निवड, तसेच आंतरक्रियांची गुंतागुंत आणि ज्या लोकसंख्येचे निरीक्षण केले जाणार आहे ती लोकसंख्या यावर अवलंबून असते. तुमची निरीक्षणे नोंदविण्यासाठी पद्धत निवडण्यापूर्वी या घटकांचाही विचार करणे अत्यंत महत्त्वाचे आहे.

मुलाखत

लोकांकडून माहिती संकलित करण्याची **मुलाखत** ही सर्वसामान्य पद्धती आहे. मुलाखतीच्या अनेक व्याख्या आहेत. परंतु मनात विशिष्ट हेतू ठेवून मुलाखत, ही प्रामुख्याने व्यक्ती-व्यक्तीतील आंतरक्रिया असते, जी समोरासमोर असते किंवा अन्य प्रकारे दोन किंवा त्याहून जास्त व्यक्तींमध्ये झालेली असते. मॉनेट आणि इतर (१९८६ः १५६) 'मुलाखतकार हा मुलाखतीत प्रतिसादकाला प्रश्न वाचून दाखवण्यात व त्यांची उत्तरे घेण्यात दंग असतो.' बर्नस् (१९९७ः ३२९) यांच्या मताप्रमाणे मुलाखत ही शब्दांची देवघेव असते, बरेचदा ती समोरासमोर होते. जरी यात दूरध्वनीचा वापर केला असला तरीही मुलाखतकार यातून दुसऱ्या माणसाची माहिती, विश्वास किंवा मते काढून घेण्याचा प्रयत्न करीत असतो.

मुलाखत घेणे

प्रतिसादकाची मुलाखत घेताना संशोधक म्हणून तुम्हाला प्रश्नांची रचना व आशय निश्चित करण्याचे स्वातंत्र्य असते. तसेच प्रश्नात शब्दयोजना कशी करायची, प्रश्न तुम्हाला कशा प्रकारे विचारायचे आहेत, तसेच प्रश्नांचा क्रम कसा असणार आहे याचेही स्वातंत्र्य असते. प्रश्न विचारण्याची प्रक्रिया ही एकतर लवचिक असते, जिथे मुलाखतकार म्हणून तुम्हाला अन्वेषणाधीन समस्येभोवती तुमच्या मनात जसे प्रश्न येतील तशी त्याची रचना करता येते. किंवा प्रश्न विचारण्याची प्रक्रिया अलवचिक असते, ज्यात पूर्वीच तयार करून ठेवलेले प्रश्न - त्यांचे शब्द, त्याची रचना, क्रम आणि ते कशाप्रकारे विचारायचे यासह काटेकोरपणे विचारावे लागतात. मुलाखती या त्याच्या लवचिकतेच्या प्रमाणात आकृती ९.३ मध्ये दाखवल्याप्रमाणे वेगवेगळ्या प्रकारात वर्गीकृत होऊ शकतात.

असंरचित मुलाखती

असंरचित मुलाखतीची जमेची बाजू म्हणजे रचना, आशय, प्रश्नांतील शब्दांची योजना आणि क्रम या सगळ्यात असलेले पूर्ण स्वातंत्र्य होय. कोणतेही प्रश्न विचारायला तुम्ही मोकळे असता व परिस्थितीला समर्पक रचना तुम्ही वापरू शकता. शब्द कुठले वापरायचे याबद्दल आणि प्रतिसादकांना प्रश्न कसे स्पष्ट करून सांगायचे याबाबत पूर्ण स्वातंत्र्य असते. प्रत्यक्ष मुलाखतीदरम्यान चर्चेच्या संदर्भात जे उद्‌भवेल त्यानुसार उत्फूर्तपणे तुम्ही मुद्दे उपस्थित करून प्रश्न विचारू शकता.

असंरचित मुलाखत ही घटना, परिस्थिती, प्रश्न किंवा समस्या याबद्दल गहन, विस्तृत आणि सखोल अन्वेषण करण्यासाठी अत्यंत उपयोगी आहे. यातून सखोल आणि विविध माहिती मिळते, जी वैविध्यता आणि भिन्नता ओळखण्यासाठीही अत्यंत योग्य आहे. तरीही, उच्च प्रतीचे कौशल्य असल्याशिवाय अशा मुलाखती घेता येत नाहीत, हा याचा तोटा आहे.

असंरचित मुलाखत ही गुणात्मक आणि संख्यात्मक अशा दोन्ही संशोधन पद्धतीत प्रचलित आहे. तुमच्या प्रश्नांना मिळालेल्या प्रतिसादातून प्राप्त झालेल्या माहितीचा उपयोग तुम्ही कसा करण्याची शक्यता आहे, यात फरक आहे. संख्यात्मक संशोधनात मिळालेल्या प्रतिसादांवरून तुम्ही प्रथम संकेत तयार करता नंतर त्यांचे सांकेतीकरण व गणना केली जाते. गुणात्मक संशोधनात प्रतिसाद हे वर्णन करणारे, शब्द न् शब्द जसाच्या तसा वापरलेले आणि तुमच्या मुद्द्यांमध्ये लिहिण्याच्या ओघात तार्किक क्रमाने, एकत्रित करता येऊ शकतात. असंरचित मुलाखती ह्या प्रामुख्याने गुणात्मक संशोधनात योजल्या जातात, त्याविषयी 'गुणात्मक संशोधनातील तथ्य संकलनाच्या पद्धती' या प्रकरणात अधिक तपशिलाने वर्णन केले आहे.

संरचित मुलाखत

संरचित मुलाखतीमध्ये संशोधक निर्धारित मुलाखतीत विशिष्ट प्रकारे ठरवल्यानुसार पूर्वीच निश्चित केलेले प्रश्न तेच शब्द वापरून, त्याच क्रमाने, विचारत असतो. **निर्धारित मुलाखत** ही मुक्त-मर्यादा किंवा बंदिस्त प्रश्नांची, वापरलेल्या शब्दांची प्रमाणबद्धता, अर्थ आणि स्पष्टीकरण याआधारे संपूर्णपणे पूर्वचाचणी घेतलेली, मुलाखतकाराकडून एकमेकांसमोरच्या आंतरक्रियेसाठी वापरण्याकरिता (ही कदाचित समोरासमोर, दूरध्वनीद्वारे किंवा इतर इलेक्ट्रॉनिक माध्यमाद्वारे घेतली जाते) लिखित स्वरूपातील प्रश्नांची यादी असते. हे लक्षात ठेवा की निर्धारित मुलाखत हे संशोधन साधन/तंत्र आहे, जे तथ्य संकलनासाठी वापरले जाते आणि मुलाखत घेणे ही तथ्य संकलनाची पद्धत आहे.

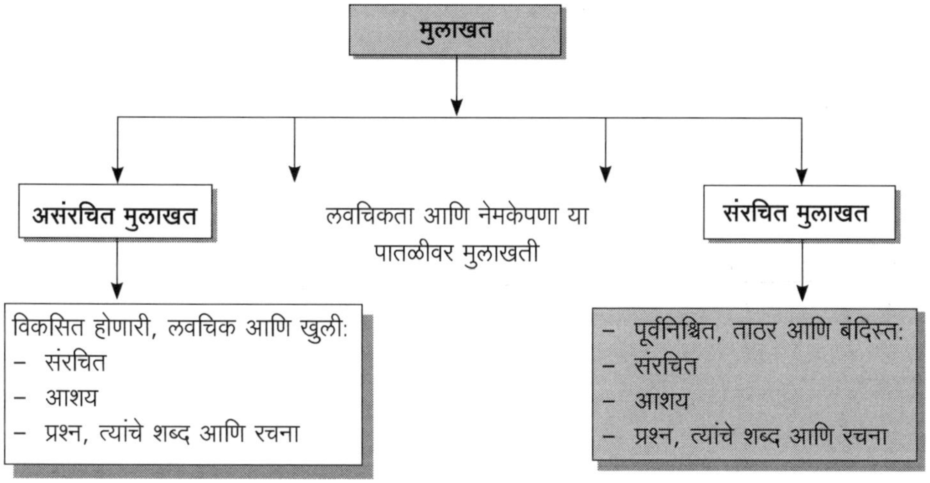

आकृती ९.३ मुलाखतीचे प्रकार

संरचित मुलाखतीचा एक मुख्य फायदा म्हणजे यातून एकसारखी माहिती मिळते व प्राप्त तथ्यांची खात्रीने तुलना करता येते. संरचित मुलाखतीसाठी असंरचित मुलाखतीपेक्षा कमी कौशल्याची गरज असते.

प्रश्नावली

प्रश्नावली ही लिखित प्रश्नांची एक यादी असते ज्यात प्रतिसादकांनी उत्तरे नोंदवायची असतात. प्रतिसादक प्रश्न वाचतो, त्याचा अपेक्षित अर्थ लावतो आणि नंतर उत्तरे लिहितो. नियोजित मुलाखत आणि प्रश्नपत्रिका या दोन्हीत फरक एवढाच आहे की संरचित मुलाखतीत मुलाखत घेणारा प्रश्न विचारतो (आवश्यक असल्यास त्यांचे स्पष्टीकरण देतो) आणि प्रतिसादकांच्या उत्तरांच्या नोंदी मुलाखत अनुसूचीवर करतो, तर प्रश्नावलीत प्रतिसादक स्वतःच प्रतिसाद नोंदवत असतो. हा फरक, दोन्ही पद्धतीतील सामर्थ्य व त्रुटी पाहण्यासाठी आणि तथ्य संकलित करण्यासाठी केल्या जाणाऱ्या आनुषंगिक उपयोगात आहे.

प्रश्नावली

प्रश्नावलीत, प्रतिसादकांना प्रश्नांचा अर्थ समजावून सांगण्यासाठी कुणी नसतं म्हणून प्रश्नांची रचना स्पष्ट, समजायला सोपी अशी असायला हवी. शिवाय, त्याची मांडणी सोपी, वाचताना डोळ्यांना सुखावणारी आणि प्रश्नांचा क्रम समजायला सोपा अशी असावी. प्रश्नपत्रिका ही आंतरक्रियात्मकरित्या विकसित केलेली असावी. याचा अर्थ प्रतिसादकांना त्यांच्याशी कोणीतरी बोलतंय असं वाटेल. प्रश्नपत्रिकेत, संवेदनशील प्रश्न किंवा असे काही प्रश्न ज्यांची उत्तरे देताना प्रतिसादक टाळाटाळ करेल, अशा प्रश्नांची अभ्यासातील समर्पकता संवादात्मक प्रस्तावनेद्वारे स्पष्ट करावी. प्रत्यक्ष प्रश्नांपेक्षा वेगळे दिसण्याकरिता या प्रस्तावनेसाठी अक्षराचा वेगळा ठसा वापरणे ही चांगली कल्पना आहे. आकृती ९.४ आणि ९.५मध्ये लेखकाने दोन विद्यार्थ्यांच्या मदतीने नुकत्याच केलेल्या दोन सर्वेक्षणांची उदाहरणे दिली आहेत, ज्यातून वरील काही मुद्दे स्पष्ट होतील.

कुठे जाणार? स्थलांतरितांमध्ये व्यावसायिक गतिशीलता एक अभ्यास

या अभ्यासासाठी विकसित केलेली प्रश्नपत्रिका खालील आंतरक्रियात्मक विधानाने सुरू होते:

व्यक्तीची व्यावसायिक गतिशीलता ही व्यक्तिगत घटना, प्रसंग, शैक्षणिक आणि व्यावसायिक पार्श्वभूमी यावरून निश्चित होते. हे विशेषत: स्थलांतरितांबाबतीत सत्य आहे. म्हणून आम्हाला तुम्ही आणि तुमची कौटुंबिक पार्श्वभूमी याविषयी काही प्रश्न विचारायला आवडतील. या अभ्यासात सहभागी झालेल्या व्यक्तीची प्रातिनिधिक स्वरूप जाणून घेण्यासाठी आणि त्यांच्या पार्श्वभूमीच्या संदर्भात त्यांच्या व्यावसायिक गतिशीलतेचे प्रमाण, स्वरूप आणि व्यावसायिक गतिशीलतेची कारणे या घटकांचे ज्ञान असणे महत्त्वाचे आहे. तुम्ही या प्रश्नांची उत्तरे दिलीत तर तुम्ही पुरविलेली माहिती आम्हाला उपयोगी पडेल. तुमचे प्रतिसाद हे आमच्यासाठी अतिशय मौल्यवान आहेत, आणि तुम्ही जर सगळ्या प्रश्नांची उत्तरे दिलीत तर आम्हाला खूप आवडेल. जर तुम्हाला एखाद्या प्रश्नाचे, विशिष्ट प्रश्नाचे उत्तर द्यायचे नसेल तरीही आम्ही तुमचा निर्णय आनंदाने स्वीकारू. तुमचे प्रतिसाद निनावी ठेवले जातील व दुसऱ्या कुठल्याही उद्देशासाठी वापरले जाणार नाहीत.

कौटुंबिक पार्श्वभूमीविषयी प्रश्न विचारताना खालील आंतरक्रियात्मक विधानांचा प्रश्नपत्रिकेत समावेश करा:

आता आम्हाला तुमच्या कुटुंबाविषयी काही प्रश्न विचारायला आवडतील. स्थलांतरानंतर तुमच्या व्यवसायाच्या निवडीवर तुमच्या कौटुंबिक परिस्थितीचा परिणाम होईल. पुन्हा एकदा तुमचे प्रतिसाद निनावी राहतील याची तुम्हाला खात्री देतो.

प्रतिसादकांचे त्यांच्या ऑस्ट्रेलियातील पात्रतेच्या मान्यतेविषयीचे अनुभवांची खात्री करण्यापूर्वी खालील आंतरक्रियात्मक विधाने त्यांना विचारलेल्या माहितीबाबत सहजता वाटावी यासाठी त्यांना तयार करतात:

अन्य घटकांच्या बरोबरीने शैक्षणिक आणि व्यावसायिक पात्रतेला मान्यता ही नवीन देशातील व्यक्तीच्या व्यावसायिक गतिशीलतेच्या निश्चितीत महत्त्वाची भूमिका बजावते. या विभागात आम्हाला तुमच्या पात्रताविषयक मान्यतेच्या प्रक्रियेविषयी तुमचे मत जाणून घ्यायला आवडेल. यासंबंधीच्या निष्कर्षाबाबत तुम्ही किती समाधानी किंवा असमाधानी आहात हे जाणून घ्यायला आम्हाला आवडेल. जर तुम्ही असमाधानी असाल तर त्याची कारणे जाणून घ्यायला आवडतील ती माहिती निर्णय घेणाऱ्यांना प्रक्रिया सुधारण्यास मदत करेल, म्हणून त्याची कारणे जाणून घ्यायला आम्हाला आवडतील. तुमची उत्तरे गुप्त ठेवली जातील याची पुन्हा एकदा खात्री देतो. तरीही जर तुम्हाला एखाद्या प्रश्नाचे उत्तर द्यायचे नसेल तर तो तुम्ही गाळू शकता.

आकृती ९.४ कुठे जाणार? स्थलांतरितांमधील व्यावसायिक गतिशीलतेचा अभ्यास

प्रश्नपत्रिका वापरण्याचे मार्ग

प्रश्नपत्रिका अनेक मार्गाने वापरली जाऊ शकते. प्रश्नपत्रिका वापराची तुम्ही निवडलेली पद्धत ही तुम्ही अभ्यासासाठी निवडलेल्या लोकसमुदायातील प्रतिसादकांच्या तपासणीतील सोपेपण आणि तुमच्या अभ्यासात

ते कशा प्रकारे सहभागी होऊ शकतील याविषयी तुमचे मत यावर अवलंबून आहे. प्रश्नपत्रिका तुम्ही कोणत्या वेगवेगळ्या प्रकारे वापरू शकता ते मार्ग खाली दिले आहेतः

- **टपालाने प्रश्नपत्रिका पाठवणे**. माहिती संकलित करण्याची एक सामान्य पद्धत म्हणजे ज्या प्रतिसादकांकडून माहिती घ्यायचे ठरवले आहे त्यांना प्रश्नपत्रिका टपालाने पाठवणे. अर्थात तुम्हाला त्यांचे पत्ते माहिती आहेत, असे गृहीत धरले आहे. कदाचित पत्ते मिळवणं सोपं नसेल त्यामुळे या पद्धतीने तथ्ये संकलित करण्यापूर्वी प्रतिसादकांचे पत्ते उपलब्ध असल्याची खात्री करून घ्या. स्वत:च्या पत्त्याचे तिकीट लावलेले पाकीट सोबत पाठवणे ही चांगली कल्पना आहे कारण, त्यामुळे प्रतिसादाचे प्रमाण वाढण्याची शक्यता आहे. टपालाने प्रश्नपत्रिका पाठवताना त्यासोबत एक सहपत्र अवश्य पाठवावे (खाली पहा). अत्यल्प प्रतिसाद ही या पद्धतीची मुख्य अडचण होय. जर प्रतिसादाचे प्रमाण अतिशय अल्प असेल, तर त्याची अनुमाने अभ्यासाधीन लोकसमुदायावर कमी प्रमाणात लागू पडतात.
- **सामूहिक वापर**. प्रश्नपत्रिकेचा वापर करण्याचा उत्तम मार्ग म्हणजे एकत्र आलेला समूह हा होय. जसे की, वर्गातील विद्यार्थी, कार्यक्रमाला आलेले लोक, कार्यक्रमात सहभागी झालेल्या व्यक्ती किंवा एका जागी एकत्र आलेले लोक. अशा ठिकाणी प्रतिसादाचे प्रमाण खूप जास्त असते. फार कमी लोक तुमच्या अभ्यासात सामील व्हायला नकार देतील. शिवाय, तुमचे अभ्यासाधीन लोकसंख्येशी वैयक्तिक संबंध आल्याने तुम्ही त्यांना अभ्यासाचा हेतू, समर्पकता आणि महत्त्व स्पष्ट करू शकाल आणि प्रतिसादकांच्या मनात जर काही शंका असतील तर त्यावर तुम्ही स्पष्टीकरण देऊ शकाल. जर तुम्हाला एकत्र आलेला प्रेक्षक वर्ग मिळत असेल तर संधी सोडू नका; असा लेखकाचा सल्ला आहे. तथ्य संकलनाचा हा सगळ्यात जलद मार्ग आहे, यातून भरघोस जास्त प्रतिसाद मिळण्याची आणि टपालखर्च वाचण्याची खात्री असते.
- **संगणकीकृत (ऑनलाइन) प्रश्नपत्रिका**. संप्रेषण तंत्रज्ञानाच्या प्रगतीमुळे संशोधन प्रश्नासाठी माहिती संकलित करण्याचा संगणकीकृत प्रश्नपत्रिका हा सामान्यत: वापरला जाणारा मार्ग उदयास आला आहे. तुम्ही प्रश्नपत्रिका विकसित करण्यासाठी नेहमीचीच पद्धत संगणकप्रणालीचा (पहा प्रकरण ८) वापर करून प्रश्नपत्रिका तयार करता. प्रश्नपत्रिका स्वत: देणे, सामुदायिक वाटप करणे किंवा वैयक्तिक टपालाने पाठवणे याऐवजी तुम्ही ती संभाव्य प्रतिसादकांसाठी वेबसाइटवर टाकता किंवा तुमच्या ई-मेलची लिंक देता, हा मुख्य फरक आहे. अशाच पद्धतीने तुम्ही मोबाईलवरूनही प्रश्नपत्रिका पाठवू शकता. संगणकीकृत प्रश्नपत्रिकेद्वारे मिळालेल्या तथ्यांचे योग्य प्रणालीद्वारे विश्लेषण करू शकता. अशा प्रकारच्या अनेक प्रणाली उपलब्ध आहेत आणि तुम्ही तुमच्या संशोधनासाठी योग्य प्रणाली निवडणे आवश्यक आहे. तथ्य संकलनासाठी ही पद्धत निवडण्यापूर्वी तुम्ही वापरणार असलेल्या प्रणाली आणि प्रक्रिया यांची पूर्ण माहिती करून घेणे आवश्यक आहे. जर तुम्ही प्रश्नपत्रिका ई-मेल करणार असाल किंवा मोबाईलवर पाठवणार असाल तर प्रतिसादकांचा ई-मेल पत्ता किंवा फोन नंबर तुमच्याकडे असणे गरजेचे आहे.

वेब सर्वेक्षण पद्धती

- **सार्वजनिक स्थळी प्रश्नपत्रिकेचा वापर**. कधी कधी तुम्ही शॉपिंग सेंटर, आरोग्य केंद्र, रुग्णालय, शाळा किंवा पब अशा ठिकाणी प्रश्नपत्रिकेचा वापर करता. अर्थात हे तुम्ही ज्या प्रकारच्या लोकसमूहाचा अभ्यास करणार आहात त्यावर आणि तो कुठे उपलब्ध असेल यावर अवलंबून आहे. सामान्यत: अभ्यासाचा उद्देश हा संभाव्य प्रतिसादकांशी संपर्क झाल्यावर आणि त्यांना अभ्यासात सहभाग घेण्याबद्दल विनंती केल्यावर स्पष्ट केला जातो. ही अत्यंत वेळखाऊ पद्धत आहे हा भाग सोडल्यास, प्रश्नपत्रिकेचा सामुदायिक वापर या पद्धतीचे सर्व फायदे यात आहेत.

प्रश्नपत्रिका वापरण्याचे मार्ग

व्यावसायिक प्रतिनियुक्ती: राज्य सहकारी कर्मचाऱ्यांचा पुन:पाचारणाचा अभ्यास

खालील आंतरक्रियात्मक विधान, प्रतिसादकाची सामाजिक–आर्थिक–लोकसंख्याशास्त्रीय पार्श्वभूमी जाणून घेण्यापूर्वी प्रश्नपत्रिकेत समाविष्ट केले होते:

गेल्या तीन वर्षात राज्य सरकारच्या नोकरीत ज्यांनी व्यावसायिक प्रतिनियुक्ती अनुभव घेतला आहे अशा कर्मचाऱ्यांची परिस्थिती जाणून घेण्याचा उद्देश आहे, आम्हाला तुमच्या पार्श्वभूमीबाबत काही प्रश्न विचारायचे आहेत. तुमच्या उत्तरामुळे आम्हाला कोणत्या वेगवेगळ्या प्रकारच्या व्यवसायात प्रतिनियुक्ती झाली आहे, आणि ज्या नोकरदारांवर याचा परिणाम झाला त्यांची पार्श्वभूमी जाणून घ्यायची आहे. जरी तुमच्या करिअरच्या मार्गात झालेल्या बदलाचे स्वरूप व प्रमाण निश्चित ठरविण्यासाठी या प्रश्नांची उत्तरे मिळणे महत्त्वाचे आहे, तरी तुमच्यावर उत्तरे द्यायची सक्ती आहे असे कृपया समजू नका. तुम्हाला पुन्हा एकदा खात्री देतो की तुम्ही दिलेली माहिती अतिशय गुप्त राहील.

व्यावसायिक इतिहासाविषयी प्रश्न विचारताना त्याची प्रस्तावना खालील विधानांनी केली होती:

आम्हाला तुमच्या व्यावसायिक कारकिर्दीच्या इतिहासाविषयी काही प्रश्न विचारायला आवडतील. या प्रश्नांच्या उत्तरांमुळे, तुम्ही काम करायला सुरुवात केलीत तेच काम पुन:पाचारणानंतर करत आहात का, हे आम्हाला समजू शकेल. यामुळे प्रतिनियुक्तीनंतर आणि पूर्वी तुमच्या कामात झालेल्या बदलाचे स्वरूप व प्रमाण प्रस्थापित करता येईल. पुन्हा एकदा, तुम्हाला जर प्रश्नाचे उत्तर द्यायचे नसेल तर सक्ती नाही. तरीही, या प्रश्नांची उत्तरे मिळणे आमच्यासाठी अत्यंत महत्त्वाचे आहे. तुम्ही दिलेली माहिती निनावी असेल याची खात्री बाळगा.

प्रतिनियुक्तीचा प्रभाव याबद्दल विचारण्यापूर्वी प्रश्नपत्रिकेत खालील आंतरक्रियात्मक विधानाचा समावेश केला होता:

प्रतिनियुक्तीपूर्वी आणि नंतर तुमची तुमच्या नोकरीविषयक विविध पैलूंबाबतची मते जाणून घेण्यासाठी खालील प्रश्न तुम्हाला विचारले आहेत. प्रतिनियुक्तीचा तुमच्या कुटुंबावर आणि तुमच्या कामावरील वेगवेगळ्या पैलूंवर झालेल्या परिणामांचे मापन करण्यासाठी तुम्ही दिलेल्या उत्तरांची मदत होईल. तुमच्या प्रामाणिक मतांचे आम्ही महत्त्व मानतो. तुमचे प्रतिसाद पूर्णत: निनावी ठेवले जातील याची खात्री बाळगा.

आकृती ९.५ व्यावसायिक प्रतिनियुक्ती: राज्य सरकारी कर्मचाऱ्यांचा अभ्यास

मुलाखत अनुसूची आणि प्रश्नपत्रिका तंत्र यापैकी एकाची निवड करणे

प्रश्नपत्रिका तंत्र आणि मुलाखत अनुसूची यामध्ये निवड करताना या दोन पद्धतीतील बलस्थाने व त्रुटी त्याच्या अनुमानांच्या वैधतेवर परिणाम करतात, याचा पूर्ण विचार केला पाहिजे. अन्वेषणाचे स्वरूप आणि अभ्यासाधीन

लोकसमूहाची सामाजिक–आर्थिक आणि लोकसंख्याशास्त्रीय वैशिष्ट्ये ही या निवडीत केंद्रस्थानी असतात. मुलाखत अनुसूची आणि प्रश्नपत्रिका यामधील निवड ही खालील कसोट्यांवर आधारित असावी:

- **अन्वेषणाचे स्वरूप**: प्रतिसादक अन्वेषकाबरोबर चर्चा करण्यास नाखूश आहे ही जर अभ्यासातील अडचण असेल तर प्रश्नपत्रिकेची निवड योग्य असते, कारण यात प्रतिसादकाचे नावाबाबत गुप्तता राखली जाते. अमली पदार्थांचे सेवन, लैंगिकता, गुन्हेगारी कृत्यात सहभाग, व्यक्तिगत आर्थिक व्यवहार याबाबतीत हे घडू शकते. तरीही, अशी परिस्थिती असते की जिथे तुम्ही संवेदनशील मुद्द्यांबाबतही प्रतिसादकांकडून मुलाखतीद्वारे तुम्ही माहिती मिळवू शकता. हे ज्या लोकसंख्येचा तुम्ही अभ्यास करणार असाल त्यावर व मुलाखतकाराच्या कौशल्यावर अवलंबून असते. तुमच्या अभ्यासासाठी व प्रतिसादकांसाठी योग्य काय आहे ते तुम्हाला शोधून काढावे लागेल व निर्णय घ्यावा लागेल.
- **अभ्यासाधीन लोकसमूहाची भौगोलिक विभागणी**. जर तुमचे संभाव्य प्रतिसादक विस्तृत भौगोलिक क्षेत्रात विखुरलेले असतील तर प्रश्नपत्रिका वापरण्याशिवाय तुम्हाला अन्य पर्याय नसतो, कारण अशा परिस्थितीत मुलाखती घेणे हे अत्यंत खर्चिक होईल.
- **अभ्यासाधीन लोकसमूहाचा प्रकार**. जर अभ्यासाधीन लोकसमुदाय निरक्षर असेल, खूप तरुण किंवा खूप वृद्ध, किंवा अपंग असेल तर मुलाखत घेण्याशिवाय पर्याय नसतो.

प्रश्नपत्रिका तंत्राचे फायदे

प्रश्नपत्रिका तंत्राचे खालील फायदे आहेत:

- **ही कमी खर्चाची असते**. तुम्ही जर प्रतिसादकांची मुलाखत घेतली नाहीत तर त्यातून तुमचा वेळ, मनुष्यबळ आणि खर्च वाचतो. प्रश्नपत्रिका जेव्हा अभ्यासाधीन लोकसमूहाकरिता, विशेषत: सामुदायिकरित्या वापरायची असते तेव्हा ती तुलनेने सोयीची, कमी खर्चाची असते.
- **यात खूप गुप्तता पाळली जाते**. प्रतिसादक व मुलाखतकार यांची समोरासमोर आंतरक्रिया होत नसल्याने यात गुप्तता पाळली जाते. जिथे संवेदनशील प्रश्न विचारावे लागतात, अशा परिस्थितीत त्या प्रश्नांची अचूक माहिती मिळवता येते.

प्रश्नपत्रिका तंत्राचे तोटे

जरी प्रश्नपत्रिका तंत्राच्या वापरात अनेक तोटे असले, तरीही तथ्य संकलनासाठी ही पद्धत वापरणाऱ्या सर्वांना हे तोटे होत नाहीत. विशिष्ट तोटा जो प्रचलित आहे तो इतर अनेक घटकांवर अवलंबून असतो. तरीही, तुम्ही या तोट्यांपासून जागरूक असायला हवे, कारण याचा परिणाम तथ्यांच्या गुणवत्तेवर होण्याची शक्यता असते. खाली काही तोटे नमूद केले आहेत:

- **मर्यादित वापर**. याचा वापर अभ्यासाधीन लोकसमुदाय लिहू, वाचू शकणारी असेल तरच होऊ शकतो, हा महत्त्वाचा तोटा आहे. याशिवाय लहान बालके, अतिवृद्ध आणि अपंग लोकांसाठी याचा उपयोग होत नाही.
- **प्रतिसादाचे प्रमाण अल्प**. प्रश्नपत्रिका या त्यांच्या अल्प प्रतिसादासाठी प्रसिद्ध आहेत; कारण लोक त्या परत करत नाहीत. लक्षात ठेवा, तुम्ही जर प्रश्नपत्रिका वापरायची ठरवलीत तर प्रत्येकजण प्रश्नपत्रिका परत

करेलच असे नाही त्यामुळे नमुना आकार कमी होत जाईल. प्रतिसादाचा दर हा, निवडलेल्या नमुन्याचा अभ्यासविषयात असलेला रस; प्रश्नपत्रिकेची लांबी व रचना; सहपत्राची गुणवत्ता आणि अभ्यासाचा हेतू व यथायोग्यता स्पष्ट करणारा मजकूर; प्रश्नपत्रिका पोहोचवण्यासाठी वापरली जाणारी पद्धत यासारख्या अनेक घटकांवर अवलंबून असतो. तुम्हाला जर ५० टक्के प्रतिसाद मिळाला तर स्वत:ला भाग्यवान समजा. कारण, हा प्रतिसाद कधी कधी २० टक्के इतकासुद्धा अल्प असू शकतो. तरीही, वर नमूद केल्याप्रमाणे प्रश्नपत्रिका जर सामुदायिकरित्या वापरली तर अल्प प्रतिसाद ही समस्या येत नाही.

- **स्व–निवड पूर्वग्रह**. प्रश्नपत्रिका प्राप्त केलेला प्रत्येकजण ती परत करत नाही, त्याचा स्वनिवड पूर्वग्रह असतो. जे प्रश्नपत्रिका परत करतात त्यांच्या, अभिवृत्ती, विशेष गुण किंवा प्रेरणा जे या प्रश्नपत्रिका परत पाठवत नाहीत त्यांच्यापेक्षा भिन्न असतात. त्यामुळे प्रतिसाद कमी मिळतो आणि जर प्रतिसादाचे प्रमाण अल्प असेल तर एकूण अभ्यासाधीन लोकसमूहासाठी तो प्रातिनिधिक ठरणार नाही.
- **प्रश्नांचे स्पष्टीकरण देण्याची संधी मिळत नाही**. जर, कोणत्याही कारणाने प्रतिसादकाला जर एखादा प्रश्न कळला नाही, तर संशोधकाच्या संपर्कात आल्याशिवाय (जे नेहमी घडत नाही) त्याचा अर्थ स्पष्ट करून घेण्याची संधी मिळत नाही. जर वेगवेगळ्या प्रतिसादकांनी प्रश्नाचा वेगवेगळा अर्थ लावला तर त्याचा मिळालेल्या माहितीच्या गुणवत्तेवर परिणाम होऊ शकतो.
- **उत्स्फूर्त प्रतिसादाची संधी नाही**. जर उत्स्फूर्त प्रतिसाद हवे असतील तर टपालाने प्रश्नपत्रिका पाठवणे अगदी अयोग्य आहे, प्रश्नांची उत्तरे द्यायच्या आधी प्रतिसादक संपूर्ण प्रश्नपत्रिकेवर नजर टाकेल. त्यामुळे उत्तर द्यायच्या आधी प्रतिसाद देण्यापूर्वी त्यांना थोडा अवधी मिळेल व त्यामुळे ते काही प्रश्नांची उत्तरे बदलण्यास प्रवृत्त होतील.
- **एका प्रश्नाच्या प्रतिसादाचा प्रभाव दुसऱ्या प्रश्नाच्या प्रतिसादावर पडणे**. उत्तरे देण्यापूर्वी प्रतिसादक सर्व प्रश्नपत्रिका वाचेल (जे नेहमी घडते). ते एखाद्या विशिष्ट प्रश्नाचे उत्तर देण्यावर, इतर प्रश्न माहिती असण्याचा प्रभाव पडेल.
- **इतरांचा उत्तरांवर प्रभाव**. टपालाने पाठवलेल्या प्रश्नपत्रिकेविषयी प्रतिसादक प्रतिसाद देण्यापूर्वी कदाचित इतरांशी चर्चा करेल. अन्वेषकाला जर फक्त अभ्यासाधीन लोकांची मते शोधायची असतील तर ही पद्धत योग्य नाही, जर प्रतिसादकांना त्यांचीच मते व्यक्त करण्याविषयी विनंती केली तर त्याची मदत होईल.
- **प्रतिसाद इतर माहितीस पूरक होऊ शकत नाही**. मुलाखतीद्वारे मिळवलेली माहिती काही वेळा निरीक्षणासारख्या तथ्य संकलनाच्या इतर पद्धतीस पूरक होऊ शकते. तसा फायदा प्रश्नपत्रिकेमुळे होत नाही.

मुलाखत तंत्राचे फायदे

- **गुंतागुंतीच्या परिस्थितीसाठी जास्त योग्य**. गुंतागुंतीच्या आणि संवेदनशील विषयातील माहिती मिळवण्यासाठी मुलाखत जास्त योग्य आहे. मुलाखतकाराला प्रतिसादकाची संवेदनशील प्रश्न विचारण्याआधी तयारी करून घेण्याची आणि गुंतागुंतीचे प्रश्न व्यक्तिश: स्पष्ट करण्याची संधी मिळते.
- **सखोल माहिती मिळवण्यासाठी उपयुक्त**. मुलाखतीमधून अन्वेषकाला तपासणी करून सखोल माहिती मिळवणे शक्य आहे. म्हणून, जेथे सखोल माहितीची आवश्यकता असते तिथे तथ्य संकलनासाठी मुलाखतीच्या पद्धतीला प्राधान्य दिले जाते.

- **पूरक माहिती मिळवता येते**. मुलाखतकार अभाषिक प्रतिक्रियांच्या निरीक्षणातून मिळालेल्या प्रतिसादातून पूरक माहितीसुद्धा मिळवू शकतो.
- **प्रश्न स्पष्ट करून सांगता येतात**. यामध्ये प्रश्नाचा चुकीचा अर्थ समजण्याची शक्यता फार कमी असते. कारण, मुलाखतकार एक तर प्रश्न परत विचारतो किंवा प्रतिसादकाला कळेल अशा स्वरूपात विचारतो.
- **व्यापक स्वरूपात वापर**. लहान मुले, अपंग, निरक्षर किंवा अतिवृद्ध अशा कोणत्याही प्रकारच्या व्यक्तींची मुलाखत घेता येते.

मुलाखत तंत्राचे तोटे

- **वेळखाऊ आणि खर्चिक**. विशेषतः, संभाव्य प्रतिसादक जेव्हा विस्तृत भूभागावर विखुरलेले असतात तेव्हा हे घडते. तरीही, संभाव्य प्रतिसादक, कार्यालय, रुग्णालय किंवा अभिकरण जिथे सेवा घ्यायला आले असतील, तिथे त्यांची मुलाखत घ्या. ती त्यामानाने कमी खर्चाची व कमी वेळ खाणारी असेल.
- **तथ्यांची गुणवत्ता ही आंतरक्रियेच्या गुणवत्तेवर अवलंबून असते**. मुलाखतीत मुलाखत देणारा आणि मुलाखत घेणारा यांच्यातील आंतरक्रियेची गुणवत्ता, दर्जा हा मिळालेल्या माहितीवर परिणाम करतो. कारण, प्रत्येक मुलाखतीतील आंतरक्रिया ही अद्वितीय असते, वेगवेगळ्या मुलाखतीतून मिळालेल्या प्रतिसादांच्या गुणवत्तेत लक्षणीय फरक असतो.
- **तथ्यांची गुणवत्ता ही मुलाखतकाराच्या गुणवत्तेवर अवलंबून असते**. मुलाखतीमधून प्राप्त झालेल्या तथ्यांवर मुलाखतकाराचे कौशल्य, अनुभव आणि वचनबद्धता याचा परिणाम घडून येतो.
- **अनेक मुलाखतकारांनी मुलाखती घेतल्यास तथ्यांच्या गुणवत्तेत फरक पडतो**. अनेक मुलाखतकारांनी मुलाखती घेतल्यास उपरोक्त दोन मुद्द्यांमधील समस्या कदाचित अधिक गडद होतील.
- **संशोधकाचे काही पूर्वग्रह असण्याची शक्यता**. मुलाखतीत संशोधक एकतर प्रश्नांची रचना आणि/किंवा मिळालेल्या प्रतिसादाचा अर्थ लावताना नेहमी एका बाजूला झुकण्याची शक्यता असते. मुलाखती एका व्यक्तीने किंवा व्यक्तींनी घेतल्या असतील, त्या मुलाखतकाराने स्वेच्छेने किंवा पैसे घेऊन घेतल्या असतील, त्या संशोधकाशिवाय इतर कुणी घेतलेल्या असतील तर प्रतिसादांचे अर्थ लावताना, प्रतिसादांचे वेगवेगळ्या गटात वर्गीकरण करताना किंवा प्रतिसादकांनी व्यक्त केलेल्या मतांचा सारांश काढताना शब्दांची निवड करताना एका बाजूला झुकण्याकडे त्यांचा कल असण्याची शक्यता असते.

सहपत्राचा आशय

प्रश्नपत्रिका टपालाने पाठवताना त्याच्यासोबत सहपत्र पाठवणे गरजेचे आहे. तुम्ही त्यात थोडक्यात पुढील बाबींचा समावेश करावाः

- तुमची स्वतःची व ज्या संस्थेचे तुम्ही प्रतिनिधित्व करता त्याची ओळख;
- अभ्यासाची मुख्य उद्दिष्टे दोन किंवा तीन वाक्यात वर्णन करा;
- अभ्यासाची समर्पकता स्पष्ट करा;
- काही सर्वसाधारण सूचना द्या;
- अभ्यासातील सहभाग हा ऐच्छिक असल्याचे निदर्शनास आणा–जर प्राप्तकर्ते प्रश्नपत्रिकेला उत्तर देणार नसतील तर त्यांना नाही म्हणायचा अधिकार आहे;

- प्रतिसादकांना त्यांनी दिलेल्या माहितीबद्दल गुप्तता पाळणार असल्याची खात्री द्या;
- जर त्यांना काही शंका असतील तर संपर्क क्रमांक द्या;
- प्रश्नपत्रिका परत करण्यासाठी पत्ता व अंतिम तारीख द्या;
- अभ्यासात सहभाग घेतल्याबद्दल त्यांचे आभार माना.

प्रश्नांचे स्वरूप

सर्वेक्षण प्रश्नांचे लेखन

मुलाखत अनुसूचीत किंवा प्रश्नपत्रिकेत तुम्ही प्रश्नांची रचना कशी करता (मुक्त-मर्यादा किंवा बंदिस्त) आणि त्याची रचना करताना शब्दयोजना कशी करता हे अतिशय महत्त्वाचे असते कारण, प्रतिसादकाकडून तुम्ही मिळवणाऱ्या माहितीच्या प्रकारावर आणि गुणवत्तेवर त्याचा परिणाम होतो. याकरिता प्रश्नांची रचना ही स्पष्ट, संक्षिप्त, उचित, समर्पक, आणि या प्रकरणात नंतरच्या भागात 'प्रभावी प्रश्नांची रचना' या विभागात चर्चा केलेल्या समस्या नसलेली असावी. यासाठी सामाजिक संशोधनात सामान्यतः वापरले जाणारे प्रश्नांचे प्रकार त्यांची अनुषंगिक बलस्थाने आणि त्रुटी तुम्हाला माहीत असणे महत्त्वाचे आहे. त्यांची रचना करताना वापरलेल्या शब्दांचे विशेष सामर्थ्यसुद्धा तुम्हाला माहिती असणे गरजेचे आहे. या विभागात त्यांचे प्रकार, वैशिष्ट्ये, रचनाप्रक्रिया आणि त्याची रचना करताना शब्दयोजनेशी निगडित येणाऱ्या सामान्य समस्या याविषयी चर्चा केली आहे.

सामाजिक संशोधनात सामान्यतः दोन प्रकारचे प्रश्न असतातः

- मुक्त-मर्यादा; आणि
- बंदिस्त प्रश्न

मुक्त-मर्यादा प्रश्नात संशोधन साधनात जे संभाव्य प्रतिसाद गट तयार केलेले *नसतात.* प्रश्नपत्रिकेत प्रतिसादक तिच्या/त्याच्या स्वतःच्या शब्दांत उत्तरे लिहितो, मात्र मुलाखत अनुसूचीमध्ये अन्वेषक उत्तरे एकतर शब्दशः जशीच्या तशी किंवा सारांशरूपात नोंदवतो. **बंदिस्त प्रश्नात** काय उत्तरे येण्याची शक्यता आहे त्याचे वर्गीकरण अनुसूची किंवा प्रश्नपत्रिकेत आधीच केलेले असते आणि प्रतिसादक किंवा अन्वेषक प्रतिसादकांच्या उत्तराचे योग्य वर्णन असलेल्या वर्गावर खूण करतो. यादीत समाविष्ट नसलेला एखादा प्रतिसाद सामावून घेण्यासाठी नेहमी 'इतर/कृपया स्पष्ट करा' हा पर्याय देणे सर्वात चांगले. आकृती ९.६ मध्ये बंदिस्त प्रश्नांची उदाहरणे दिली आहेत. आकृती ९.७ मध्ये दाखवल्याप्रमाणे तेच प्रश्न स्वैर प्रश्न म्हणून विचारता येऊ शकतात.

चलांबद्दल माहिती मिळवण्याकरिता मुक्त-मर्यादा प्रश्न विचारायचे की बंदिस्त प्रश्न विचारायचे हे ठरवताना, मिळालेली माहिती कशा प्रकारे वापरणार आहात याचे चित्र डोळ्यासमोर उभे करा. हे महत्त्वाचे आहे, कारण तुमच्या प्रश्नांच्या रचनेवरून प्रतिसादांचे वर्गीकरण करण्यासाठी तुम्ही वापरू शकणार असलेल्या अनुमापन एककाची निश्चिती होते. माहितीवरील प्रक्रियेसाठी कोणती संख्याशास्त्रीय पद्धती उपयुक्त आहे, तथ्यांचे विश्लेषण कसे करायचे आणि ती सादर कशी करायची, हे सरतेशेवटी अनुमापन एककावरून ठरते.

अ. योग्य जागी खूण करून कृपया तुमचे वय दर्शवा.

१५पेक्षा कमी □
१५ –१९ वर्ष □
२० –२४ वर्ष □

आ. तुमचा सध्याचा वैवाहिक दर्जा तुम्ही कसा वर्णन कराल?

विवाहित □
एकटे □
लिव्ह–इन–रिलेशन □
घटस्फोटित □
विभक्त □

इ. तुमचे वार्षिक सरासरी उत्पन्न किती?

$१०,००० च्या आत □
$१०,०००–$१९,९९९ □
$२०,०००–$२९,९९९ □
$३०,०००–$३९,९९९ □
$४०,०००+ □

किंवा

इ. (अ) तुमच्या सरासरी वार्षिक उत्पन्नाचे वर्गीकरण कसे कराल?

सरासरीपेक्षा जास्त □
सरासरी □
सरासरीपेक्षा कमी □

ई. तुमच्या मते, चांगल्या प्रशासकाचे गुण कोणते?

जो निर्णय घेऊ शकतो □
लवकर निर्णय घेणारा □
ऐकून घेणारा □
नि:पक्षपाती □
आंतरवैयक्तिक संभाषण कौशल्य □
इतर, स्पष्ट करा

___

___

आकृती ९.६ बंदिस्त प्रश्नांचे उदाहरण

अ. तुमचे सध्याचे वय काय? __________ वर्षे

आ. तुमच्या सध्याच्या वैवाहिक दर्जाचे वर्णन तुम्ही कसे कराल? __________

इ. तुमचे सरासरी वार्षिक उत्पन्न किती? $__________

ई. तुमच्या मते चांगल्या प्रशासकाचे गुण कोणते?

१ __________

२ __________

३ __________

४ __________

५ __________

आकृती ९.७ मुक्त-मर्यादा प्रश्नांचे उदाहरण

आता आपण 'उत्पन्न' या चलासंबंधीच्या प्रश्नाचे उदाहरण घेऊ. बंदिस्त प्रश्नात उत्पन्न हे सरासरीपेक्षा जास्त/सरासरी/सरासरीच्या खाली अशा वर्गात गुणात्मकेने नोंदवले जाऊ शकेल किंवा संख्यात्मकतेने '$१०,०००पेक्षा कमी/$१०,०००-$१९,९९९/.....' अशा वर्गात नोंदवले जाईल. गुणात्मक किंवा संख्यात्मक वर्गीकरणाच्या तुमच्या निवडीचा उत्पन्नाच्या अनुमापन एककावर परिणाम होतो (गुणात्मक क्रमवाचक सारणी आणि संख्यात्मक अनुमापनाची गुणोत्तर सारणी वापरतात), ज्याचा पुढे संख्याशास्त्रीय कार्यपद्धतीच्या उपयोजनावर परिणाम होईल. उदाहरणार्थ, तुम्ही व्यक्तीचे सरासरी उत्पन्न हे आकृती ९.६ मधील प्रश्न इ(अ)च्या प्रतिसादावरून गणन करू शकत नाही; ना उत्पन्नाचे मध्यमान किंवा बहुलक वर्गीकरण करू शकत नाही. क प्रश्नाच्या प्रतिसादातून तुम्ही उत्पन्नाचे बहुलक वर्गीकरण अचूकतेने करू शकता, परंतु मध्यमान किंवा उत्पन्नाचा मध्य (अशा गणना सामान्यतः काही बाबी गृहीत धरून केल्या जातात). आकृती ९.७ मधील प्रश्न क च्या प्रतिसादात, जिथे प्रतिसादकाचे उत्पन्न अचूकपणे डॉलरमधे नोंदवले गेले आहे, उत्पन्नाचे वर्णन करणाऱ्या वेगवेगळे प्रकार अचूक उत्पन्नाचे गणन करू शकतील. याशिवाय, उत्पन्नाविषयीची माहिती कोणत्याही प्रकारात सादर केली जाऊ शकते. अभ्यासाधीन गटाच्या उत्पन्नाविषयी तुम्ही अगदी अचूक मध्यमान मध्य, मध्यमान किंवा बहुलक गणन करू शकता. मुक्त- मर्यादा प्रश्नांच्या प्रतिसादातून मिळालेल्या कोणत्याही माहितीबाबत हेच वास्तव आहे.

बंदिस्त प्रश्नांत गट विकसित केल्यावर तुम्ही ते बदलू शकत नाही; त्यामुळे गट विकसित करताना तुम्हाला त्याविषयी खात्री असली पाहिजे. जर तुम्ही मुक्त-मर्यादा प्रश्न विचारणार असाल तर तुम्ही विश्लेषणाच्या वेळी हवे तेवढे गट हव्या त्या रूपात विकसित करू शकता.

मुक्त-मर्यादा आणि बंदिस्त प्रश्नांचे फायदे आणि तोटे

मुक्त-मर्यादा आणि बंदिस्त या दोनही प्रश्नांचे भिन्न भिन्न परिस्थितींत फायदे आणि तोटे आहेत. काही मर्यादेपर्यंत, त्या प्रश्नांचे फायदे आणि तोटे हे ते मुलाखतीत की प्रश्नपत्रिकेत वापरले जाणार आहेत यावर आणि वस्तुस्थिती किंवा मते याविषयी माहिती मिळवण्यासाठी वापरले जाणार आहेत यावर अवलंबून असतात. नियम म्हणून, बंदिस्त प्रश्न हे वस्तुस्थितीविषयक माहिती प्राप्त करण्यासाठी अतिशय उपयोगी असते आणि मुक्त-मर्यादा प्रश्न हे मते, प्रवृत्ती, अभिवृत्ती, आकलन जाणून घेण्यासाठी उपयुक्त असतात. स्वैर किंवा बंदिस्त प्रश्न याची निवड,

माहितीचा भाग कशासाठी वापरला जाणार आहे, ज्यांच्याकडून माहिती मिळवली जाणार आहे ती अभ्यासाधीन लोकसमुदाय, अनुमानांचे संप्रेषण करण्यासाठीची प्रस्तावित चौकट आणि वाचकांची सामाजिक-आर्थिक पार्श्वभूमी यानुसार करावी.

मुक्त-मर्यादा प्रश्नांचे फायदे आणि तोटे खालीलप्रमाणे आहेतः

- अनुभवी मुलाखतकाराने मुलाखतीसाठी प्रश्नपत्रिकेत जर मुक्त-मर्यादा प्रश्न वापरले तर ते सखोल माहिती उपलब्ध करतात. प्रतिसादकाला स्वतःची मते व्यक्त करताना मोकळेपणा वाटला आणि भाषा ही ओघवती असेल तर, प्रश्नपत्रिकेतील मुक्त-मर्यादा प्रश्न मौल्यवान माहिती उपलब्ध करून देऊ शकतात. दुसऱ्या बाजूने मुक्त-मर्यादा प्रश्नांचे विश्लेषण करणे अधिक अवघड आहे. संशोधकाला तथ्यांचे वर्गीकरण करण्यासाठी सामान्यतः अन्य प्रक्रियेचा – **आशय विश्लेषण** – विचार करावा लागतो.
- प्रश्नपत्रिकेतील मुक्त-मर्यादा प्रश्न प्रतिसादकाला मोकळेपणाने व्यक्त होण्याची संधी देतात, ज्यामुळे अनेकविध प्रकारची माहिती मिळते. याप्रमाणे प्रतिसादकाला दिलेल्या यादीतील उत्तर शोधण्याचे बंधन नसते. याचा तोटा असा आहे की मुक्तपणे निवड करताना काही प्रतिसादक स्वतःला व्यक्त करू शकणार नाहीत, आणि त्यामुळे माहिती मिळू शकत नाही.
- मुक्त-मर्यादा प्रश्न प्रतिसादकाला मोकळेपणाने स्वतःला व्यक्त करण्याची मुभा देतात, ते अन्वेषकाच्या पूर्वग्रहाची शक्यता वास्तवात काढून टाकतात (अन्वेषकाच्या पूर्वग्रहाची कल्पना ही प्रतिसादकांनी सादर केलेल्या प्रतिसादाच्या प्रकारावरून येते). दुसऱ्या बाजूला, मुक्त-मर्यादा प्रश्नात मुलाखतकाराचे पूर्वग्रह डोकावण्याची मोठी शक्यता असते.

बंदिस्त प्रश्नांचे फायदे आणि तोटे खाली दिले आहेतः

- बंदिस्त प्रश्नांतून प्राप्त झालेल्या माहितीचा मुख्य तोटा म्हणजे यातून मिळालेली माहिती सखोल नसते आणि त्यात वैविध्यही नसते.
- अन्वेषकाच्या पूर्वग्रहाची शक्यता यात खूप जास्त असते, कारण संशोधक त्याला/तिला ज्यात स्वारस्य असेल त्याच किंवा संशोधन साधन तयार करत असताना त्याच्या मनात जे येतील त्याच प्रतिसाद प्रकारांची यादी करतो. जरी 'इतर' हा गट दिलेला असला तरीही बहुसंख्य लोक यादीत दिलेला प्रतिसाद निवडतात, आणि त्यामुळे अनुमानात संशोधकाच्या पूर्वग्रहांचे प्रतिबिंब दिसेल.
- प्रश्नपत्रिकेत उत्तरांची दिलेली चौकट प्रतिसादकांच्या विचार करण्यावर काही निर्बंध घालू शकते व त्यामुळे दिलेल्या उत्तरांमधून प्रतिसादकांच्या मतांचे प्रतिबिंब पडणार नाही. कदाचित ते संशोधकाच्या मताशी सहमती किंवा असहमती दर्शवतील किंवा परिस्थितीचे विश्लेषण करतील.
- उत्तर देण्यातील सोपेपणा आणणारी प्रतिसादांची यादी ही काही प्रतिसादकांमध्ये आणि मुलाखतकारांमध्ये अशी प्रवृत्ती निर्माण करू शकते, जी समस्येचा फारसा विचार न करता एखाद्या गटावर किंवा गटांवर खूण करेल.
- बंदिस्त प्रश्नात संशोधक प्रश्न विचारतो, प्रतिसादक त्या प्रश्नांना तयार गटातील उत्तर देतो, यामुळे संशोधकाला हवी असलेली माहिती मिळवण्यासाठी मदत होईल याची खात्री होते आणि विश्लेषण करण्यासाठी प्रतिसादही सहज मिळतात.

परिणामकारक प्रश्नांची निवड करणे

तुम्ही कशा प्रकारे प्रश्न विचारता त्यावर तुम्हाला प्रतिसादकाकडून प्रतिसाद कसा मिळेल हे मोठ्या प्रमाणावर अवलंबून असते. तुम्हाला मिळणारे प्रतिसादरूपी उत्पादन आणि त्यांची गुणवत्ता हे तुम्ही प्रतिसादकांना प्रश्न कसे विचारता म्हणजेच तुमच्या कच्चामाल यावर अवलंबून आहे. त्यामुळे तुमची शब्दयोजना आणि प्रश्नांचा रोख याला अतिशय महत्त्व आहे. यासाठी प्रश्नांची रचना करताना तुम्ही खूप काळजी घेतली पाहिजे. प्रश्न तयार करताना काही सूचना व विचारात घ्यायच्या गोष्टी खाली दिल्या आहेतः

- **नेहमी सोपी आणि दैनंदिन व्यवहारातली भाषा वापरा**. तुमचे प्रतिसादक कदाचित उच्चशिक्षित नसतील आणि जरी उच्चशिक्षित असले तरी कदाचित तुम्हाला परिचित असलेली 'सोपी' तांत्रिक, परिभाषा त्यांना अवगत असेलच असे नाही. विशेषत: प्रश्नपत्रिकेत वापरल्या जाणाऱ्या शब्दांबाबत विशेष काळजी घ्या, कारण, ते समजावून सांगण्याची संधी तुम्हाला मिळणार नाही. पूर्वचाचणीमधून तुम्हाला प्रतिसादकांना काय कळले आणि काय नाही ते समजते. उदाहरणार्थ,

  तुमच्या कुटुंबात *चटक* असलेली व्यक्ती आहे का? (बाली १९७८: १००)

या प्रश्नात अनेक प्रतिसादक, काही उच्च शिक्षित असले तरीसुद्धा 'चटक' हा शब्द समजू शकणार नाहीत आणि म्हणून ते प्रश्नाचे उत्तर कदाचित देणार नाहीत किंवा प्रश्न न समजता उत्तर देतील.

- **संदिग्ध प्रश्न वापरू नका**. **संदिग्ध प्रश्न** म्हणजे ज्या प्रश्नातून एकापेक्षा अधिक अर्थ निघू शकतात. प्रत्येक प्रतिसादक त्याचे वेगवेगळे अर्थ लावतो. याचा परिणाम म्हणजे वेगवेगळी उत्तरे मिळतात. त्यामुळे मिळालेल्या माहितीतून वैध निष्कर्ष काढणे अशक्य नसले तरी अवघड असते. खालील प्रश्न यावर प्रकाश टाकतील.

  तुम्हाला मूल होणार असल्याने काम करणे अवघड झाले आहे का? (मोझर आणि काल्टन, १९८९: ३२३)
  हो ☐ नाही ☐

सर्वेक्षणात हा प्रश्न सर्व स्त्रियांना विचारला गेला. ज्या स्त्रिया गर्भवती नव्हत्या त्यांनी 'नाही' या उत्तरावर खूण केली, आणि ज्या स्त्रिया गर्भवती होत्या त्यांनीही 'नाही' वर खूण केली. याचा अर्थ गर्भारपणामुळे त्यांना काम करणे अवघड वाटत नव्हते. या प्रश्नातील इतर संदिग्धता म्हणजे कामाचे स्वरूप आणि गर्भावस्थेची पायरी कोणती हे यावरून स्पष्ट होत नाही.

  तुम्ही तुमच्या उपाहारगृहाविषयी (कॅन्टीन) समाधानी आहात का? (मोझर आणि काल्टन, १९८९: ३१९)

हा प्रश्नसुद्धा संदिग्धच आहे आणि प्रतिसादक उपाहारगृहाच्या कोणत्या पैलूविषयी समाधानी किंवा असमाधानी आहेत याबाबतच्या निर्देशकांविषयी विचारत नाही. हा प्रश्न सेवांविषयी आहे, किंमतीविषयी, सोईसुविधांविषयी, कर्मचाऱ्यांच्या वृत्तीविषयी की जेवणाच्या दर्जाविषयी? उत्तर देताना प्रतिसादकांच्या मनात यापैकी कोणता तरी एक पैलू असेल किंवा प्रश्नातील शब्दांची रचना वेगळ्याप्रकारे केली पाहिजे - उदाहरणार्थ, 'तुमच्या कॅन्टीनविषयी तुम्ही एकंदरीत समाधानी आहात का?'

- **दुहेरी प्रश्न विचारू नका**. म्हणजे **प्रश्नात प्रश्न असणे**. यात मुख्य समस्या अशी असते की प्रतिसादकाने नेमके कोणत्या प्रश्नाचे उत्तर दिले हे समजत नाही. काही प्रतिसादक प्रश्नातील दोन्ही भागांचे उत्तर देतील तर काही जण कदाचित एकाच भागाचे उत्तर देतील.

  प्रत्येक भेटीसाठी तुम्ही किती वेळ देता आणि किती वेळा देता?

पश्चिम ऑस्ट्रेलियातील एका रुग्णालयातील सर्वेक्षणात बालमानस सेवा निश्चित करण्यासाठी प्रश्न विचारण्यात आला होता. या प्रश्नाला दोन भाग आहेतः तुम्ही किती वेळा भेट देता, आणि प्रत्येक भेटीसाठी किती वेळ देता? अशा प्रश्नात काही प्रतिसादक कदाचित प्रश्नाच्या पहिल्या भागाचे उत्तर देतील तर काही जण दुसऱ्या भागाचे उत्तर देतील, तर काहीजण दोन्ही भागांची उत्तरे देतील. प्रसंगी, हा प्रश्नसुद्धा संदिग्ध आहे कारण, यात 'किती वेळा' हे स्पष्ट केलेले नाही. ते आठवड्यातून एकदा, पंधरा दिवसातून एकदा, महिन्यातून एकदा की वर्षातून एकदा?

  तुमच्या विभागात वांशिक अल्पसंख्याक आणि स्त्रिया यांच्यासाठी विशेष भरती मोहीम आहे का? (बाली १९७८: ९७)

हा प्रश्न दुहेरी आहे. यात प्रतिसादकांना त्यांच्या कार्यालयात 'वांशिक अल्पसंख्याक आणि स्त्रिया' या दोन लोकगटांसाठी विशेष भरतीचे धोरण आहे का असा प्रश्न विचारला आहे. 'होय' या प्रतिसादाचा अर्थ कार्यालयात दोन्ही गटांसाठी विशेष भरतीचे धोरण आहे असाच असणे आवश्यक नाही.

- **उत्तराकडे निर्देश करणारा प्रश्न विचारू नका. उत्तराकडे निर्देश करणारा प्रश्न** म्हणजे त्या प्रश्नातला आशय, रचना किंवा शब्द हे प्रतिसादकाला विशिष्ट उत्तर देण्याची निश्चित दिशा दाखवतात. असे प्रश्न निर्णायक असतात आणि प्रतिसादकाला सकारात्मक किंवा नकारात्मक उत्तर द्यायला प्रवृत्त करतात.

  बेकारी वाढते आहे, नाही का?

  धूम्रपान वाईट आहे, नाही का?

पहिली समस्या अशी आहे की हे प्रश्न नसून विधाने आहेत. कारण, या विधानातून 'बेकारी वाढतेय' आणि 'धूम्रपान वाईट आहे,' असे सुचवले आहे. कदाचित प्रतिसादकांना असहमत होणे हे अयोग्य आहे असे वाटेल, विशेषतः जर त्यांना संशोधक ही एक अधिकारी व्यक्ती आहे त्यामुळे तो/ती जर 'बेकारी वाढतेय' किंवा 'धूम्रपान वाईट आहे' असे म्हणत असेल तर ते बरोबर आहे असेही वाटेल. आपले उत्तर 'बरोबर' आहे असे वाटून लोक 'सक्ती'ने ते देतील, जे त्यांच्या खऱ्या प्रतिसादाविरुद्ध आहे.

- **गृहीतकावर आधारित प्रश्न विचारू नका**. अशा प्रश्नांत संशोधक असे गृहीत धरतो की, प्रतिसादक विशिष्ट गटात योग्य आहे आणि असे गृहीत धरून माहिती मिळवायचा प्रयत्न करत असतो.

  एका दिवसात तुम्ही किती सिगारेट ओढता? (मोझर आणि काल्टन १९८९: ३२५)

  तुम्ही कोणते गर्भनिरोधक वापरता?

वरील दोन्ही प्रश्न हे प्रतिसादक धूम्रपान करणारा आहे का किंवा तो लैंगिक संबंध ठेवतो का याची खातरजमा न करता विचारले आहेत. अशा परिस्थितीत प्रतिसादक तुम्ही विचारत असलेल्या माहितीच्या गटात येतो किंवा नाही हे निश्चित करा.

संख्यात्मक संशोधनात संशोधन साधन विकसित करणे

संशोधन साधनाची रचना किंवा तंत्र ही संशोधन प्रकल्पातील सर्वात महत्त्वाची बाब आहे, कारण तुम्ही अनुमाने किंवा निष्कर्ष यांच्याद्वारे जे सांगणार आहात ते तुम्ही संकलित केलेल्या माहितीवर पूर्णपणे आधारित असते; आणि तुम्हाला मिळणारी तथ्ये ही तुमच्या प्रतिसादकांना तुम्ही विचारणार असलेल्या प्रश्नांवर अवलंबून असते. संगणकाविषयी असलेली 'कचरा आत, कचरा बाहेर' ही प्रसिद्ध म्हण संकलित केलेल्या तथ्यांनाही लागू पडते. संशोधन साधन हे अभ्यासासाठी कच्चामाल (विषय, मजकूर) देत असते आणि उत्पादनाची गुणवत्ता आणि वैधता, अनुमाने ही पूर्णतः त्यावर अवलंबून असतात.

हे खूप महत्त्वाचे असले तरीसुद्धा, लेखकाच्या आकलनाप्रमाणे नवोदितांसाठी संशोधन साधन कसे विकसित करावे, त्याची रचना कशी करावी याविषयी मार्गदर्शक तत्त्वे अस्तित्वात नाहीत. विद्यार्थी, त्यांच्या संशोधन पर्यवेक्षकाच्या मार्गदर्शनाखाली स्वतःचे स्वतः शिकायला विसरले आहेत. विद्यार्थ्यांना, विशेषतः नवोदितांना आराखड्यासाठी पुढे काही मार्गदर्शक तत्त्वे ढोबळमानाने दिली आहेत. यातील मूलभूत तत्त्व म्हणजे तुमच्या संशोधन साधनाची वैधता, *तुम्ही तुमच्या प्रतिसादकांना विचारलेले प्रश्न हे तुमच्या अभ्यासाच्या उद्दिष्टाशी थेट संबंधित आहेत ना* याची खात्री करून निश्चित करा. त्यासाठी संशोधन साधनाच्या वैधतेची खात्री देण्यात स्पष्ट मांडलेली उद्दिष्टे – संशोधन प्रश्न आणि गृहीतकृत्य – ही अतिशय महत्त्वाची भूमिका बजावत असतात. मात्र सुचविलेल्या दृष्टिकोनानुसार संशोधन साधनातील प्रत्येक प्रश्न त्यातूनच पुढे आला पाहिजे. नवोदितांनी संशोधन साधन विकसित करताना खाली दिलेल्या दृष्टिकोन अमलात आणावाः

पायरी १: तुम्ही जर नेमकी उद्दिष्टे, संशोधन प्रश्न किंवा गृहीतक यांची चाचणी या अगोदर केली नसेल तर व ती चाचणी घ्यायची असेल, तर तसे स्पष्ट करा आणि तुम्ही स्वतः त्यांची यादी करा.

पायरी २: प्रत्येक उद्दिष्ट, संशोधन प्रश्न किंवा गृहीतक यांच्याशी संबंधित, ज्या प्रश्नांची तुम्हाला उत्तरे हवी आहेत, त्या सर्व प्रश्नांची यादी करा.

पायरी ३: दुसऱ्या पायरीवरील तुम्ही निवडलेले सर्व प्रश्न घ्या आणि प्रत्येक प्रश्नाचे उत्तर देण्यासाठी हवी असलेली माहिती शोधा.

पायरी ४: तुम्हाला हवी असलेली माहिती मिळवण्यासाठी तुम्ही प्रतिसादकांना जे प्रश्न विचारणार आहात ते प्रश्न तयार करा.

वरील प्रकियेत अनेक प्रश्नांच्या उत्तरासाठी एकाच प्रकारची माहिती हवी असल्याचे तुम्हाला आढळेल. अशा परिस्थितीत एक प्रश्न फक्त एकदाच विचारला पाहिजे. ही प्रक्रिया समजण्यासाठी तक्ता ९.१ समजून घ्या, ज्याकरिता तुम्ही यापूर्वीच प्रकरण ४ मधील आकृती ४.४ मध्ये उद्दिष्टांचा संच विकसित केला आहे. लक्षात ठेवा की, प्रत्येक उद्दिष्ट, प्रश्न किंवा गृहीतकृत्य हे तुम्ही तुमच्या प्रतिसादकांना विचारणार असलेल्या प्रश्नांशी जोडलेले असले पाहिजे. अन्य शब्दांत, तुमच्या संशोधन साधनाची वैधता वाढेल अशा प्रकारे तुम्ही तुमच्या प्रतिसादकांना विचारणार असलेला प्रत्येक प्रश्न, हा संशोधन उद्दिष्टे, संशोधन प्रश्न किंवा गृहीतक यांपैकी एकाशी जोडलेला

तक्ता ९.१ (संख्यात्मक संशोधनात) संशोधन साधनाची रचना करण्यासाठी मार्गदर्शक तत्त्वेः आरोग्यविषयक कार्यक्रमात समाजाच्या जबाबदारपणाचे मूल्यमापनाचा अभ्यास

उद्दिष्टे/संशोधन प्रश्न/ गृहीतकृत्य → पायरी १	**मुख्य आणि संबंधित संशोधन प्रश्न → पायरी २**	**हवी असलेली माहिती → पायरी ३**	**प्रश्न पायरी ४**
१ आरोग्यसेवा देणारे,प्रशासक योजनाकर्ते, आरोग्यसेवेचे ग्राहक, यांच्यात समाजाची प्रतिसादात्मकता या संकल्पनेचा अर्थ शोधून काढणे.	समाजाची प्रतिसादात्मकता → म्हणजे काय? 'समाजाची प्रतिसादात्मकता' अशी संज्ञा जेव्हा लोक वापरतात त्याचा अर्थ काय?	१ समाजाच्या प्रतिसादात्मकतेचे आकलन →	प्र.१.१ जेव्हा तुम्ही 'समाजाची प्रतिसादात्मकता' अशी संज्ञा वापरता, तेव्हा तुम्हाला कोणता अर्थ अभिप्रेत आहे? प्र.१.२ आरोग्यसेवा पुरवताना 'समाजाची प्रतिसादात्मकता' हे शब्द वापरता तेव्हा तुमच्या मनात काय येते? प्र.१.३ तुमच्या मताने 'समाजाची प्रतिसादात्मकता' याची काय वैशिष्ट्ये आहेत? प्र.१.४ तुमच्या मते, 'समाजविकास' आणि 'समाजाची प्रतिसादात्मकता' यात काय फरक आहे?
२ प्रतिपाळ केल्या जाणाऱ्या समाजाच्या आरोग्यसेवा पुरवण्याच्या प्रतिसादात्मकते–बाबत रणनीती आखणे.	समाजाच्या प्रतिसादात्मकता याचा आरोग्य प्रशासक, योजक, → सेवा देणारे आणि आरोग्यसेवा घेणारे ग्राहक याच्या दृष्टीने असलेला वेगळा अर्थ.	२ व्यावसायिक दर्जा. → उदा. आरोग्य प्रशासक, योजक, सेवा पुरवणारे किंवा ग्राहक ३ वय, लिंग, शिक्षण →	प्र. २.१ तुमच्या नोकरीचे तुम्ही कशात वर्गीकरण कराल? • आरोग्य प्रशासक/योजक • सेवा पुरवठादार • आरोग्य ग्राहक प्र.३.१ तुम्ही किती वर्षाचे आहात? ______ प्र.३.२ तुम्ही — स्त्री — पुरुष कोण आहात? प्र.३.३ तुमची सर्वोच्च शैक्षणिक पातळी काय आहे?
३ प्रतिपाळ केल्या जाणाऱ्या समाजाच्या प्रतिसादात्मकतेचे मूल्यमापन करणारे निदर्शक विकसित करणे.			

असला पाहिजे. बरेचवेळा तुम्हाला उद्दिष्टाचे किंवा संशोधन प्रश्नाचे हेतू पूर्ण साध्य होण्यासाठी एकापेक्षा अधिक प्रश्न विचारावे लागतील.

वैयक्तिक आणि संवेदनशील प्रश्न विचारताना

सामाजिकशास्त्रांमध्ये कधी कधी वैयक्तिक स्वरूपाचे प्रश्न विचारावे लागतात. काही प्रतिसादकांना हे गैर आहे असे वाटते. याविषयी जागरूक राहणे आवश्यक आहे, कारण याचा परिणाम माहितीच्या गुणवत्तेवर किंवा मुलाखतीवर होतो. एकतर अशी मुलाखत रद्द करावी लागते किंवा प्रश्नपत्रिका परत केली जात नाही. हा प्रश्न हाताळण्यासाठी संशोधकांनी अनेक प्रयत्न केले, मार्ग शोधले, परंतु कुठला मार्ग चांगला हे ठरवणे कठीण आहे. ब्रॅडबर्न आणि सडमन (१९७९: १२–१३), यांच्या मते, 'सर्व प्रकारचे धोक्याचे प्रश्न विचारण्यासाठी तथ्य संकलनाची कुठलीही पद्धत दुसऱ्या पद्धतीपेक्षा चांगली नाही. जर एखादा दर्शनी मूल्यावरून परिणाम स्वीकारत असेल तर निश्चित अटींमध्ये तथ्य संकलनाची प्रत्येक पद्धत ही चांगली आहे.'

संवेदनशील किंवा धोकादायक प्रश्न विचारण्याचे उत्तम तंत्र म्हणजे प्रत्यक्ष किंवा अप्रत्यक्ष प्रश्न विचारणे होय. यात दोन विरुद्ध मते जी प्रश्न कशाप्रकारे विचारला जातो यावर आधारित असतात. प्रत्यक्ष किंवा थेट प्रश्न विचारण्याचा फायदा म्हणजे होकारार्थी दिलेले उत्तर अचूक आहे याची खात्री होते. जे आडमार्गाने प्रश्न विचारतात त्यांना असे वाटते की थेट प्रश्न विचारणे हे प्रतिसादकाला अयोग्य वाटेल त्यामुळे तो उत्तर देण्याची शक्यताही कमी असते आणि ही शक्यता असंवेदनशील प्रश्नांबाबतही राहील. व्यक्तिगत प्रश्न अप्रत्यक्षपणे विचारण्याच्या काही पद्धती खाली दिल्या आहेतः

- व्यंगचित्रे किंवा चित्रे दाखवून विचारणे;
- प्रतिसादकाला वाक्य पुरे करायला सांगणे;
- प्रतिसादकाला विधाने लिहिलेली कार्ड निवडायला सांगणे;
- यादृच्छिक साधने वापरणे.

या पद्धतीचे तपशीलवार वर्णन हे या पुस्तकाच्या व्याप्ती पलीकडचे आहे.

प्रश्नांचा क्रम

प्रश्नपत्रिका किंवा मुलाखत अनुसूचीमधील प्रश्नांचा क्रम हा महत्त्वाचा असतो, कारण या माहितीचा गुणवत्तेवर परिणाम होतो. तसेच प्रतिसादकाला अभ्यासात सहभागी व्हायची इच्छा आहे की नाही हेही यावरून ठरते. पुन्हा, प्रश्नांचा योग्य क्रम कसा असावा याबाबतचे दोन मतप्रवाह आहेत. पहिल्याचे म्हणणे असे आहे की प्रश्न यादृच्छिक पद्धतीने विचारावे, तर दुसऱ्याचे म्हणणे असे की प्रश्न अभ्यासाच्या उद्दिष्टानुसार, तार्किक पद्धतीने विचारलेले असावेत. लेखकाच्या मते, दुसरी पद्धती, जी प्रतिसादकाला हळूहळू अभ्यासाच्या मुख्य विचाराकडे नेते आणि साध्या विचारापासून सुरू होऊन गुंतागुंतीच्या विचारापर्यंत नेते, ती अधिक चांगली आहे. या पद्धतीत प्रतिसादकांचे स्वारस्य टिकून राहते व त्यांना पायरीपायरीने उत्तरे देण्यासाठी प्रोत्साहित करते. असे असले तरीसुद्धा, प्रतिसादकाने समस्येच्या भिन्न भिन्न पैलूंविषयी सहमती किंवा असहमती व्यक्त करावी असे एखाद्या प्रसंगी संशोधकाला वाटत असल्यास यादृच्छिक पद्धती उपयोगी ठरते. अशा वेळी विधाने किंवा प्रश्न यांच्या तार्किकरित्या मांडणी केलेल्या यादीत प्रतिसादकाला, संशोधकाने ज्या तऱ्हेने विधाने केली आहेत त्याप्रमाणे मत व्यक्त करायची अट असेल.

संशोधन साधनाची पूर्वचाचणी

संशोधन साधनाची रचना, ती मुलाखत अनुसूची असो किंवा प्रश्नावली असो, प्रत्यक्ष तथ्य संकलन करण्यापूर्वी तिची चाचणी घेणे महत्त्वाचे आहे. प्रतिसादकाला प्रत्येक प्रश्न समजला आहे की नाही याची टीकात्मक चिकित्सा पूर्वचाचणीमुळे होते. पूर्वचाचणी, ही प्रत्यक्ष त्या क्षेत्रीय परिस्थितीत आणि ज्या लोकसमूहाचा आपण अभ्यास करणार आहोत, त्यासारख्याच लोकांवर केली पाहिजे. पूर्वचाचणीचा हेतू तथ्य संकलित करणे हा नसून संभाव्य प्रतिसादकांना प्रश्न समजण्यात किंवा त्याचा अर्थ लावण्यात येणाऱ्या समस्या समजून घेणे हा आहे. तुमचा उद्देश हा प्रश्नातील शब्दयोजना, त्यातून संप्रेषित होणारा अर्थाचा नेमकेपणा, वेगवेगळे प्रतिसादक एकाच प्रश्नाचा वेगवेगळा अर्थ लावत नाहीत ना, आणि तुम्हाला जे म्हणायचे आहे त्यापेक्षा त्यांनी लावलेला अर्थ वेगळा आहे का हे पाहणे हा आहे. जर त्यात या अडचणी असतील तर तुम्ही त्या प्रश्नातील शब्दरचना अधिक सुस्पष्ट करण्यासाठी आणि निःसंदिग्ध करण्यासाठी त्यांचे पुनःपरीक्षण करणे आवश्यक आहे.

तथ्य संकलनाच्या पूर्वअटी

संभाव्य प्रतिसादकांकडून माहिती घ्यायला सुरुवात करण्यापूर्वी तुम्ही या बाबींची खात्री करणे आवश्यक आहेः

- **हवी असलेली माहिती देण्यासाठी प्रोत्साहन** – प्रतिसादकांची तुम्हाला माहिती देण्याची इच्छा असणे आवश्यक आहे. त्यांना प्रोत्साहन देण्यासाठी तुम्ही अभ्यासाची यथार्थता आणि उद्दिष्टे साध्या भाषेत समजावून सांगण्यासाठी सर्वप्रकारे प्रयत्न केले पाहिजेत. ती एकतर मुलाखतीच्या वेळी किंवा प्रश्नपत्रिकेसोबतच्या पत्रात आणि/किंवा प्रश्नपत्रिकेत आंतरक्रियात्मक विधानांद्वारे समजावून सांगितली पाहिजेत.
- **प्रश्नांबाबतची सुस्पष्टता** – प्रश्नांतून काय अपेक्षित आहे ते प्रतिसादकांना नेमके समजले पाहिजे. जर प्रतिसादकांना प्रश्न स्पष्टपणे कळला नाही तर तो चुकीचा किंवा विसंगत प्रतिसाद देईल किंवा त्याचा प्रतिसाद अर्थहीन असेल.
- **हव्या असलेल्या माहितीची उपलब्धता** – तुम्हाला हवी असलेली माहिती प्रतिसादकाकडे असली पाहिजे ही पूर्वअट आहे. विशेषतः तुम्हाला तांत्रिक किंवा वस्तुस्थितीवर आधारित माहिती हवी असेल तेव्हा याला विशेष महत्त्व आहे. तुम्हाला हवी असलेली माहिती जर प्रतिसादकाकडे नसेल तर ते देऊ शकत नाहीत.

गुणात्मक संशोधनात तथ्य संकलनाच्या पद्धती

गुणात्मक आणि संख्यात्मक संशोधनात तथ्य संकलनाच्या पद्धतींमध्ये काही साम्यस्थळे असल्यामुळे त्यांच्यात स्पष्ट फरक करणे अवघड आणि अयोग्य आहे. या दोन्ही संशोधन पद्धतीत तथ्य संकलनासाठी प्रत्यक्षात वापरल्या जाणाऱ्या पद्धतीमध्ये फरक आहे. या पद्धतीचा संख्यात्मक संशोधन पद्धतीत वापर करताना, प्रतिसादकाला विचारल्या जाणाऱ्या प्रश्नांचे प्रमाणीकरण केलेले असणे, त्यांची रचना व क्रम याबाबत ताठर राहणे, पूर्वनिश्चित आणि चाचणी घेतलेल्या प्रक्रियेचा स्वीकार करणे, तसेच प्रश्न आणि प्रक्रिया यांची वैधता आणि विश्वासार्हता याबद्दल खात्री करणे, अपेक्षित असते. तरीही, गुणात्मक संशोधनात तथ्य संकलनाच्या पद्धतीत रूढी, संकेत

पाळले जातात जे संख्यात्मक संशोधन पद्धतीच्या अगदी विरुद्ध आहे. यातील प्रश्नांचे शब्द, क्रम आणि रचना पूर्वनिश्चित नसते आणि त्यांचे प्रमाणीकरण केलेले नसते. गुणात्मक पद्धतीची वैशिष्ट्ये म्हणजे त्या लवचिक असतात आणि रचना व क्रम याबाबत संशोधकाला स्वातंत्र्य असते.

मागील प्रकरणात उल्लेख केल्याप्रमाणे बहुसंख्य गुणात्मक अभ्यास आराखडे हे पद्धतीवर आधारित असतातः ते असे की, तथ्य संकलनाची पद्धत हीच आराखडा निश्चित करते. काही वेळा तथ्य संकलनाच्या पद्धतीपासून अभ्यास आराखडा वेगळा करणे कठीण होते. उदाहरणार्थ, सखोल मुलाखत, निवेदन आणि मौखिक इतिहास या तथ्य संकलनाच्या पद्धती व आराखडा दोन्हीही आहेत. हे काहीजणांना गोंधळाचे वाटेल, परंतु या प्रकरणात त्यांचे पद्धती म्हणून तपशिलाने विवेचन दिले आहे, आराखडा म्हणून नव्हे.

गुणात्मक संशोधनातील तथ्य संकलनाच्या वेगवेगळ्या पद्धतींचे खालील तीन प्रकारात वर्गीकरण होऊ शकतेः

१. असंरचित मुलाखत;
२. निरीक्षण; आणि
३. दुय्यम स्रोत

असंरचित मुलाखत

संशोधन मुलाखती

गुणात्मक संशोधनात असंरचित मुलाखत ही तथ्य संकलनाची सर्वसामान्य पद्धत आहे. असंरचित मुलाखतीची बहुतेक वैशिष्ट्ये ही गुणात्मक संशोधनाच्या तात्त्विक बैठकीवर आधारलेली आहेत. तिची रचना लवचिक असते, संशोधनात सखोल असते, कोणत्याही ताठर मर्यादा नसतात आणि जर आवश्यकता असेल तर पूर्वनिश्चित क्रम न पाळण्याचे त्यांना स्वातंत्र्य असते. याशिवाय, ज्या पद्धतीने प्राथमिक तथ्ये मिळवली जातात, त्यांचे विश्लेषण केले जाते आणि अनुमाने ज्या तऱ्हेने संप्रेषित केली जातात, त्या दृष्टीने ती संरचित मुलाखतीपेक्षा, वेगळी असतात.

आशय आणि रचना यातील लवचिकता, स्वातंत्र्य आणि उत्स्फूर्तता ही सर्व प्रकारच्या असंरचित मुलाखतीच्या आंतरक्रियेतील आधारभूत घटक असतात. ही आंतरक्रिया एकास एक (संशोधक आणि प्रतिसादक) किंवा गट (संशोधक आणि प्रतिसादकांचा गट) अशा पातळीवर होते. गुणात्मक संशोधनात पुढील प्रकारच्या असंरचित मुलाखती प्रचलित आहेतः *सखोल मुलाखती, गटकेंद्रित मुलाखती, निवेदन* आणि *मौखिक इतिहास.* पुढे या प्रत्येकाचे थोडक्यात वर्णन दिले आहे. तपशीलवार समजून घेण्यासाठी वाचकांनी संदर्भग्रंथ सूचीतील योग्य संदर्भग्रंथ पहावेत.

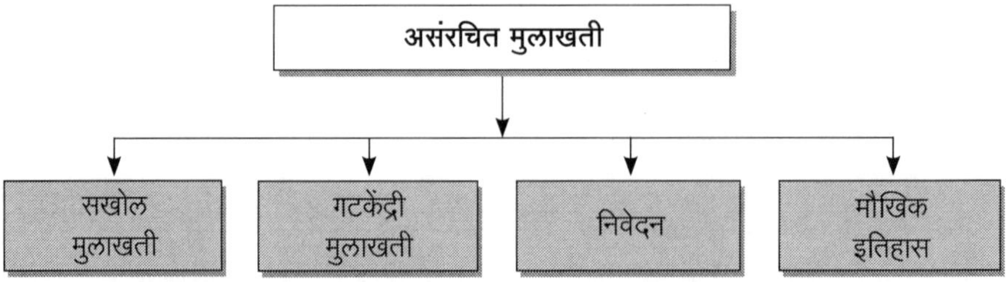

आकृती ९.८ असंरचित मुलाखतींचे प्रकार

सखोल मुलाखती

परंपरागत पद्धतीने जे आपल्याला माहीत आहे त्याचा अर्थ सांगणे यात **सखोल मुलाखती**ची सैद्धान्तिक पाळेमुळे आहेत. टेलर आणि बॉगदन (१९९८: ७७) यांच्या मते, 'सखोल मुलाखती म्हणजे संशोधक आणि माहितीदाते यांनी वारंवार एकमेकांसमोर बसून माहितीदात्यांचे आयुष्य, अनुभव किंवा प्रसंग हे त्यांच्या स्वतःच्या शब्दांत सांगितले जाईल तसे समजून घेणे.' या व्याख्येत सखोल मुलाखतीची दोन वैशिष्ट्ये आहेतः यामध्ये संशोधक आणि त्याचा/तिचा माहितीदाता(ते) यांच्यामध्ये समोरासमोर, वारंवार आंतरक्रिया घडणे आणि याचा उद्देश माहितीदात्याचे यथार्थ दृष्टिकोन समजून घेणे हा असतो. कारण या पद्धतीत पुनःसंपर्काचा समावेश असतो आणि त्यामुळे माहितीदात्याबरोबर जास्त वेळ घालवलेला असतो. त्यातून संशोधक आणि माहितीदाता यांच्यातील सानिध्य वाढणे अपेक्षित असते आणि त्या दोघांमधील परस्पर सामंजस्य आणि एकमेकांवरील विश्वास यातून सखोल व अचूक माहिती मिळू शकते.

सखोल मुलाखतीचा आराखडा हा अत्यंत साधा असतो. जे तुम्हाला उत्तम माहिती देऊ शकतील अशा व्यक्तींची तुम्ही निवड करता आणि अभ्यासाच्या विविध पैलूंविषयी त्यांच्याशी तपशिलाने चर्चा करण्यासाठी, त्यांच्या अभ्यासातील सहभागाबाबत लेखी संमती प्राप्त करण्यासाठी, अभ्यासात त्यांचा अपेक्षित सहभाग त्यांना स्पष्ट कण्यासाठी व त्यानुसार मुलाखत केव्हा व कुठे घ्यायची हे ठरवण्यासाठी त्यांच्याशी संपर्क साधता.

तुमच्या प्रतिसादकाशी तुम्ही केलेल्या चर्चेच्या सविस्तर नोंदी ठेवणे अतिशय महत्त्वाचे आहे. ह्या तपशीलवार नोंदी तुम्ही कधी आणि कशा करणार आहात, तसेच या नोंदी तुमच्या प्रतिसादकाकडे संमतीकरिता आणि फेरतपासणीसाठी पाठवणार आहात हे तुम्ही ठरवणे आवश्यक आहे.

गटकेंद्री मुलाखती

विशिष्ट गटकेंद्री मुलाखती आणि सखोल मुलाखती यामधील एकमेव फरक म्हणजे, पहिली मुलाखत ही गटाची आणि नंतरची व्यक्तीची घेतली जाते. विशिष्ट गटकेंद्री मुलाखतीत एखादी घटना किंवा प्रसंग याबाबत एका लोकसमूहाचे समान अनुभव, आकलन आणि समज यांचे तुम्ही अन्वेषण करता. उदाहरणार्थ, तुम्ही ऑस्ट्रेलियातील कौटुंबिक हिंसा, शारीरिक अपंगत्व किंवा अनाथालयातील वास्तव्य यावरील संशोधनासाठी योग्य गट निवडून तुम्ही अन्वेषण करू शकता. इथे एखादी घटना किंवा प्रसंग याचा सामूहिक अनुभव असलेल्या व्यक्तींकडून त्यांचे अनुभव आणि मते जाणून घेणे हा हेतू असतो.

विशिष्ट गटाच्या मुलाखतीत चर्चेचे विषय अगोदरच एक तर संशोधकाकडून किंवा गटाकडून निश्चित केले जातात. यातून ढोबळमानाने चर्चेचा विषय मिळतो व चर्चेचा एक भाग म्हणून यातून विशिष्ट मुद्दे पुढे येतात, आणि या मुद्द्यांवर गटातील सदस्य चर्चेद्वारे आपली मते व्यक्त करतात.

संशोधक म्हणून तुम्ही जे जे चर्चिले गेले आहे किंवा व्यक्त केले गेले आहे त्याच्या अचूक नोंदी ठेवणे गरजेचे आहे. नोंदी करण्यासाठी जी पद्धत तुम्हाला उत्तम वाटते ती वापरा. तुम्ही चर्चा ध्वनिफितीद्वारे ध्वनिमुद्रित करू शकता, त्याचे ध्वनिमुद्रण करण्यासाठी अन्य कुणाची तरी नेमणूक करा, किंवा प्रत्येक सत्रानंतर लगेचच तुम्ही स्वतः नोंदी करा. चर्चेदरम्यान जर तुम्ही नोंदी घेत असाल तर तुमचे चर्चेकडे जास्त लक्ष असल्याने महत्त्वाच्या काही नोंदी राहून जाऊ नयेत याची काळजी घ्या. तुम्ही तुमच्या नोंदी त्या विशिष्ट गटाकडे दुरुस्तीसाठी, फेरतपासणीसाठी आणि मान्यतेसाठी द्या.

निवेदन

निवेदनात्मक संशोधन म्हणजे काय?

माहिती संकलित करण्याचे निवेदन हे तंत्र गटकेंद्री चर्चेपेक्षा कमी संरचित आहे. निवेदनात कोणताही पूर्वनिश्चित आशय नसतो, केवळ व्यक्ती संशोधकाला तिच्या/त्याच्या आयुष्यात घडलेले प्रसंग किंवा घटना पुन्हा एकदा सांगत असते आणि संशोधक म्हणून तुम्ही ते तटस्थपणे ऐकत असता. प्रसंगी, तुम्ही स्वतःला क्रियाशील श्रवण करणारा असे वेगवेगळी तंत्रे वापरून प्रोत्साहित करत असता; ते असे, तुम्ही 'उह् हू', 'हं', 'होय', 'बरोबर' अशा शब्दांत प्रतिसाद देऊन योग्य ठिकाणी मान डोलावता. मुळातच तुम्ही त्या व्यक्तीला मोकळेपणाने कोणताही अडथळा न आणता बोलू देता.

संवेदनशील स्वरूपाच्या घटनांबद्दल तथ्य संकलनासाठी **निवेदन** ही अत्यंत प्रभावी पद्धत आहे. उदाहरणार्थ, तुम्हाला बालकांवरील लैंगिक अत्याचारांचा प्रत्यक्ष त्या परिस्थितीचा अनुभव घेतलेल्या व्यक्तींच्या आयुष्यावर काय परिणाम झाला आहे याचा शोध घ्यायचा आहे. संशोधक म्हणून तुम्ही अशा लोकांना त्यांच्या अनुभवांचे आणि त्यांच्यावर कसा आघात झाला याचे निवेदन करायला सांगाल. निवेदन उपचारात्मक परिणाम घडवू शकतो; काही वेळा केवळ अनुभवकथन केल्याने व्यक्तीला तो प्रसंग सहजपणे घेण्यास मदत होऊ शकते. काही उपचारकर्त्यांचा निवेदन या उपचारपद्धतीचा विशेष अभ्यास असतो. इथे मात्र आपण निवेदन ही तथ्य संकलनाची पद्धत म्हणून विचारात घेत आहोत.

विशिष्ट गटकेंद्री मुलाखतीत तुम्हाला योग्य वाटेल ती नोंद करण्याची पद्धत निवडा. निवेदनाचे सत्र संपल्यावर तुम्ही तुमची तपशीलवार टाचणे लिहिली पाहिजेत आणि त्याची अचूकता तपासण्यासाठी प्रतिसादकांकडे दिली पाहिजेत.

मौखिक इतिहास

निवेदनाप्रमाणेच मौखिक इतिहासात सक्रिय आणि तटस्थ श्रवण या दोन्हीचा समावेश असतो. मौखिक इतिहासाचा उपयोग सामान्यतः ऐतिहासिक घटना किंवा प्रसंग किंवा संस्कृती, रूढी किंवा पिढ्यान्‌पिढ्या चालत असलेली माहिती मिळवणे यासाठी केला जातो. निवेदन हे व्यक्तीच्या वैयक्तिक अनुभवाशी संबंधित असते, याउलट मौखिक इतिहास हा सामाजिक, ऐतिहासिक किंवा सांस्कृतिक प्रसंगांशी संबंधित असतो.

समजा, तुम्हाला दुसऱ्या महायुद्धानंतर युरोपात विस्थापित झालेल्या लोकांचे अनुभव जाणून घ्यायचे आहेत. त्यांच्यापैकी काही जणांशी बोलणे आणि त्यांच्या कहाण्या ऐकणे यामधून युद्धानंतरच्या त्यांच्या आयुष्याविषयीचे अनुभव हे तुमच्या निष्कर्षांचे आधार असतील. किंवा समजा, तुम्हाला आदिवासी आणि टोरेस स्ट्रेट बेटावरील लोकांच्या १९६० मधील जीवनशैलीचा शोध घ्यायचा आहे. यासाठी तुम्हाला जे त्या काळात हयात होते अशा लोकांशी बोलून त्या वेळच्या जीवनशैलीविषयी जाणून घ्यावे लागेल.

जेव्हा सखोल माहिती हवी असते तेव्हा किंवा एखाद्या क्षेत्राविषयी अतिशय अल्प माहिती उपलब्ध असते तेव्हा असंरचित मुलाखतीद्वारे तथ्य संकलन करणे ही पद्धत अतिशय उपयोगी ठरते. प्रतिसादकाला प्रश्न विचारण्यात मुलाखतकाराला मिळालेल्या लवचिकतेमुळे तो जे विचारतो त्यातून अत्यंत मौलिक माहिती प्राप्त होते. असंरचित मुलाखतीतून सखोल माहिती मिळत असल्याने संरचित संशोधन साधन तयार करण्यासाठी हे तंत्र अनेक संशोधकांकडून वापरले जाते. तर दुसऱ्या बाजूला असंरचित मुलाखतीत विशिष्ट प्रश्नांची यादी केलेली नसते, त्यामुळे विचारलेले प्रश्न व मिळालेली उत्तरे यांच्या तौलनिक अभ्यासात अडचण येऊ शकते. प्रत्यक्ष मुलाखतीत संशोधकाला जसजसे अनुभव येत जातात, तसतसे प्रतिसादकाला विचारल्या जाणाऱ्या

प्रश्नांमध्ये बदल होतो, म्हणून ज्यांची सुरुवातीला मुलाखत घेतली आहे त्यांच्याकडून मिळालेल्या माहितीत व ज्यांची मुलाखत नंतर घेतली आहे त्यांच्याकडून मिळालेल्या माहितीत लक्षणीय फरक दिसतो. शिवाय, अशा मोकळेपणातून संशोधनावर अन्वेषकाचे पूर्वग्रहांचा परिणाम दिसू शकतो. तथ्य संकलनासाठी मुलाखत या तंत्राचा वापर करत असताना, संरचित मुलाखतीपेक्षा मुलाखत हे तंत्र वापरण्याकरिता संशोधकाकडे अधिक कौशल्य असावे लागते.

निरीक्षण

गुणात्मक संशोधनात निरीक्षण ही तथ्य संकलनासाठी वापरली जाणारी आणखी एक पद्धत आहे. गुणात्मक आणि संख्यात्मक संशोधनात निरीक्षणातला फरक, हा काय आणि कसं निरीक्षण करायचं याकरिता दिलेली लवचिकता आणि स्वातंत्र्य, तसेच यातून मिळालेल्या तथ्यांचे विश्लेषण आणि नोंदी, यात आहे. गुणात्मक संशोधनात निरीक्षण करताना तुम्हाला कोणतीही चौकट नसते, तसेच वर्णनात्मक आणि निवेदन स्वरूपात नोंदी घेतल्या जातात. संख्यात्मक अभ्यासात पूर्वनिश्चित चौकटीनुसार काम केले जाते आणि त्याच्या नोंदी घेतल्या जातात. संख्यात्मक अभ्यासात पूर्वनिश्चित चौकटीचे पालन केले जाते आणि त्याच्या नोंदी एकतर वर्गीकरण करून किंवा सारणीवर केल्या जातात. गुणात्मक संशोधनात तथ्य संकलनाची पद्धत म्हणून तुम्ही सहभागी आणि तटस्थ निरीक्षण अशा दोन्हीचा वापर करू शकता. या प्रकरणाच्या आधीच्या भागात तथ्य संकलनाची पद्धत म्हणून निरीक्षणाची पुरेशी माहिती दिली आहे.

दुय्यम स्रोत

तुमच्या गुणात्मक संशोधन अभ्यासासाठी अनेक स्रोतांमधून तथ्ये संकलित करता येतात. त्या स्रोतांविषयी अधिक विवेचन या प्रकरणाच्या पुढील भागात दिले आहे. गुणात्मक आणि संख्यात्मक संशोधनात या स्रोतांमधून संकलित केलेल्या माहितीचे सार काढणे, विश्लेषण करणे आणि संप्रेषित करणे याच्या पद्धतीत फरक असतो.

गुणात्मक संशोधनात संशोधन साधनाची रचना करणे

गुणात्मक संशोधनात पूर्वनिश्चित प्रश्नांवरून तथ्ये संकलित केली जात नाहीत, तर चौकशीशी निगडित अनेक प्रश्न उपस्थित करून केली जातात. म्हणून, इथे तुमच्या प्रतिसादकांना विचारण्यासाठी प्रश्नांचा कोणताही तयार संच नसतो. तरीही, अनेकजण प्रतिसादकांबरोबर त्यांना ज्या मुद्द्यांची किंवा ज्याविषयी चर्चा करायची आहे किंवा चर्चेच्या वेळी जे मुद्दे चर्चेस येत नाहीत, ढोबळमानाने अशा चर्चेच्या विषयांची आणि मुद्द्यांची यादी तयार करतात. अशा कच्च्या यादीला मुलाखत मार्गदर्शक असे म्हटले जाते. हे संशोधन तंत्र गुणात्मक आराखड्यात जास्तीची माहिती हाताशी ठेवण्यासाठी वापरतात. लेखकाच्या मते, विशेषतः नवोदितांनी चौकशीत जे पैलू समाविष्ट करायचेच आहेत त्यासाठी आणि प्रतिसादकांकडून मिळालेल्या माहितीची तौलनिकता अभ्यासण्यासाठी मुलाखत मार्गदर्शक विकसित करावे. गुणात्मक संशोधनात, सखोल मुलाखत ही तथ्य संकलनाची पद्धतही आहे व अभ्यास आराखडाही आहे, याची नोंद घ्या आणि **मुलाखत मार्गदर्शक** हे तथ्य संकलनासाठी आराखड्यात वापरले जाणारे तंत्र आहे.

नुकतेच लेखकाने सखोल मुलाखत आणि विशिष्ट गटकेंद्री चर्चा या पद्धतीने कौटुंबिक सल्ला, सहभाग आणि वचनबद्धता याद्वारे बालसंरक्षण सेवा पुरविण्यासाठी सांकल्पनिक प्रारूप तयार केले. या प्रकल्पाचा आराखडा हा, क्षेत्रीय अन्वेषक जेव्हा त्या त्या कुटुंबांशी बालसंरक्षण हा विषय हाताळतील, तेव्हा त्यांना उपयोगी पडू शकेल असे प्रारूप विकसित करण्यासाठी केला गेला होता. सुरुवातीला लेखकाने वेगवेगळ्या पातळ्यांवर काम करणारा कर्मचारी वर्ग आणि अशिलांचा गट यांच्यापैकी काहींच्या, त्यांना कर्मचारी आणि अशिलांच्या बाबतीत ज्या समस्या आणि चर्चेचे विषय महत्त्वाचे आहेत, याबाबतीत अशा कल्पना संकलित करण्यासाठी घेतल्या. या सखोल मुलाखतींच्या आधारे संभाव्य विषय/समस्या यांची यादी तयार करण्यात आली. ती यादी, म्हणजेच मुलाखत मार्गदर्शक, ही व्यक्ती आणि विशिष्ट गट यांच्याकडून हवी असलेली माहिती मिळवायचा आणि सांकल्पनिक प्रारूप तयार करण्याचा आधार होतो. तरीसुद्धा, केंद्रीय गटांना पुरवण्यात आलेल्या सेवेसंबंधी मुद्दे उपस्थित करायला प्रोत्साहन दिले होते. जेव्हा काही प्रसंगी चर्चेतून फारसे काही हाती लागले नाही, तेव्हा चर्चा खालील विषयांभोवती वळवली गेली, ज्यामधून केंद्रीय गटाकरिता मुलाखत मार्गदर्शक आणि सखोल मुलाखतीचा गाभा रचला गेला:

- मुलाविषयी निर्णय घेताना कुटुंबाचा सहभाग, वचनबद्धता या संकल्पनांमधून तुम्हाला काय समजते?
- सहभाग किती मर्यादेपर्यंत व काय स्वरूपाचा असावा?
- तो कसा साध्य करू शकाल?
- निर्णय प्रक्रियेत कुटुंबाना सामावून घेण्याने काय फायदे होतील असे तुम्हाला वाटते?
- तुमच्या मते याचे तोटे काय आहेत?
- या संकल्पनेविषयी तुमचे मत काय आहे?
- कुटुंबाला यात सामावून घेण्यासाठी क्षेत्रीय कार्यकर्ता काय करू शकतो?
- या प्रारूपाचे यश किंवा अपयश याचे अनुमापन कसे करणार?
- मुलांसाठीच्या प्रचलित सेवांवर या प्रारूपाचा काय परिणाम होईल?
- या प्रारूपाच्या चौकटीत राहून प्रभावीपणे काम करण्यासाठी कर्मचाऱ्यांना कोणते जास्तीचे प्रशिक्षण द्यायची गरज आहे?
- प्रारूपाची परिणामकारकता मापन करण्यासाठी कोणते निर्देशक वापरले जाऊ शकतात?

गटातील लोकांनी चर्चेत मुद्दे उपस्थित केले नाहीत तर चर्चेला सुरुवात करण्याचे विषय म्हणून हे विषय देण्यात आले होते, याची नोंद घ्या. प्रारूपाच्या अधिक आकलनाकरिता गटातील सदस्यांना त्याच्याशी संबंधित त्यांना हवी ती चर्चा करण्याच्या दृष्टीने प्रोत्साहन देण्यात आले होते. सर्व वैयक्तिक सखोल मुलाखती आणि विशिष्ट गटकेंद्री चर्चा या ध्वनिमुद्रित करण्यात आल्या आणि त्यांचे या चर्चेतून निष्पन्न झालेले काही मुख्य विचारप्रवाह शोधण्यासाठी विश्लेषण केले गेले.

दुय्यम स्रोत वापरून तथ्ये संकलित करणे

आतापर्यंत आपण, आवश्यक असलेली तथ्ये, तुमच्या मनात असलेल्या विशिष्ट हेतूसाठी एकतर तुमच्याकडून किंवा दुसऱ्या कुणाकडून तरी संकलित केली जातात, अशा तथ्य संकलनाच्या प्राथमिक स्रोतांविषयी चर्चा केली. काही प्रसंग असे असतात की ज्या वेळेस तुम्हाला हवी असलेली तथ्य आधीच कोणीतरी संकलित केलेली असते, किंवा संस्था नित्यक्रमानुसार नोंदी ठेवत असते, आणि तुम्ही फक्त त्यातून तुमच्या अभ्यासासाठी

हव्या असलेल्या माहितीचा सारांश काढायचा असतो. खाली विविध गटात वर्गीकृत केलेल्या संभाव्य दुय्यम स्रोतांची यादी दिली आहे :

आंतरराष्ट्रीय तथ्ये संग्रहालय

- **शासकीय किंवा निमशासकीय प्रकाशने** – अनेक सरकारी आणि निमसरकारी संस्था नियमितपणे विविध क्षेत्रांतील तथ्य संकलित करत असतात आणि नागरिकांना माहितीकरिता आणि स्वारस्य असलेल्या गटासाठी प्रकाशित करत असतात. याची सर्वसामान्य उदाहरणे म्हणजे जनगणना अहवाल, आवश्यक सांख्यिकी नोंदी, कामगारविषयक पाहणी अहवाल, आरोग्यविषयक अहवाल,आर्थिक अंदाज आणि लोकसंख्याविषयक माहिती.
- **पूर्व संशोधन** – काही विषयांचे, विस्तृत संशोधन अभ्यास जे यापूर्वीच केलेले आहेत, त्यातून तुम्हाला हवी असलेली माहिती मिळते.
- **व्यक्तिगत नोंदी** – काही व्यक्ती वैयक्तिक आणि ऐतिहासिक नोंदी ठेवतात. (उदाहरणार्थ, रोजनिशी) त्यातूनही तुम्हाला हवी असलेली माहिती मिळू शकते.
- **प्रसारमाध्यमे** – वर्तमानपत्रात, मासिकात, इंटरनेटवर आणि इतर ठिकाणी प्रकाशित झालेले अहवाल हा तथ्यांचा उत्तम स्रोत असतो.

गुणात्मक, संख्यात्मक आणि संमिश्र अशा सर्व संशोधन पद्धतीत दुय्यम स्रोत हे तथ्य संकलनाची पद्धत म्हणून वापरता येऊ शकतात. गुणात्मक संशोधनात तुम्ही सामान्यतः वर्णनात्मक आणि निवेदनात्मक माहिती संकलित करता (ऐतिहासिक दस्तऐवजातील घटनांची माहिती, प्रसंगांची वर्णने, विश्वास आणि अंधश्रद्धा याविषयीच्या कथा, किंवा एखाद्या स्थळाचे वर्णन) त्याचे सार काढता. संख्यात्मक अभ्यासात माहितीचे आकडेवारी किंवा वर्गीकृत गट या स्वरूपात सार काढले जाते. संमिश्र पद्धतीत हे कोणत्या पद्धती वापरल्या जात आहेत त्यावर अवलंबून असते. जिथे तुम्ही दुय्यम स्रोत वापरत आहात अशा सर्व परिस्थितीत, सर्वप्रथम तुम्हाला कोणत्या माहितीची गरज आहे, ती कुठे उपलब्ध आहे आणि तुम्ही त्याचे सार कसे काढणार आहात हे ठरवावे लागेल. हवी असलेली माहिती नोंदविण्यासाठी तुम्हाला आवश्यक असेल त्या स्वरूपात एक नमुना तयार करणे योग्य होईल.

दुय्यम स्रोतांतील तथ्यांबाबत समस्या

दुय्यम स्रोतांतून संकलित केलेली तथ्ये वापरत असताना ती काळजीपूर्वक वापरली पाहिजेत कारण, त्यांची उपलब्धता, त्यांच्या उपलब्धतेचा प्रकार आणि गुणवत्ता याबाबत समस्या येऊ शकतात. या समस्यांची व्याप्ती प्रत्येक स्रोतानुसार भिन्न भिन्न असते. ही तथ्ये वापरताना तुम्ही जे मुद्दे लक्षात ठेवायला हवेत ते खालीलप्रमाणेः

- **वैधता आणि विश्वासार्हता** – माहितीची वैधता ही प्रत्येक स्रोतानुसार ठळकपणे वेगळी असते. उदाहरणार्थ, जनगणनेतून मिळालेली माहिती वैयक्तिक रोजनिशीतून मिळालेल्या माहितीपेक्षा अधिक वैध आणि विश्वासार्ह असते.
- **व्यक्तिगत पूर्वग्रह** – व्यक्तिगत रोजनिशी, वर्तमानपत्र आणि नियतकालिके यातील लेखनात व्यक्तिगत पूर्वग्रहाचा दोष असू शकतो. कारण, संशोधन अहवालात अपेक्षित असलेली वस्तुनिष्ठता आणि काटेकोरपणा या लेखकांच्या लेखनात त्यामानाने कमी असतो.

- **तथ्यांची उपलब्धता** – सर्वसाधारणपणे नवोदित संशोधक हवी असलेली तथ्ये उपलब्ध असतील असे गृहीत धरतात, परंतु तुम्ही असे गृहीत धरू शकत नाही आणि धरूही नये. त्यामुळे तुम्ही तुमच्या अभ्यासात पुढे जाण्यापूर्वी तुम्हाला हवी असलेली तथ्ये उपलब्ध आहेत ना याची खात्री करा.
- **साचा** – दुय्यम स्रोतांतून मिळालेल्या तथ्यांचा उपयोग करायचा हे ठरवण्यापूर्वी सदर तथ्ये तुम्हाला हव्या असलेल्या प्रकारात उपलब्ध असल्याची खात्री करणे हेही तितकेच महत्त्वाचे आहे. उदाहरणार्थ, तुम्हाला वय कदाचित २३–३३, ३४–३८ आणि पुढे या वर्गीकरणात हवे आहे, परंतु तुमच्या स्रोतात कदाचित २१–२४, २५–२९ व त्यापुढे अशा प्रकारे वयाचे वर्गीकरण असेल.

सारांश

या प्रकरणात तुम्ही तथ्य संकलनाच्या विविध पद्धती जाणून घेतल्या आहेत. एखादा प्रसंग, घटना, समस्या किंवा लोकसमुदाय यांच्याविषयीची माहिती एकतर प्राथमिक स्रोत किंवा दुय्यम स्रोतांतून मिळते.

प्राथमिक स्रोत म्हणजे विशिष्ट हेतूने हाती घेतलेल्या अभ्यासासाठी तुम्ही किंवा इतरांनी संकलित केलेली माहिती होय. यात मुलाखती, निरीक्षणे आणि प्रश्नपत्रिका यांचा समावेश होतो. इतर सर्व स्रोत ज्यात आवश्यक माहिती अगोदरच उपलब्ध असते त्यांना दुय्यम स्रोत असे म्हणतात. उदाहरणार्थ, शासकीय प्रकाशने, अहवाल आणि पूर्वीचे संशोधन.

गुणात्मक आणि संख्यात्मक संशोधन अभ्यासात तथ्य संकलनाच्या पद्धतींची एकमेकांत सरमिसळ झालेली असते. यातील फरक हा माहिती मिळवण्याच्या, नोंदविण्याच्या, तिचे विश्लेषण करण्याच्या पद्धतीत असतो. संख्यात्मक संशोधनात बहुतेकवेळा माहिती पूर्वनिश्चित प्रश्नसंचानुसार विचारली जाते. प्रतिसाद एकतर वर्गीकरणाच्या रूपात नोंदवले जातात किंवा वर्गीकृत गट हे वर्णनात्मक प्रतिसादातून आशय विश्लेषणाच्या माध्यमातून विश्लेषणाच्या वेळी, विकसित केले जातात. प्राप्त केलेली माहिती ही तथ्यांवरील प्रक्रियेतून आणि संख्याशास्त्रीय कार्यप्रक्रियेतून जात असते. गुणात्मक संशोधनात हवी असलेली माहिती ही पूर्वनिश्चित आणि पूर्वीच शब्दबद्ध केलेल्या प्रश्नसंचातून मिळवलेली असते. याशिवाय माहितीच्या नोंदी या वर्णनात्मक स्वरूपात असतात आणि त्यातले मुख्य विचार ओळखण्यासाठी प्रमुख पद्धत ही आशय विश्लेषण असते. संख्यात्मक संशोधनात संरचनात्मक मुलाखत, प्रश्नपत्रिकांचा वापर आणि संरचनात्मक निरीक्षण या तथ्य संकलनाच्या सर्वसामान्य पद्धती आहेत, याउलट गुणात्मक संशोधनात स्वैर मुलाखत (मौखिक इतिहास, सखोल मुलाखती आणि निवेदने) आणि सहभागी निरीक्षण या प्राथमिक स्रोतांतील तथ्य संकलनाच्या मुख्य पद्धती आहेत.

तथ्य संकलनाच्या विशिष्ट पद्धतीची निवड ही माहिती संकलनाचे हेतू, संकलित करत असलेल्या माहितीचा प्रकार, उपलब्ध संसाधने, माहिती संकलनाच्या एका विशिष्ट पद्धतीतील तुमचे कौशल्य आणि ज्या समुदायाचा तुम्ही अभ्यास करणार आहात त्यांची सामाजिक–आर्थिक–लोकसंख्याशास्त्रीय वैशिष्ट्ये यावर अवलंबून असते. प्रत्येक पद्धतीचे स्वतःचे फायदे आणि तोटे असतात आणि त्या त्या विशिष्ट परिस्थितीत ती ती पद्धत योग्य असते. तथ्य संकलनासाठी अचूक पद्धतीची निवड करण्यातूनच माहितीच्या गुणवत्तेची खात्री मिळते, परंतु तथ्य संकलनाची कोणतीही पद्धत ही शंभर टक्के अचूक माहिती देत नाही. तुमच्या माहितीची गुणवत्ता ही पद्धतीविषयक, परिस्थितीविषयक आणि प्रतिसादकांशी संबंधित घटक अशा अनेक घटकांवर अवलंबून असते. संशोधक म्हणून तुमची क्षमता ही तथ्य संकलनाच्या प्रक्रियेत एकतर या घटकांचा प्रभाव नियंत्रित करणे किंवा कमीत कमी करणे यात असते.

मुक्त-मर्यादा आणि बंदिस्त प्रश्नांचा वापर हा परिस्थितीनुसार करणे योग्य ठरते. दोन्हींमध्ये काही बलस्थाने व त्रुटी असतात आणि तुम्ही त्यांचा उचित वापर करण्याविषयी जागरूक असले पाहिजे.

संशोधन साधनाची बांधणी हा कोणत्याही संशोधनाचा महत्त्वपूर्ण पैलू आहे. त्यावरून मिळालेल्या माहितीची गुणवत्ता आणि स्वरूप निश्चित होत असते. हा तुमच्या अभ्यासाचा कच्चामाल असेल ज्यावर तुमच्या निष्कर्षांची समर्पकता आणि अचूकता हे तुमचे उत्पादन सर्वार्थाने अवलंबून आहे. संख्यात्मक संशोधनात संशोधन साधन तुमच्या अभ्यासाच्या उद्दिष्टांवर प्रकाश टाकणारे असावे. या प्रकरणात सुचविलेली पद्धत ही साधनातील प्रश्न हे थेट तुमच्या उद्दिष्टांशी दुवा साधतात, याची खात्री देईल. प्रश्नांची शब्दरचना ही अनेक समस्या उपस्थित करू शकते आणि तुम्ही प्रश्नांची रचना करताना हे तुम्ही लक्षात घेतले पाहिजे.

गुणात्मक संशोधनात तुम्ही संशोधन साधन अशी कोणती बाब विकसित करत नाही, परंतु, ज्या विषयात तुम्ही संशोधन करणार आहात त्याचा सांकल्पनिक साचा विकसित करावा, ज्यामुळे नवागतांना तुमच्या प्रतिसादकांकडून तथ्य संकलित करताना नवीन संकल्पना निर्माण झाल्या तर त्यासाठी पुरेशी मुभा ठेवा, असा तुम्हाला सल्ला आहे.

याचा विचार करा

- प्रकरणाच्या सुरुवातीला दिलेल्या परवलीच्या शब्दांशी स्वतःला पुनःपरिचित करा. जर एखादा शब्दाचा अर्थ किंवा उपयोग याबाबत साशंक असाल तर पुढे जाण्यापूर्वी पुन्हा प्रकरणाचे वाचन करा.
- तुमच्या शैक्षणिक क्षेत्रातील दोन किंवा तीन उदाहरणे शोधा, ज्यात तुम्ही मुलाखतीपेक्षा प्रश्नपत्रिका व प्रश्नपत्रिकेऐवजी मुलाखत घेतली असती तर योग्य झाले असते.
- अशा तीन परिस्थिती ओळखा की ज्यात मुक्त-मर्यादा प्रश्न वापरणे योग्य होईल व तीन अशा परिस्थिती की ज्यात बंदिस्त प्रश्न कदाचित उपयोगी पडले असते.
- तथ्य संकलनासाठीच्या संख्यात्मक आणि गुणात्मक संशोधनात विचारात घेण्याजोग्या पद्धतींची एकमेकांमध्ये सरमिसळ झालेली असली तरीसुद्धा त्या एकमेकांपेक्षा भिन्न आहेत. त्यांना वेगळे करणाऱ्या काही घटकांची यादी करा.

आता, तुम्ही हे प्रकरण अभ्यासले आहे, खालील प्रश्नांची उत्तरे द्यायचा प्रयत्न करा.

- संख्यात्मक संशोधनातील तथ्य संकलनाच्या वेगवेगळ्या पद्धतींची यादी करा.
- निरीक्षणातून तथ्य संकलन करताना त्या माहितीच्या गुणवत्तेवर परिणाम करणाऱ्या समस्यांचे वर्णन करा.
- तथ्य संकलनासाठी मुलाखत विरुद्ध प्रश्नपत्रिका यांचा वापर याची तुलना करून त्यांचे फायदे व तोटे सांगा.
- प्रश्नांचे वेगवेगळे प्रकार कोणते आणि त्यांचे अनुक्रमे फायदे व तोटे सांगा.
- प्रश्नपत्रिकेची रचना करताना तुम्ही कोणकोणते मुद्दे लक्षात घ्याल?
- प्रतिसादकांकडून माहिती घेताना सामान्यतः वापरल्या जाणाऱ्या पद्धतींचा तपशील द्या.
- तथ्य संकलनाच्या गुणात्मक आणि संख्यात्मक पद्धतीतील ज्या पद्धती तुम्ही संमिश्र पद्धतीत वापरू शकता त्यांची चर्चा करा.

१०

अभिवृत्ती मापन सारणीद्वारे तथ्य संकलन

या प्रकरणात तुम्ही खालील मुद्दे शिकणार आहात

- अभिवृत्ती मापन सारणी काय आहे व तिचा उपयोग कसा करायचा
- संख्यात्मक संशोधनात अभिवृत्ती मापन सारणीचे कार्य
- अभिवृत्ती मापन सारणी करताना येणाऱ्या अडचणी व त्या कशा सोडवायच्या
- अभिवृत्ती मापन सारणीचे विविध प्रकार आणि ते केव्हा वापरायचे
- अभिवृत्ती आणि अनुमापन सारणी यामधील संबंध
- गुणात्मक संशोधनात अभिवृत्ती शोधनाच्या पद्धती

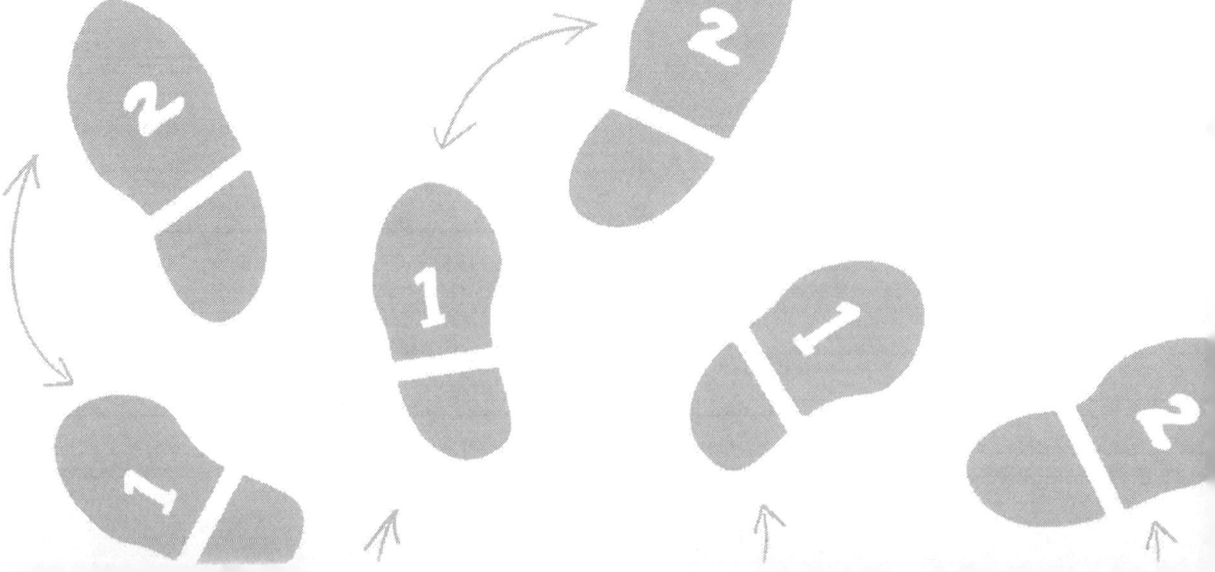

परवलीचे शब्द

अभिवृत्ती मापन सारणी, अभिवृत्ती गुण, अभिवृत्ती मूल्य, अभिवृत्ती भार, वर्धिष्णू सारणी, समान दिसणारे मध्यान्तर सारणी, गटमन सारणी, मध्यान्तर सारणी, लिकर्ट सारणी, नकारात्मक विधाने, तटस्थ कलमे, तारतम्य नसलेली कलमे, अंक सारणी, क्रमवाचक सारणी, सकारात्मक विधाने, गुणोत्तर सारणी, सममूल्य गुणोत्तर सारणी, थर्स्टन सारणी,

या प्रकरणाच्या अभ्यासानंतर तुम्हाला पुढील मुद्दे समजतील

- सामाजिक संशोधनातील अभिवृत्तीमापन सारणीचे प्रकार आणि त्याची रचना कशी करायची
- प्रत्येक सारणीच्या जमेच्या बाजू आणि त्रुटी
- अभिवृत्ती मापन सारणी आणि त्याचे अनुमापन सारणीशी संबंध
- गुणात्मक संशोधनाद्वारे अभिवृत्ती मापन

गुणात्मक आणि संख्यात्मक संशोधनात अभिवृत्ती मापन

सामाजिक संशोधनात लोकांचा वेगवेगळ्या स्थिती, समस्या, घटना, धोरणे, प्रश्न किंवा आपल्या दैनंदिन जीवनाशी संबंधित असलेल्या व स्वारस्य असलेल्या कोणत्याही गोष्टींबाबत अन्वेषण करणे हा सर्वसाधारण प्रघात आहे. या स्थिती, घटना आणि समस्या याबद्दल लोकांना काय वाटते हे जाणून घेण्याची क्षमता **अभिवृत्ती मापन** सारणीत असते हे तिचे महत्त्व आहे. सुधारणा आणि विकास यासाठी नवी धोरणे आणि कार्यक्रमाची आखणी करताना लोकांना याविषयी काय वाटेल हे जाणून घेणे महत्त्वाचे असते याची भूमिका महत्त्वाची असते. उदाहरणार्थ, समाजातील मनोरंजनविषयक सुविधांबाबत लोकांना काय वाटते? समाज सदस्यांच्या गरजा काय आहेत व त्यांच्यासाठी त्या किती महत्त्वाच्या आहेत? लोकांची नागरी विकास आराखड्याप्रती काय अभिवृत्ती केले आहे? विद्यार्थ्यांना त्यांच्या शिक्षकांच्या शिकवण्याप्रती काय वाटते? कार्यक्रमाप्रती लोकांचे मत काय आहे? संस्थेकडून पुरविल्या जाणाऱ्या सेवांबाबत लोक समाधानी आहेत का? या शहराला भेट देणाऱ्या प्रवाशांनी काय समस्या मांडल्या? या उत्पादनाबद्दल ग्राहकांना काय वाटते? या परिस्थितीबाबत अन्वेषणातून लोकांचा कल, अभिवृत्ती जाणून घेता येतो. अभिवृत्ती अन्वेषण करताना वर्णनात्मक चौकट वापरू शकता, तुम्ही लोकांना समस्यांविषयी त्यांचा कल, अभिवृत्ती व्यक्त करताना वर्णन करणे, चर्चा करणे आणि याद्वारे अन्वेषण करता. त्यांची अभिवृत्ती निश्चित ठरवण्यासाठी हे वर्णन हा आधार असतो किंवा अभिवृत्ती मापन सारणी वापरून तुम्ही अन्वेषण करू शकता.

गुणात्मक आणि संख्यात्मक संशोधनात अभिवृत्ती मापन पद्धतीत खूप फरक आहे. संख्यात्मक संशोधनात समस्यांविषयीच्या वेगवेगळ्या पैलूंच्या अभिवृत्तींचे एकत्रीकरण करू शकता आणि त्याची तीव्रता निश्चिती, मापन आणि अन्वेषण करू शकता आणि एकंदर अभिवृत्तीवर प्रतिबिंबित होणाऱ्या एका निर्देशकापर्यंत पोचवा.

गुणात्मक संशोधनात अभिवृत्तींचा प्रसार शोधू शकता आणि अभिवृत्तींचे प्रचलित प्रकार प्रस्थापित करू शकता. संख्यात्मक संशोधनात समाजातील अभिवृत्तींचे प्रकार निश्चित करू शकता आणि किती लोकांमध्ये विशिष्ट अभिवृत्ती आहे व त्या अभिवृत्तींची तीव्रता किती आहे ते कळते. अभिवृत्ती व त्यांची तीव्रता मापन करण्यासाठी संख्यात्मक संशोधनात अनेक तंत्र विकसित झालेली आहेत; परंतु गुणात्मक संशोधनात अशी तंत्रे नाहीत. ती यामुळेच कारण गुणात्मक संशोधनात आपण मापन किंवा मोजणी करण्याचा प्रयत्न करत नाही. त्यामुळे अभिवृत्ती मापन सारणी ही संकल्पना गुणात्मक संशोधनापेक्षा संख्यात्मक संशोधनात प्रचलित आहे.

संख्यात्मक संशोधनात अभिवृत्ती मापन सारणी

संख्यात्मक संशोधनात अभिवृत्ती 'मापन' करण्यासाठी तीन **मापन सारणी** विकसित केल्या गेल्या आहेत. यातील प्रत्येक सारणी वेगवेगळ्या गृहीतकावर आधारित आहे आणि तिच्या रचनेसाठी वेगवेगळ्या कार्यपद्धती वापरल्या जातात. संशोधन पद्धतीतील नवोदित म्हणून यामागची गृहीतके व कार्यपद्धती समजून घेणे महत्त्वाचे आहे. त्यामुळे तुम्ही तुमच्या अनुमानाचा अचूक व योग्य अर्थ काढू शकाल. तुम्ही पाहाल की अभिवृत्ती मापनसारणीची रचना करणे अवघड असते. या तीन मापन सारणींपैकी लिकर्ट सारणी ही रचना करायला सोपी असते. त्यामुळे बरेचदा तिचाच वापर होतो. थर्स्टन सारणीही लिकर्ट सारणीपेक्षा रचना करायला अवघड असते. गटमन सारणीही थर्स्टन सारणीपेक्षा अधिक गुंतागुंतीची असते त्यामुळे सामाजिक संशोधनात ती क्वचित वापरली जाते, म्हणून नवोदितांसाठी त्याचा संबंध अगदी थोडा असल्याने या पुस्तकात त्याचा उल्लेख केलेला नाही.

अभिवृत्ती मापन सारणीची कार्ये

एखाद्या मुद्द्याविषयी प्रतिसादकांची अभिवृत्ती तुम्हाला शोधायची आहे, त्यासाठी तुम्ही बंदिस्त किंवा मुक्त प्रश्न विचारू शकता. उदाहरणार्थ, समजा तुम्हाला विद्यार्थ्यांची शिक्षकांप्रती असलेली अभिवृत्ती जाणून घ्यायची असेल आणि तुम्ही त्यांना प्रतिसादासाठी पुढील प्रश्न विचारलेतः 'तुमच्या व्याख्या त्या प्रती तुमची अभिवृत्ती काय आहे?' जर तुमचा प्रश्न मुक्त असेल तर प्रतिसादक तो/ती आपल्या अभिवृत्तीचे वर्णन करू शकतात. जर तुम्ही बंदिस्त प्रश्न विचारलात आणि वर्गीकरण जर 'अतिशय सकारात्मक', 'सकारात्मक', 'अनिश्चित', 'नकारात्मक' आणि 'अतिशय नकारात्मक' असे केलेत तर प्रतिसादकाला उत्तरासाठी मार्गदर्शन मिळेल व आपल्या प्रतिसादाचे वर्णन करणारे उत्तर निवडतील. अशा प्रकारचे प्रश्न जे वर्णनात्मक चौकटीत असतील किंवा वर्गीकरणाच्या चौकटीत असतील ते एकंदरीत व्याख्यात्या बाबतीत अभिवृत्तीचे उत्तर काढून घेतात. काही परिस्थितीमध्ये एकंदर अभिवृत्ती निश्चिती हे पुरेसे असते, परंतु इतर अनेक अभ्यासात अभिवृत्तीविषयक प्रश्नांचा हेतू सेवा किंवा मध्यस्थीविषयक रणनीती विकसित करणे किंवा धोरण ठरवणे, अभ्यासांतर्गत समस्यांच्या विविध पैलूंविषयी अभिवृत्ती जाणून घेणे गरजेचे असते.

तुम्हाला ठाऊक आहे की प्रत्येक समस्येला, म्हणजे व्याख्यात्याप्रती विद्यार्थ्यांची अभिवृत्ती हा मुद्दा धरून, अनेक पैलू असतात. उदाहरणार्थ, समाज सदस्यांचा त्यांना पुरवल्या जाणाऱ्या विशिष्ट सेवेप्रती त्यांचा दृष्टिकोन, सेवेची गरज, वाटपाची पद्धत, त्याचे ठिकाण, वापरणाऱ्यांना दिल्या जाणाऱ्या प्रत्यक्ष सुविधा, सेवा पुरविणाऱ्या कर्मचाऱ्यांचे वर्तन, सेवा पुरविणाऱ्या कर्मचाऱ्यांची कार्यक्षमता, सेवांची परिणामकारकता आणि कार्यक्षमता आणि इतर, यामध्ये या सर्व गोष्टींचा समावेश होतो. इतर उदाहरणांत संस्थेच्या व्यवस्थापनाप्रती कर्मचाऱ्यांची अभिवृत्ती, कर्मचाऱ्यांची अनावश्यक जास्त संख्येबद्दल आणि त्यांना एका जागेवरून काढून

दुसऱ्या जागेवर कामाला लावणे याबद्दलची अभिवृत्ती, परिचारिकांची जन्म आणि मृत्यू याबाबत अभिवृत्ती, विशिष्ट उत्पादनाबाबत ग्राहकांची अभिवृत्ती, व्याख्यात्याप्रती विद्यार्थ्यांची अभिवृत्ती, किंवा संस्थेच्या रणनीती आराखड्याबाबत कर्मचाऱ्याची अभिवृत्ती – अशाच प्रकारे त्याची विभागणी होऊ शकते.

प्रतिसादकांची वेगवेगळ्या पैलूंप्रती वेगवेगळे अभिवृत्ती असते. फक्त जेव्हा तुम्ही एखाद्या समस्येप्रती प्रतिसादकांची अभिवृत्ती जाणण्यासाठी प्रत्येक पैलूविषयी एकतर मुक्त किंवा बंदिस्त प्रश्न विचारता तेव्हाच तुम्हाला शोधता येते. परंतु या प्रतिसादातून प्रतिसादकांची एकंदर अभिवृत्ती काय आहे हे जाणून घेणे कठीण असते ही या पद्धतीची मर्यादा आहे. पूर्वीचे उदाहरण घ्या, ज्यात व्याख्यात्याप्रती विद्यार्थ्यांची अभिवृत्ती जाणून घ्यायची आहे. शिकवण्याचे वेगवेगळे पैलू आहेत : व्याख्यानातील आशय; मजकुराची जुळवाजुळव; आशय संप्रेषित करायची व्याख्यात्याची क्षमता; सादरीकरण आणि शैली; विषयाचे ज्ञान; उत्तरदायित्त्व; वक्तशीरपणा; आणि इतर. विद्यार्थी व्याख्यात्याला वेगवेगळ्या पैलूंविषयी वेगवेगळी श्रेणी देतील. ते असे की व्याख्याता अतिशय ज्ञानी आणि कार्यक्षम असेल तो तिच्या/त्याच्या विषयात परंतु बहुसंख्य विद्यार्थ्यांच्या मते चांगला संप्रेषक नसेल. पुढे, शिक्षकाच्या शिकवण्याच्या कोणत्याही एका पैलूप्रती विद्यार्थ्यांच्या मतात कदाचित ठळकपणे फरक असेल. काहीजणांना कदाचित व्याख्याता चांगला संप्रेषक वाटेल तर काहींना नाही. मुख्य प्रश्न हा आहे कीः व्याख्यात्याप्रती एकंदरीतच विद्यार्थ्यांची अभिवृत्ती काय आहे हे आपण कसं शोधणार? दुसऱ्या शब्दात सांगायचे तर, कोणत्याही समस्यांविषयीच्या वेगवेगळ्या पैलूंविषयीचे प्रतिसाद एकत्र करून एकंदर अभिव्यक्तीवर प्रतिबिंबित होणाऱ्या एका निदर्शकापर्यंत कसे पोचू शकणार? ह्या समस्या सोडविण्यासाठी अभिवृत्ती मापनसारणी महत्त्वाची भूमिका बजावत असते.

अभिवृत्ती मापन सारणी दोन महत्त्वाची कार्ये करतेः एखाद्या समस्येबाबत किंवा परिस्थितीबाबतच्या वेगवेगळ्या पैलूंविषयी प्रतिसादकांच्या अभिवृत्तीची तीव्रता मापन करता येते; वेगवेगळ्या पैलूंप्रती असलेल्या अभिवृत्ती एकत्रित करून त्यावरून एक निदर्शक काढण्याचे तंत्र यातून मिळते. यावरून त्या विशिष्ट समस्या किंवा परिस्थितीबाबत प्रतिसादकांच्या फक्त एक किंवा दोन मुद्द्यांबाबतच्या प्रतिसादाचे प्रतिबिंब त्याच्या मतावर पडण्याचा धोका कमी होतो.

अभिवृत्ती मापन सारणी विकसित करण्यातील अडचणी

अभिवृत्ती मापन सारणी विकसित करताना तुम्हाला तीन समस्यांना तोंड द्यावे लागतेः

१. एखाद्या समस्येचे किंवा प्रश्नाचे अभिवृत्ती मापन करताना त्या समस्येचे किंवा स्थितीचे कोणते पैलू समाविष्ट केले आहेत, वरील उदाहरणात व्याख्यात्याप्रती विद्यार्थ्याची अभिवृत्ती मापन करताना शिकवण्याच्या कोणत्या पैलूंचा समावेश करावा?
२. समग्र चित्र मिळण्यासाठी वेगवेगळ्या पैलूंचे एकत्रीकरण करण्यासाठी कोणत्या कार्यपद्धतीचा अवलंब करावा?
३. सारणीने जे मापन करायचे आहे तेच सारणी मापन करत आहे याची खात्री कशी काय देऊ शकता?

पहिली समस्या अतिशय महत्त्वाची आहे. कारण, ती तिसऱ्या समस्येविषयी काही निश्चित करतेः मुख्य समस्येवर वेगवेगळ्या पैलूंचे किती प्रमाणात प्रतिबिंब पडते ते सारणीच्या वैधतेवर अधिक करून निश्चित ठरते. तिसरी समस्या तुम्ही, तुमच्या वेगवेगळ्या विधानांचा अभ्यासाच्या मुख्य विषयाशी तार्किक दुवा आहे याची

निश्चिती करून सोडवू शकता. दुवा जेवढा चिवट तितकी वैधता उच्च. वेगवेगळ्या प्रकारच्या (लिकर्ट, थर्स्टन किंवा गटमन) सारणीतून दुसऱ्या समस्येचे उत्तर मिळेल. जरी या मापन सारणी वापरातील कार्यपद्धतीत काही अंशी अडचणी आहेत व त्या सारणीनुसार वेगळ्या आहेत, परंतु त्यातून तुम्हाला वेगवेगळ्या पैलूंचे अभिवृत्ती प्रती एकत्रीकरण करण्यास मार्गदर्शन मिळेल.

अभिवृत्ती मापनाचे प्रकार

अभिवृत्ती मापनाचे तीन प्रकार आहेतः

१. सममूल्य गुणोत्तर सारणी याला लिकर्ट सारणी म्हणूनही ओळखतात;
२. समान दिसणारी अंतर सारणी किंवा भेद सारणी याला थर्स्टन सारणी म्हणून ओळखतात.
३. एकवट सारणी यालाच गटमन सारणी म्हणूनही ओळखतात.

सममूल्य गुणोत्तर किंवा लिकर्ट सारणी

सर्व्हे मंकीः लिकर्ट सारणी

सममूल्य गुणोत्तर सारणी हे सामान्यतः **लिकर्ट सारणी** म्हणून ओळखले जाते, यात प्रत्येक विधानाला/कलमाला, जे सारणीवर आहे, त्याला सारखेच **अभिवृत्ती मूल्य** महत्त्व किंवा वजन आहे ते या अर्थाने की प्रश्नातील मुद्द्यांवर अभिवृत्ती प्रतिबिंबित होते, या गृहीतावर आधारित आहे. सारणीवरील विधानांना क्वचित समान अभिवृत्ती मूल्य असतात त्यामुळे हे गृहीतक या सारणीची मर्यादा आहे. उदाहरणार्थ, आकृती १०.१ आणि १०.२ मधील उदाहरणांमध्ये 'विषयाचे ज्ञान' हे महत्त्वाचे नाही ते अशा अर्थाने की हे विद्यार्थ्यांची व्याख्यात्याप्रती अभिवृत्ती, जसे संशोधन निबंध प्रकाशित झालेत किंवा 'काही विद्यार्थ्यांना आवडतात, काहींना नाही.' परंतु लिकर्ट सारणीप्रमाणे प्रत्येक विधान हा सारखाच अभिवृत्ती भार असेल. विद्यार्थी कदाचित व्याख्यात्याने खूप संशोधन निबंध प्रकाशित केले याची पर्वा करणार नाही. परंतु 'विषयाचे ज्ञान', 'चांगले संभाषण कौशल्य', आणि 'कसे शिकवावे याची जाण' याला कदाचित जास्त महत्त्व असेल.

लिकर्ट सारणी ही अभिवृत्ती मापन करत नाही हे लक्षात ठेवणे महत्त्वाचे आहे. मुद्द्याविषयीच्या अभिवृत्तीच्या तीव्रतेबाबत प्रतिसादकांना एकमेकांच्या संदर्भात त्या त्या जागी स्थान देण्यास मदत करते. हे एखाद्या प्रतिसादकाच्या दृष्टिकोनाची ताकद ही दुसऱ्या प्रतिसादकाच्या तुलनेत दाखवते परंतु पूर्ण अभिवृत्तीबाबत नाही.

लिकर्ट सारणीची रचना करताना लक्षात घ्यायच्या बाबी

लिकर्ट सारणी विकसित करताना अनेक बाबी विचारात घ्याव्या लागतात. पहिल्यांदा, ज्या अभिवृत्तीचे मापन करायचे आहे त्याचे वर्गीकरण एक, दोन किंवा तीन दिशांप्रती (ते असे अभ्यासाधीन लोकसंख्येत सकारात्मक, नकारात्मक आणि तटस्थता निश्चित करायची आहे का) अभ्यासांतर्गत असलेल्या मुद्द्याबाबत त्यांच्या अभिवृत्तीनुसार करण्याचा निर्णय घ्या. नंतर, तुम्हाला वर्गीकरण करायचे आहे की अंकसारणी याचा विचार करा. हे तुम्ही अभ्यास करणार असलेले लोक स्वतःला अंकसारणीत किंवा वर्गीकृत सारणीत चांगले व्यक्त करू शकतात यावर अवलंबून आहे. आकड्यांचे बिंदू किंवा वर्गीकृत सारणीवर आकड्यांचे वर्गीकरण याचा निर्णय प्रश्नातील अभिवृत्ती तीव्रता मापन कशी करायची आहे आणि अभ्यासाधीन लोकसंख्येची फरक भेद करण्याची क्षमता यावर अवलंबून आहे.

व्याख्याता:		खूप सहमत	सहमत	अनिश्चित	असहमत	खूप असहमत
१	विषयाचे ज्ञान उत्तम आहे	☐	☐	☐	☐	☐
२	शिकवण्याबाबत निरुत्साही आहे	☐	☐	☐	☐	☐
३	विद्यार्थ्यांविषयी काळजी वाटते	☐	☐	☐	☐	☐
४	अवाजवी मागण्या करतात	☐	☐	☐	☐	☐
५	संभाषण कौशल्य पुरेसे नाही	☐	☐	☐	☐	☐
६	शिकवावे कसे हे जाणून आहे	☐	☐	☐	☐	☐
७	अवघड संकल्पना सोप्या भाषेत	☐	☐	☐	☐	☐
	स्पष्ट करू शकतात	☐	☐	☐	☐	☐
८	भेटणे, बोलणे कठीण आहे	☐	☐	☐	☐	☐
९	काही विद्यार्थ्यांना आवडतात पण	☐	☐	☐	☐	☐
	काहींना नाही	☐	☐	☐	☐	☐
१०	जमवून घेणे अवघड आहे	☐	☐	☐	☐	☐

आकृती १०.१ वर्गीकरण सारणीचे उदाहरण

व्याख्याता:								
१	विषयाचे ज्ञान उत्तम	७	६	५	४	३	२	१
२	शिकवण्याबाबत उत्साही आहे का	७	६	५	४	३	२	१
३	विद्यार्थ्यांविषयी काळजी दाखवत नाहीत	७	६	५	४	३	२	१
४	खूप जास्त मागण्या करतात	७	६	५	४	३	२	१
५	संभाषण कौशल्य चांगले	७	६	५	४	३	२	१
६	शिकवावे कसे हे जाणून आहे	७	६	५	४	३	२	१
७	अवघड संकल्पना सोप्या भाषेत स्पष्ट करू शकतात का	७	६	५	४	३	२	१
८	विद्यार्थ्यांना क्वचित उपलब्ध होतात का	७	६	५	४	३	२	१
९	काही विद्यार्थ्यांना आवडतात पण काहींना नाही का	७	६	५	४	३	२	१
१०	मोठ्या प्रमाणावर साहित्य प्रकाशित झाले आहे	७	६	५	४	३	२	१

आकृती १०.२ सात बिंदूंची अंक सारणी

१:	**व्याख्याता**
(अ)	विषयाचे ज्ञान अतिशय उत्तम आहे
(आ)	विषयाचे ज्ञान उत्तम आहे
(इ)	विषयाचे ज्ञान सामान्य आहे
(ई)	विषयाचे ज्ञान नाही
(उ)	विषयाचे ज्ञान अत्यंत कमी आहे

आकृती १०.३ विधान सारणीवर प्रतिबिंबित होणारे अभिवृत्तीतील भिन्न अंशाचे उदाहरण

आकृती १०.१ पाच बिंदू वर्गीकरण सारणी ती तीन दिशादर्शक आणि आकृती १०.२ सात बिंदू वर्गीकरण सारणी जी एक दिशादर्शक आहे. काही वेळा तुम्ही सुद्धा मुद्द्यावर प्रतिबिंबित होणारे, ते ही भिन्न अंशाने, विधान विकसित करू शकता. (आकृती १०.३) मध्ये प्रतिसादकांना त्याचे/तिचे मत अगदी योग्य प्रकारे वर्णन करू शकेल असे विधान निवडायला सांगितले आहे.

आकृती १०.४ लिकर्ट सारणीची रचना करण्यासाठी वापरलेली पद्धत दाखवते.

अभिवृत्ती गुणांची गणना करणे

समजा, तुम्ही विद्यार्थ्यांची व्याख्यात्यांप्रती अभिवृत्ती पाच वर्गीकरण सारणीद्वारे मापन करण्यासाठी तुम्ही प्रश्नपत्रिका/मुलाखत अनुसूची तयार केली आहे.

कार्यपद्धती

पायरी १ *प्रश्नातील मुख्य मुद्द्यावर असलेल्या अभिवृत्तीला प्रतिबिंबित करणारी विधाने जुळवा किंवा तयार करा; विधाने तयार करताना ती मुद्द्यांच्या सकारात्मक आणि नकारात्मक अशा दोन्ही अभिवृत्तींवर प्रतिबिंबित होतील अशी असावी, ती अशी की मुद्द्यांच्या बाजूने व विरुद्ध अशी असावीत. (जर तुमची एक दिशादर्शक असेल तर तुम्हाला फक्त एका विधानाची गरज आहे.) सर्व विधानांचा मुख्य मुद्द्यांशी तार्किक दुवा असल्याची खात्री करा. प्रतिसादकांनी अंक सारणीवर किंवा वर्गीकृत सारणीवर प्रतिसाद द्यायचे ते तुम्हाला ठरवणे गरजेचे आहे.*

पायरी २ *विधानांमध्ये स्पष्टता येण्यासाठी त्याची छोट्या गटावर चाचणी घ्या.*

पायरी ३ *प्रतिसादांना निश्चित गुण भार देऊन त्यांचे विश्लेषण करा. अंकात/आकड्यात दिलेले मूल्य हे सकारात्मक आणि नकारात्मक विधानांना वेगळी द्या. सकारात्मक विधान जे खूप अनुकूल अभिवृत्ती दाखवते. त्याला सर्वात जास्त गुण द्या. उदाहरणार्थ, पाच वर्गीकरण किंवा पाचबिंदू सारणी, ५ गुण हे सर्वात जास्त अनुकूल अभिवृत्तीसाठी आणि १ गुण सर्वात कमी अनुकूल अभिवृत्तीसाठीचे निदर्शक आहेत. त्याविरुद्ध ती/तो व्यक्ती नकारात्मक विधानाशी खूप सहमत असेल तर ती अनुकूल अभिवृत्ती नाही; म्हणून, गुण उलट असतील. म्हणजे प्रतिसादक नकारात्मक विधानाशी खूप सहमत असल्याने १ गुण, आणि खूप सहमत असल्याने ५ गुण.*

पायरी ४	*प्रत्येक विधानाला तिने/त्याने दिलेल्या गुणांची, जे तिसऱ्या पायरीत सुचविले आहेत त्याची बेरीज करा.*
पायरी ५	*सर्व प्रतिसादकांचे प्रत्येक कलमाविषयीच्या गुणांची तुलना करा, ज्यातून तारतम्य नसलेली कलमे ओळखता येतील. तारतम्य नसलेली कलमे म्हणजे प्रतिसादकाने उच्च अभिवृत्ती गुण आणि भिन्न (low) अभिवृत्ती गुण हे सारखेच दिले आहे. तारतम्य नसलेल्या विधानांतून अभिवृत्तींच्या संदर्भात प्रत्येक प्रतिसादक सारख्याच पद्धतीने फरक करू शकत नाही.*
पायरी ६	*तारतम्य नसलेली कलमे काढून टाका.*
पायरी ७	*प्रश्नपत्रिका/मुलाखत अनुसूची निवडक विधाने/कलमे घालून तयार करा.*

आकृती १०.४ लिकर्ट सारणी तयार करण्याची पद्धत

आकृती १०.५ मध्ये, विधान १ हे सकारात्मक विधान आहे; म्हणून जर प्रतिसादकाने 'खूप सहमत' या प्रतिसादावर (√) खूण केली असेल तर, ती/तो चा त्या कलमाशी सहमत असलेल्या व्यक्तीपेक्षा जास्त सकारात्मक अभिवृत्ती दाखवतो. जी व्यक्ती 'सहमत' वर खूण करते. तिची 'अनिश्चित'वर खूण करणाऱ्या व्यक्तीपेक्षा सकारात्मक अभिवृत्ती दाखवते. त्यामुळे जी व्यक्ती 'खूप सहमत'वर खूण करते तिला सर्वात जास्त ५ गुण दिले पाहिजेत, कारण त्यात पाच प्रतिसादांचे वर्गीकरण आहे. जर त्यात ४ गुणांचे वर्गीकरण असते तर तुम्ही चार गुण दिले असते. वस्तुस्थिती, गुण निश्चित करताना प्रतिसादाच्या प्रकाराची तीव्रता गुणात प्रतिबिंबित झाली आहे का आणि खूप सकारात्मक तीव्रता असलेल्या प्रतिसादाला उच्च गुण निश्चित करणे, अशी आहे.

व्याख्याता:	खूस	स	अ	अ	खूअ
१ विषयाचे ज्ञान चांगले आहे (+)	५	४	३	२	१
२ शिकवण्याबाबत निरुत्साही आहे (–)	१	२	३	४	५
३ विद्यार्थ्यांविषयी काळजी दाखवतात (+)	५	४	३	२	१
४ अवाजवी मागण्या करतात (–)	१	२	३	४	५
५ संभाषण कौशल्य अगदी कमी आहे (–)					
६ कसे शिकवावे ह्याची जाण आहे (+)					
७ अवघड संकल्पना सोप्या भाषेत स्पष्ट करू शकतात (+)					
८ भेटणे, बोलणे कठीण आहे (–)					
९ काही विद्यार्थ्यांना आवडतात पण काहींना नाही (–/+)					
१० जमवून घेणे अवघड आहे (–)					
खूस = खूप सहमत, स = सहमत, अ = अनिश्चित, अ = असहमत, खूअ = खूप असहमत					

आकृती १०.५ सकारात्मक आणि नकारात्मक विधानांचे गुण

व्याख्याता:	खूस	स	अ	अ	खूअ
१ विषयाचे ज्ञान चांगले आहे (+)	@				#
२ शिकवण्याबाबत निरुत्साही आहे (−)		#			@
३ विद्यार्थ्यांविषयी काळजी दाखवतात (+)			@		
४ अवाजवी मागण्या करतात (−)		#			@
५ संभाषण कौशल्य अगदी कमी आहे (−)		#			@
६ कसे शिकवावे ह्याची जाण आहे (+)		@		#	
७ अवघड संकल्पना सोप्या भाषेत स्पष्ट करू शकतात (+)	@	#			
८ भेटणे, बोलणे कठीण आहे (−)			@#		
९ काही विद्यार्थ्यांना आवडतात पण काहींना नाही (−/+)				@#	
१० जमवून घेणे अवघड आहे (−)			#		@
खूस = खूप सहमत, स = सहमत, अ = अनिश्चित, अ = असहमत, खूअ = खूप असहमत					

आकृती १०.६ अभिवृत्ती गुणांची गणना करणे

विधान २ हे नकारात्मक विधान आहे. यात जी व्यक्ती 'तीव्र असहमत' वर खूण करते, तुलनेने खूप सकारात्मक अभिवृत्ती असलेल्या पैलूला या कलमामुळे प्रतिबिंबित करते; म्हणून त्याला पाच गुण निश्चित केले आहेत तर दुसऱ्या बाजूने, प्रतिसादक जो 'खूप सहमत' यावर खूण करतो. त्याची त्या कलमाप्रती कमीतकमी सकारात्मक अभिवृत्ती असते, आणि म्हणून त्याला एक गुण निश्चित केला आहे. इतर विधानांसाठीही अशाच प्रकारची गुणांची पद्धत वापरली जाते.

विधान ९ संबंधी नोंद घ्या. काहींना व्याख्याता आवडणार आणि काही जणांना नाही असं नेहमीच असणार आहे; त्यामुळे हे विधान तटस्थ आहे. त्यामुळे सारणीवर या कलमांचा समावेश करण्यात काहीच अर्थ नाही; इथे ते केवळ रेखाटन करण्याच्या उद्देशाने घातले आहे.

वैयक्तिक **अभिवृत्ती गुण** कसे मोजायचे हे पाहण्यासाठी आपण दोन प्रतिसादकांचे उदाहरण घेऊ. ज्यांनी आपल्या उदाहरणात # आणि @ (पहा आकृती १०.६) खूण केलेली विधाने पाहू. त्यांचे अभिवृत्ती गुण पाहू.

विधान क्र.	१	२	३	४	५	६	७	८	९	१०
प्रतिसाद @ =	५+	५+	३+	५+	५+	४+	५+	३+	२+	५ = ४२
प्रतिसाद # =	१+	२+	१+	२+	२+	२+	४+	३+	२+	३ =२२

विश्लेषण असे दाखवते की एकंदर, प्रतिसादक @ यांची व्याख्यात्याप्रती # प्रतिसाद देण्याऱ्यांपेक्षा अधिक सकारात्मक अभिवृत्ती आहे. तुम्ही @ प्रतिसाद देणाऱ्यांची अभिवृत्ती (४२/२२ = १.९१) प्रतिसादकांपेक्षा

दुप्पट सकारात्मक आहे असे म्हणू शकत नाही. अभिवृत्ती गुण हे प्रतिसादकांची एक दुसऱ्यांच्या संबंधात जागा दाखवतात. लक्षात घ्या, लिकर्ट सारणी ही अभिवृत्ती मापन करत नाही. परंतु प्रश्नातील मुद्द्यांविषयी असलेल्या अभिवृत्तींप्रती चढत्या किंवा उतरत्या क्रमाने गटाला गुण देण्यास मदत करते.

समान दिसणारे मध्यान्तर किंवा थर्स्टन सारणी

थर्स्टन सारणी प्रत्येक विधानाचे अभिवृत्ती मूल्य किंवा भार याची गणना करते. लिकर्ट सारणीहून हे वेगळे आहे. परीक्षकांच्या गटाने विधानाला निश्चित केलेल्या गुणांच्या आधारे प्रत्येक विधानाचा भार (मध्यांक मूल्याशी समान) मोजला जातो. प्रत्येक विधान ज्याला प्रतिसादक सहमती दर्शवतो. (किंवा ज्याला ते होकारार्थी उत्तर देतील) त्याला विधानाच्या अभिवृत्ती मूल्याच्या इतकेच अभिवृत्ती गुण दिले जातात. थर्स्टन सारणीच्या रचनेची कार्यपद्धती आकृती १०.७ मध्ये दिली आहे.

थर्स्टन सारणी

या सारणीचा मुख्य फायदा हा आहे की प्रतिसादकांच्या अनुषंगिक अभिवृत्तीपेक्षा संपूर्ण अभिवृत्तीवर प्रतिबिंबित होते, या प्रत्येक विधानाचे महत्त्व परीक्षकांकडून निश्चित केले जाते. ही सारणी लोकांच्या अभिवृत्ती निर्देशित करू शकते आणि या तीव्रतेत झालेले कोणतेही बदल हुबेहूब आधीच्यासारखे अभ्यासले पाहिजेत. दुसऱ्या बाजूने, या सारणीची रचना करणे अवघड आहे यावरची मुख्य टीका म्हणजे परीक्षक आणि प्रतिसादक विशिष्ट विधानाचे परीक्षण वेगवेगळ्या प्रकारे करतील आणि त्यामुळे प्रतिसादकाच्या अभिवृत्तीचे प्रतिबिंब पडणार नाही.

पायरी १	*प्रश्नांमधील मुद्द्यांवरील अभिवृत्तीवर प्रतिबिंबित होणारी विधाने एकत्र करा किंवा त्यांची रचना करा.*
पायरी २	*अभिवृत्ती अन्वेषणाच्या क्षेत्रात तज्ज्ञ असलेल्या परीक्षकांचे मंडळ निवडा.*
पायरी ३	*या परीक्षकांना विधाने पाठवून, अभ्यासाधीन मुद्द्यांविषयी प्रतिबिंबित होणाऱ्या विधानांना योग्य गुण द्यायचे. अकरा बिंदूंच्या सारणीवर त्या विधानांना गुण द्या.*
पायरी ४	*प्रत्येक कलमाला परीक्षकांनी दिलेल्या गुणांचे मध्यांक मूल्याची गणना करा.*
पायरी ५	*जर परीक्षकांनी दिलेले गुण सारणीवर विखुरले गेले, वेगवेगळे गुण दिले गेले तर याचा अर्थ प्रश्नातील मुद्द्यांवर प्रतिबिंबित होणाऱ्या अभिवृत्तीप्रती तज्ज्ञ व्यक्तींचे एकमत नाही. अशी विधाने काढून टाका.*
पायरी ६	*उरलेल्या विधानांमधून मुद्द्याच्या वेगवेगळ्या पैलूंवर चांगल्या प्रकारे प्रतिबिंबित होणाऱ्या कलमांची निवड करा.*
पायरी ७	*निवडक कलमांचा समावेश करून प्रश्नावली/मुलाखत अनुसूची तयार करा.*

आकृती १०.७ थर्स्टन सारणी रचण्यासाठीची कार्यपद्धती

एकवट किंवा गटमन सारणी

गटमन सारणी ही रचना करण्यासाठी सर्वांत अवघड असल्याने ती क्वचित वापरली जाते. नवोदितांसाठी ही सारणी संशोधनाकरिता फारशी सुसंगत नाही. त्यामुळे या पुस्तकात त्याची चर्चा केलेली नाही.

अभिवृत्ती मापन सारणी आणि अनुमापन सारणी

अनुमापन सारणी

वेगवेगळ्या **अभिवृत्ती मापन सारणी**साठी वेगवेगळ्या अनुमापन सारणी वापरल्या जातात. प्रतिसादकांच्या गुणांचा अर्थ लावण्यासाठी कोणत्या अभिवृत्ती मापनासाठी कोणती अनुमापन सारणी योग्य आहे याची जाणीव असणे महत्त्वाचे आहे. तक्ता १०.१ हा अनुमापन सारणीच्या संदर्भात अभिवृत्ती मापन सारणीशी संबंध दाखवतो.

तक्ता १०.१ अभिवृत्ती आणि अनुमापन सारणीमधील संबंध

अभिवृत्ती मापन सारणी	अनुमापन सारणी
लिकर्ट सारणी	क्रमवाचक सारणी
थर्स्टन सारणी	अंतर सारणी
गटमन सारणी	गुणोत्तर सारणी

अभिवृत्ती आणि गुणात्मक संशोधन

या प्रकरणाच्या सुरुवातीला नमूद केल्याप्रमाणे गुणात्मक संशोधनात तुम्ही फक्त अभिवृत्तीच्या प्रसाराचे अन्वेषण करू शकता. तथ्य संकलनासाठी तुम्ही सखोल मुलाखत, गट चर्चा, निरीक्षण या कोणत्याही पद्धती वापरता यातून तुम्हाला अभिवृत्तीची भिन्नता अन्वेषण करता येते. परंतु किती लोकांची विशिष्ट अभिवृत्ती आहे, विशिष्ट अभिवृत्तीची तीव्रता किंवा व्यक्तीची एकंदर अभिवृत्ती या पैलूंविषयी काहीच कळू शकणार नाही. गुणात्मक पद्धती ही अभिवृत्तीची तीव्रता मापन करण्यापेक्षा अभिवृत्तीची भिन्नता अन्वेषण करण्यासाठी उत्तम आहे.

सारांश

गुणात्मक आणि संख्यात्मक संशोधनात त्यातील अभिवृत्ती मापनासाठी असलेल्या पद्धती आणि रीती हा एक ठळक फरक होय. संख्यात्मक संशोधनात अभिवृत्ती मापन करण्यासाठी अनेक पद्धती वापरल्या जाऊ शकतात, परंतु गुणात्मक संशोधनात या दृष्टीने पद्धती नाही. कारण, त्याचे उद्दिष्ट मापन आणि गणना करणे यापेक्षा स्पष्ट करणे हे असते. गुणात्मक संशोधन पद्धतीने तुम्ही एखाद्या समस्येविषयीच्या अभिवृत्तीचा प्रसार शोधून काढू शकता. परंतु त्याची तीव्रता आणि एकंदर निर्देशक शोधू शकत नाही.

अभिवृत्ती मापन सारणी या संख्यात्मक संशोधनात एखाद्या मुद्द्याविषयी अभिवृत्ती मापन करण्यासाठी वापरल्या जातात. मुद्द्याच्या वेगवेगळ्या पैलूंविषयीच्या अभिवृत्ती एकत्र करणे आणि एकंदर अभिवृत्तीवर प्रतिबिंबित करणारा निर्देशक देणे ही त्याची ताकद आहे. तरीही, अभिवृत्ती मापन करताना कोणते पैलू समाविष्ट

करायचे, एकंदर अभिवृत्ती निश्चित करण्यासाठी प्रतिसादकांनी दिलेले प्रतिसाद एकत्र कसे करायचे आणि तुम्ही विकसित केलेली सारणी खरोखरच प्रश्नातील मुद्द्यांचे मापन करते याची तुम्ही कशी खात्री देऊ शकता?

तीन प्रकारच्या अभिवृत्ती मापन सारणी आहेतः लिकर्ट, थर्स्टन आणि गटमन सारणी. सामान्यतः लिकर्ट सारणी रचना करायला सोपी असल्याने ती वापरली जाते. सारणीचे मुख्य गृहीतक म्हणजे प्रत्येक विधान समान महत्त्वाचे आहे. थर्स्टन सारणीतील प्रत्येक कलमाचे महत्त्व परीक्षक मंडळाकडून निश्चित केले जाते.

याचा विचार करा

- प्रकरणाच्या सुरुवातीला दिलेल्या परवलीच्या शब्दांशी स्वतःला पुनःपरिचित करा. जर एखाद्या शब्दाचा अर्थ किंवा उपयोग याबाबत साशंक असाल तर प्रकरण पुढे वाचण्यापूर्वी पुन्हा त्यांचे वाचन करा.
- तुमच्या स्वतःच्या शैक्षणिक क्षेत्रात संशोधन करण्यासाठी लिकर्ट आणि थर्स्टन सारणीचा उपयोग कसा करता येईल याची उदाहरणे शोधा.
- विद्यापीठातील विद्यार्थ्यांमधील आत्मसन्मानाचा शोध घेण्यासाठी पाच बिंदूंची लिकर्ट सारणी कशी विकसित कराल, आणि त्यात तुम्हाला कोणत्या अडचणींना तोंड द्यावे लागेल.

आता, तुम्ही हे प्रकरण वाचले आहे, खालील प्रश्नांची उत्तरे द्यायचा प्रयत्न करा.

- सामाजिक संशोधनात अभिवृत्ती मापन सारणीचे फायदे कोणते?
- अभिवृत्ती मापन सारणीचे वेगवेगळे प्रकार सांगा आणि त्याची रचना करताना गृहीत धरायच्या बाबी सांगा.
- सामाजिकशास्त्रांत लिकर्ट आणि थर्स्टन सारणी मापन वेगवेगळ्या स्थिती शोधा.
- बेकार युवकांच्या गटाच्या आत्मसन्मानाचे मापन करण्यासाठी लिकर्टच्या पाच बिंदूच्या मापन सारणीवर कोणत्या मुद्द्यांचा समावेश कराल.

११

संशोधन साधनाची वैधता आणि विश्वासार्हता प्रस्थापित करणे

या प्रकरणात तुम्ही खालील मुद्दे शिकणार आहात

- वैधतेची संकल्पना
- संख्यात्मक संशोधनात वेगवेगळ्या प्रकारची वैधता
- विश्वासार्हतेची संकल्पना
- संशोधन साधनाच्या विश्वासार्हतेवर परिणाम करणारे घटक
- संख्यात्मक संशोधनात साधनाची विश्वासार्हता निश्चित करण्याच्या पद्धती
- गुणात्मक संशोधनात वैधता आणि विश्वासार्हता

परवलीचे शब्द

समांतर वैधता पुष्टी, बळकटी, चलांची वैधता, आशय वैधता, विश्वासार्हता, अवलंबित्व, बाह्य सुसंगती, दर्शनी वैधता, अंतर्गत सुसंगती, विश्वासार्हता, स्थानांतरता, वैधता.

या प्रकरणाच्या अभ्यासानंतर तुम्हाला पुढील मुद्दे समजतील

- सामाजिक संशोधनात वैधता आणि विश्वासार्हतेचा उपयोग
- गुणात्मक आणि संख्यात्मक संशोधनात वैधता आणि विश्वासार्हता
- सामाजिक संशोधनात वैधता आणि विश्वासार्हता कशी निश्चित करायची
- संशोधन अभ्यासात वैधता आणि विश्वासार्हतेची खात्री

मागील दोन प्रकरणांत आपण तथ्य संकलनाच्या गुणात्मक, संख्यात्मक आणि संमिश्र संशोधन पद्धतींविषयी चर्चा केली. तुमची अनुमाने आणि निष्कर्ष हे तुम्ही प्रतिसादकांना विचारलेल्या प्रश्नांवर आधारित असतात. या प्रश्नांमधून तुमच्या अनुमानांसाठी (उत्पादन) माहिती (कच्चामाल) पुरविली जाते. ही पुरवलेली माहिती अनेक टप्प्यांमधून – नमुना निवड, माहिती संकलन, तथ्यांवर प्रक्रिया, संख्याशास्त्रीय पद्धतीचा वापर आणि अहवाल लेखन – जात असते आणि हे सर्व कार्य पार पाडण्याच्या पद्धतीचा तुमच्या निष्कर्षांच्या गुणवत्तेवर व अचूकतेवर परिणाम होऊ शकतो. त्यामुळे तुमच्या निष्कर्षाची गुणवत्ता प्रस्थापित करण्याचा प्रयत्न करणे हे तुमच्या दृष्टीने महत्त्वाचे आहे. तुमच्या संशोधनातील प्रश्नांची उत्तरे मिळवण्यासाठी तुम्ही जी पद्धती वापरली आहे, तिची गुणवत्ता आणि बिनचूकता प्रस्थापित करण्यासाठी संशोधक या नात्याने तुम्हाला इतरांकडून विचारणा केली जाऊ शकते. ढोबळमानाने, संशोधन प्रक्रियेत अचूकता आणि औचित्य यालाच **वैधता** असे म्हटले जाते. अभ्यासाच्या कोणत्याही टप्प्यावर चुका दिसल्या तरीही वैधतेचा वापर एखाद्या टप्प्यासाठी सुद्धा करता येऊ शकतो किंवा संपूर्ण संशोधन प्रक्रियेसाठीसुद्धा करता येऊ शकतो. जसेः संशोधन आराखडा, नमुना रणनीती, काढलेले निष्कर्ष, उपयोजित संख्याशास्त्रीय पद्धती किंवा वापरलेली अनुमान पद्धती. ढोबळमानाने, वैधतेविषयी दोन दृष्टिकोन आहेतः

१. ज्यासाठी संशोधन अन्वेषण केले आहे त्याची उत्तरे संशोधन प्रश्नांमधून मिळतात का?
२. जर असे असेल तर ही उत्तरे योग्य, उचित पद्धती आणि रीत वापरून मिळाली आहेत का?

या प्रकरणात आपण अनुमापन पद्धतीमध्ये उपयोजित केली जाणारी वैधतेची संकल्पना किंवा प्रतिसादकांकडून माहिती मिळवण्यासाठी वापरले जाणारे संशोधन तंत्र यावर चर्चा करणार आहोत.

वैधता आणि विश्वासार्हता या संकल्पनांच्या अनुषंगाने संख्यात्मक आणि गुणात्मक संशोधनात ठळक फरक दिसून येतात. कारण, संख्यात्मक संशोधनात तथ्य संकलनाच्या रचना आणि पद्धतींचे स्वरूप सुरचित व सुस्थापित असल्यामुळे वैधता आणि विश्वासार्हता या संकल्पना आणि त्यांच्या निश्चितीकरणाच्या पद्धती अधिक

विकसित आहेत. तरीही, गुणात्मक संशोधनात या संकल्पनांचे संख्यात्मक संशोधनाप्रमाणे काटेकोरपणे उपयोजन करता येत नाहीत असे म्हणणे उचित ठरेल. कारण, गुणात्मक संशोधनामध्ये संशोधकाला तथ्य संकलनाच्या पद्धती आणि रीती यांमध्येच लवचिकता, स्वातंत्र्य आणि उत्स्फूर्तता आपोआपच दिली गेलेली असते. गुणात्मक संशोधनातील तथ्य संकलनाच्या पद्धतीत प्रमाणबद्धता आणि पर्यायाने, त्यांची वैधता आणि विश्वासार्हतासुद्धा प्रस्थापित करणे अवघड आहे. या अडचणी असूनही, गुणात्मक संशोधनात वैधता आणि विश्वासार्हता प्रस्थापित करण्यासाठीच्या प्रस्तावित कार्यपद्धती या प्रकरणात तपशीलवार दिल्या आहेत.

वैधतेची संकल्पना

वैधतेची संकल्पना तपासून पहाण्यासाठी आपण एक साधे उदाहरण घेऊया. समजा, तुम्ही समुदायाच्या आरोग्यविषयक गरजा निश्चित करण्यासाठीच्या अभ्यासाचा आराखडा तयार केला आहे. हे करण्यासाठी तुम्ही एक मुलाखत अनुसूची तयार केली आहे. पुढे असेही धरून चाला की मुलाखत अनुसूचीसाठी तयार केलेले बहुतेक प्रश्न हे अभ्यासाधीन लोकसमुदायाच्या त्यांना पुरविल्या जाणाऱ्या आरोग्यसेवांशी निगडित आरोग्यविषयक दृष्टिकोनाशी संबंधित आहेत. लक्षात घ्या, *आरोग्यविषयक गरजा काय आहेत हे शोधणे* हा तुमचा हेतू होता, परंतु तुमची मुलाखत अनुसूची मात्र *प्रतिसादकांचे आरोग्यसेवांविषयक दृष्टिकोन* शोधून देत आहे, त्यामुळे हे साधन ज्यासाठी हा आराखडा तयार केला आहे त्याचे अनुमापन करत नाही. प्रस्तुत लेखकाला विद्यार्थी आणि अकुशल संशोधकांची या प्रकारची अनेक उदाहरणे आढळली आहेत.

अनुमापन पद्धतींच्या दृष्टिकोनातून, ज्याचे अनुमापन करण्यासाठी साधन तयार केले आहे अशी त्या साधनाची अनुमापन करण्याची क्षमता म्हणजेच वैधता होयः 'संशोधकाने ज्या प्रमाणात अनुमापन करायचे योजले आहे, ते अनुमापन त्याला किती प्रमाणात साध्य झाले याला वैधता असे म्हटले जाते' (स्मिथ १९९१ः १०६). कर्लींगर (१९७३ः ४५७), यांच्यानुसार वैधतेची सर्वसाधारणा व्याख्या ही 'आपल्याला ज्याचे अनुमापन करायचे आहे त्याचेच अनुमापन आपण करतोय का? या प्रश्नाच्या सारांशाने ठरविली जाते'. बॅबी (१९८९ः १३३) असे लिहितो की, 'वैधतेचा संबंध हा प्रायोगिक अनुमापन पद्धतीद्वारे अभ्यासाधीन संकल्पनेचे मापन करताना तिच्या वास्तव अर्थावर ज्या प्रमाणात प्रतिबिंबित होते त्याच्याशी आहे.' या व्याख्यांमधून दोन मुख्य प्रश्न पुढे आलेः

- ज्याचे अनुमापन करणे अपेक्षित आहे त्याचेच अनुमापन साधनाद्वारे होत आहे हे कोण ठरविणार?
- एखाद्या साधनाद्वारे ज्याचे अनुमापन करायचे आहे त्याचेच अनुमापन होत आहे ना हे कशाप्रकारे प्रस्थापित करता येईल?

अर्थातच, यापैकी पहिल्या प्रश्नाचे उत्तर म्हणजे अभ्यासाचा आराखडा तयार करणारी व्यक्ती, अहवालाचे वाचक आणि त्या क्षेत्रातील तज्ज्ञ हे आहे. दुसरा प्रश्न अतिशय महत्त्वाचा आहे. तुम्ही (संशोधक म्हणून), वाचक आणि तज्ज्ञ व्यक्ती हे कशाच्या आधारावर ठरवणार? सामाजिकशास्त्रांच्या संशोधनात संशोधन साधनाची वैधता प्रस्थापित करण्यासाठी दोन मार्ग दिसतात. हे दोन्ही मार्ग संशोधन साधनाच्या बांधणीचे आधारभूत तर्कशास्त्र किंवा साधनाचा वापर करून मिळालेल्या माहितीच्या आधारे संकलित केलेल्या संख्याशास्त्रीय पुराव्यांवर आधारित असतात. अभ्यासासाठी निश्चित केलेल्या उद्दिष्टांच्या आधारे प्रत्येक प्रश्नाचे तर्काच्या आधारे दिलेले स्पष्टीकरण हे त्याची वैधता प्रस्थापित करते, याउलट संख्याशास्त्रीय प्रक्रिया या प्रश्न आणि निष्कर्षांच्या स्वरूपातील चले यांच्यातील सहसंबंधांचे मापन करून वास्तव पुरावे सादर करते.

प्रश्न आणि उद्दिष्टे या दोन्हींमध्ये तार्किक दुवा प्रस्थापित करणे हे सोपे आणि अवघड असे दोन्हीही आहे. सोपे अशासाठी की तुम्हाला स्वतःला हा दुवा कदाचित लगेचच सापडेल आणि अवघड अशासाठी की तुमच्या समर्थनाला ज्याच्या आधारे तुम्ही इतरांना ते पटवून देऊ शकाल असे तज्ज्ञांचे आणि संख्याशास्त्रीय पुराव्यांचे पाठबळ नसेल. जेव्हा प्रश्न अगदी दृश्यमान असतात तेव्हा प्रश्न आणि उद्दिष्टे यांच्यामध्ये तार्किक दुवा प्रस्थापित करणे सोपे आहे. उदाहरणार्थ, तुम्हाला जर वय, उत्पन्न किंवा उंची याविषयी जाणून घ्यायचे असेल तर या प्रश्नांची वैधता प्रस्थापित करणे तुलनेने सोपे आहे, परंतु कार्यक्रमांची परिणामकारकता, प्रश्नाकडे बघण्याचा एखाद्या समूहाचा दृष्टिकोन किंवा संस्थेने दिलेल्या विशिष्ट सेवांबाबत ग्राहकांच्या समाधानाचे अनुमापन करणे हे जास्त अवघड आहे. परिणामकारकता, दृष्टिकोन किंवा समाधान अशा आकडेवारीत उत्तरे न मिळणाऱ्या संकल्पनांबाबत तुम्हाला संकल्पनेशी संबंधित विविध पैलू व्यापणारे अनेक प्रश्न तुम्हाला विचारावे लागतील, आणि विचारलेल्या प्रश्नांतूनच याचे अनुमापन होत आहे हे प्रदर्शित करावे लागेल. अशा परिस्थितीत, विशेषतः जेव्हा तुम्ही गुणात्मक संशोधनात बहुतांश वेळा भावना, अनुभव, आकलने, प्रेरणा किंवा कथा यांचा शोध घेत असता, तेव्हा वैधता प्रस्थापित करणे अवघड असते.

यासाठी हे लक्षात ठेवणे महत्त्वाचे आहे की विशिष्ट साधन असेल तरच वैधता ही संकल्पना समर्पक ठरते आणि संशोधक म्हणून हेच उद्दिष्ट साध्य करणे हे तुमच्याकरिता आदर्श आहे.

विश्वासार्हता
आणि
वैधता

संख्यात्मक संशोधनात वैधतेचे प्रकार

संख्यात्मक संशोधनात वैधतेचे तीन प्रकार आहेतः

१. आशय आणि दर्शनी वैधता;
२. प्राक्कथन आणि समांतर वैधता;
३. चलांची वैधता.

दर्शनी आणि आशय वैधता

साधन ज्या अंदाजांचे अनुमापन करणार आहे, ते प्राथमिकतः प्रश्न आणि अभ्यासाची उद्दिष्टे यांमधील तार्किक दुवे यांवर आधारित असते. त्यामुळे, **दर्शनी** आणि आशय **वैधता** याचा मुख्य फायदा म्हणजे यांचे उपयोजन करणे सोपे आहे. संशोधन साधनातील प्रत्येक प्रश्न किंवा कलम यांचा उद्दिष्टाशी तार्किक दुवा असला पाहिजे. हा दुवा प्रस्थापित करणे म्हणजे साधनाची वैधता प्रस्थापित करणे होय. हा दुवा जेवढा घनिष्ट असेल तेवढी साधनाची दर्शनी वैधता जास्त असते. प्रश्न आणि कलमे यांनी मापन करावयाच्या समस्यांचे किंवा दृष्टिकोनांचे सर्व पैलू व्यापून टाकणे तितकेच महत्त्वाचे आहे. संशोधन साधनाची अनेक कलमे ही समस्येचे अनेक पैलू व्यापतात हे प्रस्थापित होणे हे साधनाच्या आशय वैधतेचे निदर्शक आहे. जेवढी व्याप्ती जास्त, तेवढी वैधता जास्त. याशिवाय समस्येची व्याप्ती किंवा दृष्टिकोन यांचा अंतर्भाव समतोल असावा; याचा अर्थ प्रत्येक पैलूला कलमामध्ये किंवा प्रश्नामध्ये एकसारख्या प्रमाणात आणि पुरेसे प्रतिनिधित्व दिले गेले पाहिजे. **आशय वैधता** ही प्रश्न किंवा विधाने अनुमापन करावयाच्या समस्येचे किती मर्यादेपर्यंत प्रतिनिधित्व करते यावरून, संशोधक म्हणून तुम्ही, वाचक आणि या विषयातील तज्ज्ञ यांच्याकडून तपासली जाते. ती याबद्दलचे मत बनवितात. जरी वैधता प्रस्थापित करण्यासाठी तार्किक प्रतिवाद करणे सोपे असले तरीसुद्धा त्यात काही अडचणी आहेतः

- अंदाज, निर्णय हे आत्मनिष्ठ तर्कावर आधारलेले असतात; त्यामुळे निश्चित निष्कर्ष काढता येणे शक्य नसते. साधनाच्या आशय आणि दर्शनी वैधतेबद्दल वेगवेगळ्या लोकांची वेगवेगळी मते असतात
- अभ्यासाची उद्दिष्टे आणि त्यावर पडणारे प्रश्नांचे प्रतिबिंब यात फरक असू शकतो. जर संशोधक एका प्रश्नाला पर्यायी प्रश्न वापरत असेल तर त्यातील दुवा बदलू शकतो. म्हणून साधनाकरिता निवडलेल्या प्रश्नांची वैधता किंवा त्यांची मर्यादा यात फरक असू शकतो.

समांतर आणि प्राक्कथन वैधता

'एखाद्या परिस्थितीत जर निरीक्षणात्मक कसोट्यांचे निर्देशक म्हणून मापन विकसित केले असेल तर मापनाची वैधता तो किती उत्तम निर्देशक आहे यावरून त्याचे अन्वेषण करता येते' (मोसर आणि कालटन १९८९: ३५६) जे निरीक्षणात्मक कसोट्यांशी अनुमानांची तुलना करून करता येते. जेवढी तुलनात्मकता जास्त, तेवढी वैधता जास्त. समजा, तुम्ही अर्जदार एखाद्या पदासाठी लायक आहेत अथवा नाहीत हे निश्चित करण्यासाठी साधन विकसित केले आहे. अशा वेळी साधनाची वैधता ही दुसऱ्या एखाद्या परीक्षणाशी तुलना करून निश्चित करता येईल. उदाहरणार्थ, एखाद्या मानसशास्त्रज्ञाकडून किंवा भविष्यात अर्जदारांनी काम किती चांगले केले आहे याचे निरीक्षण केले जाईल. जर या दोन्हीची परीक्षणे एकसारखीच आली तर निवड करताना परीक्षणासाठी वापरलेल्या साधनाची वैधता उच्च पातळीची असते. अशा प्रकारच्या तुलनांमधून दोन प्रकारच्या वैधता प्रस्थापित होऊ शकतात: **प्राक्कथन वैधता** आणि **समांतर वैधता**. प्राक्कथन वैधतेची परीक्षा ही साधन निष्कर्षाबद्दल किती प्रमाणात अंदाज वर्तवू शकते यावरून ठरवता येते. समांतर वैधतेची दुसऱ्यांदा केलेल्या परीक्षणाशी पहिल्या परीक्षणाची तुलना किती योग्य प्रमाणात होऊ शकते यावर परीक्षा केली जाते. 'प्राक्कथन वैधता ही नेहमी प्राक्कथनाचा दर्जा आणि कसोट्या यांच्यातील सहसंबंध गुणक काढून व्यक्त केली जाऊ शकते. या गुणकाला वैधता गुणक असे म्हणतात' (बर्नस् १९९७: २२०).

चलांची वैधता

चलांची वैधता ही साधनाद्वारे काय अनुमापन करणे अपेक्षित आहे, त्यावर संशोधन साधनाची गुणवत्ता दर्शविणारी असते. हे संख्याशास्त्रीय रीतीवर अवलंबून आहे. एखाद्या घटनेत आढळलेल्या भिन्नतेतील प्रत्येक चलाचे योगदान निश्चित करून ठरविली जाते.

समजा, तुम्हाला एखाद्या संस्थेतील कर्मचाऱ्यांचे नोकरीतील समाधानाचे प्रमाण शोधण्याकरिता अभ्यास करण्यात स्वारस्य आहे. तुम्ही नोकरीतील दर्जा, नोकरीचे स्वरूप व पगार हे नोकरीत समाधान दर्शविणारे तीन प्रमुख घटक विचारात घ्याल, आणि नोकरीतील समाधानासाठी हे घटक किती प्रमाणात महत्त्वाचे आहेत असे लोकांना वाटते हे निश्चित करण्यासाठी प्रश्न तयार कराल. पूर्वचाचणी किंवा तथ्य विश्लेषणानंतर तुम्ही संख्याशास्त्रीय रीतीने प्रत्येक चलाचे (दर्जा, कामाचे स्वरूप आणि पगार) योगदान जे एकंदरीत विविधतेशी (नोकरीतील समाधानाशी) आहे हे प्रस्थापित कराल. या घटकांचे एकंदरीत नोकरीतील समाधान (एकूण विविधता) हे साधनाची वैधता प्रस्थापित करणारे निर्देशक आहे. विविधतेची चलाशी जेवढी बांधिलकी जास्त तेवढी साधनाची वैधता उच्च पातळीवर असते.

चलांच्या वैधतेचा एक तोटा म्हणजे तुम्हाला आवश्यक संख्याशास्त्रीय पद्धतीचे ज्ञान असणे गरजेचे आहे.

विश्वासार्हता: एक संकल्पना

'विश्वासार्हता' हा शब्द आपण आपल्या आयुष्यात वारंवार वापरतो. हा माणूस विश्वासू आहे असं आपण जेव्हा म्हणतो तेव्हा त्याचा आपल्याला काय अर्थ अभिप्रेत असतो? आपला अर्थ असा असतो की, ती/तो हा त्याच्यावर अवलंबू राहण्याजोगा, सातत्यपूर्ण, खात्रीचा, स्थिर आणि प्रामाणिक आहे.

विश्वासार्हता या संकल्पनेचा अर्थ संशोधन साधनाच्या संदर्भातही तशाच प्रकारचा अर्थ आहेः जर संशोधन तंत्र हे सातत्यपूर्ण, स्थिर आणि म्हणून प्राक्कथनात्मक आणि अचूक असेल, तर ते विश्वासार्ह असेल. साधनामध्ये सातत्य आणि स्थिरता जेवढी जास्त, तेवढी त्याची विश्वासार्हता अधिक. म्हणून, 'प्रमाण किंवा चाचणी यांच्या विश्वासार्हतेची व्याप्ती ही एकसारख्या परिस्थितीत पुनःपुन्हा मोजमाप केल्यास तेच परिणाम दाखवण्यावर ठरते' (मोझर आणि कॅलटन १९८९ः ३५३).

विश्वासार्हता ही संकल्पना दोन बाजूंनी पाहता येऊ शकतेः

१. साधन किती विश्वासार्ह आहे?
२. किती अविश्वसनीय आहे?

पहिला प्रश्न हा साधनाच्या सातत्यपूर्ण अनुमापनाविषयीच्या क्षमतेवर प्रकाश टाकतो. जेव्हा तुम्ही एकपेक्षा अधिक वेळा एकसारखाच माहितीचा संच, एकच एक साधन वापरून संकलित करता आणि त्याच किंवा त्यासारख्या परिस्थितीत तेच किंवा त्यासारखेच परिणाम मिळवता, तेव्हा ते साधन हे विश्वसनीय समजले जाते. दुसरा प्रश्न हा साधनाच्या वापरातून अनुमापनात आलेल्या विसंगतीचे प्रमाण यावर लक्ष केंद्रित करतो – म्हणजे जेव्हा तुम्ही एकच साधन वापरून, त्याच किंवा त्यासारख्या परिस्थितीत एकापेक्षा अधिक वेळा एकसारखाच माहितीचा संच संकलित करता आणि त्या अनुमापनात तुम्हाला आढळलेले विसंगतीचे प्रमाण. विविध साधनांतील सातत्याच्या अभावाचे प्रमाण हे त्रुटींच्या प्रमाणाचे निर्देशक असते. या चुका म्हणजे साधनाच्या अविश्वसनीयतेचे प्रतिबिंब असते. त्यामुळे, विश्वसनीयता म्हणजे संशोधन साधनाद्वारे मापनातून प्राप्त झालेले अचूकता किंवा तंतोतंतपणा यांचे प्रमाण होय. साधनातील 'त्रुटीं'चे प्रमाण जेवढे कमी तेवढी विश्वसनीयता अधिक.

आता आपण एक उदाहरण घेऊया. समजा तुम्ही एका समुदायात आढळणाऱ्या कौटुंबिक हिंसेच्या अभ्यासाकरिता प्रश्नपत्रिका तयार केली आहे. सदर प्रश्नपत्रिकेचा वापर केल्यानंतर समुदायातील ५ टक्के कुटुंबात कौटुंबिक हिंसा आढळते असे तुम्ही शोधले. तुम्ही जर मधे काही कालावधी न ठेवता, तीच प्रश्नपत्रिका त्याच परिस्थितीत त्याच लोकांसाठी वापरून आणखी एक सर्वेक्षण केले आणि तुम्हाला हे प्रमाण १५ टक्के इतके आढळले, या प्रश्नपत्रिकेने तुम्हाला तुलनात्मक परिणाम दिले नाहीत, याचा अर्थ ती विश्वसनीय नाही. दोन परिणाम संचांमध्ये जेवढा फरक कमी, तेवढी विश्वसनीयता अधिक.

संशोधन साधनाच्या विश्वसनीयतेवर परिणाम करणारे घटक

सामाजिकशास्त्रांमध्ये शंभर टक्के बिनचूक संशोधन तंत्र असणे हे अशक्य आहे, केवळ संशोधन साधनाच्या मर्यादा हे त्याचे कारण असू शकत नाही, तर विश्वसनीयतेवर परिणाम करणाऱ्या घटकांवर नियंत्रण ठेवणे शक्य नाही हेसुद्धा त्याचे कारण असते. यापैकी काही घटक पुढीलप्रमाणेः

- **प्रश्नांतील शब्दयोजना** – प्रश्नांतील किंवा विधानांतील शब्दयोजनेतील किंचितशी संदिग्धताही संशोधन साधनाच्या विश्वसनीयतेवर परिणाम करते. कारण, प्रतिसादक वेगवेगळ्या वेळी प्रश्नांचा अर्थ वेगवेगळा लावू शकेल, परिणामी वेगवेगळे प्रतिसाद येतील.
- **प्रत्यक्ष रचना** – एखाद्या वेळी साधन हे मुलाखतीसाठी वापरले, आणि जर परत मुलाखत घेताना त्याच्या प्रत्यक्ष रचनेत बदल केला, तर प्रतिसादकाने सुरुवातीच्या मुलाखतीत दिलेल्या प्रतिसादांत फरक होतो, ज्याचा विश्वसनीयतेवर परिणाम होतो.
- **प्रतिसादकाची मनोवस्था** – प्रतिसादकाचा एका मुलाखतीच्या वेळी प्रश्नांची उत्तरे देताना किंवा प्रश्नपत्रिकेची उत्तरे लिहिताना जो मानसिक कल असेल तो कदाचित बदलू शकतो आणि त्याचा साधनाच्या विश्वासार्हतेवर दुष्परिणाम होईल.
- **मुलाखतकाराची मनोवस्था** – ज्याप्रमाणे प्रतिसादकाचा मानसिक कल दोन भिन्न मुलाखतीच्या वेळेस बदलतो, त्याचप्रमाणे मुलाखतकाराचा मानसिक कल, प्रेरणा आणि आंतरक्रिया, यातही बदल होऊ शकतो, परिणामी प्रतिसादकाने दिलेल्या प्रतिसादांवर परिणाम होऊ शकतो, तसेच त्याचा संशोधन साधनाच्या विश्वसनीयतेवरही परिणाम होतो.
- **आंतरक्रियेचे स्वरूप** – मुलाखतीच्या प्रसंगी, मुलाखत देणारा व मुलाखत घेणारा यांच्यातील आंतरक्रियेचा प्रतिसादांवर लक्षणीयरित्या परिणाम होऊ शकतो. दुसऱ्यांदा घेतलेल्या मुलाखतीच्या प्रसंगी आंतरक्रियेत बदल झाल्यामुळे दिलेले प्रतिसाद हे भिन्न असतील, ज्याचा विश्वसनीयतेवर परिणाम होतो.
- **साधनाचा विपरीत परिणाम** – जेव्हा एखाद्या समस्येबाबत प्रतिसादकांची प्रवृत्ती अनुमापन करण्याकरिता संशोधन साधनाचा उपयोग केल्यास, काही प्रतिसादकांनी त्यांची मते व्यक्त केल्यावर त्यांची सर्वसाधारण प्रवृत्ती पाहता, त्या समस्येप्रती त्यांचा प्रतिसाद एकतर टोकाचा नकारात्मक किंवा टोकाचा होकारात्मक आहे, असे कदाचित त्यांना वाटेल. दुसऱ्यांदा घेतलेल्या मुलाखतीच्या वेळी ते त्यांचे वेगळेच मत व्यक्त करतील, ज्यामुळे विश्वसीनयतेवर परिणाम होतो.

संख्यात्मक संशोधनात साधनाची विश्वसीनयता निश्चित करण्याच्या पद्धती

साधनाची वैधता निश्चित करण्याचे अनेक मार्ग आहेत, आणि त्यांचे अंतर्गत किंवा बहिर्गत सुसंगत प्रक्रियेने वर्गीकरण करता येते.

बहिर्गत सुसंगत प्रक्रिया

बहिर्गत सुसंगत प्रक्रियेद्वारे तथ्य संकलनाच्या दोन स्वतंत्र प्रक्रियेतील अनुमानांच्या मापनीयतेच्या विश्वसीनयतेच्या तपासणीचे माध्यम म्हणून त्यांची एकमेकांशी तुलना केली जाते. या दोन पद्धती म्हणजे चाचणी/पुनर्चाचणी, आणि त्याच परीक्षेची समांतर रूपे.

चाचणी/ पुनर्चाचणी ही संशोधन तंत्राची विश्वसनीयता प्रस्थापित करण्यासाठी सर्वसामान्यपणे वापरली जाणारी पद्धत होय. साधन हे एकदा (चाचणी), आणि मग पुन्हा एकदा (पुनर्चाचणी), त्याच किंवा त्यासारख्याच परिस्थितीत वापरले जाते. या तपासणी आणि पुनर्तपासणीतील गुणोत्तर प्रमाण किंवा गुणांमधील फरक (ही आढळून येणारी कौटुंबिक हिंसा किंवा आजारपणाच्या घटनांसंबंधित अनुमाने असोत) हे साधनाच्या

विश्वसनीयतेचे निर्देशक असते – जेवढे गुणोत्तर प्रमाण जास्त किंवा जेवढा फरक कमी, तेवढी साधनाची विश्वासार्हता जास्त. चाचणी/पुनर्चाचणी यातील गुणोत्तर प्रमाण १ किंवा चाचणी/पुनर्चाचणी यातील फरक ० हा १०० टक्के विश्वसीनयता दर्शवतो (चाचणी आणि पुनर्चाचणी यात फरक नाही) आणि यामधील कोणतेही विचलन हे अल्प विश्वसीनयता दर्शवते – जेवढे गुणोत्तर प्रमाण कमी किंवा जेवढा फरक मोठा तेवढी साधनातील विश्वसनीयता कमी.

साधनाची स्वतःशीच तुलना करता येते हा चाचणी/पुनर्चाचणी प्रक्रियेचा मुख्य फायदा आहे, अशाप्रकारे अन्य साधन वापरल्यामुळे उत्पन्न होणारे अडथळे टाळता येतात.

प्रतिसादक त्याने/तिने आधीच्या वेळी काय उत्तरे दिली होती ते आठवू शकतो आणि त्याचा परिणाम साधनाच्या विश्वसीनयतेवर होऊ शकतो हा या प्रक्रियेचा मुख्य तोटा होय. जिथे साधन हे स्वाभाविकपणे प्रतिसादात्मक असते (जेव्हा साधन प्रतिसादकाला, संशोधकाला नेमके काय शोधून काढायचे आहे याबाबत शिकवते) तिथे पद्धती साधनाच्या विश्वसनीयतेचे अचूक परीक्षण करू शकत नाही. या अडचणीवर मात करण्यासाठी दोन चाचण्यांमधील अंतर वाढवा, परंतु प्रतिसादकाला आलेली परिपक्व अवस्था आणि सर्वप्रथम जेव्हा प्रश्नपत्रिका किंवा मुलाखत अनुसूची दिली होती त्यावेळी असलेली परिस्थिती तशीच्या तशी परत निर्माण करणे अशक्य असणे याप्रकारच्या वेगळ्याच कारणांचा विश्वसनीयतेवर परिणाम होऊ शकतो.

त्याच चाचणीचे समांतर स्वरूप या प्रक्रियेत तीच घटना अनुमापन करण्यासाठी तुम्ही दोन साधने तयार करता. ही दोन साधने त्याच लोकसमूहाला किंवा त्यासारख्याच लोकसमूहाकरिता तुम्ही वापरता. दोन्ही चाचण्यांच्या परिणामांची तुम्ही परस्परांशी तुलना करता. हे दोन्हीही एकसारखेच असतील तर साधन विश्वसनीय आहे असे समजले जाते.

या प्रक्रियेचा मुख्य फायदा म्हणजे चाचणी/पुनर्चाचणीमध्ये आढळणारा 'पुन्हा आठवणे' हा त्रासदायक मुद्दा उद्‌भवत नाही. तसेच दोन तपासण्यांमध्ये जाणारा वेळ वाया जाण्याची गरज नसते. याचा तोटा म्हणजे तुम्हाला एकावेळी दोन साधने तयार करावी लागतात. याशिवाय घटनेच्या तुलनात्मक अनुमापनाकरिता दोन साधने तयार करणे कठीण असते. ज्यांमध्ये चाचणी वापरली आहे, अशा दोन लोकसमूहांमध्ये आणि दोन परिस्थितीमध्ये तुलनात्मक परिणाम मिळणे हे तितकेच कठीण असते.

अंतर्गत सुसंगततेची प्रक्रिया

अंतर्गत सुसंगततेच्या मागे अशी कल्पना आहे की एकाच घटनेचे अनुमापन करणारे मुद्दे किंवा प्रश्न जर विश्वसनीय निर्देशक असतील, तर ते प्रश्न कितीही असोत, म्हणजेच साधनात किती प्रश्न आहेत हे विचारात न घेता, एकसारखेच परिणाम दर्शवतील. जरी तुम्ही साधनाची विश्वसनीयता तपासण्यासाठी एकूण सर्व प्रश्नांतून यादृच्छिकपणे काही प्रश्नांची निवड केलीत तरी, अशा प्रकारे रचना केलेल्या प्रत्येक विभागातील प्रश्नांतून विश्वसीनयता कमी-अधिक प्रमाणात त्याच मर्यादेत प्रतिबिंबित झाली पाहिजे. प्रत्येक प्रश्न हा घटनेच्या कुठल्या ना कुठल्या पैलूशी निगडित असेल, रचना केलेला प्रत्येक विभाग हा, जरी काही थोडे मुद्दे/प्रश्न यावर आधरित असला तरीही, तो घटनेच्या विविध पैलूंवर प्रतिबिंबित होईल या तर्कावर आधारित आहे. आणि म्हणून जरी आपण मुद्दे किंवा प्रश्न यांची संख्या कमी केली तरीही, जोवर त्यांमधून घटनेचा काही भाग तरी प्रतिबिंबित होतो, तोवर अल्प संख्येने मुद्दे साधनाची विश्वसीनयता निर्देशित करतात. अंतर्गत सुसंगततेची प्रक्रिया ही या तर्कावर आधारित आहे.

अर्ध-विभाजित तंत्र हे सामान्यपणे साधनाची विश्वसनीयता या मार्गाने तपासण्याचे तंत्र आहे. हे तंत्र एकूण मुद्द्यांपैकी निम्म्या मुद्द्यांचा इतर मुद्द्यांशी सहसंबंध प्रस्थापित करण्यासाठी तयार केलेले असते आणि एखादी घटना किंवा समस्येप्रती असलेल्या वृत्तीचे मापन करणाऱ्या साधनांसाठी ते उचित असते. यातील प्रश्न किंवा विधाने ही दोन भागांत अशा प्रकारे विभागलेली असतात की त्यापैकी कोणतेही दोन प्रश्न किंवा विधाने यांचा उद्देश हा वेगवेगळ्या विभागात असलेल्या एकाच पैलूचे मापन करणे हा असतो. अशा प्रकारे दोन भागांचा वापर करून मिळालेल्या गुणांचा सहसंबंध लावला जातो. साधनाची विश्वसनीयता ही दोनही भागातील मिळालेल्या गुणांमध्ये उत्तरावरून तत्काळ सहसंबंध (एक संख्याशास्त्रीय प्रक्रिया) वापरून मोजली जाते. उत्तरावरून तत्काळ सहसंबंध हा साधनाच्या अर्ध्या भागाच्या आधारे मोजला जात असल्याने, त्याची विश्वसनीयता पूर्ण भागावर परीक्षण करणे गरजेचे असते. यालाच *वरच्या स्तरातील विश्वसीनयता* असे म्हटले जाते. ही वरच्या स्तरातील विश्वसीयता संपूर्ण साधनाची गणना करताना ज्या संख्याशास्त्रीय प्रक्रियेचा वापर केला जातो, तिला स्पिअरमन-ब्राऊन सूत्र असे म्हणतात.

गुणात्मक संशोधनात वैधता आणि विश्वसनीयता

गुणात्मक संशोधनात गुणवत्ता

गुणात्मक आणि संख्यात्मक संशोधनात वैधता आणि विश्वसनीयता या संकल्पनांचा केला जाणारा वापर आणि त्यांना दिलेले महत्त्व यामध्ये फरक आहे. गुणात्मक संशोधनाची प्राप्त चौकट लक्षात घेऊन, या संकल्पना असाव्यात किंवा नाही, या संकल्पनांचे उपयोजन गुणात्मक संशोधनात होऊ शकेल का व्हायलाच पाहिजे हा चर्चेचा केंद्रबिंदू आहे. तुम्ही जाणता की, व्यापक अर्थाने वैधता ही संशोधनातून जे शोधायचे आहे ते शोधण्यासाठी जे संशोधन साधन तयार केलेले आहे त्याच्या क्षमतेशी संबंधित आहे आणि विश्वसनीयता ही ते पुनःपुन्हा वापर केल्यानंतरही मिळणाऱ्या अनुमानात सातत्य असणे याच्याशी संबंधित आहे. गुणात्मक संशोधनात, संशोधन प्रश्नांची उत्तरे ही लवचिक आणि उत्क्रांत होत असणाऱ्या एकापेक्षा जास्त पद्धती आणि प्रक्रिया वापरून मिळवली जात असल्यामुळे संशोधन तंत्र तसेच प्रक्रिया प्रमाणभूत असण्याची खात्री करणे, हे अवघड असते. संशोधनात तुम्ही नवोदित असल्याने, ज्याप्रमाणे संख्यात्मक संशोधनात वैधता आणि विश्वसनीयता यांची चाचणी घेण्यासाठी ज्या आधारभूत असतात अशा प्रमाणित आणि संरचित पद्धती आणि प्रक्रिया नसताना गुणात्मक संशोधनात या संकल्पना कशा उपयोगात आणता येतील, याचे तुम्हाला आश्चर्य वाटेल. जर तथ्य संकलनासाठीचे प्रश्न निश्चित केलेले नसतील किंवा ते संरचितही नसतील, तर संशोधन साधनाची त्याने ज्याचे मापन करणे अपेक्षित आहे अनुमापनाची क्षमता आणि त्यातील सातत्य, यांची खात्री कशी करता येईल? अशीही तुम्ही विचारणा करू शकता.

असे असले तरीही, वैधता आणि विश्वसनीयता स्पष्ट करण्यासाठी, प्रस्थापित करण्यासाठी गुणात्मक संशोधनात काही प्रयत्न केले गेले आहेत. *हॅण्डबुक ऑफ क्वालिटेटिव्ह रिसर्च* या डेन्झिन आणि लिंकन (१९९४) यांनी संपादित केलेल्या पुस्तकातील *कॉम्पिटिंग पॅराडाइम इन क्वॉलिटेटिव्ह रिसर्च* (पृष्ठ १०५-११७) या प्रकरणात गुबा आणि लिंकन यांनी संख्याशास्त्रीय संशोधनातील समांतर वैधता आणि विश्वसनीयता यांकरिता रचनावादी रूपरेषेचा भाग म्हणून चार कसोट्यांवर आधारित चौकट सुचविली आहे. त्यांच्या मते, अशा रूपरेषेतील चौकशीचा चांगलेपणा किंवा गुणवत्ता यांविषयी तिची *विश्वसनीयता* आणि *खरेपणा* यावरून परीक्षण करता येते. गुबा आणि लिंकन यांच्या मते, गुणात्मक संशोधनाची विश्वसीनयता ही वैधता आणि विश्वसनीयता यांच्याशी निगडित पुढील चार निर्देशकांवरून निश्चित केली जातेः **मान्यता** (समांतर

अंतर्गत वैधता), **स्थानांतरता** (समांतर बहिर्गत वैधता), **अवलंबित्व** (समांतर विश्वसनीय) आणि **पुष्टी किंवा बळकटी** (समांतर वस्तुनिष्ठता).

ट्रॉकिम आणि डोनेली (२००७) यांनी संख्यात्मक संशोधनात गुबा आणि लिंकन यांनी सुचविलेल्या चार कसोट्या, वैधता आणि विश्वसनीयता या बाबींबरोबर तुलना केली.

तक्ता ११.१ संशोधन योग्यता पाहण्यासाठीची कसोटी

संख्यात्मक संशोधनाची योग्यता पाहण्याच्या पारंपरिक कसोट्या	गुणात्मक संशोधनाची योग्यता पाहण्यासाठी पर्यायी कसोट्या
अंतर्गत वैधता	मान्यता
बहिर्गत वैधता	स्थानांतरता
विश्वसनीयता	अवलंबित्व
वस्तुनिष्ठता	पुष्टी, बळकटी

(ट्रॉकिम आणि डोनेली २००७: १४९)

- **मान्यता** – ट्रॉकिम आणि डोनेली (२००७: १४९) यांच्या मते, 'मान्यता यामध्ये गुणात्मक संशोधनातील निष्कर्ष हे सहभागी व्यक्तींच्या दृष्टिकोनातून मान्यताप्राप्त किंवा विश्वास ठेवण्याजोगे आहेत असे प्रस्थापित करणे हे अपेक्षित आहे'. गुणात्मकता संशोधन हे लोकांचे आकलन, अनुभव, भावना आणि विश्वास यांचा शोध घेत असल्याने, प्रतिसादक हेच संशोधन अनुमानांतून त्यांची मते आणि भावना यांचे अचूक प्रतिबिंब उमटते का याचे सर्वात योग्य परीक्षक असतात असा एक विश्वास आहे. म्हणून, मान्यता ही संज्ञा, जी संख्यात्मक संशोधनातील वैधता या संकल्पनेशी समानार्थी आहे, तिला पुष्टी, एकरूपता, वैधता आणि मान्यता मिळविण्यासाठी जेव्हा तुम्ही संशोधनाचे निष्कर्ष प्रतिसादकांना दाखवता तेव्हा, त्यांच्या सहमतीच्या व्याप्तीवरून तिचे परीक्षण केले जाते. अनुमानांबाबत प्रतिसादकांच्या सहमतीचे प्रमाण जेवढे जास्त, तेवढे अभ्यासाच्या वैधतेचे प्रमाण जास्त.
- **स्थानांतरता** – 'याचा संबंध गुणात्मक संशोधनातील निष्कर्षांचे किती मर्यादेपर्यंत सामान्यीकरण केले जाऊ शकते किंवा दुसऱ्या अशाच संदर्भात किंवा संचात स्थानांतरित करता येऊ शकतात, याच्याशी आहे' (ट्रॉकिम आणि डोनेली २००७: १४९). स्थलांतरता प्रस्थापित करणे हे गुणात्मक संशोधनात तुम्ही जो मार्ग स्वीकारला आहे त्यामुळे प्राथमिकतः अवघड आहे. मात्र तुम्ही स्वीकारलेल्या प्रक्रियांचे, इतरांना तशाच प्रकारे काम करण्याकरिता व या पद्धतीचे अनुकरण करण्याकरिता, विस्तृत आणि सखोल वर्णन करू शकलात तर हे काही प्रमाणात साध्य करणे शक्य आहे.
- **अवलंबित्व** – गुबा आणि लिंकन यांनी सुचविलेल्या चौकटीप्रमाणे अवलंबित्व ही संकल्पना संख्यात्मक संशोधनातील विश्वसनीयतेशी खूप साधर्म्य असणारी आहे: 'जर आपण एकाच बाबीचे दोनदा निरीक्षण केल्यास आपल्याला तेच निष्कर्ष मिळतात का याच्याशी अवलंबित्वाचा संबंध आहे' (ट्रॉकिम आणि डोनेली २००७: १४९). पुन्हा एकदा, गुणात्मक संशोधन हे लवचिकता आणि स्वातंत्र्य यांच्या बाजूने असल्याने, जर तुम्ही इतरांना हुबेहूब तशाच प्रकारे कार्य करण्यासाठी आणि अवलंबित्वाची पातळी निश्चित करण्यासाठी प्रक्रियेची तपशीलवार आणि विस्तृत नोंद केली नाही तर हे अवघड होऊ शकते.

- **पुष्टी, बळकटी** – याचा संदर्भ 'निष्कर्षांना इतरांकडून किती प्रमाणात पुष्टी किंवा बळकटी मिळेल याच्याशी आहे' (ट्रॉकिम आणि डोनेली २००७: १४९). अवलंबित्व हीसुद्धा संख्यात्मक संशोधनातील विश्वसनीयतेशी समांतर असणारी संज्ञा आहे. जर संशोधकांनी निष्कर्षांची तुलना करण्यासाठी एकसारख्या पद्धतीने प्रक्रिया अनुसरली तरच हे शक्य होईल.

प्रस्तुत लेखकाच्या विचारांनुसार, गुणात्मक संशोधनात, गुबा आणि लिंकन यांनी सुचविलेल्या प्रारूपाप्रमाणे वैधता आणि विश्वसीनयता प्रस्थापित करणे काही मर्यादेपर्यंत शक्य आहे. परंतु याचे यश तथ्य संकलनाची पद्धत तंतोतंतपणे पुन्हा वापरली जाण्यावर आहे हे सहजपणे करता येण्यासारखे नाही.

सारांश

वैधता आणि विश्वसनीयता या संकल्पनांचा वापर आणि त्यांचे महत्त्व हा गुणात्मक आणि संख्यात्मक संशोधनातील अनेक फरकांपैकी एक फरक आहे. या संकल्पनांचा वापर आणि निर्धारणाच्या पद्धती या गुणात्मक आणि संख्यात्मक संशोधनामध्ये अधिक विकसित व स्वीकृत केल्या गेल्या आहेत. वैधता ही संकल्पना, जे शोधण्यासाठी तुम्ही आराखडा तयार केला होता त्यानुसार, तुमच्या अभ्यासातील अनुमाने आहेत का, या परिस्थितीशी निगडित आहेत. वैधता ही कल्पना संशोधन प्रक्रियेच्या कोणत्याही पैलूसाठी उपयोगात आणता आली पाहिजे. अनुमापन पद्धतीच्या दृष्टीने विचार करता, ज्याचे अनुमापन करायचे ठरवले आहे त्याचे या संशोधन साधनातून अनुमापन करता येते का याच्याशी निगडित आहे. संख्यात्मक संशोधनात साधनाची वैधता प्रस्थापित करण्याचे दोन मार्ग आहेतः अभ्यासाची उद्दिष्टे आणि संशोधनात साधनात विचारलेले प्रश्न यांच्यामध्ये तार्किक दुवा प्रस्थापित करणे आणि संख्याशास्त्रीय विश्लेषणाने हे दुवे प्रत्यक्ष दाखवणे. संख्यात्मक संशोधनात वैधतेचे तीन प्रकार आहेतः दर्शनी आणि आशय, दृढता आणि प्राक्कथनात्मक आणि चलांची वैधता. असे असले तरीही, गुणात्मक संशोधनात वैधता या संकल्पनेचा उपयोग करणे हा चर्चेचा आणि वादाचा मुद्दा आहे. गुबा आणि लिंकन (१९९४) यांनी वर्णन केल्याप्रमाणे गुणात्मक संशोधनात 'विश्वसनीयता' हा अंतर्गत वैधतेचा निर्देशक आहे आणि निष्कर्ष आणि अनुमाने यांच्याशी प्रतिसादकांची सहमती यानुसार त्याचे परीक्षण केले जाते. गुणात्मक आणि संख्यात्मक संशोधनात 'वैधता' प्रस्थापित करण्याच्या पद्धती भिन्न भिन्न आहेत.

साधनाच्या विश्वसनीयतेचा संबंध हा सातत्याने प्रत्येक वेळेस एकच अनुमापने निर्माण करण्याच्या क्षमतेवर अवलंबून आहे. जेव्हा आपण, त्याच किंवा तशाच प्रकारच्या परिस्थितीत त्याच किंवा तशाच प्रकारच्या लोकसमूहाकरिता, साधनाचा वापर करून एकसारखेच निष्कर्ष प्राप्त करतो तेव्हा आपण ते साधन 'विश्वसनीय' आहे असे म्हणत असतो – जेवढे परिणाम एकसारखे, तेवढी वैधता जास्त. वैधतेचा विचार तुम्ही दोन बाजूंनी करू शकताः विश्वसनीयता (बिनचूकतेचे प्रमाण) आणि अविश्वसनीयता (चुकांचे प्रमाण). प्रश्नांच्या शब्दयोजनेतील संदिग्धता, तथ्य संकलन व्यवस्थेतील प्रत्यक्ष बदल, माहिती देताना प्रतिसादकाची मनोवस्था, मुलाखत देणारा आणि घेणारा यांच्यातील आंतरक्रिया आणि साधनाचा विपरीत परिणाम हे घटक संशोधन साधनाच्या विश्वसनीयतेवर परिणाम करू शकतात. गुबा आणि लिंकन (१९९४) यांनी सुचविल्याप्रमाणे गुणात्मक संशोधनात 'विश्वसनीयता' ही 'अवलंबित्व' आणि 'पुष्टी, बळकटी' याद्वारे मापन केली जाते.

संख्यात्मक संशोधनात विश्वसनीयता निश्चित करण्यासाठी अंतर्गत आणि बहिर्गत प्रक्रिया आहेत. एकाच चाचणीची चाचणी/पुनर्चाचणी आणि समांतर रूपे या दोन प्रक्रिया या संशोधन साधनाची बहिर्गत विश्वसनीयता

निश्चित करतात, तर अर्ध-विभाजित तंत्र हे अंतर्गत सातत्य प्रक्रिया यात वर्गीकृत केले जाते. गुणात्मक संशोधनात वैधता आणि विश्वसनीयता निश्चित करणारी विविध निर्देशकांची विशिष्ट रीत नाही.

याचा विचार करा

- प्रकरणाच्या सुरुवातीला दिलेल्या परवलीच्या शब्दांचा पुन:परिचय करून घ्या आणि जर तुम्हाला यापैकी कोणत्याही शब्दाचा अर्थ किंवा उपयोजन याविषयी खात्री नसेल तर पुढे जाण्यापूर्वी पुन्हा एकदा ते प्रकरणात वाचा.
- तुमच्या शैक्षणिक किंवा व्यावसायिक क्षेत्रात विश्वसनीयता आणि वैधता या संकल्पनांचे उपयोजन कशा प्रकारे करता येईल याचा शोध घ्या.
- खालील घटकांचा वैधतेवरील परिणाम मर्यादित करण्यासाठी कोणत्या रणनीती किंवा प्रक्रिया वापराल याचा विचार करा.
    - प्रश्नांतील शब्दयोजना;
    - प्रत्यक्ष रचना;
    - प्रतिसादकांची मनोवस्था;
    - आंतरक्रियेचे स्वरूप;
    - साधनाचा विपरीत परिणाम.

आता, तुम्ही हे प्रकरण वाचले आहे, खालील प्रश्नांची उत्तरे द्यायचा प्रयत्न करा.

- संशोधनात विश्वसनीयता आणि वैधता यांची समर्पकता याविषयी काय सांगाल?
- वैधतेचे वेगवेगळे प्रकार कोणते? त्या प्रत्येकामागे असलेली तार्किकता स्पष्ट करा.
- विश्वसनीयतेची संकल्पना आणि त्यावर परिणाम करणारे घटक स्पष्ट करा.
- गुणात्मक संशोधनात वैधता आणि विश्वसनीयता या संकल्पनांच्या उपयोजनाचे टीकात्मक परीक्षण करा.
- वैधता आणि विश्वसनीयता परीक्षणाच्या गुणात्मक आणि संख्यात्मक संशोधनातील कसोट्यांची तुलना करा.

सराव ३: संशोधन साधन विकसित करणे

सराव ३ मार्गदर्शक नमुना

> पुन्हा एकदा तुमचे अभिनंदन! तुमच्या संशोधन प्रवासात तुम्ही एका महत्त्वाच्या पायरीवर जात आहात. या टप्प्यावर तुम्ही किती व्यवस्थित काम कराल त्यावर पुढची प्रत्येक पायरी अवलंबून असल्याने तुम्ही विशेष काळजी घेणे गरजेचे आहे. संशोधन साधन विकसित करताना, त्याची समर्पकता आणि गुणवत्ता याबाबत खात्री केली पाहिजे, कारण संशोधनातून मिळणाऱ्या संशोधन निष्कर्षांची गुणवत्ता ही पूर्णत: यावर अवलंबून आहे.

संशोधन साधनाची बांधणी ही तुमच्या अभ्यासाचे प्रत्यक्ष कार्यान्वयन करण्यापूर्वीची पहिली पायरी आहे. तुमच्या संशोधनाचा हा महत्त्वाचा पैलू आहे, जो कच्चा माल असतो; तुमच्या उत्पादनाची गुणवत्ता (अनुमाने व निष्कर्ष) ही पूर्णपणे या कच्च्या मालाची गुणवत्ता आणि औचित्य यांवर अवलंबून असते. संशोधन साधनातील कलम म्हणजे प्रतिसादकांना विचारलेले प्रश्न होय. या प्रश्नांना मिळालेले प्रतिसाद म्हणजे प्रक्रियाविरहित तथ्ये, ज्यावर तुमच्या संशोधन प्रश्नाचे उत्तर शोधण्यासाठी प्रक्रिया केली जाते. 'कचरा आत, कचरा बाहेर' ही संगणकाविषयी एक प्रसिद्ध म्हण आहे, जी म्हण संशोधन साधनालाही जशीच्या तशी लागू पडते. व्यापक दृष्टीने, अनुमानांची वैधता ही प्रक्रियाविरहित तथ्यांच्या गुणवत्तेवर अवलंबून असते, म्हणजेच एकप्रकारे तुम्ही जे संशोधन साधन वापरले आहे किंवा विकसित केले आहे त्यावर अवलंबून असते. संशोधन साधन जर वैध आणि विश्वसनीय असेल तर अनुमाने सुद्धा वैध आणि विश्वसनीय असतात.

संशोधन साधनाची गुणवत्ता ही मोठ्या प्रमाणावर संशोधनातील तुमच्या अनुभवावर अवलंबून आहे. नवोदितांनी प्रकरण ९मध्ये ज्या पायऱ्या दिलेल्या आहेत त्या अंमलात आणणे महत्त्वाचे आहे.

संख्यात्मक अभ्यासाकरिता

संख्यात्मक संशोधन हे काय आणि कसे शोधायचे आहे, यादृष्टीने संरचित आणि पूर्वनिश्चित असते. कार्यान्वयनाचा भाग म्हणून तुम्ही, प्रतिसादकांना कोणते प्रश्न विचारणार, त्यासाठी कोणती शब्दयोजना वापरणार आणि कोणत्या क्रमाने प्रश्न विचारणार हे तुम्ही ठरवणे आवश्यक आहे. या सरावाची रचना ही संशोधन साधनाची बांधणी करण्याचे कौशल्य विकसित करण्यासाठी केली आहे.

तुमच्या संशोधन साधनाची बांधणी करणाऱ्या प्रश्नांची रचना करण्याचा एक मार्ग म्हणजे, तुम्ही तुमच्या अभ्यासासाठी विकसित केलेले उपउद्दिष्ट, संशोधन प्रश्न आणि गृहीतकृत्य यांचे परीक्षण करणे, या प्रत्येकामध्ये तुम्हाला आवश्यक असलेली माहिती नेमकेपणाने स्पष्ट करणे, आवश्यक असलेल्या चलांची निवड करणे आणि त्यानंतर या चलांबद्दल माहिती मिळवण्यासाठी प्रतिसादकांना विचारायच्या प्रश्नांची रचना करणे.

तुमच्या प्रश्नांतील शब्दयोजना ही समजायला सोपी आणि नि:संदिग्ध असली पाहिजे. उत्तराकडे निर्देश करणारे किंवा गृहीतांवर आधारित प्रश्न विचारू नका. दोन अर्थ ध्वनित होतील असे प्रश्न विचारू नका.

संशोधन साधनाची पूर्वचाचणी हा साधनाच्या बांधणीचा अंगभूत भाग आहे. नियम म्हणून, पूर्वचाचणी अभ्यासाधीन लोकसमूहावर न घेता त्यासारख्या लोकसमूहावर घ्या.

पायरी १ एका कोऱ्या कागदावर खाली दाखविल्याप्रमाणे एक तक्ता आखा. त्यावर तुमची सर्व उपउद्दिष्टे, संशोधन प्रश्न आणि गृहीतकृत्ये पहिल्या रकान्यात लिहा आणि इतर रकान्यांमध्ये आवश्यक त्या माहितीची यादी तयार करा.

विशिष्ट उद्दिष्टे/संशोधन प्रश्न/गृहीतकृत्य	**तुम्हाला नेमकी कोणती माहिती हवी आहे?**	**आवश्यक चल निवडा**	**प्रश्न तयार करा (एका स्वतंत्र कागदावर)**

पायरी २ प्रश्न तयार करा आणि ते एका वेगळ्या कागदावर लिहा. या प्रश्नांमधील शब्दयोजना, प्रश्नांचा क्रम याकडे विशेष लक्ष द्या. तुमच्या अभ्यासाची उद्दिष्टे आणि प्रत्येक प्रश्नाची समर्पकता व स्पष्टता तुम्ही तुमच्या मनात पारखून घेतली पाहिजे. तुम्ही जर तुमच्या प्रश्नांची समर्पकता आणि तर्कशुद्ध स्पष्टीकरण यांची उद्दिष्टांशी सांगड घालू शकला नाहीत तर असा प्रश्न काढून टाका.

पायरी ३ तुम्ही प्रश्नपत्रिका तयार करत असाल तर त्यात योग्य जागी आंतरक्रियात्मक विधानांचा वापर करा.

पायरी ४ संशोधन आराखड्याचा कच्चा मसुदा तयार झाला की या प्रश्नांची उत्तरे तुम्ही स्वतःच द्या; म्हणजे स्वतःची मुलाखत घ्या किंवा पूर्ण प्रश्नपत्रिका सोडवा. ज्या लोकसमुदायाला हे प्रश्न विचारायचे आहेत, त्यांच्या जागी तुम्ही स्वतः आहात अशी कल्पना करा आणि प्रश्नांची उत्तरे द्या. जर एखाद्या प्रश्नाचे उत्तरे देणे तुम्हाला अवघड वाटले तर त्याचे पुनर्परीक्षण करा.

पायरी ५ एकदा का तुमचे संशोधन साधनाविषयी समाधान झाले, की त्याची काही तुम्हाला ज्या लोकांचा अभ्यास करायचा आहे त्यासारख्या प्रतिसादकांवर याची पूर्वचाचणी घ्या. या पूर्वचाचणीचा उद्देश माहिती मिळवणे हा नसून साधनाचा उपयोग करताना येणाऱ्या संभाव्य अडचणी जाणून घेणे हा आहे. जर मुलाखत अनुसूची हे साधन असेल तर त्याची पूर्वचाचणी घ्या म्हणजे प्रतिसादकांना प्रश्न समजतात की नाही याचा शोध लागेल. जर प्रश्न कळला नाही तर, प्रतिसादकाला नेमके काय कळले नाही याचा शोध घ्या. जर अनेक प्रतिसादकांना हीच अडचण आली, तर प्रश्नांची शब्दयोजना बदला. जर प्रश्नपत्रिका हे तुमचे साधन असेल, तर पूर्वचाचणीच्या प्रतिसादकांना ती वाचायला द्या आणि नेमके कोणते प्रश्न समजायला अवघड आहेत ते वेगळे काढून घ्या. जे प्रश्न त्यांना समजायला किंवा त्यांचा अर्थ लावायला कठीण वाटत असतील त्यावर चर्चा करा. या चर्चांच्या आधारे, पूर्वचाचणीत प्रतिसादकांना जे अवघड वाटले होते, अशा प्रश्नांची शब्दरचना बदला.

पायरी ६ पूर्वचाचणी झालेल्या, आणि आवश्यकता असल्यास साधनात दुरुस्ती केली असेल तर, एक कागद घ्या, त्यावर दोन रकाने असलेला तक्ता करा. पहिल्या रकान्यात सगळी उपउद्दिष्टे, संशोधन प्रश्न आणि गृहीतकृत्य वेगवेगळी लिहा आणि दुसऱ्या रकान्यात ही उपउद्दिष्टे, संशोधन प्रश्न आणि गृहीतकृत्य याविषयी माहिती देणाऱ्या प्रश्नांचे क्रमांक लिहा. वेगळ्या शब्दांत सांगायचे तर, प्रत्येक

उद्दिष्टाबद्दल माहिती देणाऱ्या प्रश्नांच्या जोड्या लावा. जर एखादे विशिष्ट उपउद्दिष्ट, संशोधन प्रश्न आणि गृहीतकृत्य यांच्याशी प्रश्नाचा दुवा जुळू शकत नसेल तर त्या प्रश्नाचा समावेश कशासाठी केला आहे हे तपासा.

पायरी ७ तुमच्या संशोधन साधनाचा अंतिम मसुदा तयार करा. तुम्ही जर तथ्य विश्लेषण संगणकाद्वारे करणार असाल तर संशोधन साधनावर सांकेतिक क्रमांक देण्यासाठी जागा ठेवा.

गुणात्मक अभ्यासासाठी

जर तुम्ही गुणात्मक अभ्यास करत असाल, तर तुम्हाला तुमच्या संभाव्य प्रतिसादकांशी विशिष्ट प्रश्नांची चर्चा करायची आहे, त्यांची यादी विकसित करण्याची गरज नाही. तरीही, तुम्हाला तुमच्या अभ्यासातून जी उद्दिष्टे साध्य करावयाची आहेत, त्याकरिता समस्यांच्या चौकटीची बांधणी करणे महत्त्वाचे आहे. हे मुलाखत मार्गदर्शक किंवा मुलाखतीची सांकल्पनिक चौकट तुम्हाला प्रतिसादकांकडून विशेष काहीच माहिती पुढे येत नसेल तरीही मुलाखत पुढे चालू ठेवण्यासाठी उपयोगी पडेल. प्रतिसादकांनी समस्या पुढे आणाव्या हा तुमचा उद्देश आहे, मात्र असे घडले नाही तर ही चौकट तुमच्याकडे तयार आहे. सांकल्पनिक चौकट विकसित करण्यासाठी प्रकरण ९ पहा.

सराव १ चा भाग म्हणून तुम्ही प्रतिसादकांबरोबर चर्चा करायच्या मुद्द्यांची यादी करा. तो सराव परत बघा आणि तुमची यादी तपासा, आवश्यकता असल्यास त्यात सुधारणा करा.

पायरी चौथी
नमुना निवड

या कार्यात्मक पायरीमध्ये खालील एका प्रकरणाचा समावेश आहे:

- **प्रकरण १२: नमुना निवड**

१२

नमुना निवड

या प्रकरणात तुम्ही खालील मुद्दे शिकणार आहात

- गुणात्मक आणि संख्यात्मक संशोधनात नमुना निवडीतील फरक
- नमुना परिभाषेची व्याख्या
- नमुन्याचा सैद्धान्तिक आधार
- नमुन्यावरून काढलेल्या अनुमानांवर परिणाम दाखवणारे घटक
- नमुन्याचे विविध प्रकार:
  - ☐ यादृच्छिक/संभाव्यता नमुना आराखडा
  - ☐ अ–यादृच्छिक/अ–संभाव्यता नमुना आराखडा
  - ☐ 'संमिश्र' नमुना निवड
- नमुना आकाराची गणना
- संपृक्तता बिंदू संकल्पना

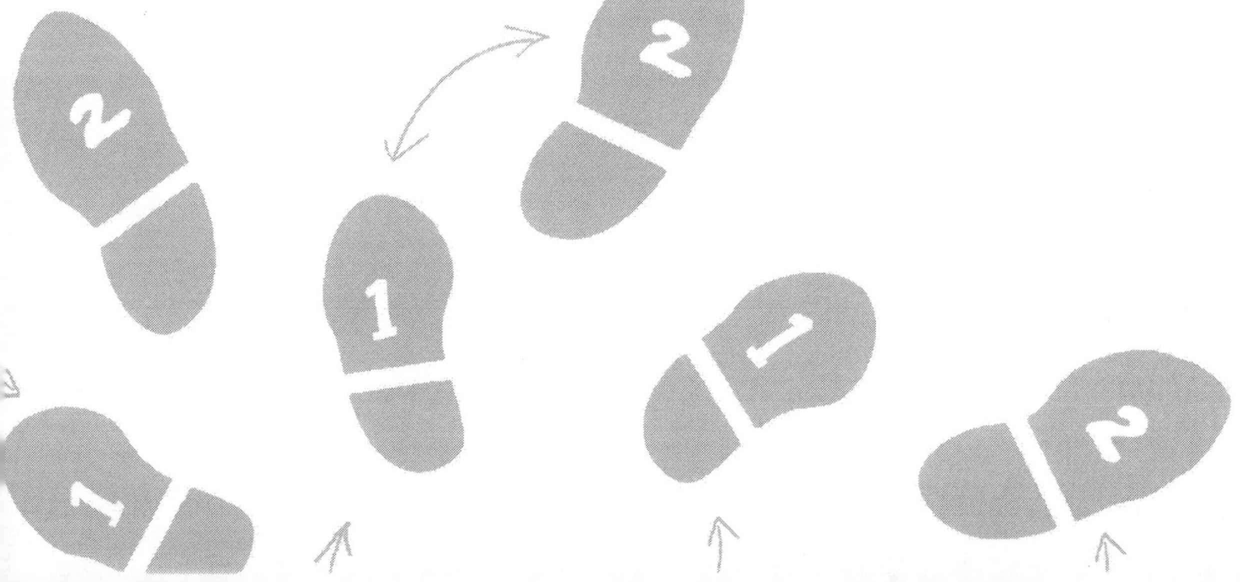

परवलीचे शब्द

अंदाजे नमुना,	अ-यादृच्छिक नमुना	नमुना संकलनातील त्रुटी , नमुना
समूह नमुना, तथ्य	लोकसंख्या मध्य,	चौकट, नमुना लोकसमूह,
संपृक्तता बिंदू,	लोकसंख्या मापदंड,	नमुना रणनीती, नमुना एकक
अप्रमाणबद्ध नमुना निवड	नियतांश नमुना निवड,	संपृक्तता बिंदू, सीमित नमुना निवड,
समान आणि स्वतंत्र	यादृच्छिक क्रमांक,	स्तरित नमुना निवड, अभ्यासाधीन
अंदाज, माहितीसमृद्ध	यादृच्छिक नमुना निवड,	लोकसमूह, पद्धतशीर नमुना निवड
सूज्ञ नमुना,	नमुना आकार,	
बहु-टप्पा समूह नमुना	नमुना सांख्यिकी,	
	नमुना संकलन,	
	नमुना आराखडा	
	नमुना घटक	

या प्रकरणाच्या अभ्यासानंतर तुम्हाला पुढील मुद्दे समजतील

- गुणात्मक आणि संख्यात्मक अभ्यासातील वेगवेगळे नमुना आराखडे व त्यांची अनुषंगिक बलस्थाने व त्रुटी
- गुणात्मक आणि संख्यात्मक संशोधनातील नमुना आराखडे आणि त्यांचा प्रत्यक्षात वापर कसा करावा
- संख्यात्मक संशोधनात नमुन्याची सैद्धान्तिक मार्गदर्शक तत्त्वे
- संख्यात्मक संशोधन अभ्यासात नमुना आकार ठरवणे यात कशाचा समावेश होतो
- गुणात्मक अभ्यासाच्या तथ्य संकलनातील संपृक्तता बिंदू ही संकल्पना
- गुणात्मक संशोधनात नमुना आकार कशावरून निश्चित होतो

गुणात्मक आणि संख्यात्मक संशोधनातील नमुना निवडीतील फरक

नमुनाः गुणात्मक आणि संख्यात्मक

गुणात्मक आणि संख्यात्मक संशोधनातील नमुना निवड ही दोन परस्परविरोधी तात्त्विक बैठकीवर वाटचाल करते. संख्यात्मक संशोधनात नमुना निवड करत असताना निवडलेला नमुना हा पूर्वग्रहदूषित असू नये आणि तो ज्यातून निवडला आहे त्या लोकसमुदायाचे प्रतिनिधित्व करत आहे यासाठी तुम्ही प्रयत्न करता. गुणात्मक संशोधनात, नमुना निवडीवर अनेक संबंधित गोष्टी प्रभाव टाकतात, जसे की: संभाव्य प्रतिसादकांपर्यंत सहजपणे

पोहोचता येते; व्यक्तीला ज्यामध्ये औत्सुक्य आहे अशी एखादी घटनांची मालिका, प्रसंग किंवा परिस्थिती याबाबत विस्तृत ज्ञान असेल असा तुमचा अंदाज; व्यक्तींच्या वर्गीकरण केलेल्या गटातील प्रत्येक प्रकरण हे कसे एकसारखे आहे; किंवा इतरांपेक्षा पूर्णत: वेगळे आहे. जी उरलेल्या गटाशी मिळतीजुळती आहे किंवा जी पूर्णत: वेगळी आहे अशी व्यष्टी शोधायचा तुम्ही प्रयत्न करता. संख्यात्मक संशोधनात नमुना निवडीसाठी अशा प्रकारच्या बाबी विचारात घेणे मान्य नसते.

संख्यात्मक संशोधनात नमुना चाचणीचा हेतू हा तुमच्या चौकशीचा केंद्रबिंदू, तसेच ज्या गटातून तुम्ही नमुना निवड केली आहे तो लक्षात घेऊन अनुमाने काढणे हा असतो. याउलट, गुणात्मक संशोधनात एखादी परिस्थिती, प्रसंग किंवा घटनांची मालिका किंवा व्यक्तीचे विविध पैलू यांबाबत सखोल ज्ञान मिळवण्यासाठी याची आखणी केलेली असते. यात हे गृहीत धरलेले असते की व्यक्ती ही त्या गटातील वैशिष्ट्यपूर्ण असल्याने गटाला वेगळेपणाची जाणीव देईल.

अशाच प्रकारे, गुणात्मक आणि संख्यात्मक संशोधनात नमुना आकार हा दोन भिन्न तत्त्वांवरून निश्चित होत असतो. संख्यात्मक संशोधनात तुम्हाला पूर्वनिश्चित नमुना आकारावरून मार्गदर्शन मिळते, जो नमुना आकार हा इतर अनेक वैचारिक बाबींवर आणि उपलब्ध असलेल्या संसाधनांवर आधारित असतो. तरीसुद्धा, गुणात्मक संशोधनात तुम्हाला पूर्वनिश्चित नमुना नसतो, परंतु तथ्य संकलनाच्या टप्प्यावर असताना तुम्ही तथ्ये संपृक्तता बिंदूपर्यंत पोहोचण्याची वाट पाहता. जेव्हा तुम्हाला नवी माहिती मिळत नाही किंवा ती फुटकळ असते, तेव्हा असे गृहीत धरले जाते की तुम्ही तथ्यांच्या संपृक्तता बिंदूपर्यंत पोहोचलेले आहात आणि त्यामुळे तुम्ही इतर प्रतिसादकांकडून अतिरिक्त माहिती मिळविणे थांबवता.

संख्यात्मक संशोधनात नमुना आकाराला, अभ्यासाचा प्रकार आणि अनुमानांचा वापर केला जाण्याची शक्यता यानुसार, लक्षात घेण्याइतके महत्त्व देण्यात आलेले असते. धोरणांची आखणी करण्यासाठी, सहसंबंध किंवा संबंधांची चाचणी घेण्यासाठी किंवा मोठ्या आकाराच्या नमुन्यावर प्रभावांची मोजदाद करण्यासाठी तयार करण्यात आलेल्या अभ्यासांमध्ये नमुना आकाराला लक्षात घेण्याजोगे महत्त्व दिले जाते. मोठ्या आकाराचा नमुना आकार हा त्यात भिन्न पार्श्वभूमी असलेल्या लोकांचा समावेश होण्याची आणि त्यामुळे अभ्यासाधीन लोकसमुदायाचे प्रतिनिधित्व करण्याबाबत खात्री देतो, या तत्त्वावर हे आधारित आहे. गुणात्मक संशोधनात नमुना आकार हा अशी कोणतीही लक्षणीय भूमिका बजावत नाही. कारण, भिन्नतेचे प्रसरण जाणून घेण्याच्या अनुषंगाने एक किंवा काही व्यष्टी अभ्यासणे हा अभ्यासाचा उद्देश असतो, त्याचे आकारमान मोजणे हा नसतो. अशा विशिष्ट परिस्थितीत तथ्य संकलन करत असताना तथ्य संपृक्तता स्थिती ही नमुना आकार ठरवते.

संख्यात्मक संशोधनात, निवड केलेल्या नमुन्यामध्ये अभ्यासाधीन लोकसमुदायाचे प्रतिनिधित्व असावे व त्यात पूर्वग्रह राहू नये याची खात्री मिळण्याकरिता यादृच्छिकीकरण पद्धत वापरली जाते. गुणात्मक संशोधनात नमुना निवड करताना अशा प्रकारचा कोणताही प्रयत्न केला जात नाही. हेतुपूर्वक जे तुम्हाला आवश्यक असलेली माहिती मिळवून देतील अशा 'माहितीने समृद्ध' असलेल्या प्रतिसादकांची तुम्ही निवड करता. संख्यात्मक संशोधनात याला पूर्वग्रहदूषित नमुना म्हणतात.

या प्रकरणात ज्यांचे वर्णन दिले आहे अशा बहुतेक नमुना रणनीती, अ-संभाव्यतेसह काही, जर त्या अपेक्षित बाबी पूर्ण करत असतील तर, संख्यात्मक संशोधनात वापरता येऊ शकतात. तरीही, जेव्हा गुणात्मक संशोधन करत असतानाच अ-संभाव्यता नमुना आराखडा वापरता येऊ शकतो

संख्यात्मक संशोधनात नमुना निवड

नमुना निवड ही संकल्पना

नमुना निवड ही संकल्पना स्पष्ट करण्यासाठी आपण एक सोपे उदाहरण घेऊया. समजा, तुम्हाला तुमच्या वर्गातील विद्यार्थ्यांच्या वयाचा **मध्य** काढण्यात स्वारस्य आहे. हे शोधण्याचे दोन मार्ग आहेत. पहिली पद्धत अशी की वर्गातील सर्व विद्यार्थ्यांशी संपर्क करायचा, त्यांची वये शोधून काढायची, त्यांची बेरीज करायची आणि नंतर विद्यार्थ्यांच्या संख्येने त्यांना भागायचे (नमुना मध्य काढण्यासाठीची गणना करायची रीत). दुसरी पद्धत अशी की वर्गातील काही विद्यार्थ्यांची निवड करायची, त्यांची वये विचारायची, त्यांची बेरीज करायची आणि तिला ज्यांना वये विचारली तितक्या विद्यार्थ्यांच्या संख्येने भागायचे. यावरून तुम्ही वर्गाच्या सरासरी वयाचा *अंदाज* करू शकता. अशाच प्रकारे, समजा तुम्हाला शहरात राहणाऱ्या कुटुंबांचे सरासरी उत्पन्न जाणून घ्यायचे आहे. त्यांचे उत्पन्न जाणून घेण्याकरिता शहरातील प्रत्येक कुटुंबाकडे जाणे यासाठी लागणारी संसाधने व घ्यावे लागणारे कष्ट याची कल्पना करा! त्याऐवजी तुम्ही चौकशीचा आधार म्हणून काही कुटुंबांची निवड करू शकता आणि त्यानंतर, तुम्हाला काही कुटुंबांकडून मिळालेल्या माहितीच्या आधारे, शहरातील कुटुंबांच्या उत्पन्नाचा **मध्य** याचा अंदाज काढू शकता. जनमत चाचण्यांकरिता अशीच पद्धत वापरली जाते. या चाचण्यासुद्धा लोकांच्या अगदी लहान गटांवर आधारित असतात, ज्यात त्यांना त्यांच्या मतदानाच्या प्राधान्यक्रमाविषयी प्रश्न विचारले जातात आणि त्यातून प्राप्त झालेल्या निष्कर्षांच्या आधारे, निवडणुकीच्या संभाव्य निकालांची शक्यता वर्तवून, *प्राक्कथन* केले जाते.

म्हणून, **नमुना निवड** ही मोठ्या गटाबद्दल अज्ञात असलेली माहिती, परिस्थिती किंवा निष्पत्ती यांचे छोट्या नमुन्यात अस्तित्व आहे याविषयी अंदाज आणि प्राक्कथन यांचे आधार म्हणून मोठ्या गटातून (**नमुना निवड** करायच्या **एकूण लोकसमुदायातून**) काही (नमुना) निवडण्याची प्रक्रिया आहे. नमुना हा ज्यात तुम्हाला स्वारस्य आहे, असा लोकसमुदायातील उपगट आहे. संशोधन प्रश्नांची उत्तरे *शोधणे* हे तुमच्या अभ्यासाचे लक्ष्य आहे, कारण ते केवळ नमुन्याशी संबंधित नाहीत तर अभ्यासाधीन पूर्ण लोकसमुदायाशी संबंधित आहेत. तरीही, नमुना निवड प्रक्रियेद्वारे तुम्ही एकूण अभ्यासाधीन लोकसमुदायात परिस्थिती कशी असण्याची शक्यता आहे याचा *अंदाज* करायचा प्रयत्न करता (पहा, आकृती १२.१).

एकूण लोकसमुदायामधून नमुना निवड करण्याच्या प्रक्रियेचे काही फायदे आणि काही तोटे आहेत. यामुळे पैसा आणि मनुष्य बळ या दोन्हींची बचत होते हा याचा फायदा आहे. तसेच, तुम्ही लोकसमुदायाविषयी तुम्हाला स्वारस्य असलेल्या वैशिष्ट्यांसंबंधी माहिती संकलित करत नाही तर नमुन्यातून तुम्ही जे शोधले आहे त्यावरून केवळ *अंदाज* बांधता किंवा *प्राक्कथन* करता. त्यामुळे तुमच्या अंदाजात त्रुटी राहण्याची शक्यता असते.

त्यामुळे, नमुना म्हणजे काही निश्चित फायदे आणि तोटे यांची देवघेव आहे. एका बाजूला तुम्ही संसाधने आणि वेळ वाचवता, तर दुसऱ्या बाजूला तुमच्या अनुमानात तुम्ही अचूकता आणायचा प्रयत्न करता. नमुन्याद्वारे तुम्ही ज्यामधून नमुना घेतलेला आहे अशा एकूण लोकसमुदायात आढळलेल्या प्रत्यक्ष परिस्थितीविषयीचा अंदाज करत असता. जर प्राप्त माहिती ही एकूण नमुना लोकसमुदायातील आहे याबद्दल तुम्हाला खात्री असेल, जर तुमचा नमुना अभ्यासाधीन लोकसमुदायाचे प्रतिनिधित्व करत असेल, जर तुमची चौकशी पद्धत अचूक असेल, तर तुमची अनुमाने बहुतांश अचूक असतात. मात्र, त्यात त्रुटी असण्याची नेहमीच शक्यता असते. नमुना निवड करताना त्रुटी राहण्याची शक्यता असणारच हे गृहीत धरणे महत्त्वाचे आहे

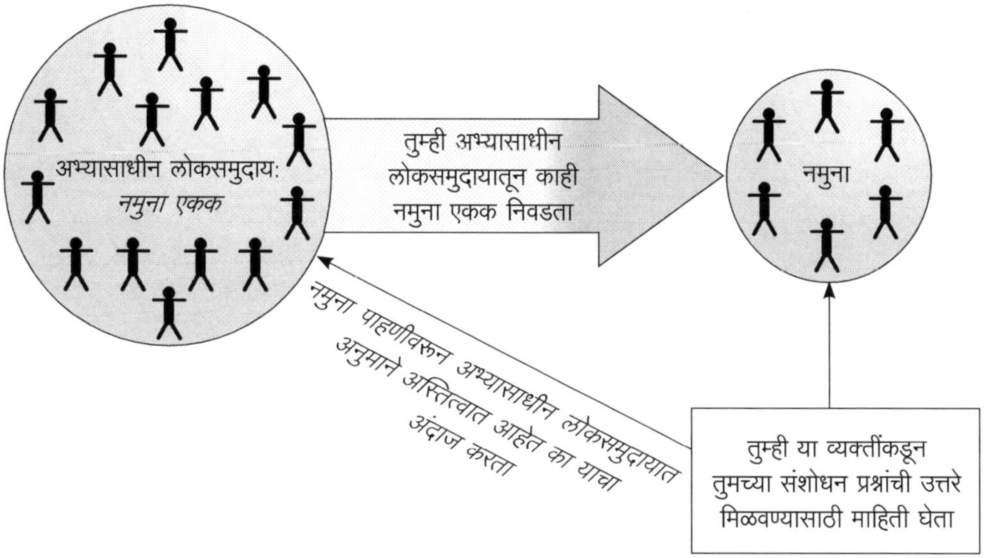

आकृती १२.१ नमुन्यांची संकल्पना

नमुन्यांची परिभाषा

पुन्हा एकदा आपण वर दिलेली उदाहरणे विचारात घेऊया, ज्यात वर्गातील मुलांच्या वयाचा मध्य शोधणे, शहरात राहणाऱ्या कुटुंबांचे सरासरी उत्पन्न शोधणे आणि एखाद्या विशिष्ट राज्याच्या किंवा देशाच्या निवडणुकांचा संभाव्य निकाल शोधणे हे आपले उद्देश होते. आपण असे गृहीत धरू की तुम्ही याकरिता नमुना निवड पद्धती स्वीकारली आहे – म्हणजेच, हे उद्देश साध्य करण्यासाठी तुम्ही काही विद्यार्थी, कुटुंबे किंवा काही मतदार यांची निवड केली आहे. या प्रक्रियेचे अनेक पैलू आहेतः

- जो वर्ग, शहरात राहणारी कुटुंबे किंवा मतदार यांची तुम्ही नमुना म्हणून निवड करणार आहात त्यांना *लोकसमुदाय* किंवा **अभ्यासाधीन लोकसमुदाय** असे म्हणतात. या लोकसमुदायाचा आकार (N) या अक्षराने सामान्यतः दर्शवतात.
- ज्यांच्याकडून तुम्ही वर्गातील विद्यार्थ्यांचे सरासरी वयाचा अंदाज, सरासरी उत्पन्न किंवा निवडणुकीचा निकाल ही तुम्हाला हवी असलेली माहिती मिळवणार आहात अशा विद्यार्थी, कुटुंबे किंवा मतदार यांच्या लहान गटास **नमुना** असे म्हणतात.
- ज्यांच्याकडून तुम्ही तुम्हाला हवी असलेली माहिती मिळवणार आहात अशा विद्यार्थी, कुटुंबे किंवा मतदार यांच्या संख्येस **नमुन्याचा आकार** असे म्हणतात आणि सर्वसामान्यपणे तो (n) या अक्षराने दर्शविला जातो.
- ज्या पद्धतीने तुम्ही विद्यार्थी, कुटुंबे किंवा मतदार यांची निवड करता त्याला **नमुना आराखडा** किंवा **नमुना रणनीती** असे म्हणतात.
- प्रत्येक विद्यार्थी, कुटुंब आणि मतदार जो तुमच्या नमुना निवडीचा आधार आहे, त्याला **नमुना एकक** किंवा **नमुना घटक** असे म्हणतात.

- प्रत्येक विद्यार्थी, कुटुंब आणि मतदार यांची निवड ज्या यादीतून केली जाते, तिला **नमुना चौकट** असे म्हणतात. जोवर नमुना लोकसमुदायातील सर्व घटक व्यक्तिपरत्वे निश्चित केले जात नाहीत, तोवर तुमच्याकडे अभ्यासाधीन लोकसमुदायाची नमुना चौकट उपलब्ध होणार नाही.
- तुमच्या प्रतिसादकांकडून (नमुना) मिळवलेल्या माहितीवर आधारित तुमची जी अनुमाने असतात, त्यांना **नमुना सांख्यिकी** असे म्हणतात. अभ्यासाधीन लोकसमुदायात आढळणाऱ्या व तुम्हाला स्वारस्य असणाऱ्या गुणवैशिष्ट्यांविषयी अंदाज हे तुमच्या नमुना सांख्यिकीच्या आधारे व्यक्त केले जातात.
- संपूर्ण अभ्यासाधीन लोकसमुदायाशी संबंधित असणाऱ्या तुमच्या संशोधन प्रश्नांची उत्तरे मिळवणे हे तुमचे मुख्य उद्दिष्ट आहे, तुम्ही निवडलेल्या नमुन्यापुरते ते मर्यादित नाही. नमुना सांख्यिकीच्या आधारे आपण अभ्यासाधीन लोकसमुदायाकरिता मिळणाऱ्या आपल्या संशोधन प्रश्नाच्या उत्तरांचा अंदाज करत असतो. नमुना सांख्यिकीवरून जे अंदाज पुढे येतात, त्यांना *लोकसमुदायाचे मापदंड* असे म्हणतात. **लोकसमुदायाचा मध्य** हे या मापदंडाचे एक उदाहरण होय.

नमुना निवडीची तत्त्वे

नमुना निवड सिद्धान्ताला तीन मार्गदर्शक तत्त्वे आहेत. हे अधिक प्रभावीपणे स्पष्ट करण्यासाठी एक अतिशय साधे उदाहरण घेऊया. समजा, अ, ब, क आणि ड या चार व्यक्ती आहेत. समजा, 'अ' चे वय १८ वर्षे आहे, 'ब' चे वय २०, 'क' चे २३ वर्षे आणि 'ड' चे २५ वर्षे आहे. ज्याअर्थी तुम्हाला त्यांची वये माहीत आहेत, त्याअर्थी, तुम्ही त्यांच्या वयांची १८ + २० + २३ + २५ = ८६ अशी बेरीज करून त्याला ४ ने भागून त्यांचे सरासरी वय *शोधून काढू* (मोजू) शकता. यातून अ, ब, क आणि ड यांचे २१.५ हे सरासरी (मध्य) वय मिळते.

आता आपण असं समजूया, तुम्हाला दोन व्यक्तींचा नमुना घेऊन त्यावरून चार व्यक्तींचे सरासरी वयाचा *अंदाज* काढायचा आहे. संख्याशास्त्रीय अर्थाने पूर्वग्रहदूषित नमुना निवड होऊ नये यासाठी प्रत्येक एककाला निवडीची *समान* आणि *स्वतंत्र* संधी असेल याची आपण खातरजमा केली पाहिजे. **यादृच्छिककरण** प्रक्रियेद्वारे हे साध्य करणे आपल्याला शक्य आहे. यादृच्छिकरण पद्धतीने हे साध्य करण्यासाठी आपण संभाव्यता सिद्धान्ताचा वापर करूया, ज्याद्वारे आपल्याला वेगवेगळ्या सहयोगातून दोन-दोनच्या पुढील सहा जोड्या मिळतीलः अ आणि ब; अ आणि क; अ आणि ड; ब आणि क; ब आणि ड; आणि क आणि ड. नमुन्याचे सरासरी वयाची गणना करण्यासाठी आपण ही प्रत्येक जोडी घेऊयाः

१. अ + ब = १८ + २० = ३८/२ = १९.० वर्षे;
२. अ + क = १८ + २३ = ४१/२ = २०.५ वर्षे;
३. अ + ड = १८ + २५ = ४३/२ = २१.५ वर्षे;
४. ब + क = २० + २३ = ४३/२ = २१.५ वर्षे;
५. ब + ड = २० + २५ = ४५/२ = २२.५ वर्षे;
६. क + ड = २३ + २५ = ४८/२ = २४.० वर्षे;

हे लक्षात घ्या, यातील बहुतेक सर्व उदाहरणांमध्ये दोनच्या नमुन्यावर (नमुना सांख्यिकी) आधारित गणना केलेले सरासरी वय हे वेगवेगळे आहे. आता या नमुना सांख्यिकीची सर्वांच्या सर्व चारही सरासरींशी तुलना करून बघू - लोकसमुदायाचा मध्य (लोकसमुदाय मापदंड) हा २१.५ वर्षे आहे. शक्य असलेल्या सहा नमुना

तक्ता १२.१ नमुना सांख्यिकी आणि लोकसमुदाय मध्य यामधील फरक

नमुना	नमुना मध्य (नमुना सांख्यिकी) (१)	लोकसमुदाय मध्य (लोकसमुदाय मापदंड) (२)	(१) आणि (२) मधील फरक
१	१९.०	२१.५	−२.५
२	२०.५	२१.५	−१.०
३	२१.५	२१.५	०.०
४	२१.५	२१.५	०.०
५	२२.५	२१.५	+१.०
६	२४.०	२१.५	+२.५

सहयोगांपैकी फक्त दोन नमुना सांख्यिकीत आणि लोकसमुदाय मध्य यामध्ये फरक नाही. जिथे नमुन्यामुळे फरक उद्भवतो, याला **नमुना निवडीतील त्रुटी** असे म्हणतात. पुन्हा एकदा, नमुना निवडीतील त्रुटीच्या आकारात ठळकपणे फरक असतो. आता आपण सहाही नमुन्यांतील प्रत्येक नमुन्याकरिता नमुना सांख्यिकी आणि लोकसमुदाय मध्य यामधील फरक लक्षात घेऊया (तक्ता १२.१).

हे विश्लेषण नमुना निवडीचे महत्त्वाचे तत्त्व सुचवतेः

तत्त्व १. बहुतांशवेळा जिथे नमुना निवड केली जाईल, तिथे नमुना संख्या आणि वास्तव लोकसमुदाय मध्य यामध्ये फरक असतो जो नमुन्यातील एककाच्या निवडीमुळे घडून येतो.

दुसरे तत्त्व समजून घेण्यासाठी आपण वरील उदाहरणच पुढे घेऊ. परंतु दोन व्यक्तींचा नमुना घेण्याऐवजी तीन व्यक्तींचा नमुना घेऊया. या तीनमधून वेगवेगळ्या प्रकारचे चार सहयोग तयार करणे शक्य होईलः

१. अ + ब + क = १८ + २० + २३ = ६१/३ = २०.३३ वर्षे;
२. अ + ब + ड = १८ + २० + २५ = ६३/३ = २१.०० वर्षे;
३. अ + क + ड = १८ + २३ + २५ = ६६/३ = २२.०० वर्षे;
४. ब + क + ड = २० + २३ + २५ = ६८/३ = २२.६७ वर्षे;

तक्ता १२.२ नमुना सांख्यिकी आणि लोकसमुदाय मध्य यामधील फरक

नमुना	नमुना मध्य नमुना सांख्यिकी (१)	लोकसमुदाय मध्य (लोकसमुदाय मापदंड) (२)	(१) आणि (२) मधील फरक
१	२०.३३	२१.५	−१.१७
२	२१.००	२१.५	−०.५
३	२२.००	२१.५	+०.५
४	२२.६७	२१.५	+१.१७

आता आपण नमुना सांख्यिकी आणि लोकसमुदाय मध्य यामधील फरकाची तुलना करू (तक्ता १२.२).

तक्ता १२.१ आणि तक्ता १२.२ यामधील गणना केलेल्या फरकाची तुलना करू. यात तक्ता १२.१ मध्ये नमुना संख्या आणि लोकसमुदाय मध्य यामधील फरक हा −२.५ आणि +२.५ वर्षे यामध्ये आहे. याउलट दुसरा −१.१७ आणि +१.१७ यामध्ये आहे. नमुना सांख्यिकी आणि लोकसमुदाय मध्य यातील अंतर तक्ता १२.२ मध्ये कमी करण्यात आले आहे. ही घट नमुना आकार वाढल्याने घडून येते. हेच दुसऱ्या तत्त्वाकडे घेऊन जातेः

तत्त्व २. नमुना आकार जेवढा मोठा तेवढा लोकसमुदाय मध्याच्या वास्तवाचा अंदाज बिनचूक.

नमुना चाचणीचे तिसरे तत्त्व हे विशेषत्वाने महत्त्वाचे आहे, कारण ते नमुना रणनीतीचे प्रकार - जसे की, स्तरित आणि समूह नमुना - यावर आधारित आहे. हे तत्त्व समजून घेण्यासाठी आपण थोडी तथ्ये बदलून वरील उदाहरणच पुढे घेऊया. समजा, या चौघांची वये ही ठळकपणे वेगळी आहेतः अ = १८, ब = २६, क = ३२ आणि ड = ४०. दुसऱ्या शब्दांत सांगायचे तर, वय या चलात आपल्याला स्वारस्य आहे आणि ज्यातील व्यक्तींच्या वयात ठळकपणे फरक आहे, अशा लोकसमुदायाचे चित्र आपण डोळ्यासमोर आणत आहोत.

आता आपण तीच कार्यपद्धती एकाचवेळी दोन व्यक्तींच्या नमुना निवडीसाठी वापरू आणि नंतर तिघांसाठी वापरू. आपण (वर उल्लेखिलेल्या) कार्यपद्धतीप्रमाणे जर काम केले तर आपल्याला दोन नमुन्यांच्या दरम्यान सरासरी वयामध्ये −७.०० आणि +७.०० वर्षे यादरम्यान फरक दिसेल आणि तीन नमुन्यांच्या दरम्यान −३.६७ आणि +३.६७ यादरम्यान फरक दिसेल. या दोन्ही उदाहरणांत फरकाची मर्यादा ही अगोदरच्या गणनेपेक्षा जास्त आहे. हे चार जणांच्या वयातील फरकास कारणीभूत आहे - या उदाहरणात केलेली नमुना निवड ही वयाचा संदर्भ पहाता अधिक बहुजिनसी (वैविध्य आणि विभिन्न) आहे. अन्य शब्दांत सांगायचे तर तुमचा अभ्यासाधीन लोकसमुदाय हा, अभ्यास करावयाच्या चलाच्या संदर्भात एकजिनसी नसेल, तर अचूकतेची पातळी गाठण्यासाठी, तो जर एकजिनसी असता तर, त्या तुलनेत मोठा नमुना निवडावा लागेल.

तत्त्व ३. दिलेल्या नमुना आकारानुसार, लोकसमुदायातील नमुन्यांमध्ये अभ्यास करावयाच्या चलांमधील फरक जेवढा जास्त, तेवढा नमुना सांख्यिकी आणि वास्तव लोकसमुदाय मध्य यात फरक जास्त.

जेव्हा तुम्ही अचूकतेच्या विशिष्ट पातळीसाठी आवश्यक असलेला नमुना आकार निश्चित करत असता आणि तुमच्या अभ्यासासाठी योग्य अशी नमुना रणनीती निवडता, तेव्हा तुम्हाला ही तत्त्वे मनात ठेवणे अवघड असते.

नमुन्याद्वारे काढलेल्या निष्कर्षांवर परिणाम करणारे घटक

नमुन्याद्वारे काढलेल्या निष्कर्षांतील निश्चिततेच्या प्रमाणावर दोन घटक प्रभाव टाकू शकतील असे वरील तत्त्वे सुचवतातः

१. **नमुना आकार** – मोठ्या आकाराच्या नमुन्यांवर आधारलेल्या अनुमानांच्या निश्चिततेची लहान आकाराच्या नमुन्यांपेक्षा जास्त निश्चिती असते. नियमानुसार, *नमुना आकार जेवढा मोठा तेवढी अनुमानांची अचूकता जास्त.*

२. **नमुना लोकसमुदायातील वैविध्याचे प्रमाण** – प्राप्त नमुना आकार लक्षात घेता, अभ्यासाधीन लोकसमुदायाच्या अभ्यासांतर्गत गुणवैशिष्ट्यांमध्ये जेवढे वैविध्य अधिक, तेवढी अनिश्चितता मोठी. (तांत्रिक भाषेत प्रमाण विचलन जेवढे जास्त तेवढे तुमच्या दिलेल्या नमुना आकारातील अंदाजात प्रमाण त्रुटी जास्त.) जर लोकसमुदाय हा अभ्यासाधीन वैशिष्ट्यांच्या संदर्भात एकजिनसी (एकसारखा किंवा एकसमान) असल्यास, आकाराने लहान नमुनाही वाजवी प्रमाणात चांगले अंदाज व्यक्त करू शकतो, परंतु तो जर एकजिनसी नसेल (विभिन्न किंवा वैविध्य असलेला) तर तुम्हाला अचूकतेची पातळी गाठण्यासाठी मोठ्या आकाराचा नमुना निवडावा लागेल. अर्थात, लोकसंख्येतील सर्व घटक जर मिळतेजुळते असतील तर एकाच्या निवडीने सुद्धा अगदी अचूक अंदाज येतील. नियम म्हणून, *लोकसमुदायात अभ्यासांतर्गत वैशिष्ट्यांमध्ये वैविध्य असेल, तर प्राप्त नमुना आकारात अनिश्चितता जास्त असेल.*

नमुना निवडीतील उद्देश

संख्यात्मक अभ्यासात जेव्हा तुम्ही नमुना निवड करता तेव्हा प्राप्त नमुना आकाराच्या अंतर्गत तुमच्या अंदाजांमध्ये अधिकाधिक अचूकता साध्य करणे आणि नमुना निवड करताना **पूर्वग्रह** टाळणे हे तुमचे प्राथमिक उद्दिष्ट असते. नमुना निवड करताना जर खालील गोष्टी घडल्या तर पूर्वग्रह येतातः

नमुना निवड पद्धतीची निवड

- नमुना जर अ–यादृच्छिक पद्धतीने – म्हणजे, जाणीवपूर्वक किंवा अजाणतेपणे मानवी पसंतीच्या प्रभावातून निवडला गेला असेल तर;
- नमुना चौकट – यादी, सूची किंवा लोकसंख्येसंबंधीच्या इतर नोंदी – जे नमुना निवडीचा आधार असतात, नमुना निवड लोकसमुदाय पूर्णपणे आणि बिनचूकपणे व्यापून टाकत नाही.
- निवडलेल्या नमुन्यातील एखादा गट शोधणे अशक्य असते किंवा सहकार्य करायला नकार देतो.

नमुना निवडीचे प्रकार

संख्यात्मक संशोधनातील नमुना निवडीच्या वेगवेगळ्या रणनीतीचे खालील प्रकारे वर्गीकरण होऊ शकते (आकृती १२.२):

- यादृच्छिक/संभाव्यता नमुना आराखडा;
- अ–यादृच्छिक/अ–संभाव्यता नमुना आराखडा; आणि
- 'संमिश्र' नमुना आराखडा.

हे आराखडे समजून घेण्याकरिता आपण प्रत्येक प्रकाराची स्वतंत्रपणे चर्चा करू.

यादृच्छिक/संभाव्यता नमुना आराखडा

यादृच्छिक नमुना निवड किंवा **संभाव्यता नमुना निवड** आराखडा यामध्ये अभ्यासाधीन लोकसमुदायातील प्रत्येक घटकाला नमुना निवडीमध्ये *समान* आणि *स्वतंत्र* संधी दिली गेलीच पाहिजे. समानतेच्या संकल्पनेमध्ये

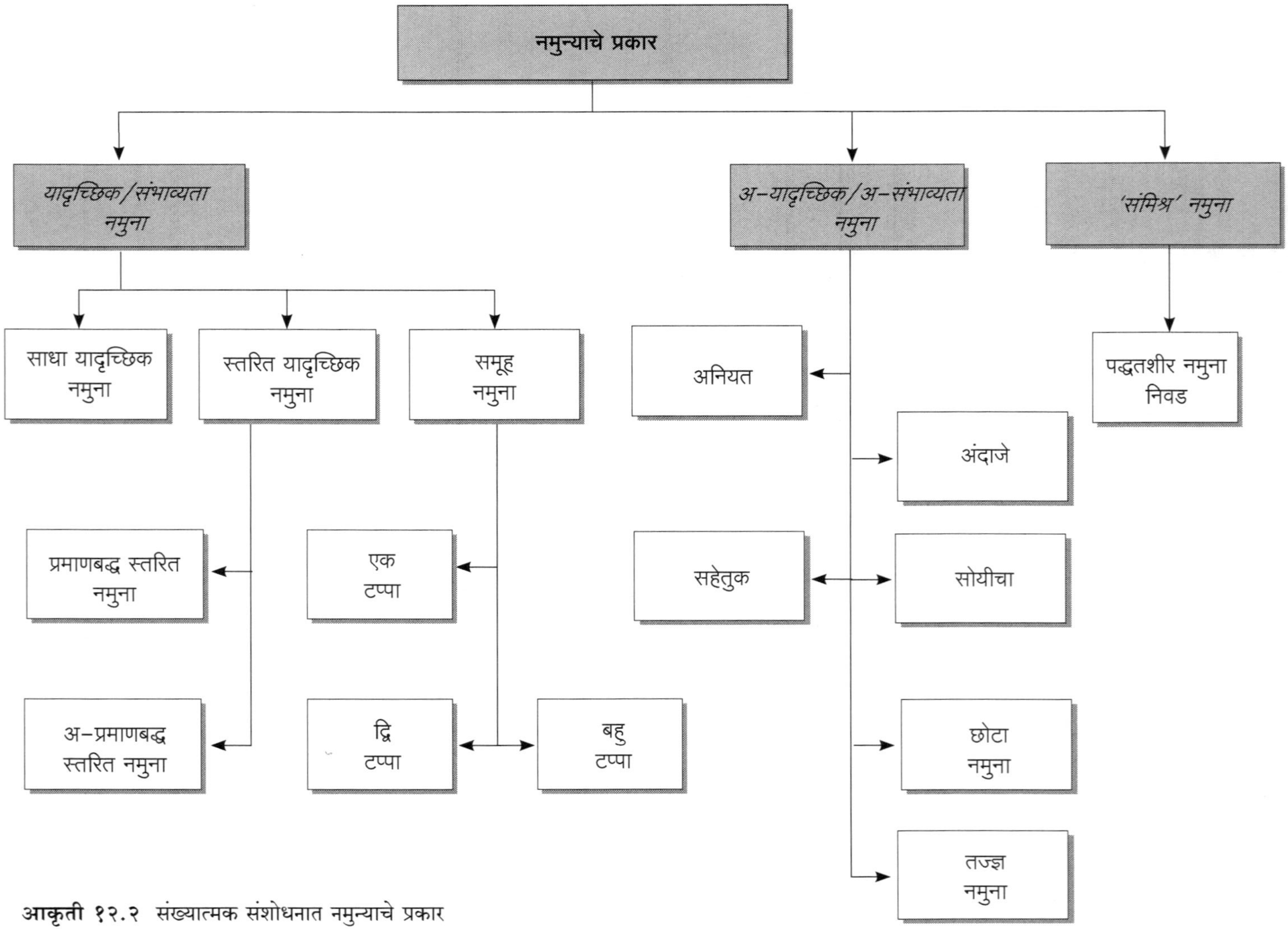

आकृती १२.२ संख्यात्मक संशोधनात नमुन्याचे प्रकार

लोकसमुदायातील प्रत्येक घटकाला निवडीची संभाव्यता सारखीच असणे अभिप्रेत आहे; म्हणजेच, नमुन्याची निवड या घटकावर व्यक्तिगत प्राधान्य अशासारख्या इतर विचारांचा प्रभाव नसावा. स्वतंत्र या संकल्पनेचा अर्थ असा की नमुना निवड करताना एका घटकाची निवड ही दुसऱ्या घटकाच्या निवडीवर अवलंबून नसते; एखाद्या घटकाची निवड करणे अथवा तो नाकारणे याचा समावेश करणे किंवा काढून टाकणे यावर परिणाम करत नाही. ही संकल्पना स्पष्ट करण्यासाठी पुन्हा एकदा आपण विद्यार्थ्यांच्या वर्गाचे उदाहरण घेऊया.

संभाव्यता नमुना निवड

समजा, एका वर्गात ८० विद्यार्थी आहेत. त्यापैकी २० जणांनी तुमच्या अभ्यासात सहभाग घेण्यास नकार दिला. तुम्हाला वर्गातील सर्वच्या सर्व ८० विद्यार्थ्यांचा सहभाग हवा आहे, परंतु २० जणांनी भाग घेण्यास नकार दिल्याने तुम्ही केवळ ६० जणांचा नमुना वापरू शकता. ज्या २० विद्यार्थ्यांनी यात भाग घ्यायला नकार दिला, त्यांच्या ज्या समस्यांचे तुम्ही अन्वेषण करणार आहात त्यांविषयी तीव्र भावना असतील, मात्र तुमच्या अनुमानांमध्ये त्यांच्या मतांचे प्रतिबिंब दिसणार नाही. ते विद्यार्थी तुमच्या अभ्यासात नसणे म्हणजे ८० विद्यार्थ्यांपैकी प्रत्येकाला निवडीची समान संधी नसणे. त्यामुळे तुमचा नमुना संपूर्ण वर्गाचे प्रतिनिधित्व करत नाही.

हेच तत्त्व समुदायालासुद्धा लागू होते. आपण असे समजूया की, एखाद्या समुदायात, ज्यांनी सहभागी होण्यास नकार दिला आहे त्यांच्यासह, त्या समुदायात राहणाऱ्या सर्वच्या सर्व रहिवाशांपर्यंत तुम्ही पोहोचू शकत नाही. जर तुम्ही नमुना लोकसमुदायामध्ये, त्यांच्यापर्यंत पोहोचू न शकल्याने अथवा त्यांनी सहभागी होण्यास नकार दिल्याने, लोकांचा लक्षणीय सापेक्ष प्रमाणात समावेश करू शकला नाहीत, तर निवडलेला कोणताही नमुना हा नमुना लोकसमुदायामध्ये प्रत्येक घटकाला निवडलेला नमुना म्हणून निवडीची समान संधी देणार नाही. म्हणून निवडलेला नमुना हा समुदायाचे प्रतिनिधित्व करणारा असणार नाही.

निवडीची स्वतंत्र संधी ही संकल्पना समजून घेण्यासाठी आपण असे गृहीत धरू की एका वर्गातील पाच विद्यार्थी एकमेकांचे अगदी घनिष्ट मित्र आहेत. जर त्यातील एकाची निवड केली आहे, परंतु इतर चार जणांची निवड न केल्याने त्यानेही सहभागी होण्यास नकार दिला आहे, आणि त्यामुळे या पाचही जणांची निवड करणे किंवा एकाचीही निवड न करणे तुम्हाला क्रमप्राप्त ठरत आहे, अशावेळी एकाची निवड दुसऱ्यावर अवलंबून असल्याने तुमचा नमुना स्वतंत्र म्हणून विचारात घेतला जाऊ शकणार नाही. समुदायातही असे घडू शकते. एखादा छोटा गट आमच्यातल्या सगळ्यांची निवड करा किंवा कोणाचीच करू नका असे म्हणू शकतो. अशा परिस्थितीत नमुना लोकसमुदायातील काही जणांना काढून टाकणे किंवा काही जणांना समाविष्ट करणे भाग पडते, असा नमुना स्वतंत्र म्हणून विचारात घेतला जात नाही आणि म्हणून नमुना समुदायाचे प्रतिनिधित्वही करत नाही. तरीही, जर नकार देणाऱ्यांची संख्या तुलनेने कमी असेल, तर प्रत्यक्षात हा नमुना अप्रातिनिधिक होऊ शकत नाही. प्रत्यक्ष व्यवहारात, काही व्यक्ती अभ्यासात भाग घ्यायला नकार देतात. असे नेहमीच घडते, परंतु त्यांची संख्या विचारात घेण्याइतकी लक्षणीय असेल तरच खबरदारी घ्या.

जर नमुना या दोन्ही अटी पूर्ण करत असेल तरच यादृच्छिक/संभाव्यता नमुना (आणि म्हणून अभ्यासांतर्गत असलेल्या लोकसमुदायाचे प्रतिनिधित्व करतो) विचारात घेतला जाऊ शकेल. नाहीतर, अभ्यासात पूर्वग्रह येईल. यादृच्छिक/संभाव्यता नमुना याचे दोन मुख्य फायदे आहेतः

१. ते एकूण नमुना लोकसमुदायाचे प्रतिनिधित्व करत असल्याने अशा नमुन्यावरून काढलेल्या अनुमानांचे नमुना लोकसमुदायाकरिता सामान्यीकरण केले जाऊ शकते.

२. संभाव्यता सिद्धान्तावर आधारित काही संख्याशास्त्रीय चाचण्या या फक्त यादृच्छिक नमुन्यातून संकलित केलेल्या तथ्यांकरिताच उपयोगी ठरू शकतात. यातील काही चाचण्या या निष्कर्षांचे सहसंबंध प्रस्थापित करण्यासाठी महत्त्वाच्या असतात.

यादृच्छिक नमुना निवडीची पद्धत

यादृच्छिक नमुना निवडीच्या सर्वात जास्त वापरल्या जाणाऱ्या तीन पद्धतींपैकी एका पद्धतीची निवड तुम्ही करू शकताः

१. **मत्स्यवाटी सोडत** – जर तुमचा एकूण लोकसमुदाय लहान असेल, तर एक सोपी पद्धत वापरा. प्रत्येक स्वतंत्र चिठ्ठीवर प्रत्येक घटकाचा क्रमांक लिहा आणि त्या एका भांड्यात ठेवा. मग एका मागोमाग एक न बघता, तुम्ही ठरवलेल्या संख्येइतका नमुना आकाराला येईपर्यंत, त्या चिठ्ठ्या काढत राहा. काही सोडतीत (लॉटरी) अशी पद्धत वापरतात.
२. **संगणक प्रणाली** – यादृच्छिक नमुना निवडीकरिता उपयुक्त ठरणाऱ्या अनेक संगणकीय प्रणाली उपलब्ध आहेत.
३. **यादृच्छिकतेने निर्माण केलेल्या आकड्यांचा तक्ता** – संशोधन पद्धती आणि संख्याशास्त्र यावरील बहुसंख्य पुस्तकांमध्ये त्यांच्या परिशिष्टांत (पहा, उदाहरणार्थ तक्ता १२.३) यादृच्छिक आकड्यांचा तक्ता दिलेला असतो. यातून तुम्ही आकृती १२.३ नुसार दिलेली पद्धती वापरून तक्त्यातून नमुना निवड करू शकता.

आता आपण यादृच्छिक क्रमांकाचा वापर करण्यासाठी तक्ता १२.३ चे उदाहरण घेऊया. आपण असे गृहीत धरूया की तुमच्या नमुना लोकसमुदायात २५६ व्यक्ती आहेत. या व्यक्तींना १ ते २५६ असे क्रमांक द्या. अनेक पृष्ठे असतील तिथे यादृच्छिकपणे सुरुवातीचे पृष्ठ निवडा. त्यानंतर सुरुवातीचा रकाना निवडा (१ ते १० मधून पाच आकडी रकाने असलेले) आणि त्यातील तीन रकाने निवडा (तुमच्या अभ्यासाधीन लोकसमुदायातील एकूण संभाव्य प्रतिसादकांची संख्या तीन आकडी असल्याने). निवडलेल्या तीन आकडी रकान्यातले २५६ पेक्षा लहान असलेले सर्व आकडे निवडा. तुम्ही निवडलेल्या क्रमांकांवरील प्रतिसादक हा तुमचा नमुना असेल. निवडलेल्या रकान्यातून गेल्यानंतर, जर गरज असेल तर त्याच्या दोन्ही बाजूला शेजारी असलेल्या रकान्यात (१–१०) वर तीच प्रक्रिया अनुसरा. किंवा यासाठी तुम्ही आणखी एखादा रकाना यादृच्छिकपणे निवडू शकता आणि हे पुढे, जोपर्यंत तुम्ही तुमच्या नमुना आकाराइतके प्रतिसादक निवडत नाही, तोपर्यंत चालू ठेवू शकता. अशाच मार्गाने तुम्ही ओळींचा वापर करून तुमचा नमुना निवडू शकता.

समजा, तुम्ही आकड्यांचा नववा रकाना आणि रकान्यातले (अधोरेखित केलेले) शेवटचे तीन आकडे निश्चित केले आहेत. तुम्ही तुमच्या एकूण लोकसमूहापैकी १० टक्के (२५ घटक) तुमचा नमुना म्हणून निवडत आहात असे गृहीत धरा. आता आपण नवव्या रकान्यातील अधोरेखित केलेल्या आकड्यांप्रमाणे जाऊ. पहिला आकडा आहे ०४९, जो २५६ (एकूण लोकसमूहा) च्या खाली आहे; म्हणून ४९ वा घटक हा तुमचा नमुना म्हणून पुढे येतो. दुसरा आकडा ३१९, हा तुमच्या लोकसमूहा (२५६) पेक्षा जास्त आहे; म्हणून तुम्ही तुमचा नमुना म्हणून ३१९ हा स्वीकारू शकत नाही हेच पुढच्या घटकांनाही लागू होते, ७५८ आणि हो खरंच ५८९, ५०७, ४८३, ४८७ आणि ५४० या पुढच्या पाच घटकांनाही लागू होते. ५४० नंतर २३२ आहे आणि हा क्रमांक नमुना चौकटीत आहे. त्यामुळे हा क्रमांक नमुन्याचा एक भाग म्हणून स्वीकारला जाऊ शकतो. त्याचप्रमाणे जर तुम्ही खालीखाली त्याच रकान्यातले ०५२, ०२९, ०६५, २४९ आणि १६१ हे तीन आकडी

पायरी १ अभ्यासाधीन लोकसमुदायातील एकूण घटकसंख्येची निवड करा. या संख्येतील आकड्यांची संख्या नोंद करून ठेवा (जर तुमचा एकूण नमुना ९ किंवा त्यापेक्षा कमी असेल तर हा एक आकडी होय; जर तो ९९ किंवा त्यापेक्षा कमी असेल तर हा दोन आकडी असेल, इत्यादी).

पायरी २ प्रत्येक घटकाचा क्रमांक हा १ पासून सुरू होणारा असेल.

पायरी ३ यादृच्छिक क्रमांकांचा तक्ता जर एकापेक्षा जास्त पृष्ठांचा असेल तर यादृच्छिकपणे सुरुवातीचे पृष्ठ निवडा. अशा प्रकारे निवडलेल्या पानावर तुमचा सुरुवातीचा बिंदू म्हणून यादृच्छिकपणे रकाना किंवा ओळ निवडा आणि तिथून तुम्ही पूर्वनिश्चित केलेल्या दिशेने पुढे जात रहा.

पायरी ४ एकूण लोकसमुदाय जेवढ्या संख्येचा असेल त्याच्याशी सुसंगत असेल त्या आकड्यावरील क्रमांक यादृच्छिकपणे निवडा व तक्त्याच्या प्रत्येक रकान्यातील तोच आकडा निवडा.

पायरी ५ तुमचा नमुना आकार निवडा.

पायरी ६ तक्त्यातून तुमच्या नमुन्यासाठी हवे असलेले घटक निवडा. जर समजा, तुम्ही तोच आकडा परत निवडलात तर तो काढून टाका आणि पुढच्या आकड्याकडे जा. यादृच्छिक नमुन्याचा तक्ता बदली क्रमांक घालून तयार केलेल्या तक्त्याद्वारे हे आपण करू शकतो.

आकृती १२.३ यादृच्छिक आकड्यांचा तक्ता वापरण्याची रीत

क्रमांक जोपर्यंत तुम्ही ०२९ या घटकांपर्यंत पोहोचत नाही, तोपर्यंत करत जा. २९वा घटक हा आधीच निवडलेला असल्यामुळे पुढच्या क्रमांकाकडे जा आणि २५ घटक निवडेपर्यंत हे सुरू ठेवा. एकदा का तुम्ही रकान्याच्या शेवटी पोहोचलात की तुम्ही एकतर पुढच्या रकान्याकडे जाऊ शकता किंवा निवडीची प्रक्रिया पुढे चालू राहण्यासाठी यादृच्छिकपणे पुढचा एखादा रकाना निवडा. उदाहरणार्थ, तक्ता १२.४ मध्ये दाखवलेले २५ घटक हे तक्ता १२.३ मधील नवव्या, दहाव्या आणि दुसऱ्या रकान्यातून निवडलेले आहेत.

बदली केलेला किंवा न केलेला नमुना

यादृच्छिक नमुना दोन वेगवेगळ्या पद्धती वापरून निवडता येऊ शकतोः

१. बदली न करता नमुना;
२. बदली केलेला नमुना.

समजा, तुम्हाला एकूण ८० विद्यार्थ्यांपैकी २० विद्यार्थ्यांचा नमुना निवडायचा आहे. पहिला विद्यार्थी संपूर्ण वर्गातून निवडला गेला आहे, त्यामुळे पहिला विद्यार्थी निवडण्याची संभाव्यता १/८० इतकी आहे. जेव्हा तुम्ही दुसऱ्या विद्यार्थ्यांची निवड करता तेव्हा ७९ विद्यार्थी उरलेले असतात म्हणजे दुसरा विद्यार्थी निवडण्याची संभाव्यता ही १/८० नसते, तर १/७९ इतकी असते. पुढच्या विद्यार्थ्यांच्या निवडीची संभाव्यता १/७८ आहे. जेव्हा तुम्ही २० विद्यार्थ्यांची निवड कराल तोवर तिच्या/त्याच्या निवडीची संभाव्यता १/६१ आहे. अशा प्रकारच्या निवडीला **बदली न करता नमुना** असे म्हणतात. परंतु हे आपल्या यादृच्छिकरणाच्या व्याख्येच्या विरुद्ध आहे; म्हणजे प्रत्येक घटकाला निवडीची समान आणि स्वतंत्र संधी असली पाहिजे. दुसऱ्या पद्धतीला **बदली केलेला नमुना** असे म्हणतात, यात निवडलेला घटक नमुना लोकसंख्येतून बदली केला जातो आणि तो

तक्ता १२.३ यादृच्छिक क्रमांकाचा तक्ता वापरून नमुना निवड

	१	२	३	४	५	६	७	८	९	१०
१	४८४६१	१४९५२	७२६१९	७३६८९	५२०५९	३७०८६	६००५०	८६१९२	६७०४९	६४७३९
२	७६५३४	३८१४९	४९६९२	३१३६६	५२०९३	१५४२२	२०४९८	३३९०१	१०३१९	४३३९७
३	७०४३७	२५८६१	३८५०४	१४७५२	२३७५७	२९६६०	६७८४४	७८८१५	२३७५८	८६८१४
४	५९५८४	०३३७०	४२८०६	११३९३	७१७२२	९३८०४	०९०९५	०७८५६	५५५८९	४६८२०
५	०४२८५	५८५५४	१६०८५	५१५५५	२७५०१	७३८८३	३३४२७	३३३४३	४५५०७	५००६३
६	७७३४०	१०४१२	६९१८९	८५१७१	२९८०२	४४७८५	८६३६८	०२५८३	९६४८३	७६५५३
७	५९१८३	६२६८७	९१७७८	८०३५४	२३५१२	९७२१९	६५९२१	०२०३५	५९४८७	९१४०३
८	९१८००	०४२८१	३९९९७	०३९२७	८२५६४	२८७७७	५९०४९	९७५३२	५४५४०	७९४७२
९	१२०६६	२४८१७	८१०९९	४८९४०	६९५५४	५५९२५	४८३७९	१२८६६	४१२३२	२१५८०
१०	६९९०७	९१७५१	५३५१२	२३७४८	६५९०६	९१३८५	८४९८३	२७९१५	४८४९१	९१०६८
११	८०४६७	०४८७३	५४०५३	२५९५५	४८५१८	१३८१५	३७७०७	६८६८७	१५५७०	०८८९०
१२	७८०५७	६७८३५	२८३०२	४५०४८	५६७६१	९७७२५	५८४३८	९१५२९	२४६४५	१८५४४
१३	०५६४८	३९३८७	७८१९१	८८४१५	६०२६९	९४८८०	५८८१२	४२९३१	७१८९८	६१५३४
१४	२२३०४	३९२४६	०१३५०	९९४५१	६१८६२	७८६८८	३०३३९	६०२२२	७४०५२	२५७४०
१५	६१३४६	५०२६९	६७००५	४०४४२	३३१००	१६७४२	६१६४०	२१०४६	३१९०९	७२६४१
१६	५६७९३	३७६९६	२७९६५	३०४५९	९१०११	५१४२६	३१००६	७७४६८	६१०२९	५७१०८
१७	५६४११	४८६०९	३६६९८	४२४५३	८५०६१	४३७६९	३९९४८	८७०३१	३०७६७	१३९५३
१८	६२०९८	१२८२५	८१७४४	२८८८२	२७३६९	८८१८५	६५८४६	९२५४५	०९०६५	२२६५३
१९	६८७७५	०६२६१	५४२६५	१६२०३	२३३४०	८४७५०	१६३१७	८८६८६	८६८४२	००८७९
२०	५२६७९	१९५९९	१३६८७	७४८७२	८९१८१	०१९३९	१८४४७	१०७८७	७६२४६	८००७२
२१	८४०९६	८७१५२	२०७१९	२५२१५	०४३४९	५४४३४	७२३४४	९३००८	८३२८२	३१६७०
२२	८३९६४	५५९३७	२१४१७	४९९४४	३८३५६	९८४०४	१४८५०	१७९९४	१७१६१	९८९८१
२३	३११९१	७५१३१	७२३८६	११६८९	९५७२७	०५४१४	८८७२७	४५५८३	२२५६८	७७७००
२४	३०५४५	६८५२३	२९८५०	६७८८३	०५६२२	८९९७५	७९०४२	२७१४२	९९२५७	३२३४९
२५	५२५७३	९१००१	५२३१५	२६४३०	५४१७५	३०१२२	३१७९६	९८८४२	३७६००	२६०२५
२६	१६५८६	८१८४२	०१०७६	९९४१४	३१५७४	९४७१९	३४६५६	८००१८	८६९८८	७९२३४
२७	८१८४१	८८४८१	६११९१	२५०१३	३०२७२	२३३८८	२२४६३	६५७७४	१००२९	५८२७६
२८	४३५६३	६६८२९	७२८३८	०८०७४	५७०८०	१५४४६	११०३४	९८१४३	७४९८९	२६८८५
२९	१९९४५	८४१९३	५७५८१	७७२५२	८५६०४	४५४१२	४३५५६	२७५१८	९०५७२	००५६३
३०	७९३७४	२३७९६	१६९१९	९९६९१	८०२७६	३२८१८	६२९५३	७८८३१	५४३९५	३०७०५
३१	४८५०३	२६६१५	४३९८०	०९८१०	३८२८९	६६६७९	७३७९९	४८४१८	१२६४७	४००४४
३२	३२०४९	६५५४१	३७९३७	४११०५	७०१०६	८९७०६	४०८२९	४०७८९	५९५४७	००७८३

	१	२	३	४	५	६	७	८	९	१०
३३	१८५४७	७१५६२	९५४९३	३४११२	७६८९५	४६७६६	९६३९५	३१७१८	४८३०२	४५८९३
३४	०३१८०	९६७४२	६१४८६	४३३०५	८४१८३	९९६०५	६७८०३	१३४९१	०९२४३	२९५५७
३५	९४८२२	२४७३८	६७७४९	८३७४८	५९७९९	२५२१०	३१०९३	६२९२५	७२०६१	६९९९१
३६	०४३३०	६०५९९	८५८२८	१९१५२	६८४९९	२७९७७	३५६११	९६२४०	६२२४७	८९५२९
३७	४३७७०	८१५३७	५९५२७	९५६७४	७६६९२	८६४२०	६९९३०	१००२०	७२८८१	१२५३२
३८	५६९०८	७७१९२	५०६२३	४१२१५	१४३११	४२८३४	८०६५१	९३७५०	५९९५७	३१२११
३९	३२७८७	०७१८९	८०५३९	७५९२७	७५४७५	७३९६५	११७९६	७२१४०	४८९४४	७४१५६
४०	५२४४१	७८३९२	११७३३	५७७०३	२९१३३	७११६४	५५३५५	३१००६	२५५२६	५५७९०
४१	२२३७७	५४७२३	१८२२७	२८४४९	०४५७०	१८८८२	०००२३	६७१०१	०६८९५	०८९१५
४२	१८३७६	७३४६०	८८८४१	३९६०२	३४०४९	२०५८९	०५७०१	०८२४९	७४२१३	२५२२०
४३	५३२०१	२८६१०	८७९५७	२१४९७	६४७२९	६४९८३	७१५५१	९९०१६	८७९०३	६३८७५
४४	३४९१९	७८८०१	५९७१०	२७३९६	०२५९३	०५६६५	११९६४	४४१३४	००२७३	७६३५८
४५	३३६१७	९२१५९	२१९७१	१६९०१	५७३८३	३४२६२	४१७४४	६०८९१	५७६२४	०६९६२
४६	७००१०	४०९६४	९८७८०	७२४१८	५२५७१	१८४१५	६४३६२	९०६३७	३८०३४	०४९०९
४७	१९२८२	६८४४७	३५६६५	३१५३०	५९८३८	४९१८१	२१९१४	६५७४२	८९८१५	३९२३१
४८	९१४२९	७३३२८	१३२६६	५४८९८	६८७९५	४०९४८	८०८०८	६३८८७	८९९३९	४७९३८
४९	९७६३७	७८३९३	३३०२१	०५८६७	८६५२०	४५३६३	४३०६६	००९८८	६४०४०	०९८०३
५०	९५१५०	०७६२५	०५२५५	८३२५४	९३९४३	५२३७	९३२३०	६२६६८	७९५२९	६६९६४

स्रोत: स्टॅटिस्टिकल टेबल, तिसरी आवृत्ती एफ. जेम्स राल्फ आणि रॉबर्ट आर. सोकल कॉपीराइट © १९६९, १९८१, १९९४ डब्ल्यू. एच. फ्रीमन आणि कंपनीकडून परवानगी प्राप्त करून वापरले आहे.

तक्ता १२.४ यादृच्छिक क्रमांकाचा तक्ता वापरून निवडलेले घटक

तक्ता १२.३ मधील रकाने	निवडलेले घटक
९	४९, २३२, ५२, २९, ६५, २४६, १६१, २४३, ६१, २१३, ३४, ४०
१०	६३, ६८, १०८, ७२, २५, २३४, ४४, २११, १५६, २२०, २३१
२	१४९, २४६

जर परत निवडला गेला तर तो काढून टाकला जाऊन दुसरा निवडला जातो. जर नमुना लोकसमुदाय फार मोठा असेल तर अशावेळी त्याच घटकाची दोनदा निवड होण्याची संभाव्यता अतिशय दुर्मीळ असते.

विशिष्ट यादृच्छिक/संभाव्यता नमुना आराखडा

सामान्यत: वापरले जाणारे यादृच्छिक नमुना निवड आराखडे तीन प्रकारचे आहेत: साधा यादृच्छिक नमुना (एसआरएस), स्तरित यादृच्छिक नमुना आणि समूह नमुना.

पायरी १ लोकसमुदायातील सर्व घटक किंवा नमुना एकक यांना एक क्रमांक द्या.

पायरी २ नमुना आकार (n) निश्चित करा.

पायरी ३ मत्स्यवाटी सोडत, यादृच्छिक क्रमांकाचा तक्ता किंवा संगणक प्रणाली वापरून (n) ची निवड करा.

आकृती १२.४ साधा यादृच्छिक नमुना निवड करायची रीत

साधा यादृच्छिक नमुना

ही संभाव्यता नमुना निवडीसाठी सर्वसामान्यपणे बहुतांशाने वापरली जाणारी पद्धत आहे. यादृच्छिकरणाच्या व्याख्येत नमूद केल्याप्रमाणे, लोकसमुदायातील प्रत्येक घटकाला निवडीची समान आणि स्वतंत्र संधी दिली जाते. **साधा यादृच्छिक नमुना** निवड आकृती १२.४मध्ये दाखवल्याप्रमाणे निवड केला जातो.

हे समजून सांगण्यासाठी आपण पुन्हा एकदा वर्गातील विद्यार्थ्यांचे उदाहरण घेऊया. एका वर्गामध्ये ८० विद्यार्थी आहेत, आणि म्हणून सुरुवातीला प्रत्येक विद्यार्थ्याला १ ते ८० असे क्रमांक देऊया. समजा, तुम्ही साधी यादृच्छिक नमुना निवड पद्धती वापरून २० नमुने निवडायचे ठरवले आहे.

स्तरित यादृच्छिक नमुना

चर्चा केल्याप्रमाणे, तुमच्या अंदाजाची अचूकता, ही मोठ्या प्रमाणात तुम्ही अभ्यासाधीन लोकसमुदायाच्या गुणवैशिष्ट्यांतील अनियमितता किंवा बहुजिनसीत्व याविषयी तुम्ही तुमच्या अभ्यासातून जे निश्चित करायचा प्रयत्न करीत आहात त्याच्याशी घट्ट सहसंबंध असण्यावर, अवलंबून आहे (तत्त्व ३). याचा अर्थ, लोकसंख्येतील भिन्नता ही निवडलेल्या नमुन्यात काही कारणांमुळे कमी झाली तर तुमच्या अंदाजात तुम्ही मोठ्या प्रमाणात अचूकता संपादन करू शकाल. **स्तरित यादृच्छिक नमुना** हा या तर्कावर आधारित असतो.

स्तरित यादृच्छिक नमुन्यामध्ये संशोधक लोकसमुदायाचे असे स्तर पाडतो की एका विशिष्ट स्तरातील लोकांमधील गुणवैशिष्ट्यांत एकजिनसीपणा असेल व त्या आधारावर त्यांचे स्तर पडतील. स्तरीकरणाचा आधार असलेली लोकसमुदायातील वैशिष्ट्ये ही स्पष्टपणे ओळखता येणे महत्त्वाचे आहे. उदाहरणार्थ, लोकसमुदायाचे स्तर हे वय, उत्पन्न किंवा अभिवृत्ती यावर करण्यापेक्षा लिंगावर आधारित असावेत. जे गुणवैशिष्ट्य स्तरीकरणाचा आधार आहे ते तुम्ही जे अन्वेषण करणार आहात, त्या मुख्य चलाशी संबंधित असणे हेसुद्धा महत्त्वाचे आहे. एकदा तुम्ही नमुना लोकसमुदाय एकमेकांवर न पसरल्या जाणाऱ्या गटांमध्ये वेगळे केलेत की प्रत्येक गटातून साधा यादृच्छिक नमुना तंत्राने प्रत्येक स्तरातून हवे तितके घटक निवडू शकता. स्तरित नमुना निवडीचे दोन प्रकार आहेतः **प्रमाणबद्ध स्तरित नमुना** आणि **अप्रमाणबद्ध स्तरित नमुना**. प्रमाणबद्ध स्तरित नमुना निवडीत प्रत्येक स्तरातील लोकसमुदायानुसार त्या त्या प्रमाणात नमुना निवड केली जाते. याउलट अप्रमाणबद्ध निवडीत स्तरातील लोकसमुदायाचे प्रमाण विचारात घेतले जात नाही. स्तरित नमुना निवडीच्या योजनेचा आराखडा आकृती १२.५ मध्ये सादर केला आहे.

समूह नमुना निवड

साधा नमुना आणि स्तरित नमुना हे संशोधकाच्या लोकसमुदायातील प्रत्येक घटक निवडण्याच्या क्षमतेवर आधारित असते. एकूण नमुना लोकसमुदाय जर लहान असेल तर हे सोपे असते, परंतु लोकसमुदाय जर व्यापक

पायरी १ नमुना लोकसमुदायातील सर्व घटक किंवा नमुना निवड एकक शोधा.
पायरी २ ज्यात तुम्हाला तुमच्या लोकसमुदायाचे स्तरीकरण (K) करावयाचे आहे अशा वेगवेगळ्या स्तरांचा शोध घ्या.
पायरी ३ प्रत्येक घटक नेमक्या स्तरावर नेमक्या ठिकाणी ठेवा.
पायरी ४ प्रत्येक स्तरातील प्रत्येक घटकाला स्वतंत्र क्रमांक द्या.
पायरी ५ एकूण नमुना आकार (n) निश्चित करा.
पायरी ६ तुम्हाला प्रमाणबद्ध निवड करायची आहे की अप्रमाणबद्ध स्तरित नमुना निवड करायची आहे ते ठरवा आणि पुढील पायऱ्यांचे अनुसरण करा.

अप्रमाणबद्ध स्तरित नमुना	प्रमाणबद्ध स्तरित नमुना
पायरी ७ प्रत्येक स्तरातून किती घटक निवडायचे आहेत ते निश्चित करा. $= \frac{\text{नमुना आकार (एन)}}{\text{स्तरांची संख्या (के)}}$	पायरी ७ अभ्यासाधीन लोकसमुदायातील प्रत्येक स्तरातून प्रमाणबद्ध नमुना निश्चित करा (*पी*) $= \frac{\text{प्रत्येक स्तरातील घटक}}{\text{एकूण लोकसंख्येचा आकार}}$
पायरी ८ प्रत्येक स्तरातून साध्या यादृच्छिक नमुना निवडीने हवी असलेली संख्या निवडा.	पायरी ८ प्रत्येक स्तरातील निवड केल्या जाणाऱ्या घटकांची संख्या निश्चित करा = (नमुना आकार) × *पी* पायरी ९ प्रत्येक स्तरातून साध्या यादृच्छिक पद्धतीने हवी असलेली संख्या निवडा.
या पद्धतीत नमुना निवड करताना स्तराचा आकार विचारात घेतला जात नाही. म्हणून याला अप्रमाणबद्ध स्तरित नमुना असे म्हणतात.	या पद्धतीत नमुना निवड करताना प्रत्येक स्तराच्या लोकसमुदायाच्या आकारमानानुसार नमुना निवड केली जाते म्हणून याला प्रमाणबद्ध स्तरित नमुना असे म्हणतात.

आकृती १२.५ स्तरित नमुना निवडीची रीत

असेल – जसे, एखादे शहर, राज्य किंवा देश – तर मात्र नमुना एकक शोधणे हे खर्चिक आणि अवघड असते. अशा वेळी समूह नमुन्याचा वापर करणे हे सगळ्यात योग्य.

समूह नमुना हा संशोधकाच्या नमुना लोकसमुदायाच्या गटांत विभाजन करण्याच्या (दृश्य किंवा सहज लक्षात येईल अशा वैशिष्ट्यांवर) कौशल्यावर आधारित असतो, अशा गटांना समूह असे म्हणतात, आणि यात प्रत्येक गटातील घटकांची निवड ही साधा यादृच्छिक नमुना या तंत्राद्वारे केली जाते. समूह हे एकच भौगोलिक परिसर या आधारावर किंवा समान गुणवैशिष्ट्ये जे अभ्यासाच्या (स्तरित नमुन्याप्रमाणे) मुख्य चलांशी असणाऱ्या सहसंबंधांच्या आधारे तयार करता येऊ शकतात. समूहाच्या पातळीनुसार कधी कधी नमुना निवड ही वेगवेगळ्या पातळ्यांवर करावी लागते. या पातळ्या वेगवेगळ्या समूहांचे वेगवेगळे टप्पे प्रस्थापित करतात (एक, दुप्पट, बहुविध), ज्यांचे स्पष्टीकरण पुढे केले जाईल.

कल्पना करा की तुम्हाला ऑस्ट्रेलियातील माध्यमिकोत्तर विद्यार्थ्यांचे देशातील उच्च शिक्षणाच्या बाबतीतील समस्यांप्रती असलेल्या प्रवृत्तींचे अन्वेषण करायचे आहे. ऑस्ट्रेलियातील प्रत्येक राज्य आणि प्रांतात उच्च शिक्षण संस्था आहेत. याशिवाय, तिथे वेगवेगळ्या प्रकारच्या संस्था आहेत (पहा, आकृती १२.६)ः विद्यापीठे, तंत्रज्ञान विद्यापीठे, प्रगत शिक्षण महाविद्यालये आणि तंत्रज्ञान महाविद्यालये आणि पुढील शिक्षण (टीएएफइ). या प्रत्येक संस्थेत पदवीपूर्व आणि पदव्युत्तर पातळीवरील अनेक अभ्यासक्रम आहेत. प्रत्येक शैक्षणिक अभ्यासक्रम ३ ते ४ वर्षांचा आहे. यावरून तुम्हाला कामाचा एकूण आवाका लक्षात आला असेल. अशा परिस्थितीत यादृच्छिक नमुना निवडताना समूह नमुना निवडणे हे अतिशय उपयोगी आहे.

समूह नमुना निवडण्याची पहिली पातळी ही राज्य किंवा प्रदेश असू शकते. एकाच प्रकारची वैशिष्ट्ये असलेले गट असू शकतात. परंतु त्यातील विद्यार्थ्यांची संख्या तुलनात्मकरित्या योग्य असली पाहिजे. उदाहरणार्थ, जर तुम्ही सगळी राज्ये घेण्यापेक्षा सामाजिक-आर्थिक आणि लोकसांख्यिक वैशिष्ट्यांनुसार तुलनात्मक दृष्टिकोनातून काही राज्ये निवडू शकाल, यात सर्व राज्ये निवडण्यापेक्षा समूहामधून एक किंवा दोन राज्ये तुमच्या अभ्यासाचा भाग म्हणून निवडू शकाल. सहजासहजी हे जर का शक्य नसेल तर तुम्ही सर्व राज्ये व सर्व प्रदेश निवडण्याचे निश्चित करून त्यातून संस्थात्मक पातळीवर नमुना निवडू शकता. अशाच प्रकारे तुम्ही शैक्षणिक संस्थांची निवडही करू शकता. जर सर्व विद्यापीठे विद्यार्थ्यांच्या गुणवैशिष्ट्यांनुसार तुलनात्मक असतील तर अशावेळी तुम्ही तुमच्या अभ्यासासाठी यादृच्छिकपणे एकाची किंवा दोघांची निवड करू शकता. अशाच प्रकारे, तुम्ही इतर वर्गातील उच्च शिक्षण देणाऱ्या एक किंवा दोन संस्थांची निवड करू शकता. उदाहरणार्थ, साध्या यादृच्छिक तंत्राने प्रत्येक वर्गातील प्रत्येक राज्यातील एक किंवा दोन संस्थांची निवड करू शकता, (एक विद्यापीठ, एक तंत्रज्ञान विद्यापीठ आणि एक तांत्रिक आणि पुढील शिक्षण संस्था). एकाच प्रकारच्या संस्थेतील विद्यार्थ्यांची वैयक्तिक माहिती साधारणपणे एकसारखीच असते, या गृहीतकावर आधारित हा पूर्वग्रह आहे. यानंतर, उपलब्ध संसाधनांनुसार संस्थेअंतर्गत तुम्ही यादृच्छिकपणे एक किंवा दोन शैक्षणिक कार्यक्रम निवडू शकता. निवडलेल्या प्रत्येक अभ्यासक्रमातील, विशिष्ट वर्षात शिक्षण घेणाऱ्या विद्यार्थ्यांची निवड करता येऊ शकते. त्यापुढे त्या विशिष्ट शैक्षणिक वर्षात शिकणाऱ्या विद्यार्थ्यांची साधा यादृच्छिक नमुना तंत्राद्वारे निवड करता येऊ शकते. या पद्धतीने नमुना निवड करणाच्या पद्धतीला *बहुटप्पे समूह नमुना निवड* असे म्हणतात.

संख्यात्मक संशोधनात अ-यादृच्छिक/अ-संभाव्यता नमुना आराखडा

नमुना लोकसमुदायातून घटकांची निवड करण्याचा संभाव्यता सिद्धान्त **असंभाव्यता नमुना आराखड्यात** वापरला जात नाही. हे आराखडे जर लोकसमुदायातील घटक माहीत नसतील तर किंवा घटक वैयक्तिकरित्या शोधता येत नसतील तर वापरले जातात. अशा परिस्थितीत घटकांची निवड ही इतर संबंधित बाबींवर अवलंबून असते. वेगवेगळ्या विचारांवर आधारित असलेल्या आणि सामान्यतः गुणात्मक आणि संख्यात्मक अशा दोन्ही संशोधनात वापरल्या जाणाऱ्या अ-यादृच्छिक नमुना आराखड्याचे सहा प्रकार आहेतः नियतांश नमुना, अदमासे नमुना, सोयीस्कर नमुना, सुज्ञ किंवा हेतुपूर्वक नमुना, तज्ज्ञ नमुना आणि सीमित नमुना.

पूर्वनिश्चित नमुना यावरून हे आराखड्यांमध्ये गुणात्मक किंवा संख्यात्मक असा भेद करता येतो. संख्यात्मक संशोधनात तुम्ही व्यष्टींचा संख्येच्या (नमुना आकार) पूर्वनिश्चितीसाठी या आराखड्याचा उपयोग करता, याउलट गुणात्मक संशोधनात तुम्ही प्रतिसादकांची संख्या अगोदर निश्चित करत नाही तर तथ्य **संपृक्तता बिंदू**ला पोहोचेपर्यंत तुम्ही प्रतिसादक निवडत असता. याशिवाय, गुणात्मक संशोधनात तुम्ही हेतुपूर्वक अंदाजित आणि अदमासे नमुना रणनीती प्रतिसादकांच्या निवडीसाठी वापरता. तज्ज्ञ नमुना हा सुज्ञ नमुन्याशी मिळताजुळता

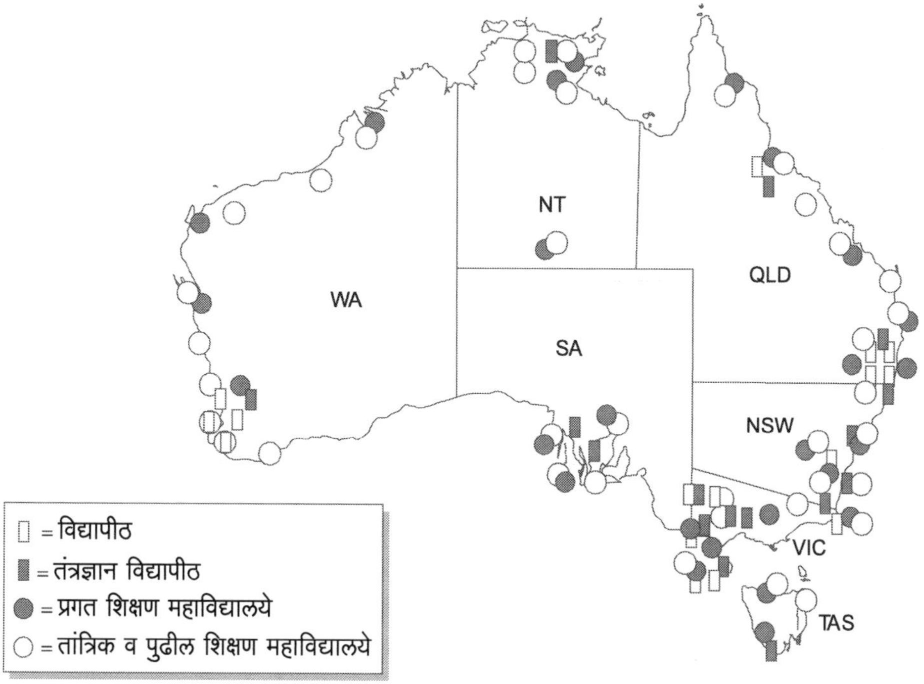

आकृती १२.६ समूह नमुन्याची संकल्पना

आहे, फक्त तज्ज्ञ नमुन्यामध्ये चौकशी करावयाच्या क्षेत्रातील तज्ज्ञ व्यक्तींची नमुना म्हणून निवड केली जाते. गुणात्मक संशोधनात तुम्ही नियतांश नमुना आणि सीमित नमुना हा व्यष्टी संख्या (नमुना आकार) पूर्वनिश्चित न करता वापरू शकता.

नियतांश नमुना

संशोधकाला नमुना लोकसमुदायापर्यंत सहजपणे पोहोचता यावे हा नियतांश नमुन्यामागील महत्त्वाचा विचार आहे. याशिवाय, तुमच्या सोयीसाठी, तुमच्या अभ्यासाधीन लोकसमुदायाच्या, तुम्हाला स्वारस्य असलेल्या, वंश किंवा लिंग यांसारख्या दृश्य वैशिष्ट्यांवरून मार्गदर्शन मिळू शकते. संशोधक म्हणून तुम्हाला सोयीच्या असलेल्या ठिकाणाचा नमुना तुम्ही निवडता; जेव्हा तुम्हाला एखाद्या व्यक्तीमध्ये ही दृश्य वैशिष्ट्ये दिसतात तेव्हा तुम्ही त्यांना अभ्यासात सहभागी होण्याविषयी विचारू शकता. तुम्हाला हव्या असलेल्या प्रतिसादकांचा (नियतांश) आकडा मिळेपर्यंत ही प्रक्रिया चालू राहते.

समजा, तुम्हाला आदिवासी आणि टोरेस स्ट्रेट बेटावरील विद्यार्थ्यांची विद्यापीठाकडून पुरविल्या जाणाऱ्या सोयीसुविधांबाबतची अभिवृत्ती जाणून घ्यायची आहे. अशा वेळी तुम्ही तुमच्या सोयीच्या जागी उभे राहून जेव्हा तुम्हाला विद्यार्थी दिसतील तेव्हा तुम्ही त्यांच्याकडून जी काही संशोधन पद्धती ठरवली आहे त्याद्वारे तथ्य संकलित करू शकता (जसे की, मुलाखत, प्रश्नपत्रिका).

हा आराखडा वापरण्याचे फायदे असे आहेतः हा सर्वात कमी खर्चाचा नमुना निवडीचा मार्ग आहे; तुम्हाला लोकसमुदायाबाबतची नमुना चौकट, एकूण घटकांची संख्या, त्यांचे राहण्याचे ठिकाण किंवा नमुना लोकसमुदायाबाबत इतर माहितीची गरज असते; शिवाय तुम्हाला हव्या त्याच प्रकारच्या व्यक्तींचा समावेश होईल याची खात्री असते. याचे तोटे म्हणजेः ज्यांच्याकडून माहिती घेतली जाणार आहे ती संभाव्यता संख्या असणार नाही त्यामुळे यातून मिळालेल्या अनुमानांचे एकूण सर्व लोकसंख्येसाठी सामान्यीकरण करता येणार नाही; एकाच भागातील, ज्यांच्यापर्यंत सहज पोहोचता येईल असा नमुना निवडला तर त्या भागातील लोकांची असलेली वेगळी वैशिष्ट्ये त्यांच्यात असतील त्यामुळे हे कदाचित एकूण नमुना लोकसमूहाचे खऱ्या अर्थाने प्रतिनिधित्व करू शकणार नाही. तुम्ही वेगवेगळ्या ठिकाणाहून अधिक प्रातिनिधिक होईल आणि तुमच्या अभ्यासात रुची असलेले व तुम्हाला उपलब्ध होतील अशांची निवड करू शकता.

अदमासे नमुना

नमुना लोकसमुदायाची सहज उपलब्धता यावर **अदमासे नमुना** आधारित असतो. याउलट नियतांश नमुन्यामध्ये उघड/दृश्य गुणधर्म असलेल्या व्यक्तींचा समावेश होतो. परंतु अदमासे नमुन्यात मात्र असा प्रयत्न केला जात नाही. तुमच्या नमुना निवडीमध्ये तुम्ही निश्चित केलेल्या संख्येइतक्या प्रतिसादकांकडून तथ्य संकलन करण्याचे काम तुम्ही थांबवता.

बाजारपेठेचे सर्वेक्षण आणि वर्तमानपत्रातील वार्ताहर यांमध्ये सामान्यतः नमुना निवडीची हीच पद्धत वापरली जाते. कमी-अधिक प्रमाणात नियतांश नमुना निवडीसारखेच यात फायदे आणि तोटे आहेत. पण याशिवाय, लोकांची उघडपणे लक्षात येणारी गुणवैशिष्ट्ये दिसणार नाहीत आणि संपर्क केलेल्या काही लोकांकडे अपेक्षित असलेली माहिती मिळणार नाही.

सोयीस्कर नमुना

अदमासे आणि **सोयीस्कर नमुना** आराखडा यांमध्ये मोठ्या प्रमाणावर एकसारखेपणा आहे. सोयीस्कर नमुना हा प्राथमिकत: संशोधकाच्या सोयीनुसार तयार केलेला असतो. ही सोय म्हणजे, सहज संपर्क करण्याजोगा, भौगोलिक सान्निध्य असलेला, संपर्कातील ज्ञात व्यक्ती, अभ्यासात सहभागी होण्याची संमती किंवा समूहाचा भाग होण्याची तयारी या बाबी पाहिल्या जातात. **अदमासे नमुना** हा प्रामुख्याने जिथे तुम्हाला तुमचे संभाव्य प्रतिसादक असतील अशा ठिकाणी निवडला जातो, हे ठिकाण कदाचित तुम्हाला खूप सोयीचे असेल किंवा नसेलही. तुम्ही हवी असलेली माहिती, तुम्हाला आवश्यक असलेल्या संख्येइतक्या प्रतिसादकांकडून संकलित करेपर्यंत किंवा संपृक्तता बिंदू येईपर्यंत, तुम्हाला ज्यामध्ये स्वारस्य आहे अशा व्यक्तींकडून घ्यावी.

सुज्ञ किंवा हेतुपूर्वक नमुना

सुज्ञ नमुना किंवा **हेतुपूर्वक नमुना** यामध्ये, प्राथमिकतः तुमच्या अभ्यासाची उद्दिष्टे साध्य करण्यासाठी तुम्हाला सर्वात उत्तम माहिती कोण देऊ शकेल याबद्दलचा तुमचा अंदाज हा मुख्य विचार असतो. तुम्ही केवळ अशा व्यक्तींनाच भेटता ज्यांच्याकडे, तुमच्या मते, तुम्हाला हवी असलेली माहिती असते आणि ते ती तुम्हाला देण्यास तयार असतात.

ह्या प्रकारचा नमुना हा तुम्ही ऐतिहासिक घटनांचा वास्तविक शोध, घटनेचे वर्णन किंवा ज्याविषयी अत्यल्प माहिती उपलब्ध असते त्याबाबत अधिक जाणून घेण्यासाठी अतिशय उपयोगी असतो. ही नमुना निवड पद्धती

सामान्यतः गुणात्मक संशोधनात वापरलेली दिसते, परंतु जेव्हा तुम्ही ती संख्यात्मक संशोधन पद्धतीत वापरता तेव्हा, तुमच्या अंदाजाने, तुमच्या अभ्यासासाठी आवश्यक माहिती देणाऱ्या, निवडावयाच्या योग्य व्यक्तींची संख्या ही पूर्वनिश्चित असते.

तज्ज्ञ नमुना

सुज्ञ नमुना आणि **तज्ज्ञ नमुना** यामध्ये केवळ इतकाच फरक आहे की सुज्ञ नमुन्याची भिस्त ही पूर्णतः, प्रतिसादकांची संशोधनात योगदान देण्याची क्षमता, याविषयीच्या तुमच्या अंदाजावर असते. तज्ज्ञ नमुन्यामध्ये मात्र तुमचे प्रतिसादक हे तुम्हाला स्वारस्य असलेल्या क्षेत्रातील तज्ज्ञच असले पाहिजेत. हा नमुना दोन्ही प्रकारच्या संशोधनात वापरला जातो, मात्र गुणात्मक संशोधनात तो अधिक प्रमाणात वापरला जातो. जेव्हा तुम्ही तो गुणात्मक संशोधनात वापरता तेव्हा किती प्रतिसादकांशी संपर्क करायचा हे तथ्य संपृक्तता बिंदूवर अवलंबून असते, याउलट संख्यात्मक संशोधनात तुम्ही संपृक्तता बिंदूचा विचार न करता किती तज्ज्ञ लोकांशी संपर्क करायचा हे ठरवत असता.

सुरुवातीला तुम्ही तुमच्या औत्सुक्याच्या विषयात असलेल्या प्रसिद्ध किंवा मान्यताप्राप्त केलेल्या व्यक्तींचा शोध घ्याल, सहभागासाठी त्यांची संमती मिळवाल, आणि नंतर एकतर गटाच्या रूपाने एकत्रित किंवा वैयक्तिकरित्या माहिती प्राप्त कराल.

सीमित नमुना

सीमित नमुना ही संपर्कजाल वापरून नमुना निवड करणारी प्रक्रिया आहे. सुरुवातीला, गटातील किंवा संस्थेतील काही व्यक्तींची निवड केली जाते व त्यांच्याकडून हवी असलेली माहिती मिळवली जाते. नंतर त्यांना त्यांच्या गटातील किंवा संस्थेतील इतर लोकांची निवड करण्यास सांगितले जाते, आणि त्यांच्याकडून निवडले गेलेले लोक हे नमुन्याचा एक भाग होतात. त्यांच्याकडून माहिती संकलित केली जाते आणि नंतर त्यांना गटातील इतर व्यक्तींची निवड करायला सांगितले जाते, व त्यांनी निवड केलेल्या व्यक्ती आपोआपच पुढील तथ्य संकलनाचा आधार ठरतात (आकृती १२.७). ही पद्धत नमुना आकार हा अपेक्षित संख्येइतका होईपर्यंत किंवा **संपृक्तता बिंदू** येईपर्यंत, म्हणजेच एका अर्थाने माहिती संकलित होईपर्यंत केली जाते.

ज्या गटाचा किंवा संस्थेचा तुम्हाला अभ्यास करायचा आहे, त्यांच्याविषयी तुम्हाला जर अत्यल्प माहिती असेल तर हे नमुना तंत्र उपयोगी पडते, कारण तुम्हाला अगदी कमी लोकांशी संपर्क करायचा असतो व ते तुम्हाला गटातील इतर सदस्यांपर्यंत पोहोचवत असतात. दळणवळणाचे प्रकार, निर्णयक्षमता किंवा ज्ञानाचा प्रसार यांचा गटांतर्गत अभ्यास करण्यासाठी ही पद्धती उपयोगी ठरते. तरीसुद्धा, या तंत्राचे काही तोटेही आहेत. संपूर्ण नमुना निवड ही पहिल्या टप्प्यावरील व्यक्तींच्या निवडीवर आधारित असते. जर ते एखादया गटाशी संबंधित असतील किंवा त्यांचे पूर्वग्रह बळकट असतील तर अभ्यासही कदाचित पूर्वग्रहदूषित होऊ शकतो. शिवाय, जेव्हा नमुना आकाराने काहीसा मोठा होतो तेव्हा हे तंत्र वापरणे कठीण होते.

पद्धतशीर नमुना आराखडाः संमिश्र आराखडा

पद्धतशीर नमुना आराखडा हा या पुस्तकात ‘संमिश्र’ नमुना आराखडा या प्रकारात हाताळला आहे. कारण, यात यादृच्छिक आणि अयादृच्छिक नमुना आराखड्याची गुणवैशिष्ट्ये आहेत.

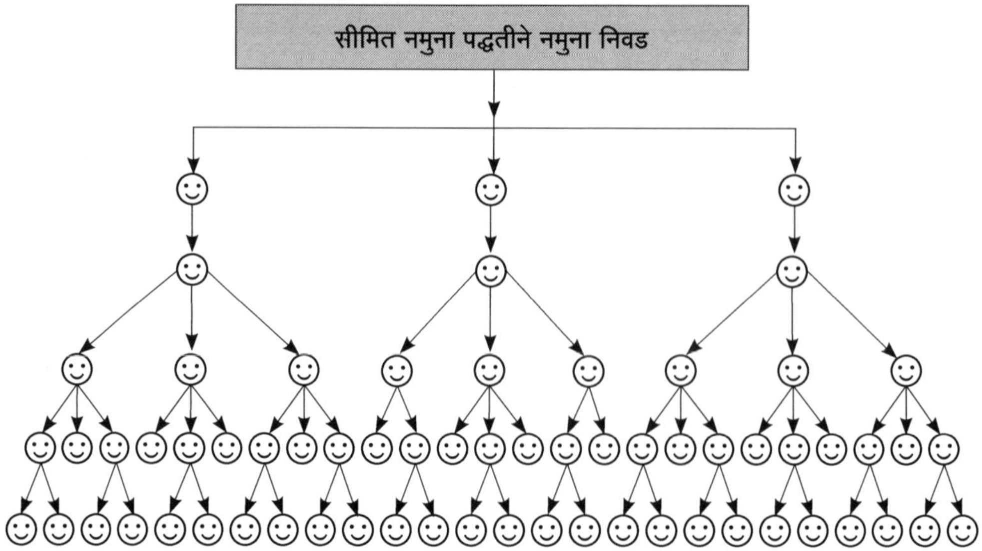

आकृती १२.७ सीमित नमुना पद्धतीने निवड

पद्धतशीर नमुना आराखडा वापरण्यासाठी तुम्हाला तुमच्या अभ्यासाधीन लोकसमुदायाची नमुना चौकट असायलाच हवी; जिथे अभ्यासाधीन लोकसमुदायाच्या दैनंदिन नोंदी हा सेवेचा भाग म्हणून ठेवल्या जातात अशा ठिकाणी हा नमुना उपयोगी असतो. पद्धतशीर नमुन्यामध्ये नमुना चौकट ही विविध विभागात विभाजित केली जाते, ज्याला मध्यन्तर असे म्हणतात. त्यानंतर, पहिल्या मध्यन्तरातून साधा यादृच्छिक नमुना तंत्राने एक घटक निवडला जातो. त्यामागोमाग येणाऱ्या घटकांची इतर मध्यन्तरातून करायची निवड ही पहिल्या मध्यन्तराच्या स्थितीवर अवलंबून असते. हा जर पहिल्या मध्यन्तराचा पाचवा घटक असेल, तर त्यानंतर येणाऱ्या प्रत्येक पाचव्या मध्यन्तराची निवड झाली पाहिजे. पहिल्या मध्यन्तरापासून घटकांची निवड ही यादृच्छिक आधारावर होईल याकडे लक्ष द्या, परंतु त्यापाठोपाठच्या मध्यन्तराची निवडही पहिल्या मध्यन्तराच्या निवडीवर अवलंबून आहे, त्यामुळे ही पद्धत यादृच्छिक नमुना म्हणून वर्गीकृत केली जाऊ शकत नाही. पद्धतशीर नमुन्यामध्ये वापरली जाणारी रीत आकृती १२.८ मध्ये दर्शविली आहे.

साधा यादृच्छिक नमुना तंत्राद्वारे प्रत्येक मध्यन्तरातून वेगवेगळे घटक निवडून, तुम्ही नमुना निवड करण्यासाठी पद्धतशीर नमुना निवड तंत्र वापरून नमुना निवडीच्या सर्वसाधारण पद्धतीकडे जाऊ शकता. या मार्गाने केलेले पद्धतशीर नमुन्याचे संभाव्यता नमुना आराखड्यात वर्गीकरण करता येऊ शकेल.

नमुना निवड करण्यासाठी तुम्हाला नमुना चौकट ही गरजेची आहे (आकृती १२.९). काही वेळा हे अशक्य असते किंवा मिळवणे एखाद्याकरिता खूप खर्चिक असू शकते. तरीसुद्धा, वास्तव जीवनात अशी परिस्थिती असते जिथे नमुना चौकटीसारखा प्रकार अस्तित्वात असतो, उदाहरणार्थ, अशिलांच्या अभिकरणामधील नोंदी, शाळा किंवा विद्यापीठातील विद्यार्थ्यांची प्रवेशयादी, विशिष्ट भागात राहणाऱ्या मतदारांची यादी किंवा संस्थेतील कर्मचाऱ्यांच्या नोंदी. या सगळ्यांचा उपयोग पद्धतशीर नमुना निवड करण्यासाठी करता येऊ शकतो. ही सोईस्कर 'तयार' नमुना चौकट वापरण्यासाठी काही किंमत मोजावी लागतेः काही प्रसंगात ती कदाचित वास्तवात

पायरी १ अभ्यासाधीन लोकसमुदातील (N) घटकांची यादी करा.

पायरी २ पहिल्या नमुना आकारावर निर्णय घ्या (n).

पायरी ३ मध्यन्तराची (k) रुंदी निश्चित करा.

$$k = \frac{\text{एकूण लोकसंख्या } (N)}{\text{नमुना आकार } (n)}$$

पायरी ४ साधा यादृच्छिक नमुना वापरून पहिल्या मध्यन्तरातील (पहिल्या जागी असलेली) घटकाची निवड करा.

पायरी ५ ith घटकाची पाठोपाठ येणाऱ्या घटकामधून निवड करा.

आकृती १२.८ पद्धतशीर नमुना निवड करायची रीत

यादृच्छिक यादी नसेल. बहुतेक वेळा त्या त्या व्यक्तीला दिलेल्या अनुक्रमानुसार या याद्या अकारविल्हे तयार केल्या जातात, किंवा नोंदी वापरणाऱ्यांच्या दृष्टीने सोयीच्या व्हाव्यात अशी त्यांची रचना केलेली असते. जर 'मध्यन्तराची रुंदी' जास्त असेल म्हणजे ३० मध्ये १ व्यष्टी, आणि जर व्यष्टी आद्याक्षरांप्रमाणे रचना केलेल्या असल्यास तुम्ही सर्वसामान्य नसलेली आडनावे वगळू शकता. मध्यान्तराच्या रुंदीत लागून असलेल्या अक्षरांचा तुम्ही समावेश न करणे हेसुद्धा शक्य आहे.

समजा, एका वर्गात ५० विद्यार्थी आहेत आणि तुम्ही पद्धतशीर नमुना तंत्राने १० विद्यार्थी निवडायचे ठरवले आहे. याची पहिली पायरी म्हणजे मध्यन्तराची रुंदी (५०/१० = ५) अशी निश्चित करा. याचा अर्थ, प्रत्येक पाच विद्यार्थ्यांमधून तुम्हाला एक विद्यार्थी निवडायचा आहे. साधा यादृच्छिक नमुना निवड तंत्राने पहिल्या मध्यान्तरापासून (पहिले पाच विद्यार्थी), यापैकी एकाची निवड करा. समजा, तुम्ही तिसऱ्याची निवड केलीत, तर उरलेल्या मध्यन्तरातून तुम्ही प्रत्येक तिसऱ्या विद्यार्थ्याचीच निवड कराल.

नमुना आकाराची गणना

संख्यात्मक संशोधनात कोणता नमुना आकार हा उचित आहे? मूलतः हे तुम्ही तुमच्या अनुमानांचे काय करणार आहात आणि कोणत्या प्रकारचे संबंध तुम्ही प्रस्थापित करू इच्छित आहात यावर अवलंबून आहे. संशोधन हाती घेण्यातील तुमचा उद्देश हाच त्याच्या निष्कर्षांच्या अचूकतेची पातळी हा निर्धारक असतो आणि ही अचूकतेची पातळी हा नमुना आकार हा महत्त्वाचा निर्धारक आहे. असे असले तरीही, गुणात्मक संशोधनात, एखादी परिस्थिती, समस्या, प्रक्रिया किंवा घटना यांचे अन्वेषण किंवा वर्णन करणे यावर लक्ष केंद्रित असल्याने नमुना आकार हा कमी महत्त्वाचा असतो. तुम्ही सामान्यतः नवी माहिती शोधण्याच्या म्हणजेच संपृक्ततेच्या बिंदूला पोहोचेपर्यंत तथ्य संकलित करत असता. एकदा का तुम्हाला वाटले की तुम्हाला प्रतिसादकांकडून फारशी नवीन तथ्य मिळत नाही, अशा वेळी तुम्ही माहिती संकलन करणे थांबवता. अर्थात, तुम्ही संपृक्ततेच्या बिंदूकडे किती लवकर पोहोचता यात तुम्ही ज्या शोधायचा प्रयत्न करीत आहात त्या विविधता किंवा बहुजिनसीपणा या बाबी महत्त्वाची भूमिका बजावत असतात. नियम म्हणूनः *तुम्ही जे शोधण्याचा प्रयत्न करत आहात त्यात जेवढी विविधता किंवा बहुजिनसीपणा जास्त, तितके संपृक्ततेच्या बिंदूपर्यंत पोचण्यासाठी तुम्हाला जास्त संपर्क करावे लागतात.*

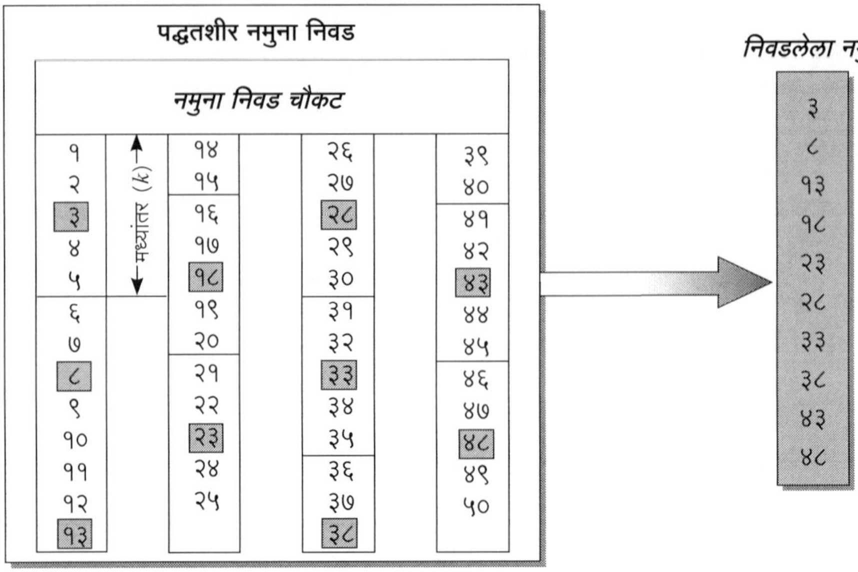

आकृती १२.९ पद्धतशीर नमुना निवड

संख्यात्मक संशोधनात तुमचा नमुना आकार निश्चितीसाठी आणि विशेष करून कारण आणि परिणाम अभ्यास याकरिता तुम्हाला खालील बाबी विचारात घ्याव्या लागतील:

- कोणत्या *विश्वास पातळीवर* तुम्हाला तुमचे निष्कर्ष, अनुमाने किंवा गृहीतकृत्ये तपासून बघायची आहेत?
- लोकसमुदायाच्या मापदंडांचे अंदाज वर्तविण्यात तुम्हाला *अचूकतेचे प्रमाण* किती अपेक्षित आहे?
- अभ्यासाधीन लोकसमुदायातील ज्या मुख्य चलाचा तुम्ही अभ्यास करत आहात त्याच्या *विभिन्नतेची पातळी* (प्रमाण विचलन) याबाबतचा तुमचा अंदाज काय आहे?

जरी तुम्ही नमुना आकार स्वत: निश्चित केला असेल किंवा एखादी तज्ज्ञ व्यक्ती तुमच्यावतीने ते करत असेल तरीही, या प्रश्नांची तुम्ही उत्तरे देणे गरजेचे आहे. गृहीतकृत्याच्या चाचणीसाठी किंवा त्यातील सहसंबंध प्रस्थापित करण्यासाठी नमुना आकार ही महत्त्वाची बाब आहे. परंतु इतर अभ्यासासाठी सर्वसाधारण नियम असा आहे: *नमुना आकार जेवढा मोठा तेवढा तुमचा अंदाज अधिक अचूक.* प्रत्यक्ष व्यवहारात, तुमच्या खर्चाचा अंदाज यावर तुमचा नमुना आकार ठरतो. मर्यादित खर्चामध्ये संशोधन करताना तुमचे नमुना निवडीचे कौशल्य हे महत्त्वाचे असते, म्हणजेच नमुना लोकसमुदायात प्रभावीपणे आणि पुरेसे प्रतिनिधित्व असेल अशा पद्धतीने तुम्ही घटकांची निवड करता.

गुणात्मक संशोधनात नमुना निवड

वैविध्याचा शोध घेणे हा गुणात्मक चौकशीतील मुख्य उद्देश असल्याने, नमुना आकार आणि नमुना रणनीती हे नमुना निवडीत महत्त्वाची भूमिका बजावतात. नमुना निवड जर काळजीपूर्वक केली असेल तर, अगदी एका

व्यक्तीकडून मिळालेल्या माहितीच्या आधारेसुद्धा विविधतेचे विस्ताराने आणि अचूकपणे वर्णन केले जाऊ शकते. सर्व अ-संभाव्यता नमुना आराखडा – हेतुपूर्वक, अंदाजित, तज्ज्ञ, अदमासे आणि सीमित नमुना – हे दोन बाबींत फरक करून गुणात्मक संशोधनात वापरता येऊ शकतात.

१. संख्यात्मक संशोधनात तुम्ही पूर्वनिश्चित संख्येइतक्या लोकांकडून माहिती संकलित करता, परंतु गुणात्मक संशोधनात तुमच्या मनात निश्चित नमुना आकार नसतो – त्याऐवजी तुम्ही संपृक्तता बिंदू येईपर्यंत तथ्ये संकलित करत राहता.
२. संख्यात्मक संशोधनात तुम्ही तुमची नमुना निवड इच्छेनुसार यादृच्छिक करता, याउलट गुणात्मक संशोधनात तुम्हाला कोण 'चांगली' माहिती देऊ शकेल, या तुमच्या स्वयंप्रेरित अंदाजानुसार तुम्ही नमुना निवड करता.

गुणात्मक संशोधनात संपृक्तता बिंदू ही संकल्पना

गुणात्मक नमुना आकार

तुम्हाला हे ठाऊकच आहे की, गुणात्मक संशोधनात तुम्हाला नवीन माहिती मिळणे थांबते किंवा मिळत असलेली माहिती नगण्य असते तोपर्यंत तुम्ही तथ्य संकलन करत असता, ज्या बिंदूला तथ्य संपृक्तता बिंदू असे म्हणतात. हा टप्पा नमुना आकार निश्चित करतो.

तुम्ही एक गोष्ट लक्षात ठेवणे महत्त्वाचे आहे की तथ्य संपृक्तता बिंदू हा मुद्दा अतिशय व्यक्तिनिष्ठ आहे. तुम्ही स्वतः तथ्य संकलन करणारे आहात, त्यामळे तुमच्या तथ्य संकलानाचा संपृक्तता बिंदूही तुम्हीच ठरवत असता. संपृक्तता बिंदूपर्यंत तुम्ही किती लवकर पोहोचता ते तुमच्या अभ्यासाधीन घटना किंवा परिस्थितीत किती वैविध्य आहे, यावर अवलंबून असते. वैविध्य जेवढे जास्त तेवढी संपृक्तता बिंदूपर्यंत पोहोचण्याकरिता अधिकाधिक लोकांकडून माहिती मिळवणे तुम्हाला गरजेचे आहे.

जेव्हा तुम्ही एकावेळी एका व्यक्तीकडून माहिती संकलित करत असता तेव्हा संपृक्तता बिंदू ही संकल्पना वापरणे अधिक उपयुक्त ठरते. जिथे माहिती सामूहिक स्तरावर एकत्रितपणे म्हणजे विशिष्ट गट, सामाजिक मंच किंवा तज्ज्ञ समितीची चर्चा यातून जास्तीत जास्त माहिती मिळवण्याचा तुम्ही प्रयत्न करता, जेव्हा नवीन काहीच माहिती पुढे येत नाही, तेव्हा तुम्ही संपृक्तता बिंदूला पोहोचलात असा त्याचा अर्थ होतो.

सारांश

या प्रकरणात तुम्ही नमुना निवडीबाबत, म्हणजेच नमुना लोकसमुदायातून काही थोड्या घटकांची निवड करायची प्रक्रिया शिकलात. नमुना, हा एक प्रकारे अचूकता आणि संसाधन यांची देवघेव आहे. नमुन्याद्वारे तुम्ही तुम्हाला स्वारस्य असलेल्या माहितीचा *अंदाज* घेता. तुम्हाला लोकसमुदायाचा खराखुरा मध्य शोधता येत नाही.

गुणात्मक आणि संख्यात्मक संशोधनात नमुना एककाची निवड करत असताना दोन विरुद्ध तत्त्वे आधारभूत असतात. गुणात्मक संशोधनात नमुना हा अभ्यासाधीन लोकसमुदायाचे प्रतिनिधित्व करेल अशा प्रकारे निवडायचा असतो, आणि जे यादृच्छिकीकरण पद्धतीद्वारे साध्य करता येते. मात्र, गुणात्मक संशोधनात नमुना निवड करण्यामागे, आपल्याला संपूर्ण आणि वैविध्यपूर्ण माहिती कोण देऊ शकेल, याबाबतचा तुमचा अंदाज म्हणजेच तुमचा सूज्ञपणा महत्त्वाचा ठरतो. ही अ-यादृच्छिक प्रक्रिया असते.

गुणात्मक संशोधनात नमुना आकार हा फारसा व्यापक नसतो, आणि तो आधीच निश्चित न होता तथ्य संकलनाच्या दरम्यान तथ्य संपृक्तता बिंदू आल्यावर तो निश्चित होतो.

संख्यात्मक संशोधनात, नमुना निवड प्रक्रिया ही तीन मार्गदर्शक तत्त्वांच्या आधारे होते. पहिले तत्त्व म्हणजे नमुना आकार जेवढा व्यापक तेवढा लोकसमुदाय मध्य याविषयीचा अचूक अंदाज, तो प्राप्त झाल्यास इतर बाबी या एकसारख्याच असतात. नमुना लोकसमुदायातील वैविध्य आणि नमुना आकार यांचा नमुन्याद्वारे काढलेल्या निष्कर्षांवर परिणाम होऊ शकतो.

नमुना आराखड्यांचे यादृच्छिक/संभाव्यता, अ-यादृच्छिक/अ-संभाव्यता नमुना आराखडा आणि संमिश्र नमुना आराखडा यात वर्गीकरण होऊ शकते. ज्या नमुन्याला यादृच्छिक असे म्हटले जाते त्यात अभ्यासाधीन लोकसमुदायातील प्रत्येक घटकाला समान आणि स्वतंत्र निवडीची संधी असली पाहिजे. येथे पुढील तीन यादृच्छिक आराखड्यांची चर्चा केली आहे: साधा यादृच्छिक नमुना, स्तरित यादृच्छिक नमुना आणि समूह नमुना. हे आराखडे वापरून नमुना निवड पद्धतींचे पायरी, पायरीने तपशीलवार वर्णन केले आहे. मत्स्यवाटी तंत्राचा वापर, यादृच्छिक क्रमांकांचा तक्ता आणि खास तयार केलेली संगणक प्रणाली या संभाव्यता नमुना निवडीसाठी सामान्यतः वापरला जाणारा आराखडा आहे.

अ-संभाव्यता नमुना निवडीचे एकूण सहा आराखडे आहेतः नियतांश, अदमासे, सोईस्कर, सुज्ञ, तज्ज्ञ आणि सीमित नमुना. यातील प्रत्येक नमुना हा संख्यात्मक आणि गुणात्मक संशोधनात वेगवेगळ्या परिस्थितीच्या वेळी वेगवेगळ्या उद्दिष्टांसाठी वापरला जातो. संख्यात्मक संशोधनात त्याचे उपयोजन हे नमुना आकारावर आणि गुणात्मक संशोधनात तथ्य संपृक्तता बिंदू यावर आधारित असते.

पद्धतशीर नमुना निवड हा 'संमिश्र' आराखडा आहे आणि यात संभाव्यता व अ-संभाव्यता अशा दोन्ही नमुना आराखड्याची वैशिष्ट्ये सामावलेली असतात.

या प्रकरणाच्या शेवटच्या विभागात नमुना आकार गणनेच्या निर्धारक घटकांचे वर्णन केले आहे. प्रत्यक्ष नमुना निवडीसाठी काही प्रमाणात का होईना संख्याशास्त्रीय ज्ञानाची गरज असल्यामुळे संशोधक म्हणून तुमच्या पातळीवर प्रत्यक्षात नमुना आकाराची गणना यापेक्षाही त्याच्याशी संबंधित बाबींबद्दल जागरूक राहणे पुरेसे आहे. गुणात्मक संशोधनात नमुना आकार हा कमी महत्त्वाचा प्रश्न आहे. कारण, इथे वैविध्याचे प्रमाण मोजणे हा तुमचा उद्देश नसून त्याचे अन्वेषण करणे हा आहे. नवनवीन अनुमानांच्या दृष्टीने वैविध्याचे प्रमाण जेवढे जास्त तेवढा संपृक्तता बिंदू अधिक लवकर प्राप्त होतो.

याचा विचार करा

- प्रकरणाच्या सुरुवातीला दिलेल्या परवलीच्या शब्दांशी स्वतःला पुनःपरिचित करा. जर तुम्ही एखाद्या शब्दाचा अर्थ किंवा उपयोजन याबाबत साशंक असाल तर पुढे जाण्यापूर्वी प्रकरणात पुन्हा त्यांचे वाचन करा.
- संशोधक म्हणून तुमच्या निवडीवर आधारित नमुन्याशी संबंधित बाबी आणि संशोधनात कोणताही पूर्वग्रह येणार नाही याची तुम्ही खात्री कशी करणार याचा विचार करा.
- कर्मचाऱ्यांकरिता नमुना चौकट नसताना एका मोठ्या संस्थेतील २१९ नमुन्यांची निवड तुम्ही कोणता नमुना आराखडा वापरून कराल? हा आराखडा तुम्ही का निवडाल आणि निवडलेला नमुना हा प्रातिनिधिक असण्याची खात्री करण्यासाठी कोणती प्रक्रिया करणार ते स्पष्ट करा.

- तुम्हाला स्वारस्य असलेल्या क्षेत्रात जिथे तुम्ही समूह नमुन्याचा वापर करू शकाल अशा क्षेत्राची उदाहरणे द्या.

आता, तुम्ही हे प्रकरण वाचले आहे, त्यावरून खालील प्रश्नांची उत्तरे द्यायचा प्रयत्न करा.

- नमुना निवडीच्या प्रक्रियेचे वर्णन करा आणि तिचे अनुषंगिक फायदे आणि तोटे तपशिलाने द्या.
- यावरून तुम्हाला काय समजते ते स्पष्ट करा: अभ्यासाधीन समुदाय, नमुना, नमुना आकार, नमुना निवड रणनीती, नमुना निवड एकक, नमुना निवड घटक, नमुना निवड चौकट, नमुना सांख्यिकी, आणि लोकसमुदायाचे मापदंड.
- नमुना निवड आराखड्याचे वेगवेगळे प्रकार कोणते आणि त्याचे कोणते फायदे आणि तोटे आहेत?
- गुणात्मक संशोधनात सामान्यत: वापरल्या जाणाऱ्या आराखड्यांचे वर्णन करा.
- तथ्य संकलनातील संपृक्तता बिंदू या संकल्पनेची चर्चा करा, आणि त्याचे फायदे आणि तोटे सांगा.

सराव ४: नमुना निवड

सराव ४
मार्गदर्शक
नमुना

तुमच्या संशोधन प्रयत्नातून तुम्ही काय शोधायचा प्रयत्न करीत आहात त्याची अचूकता ही इतर अनेक बाबींबरोबरच तुम्ही नमुना निवड कशाप्रकारे केली आहे, तुम्हाला माहिती देणाऱ्या लोकांची निवड तुम्ही कशी केली आहे, यावर अवलंबून असते.

जर प्रतिसादकांची अल्प संख्येने, अचूकपणे निवड केली तर आत्मविश्वास आवश्यक त्या उच्च प्रमाणात प्राप्त होतो, तुमच्या अभ्यासाधीन लोकसमुदायातून तुम्ही काय निश्चित करण्याचा प्रयत्न करीत आहात याचा अचूक अंदाज छोट्या नमुन्यावरून येतो, हे नमुना निवडीचे अंतस्थ तत्त्व आहे.

नमुना आराखडा तपशिलासाठी प्रकरण १२ चा संदर्भ घ्या.

संख्यात्मक अभ्यासासाठी

दिलेल्या खर्चाच्या मर्यादित राहून, अभ्यासाधीन लोकसमुदायात अगोदरच आढळलेली व तुम्ही निवडलेल्या नमुन्यात असलेली मूल्ये यातील फरक कमीत कमी करणे हे संख्यात्मक संशोधनातील नमुना आराखड्याचे मुख्य उद्दिष्ट असते. संख्यात्मक संशोधनातील नमुना सिद्धान्त हा दोन मार्गदर्शक तत्त्वांवर आधारित असतो.

१. नमुना निवड करताना पूर्वग्रह टाळणे;
२. उपलब्ध संसाधनांच्या चौकटीत जास्तीत जास्त अचूकपणा आणणे.

संख्यात्मक संशोधनात तुम्ही संभाव्यता किंवा अ–संभाव्यता नमुना आराखड्यानुसार नमुना निवड करू शकता. या दोन्हीचे काही फायदे आणि काही तोटे असतात, आणि दोन्हीही काही विशिष्ट परिस्थितीसाठी उचित असतात. परंतु, तुम्ही कोणताही नमुना आराखडा निवडलात तरीसुद्धा नमुना निवडीच्या एककात कोणताही पूर्वग्रह येऊ नये याकरिता योग्य पावले उचला. संख्यात्मक संशोधनात नमुना निवड करताना तुम्हाला दोन गोष्टींवर निर्णय घ्यावे लागतात: तुम्ही जो निवडायचा ठरवला आहे तो नमुना आकार; आणि आवश्यक असलेले नमुना एकक कसे निवडायचे. तुम्हाला नमुना आकार व नमुना रणनीती याबद्दलची कारणमीमांसा यांचाही विचार करावा लागतो.

नमुना रणनीती विकसित करण्यासाठी कोणते मुद्दे महत्त्वाचे आहेत, याविषयी तुम्ही विचार करावा, यासाठी हा सराव आखला गेला आहे.

पायरी १ तुमच्या नमुना आराखड्याबद्दल खालील प्रश्नांची उत्तरे द्या.

१. तुमच्या अभ्यासाधीन लोकसमुदायाचा आकार किती?__________ ☐
__________ माहिती नसलेले ☐

२. तुम्हाला नमुना निवड करायची आहे का?

होय ☐ नाही ☐

(अ) जर होय, तुमचा नमुना आकार काय असेल?__________

(आ) हा नमुना आकार निवडण्यामागे तुमची काय कारणे आहेत?__________

____

____

____

३. तुमचा नमुना तुम्ही कसा निवडणार आहात? (कोणता नमुना आराखडा तुम्ही प्रस्तावित करणार आहात?)

४ तुम्ही हा नमुना आराखडा का निवडला? (त्याची बलस्थाने काय आहेत?)

५. या आराखड्याच्या मर्यादा काय आहेत?

पायरी २ वरील प्रश्नांच्या उत्तरांच्या आधारे तुमच्या नमुना आराखड्याविषयी, प्रक्रियेविषयी आणि तुमचा हा आराखडा वापरण्याचे स्पष्टीकरण याविषयी तपशीलवार लिहा (तपशिलाकरिता प्रकरण १२ पहा).

____

____

____

गुणात्मक अभ्यासासाठी

गुणात्मक संशोधनात, यादृच्छिक किंवा पूर्वग्रह नसलेले नमुना निवड न करणे हा तुमचा हेतू नसतो, तर जे तुम्हाला शक्य होईतोवर हवी असलेली अचूक, पूर्ण आणि तपशीलवार माहिती देतील, त्यांचीच निवड करणे हा असतो. त्यामुळे, तुमच्या प्रतिसादकांची निवड करताना तुमचा भर हा तुमची सोय व तुमची अटकळ यावरच असतो.

गुणात्मक संशोधनात तुम्ही फक्त अ-संभाव्यता आराखडा वापरू शकता. तुम्ही तुमचा नमुना दोन मार्गांनी निवडू शकता: (१) तुमच्या आर्थिक मर्यादा लक्षात घेऊन, तुम्ही किती प्रतिसादकांकडून तथ्य संकलित करायची, याचा निर्णय घेणे; किंवा (२) संपृक्तता बिंदू हा तुमच्या तथ्य संकलनाचा आधार असणे. जर तुम्ही संपृक्तता बिंदू प्राप्त करणे हा तुमचा आधार ठरवला, तर तुम्ही तुमचा नमुना नेमका स्पष्ट करणार नाही, तर संपृक्तता बिंदूचे आधार निश्चित होतील.

तुमचे प्रतिसादक कोण आहेत व तुम्ही त्यांची निवड कशी करणार आहात हेही तुम्ही निश्चित करण्याची गरज आहे. तुम्हाला प्रतिसाद देण्यास योग्य प्रतिसादक कोण याचा अंदाज घेण्याचे आधाराचे निर्धारक काय असतील याचा विचार करणे आवश्यक आहे.

तुम्हाला तुमच्या अभ्यासासाठी नमुना रणनीती ठरवताना ज्या मुद्द्यांना तोंड द्यावे लागण्याची शक्यता आहे, त्यांचा विचार करण्यास मदत होईल याकरिता खालील प्रश्नांची उत्तरे द्या.

अः प्रतिसादकांची निवड करताना तुम्ही कोणते घटक लक्षात घ्याल?

आः तुमचे सक्षम प्रतिसादक तुम्ही कसे ओळखाल?

इः तथ्य संकलनात तुम्ही संपृक्तता बिंदूपर्यंत पोहोचला आहात हे तुम्ही कसे निश्चित कराल?

पायरी पाचवी
संशोधन प्रस्ताव लेखन

या कार्यात्मक पायरीमध्ये खालील एका प्रकरणाचा समावेश आहे:

- **प्रकरण १३: संशोधन प्रस्ताव लेखन**

१३

संशोधन प्रस्ताव लेखन

या प्रकरणात तुम्ही खालील मुद्दे शिकणार आहात

- गुणात्मक आणि संख्यात्मक संशोधनात संशोधन प्रस्तावाचा हेतू
- संशोधन प्रस्तावातील आशय
- संशोधन प्रस्ताव कसा लिहावा

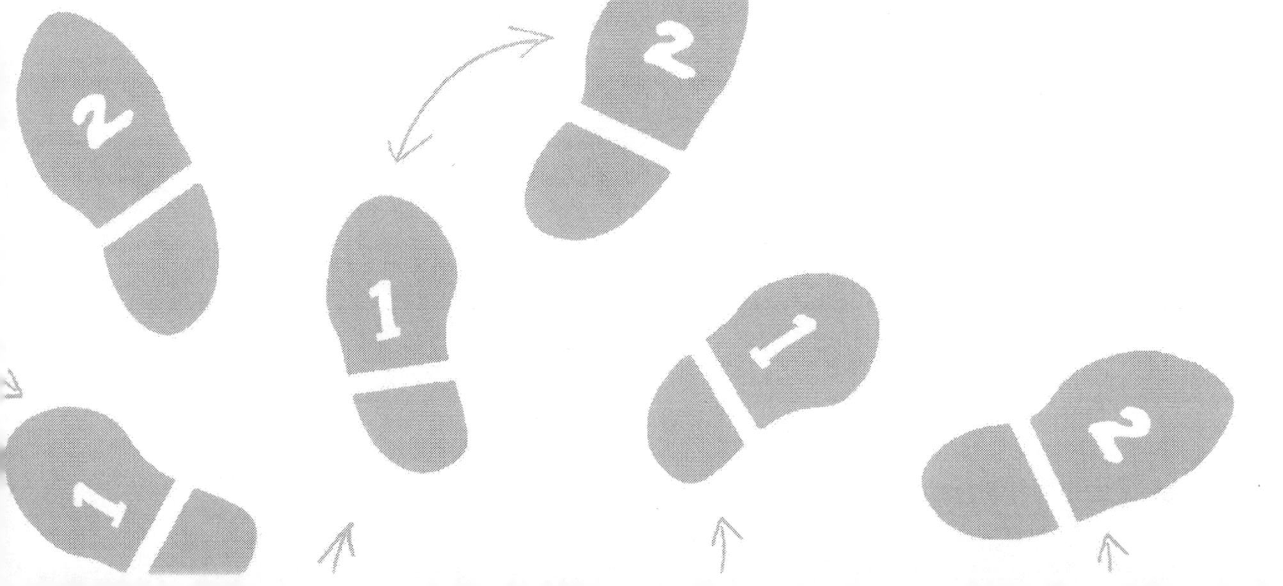

परवलीचे शब्द

सांकल्पनिक मांडणी, तथ्य विश्लेषण, तथ्यांवरील प्रक्रिया, गृहीतकृत्य, मर्यादा, प्रकाशित साहित्याचे परीक्षण, संशोधन आराखडा, संशोधन समस्या, नमुना संकलन, अभ्यासाचा आराखडा, अभ्यासाचे उद्देश, सैद्धान्तिक चौकट, वेळेची आखणी.

या प्रकरणाच्या अभ्यासानंतर तुम्हाला पुढील मुद्दे समजतील

- गुणात्मक आणि संख्यात्मक संशोधन प्रस्तावात काय फरक आहे
- संशोधन प्रस्तावात कशाचा समावेश करावा

गुणात्मक आणि संख्यात्मक संशोधनातील संशोधन प्रस्ताव

सर्वच संशोधन प्रकल्पात - गुणात्मक आणि संख्यात्मक - असे दोन्ही, तसेच प्रत्येक शैक्षणिक आणि व्यावसायिक क्षेत्रात, संशोधन प्रस्ताव अगोदर तयार केले जातात. या संशोधन प्रस्तावावरून तुमच्या शैक्षणिक पर्यवेक्षकाला किंवा संभाव्य संशोधन कंत्राटदाराला, तुम्ही जी प्रस्तावित संशोधन प्रक्रिया पार पाडणार आहात, तिचे तुमचे सांकल्पनिक चित्र उपलब्ध होते व तिची योग्यता व वैधता अभ्यासता येते. शैक्षणिक क्षेत्र कोणतेही असो, तुमचा संशोधन प्रस्ताव अनेक समित्यांकडे मान्यतेसाठी जाणार असतो. हा प्रस्ताव सर्वांकडून मान्य झाल्याशिवाय तुम्ही संशोधनाला सुरुवात करू शकत नाही. यासाठी संशोधन प्रस्तावाला नेमका कसा आकार द्यायचा याचा बारकाईने अभ्यास करणे तुमच्यासाठी महत्त्वाचे आहे.

तुमचे संशोधन संख्यात्मक असो की गुणात्मक, तुम्ही संशोधन प्रस्ताव लिहिणे गरजेचे आहे. दोनही संशोधन प्रस्तावांची रचना एकसारखीच असते. गुणात्मक आणि संख्यात्मक या दोन्हीत संशोधन प्रकल्प हाती घेत असताना त्यातील मुख्य फरक प्रस्तावित रीती आणि पद्धती यात असतो. संख्यात्मक संशोधनात संशोधन प्रस्तावातील विविध भागांचे तपशील देत असताना तुम्ही संख्यात्मक पद्धती, रीती आणि प्रारूप यांचे तपशील द्याल आणि गुणात्मक अभ्यासासाठी तुम्ही गुणात्मक संशोधन पद्धतीतील रीती आणि पद्धती यावर आधारित तपशील सादर कराल. जर तुम्ही संयुक्त/संमिश्र पद्धतींचा वापर केलात तर तुम्हाला त्या अनुषंगाने गुणात्मक किंवा संख्यात्मक या शीर्षकाखाली तसे वर्णन करावे लागेल.

संशोधन प्रस्तावामुळे अनेक गोष्टी साध्य होतात, विशेषतः

- संशोधन प्रवासातील वेगवेगळ्या टप्प्यांवर तुम्ही काय करणार आहात याचे स्मरण तुम्हाला हा प्रस्ताव देत राहील. या एकूण प्रवासातच तुम्हाला मार्गदर्शन करण्याचे तुमच्या विद्यापीठाने मान्य केले आहे व हे दर्शविणारा नकाशाच तुम्ही रेखांकित केला आहे. ही एक अशी सर्वसाधारण योजना आहे, तुमच्या

संशोधन प्रकल्पातून जे प्रस्थापित करायचे आहे, त्या समस्यांचे किंवा प्रश्नांचे उत्तर मिळविण्यासाठी हा संशोधन आराखडा आहे. यामध्ये, तुम्ही तुमच्या संशोधनाची उद्दिष्टे पूर्ण करण्यासाठी योजना आखणे, गृहीतकृत्य (जर काही) असेल तर त्याची चाचणी घेणे किंवा संशोधन प्रश्नांची उत्तरे मिळवणे या वेगवेगळ्या कामांचा समावेश होतो. ढोबळमानाने, *संशोधन प्रश्नाचे उत्तर मिळवण्यासाठी कार्यान्वयनाचा* तपशील असे संशोधन प्रस्तावाचे मुख्य कार्य आहे. हे करताना तुमच्या संशोधन प्रश्नाची अचूक आणि वस्तुनिष्ठ उत्तरे मिळवण्यासाठी वापरल्या जाणाऱ्या पद्धतीच्या वैधतेविषयी वाचकांना खात्री द्या आणि त्यांच्या मनातल्या शंका दूर करा.

- तुमचा संशोधन प्रस्ताव हा इतरांकरता, त्याची शास्त्रोक्तपणे छाननी करून आणि तुम्ही जे प्रस्तावित केले आहे त्याच्या औचित्याला मान्यता देणारा दस्तावेज असतो. तुमच्या संशोधक पर्यवेक्षकाला किंवा परीक्षण करणाऱ्यांना तुम्ही प्रस्तावित केलेली पद्धती ही अव्वल दर्जाची आहे, वैध आहे, तुमच्या संशोधन प्रश्नाची, उद्दिष्टांची उत्तरे मिळवण्यासाठी उचित आणि सक्षम आहे, हे दाखवून देते.

वर उल्लेखिलेली कार्ये साध्य होण्यासाठी, तुमच्या संशोधन प्रस्तावातून तुम्हाला, तुमच्या पर्यवेक्षकाला आणि परीक्षकांना पुढील बाबी समजल्या पाहिजेत.

- तुमच्या अभ्यासातून तुम्ही *काय* प्रस्तावित करत आहात;
- तुम्ही काय प्रस्तावित केले आहे त्याची उत्तरे शोधण्यासाठी तुम्ही आराखडा *कसा* आखला आहे;
- तुम्ही प्रस्तावित अन्वेषण रणनीतीच का निवडल्या.

संशोधन प्रस्तावातील आशय

संशोधन प्रस्तावात तुमच्या संशोधन अभ्यासाविषयी पुढील माहिती असावी:

- परिचय आणि थोडक्यात *साहित्य परीक्षण*;
- तुमच्या अभ्यासाची आधारभूत *सैद्धान्तिक चौकट*;
- तुमच्या अभ्यासाला सुटसुटीत करणारी पायाभूत *सांकल्पनिक चौकट*;
- तुमच्या अभ्यासाची *उद्दिष्टे* किंवा *संशोधन प्रश्न*;
- *गृहीतकृत्य* असल्यास, तपासून पाहणे;
- तुम्ही मान्य केलेला प्रस्तावित *अभ्यास आराखडा*;
- तुमच्या अभ्यासाची तुमची *पूर्वतयारी*;
- *संशोधन साधन/साधने* वापरासंबंधी तुमचे नियोजन;
- *नमुना आराखडा* आणि *नमुन्याचा आकार*;
- समाविष्ट असलेले *नैतिक मुद्दे* आणि त्याबाबतची तुमची भूमिका.
- *तथ्यांवरील प्रक्रियेची रीत*;
- अहवालातील *प्रस्तावित प्रकरणे*;
- अभ्यासात येणाऱ्या *अडचणी* आणि *मर्यादा*;
- प्रकल्पासाठी लागणारा *कालावधी.*

संशोधन प्रस्तावाद्वारे वरील आशय हा इतक्या स्पष्टपणे आणि नेमकेपणाने संप्रेषित करावा, की अन्य कुणीही हे संशोधनाचे काम, तुम्ही ज्या पद्धतीने करणार आहात, त्या पद्धतीने करू शकेल.

संशोधन प्रस्ताव लेखन

विद्यापीठ आणि इतर संस्था यांच्या संशोधन प्रकल्पातील आशय व शैली याबाबत वेगळ्या गरजा असू शकतात. एकाच शैक्षणिक संस्थेतील विविध विद्याशाखा व विविध पर्यवेक्षक यांच्यानुसार या गरजा वेगवेगळ्या असू शकतात. काही विद्यापीठे किंवा पर्यवेक्षक यांच्या काही अतिरिक्त नेमक्या गरजा असू शकतात आणि त्यांनुसार तुमच्यामध्ये तुम्ही योग्य ते बदल केले पाहिजेत; परंतु इथे सुचवलेल्या बाबी मात्र बहुतेक प्रत्येकालाच हव्या असतील. इथे सुचविलेली चौकट, ही तुमच्या गरजांची पूर्तता करण्यासाठी आणि तुमच्या विद्यापीठासाठीही योग्य आहे आणि सहज मान्य होण्यासारखी आहे.

तुमच्या प्रस्तावामध्ये सुचविलेल्या मार्गदर्शक तत्त्वांचे पालन केलेले असावे आणि त्याचे लेखन हे शैक्षणिक धाटणी (शैली)नुसार केलेले असावे. यातील मसुद्यात आणि सर्वात शेवटी संदर्भग्रंथ सूचीमध्ये उचित पद्धतीने संदर्भ दिलेले असावेत. तुमच्या समर्पक साहित्याचे सर्वेक्षणात संबंधित विषयावरील प्रमुख प्रकाशित साहित्याचा समावेश असला पाहिजे. तुमच्या संशोधनाची **सैद्धान्तिक चौकट** ही साहित्याच्या परीक्षणातून निष्पन्न झाली पाहिजे आणि अनुभवाधिष्ठित पुराव्यामध्ये तिची पाळेमुळे असली पाहिजेत. नियमानुसार, प्रकाशित साहित्याच्या परीक्षणात खालील बाबींचा समावेश होतोः

- अभ्यासातील मुख्य समस्यांबाबतची **सांकल्पनिक मांडणी** आणि सैद्धान्तिक व अनुभवाधिष्ठित माहिती;
- तुमच्या विषयाशी संबंधित काही महत्त्वाची संशोधन अनुमाने, प्रकाशित साहित्यात संशोधनाविषयी उपस्थित केलेले प्रश्न आणि मागील संशोधकाने दर्शविलेल्या तफावती.

तुमच्या साहित्याच्या परीक्षणातून सुद्धा तुम्ही प्रस्तावित करत असलेल्या पद्धतीविषयी काही मुद्दे उपस्थित केलेले असले पाहिजेत. उदाहरणार्थ, यातून तुमच्या अभ्यासाशी समर्पक असलेली मुख्य चले ही इतर अभ्यासात कशाप्रकारे कार्यान्वित केलेली आहेत हे तपासू शकेल आणि तुमच्या अभ्यासाशी निगडित असलेल्या पद्धतीवरील टीकेचाही यात समावेश होऊ शकेल. पद्धती आणि प्रक्रियेवरील टीका ही त्या त्या अनुषंगिक शीर्षकाखाली समाविष्ट करणे आवश्यक आहे. उदाहरणार्थ, नमुना आराखड्यावरची टीका तुम्ही 'नमुना' या शीर्षकाखाली घेऊ शकाल किंवा अभ्यासाच्या आराखड्याविषयी असेल तर त्याची चर्चा अभ्यासाचा आराखडा' या शीर्षकाखाली घेऊ शकाल.

येथे सुचविलेल्या संशोधन प्रस्तावाच्या रचनेत 'साहित्याचे परीक्षण' किंवा 'साहित्याचे सर्वेक्षण' या शीर्षकांचा समावेश होत नाही, याची नोंद घ्या. कारण, साहित्याचे संदर्भ अनुक्रमाने न घेता, तुमच्या प्रतिवादांशी सांकल्पनिकदृष्ट्या एकात्म केले गेले पाहिजेत, आणि प्रश्नाची तयार झालेली संकल्पना इथपासून ते तुमच्या निष्कर्षांतून काढली गेलेली तुमची अनुमाने इथपर्यंत हे सर्व तुमच्या संशोधन अहवालाचे एक भाग असले पाहिजेत. तुमच्या साहित्याच्या अभ्यासातून जे विचार, विषय पुढे आले आहेत, त्यांचा संदर्भ घेऊन साहित्याचे परीक्षण केले गेले पाहिजे आणि त्यांचा समावेश परिचय आणि 'संशोधन समस्या' या भागात समाविष्ट केला गेला पाहिजे. संशोधन पद्धती आणि समस्या यांविषयी साहित्यातून मिळालेल्या मुद्द्यांचा आणि कार्यपद्धतीविषयी विविध अंगांची चर्चा ही त्या त्या संबंधित शीर्षकाखाली केली गेली पाहिजे. उदाहरणार्थ, अभ्यासाच्या आराखड्याविषयीचे 'अभ्यास आराखडा' या शीर्षकाखाली, नमुना निवडीविषयीचे 'नमुना संकलन' या शीर्षकाखाली, संशोधन साधनाशी समर्पक असलेल्या साहित्याचा 'अनुमापन प्रक्रिया' याखाली.

ही मांडणी सुचवताना, तुम्हाला संशोधन पद्धतिशास्त्राची पुरेशी ओळख आहे आणि लेखनाची शैक्षणिक धाटणी(शैली) अवगत आहे असे गृहीत धरले आहे. याचाच अर्थ, उद्दिष्ट लेखन करणे आणि गृहीतकृत्याची बांधणी करणे हे तुम्हाला माहीत आहे, वेगवेगळ्या अभ्यास आराखड्यांशी तुम्ही परिचित आहात, तुम्ही संशोधन साधनाची बांधणी करू शकता आणि वेगवेगळी उदाहरणे देऊ शकता.

उर्वरित पानांमध्ये संशोधन प्रस्तावाची चौकट गठित केलेली असते. प्रत्येक शीर्षकाखाली येणारा आशय हा प्रत्येक विद्याशाखेनुसार, तसेच विद्यार्थ्याच्या शैक्षणिक पातळीनुसार (बीए, एमए, पीएचडी) आणि तुमचा अभ्यास प्रामुख्याने गुणात्मक आहे की संख्यात्मक आहे यानुसारही ठळकपणे फरक लक्षात येण्याइतपत वेगळा असतो. संख्यात्मक प्रस्तावाच्या संदर्भात तुमच्या संशोधन प्रवासात प्रत्येक पायरीवर तुम्ही कशा प्रकारे कार्य करणार आहात हे निश्चित असले पाहिजे, याउलट गुणात्मक संशोधनात, सखोल अभ्यास करायचा असल्याने तुम्हाला तपशीलवार संशोधन प्रस्ताव अपेक्षित नसतो कारण तुमची पद्धती ही लवचिक आणि असंरचित असते. असे असले तरीही, तुम्ही संशोधन प्रस्तावाचा भाग म्हणून तुम्ही चौकशी व्यापक दृष्टिकोनातून करायला हवी.

कार्यान्वयनाच्या प्रत्येक पायरीनंतरचे अध्ययन सराव हे तुम्हाला संशोधन प्रस्ताव लिहिण्यास मदत करतील. तुम्ही या अध्ययन सरावातून मिळालेली समर्पक माहिती ही संशोधन प्रस्तावात योग्य जागी समाविष्ट केली पाहिजे. संशोधन प्रस्तावातील प्रत्येक विभागाची प्रस्तावित रूपरेषा ही दोन भागात विभागली आहेः

१. प्रत्येक विभागासाठी आणि रूपरेषेसाठी शीर्षक सुचवले आहे.
२. त्या त्या विभागातील आशयानुसार रुपरेषेखाली उदाहरणे – संशोधन प्रकल्पासाठी आणि प्रत्येक वेगवेगळ्या विद्याशाखेतून घेऊन प्रत्येक विभागासाठी तीच चार उदाहरणे सोदाहरण वापरली आहेत.

अधिक तपशिलात जाण्याआधी एक बाब लक्षात घ्या, गुणात्मक संशोधन किंवा संमिश्र पद्धतीत संशोधन प्रस्ताव हा संख्यात्मक पद्धतीसारखाच असतो, फरक असतो तो फक्त आशयात, रचना एकसारखीच असते.

प्रस्तावना/परिचय

संशोधन प्रस्तावाची सुरुवात ही त्यात खाली दिलेल्या माहितीचा समावेश करून परिचयाने व्हावी. लक्षात घ्या, या विभागात सुचविलेला आशय हा काही अभ्यासांकरिता सुसंगत नसेल, अशावेळी तुमच्या अधिकारक्षेत्रात अभ्यासासाठी जे सुसंगत आहे त्याचीच निवड करा. या विभागाचे लेखन करताना, साहित्याचे परीक्षण (प्रकाशित साहित्याच्या अभ्यासासाठी प्रकरण ३ पहा) हा मुख्य गाभा असतो, ज्यामधून दोन मुख्य कार्ये साधली जातातः

१. यामधून तुमची तुमच्या अभ्यास क्षेत्रातील उपलब्ध साहित्याशी ओळख होईल व त्यातून तुमच्या ज्ञानाचा पाया व्यापक होईल.
२. अशाच प्रकारच्या अभ्यासात इतरांनी वापरलेल्या पद्धती व रीती यांची माहिती उपलब्ध होते आणि कशाचा उपयोग होतो व कशाचा नाही हेही यामुळे तुम्हाला कळेल.

तुमच्या साहित्याच्या परीक्षणाचा प्रकार, विस्तार आणि गुणवत्ता ही तुम्ही ज्या शैक्षणिक पातळीसाठी प्रस्ताव लिहित आहात त्यावर अवलंबून असते. या विभागातील आशय हा अभ्यासाशी निगडित असलेल्या विषयक्षेत्रानुसार वेगळा असतो.

सुरुवातीला अन्वेषणाधीन प्रश्नावर हळूहळू केंद्रित करण्यापूर्वी मुख्य विषयाचा व्यापक दृष्टिकोन प्रतिपादन करा. असे केल्यामुळे, तुमच्या अभ्यासक्षेत्रातील खालील भाग त्यात समाविष्ट होईलः

- मुख्य अभ्यासक्षेत्राचा व्यापक आढावा;
- अभ्यासक्षेत्राचा (विकास, वाढ इत्यादी) सुसंगत ऐतिहासिक दृष्टिकोन;
- विषयाशी संबंधित तात्त्विक किंवा वैचारिक मुद्दे.
- प्रचलित समांतर विचारप्रवाह, समर्पक असतील तर;
- प्रमुख सिद्धान्त, जर असतील तर;
- विषयक्षेत्रातील अभ्यासाधीन मुख्य समस्या, प्रश्न आणि नवीन प्रगती.
- अभ्यासाधीन केंद्रवर्ती प्रश्नांशी संबंधित महत्त्वाचे सैद्धान्तिक आणि व्यावहारिक मुद्दे.
- मुख्य समस्येशी (समस्यांशी) संबंधित महत्त्वाची अनुमाने

विषयाची संशोधन प्रस्तावाशी संबंधित प्रस्तावना/परिचय याची चार उदाहरणेः

उदाहरण अ

समजा, तुम्ही स्थानांतराच्या कौटुंबिक भूमिकांवर झालेल्या परिणामाचे अन्वेषण करीत आहात. अशा अभ्यासात परिचय/प्रस्तावना यात खालील मुद्द्यांच्या वर्णनाचा थोडक्यात समावेश केला पाहिजेः

- जगातील स्थानांतरणाच्या चळवळीचे मूळ;
- स्थानांतरणाच्या वर्तनविषयक स्पष्टीकरणाचे सर्वसामान्य सिद्धान्त;
- स्थानांतराची कारणे;
- स्थानांतरातील सध्याचे कल (राष्ट्रीय आणि राज्य)
- स्थानांतराचा नात्यांवर आणि कौटुंबिक भूमिकांवर झालेला परिणाम (उदाहरणार्थ, पती आणि पत्नी, मुले आणि पालक, मुलांच्या पालकांकडून अपेक्षा इत्यादी)
- व्यावसायिक गतिशीलता
- इत्यादी.

उदाहरण आ

समजा, तुम्ही प्रतिपालनार्थ मिळत असलेल्या (देशाच्या/राज्याच्या/स्थानाच्या नावे) मोबदल्याप्रती तात्पुरत्या प्रतिपालकांचा दृष्टिकोन अभ्यासत आहात. अशा अभ्यासातील प्रस्तावना/परिचय यामध्ये खालील बाबींच्या अल्प वर्णनाचा समावेश होईलः

- प्रतिपालनार्थ नेमणूक या गोष्टीचे मूळ, यामागचे तत्त्वज्ञान, प्रतिपालनाविषयी ऐतिहासिक दृष्टिकोन आणि त्यात काळानुसार झालेले बदल.
- प्रतिपालनांची कारणे आणि त्यात काळानुसार झालेले बदल.
- प्रतिपालनार्थ नेमणुकीचे मूळ (ज्या देशात तुम्ही हा अभ्यास करणार आहात त्या देशातील)
- प्रतिपालनाचा मुले आणि पालक यांच्यावरील परिणाम.

- (प्रदेशातील) प्रतिपालनविषयक धोरणे.
- प्रतिपालनाचे त्या प्रदेशातील मूळ.
- (प्रदेशातील) प्रतिपालनविषयक कार्यपद्धती/कारभार.
- (प्रदेशातील) प्रतिपालनाविषयी प्रतिपालकांना प्रशिक्षण.
- प्रतिपालकांची भूमिका आणि जबाबदारी.
- इतर.

उदाहरण इ

समजा, तुम्ही शैक्षणिक प्रगती आणि सामाजिक वातावरण यांच्यातील संबंधांचा अभ्यास करण्याचे ठरवले तर प्रस्तावना/परिचय यात तुम्हाला खालील मुद्द्यांचा समावेश करावा लागेलः

- आपल्या समाजातील शिक्षणाची भूमिका
- शिक्षणाच्या तत्त्वज्ञानात काळानुसार झालेले प्रमुख बदल
- शैक्षणिक प्रवृत्तीवर परिणाम करणारे घटक
- शैक्षणिक विकास (देशातील)
- ज्या विशिष्ट प्रदेशात तुम्ही अभ्यास करणार आहात विशेष संदर्भात त्या (देशातील) शैक्षणिक सहभागाचा दर याविषयीचा कल.
- बदलती शैक्षणिक मूल्ये.
- शैक्षणिक प्रगतीत पालक आणि समवयस्क यांची भूमिका.
- सामाजिक वातावरणाचा शैक्षणिक प्रगतीवर परिणाम.
- इत्यादी.

उदाहरण ई

समजा, तुम्ही कुटुंबात एडीएचडी असलेले मूल असणे याचा अर्थ काय याविषयी गुणात्मक अभ्यास करत आहात. याकरिता परिचय/प्रस्तावना यामध्ये तुम्हाला तुमचे विचार आणि प्रतिवाद आणि साहित्यात एडीएचडी विषयीच्या खालील मुद्द्यांबद्दल काय म्हटले आहे याचा समावेश होईल.

- एडीएचडीची लक्षणे आणि व्याख्या.
- एडीएचडीची कारणे.
- वैद्यकीय दृष्टिकोनातून एडीएचडी.
- एडीएचडीचे कौटुंबिक जीवनावरील परिणाम.
- एडीएचडीसाठी उपचार पद्धती.
- उपचार न मिळाल्याने बालकावर होणारे परिणाम.
- एडीएचडीचे व्यवस्थापन.
- इत्यादी.

संशोधन समस्या

अभ्यासविषयाचा विस्तृत परिचय दिल्यानंतर आता मध्यवर्ती विचाराशी संबंधित मुद्द्यांवर लक्ष केंद्रित करू, त्याविषयाच्या समकालीन ज्ञानकक्षेत काही उणिवा असल्यास त्या जाणून घेऊ. जे अनुत्तरित आहेत असे काही प्रमुख प्रश्न वेगळे करा. तुम्हाला तुमच्या अभ्यासातून ज्या संशोधन प्रश्नांची उत्तरे द्यायची असे प्रश्नही उपस्थित करा आणि अशा प्रत्येक प्रश्नाला तार्किकता आणि समर्पकता प्रदान करा. याच विषयाच्या इतरांनी केलेल्या अभ्यासातून तसेच साहित्यातून, तुम्ही ज्या विषयाचा अभ्यास करणार आहात त्यातील समस्या हा या विभागाचा गाभा असावा. हा विभाग नेमका असा असावाः

- तुमच्या अभ्यासाकरिता आधारभूत असलेल्या समस्या ओळखा;
- त्या समस्यांचे वेगवेगळे पैलू/दृष्टिकोन वेगळे करा;
- प्रचलित ज्ञानकक्षेतील उणिवा ओळखा;
- तुमच्या अभ्यासातून तुम्हाला ज्या मुख्य संशोधन प्रश्नांची उत्तरे द्यायची आहेत, असे प्रश्न उपस्थित करा;
- तुमच्या संशोधन प्रश्नाविषयी साहित्यात काय म्हटले आहे ते जाणून घ्या, याविषयी जर साहित्यात काही मतभेद असतील तर ते नमूद करा.
- सध्याच्या ज्ञानकक्षेतील उणिवा तुमचा अभ्यास कशा प्रकारे भरून काढणार आहे ते विशिष्ट संदर्भ देऊन तर्काधिष्ठित स्पष्टीकरण विकसित करा.

साहित्याचे ज्या मुद्द्यांवर आधरित परीक्षण करायचे आहे त्याचा कच्चा आराखडा उदाहरणासकट खाली दिला आहे, तो 'समस्या' असे शीर्षक देऊन या विभागात समाविष्ट करावा. लक्षात ठेवा की काही उदाहरणे फक्त सुचवली आहेत आणि या उदाहरणांवरून तुम्ही तुमच्या अभ्यासासाठी योग्य ते बदल करून ती विकसित करावी हा उद्देश आहे. (या विभागातील सराव संच १ मधील माहितीचा वापर करा.)

उदाहरण अ

- स्थानांतर केल्यानंतर पुनर्वसनासाठी कुटुंबाला कोणत्या प्रक्रियेतून जावे लागते?
- स्थानांतरितांना कुठल्या तडजोडी कराव्या लागतात?
- कुटुंबातील सदस्यांच्या अभिवृत्तींमध्ये कोणत्या प्रकारचे बदल होतात? (संस्कृतीकरणाचा सिद्धान्त)
- या पुनर्वसनाचा कुटुंबातील सदस्यांच्या भूमिका आणि नातेसंबंध यांवर कशा प्रकारचा प्रभाव पडण्याची शक्यता असते?
- तुमच्या अभ्यासातून 'प्रभाव' या संदर्भात तुम्हाला नेमकी कोणत्या प्रश्नांची उत्तरे द्यायची आहेत? साहित्यात या प्रश्नांविषयी काय उल्लेख आहे? या समस्येबाबत कोणते वेगवेगळे दृष्टिकोन आहेत? या प्रश्नांविषयी तुमच्या स्वतःच्या कल्पना काय आहेत?
- समकालीन ज्ञानकक्षा आणि तुमचा व्यवसाय याच्याशी तुमच्या अभ्यासातील अनुमाने कशा प्रकारे समर्पक असतील असे तुम्हाला वाटते?
- समकालीन ज्ञानकक्षेत तुमच्या अनुमानातून कशी भर पडेल? आणि इतर समव्यावसायिकांना त्याचा कसा उपयोग होईल?
- इत्यादी.

उदाहरण आ

- प्रतिपालनासाठी मिळणाऱ्या मोबदल्याविषयी कोणत्या समस्या, वादविवाद, प्रतिवाद आहेत?
- प्रतिपालनासाठी मिळणारा मोबदला, मोबदला देण्याचे प्रकार आणि मार्ग याविषयी प्रतिपालकांची अभिवृत्ती काय आहे आणि या समस्यांविषयी साहित्यात काय म्हटले आहे?
- प्रतिपालनासाठी दिल्या जाणाऱ्या मोबदल्याबाबत वेगवेगळे दृष्टिकोन काय आहेत?
- तुमचा अभ्यास कोणत्या मुख्य प्रश्नांची उत्तरे देईल?
- धोरण आखण्यासाठी आणि कार्यक्रम विकसित करण्यासाठी तुमच्या अनुमानांची कशा प्रकारे मदत होईल?
- इत्यादी.

उदाहरण इ

- शैक्षणिक प्रगती आणि सामाजिक वातावरण यातील संबंध स्पष्ट करण्यासाठी कुठले सिद्धान्त विकसित केले गेले आहेत?
- शैक्षणिक प्रगती आणि सामाजिक वातावरण यात काय संबंध आहे: कोणते सैद्धान्तिक प्रारूप हे तुमच्या अभ्यासाकरिता आधारभूत असेल?
- यापूर्वीचे सिद्धान्त आणि संशोधने यांचे सैद्धान्तिक प्रारूपाचे घटक आणि शैक्षणिक साध्ये याविषयी काय सांगतात? उदाहरणार्थ, शैक्षणिक यश आणि खालील बाबींचे नाते:

  - विद्यार्थ्यांचा आत्मसन्मान/महत्त्वाकांक्षा;
  - समवयस्कांचा प्रभाव;
  - पालकांची गुंतवणूक आणि त्याचा सामाजिक–आर्थिक दर्जाशी असलेला संबंध;
  - त्या विषयात विद्यार्थ्याला असणारी प्रेरणा व रुची;
  - नोकरीच्या संधी;
  - शिक्षकांशी नाते;
  - इत्यादी.

उदाहरण ई

- साहित्यात आढळल्याप्रमाणे कुटुंबात एडीएचडी बाधित मूल असेल तर त्याचा कुटुंबावर काय परिणाम होतो?
- साहित्याच्या संदर्भानुसार कुटुंबाचा प्रकार आणि होणारे परिणाम यात काही फरक असतो का?
- कुटुंबाकडून एडीएचडीचे व्यवस्थापन करण्यासाठी काय रणनीती वापरली गेली?
- साहित्यात म्हटल्याप्रमाणे एडीएचडीचा भावंडांवर काय परिणाम होतो?
- कुटुंबातील व्यक्तींना एडीएचडीचे व्यवस्थापन आणि परिणाम याविषयी काय ज्ञान आहे?
- कुटुंबात एडीएचडी बाधित मूल असलेली कुटुंबे कसे जुळवून घेत असतील?
- इत्यादी.

अभ्यासाची उद्दिष्टे

या विभागात तुमच्या अभ्यासातील मुख्य उद्दिष्टे आणि उपउद्दिष्टे या दोन्ही विषयीच्या विधानांचा समावेश करा (प्रकरण ४ पहा). तुमचे मुख्य उद्दिष्ट तुमच्या विषयाचा मुख्य गाभा दर्शवितो, याउलट उपउद्दिष्टे ही तुम्ही जे मुद्दे तपासणार आहात ते दर्शविते.

अभ्यासाची उद्दिष्टे ही स्पष्टपणे मांडावीत आणि त्याचे स्वरूपही नेमके असावे. प्रत्येक उपउद्दिष्ट फक्त एक मुद्दा रेखाटणारे असावे. उपउद्दिष्टांची रचना करताना, निश्चित करणे, शोधणे आणि खात्री करणे ही क्रियाभिमुख क्रियापदे वापरा, त्यांची अनुक्रमे यादी करा. गृहीतकृत्यांची तपासणी करणे हे जर उद्दिष्ट असेल, तर तुम्हाला गृहीतकृत्याची मांडणी ही पारंपरिक पद्धतीनुसार नेमकी उद्दिष्टे शब्दबद्ध करून करावी लागेल.

गुणात्मक संशोधनात संख्यात्मक संशोधनासारखी उद्दिष्टे अगदी तंतोतंत नसतात. या अभ्यासातून जास्तीत जास्त बाबी शोधून काढणे हे तुमचे उद्दिष्ट असल्यामुळे गुणात्मक संशोधनात तुम्हाला अभ्यासाच्या सर्वंकष उद्दिष्टांचा उल्लेख करावा लागतो. तुम्हाला ठाऊक आहे की, लवचिकता आणि तथ्य संकलन करताना मिळालेल्या नवीन कल्पनांचा समावेश करता येतो, ही गुणात्मक संशोधनाची जमेची बाजू आहे. गुणात्मक संशोधनामध्ये अन्वेषणाच्या पूर्वनिश्चित चौकटीत बद्ध करणाऱ्या संरचित विधानांना सर्वंकषतेत प्राधान्य दिले जात नाही. गुणात्मक संशोधनातील 'कुटुंबात एडीएचडी बाधित मूल असणे म्हणजे काय?', 'कौटुंबिक हिंसेच्या बळी ठरलेल्या व्यक्तीच्या भावना', 'वांशिक भेदाशी लोक कसे जुळवून घेतात?', 'योग आणि स्थितिस्थापकत्व यांच्यातील संबंध' किंवा 'जंगलातील वणव्यानंतर जनजीवन पूर्वपदावर आणणे', यासारखी विधाने ज्याचा तुम्हाला शोध घ्यायचा आहे, त्याची उद्दिष्टे स्पष्ट करण्यासाठी पुरेशी आहेत. उद्दिष्टे अधिक तपशिलाने देण्याची गरज असल्यास अभ्यास पूर्ण झाल्यावर ती विकसित करता येतात. (या विभागातील सराव १मध्ये दिलेल्या माहितीचा वापर करा.)

उदाहरण अ

मुख्य उद्दिष्टः

स्थानांतराचा कुटुंबावर होणारा परिणाम शोधून काढणे.

उपउद्दिष्टेः

स्थानांतराचा पती/पत्नीच्या भूमिकेवर झालेला परिणाम, जो स्थानांतरितांना वाटतो, तो निश्चित करणे.
स्थानांतराचा वैवाहिक संबंधांवरील परिणाम शोधणे.
मुलांच्या शैक्षणिक आणि व्यावसायिक प्रगतीबद्दल पालकांच्या अपेक्षांमधील बदल निश्चित करणे.
अभ्यासाधीन लोकसमूहाच्या विवाहाप्रती दृष्टिकोनातील बदल निश्चित करणे.

उदाहरण आ

मुख्य उद्दिष्टः

प्रतिपाळ करावयाच्या मुलांची काळजी घेण्यासाठी मिळणाऱ्या मोबदल्याचे स्वरूप आणि व्याप्तीबद्दल त्यांना काय वाटते यासंदर्भात मुलांच्या प्रतिपालकांची मते निश्चित करणे.

उपउद्दिष्टे:

प्रतिपाळ करणाऱ्या मुलांची काळजी घेण्यासाठी मिळणाऱ्या मोबदल्याचे स्वरूप आणि पद्धत निश्चित करणे.

प्रतिपालकांच्या मताप्रमाणे, मुलांच्या प्रतिपालनासाठी मिळणाऱ्या मोबदल्याचे दर ठरविण्यासाठी कोणते आधारभूत घटक असावे असे त्यांना वाटते, ते शोधणे.
प्रतिपालकांची सामाजिक-आर्थिक-लोकसंख्याशास्त्रीय वैशिष्ट्ये आणि प्रतिपालनासाठी त्यांना मिळणारा मोबदला याबाबत त्यांचे दृष्टिकोन यातील परस्परसंबंध निश्चित करणे.

उदाहरण इ

मुख्य उद्दिष्ट:

शैक्षणिक प्रगती आणि सामाजिक वातावरण यांच्यातील परस्परसंबंधांचा शोध घेणे.

उपउद्दिष्टे:

विद्यार्थ्यांची शाळेतील प्रगती आणि आत्मसन्मान यांच्यात काही परस्परसंबंध असेल तर तो शोधणे.
विद्यार्थ्यांची शाळेतील प्रगती आणि तिच्या/त्याच्या पालकांची अभ्यासातील गुंतवणूक यांचा परस्परसंबंध निश्चित करणे.
विद्यार्थ्यांच्या समवयस्कांचा गट आणि शैक्षणिक प्रगती यातील दुवा अभ्यासणे.
शैक्षणिक प्रगती आणि विद्यार्थ्यांच्या शिक्षकांप्रती अभिवृत्ती यांच्यातील परस्परसंबंध शोधणे.

उदाहरण ई

मुख्य उद्दिष्ट:

कुटुंबात एडीएचडी बाधित मूल असणे म्हणजे काय हे शोधून काढणे.

गृहीतकृत्याची चाचणी घेणे

गृहीतकृत्य म्हणजे एखाद्या घटनेच्या अस्तित्वाविषयीची तुमची गृहीते किंवा तुमच्या अभ्यासाच्या चौकटीत राहून तुम्ही दोन चलांमधील सहसंबंध पाहण्यासाठी नियोजित केलेली चाचणी असते (प्रकरण ६ पहा). जर तुम्ही गृहीतकृत्यांची तपासणी करणार असाल तर या विभागात त्यांची यादी करा. (या विभागातील सराव २ मध्ये विकसित केलेल्या माहितीचा वापर करा.)

गृहीतकृत्याची मांडणी करताना अहवालातील मजकुरात त्याबद्दलचे निष्कर्ष देणे हे तुमच्यावर बंधनकारक असते. गृहीतकृत्याची रचना करण्याची एक विशिष्ट पद्धत असते. त्यांची अचूक शब्दरचना करण्याची पद्धत तुम्हाला अवगत असलीच पाहिजे. जितक्या गृहीतकृत्यांची चाचणी तुम्हाला घ्यायची असेल तितकी अभ्यासात तुम्हाला घेता येईल. तरीसुद्धा, अभ्यास हाती घेण्याकरिता गृहीतकृत्य असणे हे गरजेचे *नाही* – गृहीतकृत्याची मांडणी न करताही तुम्ही पूर्ण समाधानकारकपणे अभ्यास करू शकता.

उदाहरण अ

H_1 = बहुतेक जोडप्यातील पती/पत्नी यांच्या भूमिकांमध्ये स्थानांतरानंतर बदल झालेला दिसेल.
H_2 = बहुतांश प्रकरणांमध्ये पालकांच्या मुलांकडून असलेल्या अपेक्षांमध्ये बदल झालेला असेल.
H_i = इत्यादी.

उदाहरण आ

H_1 = बहुसंख्य लोक त्यांचे मुलांवर प्रेम असल्यामुळे प्रतिपालक होतात.
H_2 = बहुतांश प्रतिपालकांना मुलांच्या प्रतिपालनाविषयी प्रशिक्षण घ्यायला आवडेल.
H_i = इत्यादी.

उदाहरण इ

H_1 = विद्यार्थ्यांचा आत्मसन्मान आणि शैक्षणिक प्रगती यांमध्ये सकारात्मक सहसंबंध आहे.
H_2 = मुलांच्या अभ्यासात पालकांची गुंतवणूक जेवढी जास्त, तेवढी त्यांची शैक्षणिक प्रगती जास्त.
एच$_३$ = विद्यार्थ्यांचा शिक्षकांप्रती दृष्टिकोन आणि तिची/त्याची त्या विषयातील शैक्षणिक प्रगती याच्याशी सकारात्मक सहसंबंध आहे.
H_i = इत्यादी.

उदाहरण ई

गुणात्मक संशोधनात सामान्यतः गृहीतकृत्याची बांधणी केली जात नाही.

अभ्यास आराखडा

तुमच्या संशोधन प्रश्नाचे उत्तर मिळवण्यासाठी तुम्ही अभ्यास आराखडा वर्णन करा. (त्याच्या तपशिलासाठी प्रकरण ८ पहा.) (उदाहरणार्थ, व्यष्टी अध्ययन वर्णनात्मक, भिन्न गट, पूर्व आणि पश्चात, प्रायोगिक किंवा अप्रायोगिक आराखडा) तुमच्या अभ्यासाच्या आराखड्याच्या जमेच्या बाजू आणि उणिवा जाणून घ्या.

अभ्यासाचा आराखडा अमलात आणताना विविध पूरक पद्धती ज्या तुम्ही वापरायच्या ठरवल्या आहेत, त्यांचा तपशीलवार उल्लेख करा. उत्तम संशोधन आराखड्याचे लक्षण म्हणजे असा आराखडा इतका स्पष्ट असतो की अन्य कोणालाही ती पद्धती वापरून संशोधन करायचे असेल तर तुम्ही जसा अभ्यास केला आहे तसाच अभ्यास तो/ती करू शकेल. तुमच्या अभ्यास आराखड्यात खालील माहितीचा समावेश असलाच पाहिजेः

- अभ्यासाधीन लोकसमूहात कोण असणार आहे?
- अभ्यासाधीन लोकसमूहाचा प्रत्येक घटक जाणून घेणार आहात का? जर हो असेल तर कसा?
- नमुन्याचा की एकूण लोकसमूहाचा अभ्यास केला जाणार आहे?
- निवडलेल्या नमुन्यांशी तुम्ही संपर्क कसा साधणार आहात?
- निवडलेल्या नमुन्यांची अभ्यासात सहभागी होण्याबाबत संमती कशी मिळवणार आहात?

- तथ्य संकलन कशा प्रकारे केले जाणार आहे (उदाहरणार्थ, मुलाखतीद्वारे, प्रश्नावलीद्वारे किंवा निरीक्षणाद्वारे)?
- प्रश्नपत्रिका जर टपालाने पाठवणार असाल तर ती कुठल्या पत्त्यावर परत पाठवायची आहे?
- प्रश्नपत्रिका परत करण्यासाठी तुम्ही स्मरणपत्र पाठवणार आहात का?
- तुम्ही गोपनीयता कशी राखणार आहात?
- प्रतिसादकांना जर काही शंका असेल तर त्यांनी तुमच्याशी कुठे संपर्क साधायचा आहे?

(या विभागात सराव ३ मध्ये असलेली माहिती वापरा.)

उदाहरण अ

स्थानांतराचा कुटुंबातील भूमिकांवर होणारा परिणाम अभ्यासण्यासाठी (विविध देशांतून) स्थानांतरित झालेल्या भिन्न भिन्न गटांतील लोकांचा शोध घेण्याकरिता अभ्यासाचा प्राथमिक आराखडा तयार करण्यात यावा. सुरुवातीला या देशातील वांशिक संघटनांशी, सभासदांची यादी मिळवण्यासाठी, निर्वाचित पदाधिकाऱ्यांद्वारे संपर्क करण्यात यावा. या याद्यांमधून पाच स्थानांतरिताची यादृच्छिकपणे निवड केली जावी आणि त्यांच्याशी फोनवरून संपर्क करून अभ्यासाचे उद्दिष्ट समजावून सांगावे आणि या अभ्यासात त्यांच्या सहभागाविषयी संमती घेण्यात यावी. ज्यांनी संमती दिली आहे त्यांच्या मुलाखती त्यांच्या घरी किंवा दुसऱ्या एखाद्या सोयीच्या ठिकाणी घेण्यात याव्यात. पुढील नमुना निवडीसाठी, सीमित नमुना (snowball sampling) तंत्राद्वारे जेवढा नमुना आकार गरज आहे तेवढा मिळेपर्यंत वापरला जावा.

उदाहरण आ

प्रतिपालकांकडून प्रतिपालनासाठी मिळणाऱ्या मोबदल्याविषयी भिन्न गटांतील प्रतिपालकांची मतं अभ्यास करण्यासाठी तयार करायचा असल्याने, हा संशोधन आराखडा भिन्न गट स्वरूपाचा आहे. प्रतिपालकांची नोंदणी (विभागाचे नाव) करून अभ्यासाधीन लोकसमूह स्थापन करण्यात यावा. संबंधित विभागाकडे उपलब्ध असलेल्या नोंदीनुसार ४५७ प्रतिपालक (प्रदेशाचे नाव) आहेत. संशोधकाला वेळ आणि पैसा याच्या मर्यादेत राहून सगळ्या प्रतिपालकांची माहिती मिळवणे अवघड असल्याने अभ्यासाधीन लोकसमूहासाठी प्रस्तावित नमुना रणनीतीनुसार ५० टक्के अभ्यासाधीन लोकसमूह नमुना निवड करण्याविषयी प्रस्तावित केले आहे. प्रश्नपत्रिका, संबंधित विभागाचे सहपत्र आणि टपाल तिकिटे लावलेले पाकीट पाठवावी. प्रतिसादकांना प्रश्नपत्रिका परत पाठविण्याची तारीख द्यावी. प्रश्नपत्रिकेसोबत संशोधकाचे, संशोधन अभ्यासाचे उद्दिष्ट आणि समर्पकता, प्रतिसादकांना त्यांचे नाव गुप्त ठेवण्याची दिलेली हमी, त्यांना सहभाग घ्यायची इच्छा नसेल तर त्यांना तसा पर्याय, हे त्यांना स्पष्ट करणारे सहपत्र जोडावे. प्रतिसाद देणाऱ्याला जर काही शंका असतील तर त्याला संपर्क क्रमांक द्यावा. प्रतिसाद देणाऱ्यांचे प्रमाण २५ टक्केपेक्षा कमी असेल तर त्यांना स्मरणपत्र पाठवावीत.

उदाहरण इ

अभ्यास शहरी भागातील दोन शासकीय माध्यमिक शाळांमध्ये करण्यात यावा असे प्रस्तावित केले आहे. दोन्ही शाळांमधील मुख्याध्यापकांशी संशोधकाने संपर्क करावा आणि त्यांच्याशी संपर्क करून अभ्यासाचा उद्देश, शाळेकडून हवी असलेली मदत याबद्दल स्पष्ट चर्चा करावी. अभ्यासात विद्यार्थ्यांचा सहभाग घेण्यासाठी त्यांची

परवानगी घ्यावी. वेळ आणि संसाधने यांची मर्यादा असल्याने दोनपेक्षा जास्त शाळांची निवड करू नये. जेव्हा दोन शाळा अभ्यासात सहभागी व्हायला तयार होतील तेव्हा इतर शाळांशी बोलणी थांबवावीत.

वय वर्षे ९ च्या विद्यार्थ्यांची निवड करायची असे प्रस्तावित केले आहे, कारण वय वर्षे ८ आणि १० या वयातील विद्यार्थ्यांच्या शैक्षणिक गुणवत्ता संपादनावर एकसारख्या घटकांचा परिणाम होतो. वय वर्षे ८ चे विद्यार्थी नुकत्याच झालेल्या नव्या पद्धतीतील स्थित्यंतरामुळे काळजीत असतील. वय वर्षे १०च्या मुलांच्या उद्दीपनावर, अशा शैक्षणिक टप्प्याचा परिणाम होईल, ज्या अवस्थेत, ते पुढील शिक्षण घेणार आहेत की नाहीत याबाबत त्यांना निर्णय घ्यावाच लागेल.

विद्यार्थ्यांच्या लिंग गुणधर्मातील भिन्नतेवर नियंत्रण ठेवण्यासाठी फक्त पुरुष विद्यार्थ्यांची निवड करावी असे प्रस्तावित केले आहे.

एकदा का शाळेच्या मुख्याध्यापकांनी अभ्यास करण्याची परवानगी दिली की संशोधक प्रमुख शिक्षकाला या अभ्यासाचे औचित्य थोडक्यात स्पष्ट करून सांगावे व विद्यार्थ्यांनी प्रश्नपत्रिका भरून देण्यासाठी वेळ आणि तारीख निश्चित करावी.

विद्यार्थी जेव्हा एकत्र येतील आणि अभ्यासात सहभाग घ्यायला तयार असतील तेव्हा त्यांना संशोधक अभ्यासाचा उद्देश आणि औचित्य समजावून सांगेल. संशोधक त्या विद्यार्थ्यांच्या प्रश्नांची उत्तरे देण्यासाठी, जर त्यांना प्रश्न असेल तर, तिथेच थांबेल.

उदाहरण ई

संशोधकाला एडीएचडी बाधित मूल असलेले कुटुंब आणि त्यांचा दर महिन्याला एकत्र भेटणाऱ्या एडीएचडी मदतगटाशी संबंध असलेल्या एका कुटुंबाची माहिती मिळाली आहे. संशोधकाने त्याच्या ओळखीच्या कुटुंबाद्वारे या कुटुंबाशी संपर्क करायचे प्रस्तावित केले आहे. संशोधक महिन्यातल्या एखाद्या बैठकीस उपस्थित राहील आणि अभ्यासाचा उद्देश आणि औचित्य गटाला समजावून सांगावे, अभ्यासात समावेश करण्यासाठी लावलेले पात्रतेचे निकष, अभ्यासात समावेश करण्यासाठी कोणत्या बाबींचा अंतर्भाव केला आहे आणि अभ्यासाचे इतर पैलू यांचा समावेश केला आहे हेही सांगावे. प्रतिसादकांनी दिलेल्या माहितीबद्दल गुप्तता व नैतिकता पाळली जाण्याची त्यांना खात्री देण्यात यावी. गटातील सदस्यांना अभ्यासाच्या कोणत्याही पैलूविषयी प्रश्न विचारण्यासाठी प्रोत्साहित करण्यात यावे. त्यांची संमती घेतल्यावर समाविष्ट असलेल्या निकषांच्या आधारे गटातील सदस्यांना सहभागाविषयी मत विचारावे.

जी सहा कुटुंबे निवडण्याचे प्रस्तावित केले आहे पैकी तीनमध्ये दोन्ही पालक उपचार आणि व्यवस्थापन यात गुंतलेले असतील आणि तीन कुटुंबे अशी असतील की ज्यात फक्त आई एकटी काळजी घेणारी असेल. यासाठी प्राथमिकतः वेगवेगळ्या प्रकारच्या कुटुंबांमध्ये एडीएचडी बाधित मुलाची काळजी घेण्यात काय फरक आहे हे पाहिले जाईल.

संभाव्य प्रतिसादकांच्या सहभागाकरिता संमती मिळविण्यासाठी संशोधक वैयक्तिकरित्या संपर्क करेल. एकदा त्यांची सहमती मिळाली की प्रत्येक कुटुंबाची मुलाखतीची जागा आणि वेळ निश्चित केली जाईल. समस्यांची चर्चा आई आणि वडील यांच्याशी एकत्रितपणे करायची की फक्त आईशी करायची हे कुटुंबाच्या प्रकारावर अवलंबून असेल. मुलाखतीला सुरुवात करण्यापूर्वी मुलाखत ध्वनिमुद्रित करण्यासाठी त्यांची परवानगी घेतली जाईल. मुलाखती पूर्ण झाल्यावर संशोधक त्या प्रतिसादांचे रूपांतर करेल व प्रतिसादकांना त्याची प्रत वैधता व खात्री करण्यासाठी देईल.

पूर्वतयारी

तुम्ही जी संस्था, अभिकरण किंवा समुदाय यांचा अभ्यास करणार आहात त्यांचे थोडक्यात वर्णन करा. हा अभ्यास जर एखाद्या लोकगटाचा असेल, तर त्यांची काही ठळक वैशिष्ट्ये (उदाहरणार्थ, इतिहास, आकार, घटक आणि रचना) नोंदवा. याशिवाय एखादी समर्पक बाब माहिती असेल तर त्याचीही नोंद घ्या.

जर तुमचे संशोधन संस्था, कार्यालय किंवा अभिकरण यांच्याशी संबंधित असेल तर तुमच्या वर्णनात खालील माहितीचा समावेश कराः

- सदर संस्था, अभिकरण किंवा कार्यालय पुरवत असलेल्या प्रमुख सेवा;
- त्यांची प्रशासकीय रचना;
- ज्यांना सेवा पुरवतात त्या अशिलांचा प्रकार.
- तुमच्या संशोधनाचा केंद्रस्थानी असलेल्या समस्यांविषयी माहिती.

तुम्ही जर एखाद्या समुदायाचा अभ्यास करत असाल तर त्यांची पुढील वैशिष्ट्ये थोडक्यात वर्णन कराः

- समुदायाचा आकार;
- त्या समुदायाची थोडक्यात सामाजिक वैशिष्ट्ये. (उदाहरणार्थ, त्या समुदायातील वेगवेगळ्या गटांची रचना);
- तुमच्या अभ्यासातील केंद्रवर्ती विचाराशी समर्पक समस्या;

आशयाचे स्वरूपामुळे उदाहरणे देणे कठीण आहे हे याची नोंद घ्या.

अनुमापन पद्धती

या विभागात तुम्ही संशोधन साधनाविषयी चर्चा केली पाहिजे (प्रकरण ९ आणि १० पहा) आणि तुमचे मुख्य चल कार्यान्वित करण्याबाबत तुम्ही कसे नियोजन केले आहे याविषयी तपशिलाने लिहा (प्रकरण ५ पहा).

सुरुवातीला, तुम्ही जे संशोधन तंत्र निवडले आहे, ते का निवडले याची कारणे द्या. त्याच्या जमेच्या बाजू व उणिवा थोडक्यात सांगा. तुमच्या मुख्य संशोधन तंत्राची विभागणी करा आणि तुमच्या अभ्यासाच्या मुख्य उद्दिष्टांशी त्यांची समर्पकता दाखवा. जर तुम्ही एखादे प्रमाणित साधन वापरणार असाल, तर त्याच्या विश्वसनीयतेबद्दल व वैधतेबद्दल उपलब्ध असलेले पुरावे द्या. जर तुम्ही तसेच वापरणार असाल किंवा बदल करणार असाल तर तुम्ही केलेल्या बदलाचे व ते कसे केले याचे वर्णन करा आणि ते स्पष्ट करा.

मुख्य संकल्पना तुम्ही कशा कार्यान्वित करणार आहात याविषयी चर्चा करा. उदाहरणार्थ, त्याची परिणामकारकता मापन करायची असेल तर ती कशी मापन करणार आहात हे स्पष्ट करा. जर तुम्ही आत्मसन्मानाचे मापन गटामधील लोकांचे करणार असाल तर आत्मसन्मान मापनाचे मुख्य निर्देशक आणि ते मापन करण्याची पद्धती याविषयी लिहा (उदाहरणार्थ, लिकर्ट किंवा थर्स्टन मापन किंवा दुसरी एखादी पद्धत).

संख्यात्मक अभ्यासात तुमच्या प्रस्तावाला संशोधन साधनाची प्रत जोडणे आदर्श मानले जाते.

(या ठिकाणी सराव ३ मधील माहितीचा समावेश करावा).

आशयाचे स्वरूप लक्षात घेता या विभागासाठी उदाहरणे देणे कठीण आहे, याची नोंद घ्या.

नैतिक मुद्दे

नैतिकेसंबंधी मार्गदर्शन पुस्तिका

सर्व शैक्षणिक संस्था संशोधनाच्या नैतिक संबंधांबाबत विशेष दक्ष असतात. याकरिता सर्व संस्थांनी नैतिकतेसंबंधी धोरण आखले आहे. तुम्हाला तुमच्या संस्थेचे धोरण माहीत असणे आवश्यक आहे. तुमच्या प्रस्तावामध्ये तुम्ही अशा नैतिक मुद्द्यांचा उल्लेख करून तुम्ही ते कसे हाताळणार आहात हे लिहिणे सक्तीचे आहे. तुम्ही प्रतिसादकांच्या नजरेतूनही नैतिक मुद्दे पाहिले पाहिजेत आणि जर त्यांना मानसिक किंवा इतर धक्का पोहोचवणारे, 'इजा' करणारे मुद्दे असतील तर ते हाताळण्याची तुम्ही कशा प्रकारे तयारी केली आहे त्याचे तपशीलवार नोंद केली पाहिजे. नैतिक मुद्द्यांविषयीची अधिक माहिती प्रकरण १४ मध्ये दिली आहे. (सराव ३मध्ये दिलेल्या माहितीचा इथे वापर करा.)

नमुना

प्रस्तावाच्या या भागात खालील गोष्टींचा समावेश कराः

- नमुना समूहाचा आकार (माहीत असल्यास) आणि माहिती कुठून आणि कशी मिळवणार आहात;
- तुम्ही निवड करणार असलेल्या नमुन्याचा आकार आणि हा आकार निवडीमागचे कारण:
- नमुना निवड करताना कोणता नमुना निवड आराखडा प्रस्तावित आहे त्याचे स्पष्टीकरण द्या (साधी यादृच्छिक निवड, स्तरित यादृच्छिक नमुना, नियतांश नमुना इत्यादी).

(तुम्हाला सराव चार मधून हा विभाग पूर्ण करण्यासाठी माहिती मिळेल. याशिवाय नमुन्यासाठी प्रकरण १२ पहा.)

उदाहरण अ

स्थलांतरित कुटुंबाचे राहण्याचे नेमके ठिकाण माहीत नसल्याने त्यांच्यासाठी संभाव्य नमुना आराखडा वापरता येणे कठीण असते. यासाठी संशोधकाने सीमित नमुना निवड पद्धती वापरावी असे सुचविले आहे. संशोधकाने सुरुवातीला मागील सात ते दहा वर्षात दुसऱ्या देशातून (देशाचे नाव) आलेल्या पाच कुटुंबांशी संपर्क करावा. संशोधक ज्यांच्याशी परिचित असेल किंवा स्थलांतरित गटाच्या संघटनेच्या कार्यालयामधून त्याने नावे मिळवली असतील त्यांच्याशी संपर्क करावा. त्याच कालावधीत, त्याच देशांतून स्थानांतरित झालेल्यांची आणखी काही नावे या लोकांकडून प्राप्त होतील. त्यांनाही शोधून त्यांच्या मुलाखती घ्याव्यात. संशोधकाला इतर प्रतिसादकांविषयी त्यांच्याकडून माहिती मिळेल. संशोधकाने सत्तर प्रतिसादकांच्या मुलाखती घेईपर्यंत ही प्रक्रिया चालू ठेवावी.

उदाहरण आ

वेळ आणि सोयी यांची मर्यादा असल्याने विभागामध्ये ज्यांची नोंद झाली आहे, अशा (४५७) पैकी पन्नास टक्के प्रतिपालकांची पद्धतशीर यादृच्छिक नमुना निवड तंत्र वापरून येथे निवड प्रस्तावित केली आहे. विभागात नोंदणी झालेल्या प्रत्येक दुसऱ्या प्रतिपालकाची यासाठी निवड करावी, अशा तऱ्हेने अभ्यासासाठी २२९ जणांची निवड करावी.

उदाहरण इ

शाळांची निवड प्राथमिकतः नियतांश नमुना पद्धतीने करावी. शाळांची निवड करताना संशोधकाच्या भौगोलिकदृष्ट्या सान्निध्यात असतील अशा शाळांची निवड करावी. एकदा दोन शाळांनी सहभागी होण्यासाठी मान्यता दर्शविली की इतर शाळांशी बोलणी थांबवावी.

नऊ पुरुष विद्यार्थ्यांचा मिळून पूर्ण वर्षभराकरिता हा अभ्यासगट स्थापन करावा. नमुना १०० विद्यार्थ्यांपेक्षा जास्त असणार नाही अशी अपेक्षा आहे.

उदाहरण ई

हेतुपूर्ण नमुना तंत्राने गटातून सहा कुटुंबांची निवड प्रस्तावित केली आहे. पैकी तीन कुटुंबांत एडीएचडी बाधित मुलाला सांभाळणारे पालक आहेत आणि तीन कुटुंबे अशी की ज्यात फक्त आई ही जबाबदारी पार पाडत आहे (एक पालक असलेली कुटुंबे). गटातील सदस्यांशी झालेल्या अनौपचारिक चर्चेतून जे पालक माहिती द्यायला तयार असतील आणि जे एडीएचडी बाधित मुलाला चांगली वागणूक देत असतील व त्यांचे उत्तम व्यवस्थापन करत असतील त्यांची मुलाखतीसाठी निवड करावी.

तथ्यांचे विश्लेषण

सामान्यपणे तुम्ही जी तथ्य विश्लेषणाची पद्धत योजलेली आहे तिचे वर्णन करा (प्रकरण १५). तथ्यांचे विश्लेषण संगणकाद्वारे करणार आहात की मानवी पद्धतीने करणार आहात ते स्पष्ट करा. संगणकीय विश्लेषणाकरिता, तुमच्या तथ्य विश्लेषणासाठी संख्याशास्त्रीय प्रक्रियेकरिता उचित प्रणाली शोधा. संख्याशास्त्रीय अभ्यासाकरिता भिन्न तक्त्यांसाठी मुख्य चल ओळखा.

गुणात्मक अभ्यासासाठी, तुम्ही घेतलेल्या मुलाखती किंवा तुमची निरीक्षणे यांच्या नोंदींमध्ये, तुमच्या प्रतिसादकांनी समस्यांसंबंधी नोंदविलेली मतं किंवा निरीक्षणांच्या नोंदी यातील अर्थ काढण्यासाठी, त्यांचे विश्लेषण करण्यासाठी तुम्ही जी योजना आखली आहे तिचे वर्णन करा. क्षेत्रीय माहितीचे आशय विश्लेषण करताना त्यातून केंद्रवर्ती विचार शोधून काढणे हे सामायिक तंत्र आहे. प्रथमतः तुम्ही हे ठरवले पाहिजे की तुम्ही याकरिता संगणकाचा वापर करणार आहात की मनुष्यबळ वापरून विश्लेषण करणार आहात.

आशय विश्लेषण पद्धतीचे तीन मार्ग आहेतः

१. तुम्हाला प्राप्त झालेल्या क्षेत्रीय माहितीच्या आधारे तुमच्या अहवालासाठी एक संदर्भचौकट विकसित करा, जसजशा तुम्ही नोंदी करत जाल, त्यातील माहितीची नोंद तुम्ही तयार केलेल्या चौकटीत एकात्म करत जा. तुम्ही जर ही पद्धत वापरलीत तर तुम्हाला संदर्भचौकटीविषयी स्पष्ट कल्पना येईल. याचा अर्थ असा नव्हे की विश्लेषण करताना तुम्ही अशी चौकट विकसित करू शकत नाही; तरीही तुमच्या लेखनामध्ये मिळालेल्या माहितीचा नेमका कुठे समावेश करायचा याची स्पष्ट कल्पना येईल.
२. दुसरी पद्धत अशी की तुम्ही तुमच्या क्षेत्रीय नोंदी ध्वनिमुद्रकावर घेतल्या असतील तर त्या लिहून काढा आणि परत परत वाचा त्यातून केंद्रवर्ती विचाराची तुम्हाला कल्पना येईल. हा केंद्रवर्ती विचार तुमच्या लेखनाचा पाया असेल.

३. वर्णनात्मक तथ्यांसाठी एनयुडी* आयएसटी, एथनोग्राफ आणि एन्व्हीआयव्हीओ या संगणकप्रणाली विशेषत्वाने तयार केल्या आहेत. या संगणकप्रणाली आशयविश्लेषणावर आधारित आहेत. तुम्ही यापैकी एका प्रणालीची निवड करू शकता. केंद्रवर्ती विचार हा मानवी प्रयत्नातून शोधण्यापेक्षा तो नक्की कुठल्या आशयात दिसतो ते या प्रणाली शोधून काढतात.

तथ्यांच्या विश्लेषणासाठी तुम्ही नेमकी कुठली रणनीती प्रस्तावित करणार आहात ते स्पष्ट करा.

उदाहरण अ

वारंवारता विभागणी खालील संदर्भातः

- वय;
- शिक्षण;
- व्यवसाय;
- अपत्यांची संख्या;
- स्थानांतराचा काळ;
- इत्यादी.

पती/पत्नीच्या भूमिकेवर झालेल्या परिणामांचे बहुचल तक्तेः

- वय;
- अपत्यांची संख्या;
- शिक्षण;
- व्यवसाय;
- इत्यादी.

उदाहरण आ

वारंवारता विभागणी खालील संदर्भातः

- वय;
- उत्पन्न;
- शिक्षण;
- वैवाहिक दर्जा;
- प्रतिपालनाचा काळ
- प्रतिपाळ करत असलेल्या मुलांची संख्या;
- इत्यादी.

प्रतिपालनासाठी मिळणाऱ्या मोबदल्याप्रती दृष्टिकोनांचे बहुचल तक्तेः

- वय;
- अपत्यांची संख्या;
- शिक्षण;
- व्यवसाय;
- इत्यादी.

संख्याशास्त्रीय चाचण्यांचा वापरः

- चि-स्वेअर;
- प्रतिपगमन विश्लेषण;
- इत्यादी.

उदाहरण इ

- वय;
- पालकांचा व्यवसाय;
- पालकांचे शिक्षण;
- विद्यार्थ्यांची व्यावसायिक आकांक्षा;
- विद्यार्थ्यांच्या अभ्यासात पालकांची गुंतवणूक;
- आत्मसन्मान;
- समवयस्कांचा प्रभाव;
- अभ्यासाला देत असलेले तास;
- इत्यादी.

शैक्षणिक प्रगतीचे बहुमुलक तक्तेः

- समवयस्कांचा प्रभाव;
- पालकांची विद्यार्थ्यांच्या अभ्यासात गुंतवणूक;
- आत्मसन्मान;
- व्यावसायिक आकांक्षा;
- शिक्षकांप्रती दृष्टिकोन;
- इत्यादी.

उदाहरण उ

कुटुंबाच्या घेतलेल्या तपशीलवार मुलाखती मायक्रोसॉफ्ट वर्डमध्ये टाईप कराव्यात. या टाईप केलेल्या मुलाखतींमधून त्यांनी कोणता केंद्रवर्ती विचार व्यक्त केला आहे हे जाणून घेण्यासाठी त्या मुलाखतींचा बारकाईने अभ्यास करावा लागेल. यातून एडीएचडी बाधित मुलांशी संबंधित मुद्दे जे व्यवस्थापन आणि उपचारासंबंधी असतील त्यांचे वर्गीकरण केले जाईल. त्यानंतर हे विचार लिखाणाचा भाग बनतील.

अहवालाची रचना

तुम्ही तुमच्या अंतिम अहवालाची रचना कशी करणार आहात हे अधिकाधिक स्पष्ट करा (प्रकरण १७ पहा आणि सराव ७ चा संदर्भ घ्या). अहवालासाठी साहित्य संकलित करताना तुमच्या अभ्यासाच्या विशिष्ट उद्दिष्टांची तुम्हाला खूप मदत होणार आहे. तुमच्या अभ्यासाच्या केंद्रवर्ती विचाराभोवती सर्व प्रकरणांची रचना करा. प्रत्येक प्रकरणाचे शीर्षक, त्याचा मुख्य गाभा काय आहे हे सूचित करणारे असले पाहिजे.

पहिल्या प्रकरणाचे शीर्षक 'परिचय' असावे, यात एकंदर तुमच्या अभ्यासाचा परिचय ज्यात तुमचा प्रकल्प प्रस्ताव आणि मुख्य आराखड्यात जर काही विचलने असतील तर त्यांच्याविषयी समावेश असावा.

दुसरे प्रकरण हे अभ्यासाधीन लोकसमूहाची सामाजिक-आर्थिक आणि लोकसांख्यिक वैशिष्ट्ये यांची माहिती द्या. याचा हेतू एवढाच आहे की ज्या लोकांचा अभ्यास केला आहे त्यांची पार्श्वभूमी वाचकांना माहिती असावी. या प्रकरणाचे शीर्षक अभ्यासाधीन लोकसमूहाची 'सामाजिक-आर्थिक-लोकसांख्यिक वैशिष्ट्ये' किंवा 'अभ्यासाधीन लोकसमूहाविषयी' किंवा दुसरे एखादे शीर्षक ज्यातून वाचकांना या प्रकरणात मांडलेल्या विचारांचा बोध होईल असे द्यावे. उरलेल्या प्रकरणांची शीर्षके ही जो जो अभ्यास केला आहे त्यानुसार बदलतील. फक्त प्रत्येक प्रकरणाचे शीर्षक मुख्य विचाराभोवती गुंफलेले असावे. जरी शीर्षकातील शब्द ही वैयक्तिक निवड असली तरी प्रत्येक शीर्षकांतून मुख्य विचार दर्शवला गेला पाहिजे. हे विचार विकसित करताना तुम्ही अभ्यासाची विशिष्ट उद्दिष्टे तुमच्या मनात प्राधान्याने असावीत.

जर तुमचा अभ्यास गुणात्मक असेल तर वेगवेगळी प्रकरणे लिहिताना, तथ्य संकलन करताना आणि विश्लेषणाचे टप्पे हे, त्याचा आधार असले पाहिजेत. ठळक मुद्दे विकसित केल्यावर पुढची पायरी म्हणजे प्रत्येक मुद्द्याखाली मुख्य विचाराची रचना करून संरचना विकसित करावी, जी तुम्ही वाचकांना तुमची अनुमाने ज्या प्रकारे संप्रेषित करणार आहात त्यासाठी या संरचनेचा वापर करावी.

उदाहरण अ

अहवाल खालील प्रकरणांमध्ये विभागला जावा असे प्रस्तावित केले आहेः

प्रकरण १: परिचय
प्रकरण २: अभ्यासाधीन लोकसमूहाची सामाजिक-आर्थिक-लोकसांख्यिक वैशिष्ट्ये
प्रकरण ३: पती/पत्नीच्या भूमिकांवर झालेला परिणाम
प्रकरण ४: वैवाहिक नात्यांवर झालेला परिणाम
प्रकरण ५: मुलांच्या अपेक्षांवर झालेला परिणाम
प्रकरण ६: विवाहाप्रती दृष्टिकोनावर झालेला परिणाम
प्रकरण ७: सारांश, निष्कर्ष आणि शिफारशी

उदाहरण आ

अहवाल खालील प्रकरणांमध्ये विभागला जाईलः

प्रकरण १: परिचय
प्रकरण २: अभ्यासाधीन लोकसमूहाची माहिती
प्रकरण ३: प्रतिपालकांचे स्वतःच्या भूमिकेविषयी असलेले ज्ञान
प्रकरण ४: प्रतिपालकांचा प्रतिपालनाविषयी मिळणाऱ्या मोबदल्याबाबत दृष्टिकोन
प्रकरण ५: मोबदला देण्याची मान्य पद्धत
प्रकरण ६: प्रतिपालनाबाबत प्रतिसादकांचे शेरे, भाष्य
प्रकरण ७: सारांश, निष्कर्ष आणि शिफारशी

उदाहरण इ

अहवाल खालील प्रकरणांमध्ये विभागला जावा असे प्रस्तावित केले आहेः

प्रकरण १: परिचय
प्रकरण २: अभ्यासाधीन लोकसमूह
प्रकरण ३: व्यावसायिक आकांक्षा, आत्मसन्मान आणि शैक्षणिक प्रगती
प्रकरण ४: पालकांची गुंतवणूक आणि शैक्षणिक प्रगती
प्रकरण ५: समवयस्कांचा प्रभाव आणि शैक्षणिक प्रगती
प्रकरण ६: शैक्षणिक प्रगती आणि विद्यार्थ्यांचा शिक्षकांप्रती दृष्टिकोन
प्रकरण ७: सारांश, निष्कर्ष आणि शिफारशी

उदाहरण ई

अहवाल खालील प्रकरणांमध्ये विभागला जावा असे प्रस्तावित केले आहे.

प्रकरण १: परिचय
प्रकरण २: एडीएचडी: सैद्धान्तिक दृष्टिकोन
प्रकरण ३: एडीएचडी बाधित मूल वाढविताना कुटुंबातील व्यक्तींना तोंड द्याव्या लागणाऱ्या समस्या व अडचणी
प्रकरण ४: एडीएचडी आणि त्याचे बालकावर जाणवण्याजोगे परिणाम
प्रकरण ५: एडीएचडी आणि त्याचे भावंडांच्या संबंधांवर होणारे परिणाम
प्रकरण ६: एडीएचडीच्या उपचारांचे व्यवस्थापन
प्रकरण ७: एडीएचडीचे मुलांच्या शाळेत जाण्यावर होणारे परिणाम
प्रकरण ८: एडीएचडी बाधित मुलाचे इतर मुलांशी असलेल्या संबंधावर होणारे परिणाम
प्रकरण ९: व्यष्टी इतिहास
प्रकरण १०: सारांश आणि निष्कर्ष

समस्या आणि मर्यादा

हा अभ्यास करताना तुम्हाला ज्याबाबत अडचणींना तोंड द्यावे लागले अशा समस्यांची यादी या विभागात करा. उदाहरणार्थ, तथ्यांची उपलब्धता, अभ्यास करण्यासाठी त्या विशिष्ट संस्था/अभिकरण यांची परवानगी घेणे, नमुना मिळवणे किंवा अभ्यासाचा दुसरा एखादा पैलू ज्यासाठी समस्या जाणवली ते लिहा.

तुमच्याकडे अमर्याद साधने नाहीत आणि हा शैक्षणिक सराव असल्याने तुम्हाला कदाचित जे आदर्श कार्य आहे त्यापेक्षा थोडे कमी काम करणार आहात. तरीही, तुमचे निष्कर्ष आणि सामान्यीकरणाची वैधता यावर परिणाम करणाऱ्या काही मर्यादा असतील तर त्या संप्रेषित करणे, त्याविषयी जागरूक राहणे, हे महत्वाचे आहे.

या ठिकाणी समस्या या शब्दाचा संदर्भ व्यावहारिक तपशिलासाठी आलेल्या अडचणींशी आहे. मर्यादा या दुसऱ्या बाजूने संरचनात्मक समस्या आहेत ज्या अभ्यासाच्या पद्धतीविषयक पैलूंशी निगडित आहेत, उदाहरणार्थ, जर अभ्यासाचा आराखडा तुमच्या मते कदाचित उत्तम नसेल, परंतु अनेक बाबी विचारात घेऊन तुम्ही तो स्वीकारला असेल. नमुन्याच्या बाबतीत आणि अनुमापन पद्धतीबाबतही असे घडण्याची शक्यता आहे. अशा प्रकारच्या मर्यादा वाचकांना संप्रेषित केल्या पाहिजेत.

सूची

प्रस्तावातील सूचीमध्ये तुम्ही संदर्भांच्या यादीचा समावेश करावा. गुणात्मक अभ्यासामध्ये, संशोधन साधन जोडावे.

कामाचे वेळापत्रक

नियोजन वेळेवर

तुम्ही तुमचे संशोधन नियत वेळापत्रकानुसारच पूर्ण करणार आहात असे प्रतिबिंबित होण्याकरिता तुम्ही स्वतःला वेळेची विशिष्ट मर्यादा घालून घेतली पाहिजे. तुम्ही जी जी कार्य करणार आहात त्यांची यादी करा आणि ती तुम्ही केव्हापर्यंत पूर्ण करायची असं ठरवलं आहे ती तारीख निर्देशित करा, आणि तुम्हाला लागणारा वेळ काळजीपूर्वक लक्षात घ्या. संशोधन प्रक्रिया तुमच्या आराखड्याप्रमाणे जर सरळसोट पार पडली नाही, तर शेवटी काही वेळ हाताशी ठेवायला विसरू नका. तक्ता १३.१ मध्ये दर्शविल्याप्रमाणे तक्ता तयार करा.

अंदाजपत्रक

निधी आणि अंदाजपत्रक

अभ्यासाला एकूण किती खर्च येणार आहे व त्यासाठी लागणारे पैसे कुठून उभे करणार याविषयीचा अंदाज काढणे ही अतिशय चांगली कल्पना आहे. जरी त्यातले बरेचसे काम तुम्ही विनामोबदला करणार असलात तरीही अभ्यासातल्या काही बाबींसाठी पैसे खर्च करावे लागतील. तुम्ही कोणत्या प्रकारचा अभ्यास हाती घेणार आहात त्यावर तुम्हाला किती खर्च येणार हे अवलंबून आहे. खर्चाचा फरक हा मुख्यत्वे दोन बाबींवर अवलंबून आहेः तथ्य संकलनाची पद्धत आणि नमुन्याचा आकार. अभ्यासाचे इतर पैलू जसे संशोधन आराखड्याला धरून न राहता काम केले तर त्याचा परिणाम म्हणून थोडा कमीजास्त पण जवळपास तितकाच खर्च येईल. बहुतेक अभ्यासांकरिता तक्ता १३.२ उपयोगी पडतो, मात्र तुम्हाला काही विशिष्ट गोष्टी समाविष्ट करायच्या असतील तर तुम्ही त्या करू शकता.

तक्ता १३.१ अभ्यासासाठी वेळापत्रक तयार करणे

	काम या वेळेत पूर्ण करणे (आठवडे किंवा महिने)														
कार्ये (जी तुम्हाला महत्त्वाची वाटतात)	**१**	**२**	**३**	**४**	**५**	**६**	**७**	**८**	**९**	**१०**	**११**	**१२**	**१३**	**१४**	**१५**
प्रस्ताव लेखन	→	→	→												
साधन निश्चिती	→	→	→	→											
तथ्य संकलन				→	→	→	→								
संकेतीकरण							→	→	→	→					
तथ्य विश्लेषण										→	→				
अहवाल/पहिला/तिसरा										→	→	→	→	→	
अहवाल/अंतिम											→	→	→	→	→
टंकलेखन												→	→	→	→

तक्ता १३.२ अभ्यासाच्या खर्चाचे अंदाजपत्रक

अभ्यासाचे पैलू	अंदाजे खर्च
प्रश्नपत्रिका किंवा मुलाखत अनुसूचीची छपाई	रु. ...
दूरध्वनीचा वापर	रु. ...
प्रवास	रु. ...
अहवाल	रु. ...
लेखनसामग्री	रु. ...
इतर	रु. ...
एकूण	रु. ...

सारांश

संशोधन प्रश्नांचे उत्तर मिळवण्यासाठी संशोधन प्रस्तावातून कार्यान्वयनाचा आराखडा हाती लागतो. या आराखड्यातून तुमच्या पर्यवेक्षकाला व इतरांना, तुम्ही काय करायचे ठरवले आहे, त्यासाठी तुमची रणनीती काय आहे, याचे नियोजन तुम्ही कसे केले आहे, हे समजले पाहिजे. संशोधन प्रश्नांची अचूक आणि वस्तुनिष्ठ उत्तरे मिळण्यासाठी पद्धतीच्या वैधतेची वाचकांना खात्री पटेल.

या प्रकरणात दिलेल्या मार्गदर्शक तत्त्वांमधून तुम्हाला गुणात्मक आणि संख्यात्मक संशोधनात प्रस्ताव लेखनासाठी संदर्भचौकट मिळेल आणि यात तुम्ही संशोधन पद्धतीशी व ज्या शैक्षणिक पातळीसाठी तुम्ही संशोधन करीत आहात त्याच्या लेखनाची शैक्षणिक धाटणी (शैली) पुरेशी अवगत आहे असे गृहीत धरले आहे. तुमच्या प्रस्तावातील आशयाची खालील शीर्षकांखाली योजना केली आहेः प्रस्तावना/परिचय, ढोबळमानाने

संशोधनाधीन प्रश्न/समस्या, अभ्यासाची उद्दिष्टे, चाचणी घ्यावयाची गृहीतकृत्ये, अभ्यासाचा आराखडा, पूर्वतयारी, अनुमापन पद्धती, नमुना संकलित करणे, तथ्यांचे विश्लेषण, अहवालाची रचना, तसेच समस्या व मर्यादा. या प्रत्येक शीर्षकाखाली येणारा मजकूर हा तुमच्या प्रस्तावित अभ्यासानुसार वेगवेगळा असेल. गुणात्मक अभ्यासाचे लिखाण हे गुणात्मक पद्धतीवर आधारित असेल आणि संख्यात्मक अभ्यासाचे संख्यात्मक पद्धतीवर निर्धारित असेल.

'प्रस्तावना' किंवा 'परिचय' यात अभ्यासाच्या मुख्य विषयाचा परिचय असतो. साहित्याचे ढोबळमानाने परीक्षण करून हळूहळू ते तुम्ही ज्या प्रश्नाचे अन्वेषण करणार आहात त्या विशिष्ट प्रश्नावर स्थिर करा. सैद्धान्तिक चौकट हा या विभागाचा एक भाग असला पाहिजे. पुढचा विभाग, 'समस्या', ज्यात अभ्यासाधीन समस्येचा तपशील असतो. तुम्ही ज्या संशोधन प्रश्नाची उत्तरे शोधण्याचे योजले आहे तो या विभागात उदधृत करा. 'अभ्यासाची उद्दिष्टे' यात तुमच्या अभ्यासाची मुख्य उद्दिष्टे व उपउद्दिष्टे यांचा समावेश असेल. गृहीतकृत्य, जर असेल तर ते 'गृहीतकृत्य चाचणी' या विभागात येईल. 'अभ्यासाचा आराखडा' यात कार्यपद्धती जी तुम्ही वापरणार आहात त्याचा तपशील येईल. 'संशोधन आराखडा' यामध्ये तुम्ही ज्या व्यावहारिक पद्धती अनुसरणार आहात त्याची नोंद करावी. पूर्वतयारी' यात जिथे तुम्ही अभ्यास करणार आहात त्या संस्था किंवा समुदाय यांचे वर्णन करा. अनुमापन पद्धती यात मुख्य चलांविषयी माहिती मिळवण्यासाठी जी कार्यपद्धती वापरली जाणार आहे त्यांची नोंद करा. अभ्यासाशी निगडित नैतिक मुद्दे तुम्ही कशा प्रकारे हाताळणार आहात त्यांची नोंद घेणे गरजेचे आहे. 'नमुना' मध्ये तुम्ही नमुना निवड कशी करणार आहात याचे वर्णन करा. तथ्यांचे विश्लेषण' या अंतर्गत तथ्य विश्लेषण पद्धतीची चर्चा करा. 'अहवालाची रचना' यात संशोधन अहवालाची रचना त्याचे तुम्ही केलेले नियोजन येईल. 'समस्या आणि मर्यादा' यात अभ्यासाच्या कोणत्या समस्या येतील असे गृहीत धरले आहे, तसेच अभ्यासाला कोणत्या मर्यादा असतील असे वाटते याबद्दल लिहा. प्रस्तावाला पुरवणी म्हणून संशोधन साधनाची प्रत आणि संदर्भांची यादी जोडा. गुणात्मक आणि संख्यात्मक अभ्यासातील संशोधन प्रस्तावाच्या रचनेत फरक नसतो तर आशयात असतो. त्यातील आशय हा पद्धती विशिष्ट असायला पहिजे.

कामाच्या आखणीमुळे तुमच्या अभ्यासाचे वेळापत्रक तयार होते.

याचा विचार करा

- प्रकरणाच्या सुरुवातीला असलेल्या परवलीच्या शब्दांची उजळणी करा, आणि जर त्याचा अर्थ किंवा वापर याविषयी जर तुम्ही साशंक असाल तर पुढे जाण्यापूर्वी प्रकरणात त्याविषयी पुन्हा वाचा.
- या प्रकरणात सुचविलेला संशोधन प्रस्तावातील आशय आणि तुमचे विद्यापीठ किंवा विभागाने सुचविलेला आशय यांची एकमेकांशी तुलना करून बघा. जर त्यात फरक असेल, तर तो काय आहे?
- संशोधन प्रस्तावाला मान्यता मिळण्यापूर्वी तो कोणकोणत्या प्रक्रियांमधून जातो याची माहिती घ्या.

तुम्ही आता या प्रकरणाचा अभ्यास केला आहे, त्यावरून खालील प्रश्नांची उत्तरे द्या:

- गुणात्मक आणि संख्यात्मक अभ्यासातील संशोधन प्रस्तावात काय फरक आहे?
- संशोधन प्रस्तावासाठी या प्रकरणात सुचविलेल्या आशयाचे परीक्षण करा.
- प्रत्येक टप्प्यानंतर सराव करणे याची तुम्हाला संशोधन प्रस्ताव करताना कशी मदत होत आहे?

सराव ५: संशोधन प्रस्ताव लेखन

तुमच्या संशोधन प्रवासात, तुम्ही अशा टप्प्यापर्यंत पोचलेले आहात जिथे संशोधन प्रस्तावात जरी तुम्ही त्यात समाविष्ट करायची प्रत्येक बाब समाविष्ट करू शकला नाहीत तरी, काय समाविष्ट करायचे याचा तुम्ही विचार करू शकता.

या सरावात तुम्हाला प्रकरण १३मधील प्रस्तावित आशयाच्या मदतीने तुमच्या संशोधन प्रस्तावाचा आराखडा करा आणि जे साहित्य जमवले आहे ते एकत्र करा.

संख्यात्मक, गुणात्मक किंवा संमिश्र पद्धतीच्या अभ्यासात जशी सुचविली आहे तशीच, संशोधनाची रूपरेषा असते. त्यातील आशयात जो फरक असतो त्याविषयी प्रस्तुत पुस्तकात लिहिले आहे. प्रकरण १३ परत बघा. तुमचा संशोधन प्रस्ताव तयार करण्यासाठी तुम्ही जे सराव केले आहेत त्यातून संबंधित माहिती काढा.

तुमचा प्रस्ताव हा शैक्षणिक धाटणीत (शैली) लिहिलेला असावा, मुख्य मजकुरात उचित संदर्भांचा समावेश असावा. तुमच्या साहित्य परीक्षणाचा समावेश योग्य ठिकाणी असावा, जो काळानुसार असण्यापेक्षा आशयानुसार असावा. ज्यापद्धतीने तुम्ही तुमचा संशोधन प्रवास करण्याचे प्रस्तावित केले आहे, त्यादृष्टीने तुमचे संशोधन प्रश्न, तुमच्या अभ्यासाची उद्दिष्टे आणि संपूर्ण प्रक्रिया स्पष्ट आणि तपशीलवार देणे आवश्यक आहे.

हा सराव पूर्ण करण्यासाठी खालील रूपरेषेचे अनुसरण करा. कार्यान्वयाच्या प्रत्येक टप्प्यासाठी दिलेले सराव तुम्ही सोडवलेत म्हणजे तुम्ही कामाचा मोठा पल्ला पूर्ण केला आहे हे लक्षात ठेवा.

खाली दिलेल्या आराखड्यातील मुद्दे हे फक्त सुचवण्यासाठी दिले आहेत. ते अधिक सखोलपणे समजून घेण्यासाठी तुम्हाला त्यावर काम करावे लागेल. वर म्हटल्याप्रमाणे तुम्ही बरेचसे काम केले आहे आता ते तुम्ही एकत्रितपणे मांडण्याची गरज आहे.

शुभेच्छा, आता तुम्ही उद्दिष्टाजवळ पोहोचला आहात.

सराव ५
मार्गदर्शक
नमुना

परिचय

अभ्यासाची उद्दिष्टे

गृहीतकृत्य चाचणी (गृहीतकृत्य असेल तर)

अभ्यासाचा आराखडा

अभ्यासाची पूर्वतयारी

संशोधन साधन

नमुना आराखडा

नैतिक मुद्दे

तथ्यांवरील प्रक्रिया

अहवालात प्रस्तावित प्रकरणे

अभ्यासाच्या मर्यादा आणि प्रश्न

प्रस्तावित कालावधी

प्रस्तावित खर्च

पायरी सहावी
तथ्य संकलन

कार्यान्वयनाची पायरीत तुम्हाला संशोधनातील नैतिकतेविषयीच्या समस्यांबाबत जागृत करणे याकरिता एका प्रकरणाचा समावेश केला आहे:

- **प्रकरण १४: तथ्य संकलनात नैतिक मुद्द्यांचा विचार**

१४

तथ्य संकलनात नैतिक मुद्द्यांचा विचार

या प्रकरणात तुम्ही खालील मुद्दे शिकणार आहात

- नैतिकता: एक संकल्पना
- संशोधनातील सहभागीदार
- संशोधनातील सहभागीदार यांबद्दल नैतिक मूल्यांचा विचार
- संशोधकाशी संबंधित नैतिक मूल्यांचा विचार
- प्रायोजक संस्थांशी संबंधित नैतिक मूल्यांचा विचार

परवलीचे शब्द

पूर्वग्रह, आचारसंहिता, गुप्तता, वाईट वागणूक, प्रवृत्ती, नुकसान, अर्थपूर्ण संमती, आचारतत्त्वे, संशोधन सहभागी, संवेदनशील माहिती, प्रायोजक संस्था, सहभागीदार, आत्मनिष्ठता

या प्रकरणाच्या अभ्यासानंतर तुम्हाला पुढील मुद्दे समजतील

- सामाजिक संशोधनात वापरली जाणारी नैतिकता ही संकल्पना
- सामाजिक संशोधनातील विविध सहभागीदार
- विविध सहभागीदार यांच्या दृष्टिकोनातून नैतिक मुद्दे

नैतिकता: एक संकल्पना

सर्वच व्यवसायांमध्ये, अनेक वर्षांच्या कालौघात व्यवसायातील सहभागीदारांच्या बदलत्या प्रवृत्ती, मूल्य, गरजा आणि अपेक्षा सामावल्या गेल्यामुळे, त्यात नैतिक आचारविचारांचे अधिष्ठान उत्क्रांत झालेले असते. काही व्यवसाय हे त्यांच्या नैतिक आचारविचारांची पातळी या अर्थाने इतरांपेक्षा अधिक उन्नत असतात. काही व्यवसायांना बळकट अधिष्ठान असते, त्यात आचारसंहितेची प्रभावी अंमलबजावणी केली जाते व जे त्या मार्गदर्शक आचारविचारांचे पालन करत नाहीत त्यांच्याविरुद्ध योग्य ती पावले उचलली जातात.

बहुतांश व्यवसायांना त्यांची **आचारसंहिता** असते, जी ते जे संशोधन कसे पार पाडतात त्यासाठीही असते. याशिवाय, अनेक संशोधन गटांनी संशोधनासाठी नीतितत्त्वे उत्क्रांत केली आहेत. वैद्यक, साथरोगशास्त्र, व्यवसायशास्त्र, कायदा, शिक्षणशास्त्र, मानसशास्त्र आणि इतर सामाजिकशास्त्रांनी संशोधनासाठी नीतितत्त्वे प्रस्थापित केली आहेत.

सर्वप्रथम आपण 'नैतिकता' किंवा 'नैतिक वर्तन' म्हणजे काय हे पाहू. *कॉलिन्स शब्दकोशानुसार* (१९७९: ५०२) नीतीला धरून म्हणजे 'विशेषतः व्यवसायात किंवा गटात जी आचारतत्त्वे योग्य किंवा बिनचूक समजली जातात'. यातील मुख्य शब्दप्रयोग, 'आचार तत्त्वे' आणि 'बिनचूक समजली जाणारी' हे आहेत, यामुळे काही प्रश्न उद्‌भवतात.

- ही आचार तत्त्वे काय आहेत?
- ती कोणी निश्चित केली?
- कुणाच्या मताने ती बरोबर, बिनचूक समजली गेली पाहिजेत?

खालील प्रश्नांचा याच्याशी अगदी नजीकचा संबंध आहे:

- सगळ्या व्यवसायांकरिता उपयोजित करता येतील अशी वैश्विक आचारतत्त्वे आहेत का?
- ती काळाबरोबर बदललीत का आणि तशी बदलली पाहिजेत का?
- जेव्हा एखादा व्यावसायिक नियमाला धरून वागत नाही तेव्हा काय होते?

या प्रश्नांवर प्रकाश टाकून **नैतिकता** या मुद्द्याचा विचार केला पाहिजे.

समाजाला वेगवेगळ्या सेवा देत असलेला प्रत्येक व्यवसाय, समाजाच्या गरजा आणि अपेक्षांनुसार आणि सेवाप्रदानासाठी उपलब्ध असलेल्या तंत्रज्ञानानुसार सातत्याने बदलत आहे. जे नैतिक नियम सेवाप्रदान कार्याचे नियमन करतात तेसुद्धा बदलले पाहिजेत. पूर्वी जे नैतिक वाटत होते ते आता कदाचित वाटणार नाही आणि आता जे नैतिक वाटतंय ते कदाचित भविष्यात तसे नसेलही. विशिष्ट प्रघात, पद्धत ही नैतिक आहे की नाही हे त्या त्या वेळच्या आचारसंहितेवरून ठरवले जाते.

सेवा आणि ती देण्याची पद्धत ही प्रत्येक व्यवसायानुसार वेगळी असल्यामुळे सर्वच व्यवसायांसाठी एकच एक आचारसंहिता लागू केली जाऊ शकत नाही. प्रत्येक व्यवसायाचे, जरी काही सामायिक असले तरीही, स्वतःचे नैतिक नियम असतात. जर तुम्हाला एखाद्या विशिष्ट व्यवसायातील नैतिक आचारविषयक मार्गदर्शक तत्त्वे जाणून घ्यायची असल्यास तुम्ही त्या व्यवसायाने किंवा विद्याशाखेने स्वीकारलेली नैतिक आचारतत्त्वे अभ्यासणे गरजेचे आहे.

'ही आचारतत्त्वे कोणती आहेत?' हा महत्त्वाचा प्रश्न आहे, कारण तो व्यवसायातील **नैतिक व्यवहार** या मुद्द्याच्या आशयाशी निगडित आहे. आचारसंहिता ही प्रत्येक व्यवसायानुसार बदलणारी असल्याने, या प्रश्नाला एकच एक सार्वत्रिक उत्तर देता येणे शक्य नाही. तरीही, संशोधनात कोणत्याही नैतिक पेचप्रसंगातून कोंडी झाली तरी ती अनैतिक वर्तणुकीमुळेच होते. संशोधनात काही विशिष्ट वर्तनप्रकार जसे की, वैयक्तिक इजा पोहोचवणे, गोपनीयतेचा भंग करणे, अयोग्य रीतीने माहितीचा वापर करणे आणि पूर्वग्रहदूषित असणे - हे कोणत्याही व्यवसायात **अनैतिकच** मानले जातात.

पुढचा प्रश्नः कुणाच्या मतानुसार आचारसंहिता बरोबर आहे हे समजावे? विशिष्ट रीत चुकीची आहे हे कोण ठरवतं? जर कार्यपद्धतीच चुकीची वापरली तर त्यासाठी काय शिक्षा करायची? सर्वसाधारणपणे व्यावसायिक गट किंवा शासकीय संस्था हे एकत्रितपणे व्यावसायिक आचारसंहिता व न्यायनिवाड्याची विविध रूपे विकसित करतात आणि ती पाळली जातात की नाहीत ते ठरवतात.

वर उल्लेख केल्याप्रमाणे बहुसंख्य व्यवसायांनी अनुक्रमे त्या त्या विषयातील सर्वसाधारण नैतिक तत्त्वे आणि आपापल्या विषयातील संशोधनासंबंधी नीतितत्त्वे सुद्धा प्रस्थापित केली आहेत. प्रस्तुत पुस्तक सामाजिकशास्त्रांतील संशोधनासाठी लिहिलेले असल्याने, आपण संशोधनाशी संबंधित सर्वसाधारण नैतिक मुद्द्यांचे आणि बहुतांश सामाजिकशास्त्रांना लागू होतील अशा मुद्द्यांचे परीक्षण करणार आहोत.

संशोधनातील सहभागीदार

संशोधन, मग ते संख्यात्मक असो, गुणात्मक असो की संमिश्र पद्धतीचे असो, अनेक लोक **संशोधनातील सहभागीदार** असतात. त्या प्रत्येकाशी संबंधित नैतिक मुद्दे पाहणे हे महत्त्वाचे आहे. संशोधनात कार्यामध्ये खालील विविध लोक हे सहभागीदार असतात.

१. संशोधनात सहभागी असलेले किंवा ज्यांचा अभ्यास करायचा आहे ते लोक;

२. संशोधक;

३. आर्थिक मदत करणारे.

संशोधनातील सहभागी लोक म्हणजे कोण असावेत हे प्रत्येक व्यवसायानुसार ठरते. सामान्यतः संशोधन अभ्यासात ज्यांची प्रत्यक्ष किंवा अप्रत्यक्षरित्या गुंतवणूक असते ते सर्वजण संशोधनात सहभागी असतात, म्हणून ते सहभागीदार असतात. याशिवाय, संशोधनातील अनुमानांचा ज्या व्यक्तींवर परिणाम होण्याची शक्यता असते त्यांनासुद्धा सहभागीदार समजले जाते. वैद्यकशास्त्र, सार्वजनिक आरोग्य, साथरोगशास्त्र आणि शुश्रूषा, रुग्ण आणि रुग्ण नसलेले पण संशोधनाचा भाग असलेले आणि औषध किंवा उपचार यांची परिणामकारकता तपासण्यासाठी ज्यांच्यावर चाचणी घेतली जाते असे सर्वजण संशोधनातील सहभागी मानले जातात. प्रायोगिक संशोधनात जो नियंत्रित गट असतो, त्याला सुद्धा संशोधनातील सहभागी म्हणून गणले जाते. सेवा पुरवणारे, सेवा व्यवस्थापक आणि सेवा पुरवणे किंवा सेवेशी संबंधित माहिती संकलन करण्यात सहभाग असलेले योजनाकर्ते, हे सर्व संशोधनाचे सहभागीदार होत. सामाजिक संशोधनात, सहभागी या संज्ञेत संशोधकाला घटना, परिस्थिती, समस्या किंवा आंतरक्रिया यांबद्दल संशोधकाची समज अधिक समृद्ध होण्यात मदत करण्यासाठी, माहिती देणाऱ्या व्यक्ती, गट आणि समाज यांचा समावेश होतो. समाजकार्य आणि मानसशास्त्र या विषयांत ज्यांच्याकडून प्रश्नाचा आवाका समजून घेणे, समाजाच्या गरजा किंवा मध्यस्थीचा परिणाम जाणून घेणे याविषयी माहिती संकलित केली जाते अशा अभिकरणातील अशील तसेच अशील नसलेल्या व्यक्ती; आणि सेवा पुरवणारे, जेव्हा ते अभ्यासासाठी माहिती पुरवतात असे समाज कार्यकर्ते आणि मानसशास्त्रज्ञ, यांचा समावेश होतो. तर विपणनात, जे उत्पादनाच्या वापरासंबंधीचे बंध आणि वर्तन प्रकार याची माहिती पुरवणारे ग्राहक आणि ग्राहक नसलेले सुद्धा यांचा समावेश होतो. शिक्षणशास्त्रात, विषय यामध्ये विद्यार्थी, शिक्षक आणि किंबहुना शैक्षणिक संशोधनकार्यात मोठ्या संख्येने सहभागी होणारा समुदाय यांचा समावेश होतो. त्याचप्रमाणे, संशोधनाचे कार्य हाती घेतले जाते अशा कोणत्याही विद्याशाखेत, ज्यांच्याकडून माहिती संकलित केली जाते किंवा संशोधकाकडून ज्यांच्यावर संशोधन केले जाते असे सर्व अभ्यासातील सहभागी असतात.

संशोधक हा सहभागीदारांचा दुसरा वर्ग आहे. असा कोणीही जो समजून घेण्यासाठी, व्यावसायिक ज्ञानाचे एकत्रीकरण, दृढीकरण आणि विकसन या विशिष्ट उद्देशाने, स्वीकृत आचारसंहितेचे पालन करून, माहिती संकलित करतो, तो संशोधक होय. तो/ती कोणत्याही विद्याशाखेचे प्रतिनिधित्व करत असतो.

संशोधनाला अर्थपुरवठा करणाऱ्या आर्थिक संस्था ह्या संशोधन कार्यातील सहभागीदारांच्या तिसऱ्या वर्गात मोडतो. बहुतेक संशोधन हे, व्यावसायिक संस्था, औषध उत्पादन करणाऱ्या कंपन्या, सेवा संस्था (शासकीय, निमशासकीय किंवा स्वयंसेवी), संशोधन समित्या आणि किंवा शैक्षणिक संस्था, यांच्याकडून प्राप्त झालेल्या निधीतून केले जाते. निधी हा विशिष्ट उद्देशाने दिला जातो.

संशोधनातील सर्व सहभागीदारांचे संशोधनाच्या कार्यातील स्वारस्य, दृष्टिकोन, उद्देश, हेतू आणि प्रेरणा या वेगवेगळ्या असतात, ज्याचा परिणाम संशोधन कार्य कशा प्रकारे केले जाणार आणि त्याचे परिणाम कशा प्रकारे संप्रेषित केले जाणार व वापरले जाणार यावर होऊ शकतो. यामुळे संशोधन हे एखाद्या पक्ष किंवा गटाच्या स्वहितासाठी नाही आणि दुसऱ्या एखाद्या पक्षाला किंवा गटाला हानी पोहोचविण्यासाठी नाही याची खात्री देणे महत्त्वाचे आहे. याकरिता प्रत्येक वर्गात मोडणाऱ्या विविध सहभागीदारांच्या नैतिक आचरणाचे परीक्षण करणे गरजेचे आहे.

संशोधनातील सहभागीदारांशी संबंधित विचारात घ्यायचे नैतिक मुद्दे

संशोधन कार्यासाठी सहभागी व्यक्तींच्या संबंधी विचारात घ्यायचे अनेक नैतिक मुद्दे आहेत.

माहिती संकलित करणे

कोणी कदाचित असे विचारेल की, प्रतिसादकाने संशोधकाला कोणतीही माहिती का द्यावी? संशोधकाला कोणाचेही दारावर टकटक करण्याचा किंवा प्रश्नपत्रिका पाठवण्याचा अधिकार आहे का? जरी तुम्ही प्रश्न विचारण्यापूर्वी परवानगी मागितली असली तरीही एखाद्याला व्यत्यय आणणे, हे नैतिक आहे का? तिने/त्याने तुम्हाला वेळ का द्यावा? तुम्ही माहिती देण्याची विनंती केल्यामुळे प्रतिसादक चिंताग्रस्त होईल किंवा त्याच्यावर दबाव येईल. हे नैतिक आहे का?

परंतु अशा प्रश्नांतून भाबडेपणाच प्रदर्शित होतो. ही प्रवृत्तीच जगातील सर्व प्रगतीत अडथळा आणते. परिस्थिती सुधारण्यासाठी संशोधन ही काळाची गरज आहे. जर संशोधनातील कोणताही भाग हा प्रत्यक्ष किंवा अप्रत्यक्षपणे समाजाला मदत करण्याची शक्यता असेल, तर प्रतिसादकाची **अवगत करून संमती**, त्याला प्रश्न विचारण्यास कसलीही हरकत नाही. माहिती संकलनास सुरुवात करण्यापूर्वी, तुम्ही करणार असलेल्या संशोधनाची यथार्थता व उपयुक्तता समजून घेतली पाहिजे आणि इतरांना ती पटवून देता आली पाहिजे. जर तुम्ही प्रतिसादकांना संशोधनाची समर्पकता पटवून दिली नाहीत, तर तुम्ही तुमच्या प्रतिसादकांचा वेळ वाया घालवत आहात. हे अनैतिक आहे.

अवगत करून संमती मिळवणे

संमती नमुना फॉर्म

प्रत्येक विद्याशाखेत सहभागी व्यक्तीला पूर्वकल्पना न देता, त्यांनी इच्छा व्यक्त केलेली नसताना आणि अवगत करून संमती न घेता माहिती संकलित करणे हे अनैतिक समजले जाते. अवगत करून संमती मिळवणे ही 'वैद्यकीय आणि सामाजिक संशोधनात सर्वसाधारणपणे वापरली जाणारी पद्धती आहे' (बाली १९७८: ३८४). अवगत करून संमती मिळविणे यामध्ये तुम्ही सहभागी व्यक्तींकडून तुम्हाला कोणत्या प्रकारची माहिती हवी आहे, माहिती कशासाठी मिळवली जात आहे, ती कोणत्या उद्देशासाठी वापरली जाणार आहे, त्यांचा कशा प्रकारे अभ्यासात सहभाग अपेक्षित आहे आणि तो प्रत्यक्ष किंवा अप्रत्यक्षपणे त्यांच्यावर कसा परिणाम करेल, हे अपेक्षित आहे. संमती ही स्वेच्छेने असावी आणि त्यासाठी कोणत्याही प्रकारचा दबाव आणू नये. शिन्क आणि गिलख्रिस्ट (१९९३: ८३) लिहितात:

> मानव विषयव्यक्तींचे संरक्षण करण्यासाठी राष्ट्रीय आयोगाने निर्धारित केलेल्या प्रमाणकांनुसार, अवगत करून संमती मिळवण्याची पद्धती ही पुढील तीन निकषांवर आधारित असली पाहिजे – सहभागी व्यक्ती ही संमती देण्यास सक्षम असावी; सकारण निर्णय घेण्यासाठी त्याला पुरेशी माहिती दिली जावी; आणि त्याने स्वेच्छेने संमती द्यावी, तसे करायला त्याला भाग पाडू नये.

शिन्क आणि गिलख्रिस्ट (१९९३: ८३) यांच्या मते, 'सक्षमता ही सहभागी व्यक्तीने परवानगी देणे हे कायद्याच्या दृष्टीने आणि मानसिकदृष्ट्या सक्षम असणे याच्याशी संबंधित आहे'. उदाहरणार्थ, खूप वृद्ध लोक, दुर्धर अवस्थेतील व्यक्ती जे अवगत करून संमती मिळवण्याच्या कक्षेत येत नाहीत, संकटात असलेले लोक, ज्या भाषेत संशोधन होत आहे ती भाषा बोलू न शकणारे, जे लोक तुमच्या सेवेवर अवलंबून आहेत असे आणि मुले जी अवगत करून संमती मिळवण्याइतपत मोठी झालेली नसतात.

पारितोषिक देणे

पारितोषिक

प्रतिसादकाने आपल्याकडील माहिती तुम्हाला द्यावी यासाठी प्रतिसादकाला पारितोषिक देणे हे नैतिक आहे का? काही संशोधक प्रतिसादकांना त्यांनी संशोधनात सहभाग घेतला म्हणून पारितोषिक देतात आणि प्रतिसादकाने स्वतःचा वेळ दिला असे वाटल्यामुळे, हे अगदी योग्य आहे असेही समजतात. इतर संशोधकांना असे वाटते की अशी पारितोषिक देणे हे अनैतिक आहे.

प्रस्तुत लेखकाचा अनुभव असा आहे की बहुसंख्य लोक हे पारितोषिक मिळते म्हणून अभ्यासात सहभागी होत नाहीत, तर त्यांना संशोधन अभ्यासाचे महत्त्व कळते म्हणून ते सहभाग घेतात. त्यामुळे लेखकाच्या मते, तुम्हाला माहिती मिळाल्यावर एखादे छोटेसे पारितोषिक सहकार्यबद्दल देणे ही बाब अनैतिक नाही. मात्र, तथ्य संकलन करण्यापूर्वी पारितोषिक देणे हे अनैतिक आहे.

संवेदनक्षम माहिती मिळवणे

संशोधनातील माहिती नैतिक द्वंद्व उपस्थित करू शकते. काही लोकांच्या मते विशिष्ट प्रकारची माहिती ही संवेदनक्षम किंवा गुप्त असते आणि अशी माहिती मिळवणे यामुळे गोपनीयतेचा भंग होतो. या प्रकारची माहिती विचारल्यास प्रतिसादक गोंधळून जातो किंवा तो नाराज होतो. मात्र तुम्ही जर माहिती विचारली नाही, तर तुमच्या आवडीच्या विषयातील संशोधनाचा तुम्हा पाठपुरावा करणे आणि समकालीन ज्ञानकक्षेत भर घालणे तुम्हाला शक्य होणार नाही.

बहुसंख्य लोकांना लैंगिक वर्तन, अमली पदार्थांचे सेवन आणि दुकानातील उचलेगिरी याविषयीचे प्रश्न अनाहूत, आगंतुक वाटतात. एवढेच काय, काही लोकांना वैवाहिक दर्जा, उत्पन्न आणि वय हेसुद्धा खाजगीपणाचा भंग करणारे वाटतात. तथ्य संकलन करताना तुम्ही तुमच्या प्रतिसादकांच्या संवेदनशीलतेची काळजी घेतली पाहिजे.

संशोधक म्हणून आपण संवेदनशील आणि अडचणीत टाकणारे प्रश्न विचारावेत की नाही या द्वंद्वाला तुम्हाला तोंड द्यावे लागते. लेखकाच्या मते, जर तुम्ही प्रतिसादकाला स्पष्ट आणि मोकळेपणाने कोणते प्रश्न विचारणार याची माहिती दिलेली असल्यास, त्याचप्रमाणे माहिती गुप्त ठेवण्याची खात्री दिलेली असल्यास, माहिती गुप्त ठेवणे आणि त्यांना तुम्हाला माहिती द्यायची आहे की नाही यासाठी विचार करायला पुरेसा वेळ दिलेला असल्यास आणि माहिती देण्यासाठी कोणतेही आमिष दाखवलेले नसल्यास, असे प्रश्न विचारणे अनैतिक नाही.

सहभागींना अपाय होण्याची शक्यता

उत्कृष्ट अनैतिक अभ्यास

> कोणत्याही मार्गाने संशोधन हे सहभागी व्यक्तींना अपायकारक होणार आहे काय? अपाय म्हणजे 'केवळ घातक वैद्यकीय प्रयोगांमुळे नव्हे, तर सामाजिक संशोधनातसुद्धा अशा काही बाबींचा समावेश असतो, ज्यामुळे अस्वस्थता, काळजी, त्रास, गोपनीयतेचा भंग किंवा हीन पातळीवरच्या आणि माणुसकीला सोडून असलेल्या कार्यपद्धती यांचा त्यात समावेश होतो,' (बाली १९७८: ३८४)

तुम्ही जेव्हा प्रतिसादकांकडून तथ्य संकलित करता किंवा विषयव्यक्तीला प्रयोगात समाविष्ट करता तेव्हा त्यांच्या सहभागामुळे त्यांना कोणत्याही प्रकारचा अपाय होणार नाही हे तुम्ही काळजीपूर्वक तपासले पाहिजे.

जर असे असेल तर धोका अगदी कमीतकमी असेल याची खात्री करून घ्या. कमीतकमी जोखीम याचा अर्थ रोजच्या आयुष्यातील धकाधकी इतकीच संशोधनातील अपाय किंवा अस्वस्थता यांची व्याप्ती असेल. जर तुम्ही घेत असलेल्या माहितीमुळे चिंता, त्रास उपन्न होत असेल तर ते अनैतिक आहे आणि असे घडण्याची शक्यता आहे असे तुम्हाला वाटत असेल तर त्याला प्रतिबंध करण्यासाठी तुम्ही पाऊल उचलले पाहिजे.

गुप्तता राखणे

गोपनीयता

प्रतिसादकाची माहिति संशोधनाव्यतिरिक्त इतर उद्दिष्टांसाठी इतरांना देणे हे अनैतिक आहे. काही वेळा तुमची अनुमाने योग्य संदर्भात सादर करण्याच्या दृष्टीने, तुम्ही अभ्यासाधीन लोकसमूहाची निवड करणे गरजेचे आहे. अशा वेळी ज्या प्रतिसादकाने माहिती दिलेली आहे, किमान त्याचे नावाबाबत गुप्तता राखण्याची खबरदारी तुम्ही घेतली पाहिजे. एखादा विशिष्ट प्रतिसादक आणि त्याने/तिने दिलेली माहिती उघड करणे, हे अनैतिक आहे. त्यामुळे माहिती मिळाल्यानंतर त्या माहितीचा स्रोत उघड केला जाणार नाही याची खबरदारी घ्या. काही विशिष्ट प्रकारच्या अभ्यासांत तुम्हाला प्रतिसादकाला वारंवार भेटावे लागू शकते, अशा वेळी तुम्ही तुमच्या भेटी पूर्ण होईपर्यंत त्याची ओळख ठेवली पाहिजे. अशा प्रसंगी सदर माहिती इतर कोणाच्याही हाती लागणार नाही यासाठी तुम्हाला जास्त काळजी घ्यावी लागेल. तुमच्या प्रतिसादकांकडून मिळवलेली माहिती गुप्त आणि निनावी ठेवण्याबाबत तुम्ही निष्काळजी राहणे हे अनैतिक आहे. तुम्ही जर अन्य कुणासाठी तरी संशोधन करीत असाल, तर त्या पक्षाकडून गोपनीयता राखली जात आहे ना याची खात्री करा.

संशोधकाच्या दृष्टीने विचारात घ्यायचे नैतिक मुद्दे

पूर्वग्रह टाळणे

संशोधकाने पूर्वग्रह दूषित असणे, अनैतिक आहे. व्यक्तिनिष्ठता आणि पूर्वग्रह यात फरक आहे. पूर्वीच नमूद केल्याप्रमाणे, व्यक्तिनिष्ठता ही एक अशी विचारशक्ती आहे जी तुम्ही तुमच्या शैक्षणिक पार्श्वभूमी, प्रशिक्षण, व्यावसायिक पार्श्वभूमी, संशोधन कौशल्य, एकंदरीत बौद्धिक क्षमता, आणि तात्त्विक दृष्टिकोन या घटकांमधून विकसित करता. या सर्व घटकांमुळे तुमचा प्रत्येक गोष्टीकडे, बघण्याचा आणि त्यांचे अर्थ लावण्याचा इतरांपेक्षा एक वेगळा दृष्टिकोन विकसित झालेला असतो. तुम्ही जाणूनबुजून त्यांचे स्वरूप बदलत नाही, परंतु त्याचे वेगळे स्पष्टीकरण देता. जसे, एखादा अर्थशास्त्रज्ञ हा एखाद्या बाबीकडे मानसशास्त्रज्ञ किंवा डॉक्टर यांच्यापेक्षा वेगळ्या दृष्टीने पाहील. पूर्वग्रह हा तुम्हाला तुमच्या अभ्यासात ज्याचा शोध लागला आहे ते जाणूनबुजून लपवण्याचा किंवा प्रत्यक्षात जे आहे त्यापेक्षा ते प्रमाणाबाहेर अधोरेखित करण्याचा प्रयत्न असतो. तुमचे संशोधन कार्य पूर्वग्रहावर आधरित असणे हे केवळ अनैतिक आहे. तुम्ही जर तुमच्या पूर्वग्रहांवर नियंत्रण ठेवू शकत नसाल तर तुम्ही संशोधनात आपले लक्ष गुंतवू नका. लक्षात ठेवा, पूर्वग्रह हा अनैतिक आहे, व्यक्तिनिष्ठता नव्हे.

उपचार देणे किंवा त्यापासून वंचित ठेवणे

उपचार देणे किंवा त्यापासून वंचित ठेवणे या दोन्हीतून संशोधकासमोर नैतिक द्वंद्व उपस्थित होऊ शकते. मध्यस्थी किंवा उपचार याची चाचणी घेताना संशोधक नेहमी नियंत्रित प्रयोगात्मक आराखडा वापरतो. अशा प्रकारच्या

अभ्यासात, अभ्यासाधीन लोकसमूहाला जे उपचार परिणामकारक किंवा फायदेशीर असल्याचे अद्याप सिद्ध झालेले नाही असे उपचार किंवा मध्यस्थी देणे हे नैतिक आहे का? मात्र, जोपर्यंत तुम्ही उपचार किंवा मध्यस्थी यांची चाचणी घेत नाही तोपर्यंत तुम्ही त्याचे परिणाम किंवा फायदे सिद्ध कसे करू शकणार किंवा फेटाळू कसे शकणार? दुसऱ्या बाजूने, तुम्ही जी मध्यस्थी करता तीच कदाचित प्रभावी नसेल. हे नैतिक आहे का? जर ते थोड्याफार प्रमाणातच परिणामकारक आहे असे सिद्ध झाले असेल तरीही नियंत्रित गटाला त्यापासून वंचित ठेवणे नैतिक आहे का? नियंत्रित गट या मुद्द्याच्या पलीकडे जाऊन जेणेकरून जगण्यासाठी शक्य असलेला छोटा फायदा, जो फायदा एखाद्या औषध ज्याच्यावर प्रयोग चालू आहेत त्यापासूनही असेल, मिळावा यासाठी जे झगडत आहेत, त्यांना त्यापासून वंचित ठेवणे नैतिक आहे का? संशोधक म्हणून तुम्ही या नैतिक मुद्द्यांबाबत जागरूक राहिले पाहिजे. या मुद्द्यांविषयी अनेक वाद आणि प्रतिवाद आहेत. तरीही सामान्यतः नियंत्रित गटाला चाचणी उपचारांपासून वंचित ठेवणे अनैतिक नाही, कारण असे केले नाही तर हा अभ्यास उपचारांची परिणामकारकता कधीच प्रस्थापित करू शकणार नाही आणि या अभ्यासाच्या संभाव्य फायद्यांपासून इतर अनेक लोक वंचित राहतील. दुसऱ्या बाजूला, या संभाव्य फायद्यांपासून वंचित ठेवणे, हे काही लोकांनुसार अनैतिक समजले जाते.

या द्वंद्वाला सरळ, सोपे उत्तर नाही. अवगत करून संमतीची खात्री, 'कमीत कमी जोखीम' आणि खुली चर्चा याचा अभ्यासात समावेश करणे, या बाबी नैतिक मुद्दे सोडवण्यास मदत करतील.

चुकीच्या संशोधन पद्धतीचा वापर

काही वेळा अभ्यासकाला तिच्या/त्याच्या ज्ञानकक्षा लक्षात घेता उचित संशोधन पद्धती वापरण्यावर मर्यादा येते. तुम्हाला माहीत असूनही तुम्ही जाणूनबुजून, बऱ्याच प्रमाणात पूर्वग्रहदूषित नमुन्याची निवड करणे, अवैध साधनांचा वापर करणे किंवा चुकीचे निष्कर्ष काढणे, अशा प्रकारची अनुचित पद्धत किंवा रीत वापरणे हे अनैतिक आहे.

चुकीचा अहवाल

तुमच्या स्वतःच्या किंवा दुसऱ्या कोणाच्या फायद्यासाठी अनुमानात बदल करणे किंवा ते एका दिशेने झुकवणे हे अनैतिक आहे. अचूक आणि पूर्वग्रहदूषित नसलेली अनुमाने अहवालात सादर करणे हे नैतिक संशोधनाचे महत्त्वाचे लक्षण आहे.

माहितीचा अनुचित वापर

प्रतिसादकाकडून मिळालेल्या माहितीचा संशोधकाने कसा वापर करावा? कोणत्याही मार्गाने माहितीच्या वापराचा प्रत्यक्ष किंवा अप्रत्यक्षपणे प्रतिसादकावर प्रतिकूल परिणाम होणे हे अनैतिक आहे. चुकीच्या पद्धतीने वापरलेल्या माहितीचा अभ्यासाधीन लोकसमुदायावर विपरीत परिणाम होऊ शकतो का? जर तसे असेल तर अभ्यासाधीन लोकसमुदायाचे त्यापासून संरक्षण कसे करणार? संशोधक या नात्याने या मुद्द्यांचा तुम्ही विचार करणे आणि त्यावर उपाय शोधणे गरजेचे आहे. काही वेळा संस्थेचे हित साधत असताना या प्रक्रियेत व्यक्तींना धक्का पोहोचू शकतो. संस्थेच्या पुनर्बांधणी करण्याची शक्यता तपासून पाहण्याचा अभ्यास हे याचे उत्तम

उदाहरण आहे. सर्वसाधारणपणे, संस्थेची पुनर्बांधणी करणे हे कदाचित संस्था म्हणून हिताचे असेल, परंतु काही जणांना वैयक्तिक पातळीवर तोट्याचे असेल. जी माहिती कदाचित प्रतिसादकांच्या विरुद्ध वापरली जाणार आहे, त्याबाबत तुम्ही त्यांना विचारले पाहिजे का? जर तुम्ही तसे केले तर माहिती त्यांच्या विरुद्ध वापरली जाईल आणि जर तुम्ही तसे केले नाही तर संस्थेला पुनर्बांधणीचे फायदे मिळणार नाहीत. लेखकाच्या मते, प्रतिसादकांना जर तुम्ही माहितीचा संभाव्य वापर कसा होणार आहे ते सांगणे नैतिकतेला धरून आहे. माहिती कदाचित त्यांच्यापैकी काहींच्या विरोधात वापरली जाईल हेही त्यामध्ये सांगा आणि तरीही ते सहभाग घेणार की नाही याबाबत तुम्ही त्यांना निर्णय घेण्यास सांगा. काहीजण जरी स्वतःचे अहित असले तरीही संस्थेच्या भल्यासाठी सहभाग घेतील आणि इतर कदाचित विरुद्ध विचार करतील. तरीही यापैकी संशोधनासाठी काय अनैतिक आहे ते शोधा.

प्रायोजक संस्थेसंबंधी नैतिक मुद्दे

प्रायोजकांकडून लादले गेलेले निर्बंध

सामाजिकशास्त्रांतील बहुतेक संशोधन हे प्रायोजक संस्थांनी दिलेल्या निधीतून विशिष्ट उद्देशाने केले जाते. सदर निधी हा एखादा कार्यक्रम विकसित करण्यासाठी किंवा त्याचे मूल्यमापन करण्यासाठी; त्याची परिणामकारकता आणि क्षमता परीक्षण करण्यासाठी; एखाद्या धोरणाचा प्रभाव अभ्यासण्यासाठी; एखाद्या उत्पादनाची चाचणी घेण्यासाठी; एखाद्या गटाचे किंवा समाजाचे वर्तन अभ्यासण्यासाठी किंवा एखादी घटना, एखादा मुद्दा, एखादी अभिवृत्ती यांचा अभ्यास करण्यासाठी दिला जातो. काही वेळा प्रायोजक संस्थांकडून प्रत्यक्ष किंवा अप्रत्यक्ष नियंत्रण आणले जाते. ते कदाचित एखादी पद्धत निवडू शकतात, अनुमाने जाहीर करण्यास प्रतिबंध करू शकतात किंवा अशी बंधने घालतात की ज्यामुळे बिनचूक माहिती मिळवण्यासाठी आणि तिचा प्रसार करण्यात अडथळे येऊ शकतात. अशा प्रकारच्या नियंत्रणांचा आणि बंधनांचा स्वीकार करणे, लादून घेणे हे अनैतिक आहे, कारण प्रायोजक संस्था ढवळाढवळ करतात आणि त्यांच्या अधिकारांचा गैरवापर करून संशोधनातील अनुमानांमध्ये बदल करण्यास भाग पडतात.

माहितीचा गैरवापर

प्रायोजक संस्था माहितीचा वापर कसा करेल? याचा अभ्यासाधीन लोकसमुदायावर कशा प्रकारे परिणाम होऊ शकतो? काही प्रसंगी प्रायोजक संस्था संशोधनाचा वापर व्यवस्थापनाचे विषय प्रचार करण्यासाठी वापर करतात. जेव्हा संशोधनाचे निष्कर्ष हे त्यांच्या बाजूचे नसतात, तेव्हा तुम्ही केलेले संशोधन हे व्यवस्थापनाचे निर्णय कसे योग्य आहेत हे पटवून देण्यासाठी वापरू देणे अनैतिक आहे. असे असले तरीसुद्धा, आपण हे जाणून असले पाहिजे की, यापासून स्वतःला वाचवणे हे संशोधकाकरिता अतिशय अवघड आहे, किंबहुना अशक्य आहे.

दुय्यम तथ्यांतून तथ्य संकलन यातील नैतिक मुद्दे

तथ्य संकलनातील दुय्यम नैतिकता

प्राथमिक स्रोतांतून तथ्य संकलन करत असताना नैतिक मुद्द्यांचा विचार करणे जितके महत्त्वाचे आहे, तितकेच दुय्यम स्रोतांतून तथ्य संकलन करत असताना नैतिक मुद्द्यांचा विचार करणे महत्त्वाचे आहे. दुय्यम स्रोतांतून

तथ्य संकलन करत असताना ज्या नैतिक बाबींचा तुम्ही विचार केला पाहिजे, त्याविषयीची चर्चा या विभागात केली आहे (पहा http://www.lancs.ac.uk/researchethics).

दुय्यम स्रोतांतून तथ्य संकलन करत असताना **वाङ्मयचौर्य** हा महत्त्वाचा नैतिक मुद्दा आहे. याचा अर्थ दुसऱ्या कोणीतरी केलेले काम स्वतःचे आहे असा दावा करणे. संशोधनात चोरून आणलेले वाङ्मय वापरणे हे अनैतिक व बेकायदेशीरही आहे. याचे शैक्षणिक कारकिर्दीवर गंभीर परिणाम होऊ शकतात. अन्य कुणाच्याही उचललेल्या कल्पना आणि उतारे, उदाहरणे यांची नोंद ठेवून तसा उल्लेख करावा.

स्रोतातून वाङ्मयचौर्य

एखाद्याच्या लिखाणातील महत्त्वाचा मजकूर तिच्या/त्याच्या पूर्वसंमतीशिवाय वापरणे हेसुद्धा अनैतिक आहे. माहितीचा वापर करण्यासाठी तुम्ही ज्या कोणाकडे लेखनाचे हक्क आहेत त्याची आणि/किंवा लेखकाची परवानगी घ्यावी.

संकलित केलेली तथ्ये चुकीच्या पद्धतीने सादर करणे – त्यांची शैली बदलणे, तुमच्या हेतूसाठी आशय किंवा संदर्भ बदलणे – हे दोन्हीही अनैतिक आणि बेकायदेशीर आहे. कोणताही बदल, जर तो मूळ तथ्यांचे वेगळेच स्पष्टीकरण देत असेल तर तेही अनैतिक आहे. सामाजिक संशोधनात तथ्यांचे चुकीचे स्पष्टीकरण हा आणखीन एक अनैतिक मुद्दा असतो. तथ्यांचे सादरीकरण त्याच चौकटीत व त्याच संदर्भात केले गेले पाहिजे, जर ते बदलले तर त्याचे वेगळेच सादरीकरण होणार नाही याची खात्री करून घ्या.

तथ्यांचे स्रोत दडवले जाणार नाहीत याची खात्री करा. जोपर्यंत लेखक किंवा ज्याच्या स्वाधीन हक्क आहेत त्याची परवानगी मिळत नाही, तोपर्यंत सहभागी व्यक्तींची ओळख, जागा आणि संस्था याविषयी गुप्तता पाळली पाहिजे. निनावी माहिती तुम्ही नाव बदलून वापरत नाही ना याची खात्री करा. परवानगीशिवाय निनावी आणि गोपनीय माहिती उघड करणे हे अनैतिक आहे.

इकडून तिकडून मिळवलेली तथ्ये वापरणे म्हणजे – सहभागी व्यक्तींच्या परवानगीशिवाय, आपल्या स्वनिश्चयाच्या तत्त्वाला धरून न राहता, किंवा दुसऱ्या कुठल्यातरी अनैतिक मार्गाने – असे संशोधन हे, सनदशीर असू शकत नाही आणि त्यामुळे अनैतिक असते.

सारांश

संशोधन करत असताना तुम्हाला नैतिक मुद्द्यांबाबत जागरूक करण्यासाठी या प्रकरणाची आखणी केली आहे. संख्यात्मक आणि गुणात्मक दोन्हीही संशोधनात विचारात घ्यावयाचे नैतिकतेचे मुद्दे हे एकसारखेच असतात. तुम्ही ते कसे सोडवता ते तुमच्यावर आणि ज्या परिस्थितीत तुम्ही कार्य करत आहात त्यावर अवलंबून आहे.

नैतिकतेचे पालन करणे म्हणजे जी वर्षानुवर्षे उत्क्रांत होत जाऊन व्यावसायिक कृती म्हणून स्वीकारली गेली आहे अशा आचारसंहितेला धरून राहणे. आचारसंहितेपासून विचलन हे अनैतिक समजले जाते. विचलन जेवढे जास्त, तेवढा नियमभंग जास्त. बहुतेक व्यवसायातील सर्वसाधारण नैतिक नियमांमध्ये संशोधनातील नियमांचासुद्धा समावेश असतो आणि काही संशोधन मंडळे स्वतःचे नियमही तयार करतात.

संशोधनातील नैतिक मुद्दे हे संशोधनात सहभागी झालेल्या व्यक्ती, संशोधक आणि प्रायोजक संस्था यांच्या संदर्भात तपासून पहाणे आवश्यक आहे. संशोधनातील सहभागी व्यक्तींच्या संदर्भातील मुद्दे जर योग्य पद्धतीने हाताळले गेले नाहीत, तर पुढील नैतिकतेचे मुद्दे उपस्थित होऊ शकतातः माहिती संकलित करणे; संमती घेणे; पारितोषिक देणे; संवेदनशील माहिती मिळवणे; सहभागी व्यक्तींना हानी (मानसिक) पोहोचण्याची शक्यता आणि गोपनीयता पाळणे. कोणतीही अनैतिक कृती करण्यापूर्वी वरील सर्व बाबी तपासणे महत्त्वाचे आहे. संशोधकांशी संबंधित नैतिकतेच्या पुढील बाबींविषयी माहिती दिली आहेः पूर्वग्रह, माहिती पुरवणे आणि माहिती काढून घेणे;

मान्यता नसलेली संशोधन पद्धती वापरणे; चुकीचे अहवाल; माहितीचा अयोग्य रितीने वापर करणे. प्रायोजकांच्या बाजूने नैतिक मुद्दे म्हणजे संशोधन आराखड्यावर बंधने घालणे, अनुमानांचा सोयीने वापर. दुय्यम स्रोतांतून तथ्य संकलन करताना तुम्ही अनैतिक मुद्द्यांपासून सावध राहणे गरजेचे आहे. त्यापैकी काही असेः वाङ्मयचौर्य, लेखी संमती असल्याशिवाय संकलन करणे, माहितीचे चुकीचे स्पष्टीकरण किंवा चुकीचे अवतरण देणे, चुकीचा आधारसंदर्भ देणे; तथ्यांचे स्रोत उघड करणे आणि छुप्या कारणांसाठी संकलित केलेली तथ्ये वापरणे. संशोधनात नवोदित असल्याने तुम्ही कोणत्या कृती अनैतिक आहेत याबद्दल जागरूक असणे महत्त्वाचे आहे आणि संशोधनाशी संबंधित कोणत्याही व्यक्तीला हानी पोहोचणार नाही यासाठी योग्य रणनीती आखली पाहिजे.

याचा विचार करा

- प्रकरणाच्या सुरुवातीला असलेल्या परवलीच्या शब्दांशी स्वत:ला पुन:परिचित करा, आणि जर काही शब्दांचा अर्थ किंवा वापर याबद्दल तुम्हाला खात्री नसेल तर प्रकरण पुढे वाचण्यापूर्वी पुन्हा एकदा ते पहा.
- विद्यापीठ किंवा विद्याशाखेच्या संशोधनाचे नैतिकतेचे नियमांची प्रत पहा (किंवा तुम्ही निवडलेल्या व्यवसायाच्या आचारसंहितेची उदाहरणे पहा). या मार्गदर्शक तत्त्वांनुसार काम केल्यास तुमच्या संशोधनातील कोणते विभाग किंवा दृष्टिकोन यासंदर्भात काही वाद, प्रतिकूलता निर्माण होतील असे तुम्हाला वाटते का?
- काही व्यक्तींच्या मते कोणालाही कोणत्याही प्रकारची माहिती विचारणे हे त्याच्या खाजगी आयुष्यात डोकावणे आहे, म्हणून ते गोपनीयतेचा भंग केल्यासारखे असल्याने ते अनैतिक आहे. तुम्ही या सूचनेच्या बाजूने आणि विरुद्ध कशाप्रकारे आपल्या विचारांची मांडणी कराल?
- संशोधन प्रक्रियेत नैतिकतेचे मुद्दे कधीही, कोणत्याही टप्प्यावर उद्‌भवू शकतात. या प्रकरणात प्रतिबिंबित झालेल्या तत्त्वांच्या आधारे, आठ टप्प्यांच्या प्रारूपात प्रत्येक टप्प्यावर तुम्ही ज्याचा विचार केला पाहिजे अशा नैतिकतेविषयीच्या मुद्द्यांची एक यादी करा.
- तुम्हाला स्वारस्य असलेल्या एखाद्या विषयात तुम्ही एखादा मुद्दा गृहीत धरून संशोधन करण्याचे नियोजन करीत आहात. यातील समाविष्ट असलेले विविध गट ओळखा आणि प्रत्येक गटाच्या दृष्टिकोनातून तुम्ही ज्यांची तुम्ही काळजी घेतली पाहिजे असे नैतिकतेविषयीचे कोणते मुद्दे उद्‌भवू शकतात याचा विचार करा.

आता, तुम्ही हे प्रकरण वाचले आहे त्यावरून खालील प्रश्नांची उत्तरे द्यायचा प्रयत्न करा:

- संशोधनातील कोणत्या कृती तुम्ही अनैतिक ठरवाल? तुम्ही स्वत:ला त्या जागी ठेवून या कृतीचे टीकात्मक पद्धतीने परीक्षण करा.
- या प्रकरणात नैतिक मुद्द्यांचा तीन दृष्टिकोनातून विचार केला गेला आहे. जर तुम्हाला एखादा दृष्टिकोन समाविष्ट करण्यास सांगितले तर, तुम्ही कोणता कराल?
- संशोधनातील सहभागींच्या दृष्टिकोनातून कोणत्या बाबी तुम्ही अनैतिक ठरवाल?
- संशोधकाच्या दृष्टीने तुम्ही करत असलेले संशोधन नैतिक आहे याची खात्री तुम्ही कशी द्याल?
- जर तुमच्या प्रायोजक संस्थेने तुमच्या अनुमानांमध्ये काही बदल करायला सांगितले तर तुमची भूमिका काय असेल? तुमची भूमिका सकारण स्पष्ट करा.

पायरी सातवी

तथ्यांवरील प्रक्रिया आणि तथ्यांचे सादरीकरण

या कार्यात्मक पायरीमध्ये खालील दोन प्रकरणांचा समावेश आहे:

- **प्रकरण १५: तथ्यांवरील प्रक्रिया**
- **प्रकरण १६: तथ्यांचे सादरीकरण**

१५

तथ्यांवरील प्रक्रिया

या प्रकरणात तुम्ही खालील मुद्दे शिकणार आहात

- संख्यात्मक अभ्यासात तथ्यांवरील प्रक्रियेच्या पद्धती
- तथ्यांचे संपादन करून संकेतीकरणासाठी ती कशी तयार करावी
- तथ्यांचे संकेतीकरण कसे करावे
- संख्यात्मक अभ्यासात गुणात्मक तथ्यांचे संकेतीकरण कसे करावे
- गुणात्मक संशोधनात तथ्यांवरील प्रक्रियेच्या पद्धती
- गुणात्मक आणि संख्यात्मक अभ्यासात तथ्यांचे विश्लेषण
- तथ्यांचे विश्लेषणात संगणकाची भूमिका
- संशोधनात संख्याशास्त्राची भूमिका

परवलीचे शब्द

विश्लेषण, बंदिस्त प्रश्न
संकेत पुस्तक, संकेतीकरण
संकल्पना, आशय विश्लेषण,
भिन्न सारणी
तथ्यांचे सादरीकरण
तथ्यांवरील प्रक्रिया, संपादन,
विश्लेषण चौकट
वारंवारता वितरण
बहुविध प्रतिसाद,
मुक्त-मर्यादा प्रश्न,
पूर्वचाचणी

या प्रकरणाच्या अभ्यासानंतर तुम्हाला पुढील मुद्दे समजतील

- संख्यात्मक संशोधनात तथ्यांवरील प्रक्रिया करणे का भाग पडते
- गुणात्मक संशोधनात तथ्यांवरील प्रक्रिया कशी केली जाते
- संख्यात्मक संशोधनात संकेत पुस्तक कसे विकसित करायचे आणि संकेतीकरणाची प्रक्रिया
- मुक्त-मर्यादा प्रतिसादातून, वर्णनातून किंवा कथनातून केंद्रवर्ती विचार कसा विकसित करायचा
- संशोधन अभ्यासात संगणक आणि संख्याशास्त्राची भूमिका

तुम्ही जर प्रत्यक्ष संशोधन अभ्यास करत असाल तर आतापर्यंत तुम्ही तुमच्या अभ्यासासाठी हवी असलेली माहिती एकतर संकलित केली असेल किंवा मिळवली असेल. परंतु माहितीचे काय करायचे? तुमच्या संशोधन प्रश्नांची उत्तरे मिळवण्यासाठी तथ्य संकलनाच्या पलीकडे जाऊन कोणते पाऊल उचलायची गरज आहे? संकलित केलेली माहिती अर्थपूर्ण कशी करणार? संकलित केलेल्या तथ्यांतून अर्थ कसा काढणार? जर गृहीतकृत्य असेल तर ते स्वीकारणे किंवा नाकारणे, हे कसे ठरवाल? तुमच्या अभ्यासाची उद्दिष्टे प्राप्त करण्यासाठी माहितीचे विश्लेषण कसे केले पाहिजे? या प्रश्नांची उत्तरे मिळवण्यासाठी तथ्यांच्या गाभा प्रक्रियेची बांधणी करण्यासाठी तुम्हाला तथ्यांवरील प्रक्रियेच्या विविध कार्यपद्धती ठरवाव्या लागतील (आकृती १५.१).

तुम्ही संख्यात्मक किंवा गुणात्मक अभ्यास केला असला तरी या कार्यपद्धती त्याच आहेत, मात्र या प्रत्येक कार्यपद्धतीतील तुमचे काम हे वेगवेगळे असेल. दोन्ही प्रकारच्या अभ्यासात तुम्ही तुमच्या वाचकांना, तुमच्या अभ्यासाची पार्श्वभूमी आणि अभ्यासाच्या हेतूच्या संदर्भात तुमची अनुमाने कशा प्रकारे सादर करणार आहात याचे चित्र डोळ्यापुढे उभे केले पाहिजे. तुमच्या अहवालाचे कोणत्या प्रकारचे विश्लेषण तुमच्या वाचकांसाठी योग्य असेल याचा निर्णय तुम्हाला घ्यावा लागेल. हे विश्लेषण तुमच्या अभ्यासाचा उद्देश आणि तुमच्या वाचकांची समज याविषयीचे तुमचे आकलन यावरून तुम्ही कोणत्या प्रकारे विश्लेषण करायचे हे ठरवायला हवे. उदाहरणार्थ, तुमचे वाचक जर संख्याशास्त्रीय कार्यपद्धतीशी परिचित नसतील, तर संख्याशास्त्रीय विश्लेषण करण्यात काहीच अर्थ नाही. संख्यात्मक संशोधनात तथ्यांचे विश्लेषण करत असताना मुख्य भर हा तुम्ही प्रतिसादकांना विचारलेल्या प्रत्येक प्रश्नातून मिळवलेल्या माहितीचे विश्लेषण कसे करणार यावर असतो. गुणात्मक संशोधनात मिळवलेल्या माहितीच्या विश्लेषणाचा आधार काय असावा यावर भर हा, आशय आहे, वर्णन, संभाषण किंवा घटनेचे विश्लेषण? यावर असतो. संख्यात्मक आणि गुणात्मक संशोधनात तथ्य प्रक्रियेसाठी वेगवेगळी तंत्र वापरली जात असल्याने, या प्रकरणात गुणात्मक आणि संख्यात्मक अभ्यासातील तथ्यांवरील प्रक्रियांवर स्वतंत्रपणे चर्चा केली आहे.

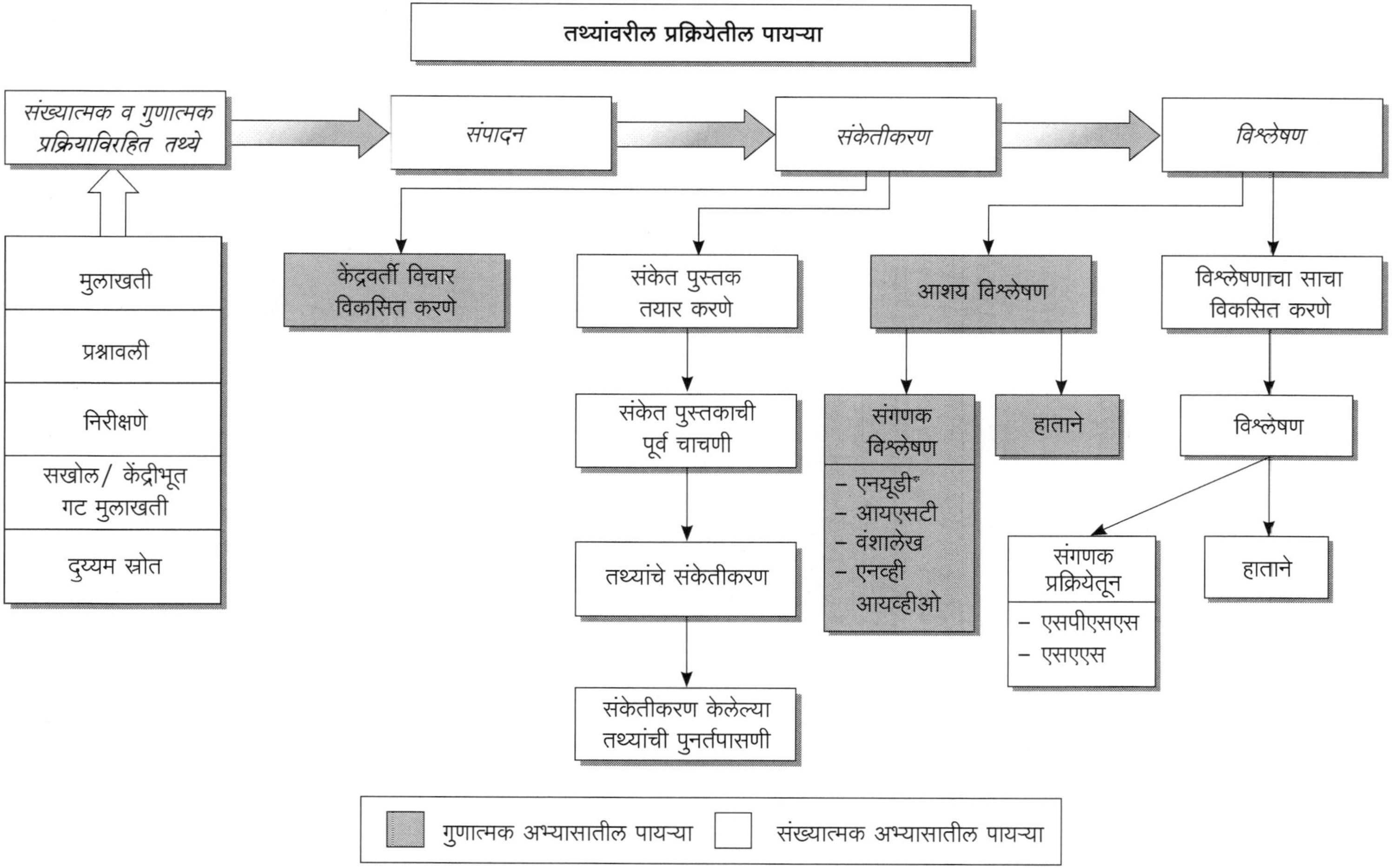

आकृती १५.१ तथ्यांवरील प्रक्रियेतील पायऱ्या

संख्यात्मक अभ्यासात तथ्यांवरील प्रक्रिया

संपादन

तथ्य संकलनाची पद्धत लक्षात न घेता, संकलित केलेल्या माहितीला *प्रक्रियाविरहित तथ्ये* किंवा फक्त *तथ्ये* असे संबोधले जाते. तथ्यांवरील प्रक्रियेतील पहिली पद्धत म्हणजे तुमची तथ्ये 'स्वच्छ' आहेत म्हणजेच या तथ्यांत कोणतीही अपूर्णता, विसंगती नाही. या स्वच्छ करण्याच्या प्रक्रियेला **संपादन** असे म्हटले जाते.

संपादन कार्यात पूर्ण केलेल्या संशोधन साधनांची माहितीतील त्रुटी, अपूर्णता, चुकीचे वर्गीकरण आणि प्रतिसादकांकडून प्राप्त माहितीतील कमतरता ओळखणे आणि कमी करणे यादृष्टीने तपासणी करणे, अपेक्षित आहे. काही वेळा उत्तम अन्वेषक सुद्धाः

- प्रश्न विचारायचा विसरतात;
- प्रतिसाद नोंदवायला विसरतात;
- प्रतिसादांचे चुकीचे वर्गीकरण करतात;
- फक्त अर्धाच प्रतिसाद लिहितात;
- दुर्वाचनीय लेखन.

प्रश्नावलीमध्येही अशाच प्रकारच्या समस्या येऊ शकतात. या समस्या मोठ्या प्रमाणात खालील बाबींकडे लक्ष दिल्याने कमी होतीलः (१) आशयासाठी प्रश्नपत्रिका पूर्ण आहे की नाही ते तपासणे, आणि (२) अंतर्गत एकवाक्यतेच्या दृष्टीने प्रतिसाद तपासणे.

तुम्ही ज्या प्रकारे तथ्ये संकलित केली आहेत त्यावर पूर्णतेच्या दृष्टीने आशय तपासणी करणे हे अवलंबून आहे. मुलाखतीच्या बाबतीत वरील समस्यांच्या दृष्टीने अनुसूचीची तपासणी केल्यास तथ्यांची गुणवत्ता सुधारेल. मुलाखत घेणाऱ्याने मुलाखत पूर्ण झाल्यावर काही क्षण मुलाखतीत अपूर्णता, विसंगती नाही ना हे तपासण्यासाठी घ्यावीत. प्रश्नपत्रिकेच्या संदर्भात प्रतिसादांची काळजीपूर्वक तपासणी केल्यास काही समस्या कमी होऊ शकतात. या समस्या कमी करण्याचे अनेक मार्ग आहेतः

- **अनुषंगाने** – संशोधन साधनातील काही ठरावीकच प्रश्न हे एक दुसऱ्याशी संबंधित असतात, त्यामुळे एका प्रश्नाच्या उत्तरातून दुसऱ्या प्रश्नाचे उत्तर मिळू शकते. अर्थात, अशा अनुषंगिक माहितीबद्दल तुम्ही काळजी घ्यायला हवी अन्यथा तुमच्या हातून तथ्यांमध्ये नव्या चुका होतील.
- **परत आठवून** – तथ्ये जर मुलाखतीतून संकलित केली असतील तर मुलाखत घेणाऱ्याला प्रतिसादकाचे उत्तर परत आठवून पाहणे शक्य असते. इथेही पुन्हा, तुम्हाला फार काळजी घ्यावी लागते.
- **प्रतिसादकाकडे परत जाणे** – तथ्ये जर मुलाखत किंवा प्रश्नावलीच्या माध्यमातून संकलित केली असतील तर प्रतिसादकाला फोन करून किंवा त्याची भेट घेऊन उत्तराची खात्री किंवा निश्चितता करता येते. हे अर्थात वेळखाऊ व खर्चिक आहे.

तथ्य संपादन करण्याचे दोन मार्ग आहेतः

१. एकाच वेळी एकाच चलाची सर्व उत्तरे तपासणे;
२. एकाच वेळी एकाच प्रतिसादकाने सर्व प्रश्नांना दिलेली उत्तरे तपासणे.

प्रस्तुत लेखकाला दुसरी पद्धत अधिक पसंत आहे, कारण यातून प्रतिसादांचे पूर्ण चित्र उभे राहते. ज्याचा उपयोग अंतर्गत एकवाक्यता तपासण्यासाठीही होतो.

संकेतीकरण

तथ्ये स्वच्छ करून घेतल्यावर संकेत तयार करणे ही त्याची पुढची पायरी आहे. **संकेतीकरण** ही पद्धत प्रामुख्याने दोन धारणांवरून अंमलात आणली जातेः

१. तुमच्या संशोधन साधनात चलाचे मापन (अनुमापन सारणी) कोणत्या मार्गाने केले आहे. (उदाहरणार्थ, प्रश्नाला प्रतिसाद वर्णनात्मक, वर्गीकरणात्मक की संख्यात्मक आहे);
२. चलांविषयी तुमच्या वाचकांना तुम्ही अनुमाने कशा प्रकारे संप्रेषित करणार आहात?

संकेतीकरणासाठी तथ्यांच्या संचाचे स्वरूप हे गुणात्मक आहे की संख्यात्मक हा त्याच्या वेगळेपणाचा पहिला स्तर असतो. गुणात्मक तथ्यांसाठी माहिती वर्णनात्मक स्वरूपात आहे (उदाहरणार्थ, समाजाला पुरविल्या जाणाऱ्या सेवेचे वर्णन, व्यष्टी इतिहास) की गुणात्मक वर्गीकरणातून संकलित केली आहे हा पुढील फरक असतो. उदाहरणार्थ, वेगळ्या गुणात्मक वर्गीकरणातून प्रतिसादकाविषयी पुढील माहिती घेणेः उत्पन्न (सरासरीच्या वर, सरासरी, सरासरीच्या खाली); लिंग (पुरुष, स्त्री); धर्म (ख्रिश्चन, हिंदू, मुसलमान, बौद्ध इत्यादी); समस्येप्रती अभिवृत्ती (खूप अनुकूल, अनुकूल, अनिश्चित, अनुकूल नाही, तीव्र विरोध). हे प्रत्येक चल **सांकेतिक सारणी** किंवा **क्रमवाचक सारणी** यावर मापन केले आहे. त्यांच्यापैकी काहींचे **गुणोत्तर सारणी** किंवा **अंतर सारणी** यावर मापन करता येते. उदाहरणार्थ, उत्पन्न डॉलर्समधे मोजता येऊ शकते (गुणोत्तर प्रमाण), किंवा समस्यांप्रती अभिवृत्तीचे गुणोत्तर सारणी किंवा अंतर सारणी यावर मापन होऊ शकते. संकेतीकरणात तुम्ही कशाप्रकारे पुढे जाणार हे तुम्ही तथ्य संकलन करताना चलाचे मापन करण्यासाठी अनुमापन सारणी वापरली आणि प्रश्न बंदिस्त आहे की मुक्त यावर अवलंबून असते.

याशिवाय, संख्याशास्त्रीय कार्यपद्धती जी माहिती संचासाठी उपयोगी ठरू शकते ती मोठ्या प्रमाणात संशोधन साधनात चलाचे मापन केल्या जाणाऱ्या अनुमापन सारणीवर अवलंबून असते. उदाहरणार्थ, जर उत्पन्न गुणोत्तर सारणीवर मापन केले असेल; परंतु क्रमवाचक किंवा सांकेतिक सारणीवर मापन केले नसेल तर, तुम्ही मध्यमान, बहुलक आणि मध्यमा यासारखे विविध संख्याशास्त्रीय वर्णनके वापरून त्याचे गणन करू शकता. तुम्ही ज्या मार्गाने माहिती संचाचे विश्लेषण करू शकणार आहात, हे संशोधन साधनात तुम्ही चल मापनासाठी वापरलेल्या अनुमापन सारणीवर अवलंबून असते, हे समजून घेणे अत्यंत महत्त्वाचे आहे. याकरिता विशेषतः नियोजनाच्या पातळीवर, संशोधन साधनाची बांधणी करत असताना, तुम्ही तुमची अनुमाने तुम्ही कशा प्रकारे सादर करणार आहात याचे चित्र डोळ्यापुढे उभे करणे महत्त्वाचे आहे.

मिळवलेल्या माहितीचे विश्लेषण तुम्ही कसे करू शकता हे प्रश्न कशा तऱ्हेने विचारला गेला होता आणि प्रतिसादकाने त्याला कसे उत्तर दिले यावर अवलंबून आहे. अन्य शब्दांत, प्रतिसाद कोणत्या अनुमापन सारणीवर मापन केला जाईल किंवा वर्गीकृत केला जाईल यावर अवलंबून आहे. तुमच्या प्रतिसादकांनी प्रश्नांना दिलेली उत्तरे अभ्यासलीत, तर तुमच्या लक्षात येईल बहुतेक सर्व प्रतिसाद खालील तीन गटात वर्गीकृत करावे लागतातः

१. संख्यात्मक प्रतिसाद;
२. नेमका प्रतिसाद (जे कदाचित गुणात्मक किंवा संख्यात्मक असतील);
३. वर्णनात्मक प्रतिसाद (जे निरपवाद गुणात्मक आहेत – लक्षात ठेवा, ही गुणात्मक तथ्ये संख्यात्मक संशोधनाचा भाग म्हणून संकलित केली आहेत आणि हे गुणात्मक संशोधन नाही).

विश्लेषणाच्या हेतूने संख्यात्मक आणि नेमका प्रतिसाद हे वर्णनात्मक प्रतिसादापेक्षा वेगळ्या प्रकारे हाताळले गेले पाहिजेत. संख्यात्मक आणि नेमकी, अशा दोन्ही प्रकारची माहिती एका प्रक्रियेतून जात असताना प्राथमिकतः ती माहिती आकड्यांच्या मूल्यांत रूपांतरित होत असते, ज्याला **संकेत** असे म्हटले जाते. दुसऱ्या बाजूने, वर्णनात्मक माहिती पहिल्यांदा **आशय विश्लेषण** म्हणून संबोधल्या जाणाऱ्या प्रक्रियेतून जात असते, ज्यातून तुम्हाला, प्रतिसादकांनी दिलेल्या प्रश्नांच्या उत्तरांतील वर्णनावरून जो केंद्रवर्ती विचार उलगडून वर येतो, तो समजतो. ओळखलेले हे केंद्रवर्ती विचार, तुम्ही तीन प्रकारे हाताळू शकताः (१) तुम्ही शाब्दिक प्रतिसादांचे परीक्षण करू शकता आणि तुमच्या अहवालात तुमच्या प्रतिवादाला पाठिंबा देण्यासाठी किंवा त्याला विरोध करण्यासाठी समाविष्ट करू शकता. (२) प्रत्येक विचाराला तुम्ही संकेत आकडा देऊ शकता आणि कितीवेळा तो आला आहे त्याची मोजणी करू शकता; आणि (३) तुम्ही दोन्हीही पद्धती एकत्रित करून तुमच्या अनुमानांचे संप्रेषण करू शकता. ही निवड तुमची आहे, आणि तुमच्या वाचकांच्या प्राधान्यक्रमांविषयी तुमची जी समज असेल त्यावर आधारित आहे.

संख्यात्मक संशोधनात संख्यात्मक आणि गुणात्मक तथ्यांचे संकेतीकरण करण्यासाठी तुम्हाला खालील तीन पायऱ्या अनुसराव्या लागतीलः

टप्पा १ संकेत पुस्तक विकसित करणे;
टप्पा २ संकेत पुस्तकाची पूर्वचाचणी घेणे;
टप्पा ३ तथ्यांचे संकेतीकरण करणे;
टप्पा ४ संकेतीकरण केलेल्या तथ्यांची पुनर्तपासणी करणे.

टप्पा १: संकेत पुस्तक विकसित करणे

संकेत पुस्तक प्रतिसादकांकडून मिळालेल्या उत्तरांचे आकड्यांतील मूल्य निश्चित करते. आता आपण उदाहरण घेऊ. आकृती १५.२ मधील काही प्रश्न घेऊ. जे लेखकाने, नोकरीतील पुनःपाचारणाचे व्यक्तीवरील परिणाम निश्चित करण्यासाठी, पाहणी संचालित केली होती, त्यातील हे प्रश्न आहेत. निवडलेले प्रश्न मूळ नमुना म्हणून संकेत पुस्तक विकसित करण्यासाठी पुरेसे आहेत, तसेच त्यात प्रक्रियेत समाविष्ट असलेल्या अनेक मुद्द्यांचा अंतर्भाव आहे.

माहिती भरण्याचे दोन प्रकार आहेतः 'निश्चित' आणि 'मुक्त'. या प्रकरणात आपण संकेत पुस्तक कसे विकसित करावे हे पहाण्यासाठी निश्चित स्वरूप प्रकार वापरणार आहोत. निश्चित स्वरूपामध्ये प्रतिसादकाकडून मिळालेली माहिती विशिष्ट रकान्यात भरावी अशी अट आहे. प्रत्येक रकान्याला एक क्रमांक दिलेला असतो. त्याला रकाना क्रमांक म्हटले जाते. संकेत पुस्तक रकान्याचा संदर्भ घेते ज्यात विशिष्ट प्रकारची माहिती भरली जाते. याप्रकारे वैयक्तिक माहिती या रकान्यांच्या ओळीत भरली जाते.

नवोदितांनी या संकेत पुस्तकाची रचना समजून घेणे महत्त्वाचे आहे. उदाहरणार्थ, तक्ता १५.१ हे आकृती १५.२मध्ये दिलेल्या प्रश्नांना प्रतिसादांवर आधरित आहे.

१. कृपया दर्शवा:
(अ) तुमचे सध्याचे वय पूर्ण वर्षात: __________
(इ) वैवाहिक दर्जा: (कृपया खूण करा)
सध्या विवाहित __________
विवाहविना एकत्र राहत आहे __________
विभक्त __________
घटस्फोटित __________
अविवाहित __________

२. (आ) जर तिसऱ्या दर्जाचे असेल/विद्यापीठाचे असेल, कृपया संपादन केलेली शैक्षणिक पातळी आणि अभ्यासक्षेत्र स्पष्ट करा. (कृपया सर्व पदव्युत्तर पदव्या स्पष्ट करा.)

संपादनाची पातळी	***अभ्यासक्षेत्र उदाहरणार्थ, अभियांत्रिकी, लेखाकर्म***
सहपदविका	
पदविका	
पदवी	
पदव्युत्तर पदविका	
पदव्युत्तर	
पीएचडी	

११. तुमच्या मते, तुमची अगोदरची नोकरी आणि पुन:पाचारणानंतरची नोकरी यात मुख्य फरक काय आहे?
____
____

१२. पुन:पाचारणापूर्वी आणि नंतर तुमच्या नोकरीतील खालील पैलूंविषयी तुमचे आकलन आम्हाला जाणून घ्यायला आवडेल. पाच बिंदूंच्या सारणीवर पुढील मार्गदर्शनावरून गुण द्या. ५ = अतिशय समाधानी, ४ = खूप समाधानी, ३ = समाधानी, २ = असमाधानी, १ = अतिशय असमाधानी

पुन:पाचारणापूर्वी					***पैलू***	***पुन:पाचारणानंतर***				
१	२	३	४	५		१	२	३	४	५
					नोकरीतील दर्जा					
					नोकरीतील समाधान					
					कामाला प्रोत्साहन					
					नोकरीत स्वारस्य					
					आत्मसन्मान					
					व्यावसायिक कार्यक्षमता					
					सहकाऱ्यांशी आंतरक्रिया					
					मनोधैर्य					
					कामाचे वातावरण					
					सामाजिक आंतरक्रिया					

आकृती १५.२ सर्वेक्षणातील प्रश्नांचे उदाहरण

तक्ता १५.१मध्ये, *रकाना १* यात विशिष्ट माहिती भरली जाते. रकान्यांची निश्चित स्वरूपात केलेली विभागणी याला फार महत्त्व आहे, कारण जेव्हा तुम्ही प्रणाली लिहिता तेव्हा नेमक्या कोणत्या रकान्यात माहितीचा नेमका कोणता भाग जाणार ते नमूद करावे लागते, जेणेकरून संगणक आवश्यक प्रक्रिया पार पाडू शकतो.

रकाना २ हा संशोधन साधनात ज्या प्रश्न क्रमांकासाठी माहितीचे संकेतीकरण केले जाणार आहे तो निश्चित करतो. हे प्राथमिकतः साधनातील प्रश्नाचा क्रमांक संकेतासकट वेगळा ओळखण्यासाठी केले जाते.

रकाना ३ हा चलाच्या नावाशी संबंधित आहे. प्रणालीमधील प्रत्येक चलाला एक स्वतंत्र नाव दिले जाते. ज्यामुळे प्रणाली मागणीनुसार संख्याशास्त्रीय प्रक्रिया करू शकते. नेहमीच, चलाला जी नावे देत आहात त्या नावाबद्दल बंधने असतात (उदाहरणार्थ, चलाला नाव देण्यासाठी तुम्ही किती अक्षरे वापरणार आणि तुम्ही अक्षरे वापरणार की आकडे वापरणार याविषयी). याकरिता तुम्हाला तुम्ही वापरणार असलेली प्रणाली तपासावी लागेल. चलाला नाव देताना ते अशा तऱ्हेने द्यावे की तुम्ही त्याच्या नावावरून ते सहजपणे ओळखू शकाल.

रकाना ४ वेगवेगळ्या प्रश्नांच्या संभाव्य प्रतिसादांची यादी तयार करतो. प्रश्नांसाठी प्रतिसादांचा ढाचा विकसित करणे हा संकेत पुस्तक तयार करण्याच्या प्रक्रियेतील अतिशय महत्त्वाचा, अवघड आणि वेळखाऊ भाग आहे. प्रतिसादांचा ढाचा तयार करण्यातली काठिण्य पातळी ही तुमच्या संशोधन साधनातील प्रश्नांच्या प्रकारांनुसार वेगवेगळी असते (मुक्त-मर्यादा किंवा बंदिस्त). जर प्रश्न बंदिस्त असेल, तर प्रतिसादाचा साचा हा साधनाची रचना करताना त्याचा भाग म्हणूनच विकसित केला असेल आणि या टप्प्यावर तुम्हाला प्रत्येक प्रतिसादाच्या वर्गीकरणाचे मूल्य हे आकड्यात निश्चित करावे लागेल. विश्लेषणाच्या दृष्टिकोनातून, बंदिस्त प्रश्नांचा हा फायदा आहे. जर बंदिस्त प्रश्नांत 'इतर' हा प्रतिसादाचा एक वर्ग असेल, तर साधन विकसित करताना तुमच्या यादीमध्ये जो प्रतिसाद आला नसेल त्याचा यात समावेश करावा, या प्रतिसादांचे तुम्ही विश्लेषण करावे आणि ज्याप्रमाणे तुम्ही मुक्त-मर्यादा प्रश्नांचे कराल त्याचप्रमाणे परस्परांमध्ये न मिसळले जाणारे असे याचे वर्गीकरण करू शकता. जे आधीच विकसित केले आहेत अशा प्रतिसाद गटांमध्ये यांचा समावेश करा आणि त्यांना आकड्यातील मूल्य द्या.

जर एखाद्या प्रश्नाला नऊपेक्षा कमी प्रतिसाद असतील तर तुम्हाला संकेतांक टाकण्यासाठी फक्त एक रकाना पुरेसा आहे, आणि हे जर नऊपेक्षा जास्त व नव्याण्णवपेक्षा कमी असतील तर तुम्हाला दोन रकाने (संकेत पुस्तकातील रकाना १) पुरेसे आहेत. परंतु जर प्रतिसादकाला एकापेक्षा जास्त प्रतिसाद द्यायला सांगितले तर ठरविलेले रकाने प्रतिसादाच्या संकेतांकानुसार असावेत. जर समजा एखाद्या प्रश्नाला आठ प्रकारचे प्रतिसाद येणे शक्य असेल आणि प्रतिसादकांना तीन प्रतिसाद द्यायला सांगितले असेल तर तुम्हाला प्रतिसादकांचे संकेतांक द्यायला तीन रकाने लागतील. अशा प्रश्नांना बहुप्रतिसाद प्रश्न असे म्हणतात. आपण असे गृहीत धरू की एका प्रश्नाला बारा उत्तरे येणे शक्य आहे. प्रत्येक प्रतिसादाला संकेत आकडा द्यायला दोन रकाने लागतील व त्यामुळे तीन प्रतिसादांचे संकेत आकडे द्यायला तुम्हाला सहा रकाने लागतील.

मुक्त-मर्यादा प्रश्नांचे संकेतीकरण करणे अवघड असते. मुक्त-मर्यादा प्रश्नांचे संकेतीकरण करताना प्रतिसादाचे गट हे प्रथम आशय विश्लेषण प्रक्रियेद्वारे ठरवणे आवश्यक असते. मुक्त-मर्यादा प्रश्नांचे विश्लेषण करण्याचा सर्वात सोपा उपाय म्हणजे प्राप्त झालेल्या अनुसूची मुलाखती/प्रश्नपत्रिकांमधून पूर्ण भरलेल्या अनुसूची मुलाखती/प्रश्नपत्रिका यादृच्छिकपणे निवडा. या अनुसूची मुलाखती/प्रश्नपत्रिकेतून एक प्रश्नपत्रिका निवडा आणि एका कागदावर त्यातील प्रतिसाद लिहून काढा. व्यक्तीने जर एकापेक्षा जास्त प्रतिसाद दिले असतील तर एकाच कागदावर ते स्वतंत्रपणे लिहा. तशाच प्रकारे, त्याच प्रश्नपत्रिकेतून आणखी एक मुक्त-मर्यादा प्रश्न शोधून एका

वेगळ्या कागदावर त्यातील उत्तरे लिहा. अशाच मार्गाने तुम्ही मुक्त-मर्यादा प्रश्न शोधून एका वेगळ्या कागदावर ते स्वतंत्रपणे लिहा. तशाच प्रकारे, त्याच प्रश्नपत्रिकेतून आणखी एक मुक्त-मर्यादा प्रश्न शोधून त्याची उत्तरे लिहा. लक्षात ठेवा, प्रत्येक प्रश्नाचा प्रतिसाद हा स्वतंत्र कागदावर लिहावा. आता आणखी एक प्रश्नपत्रिका निवडा व याच प्रक्रियेने काम करा, एकाच प्रश्नासाठी असलेल्या कागदावर त्याच प्रश्नाचे प्रतिसाद लिहा. जोपर्यंत तुम्हाला वाटतंय की तेच तेच प्रतिसाद येताहेत, तुम्हाला नवीन काही मिळत नाही किंवा अगदी थोडे नवीन मिळताहेत म्हणजे असे की, जेव्हा तुम्ही संपृक्तता बिंदूपर्यंत पोहोचाल तोपर्यंत.

आता, एकामागोमाग एक, प्रतिसादांचे परीक्षण त्यातील साम्य किंवा फरक पाहण्यासाठी करा. जर दोन किंवा अधिक प्रतिसाद सारखेच असतील, त्याची भाषा एकच असली पाहिजे असे नाही, ते प्रतिसाद एका वर्गीकरणात एकत्र करा. प्रतिसादांचे वर्णन करणाऱ्या वर्गीकरणाला एक नाव द्या. लक्षात ठेवा, जेव्हा तुम्ही तथ्याला संकेत देता तेव्हा तो वर्गीकरणाला संकेत देत असता, पर्यायाने प्रतिसादाला नव्हे. संकेतीकरण करताना तुम्हाला कोणत्या प्रकारचे प्रतिसाद तुम्ही एकत्र केले आहेत हे तुम्हाला कळण्यासाठी संकेत पुस्तकात तुम्ही प्रत्येक वर्गीकरणात वेगवेगळे प्रतिसाद लिहून ठेवावे असे सूचित करावेसे वाटते. हे वर्गीकरण विकसित करताना खालीलप्रमाणे महत्त्वाच्या तीन गोष्टी विचारात घेतल्या पाहिजेतः

१. वर्गीकृत गट हे *एकमेकांपेक्षा पूर्णपणे वेगळे* असावे. परस्परांमध्ये न मिसळणारे वर्गीकरण करा. एकच प्रतिसाद दोन वर्गीकरणात येणे शक्यच होणार नाही असे पहा.
२. वर्गीकरण हे *सर्वांग परिपूर्ण* असावे; म्हणजे प्रत्येक प्रतिसाद कोणत्यातरी एका गटात वर्गीकृत करता येणे शक्य झाले पाहिजे. जर अनेक प्रतिसाद असतील आणि त्यांचे अशा प्रकारे वर्गीकरण शक्य होत असेल तर, हे निष्प्रभावी वर्गीकरणाचे निदर्शक आहे. अशा वेळी तुम्ही तुमचे वर्गीकरण पुन्हा एकदा तपासून पाहायला हवे.
३. 'इतर' या वर्गीकरणाचा उपयोग, पर्यायाने जे प्रतिसाद कुठल्याच वर्गीकरणात टाकता येत नाहीत अशा 'कचऱ्याचा डबा', असे प्रतिसाद वर उल्लेख केल्याप्रमाणे अगदी कमीतकमी असावेत, कारण ते वर्गीकरण पद्धतीच्या अपयशावर प्रतिबिंबित होतात. या वर्गात एकूण प्रतिसादाच्या पाच टक्केपेक्षा जास्त प्रतिसाद समाविष्ट करू नयेत आणि यात इतर कोणत्याही गटापेक्षा जास्त प्रतिसादांचा समावेश असू नये.

रकाना ५ ही, तुम्ही प्रतिसादाला निश्चित केलेली संकेतांक पुस्तकातील प्रत्यक्ष संकेतांकांची, यादी असते. जोपर्यंत तुम्ही ते त्याच प्रश्नातील प्रतिसादाला पुन्हा तेच मूल्य देत नाही, तोपर्यंत तुम्ही कोणत्याही प्रतिसादाला कोणत्याही अंकाचे मूल्य देऊ शकता. 'लागू नाही' आणि 'प्रतिसाद नाही' हे दोन प्रकारचे प्रतिसाद हे सामान्यतः पुनःपुन्हा येतात. सर्वच किंवा बहुसंख्य प्रश्नांच्या या उत्तरासाठी तुम्ही आकडा निश्चित केला पाहिजे. उदाहरणार्थ, 'लागू नाही' आणि 'प्रतिसाद नाही' अशा प्रतिसादांना जरी प्रश्नांची उत्तरे २ किंवा ३ इतकी मर्यादित असली तरीही अनुक्रमे ८ आणि ९ हा संकेतांक द्या. अन्य शब्दांत सांगायचे म्हणजे, समजा तुम्हाला प्रतिसादकाला लिंग संकेतांक द्यायचा आहे आणि तुम्ही स्त्री = १ आणि पुरुष = २ असे द्यायचे ठरवले आहे. 'प्रतिसाद नाही' याला ३ संकेतांक द्यायच्या ऐवजी ९ हा संकेतांक ठरवा. या सूचनेमुळे संकेतांक लक्षात राहाण्यास व त्यामुळे तुमचा संकेतीकरणाचा वेग वाढण्यास मदत होते.

संकेतीकरण कसे करायचे हे स्पष्ट करण्यासाठी आपण आकृती १५.२मधील प्रश्न पाहू.

प्रश्न १ (अ)

तुमचे सध्याचे वय पूर्ण वर्षात ....

हा *मुक्त-मर्यादा संख्यात्मक प्रश्न* आहे. अशा प्रश्नांमध्ये उत्तरांचा टप्पा निश्चित करणे महत्त्वाचे आहे म्हणजेच सर्वात कमी वय असलेला प्रतिसादक आणि सर्वात जास्त वय असलेला प्रतिसादक. हे करण्यासाठी प्रश्नपत्रिका/मुलाखत अनुसूची पहा. एकदा टप्पा निश्चित झाला की त्यांचे वेगवेगळ्या वर्गात वर्गीकरण करा. हे वर्गीकरण विश्लेषणाच्या हेतूने केलेल्या संबंधित अनेक गोष्टींवर जसे, तुम्ही तुमच्या अभ्यासातील अनुमाने ज्या मार्गाने संप्रेषित करणार आहात आणि तुमची अनुमाने दुसऱ्या अभ्यासाबरोबर तुलना केली जाणार आहेत का? यावर अवलंबून असते. आपण असे गृहीत धरू की अभ्यासातील टप्पा २३ ते ४९ वर्षे आहे आणि गृहीत धरा की तुमच्या उद्दिष्टासाठी पुढील वर्गीकरण योग्य आहे; २०-२४, २५-२९, ३०-३४, ३५-३९, ४०-४४ आणि ४५-४९. जर तुमचे टप्पे बरोबर असतील तर तुम्हाला इतर वर्गीकृत गटांची गरज लागणार नाही. आता आपण असे गृहीत धरू की तुम्ही संकेतांक २०-२४ = १, २५-२९ = २, ३०-३४ = ३ आणि पुढे असे ठरवले आहेत. 'प्रतिसाद नाही' चा समावेश करण्यासाठी तुम्ही संकेतांक ९ निश्चित केला आहे. आता आपण असे गृहीत धरू की तुम्ही कोडशीट मध्ये ५व्या रकान्यात या प्रश्नाचे प्रतिसादाचे संकेतांक लिहायचे ठरवले आहे.

प्रश्न १ (इ)

तुमचा वैवाहिक दर्जा: (कृपया खूण करा)
सध्या विवाहित ________
विवाहाविना एकत्र राहत आहे ________
विभक्त ________
घटस्फोटित ________
अविवाहित ________

हा *बंदिस्त वर्गीकरणाचा प्रश्न* आहे. म्हणजेच प्रतिसादाचा प्रकार आधीच दिलेला आहे. अशा परिस्थितीत तुम्हाला प्रत्येक वर्गाला फक्त अंकांचे मूल्य निश्चित करायचे आहे. उदाहरणार्थ, तुम्ही 'सध्या विवाहित'ला = १, 'विवाहाविना एकत्र राहत आहे'ला = २, 'विभक्त' = ३, 'घटस्फोटित = ४' आणि 'अविवाहित = ५' असे संकेतांक निश्चित केले आहेत. तुम्ही त्यात प्रतिसाद नाही' हा वर्ग समाविष्ट करू शकता, आणि त्याला ९ हा संकेतांक निश्चित करू शकता. या प्रश्नाचा प्रतिसाद संकेत शीटमध्ये सहाव्या रकान्यात भरा.

प्रश्न २ (आ)

जर तिसऱ्या दर्जाचे असेल/विद्यापीठाचे असेल, कृपया तुम्ही अभ्यासातली संपादनाची पातळी स्पष्ट करा. (कृपया सर्व पदव्युत्तर पदव्यांची नोंद करा.)

या प्रश्नात प्रतिसादकाला तिसऱ्या दर्जाच्या शैक्षणिक अर्हतेबद्दल विचारले आहे. हा प्रश्न दोन पैलूंसाठी विचारला गेला आहेः (१) संपादनाची पातळी, जी नेमक्या वर्गीकरणातील आहे; आणि (२) अभ्यासाचे क्षेत्र, हा मुक्त-मर्यादा प्रश्न आहे. शिवाय एखाद्या व्यक्तीकडे एकापेक्षा जास्त पदव्या असू शकतात, म्हणजेच

तक्ता १५.१ संकेतांक पुस्तकाचे उदाहरण

स्तंभ क्र.	प्रश्न क्र.	चलाचे नाव	प्रतिसादाचा प्रकार	संकेतांक
१	२	३	४	५
१–३	अ. क्र.	ओ. क्र.	प्रत्यक्ष अनुक्रमांक	प्रत्यक्षात संकेतांक
४	नोंद क्रमांक	नों. क्र.	पहिली नोंद	१
			दुसरी नोंद	२
			तिसरी नोंद	३
५	१ (अ)		२०–२४	१
			२५–२९	२
			३०–३४	३
			३५–३९	४
			४०–४४	५
			४५–४९	६
			प्रतिसाद नाही ९	
६	१ (आ)	वैवाहिक दर्जा	सध्या विवाहित	१
			विवाहाविना एकत्र राहतो	२
			विभक्त	३
			घटस्फोटित	४
			अविवाहित	५
			प्रतिसाद नाही	९
	२ (आ)	तिदशि	सहपदविका	१
			पदविका	२
			पदवी	३
			पदवी/पदविका	४
			पदव्युत्तर	५
			पीएचडी	६
			लागू नाही	८
			प्रतिसाद नाही	९
७		तिदशि १	तिदशि प्रमाणे	संकेतांक
८		तिदशि २	तिदशि प्रमाणे	तिदशि

पुढे चालू

तक्ता १५.१ (पुढे चालू)

स्तंभ क्र.	प्रश्न क्र.	चलाचे नाव	प्रतिसादाचा प्रकार	संकेतांक
९		तिदशि २	तिदशि प्रमाणे	प्रमाणे
		अभ्यासविषय	वर्तनशास्त्र	१
			व्यवसाय	२
			अर्थशास्त्र/वाणिज्य	३
			संप्रेषण	४
			अभियांत्रिकी	५
			भूगोल	६
			इतिहास	७
			ग्राफिक्स	८
			ग्रंथपालन	९
			शुश्रुषा	१०
			ललितकला	११
			सचिव	१२
			समाजकार्य	१३
			मानसशास्त्र	१४
			शिक्षणशास्त्र	१५
			सनदी लेखापाल	१६
			प्राणीशास्त्र	१७
			मानववंशशास्त्र	१८
			सामाजिकशास्त्रे	१९
			सार्वजनिक/आरोग्य प्रशासन	२०
			इंग्रजी	२१
			दृक–श्राव्य शैक्षणिक साधने	२२
			लागू नाही	८८
			प्रतिसाद नाही	९९
१०–११	२(आ)	अभ्यास १	अभ्यासात आहे तसाच देणे	संकेत
१२–१३		अभ्यास २	अभ्यासात आहे तसाच देणे	अभ्यासामध्ये आहे
१४–१५		अभ्यास ३	अभ्यासात आहे तसाच देणे	तसाच देणे
	११	काफ	नोकरीत असमाधानी	
			– सध्याच्या नोकरीत	०१

स्तंभ क्र.	प्रश्न क्र.	चलाचे नाव	प्रतिसादाचा प्रकार	संकेतांक
			– पूर्वीच्या नोकरीत	०२
			कमी जबाबदारी	
			– सध्याच्या नोकरीत	०३
			– पूर्वीच्या नोकरीत	०४
			मनोधैर्य कमी	
			– सध्याच्या नोकरीत	०५
			– पूर्वीच्या नोकरीत	०६
			मेहनतीची जाणीव नाही	
			– सध्याच्या नोकरीत	०७
			– पूर्वीच्या नोकरीत	०८
			संबंधित कौशल्य नाहीत	
			– सध्याची नोकरी	०९
			– पूर्वीची नोकरी	१०
			तेच ते स्वरूप	
			– सध्याची नोकरी	११
			– पूर्वीची नोकरी	१२
			काम जास्त विभागलेले	
			– सध्याची नोकरी	१३
			– पूर्वीच्या नोकरीत	१४
			नोकरीतील दर्जात घसरण	१५
			एकूण सर्वच प्रक्रियेत जास्त गुंतवणूक	
			– सध्याच्या नोकरीत	१६
			– पूर्वीच्या नोकरीत	१७
			अधिक बंधने	
			– सध्याच्या नोकरीत	१८
			– पूर्वीच्या नोकरीत	१९
			कमी लवचिकता	
			– सध्याच्या नोकरीत	२०
			– पूर्वीच्या नोकरीत	२१

पुढे चालू

तक्ता १५.१ (पुढे चालू)

स्तंभ क्र.	प्रश्न क्र.	चलाचे नाव	प्रतिसादाचा प्रकार	संकेतांक
			अधिक लोकांशी संपर्क	
			– सध्याच्या नोकरीत	२२
			– पूर्वीच्या नोकरीत	२३
			लोकांशी कमी संपर्क	
			– सध्याच्या नोकरीत	२४
			– पूर्वीच्या नोकरीत	२५
			अधिक जबाबदारी	
			– सध्याच्या नोकरीत	२६
			– पूर्वीच्या नोकरीत	२७
			कामाचे वातावरण चांगले	
			– सध्याच्या नोकरीत	२८
			– पूर्वीच्या नोकरीत	२९
			मनोधैर्य चांगले	
			– सध्याच्या नोकरीत	३०
			– पूर्वीच्या नोकरीत	३१
			सांघिक काम	
			– सध्याच्या नोकरीत	३२
			– पूर्वीच्या नोकरीत	३३
			वैयक्तिक काम	
			– सध्याच्या नोकरीत	३४
			– पूर्वीच्या नोकरीत	३५
			नोकरीची शाश्वती नाही	
			– सध्याच्या नोकरीत	३६
			– पूर्वीच्या नोकरीत	३७
			सध्याची नोकरी पूर्ण वेळ	३८
			भवितव्य चांगलं	
			– सध्याच्या नोकरीत	३९
			– पूर्वीच्या नोकरीत	४०
			काहीच साम्य नाही	४१

स्तंभ क्र.	प्रश्न क्र.	चलाचे नाव	प्रतिसादाचा प्रकार	संकेतांक
			कामाची स्थिती वेगळी	४२
			नोकरीच्या दर्जात बदल (नेमकेपणा नाही)	४३
			नोकरीत उच्च दर्जा	
			– सध्याच्या नोकरीत	४४
			– पूर्वीच्या नोकरीत	४५
			सध्याच्या नोकरीत सुरक्षितता जास्त	४६
			जास्त व्यावसायिक वातावरण	
			– सध्याच्या नोकरीत	४७
			– पूर्वीच्या नोकरीत	४८
			सध्याच्या नोकरीत अधिक कौशल्ये	४९
			शिकायला मिळतात	
			– सध्याच्या नोकरीत	५०
			– पूर्वीच्या नोकरीत	५१
			देखरेख कमी	
			– सध्याच्या नोकरीत	५२
			– पूर्वीच्या नोकरीत	५३
			माझ्या प्रशिक्षणाशी सध्याची नोकरी संबंधित आहे	५४
			सध्याची नोकरी अधिक मोबदला देणारी आहे	५५
			सध्याच्या नोकरीत मनोधैर्य जास्त आहे	५६
			कामात अधिक विविधता	
			– सध्याच्या नोकरीत	५७
			– पूर्वीच्या नोकरीत	५८
			सध्याची नोकरी अधिक बक्षीसे देणारी	५९
			अधिक मनोधैर्य	
			– सध्याच्या नोकरीत	६०

पुढे चालू

तक्ता १५.१ (पुढे चालू)

स्तंभ क्र.	प्रश्न क्र.	चलाचे नाव	प्रतिसादाचा प्रकार	संकेतांक
			कामात विविधता नाही	
			सध्याच्या नोकरीत	६१
			कमी कौशल्याची गरज	
			– सध्याच्या नोकरीत	६२
			– पूर्वीच्या नोकरीत	६३
			नोकरीच्या पदाच्या नावामधे बदल	६४
			पूर्वीच्या नोकरीत खूप अपेक्षा होत्या	६५
			पूर्वीच्या नोकरीत पुढाकार घ्यायची संधी होती	६६
			सध्याच्या नोकरीत त्याची जरूर नाही	६७
			सध्याच्या नोकरीत वेगळ्या	
			कौशल्यांची गरज	६८
			करियरची संधी नाही	
			– सध्याच्या नोकरीत	६९
			– पूर्वीच्या नोकरीत	७०
			सध्याच्या नोकरीत जास्त व्यावसायिक वातावरण	७१
			सध्याच्या नोकरीत वेगळी कौशल्ये शिकायला मिळतात	७२
			कामाच्या ठिकाणची परिस्थिती वेगळी	७३
			नोकरीतील दर्जात बदल	
			(बदल नमूद केला नाही)	७४
			नोकरीतल्या जबाबदारीत बदल	
			(बदल नमूद केला नाही)	७५
			सध्याची नोकरी अधिक संरचित	७६
			आता संघाचा एक भाग आहे	७७
			बदल नाही	७८

स्तंभ क्र.	प्रश्न क्र.	चलाचे नाव	प्रतिसादाचा प्रकार	संकेतांक
			असंबद्ध प्रतिसाद	७९
			इतर	८०
			लागू नाही	८८
			प्रतिसाद नाही	९९
१६–१७	११	काफ १	काफप्रमाणेच	संकेत
१८–१९		काफ २	काफप्रमाणेच	काफ
२०–२१		काफ ३	काफप्रमाणेच	सारखाच
२२–२३		काफ ४		
२४–२५		काफ ५		
			अत्यंत असमाधानी	१
			असमाधानी	२
	१२	पू आता	समाधानी	३
			खूप समाधानी	४
			अत्यंत समाधानी	५
			पू आता प्रमाणेच	
२६		नोद पू	पू आता तसाच	संकेत पू आता
२७		नोद नं	पू आता तसाच	प्रमाणेच
२८		नोद नं	पू आता तसाच	संकेत पू आता
२९		नोद नं	पू आता तसाच	प्रमाणेच

हा बहुप्रतिसादाचाही प्रश्न आहे. प्रश्नाच्या दोन्ही पैलूंचे संकेतीकरण करणे – संपादनाची पातळी (उदाहरणार्थ, सहपदविका, पदविका) आणि अभ्यासाचे क्षेत्र (उदाहरणार्थ, अभियांत्रिकी, लेखाकर्म). जेव्हा बहुविध प्रतिसादांचे संकेतीकरण करता तेव्हा शक्य तेवढ्या जास्तीतजास्त प्रतिसादांचे संकेतीकरण करा. आता आपण असे गृहीत धरू की तुम्ही तिसऱ्या दर्जाच्या शैक्षणिक पातळीला जास्तीत जास्त तीन आकडे दिलेले आहेत (हे, अभ्यासाधीन लोकसमुदायातून शैक्षणिक पातळी संपादनाचा जो जास्तीतजास्त आकडा तुम्ही शोधून काढाल, त्यावर अवलंबून आहे). पहिल्यांदा, संपादनाच्या पातळीला संकेतांक द्या. तिदशि (= *तिसऱ्या दर्जाचे शिक्षण*) आणि मग अभ्यासक्षेत्र **अभ्यास**. वरील उदाहरणात आपण असे गृहीत धरू की तुम्ही शैक्षणिक संपादनाच्या तीन पातळ्यांसाठी संकेत क्रमांक द्यायचे ठरवले आहे. त्या प्रत्येकाला एकमेकांपासून वेगळे करण्यासाठी आपण पहिल्या पातळीला तिदशि १, दुसऱ्याला तिदशि २ आणि तिसऱ्याला तिदशि ३ असे संबोधू, आणि त्यांना रकाना ७, ८, ९ मध्ये अनुक्रमे संकेत क्रमांक देऊ. तशाच प्रकारे तीन अभ्यासक्षेत्रातील अभ्यासासाठी अभ्यास १, अभ्यास २ आणि अभ्यास ३ आणि त्यांना संकेत क्रमांक रकाना १०–११, १२–१३, आणि १४–१५ यात द्यायचे ठरवले आहे. संकेत (०१ ते २२) हे वेगवेगळ्या पदव्यांसाठी संकेत पुस्तकात निश्चित केले आहेत. जर

प्रतिसादकाला एकच पदवी असेल तर दुसऱ्या आणि तिसऱ्या पदवीचा प्रश्न लागू होत नाही, आणि तुम्हाला लागू नाहीच्या संकेताचा विचार करण्याची गरज नाही. गृहीत धरा की तुम्ही 'लागू नाही'ला ८८ हा संकेत आकडा ठरवला आहे. मग त्या प्रश्नाला प्रतिसाद नाही' या उत्तराला ९९ हा आकडा निश्चित करा.

प्रश्न ११

तुमच्या मताने तुमची पूर्वीची नोकरी आणि पुन:पाचारणानंतरची नोकरी यामध्ये काय फरक आहे?

____

____

____

हा *मुक्त-मर्यादा प्रश्न* आहे. या प्रश्नाचे संकेतीकरण करण्यासाठी तुम्हाला यापूर्वी विवेचन केलेली आशय विश्लेषण पद्धती पुन्हा पहावी लागेल. या प्रकरणाच्या व्याप्तीनुसार इथे याविषयी तपशिलाने स्पष्ट करणे शक्य नाही, परंतु प्रतिसादाच्या वर्गीकरणात नोकरीतील पुन:पाचारणातील पाहणीत १०९ प्रतिसादकांचे प्रतिसादावर आधारित यादी केली आहे. अशा प्रश्नांचे संकेतीकरण करताना एका बाजूने तुम्ही प्रतिसादकांच्या उत्तरांमध्ये वैविध्य ठेवता तर दुसऱ्या बाजूने तुम्ही त्यांना अर्थपूर्णरित्या वेगवेगळ्या वर्गीकरणात त्यांच्यातील साधर्म्य पाहण्यासाठी बसवता, कारण प्रतिसादकांना हा प्रश्न त्यांच्या पुन:पाचारणानंतर त्यांच्या नोकरीत पूर्वी आणि आता झालेला बदल ओळखण्यासाठी विचारला आहे, सहजपणे हे ओळखण्यासाठी त्या चलाला काफ (कामातील फरक) असे नाव देऊ. या प्रश्नांच्या उत्तरांची यादी आकृती १५.३ मध्ये दिलेली आहे. परत केलेल्या प्रश्नपत्रिकांमधील हे प्रतिसाद यादृच्छिकपणे निवडले गेले आहेत.

त्यांच्या प्रतिसादांचे अगदी बारकाईने केलेल्या परीक्षणातून अनेक केंद्रवर्ती विचारात साधर्म्य आढळले. उदाहरणार्थ, 'नव्या नोकरीत नवी कौशल्ये शिकायला मिळतात'; 'या नोकरीत अधिक आंतरक्रिया घडतात'; 'कमी जबाबदारी'; 'अधिक विविधता'; 'काही फरक नाही'; 'अधिक समाधानी'. पूर्वी आणि आत्ताच्या नोकरीत खूप सारखेच विचार आले असल्याने आम्ही हे विचार 'सध्याची नोकरी' आणि 'पूर्वीची नोकरी' अशा प्रकारे विकसित केले आहेत.

प्रतिसादांचा अहवालात उपयोग करण्याच्या पद्धती हा गुणात्मक आणि संख्यात्मक संशोधनातील मुख्य फरक आहे. गुणात्मक संशोधनात प्रतिसाद एक तर जसेच्या तसे वापरले जातात किंवा विशिष्ट विचारांभोवती संघटित केले जातात आणि प्रत्यक्षात आलेले प्रतिसाद हे त्यांना पुराव्यानिशी सिद्ध करण्यासाठी दिले जातात.

संख्यात्मक संशोधनात प्रतिसाद तपासले जातात, त्यातले समान विचार शोधले जातात, त्या विचारांना नाव दिले जाते (किंवा वर्गीकरण विकसित केले जाते) आणि प्रतिसादकांनी दिलेले प्रतिसाद या विचारांखाली वर्गीकृत केले जातात. तथ्य, या विचारांची वारंवारता किती आहे हे निश्चित करण्यासाठी, विश्लेषित केली जातात. जर इच्छा असेल तर, हे विचार अभ्यासाधीन लोकसमुदायाची काही महत्त्वाची वैशिष्ट्ये जसे वय, शिक्षण आणि उत्पन्न यासाठीही विश्लेषित करणे शक्य आहे.

दिलेल्या प्रतिसादांच्या आधारे विचार विकसित करून ते संकेत पुस्तकात यादी करून टाकले जातात. तुमच्या लक्षात येईल की याचा परिणाम म्हणजे तुम्हाला अनेक वर्गीकरणे मिळतात. प्रस्तुत लेखकाचा सल्ला असा आहे की, या वर्गीकरणाची काळजी करू नका. कारण जरूर असल्यास हे वर्गीकरण एकत्र करता येते. जर तुम्ही प्रक्रियाविरहित तथ्ये परत बघितली नाहीत तर याच्याविरुद्ध करणे अशक्य आहे.

आपण असे गृहीत धरू की तुम्हाला या प्रश्नाला पाच प्रतिसादांपर्यंत संकेत आकडे द्यायचे आहेत व तुम्ही त्यासाठी काफ १, काफ २, काफ ३, काफ ४ आणि काफ ५ ही पाच चलांची नावे निश्चित केली आहेत. आपण असेही गृहीत धरू की तुम्ही त्यांना रकाना १६–१७, १८–१९, २०–२१, २२–२३ आणि २४–२५ अनुक्रमे यात संकेतीकरण केले आहे.

प्रश्न १२

> आम्हाला तुमच्या दोन नोकऱ्यांतील पुन:पाचारणापूर्वी आणि नंतरची खालील पैलूंविषयीची आकलने जाणून घ्यायला आवडेल. कृपया खालील पाच बिंदूंच्या सारणीचा वापर करून त्यांना गुण द्या.
>
> ५ = अत्यंत समाधानी, ४ = खूप समाधानी, ३ = समाधानी, २ = असमाधानी, १ = अत्यंत असमाधानी.

हा अतिशय संरचित प्रश्न आहे, ज्यात प्रतिसादकांना पाच बिंदूंच्या क्रमवार सारणीवर नोकरीतील समाधानाच्या पातळीच्या विविध पैलूंचे, पुन:पाचारणापूर्वी आणि नंतर, तुलना करण्यास सांगितले आहे. आपण समाधानाच्या पातळीचे, पुन:पाचारणापूर्वी आणि नंतर असे मापन करत असल्याने प्रतिसादकांनी प्रत्येक पैलूला दोन प्रतिसाद देणे अपेक्षित आहे. या उदाहरणात आपण अशी कल्पना करू की तुम्ही याला नोद नंतर नाव दिलंय. पुन:पाचारणानंतर नोकरीतील दर्जा (*पुन:पाचारणानंतर नोकरीतील दर्जा*) आणि नोदपूर्वी हे नाव पुन:पाचारणापूर्वी (*पुन:पाचारणापूर्वी नोकरीतील दर्जा*). तशाच प्रकारे, दुसऱ्या क्षेत्रात नोकरीतील समाधान यासाठी तुम्ही नोस नंतर असे चलाचे नाव निश्चित केले आहे, जे पुन:पाचारणानंतर नोकरीतील समाधानाची पातळी (*पुन:पाचारणानंतर नोकरीतील समाधान*) आणि नोसपूर्वी हे पुन:पाचारणापूर्वी (*पुन:पाचारणापूर्वी नोकरीतले समाधान*) यासाठी असेल. इतर चलांना अशाच प्रकारे नावे निश्चित करा. या उदाहरणात नोदनंतर हे रकाना २६, नोदपूर्वी हे रकाना २७मध्ये आणि असेच पुढे असेल.

टप्पा २: संकेत पुस्तकाची पूर्वचाचणी

एकदा संकेत पुस्तकाचा आराखडा केला की तुमच्या तथ्यांना संकेत क्रमांक देण्यापूर्वी काही समस्या नाही ना हे पाहण्यासाठी संकेत पुस्तकाची **पूर्वचाचणी** घेणे महत्त्वाचे आहे. पूर्वचाचणी म्हणजे प्रत्यक्षात प्रश्नावली/मुलाखत अनुसूची निवडून त्यातील प्रतिसादांना संकेतांक देऊन संकेतीकरणात काही अडचण नाही हे निश्चित केले जाते. तुम्ही कदाचित काही प्रश्नांना संकेतांक दिलेले नसतील त्यामुळे तुम्ही त्याला संकेतांक देऊ शकणार नाही. जर गरज असेल तर तुमचे संकेत पुस्तक पूर्वचाचणीनुसार बदला.

टप्पा ३: तथ्यांचे संकेतीकरण करणे

एकदा का तुमचे संकेत पुस्तक अंतिमत: तयार झाले की कच्च्या तथ्यांना संकेतांक देणे ही त्याच्या पुढची पायरी होय. याचे एकूण तीन मार्ग आहेत:

१. संशोधन साधन तयार करताना जर संकेतांसाठी जागा ठेवली असेल तर प्रश्नावली/मुलाखत अनुसूचीवर संकेतांक देणे

प्रतिसादक ३
सध्याचे तास (पूवे): पूर्णतः वेगळ्या कौशल्यांची गरज; लोकांशी संबंध; अधिक व्यस्त, अधिक बांधील दिवस आणि कामाचे तास; आता स्वतंत्र काम करणाऱ्याऐवजी संघाचा एक भाग.

प्रतिसादक २०
मी आनंदी आहे आणि आनंदी वाटून घेतो कारण मी संघाचा एक मौल्यवान भाग आहे.

प्रतिसादक ४१
हा चांगला आहे. दुसरा अव्यवस्थितपणामुळे घाणेरडा होता, भावना आणि मनोबल अगदी कमी ते असे की कामाला वाहून घेणे आणि कठोर मेहनत याला महत्त्व नाही. ...... विभाग हा व्यवस्थित आहे आणि मनोबल चांगले आहे आणि ग्राफिक डिझाइन कामात मजा आहे. मला माझे पर्यवेक्षक व हाताखालील व्यक्ती मदत करतात.

प्रतिसादक ४८

पूर्वी	*नंतर*
प्रत्येक आठवड्याला पंधरा तास	*प्रत्येक आठवड्याला चोवीस तास*
सोमवार ते शुक्रवार	*खूप समाधानी*
पूर्ण वेळ बाहेर जायचा	*लोकांशी संबंध*
बसायला मिळत नसे	*गंभीर रुग्णांना हाताळणाऱ्या मानसरोग चिकित्सकांशी संबंध*
लोकांशी संबंध यायचा	*रुग्णांना ताण जाणवू शकेल*

प्रतिसादक ५२
काही फरक नाही.

प्रतिसादक ५४
माझे स्वतंत्र पद पुनःपाचारणापूर्वी आणि नंतर सारखेच आहे. परंतु पुनःपाचारणापूर्वी मी प्रकल्प व्यवस्थापक (५ वी पातळी) म्हणून कार्यरत होतो, आणि पुनः पाचारणानंतर मला प्रोग्रॅमिंगचे काम मिळाले. (इ पातळी)

प्रतिसादक ६३
या नोकरीत दैनंदिन प्रशासकीय काम (ज्यात महामंडळीय सेवा, अर्थविषयक, जनसंपर्क आणि माहिती तंत्रज्ञान इत्यादी येते) आहे.

प्रतिसादक ६९
मला स्वतःला नोकरी शोधली पाहिजे.

प्रतिसादक ७२
मी पूर्वी करत असलेल्या नोकरीत मी वर्कशॉपच्या सर्व गरजा पहात असे, मात्र या नोकरीत फाइलींवर प्रक्रिया करणे व त्या पूर्ण करणे हे काम करतो.

प्रतिसादक ७८
नव्या पदामुळे आव्हानात्मक कामांना मुकलो. परंतु आता मी त्याच्याशी रुळलो. अनेक दैनंदिन कामे (ती मला करियरचा विकास म्हणून शिकायला आवडत आहेत.) परंतु आता मला कंटाळा येऊ लागला आहे. माझी पूर्वीची नोकरी यापेक्षा अधिक अवघड आणि आवडीची होती.

प्रतिसादक ८१
माझ्या आधीच्या नोकरीत मला स्थलांतरित व्यक्तींना स्थायिक होण्यासाठी जी मदत लागते ती देण्याच्या शासकीय/ सामाजिक आणि अशासकीय सर्व कामात मी गुंतलेलो होतो. माझे सध्याचे पद मला नोकरीत समाधान देत नाही, विशेष करून सध्या मी गुन्हेगारांबरोबर काम करत आहे.

प्रतिसादक ९७
जबाबदारी कमी, अधिक विशिष्ट काम, मर्यादित काम.

प्रतिसादक १०५
अधिक वैविध्य, अधिक लवचिकता, सध्याच्या नोकरीत अधिक जबाबदारी, परंतु आत्मविश्वास कमी, अधिक सावध आणि न आवडता.

आकृती १५.३ आकृती १५.२ मधील मुक्त-मर्यादा प्रश्नावलीतील काही निवडक प्रतिसाद (क्र.११)

२. स्वतंत्र संकेत कागदावर संकेतीकरण करणे, जे बाजारात विकत मिळतात.
३. एसपीएसएस किंवा एसएएस ही प्रणाली वापरून थेट संगणकावर संकेतीकरण करणे.

संकेतीकरणाची प्रक्रिया समजून घेण्यासाठी संकेतपुस्तक विकसित करताना वापरलेला प्रश्नच आपण घेऊ. आपण एकूण १०९ प्रतिसादकांपैकी (आकृती १५.४-१५.६) यादृच्छिकपणे तीन प्रश्नपत्रिका निवडूया. मार्गदर्शक म्हणून संकेत पुस्तकाचा वापर करून, संकेत कागदावर यातील तथ्यांना संकेतांक देऊ (आकृती १५.७). आता ३ प्रतिसादक घेऊन आपण संकेतीकरणाची प्रक्रियेचे परीक्षण करू (आकृती १५.४).

प्रतिसादक ३

एकूण ९९पेक्षा जास्त प्रतिसादक आहेत आणि ही तिसरी प्रश्नावली आहे, म्हणून या प्रश्नावलीचा आकडा ००३ हा १-३ या रकान्यात भरला आहे (आकृती १५.७). या प्रतिसादकाची ही पहिली नोंद असल्याने, रकाना ४मध्ये १ घातला आहे. या प्रतिसादकाचे वय ४९ वर्षे आहे. तो ४५-४९ या वर्गात येईल. ज्याला ६ हा संकेतांक दिला आहे. वयाबाबतची माहिती रकाना ५, ६ मध्ये संकेत कागदावर घातली आहे. या व्यक्तीचा वैवाहिक दर्जा घटस्फोटित असा आहे, म्हणून रकाना ६ मध्ये ४ हा संकेतांक घातला आहे. या व्यक्तीने ग्रंथपालनाची पदवी घेतली आहे. पदवीसाठी ३ हा संकेत आकडा निश्चित केला आहे जो रकाना ७ मध्ये घातला आहे. तिसऱ्या दर्जाच्या पदव्यांसाठी ३ची तरतूद केली आहे, परंतु या व्यक्तीकडे त्या पदव्या नाहीत, म्हणून तिदविप २ आणि तिदविप ३ हे 'लागू नाही' म्हणून येतील आणि म्हणून संकेत क्रमांक ८ हा रकाना ८ आणि ९ मध्ये घातला जाईल. या व्यक्तीचे पदवीशिक्षण ग्रंथपालनशास्त्रात झाले आहे, ज्यासाठी ०९ हा संकेत आकडा निश्चित केला आहे. जो रकाना १०-११ मध्ये घातला आहे. इथे फक्त एकच पदवी असल्याने अभ्यास २ आणि अभ्यास ३ हे 'लागू नाही'; त्यामुळे रकाना १२-१३ आणि १४-१५ मध्ये ८८ हा संकेत आकडा हा आकडा घातला आहे. या व्यक्तीने प्रश्न क्र. ११ (काफ) याला बरेच प्रतिसाद दिलेले आहेत, यात प्रतिसादकांना पुनःपाचारणापूर्वी आणि नंतर नोकरीत काय फरक आहे याची यादी करायला सांगितली होती. अशा प्रश्नांचे संकेतीकरण अत्यंत काळजीपूर्वक करावे लागते.

प्रतिसादक = ३

१. कृपया दर्शवा:

(अ) तुमचे सध्याचे पूर्ण वय: ४९

(इ) तुमचा वैवाहिक दर्जा: (कृपया खूण करा)

सध्या विवाहित ______

विवाहविना एकत्र राहत आहे ______

विभक्त ______

घटस्फोटित ✓

अविवाहित ______

२. (आ) जर तिसऱ्या दर्जाचे असेल/विद्यापीठाचे असेल, कृपया संपादन केलेली शैक्षणिक पातळी आणि अभ्यासक्षेत्र स्पष्ट करा. (कृपया सर्व पदव्युत्तर पदव्या स्पष्ट करा.)

संपादनाची पातळी	*अभ्यासक्षेत्र उदाहरणार्थ, अभियांत्रिकी, लेखाकर्म*
सहपदविका	
पदविका	
पदवी	ग्रंथपालन
पदव्युत्तर पदविका	
पदव्युत्तर	
पीएचडी	

११. तुमच्या मते, तुमची पूर्वीची नोकरी आणि पुन:पाचारणानंतरची नोकरी यामध्ये काय फरक आहे?

सध्याचे तास (पूर्ण): पूर्णत: वेगळ्या कौशल्यांची गरज; लोकांशी संबंध; अधिक व्यस्त, अधिक बांधील दिवस आणि कामाचे तास; आता स्वतंत्र काम करणाऱ्याऐवजी संघाचा एक भाग

१२. पुन:पाचारणापूर्वी आणि नंतर तुमच्या नोकरीतील खालील पैलूंविषयी तुमचे आकलन आम्हाला जाणून घ्यायला आवडेल. पाच बिंदूंच्या सारणीवर पुढील मार्गदर्शनावरून गुण द्या. ५ = अतिशय समाधानी, ४ = खूप समाधानी, ३ = समाधानी, २ = असमाधानी, १ = अतिशय असमाधानी

पुन:पाचारणापूर्वी					*पैलू*	*पुन:पाचारणानंतर*				
१	२	३	४	५		१	२	३	४	५
			✓		नोकरीतील दर्जा					✓
			✓		नोकरीतील समाधान					✓
			✓		कामाला प्रोत्साहन					✓
			✓		नोकरीत स्वारस्य					✓
			✓		आत्मसन्मान					✓
			✓		व्यावसायिक कार्यक्षमता				✓	
			✓		सहकाऱ्यांशी आंतरक्रिया					✓
			✓		मनोधैर्य				✓	
			✓		कामाचे वातावरण				✓	
				✓	सामाजिक आंतरक्रिया			✓		

आकृती १५.४ सर्वेक्षणातील काही प्रश्न – प्रतिसादक ३

प्रतिसादक = ५९
१. कृपया दर्शवा:
    (अ) तुमचे सध्याचे पूर्ण वय: ४५
    (इ) तुमचा वैवाहिक दर्जा: (कृपया खूण करा)
        सध्या विवाहित ✓____
        विवाहविना एकत्र राहत आहे ________
        विभक्त ________
        घटस्फोटित ________
        अविवाहित ________
२. (आ) जर तिसऱ्या दर्जाचे असेल/विद्यापीठाचे असेल, कृपया संपादन केलेली शैक्षणिक पातळी आणि अभ्यासक्षेत्र स्पष्ट करा. (कृपया सर्व पदव्युत्तर पदव्या स्पष्ट करा.)

संपादनाची पातळी	***अभ्यासक्षेत्र उदाहरणार्थ, अभियांत्रिकी, लेखाकर्म***
सहपदविका	
पदविका	
पदवी	*वर्तनात्मक शास्त्रे*
पदव्युत्तर पदविका	
पदव्युत्तर	
पीएचडी	

११. तुमच्या मते, तुमची पूर्वीची नोकरी आणि पुन:पाचारणानंतरची नोकरी यामध्ये काय फरक आहे?
कमी जबाबदारी, कामात अधिक नेमकेपणा, मर्यादित संधी.

१२. आम्हाला तुमच्या दोन नोकऱ्यांतील पुन:पाचारणापूर्वी आणि नंतरची खालील पैलूंविषयीची आकलने जाणून घ्यायला आवडेल. कृपया खालील पाच बिंदूंच्या सारणीचा वापर करून त्यांना गुण द्या. ५ = अतिशय समाधानी, ४ = खूप समाधानी, ३ = समाधानी, २ = असमाधानी, १ = अतिशय असमाधानी

पुन:पाचारणापूर्वी					***पैलू***	***पुन:पाचारणानंतर***				
१	२	३	४	५		१	२	३	४	५
			✓		नोकरीतील दर्जा		✓			
			✓✓		नोकरीतील समाधान			✓		
			✓✓		कामाला प्रोत्साहन		✓			
				✓	नोकरीत स्वारस्य			✓		
				✓	आत्मसन्मान			✓		
				✓	व्यावसायिक कार्यक्षमता			✓		
				✓	सहकाऱ्यांशी आंतरक्रिया				✓	
				✓	मनोधैर्य	✓				
				✓	कामाचे वातावरण			✓		
					सामाजिक आंतरक्रिया				✓	

आकृती १५.५ सर्वेक्षणातील काही प्रश्न – प्रतिसादक ५९

प्रतिसादक = ८१

१. कृपया दर्शवा:

(अ) तुमचे सध्याचे पूर्ण वय: ४२

(इ) तुमचा वैवाहिक दर्जा: (कृपया खूण करा)

सध्या विवाहित ✓____

विवाहाविना एकत्र राहत आहे ________

विभक्त ________

घटस्फोटित ________

अविवाहित ________

२. (आ) जर तिसऱ्या दर्जाचे असेल/विद्यापीठाचे असेल, कृपया संपादन केलेली शैक्षणिक पातळी आणि अभ्यासक्षेत्र स्पष्ट करा. (कृपया सर्व पदव्युत्तर पदव्या स्पष्ट करा.)

संपादनाची पातळी	*अभ्यासक्षेत्र उदाहरणार्थ, अभियांत्रिकी, लेखाकर्म*
सहपदविका	
पदविका	
पदवी	*समाजकार्य*
पदव्युत्तर पदविका	
पदव्युत्तर	
पीएचडी	

११. तुमच्या मते, तुमची पूर्वीची नोकरी आणि पुनःपाचारणानंतरची नोकरी यामध्ये काय फरक आहे?
माझ्या आधीच्या नोकरीत मला स्थलांतरित व्यक्तींना स्थायिक होण्यासाठी जी मदत लागते ती देण्याच्या शासकीय/सामाजिक आणि अशासकीय सर्व कामात मी गुंतलेलो होतो. माझे सध्याचे पद मला नोकरीत समाधान देत नाही, विशेष करून सध्या मी गुन्हेगारांबरोबर काम करत आहे'

१२. आम्हाला तुमच्या दोन नोकऱ्यांतील पुनःपाचारणापूर्वी आणि नंतरची खालील पैलूंविषयीची आकलने जाणून घ्यायला आवडेल. कृपया खालील पाच बिंदूंच्या सारणीचा वापर करून त्यांना गुण द्या. ५ = अतिशय समाधानी, ४ = खूप समाधानी, ३ = समाधानी, २ = असमाधानी, १ = अतिशय असमाधानी

पुनःपाचारणापूर्वी					*पैलू*	*पुनःपाचारणानंतर*				
१	२	३	४	५		१	२	३	४	५
		✓			नोकरीतील दर्जा		✓			
			✓		नोकरीतील समाधान		✓			
				✓	कामाला प्रोत्साहन			✓		
			✓		नोकरीत स्वारस्य		✓			
			✓		आत्मसन्मान		✓			
		✓			व्यावसायिक कार्यक्षमता		✓			
		✓			सहकाऱ्यांशी आंतरक्रिया					
			✓		मनोधैर्य		✓			
			✓		कामाचे वातावरण		✓			
		✓			सामाजिक आंतरक्रिया		✓			

आकृती १५.६ सर्वेक्षणातील काही प्रश्न – प्रतिसादक ८१

काफ१, काफ२, काफ३, काफ४ आणि काफ५ या नावाचे प्रतिसाद तपासा. संकेत ओळखण्यासाठी हे निश्चित करा. संकेत २२ (तो आता लोकांशी संबंधित आहे) हा त्यापैकी एका प्रतिसादासाठी नक्की केला होता, जो रकाना १६–१७ मध्ये आपण घातला. दुसरा फरक काफ २ यासाठी संकेत आकडा ६९ निश्चित केला आहे (यासाठी पूर्णतः वेगळे कौशल्य हवे आहे) जो रकाना १८–१९ मध्ये संकेत केला गेला आहे. काफ ३ यासाठी ७७ हा संकेत (सध्याची नोकरी अधिक संरचित) आणि रकाना २०–२१ मध्ये संकेतीकरण केलेला आहे. तशाच प्रकारे, चौथा (काफ४) आणि पाचवा (काफ५) पुनःपाचारणापूर्वी आणि नंतर हा ७८ आकड्याने संकेत केला आहे. (स्वतंत्र काम करण्याऐवजी आता संघाचा भाग म्हणून काम करतो) आणि ३८ (तास – आता पूर्ण वेळ) जो रकाना २२–२३ आणि २४–२५ यात अनुक्रमे घातला आहे. प्रश्न १२ वा हा संकेतीकरण करायला सगळ्यात सोपा आहे. नोकरीच्या प्रत्येक क्षेत्राला दोन रकाने ठेवले आहेत, एक पूर्वीसाठी आणि दुसरा नंतर साठी. नोकरीतील दर्जा (नोद) हा दोन चलात विभागला आहे, पैकी नोद नंबर हे प्रतिसादकाला पुनःपाचारणानंतर नोकरीतील समाधानाची पातळी यासाठी आहे. नोसनंतर हे २६व्या रकान्यात आणि नोसपूर्वी हा २७व्या रकान्यात घालायचा आहे. नोसनंतर साठी संकेत आकडा ५ (ज्यावर प्रतिसादकांनी खूण केली आहे.) तो २६ व्या रकान्यात घातला होता आणि नोसपूर्वीला संकेत आकडा ४ हा २७व्या रकान्यात घातला आहे. पुनःपाचारणापूर्वी आणि नंतर याला एकसारखेच संकेतीकरण केले आहे.

इतर दोन उदाहरणांत अशाच प्रकारे संकेतीकरण केले आहे. संकेतीकरण केलेली तथ्ये आकृती १५.७ मध्ये दाखवली गेली आहेत. संकेतीकरणाच्या प्रक्रियेत तुम्हाला कदाचित असे आढळेल की काही प्रतिसाद पूर्वनिश्चित वर्गीकरणात चपखलपणे बसत नाहीत. जर असे असेल तर त्यांना संकेतांक निश्चित करा आणि तुमच्या संकेत पुस्तकात लिहा.

टप्पा ४: संकेतीकरण केलेल्या तथ्यांची अचूकता तपासणे

एकदा तथ्यांचे संकेतीकरण झाले की काही संशोधन साधन यादृच्छिकपणे निवडा, त्यात प्रतिसादांच्या नोंदी करा आणि संकेतीकरणातील विसंगती शोधून काढा. जोपर्यंत तुम्हाला त्यात विसंगती आढळत नाही तोपर्यंत संकेतीकरण करत राहा. जर त्यात विसंगती असेल तर संकेतीकरणाची पुनःतपासणी करा.

विश्लेषणाची चौकट तयार करणे

अहवाल लिहिताना सातत्याने विश्लेषणाची चौकट विकसित होणे गरजेचे आहे, तथ्यांचे विश्लेषण करण्यापूर्वी ती तयार केली जावी असे अपेक्षित असते. **विश्लेषण चौकटी**तून पुढील गोष्टी स्पष्ट झाल्या पाहिजेतः

- कोणत्या चलांचे तुम्हाला विश्लेषण करायचे आहे;
- कोणत्या प्रकारच्या विश्लेषणावर ते अवलंबून आहे;
- तुम्ही कोणता भिन्न तक्ता करायचे नियोजन केले आहे:
- मुख्य संकल्पनेची रचना करताना किंवा निर्देशक विकसित करण्यासाठी (संशोधन समस्येचे सूत्रण करताना संकल्पना चलात परिवर्तित होतात – या घडीला त्यांना परत चलात परिवर्तित करा.) कोणते चल तुम्हाला एकत्रित करावे लागतील.
- कोणते चल कोणत्या संख्याशास्त्रीय कार्यपद्धतीशी विषयांकित आहेत.

प्रणाली	
प्रणाली निर्माता	दिनांक

ओळख क्रमांक	विधान क्र.				लिंग	वैवाहिक दर्जा			अभ्यासक्षेत्र						कामातील फरक										समाधानाची पातळी										फोर्टीन एस				
१	२	३	४	५	६	७	८	९	१०	११	१२	१३	१४	१५	१६	१७	१८	१९	२०	२१	२२	२३	२४	२५	२६	२७	२८	२९	३०	३१	३२	३३	३४	३५	३६	३७	३८	३९	४०
०	०	३	१	६	४	३	८	८	०	९	८	८	८	८	२	२	६	९	७	७	७	८	३	८	५	४	५	४	५	४	५	४	५	४					
०	५	९	१	६	१	३	८	८	०	१	८	८	८	८	३	०	१	९	७	७	८	८	८	८	२	४	३	४	२	४	३	५	३	५					
०	८	१	१	५	१	२	८	८	१	३	८	८	८	८	१	७	०	१	८	८	८	८	८	८	२	३	२	४	३	५	२	४	२	४					
	नोंद क्र.			वय		संपादनाची पातळी																																	

आकृती १५.७ संकेत पत्रिकेवर संकेतीकरण केलेल्या तथ्यांचे उदाहरण

या प्रकरणात वापरलेल्या सर्वेक्षणाचे आपण उदाहरण घेऊ.

वारंवारता वितरण

वारंवारता वितरण, ज्या चलाचे विभाजन होऊ शकते अशा प्रतिसादकांचे उपवर्गीकरणात गट करतात. जर तुम्ही काही प्रश्नांची उत्तरे वापरण्याची योजना केली नाहीत, तर सर्व चलांचे वारंवारता वितरण करावे लागेल. प्रत्येक चल एक तर स्वतंत्रपणे किंवा एकत्रितपणे विश्लेषणाच्या चौकटीत स्पष्ट करणे शक्य होईल. ठळकपणे दाखवण्यासाठी इथे ते स्वतंत्रपणे दर्शविले आहेत आणि त्यांच्याकरिता संकेत पुस्तकात वापरलेली नावे लिहिली आहेत. उदाहरणार्थ, विश्लेषणाच्या चौकटीत खालील चलांसाठी वारंवारता वितरणाचा समावेश केला पाहिजेः

- वय
- वैद
- तिदशि (तिदशि१, तिदशि२, तिदशि३ – बहुप्रतिसाद एकत्रितपणे विश्लेषण करावे.)
- अभ्यास (अभ्यास१, अभ्यास२, अभ्यास३ – बहुप्रतिसाद एकत्रितपणे विश्लेषण करावे.)
- काफ (काफ१, काफ२, काफ३, काफ४, काफ५ – बहुप्रतिसाद एकत्रितपणे विश्लेषण करावे.)
- नोदनंतर, नोदपूर्वी;
- नोसनंतर, नोसपूर्वी;
- प्रोत्सानंतर, प्रोत्सापूर्वी;
- इत्यादी.

भिन्नचल तक्ते

भिन्नचल तक्ते दोन चलांचे विश्लेषण करतात, सामान्यतः स्वतंत्र आणि अवलंबी चल किंवा गुणधर्म आणि अवलंबी, यांच्यामध्ये काही संबंध असल्यास ते निश्चित करतात. दोनही चलांची उपवर्गीकरणे त्यांच्यामध्ये संबंध अस्तित्वात आहेत का ते निश्चित करण्यासाठी भिन्नचल तक्ते केले जातात. सामान्यतः प्रत्येक कप्प्यातील प्रतिसादकांचा पूर्ण आकडा आणि रकाना आणि ओळ यांची टक्केवारी यावरून तुम्हाला शक्य त्या सहसंबंधांची पुरेशी कल्पना येते.

या प्रकरणात या अभ्यासातील एक उदाहरण पुरावा म्हणून दिले आहे, मुख्य चल पुनःपाचारणानंतर आणि पूर्वीच्या नोकरीतील समाधानाची पातळी स्पष्ट करेल. आम्ही समाधानाचे दोन निदर्शक विकसित केले आहेतः

१. पुनः पाचारणापूर्वी नोकरीतले समाधान (नोसपूर्वी)
२. पुनः पाचारणानंतर नोकरीतले समाधान (नोसनंतर)

समाधानाच्या पातळीच्या फरकावर प्रतिसादकाचे वैयक्तिक गुणधर्म जसे – वय, शिक्षण, प्रशिक्षण आणि वैवाहिक दर्जा याचा प्रभाव पडतो. भिन्नचल तक्ते समाधानाच्या पातळीवर कोणता घटक प्रभाव टाकतो हे शोधायला मदत करतील. सैद्धान्तिकदृष्ट्या, कोणत्याही चलांचा सहसंबंध जोडणे शक्य आहे, परंतु चलांची निवड तुम्ही काटेकोरपणे करावी असे सुचवावेसे वाटते, अन्यथा अनेक तक्ते निर्माण होतील. सामान्यपणे, अवलंबी चलावर ज्या चलांचा परिणाम होतो असे तुम्हाला वाटते, त्यांच्यातील सहसंबंध दाखवलाच पाहिजे. खालील भिन्नचल तक्ते हे विश्लेषणाच्या चौकटीसाठी आधारभूत असलेले उदाहरण आहेः नोसनंतर आणि नोसपूर्वी हे

वयानुसार, वैद, तिदशि, अभ्यास आणि काफ (यावरून पुनःपाचारणापूर्वी आणि नंतरचे समाधान यावर वय, वैवाहिक दर्जा, शिक्षण हे निश्चित करते का); आणि नोसनंतर वरून नोसपूर्वी (यावरून पुनःपाचारणापूर्वी आणि नंतर नोकरीतले समाधान यात नातेसंबंध आहे का हे उघड होईल.) तुम्ही तुम्हाला पाहिजे तितकी चले ठरवू शकता.

मुख्य संकल्पनांची पुनर्रचना

संशोधन साधनात अशा अनेक जागा असतात, जिथे तुम्ही एकाच मुद्द्यातील वेगवेगळ्या पैलूंविषयी अनेक प्रश्न विचारून, त्याद्वारे उत्तरे मिळवण्याचा प्रयत्न करता. उदाहरणार्थ, पुनःपाचारणापूर्वी आणि नंतर नोकरीतील समाधानाची पातळी (नोसपूर्वी आणि नोसनंतर). प्रश्नपत्रिकेत नोकरीविषयी दहा प्रश्न विचारले आहेत. ज्यात प्रतिसादकांनी त्यांच्या नोकरीतील समाधानाची पुनःपाचारणा पूर्वीची आणि नंतरची पातळी याविषयी उत्तरे द्यायची आहेत. समाधानाची पातळी प्रत्येक पैलूनुसार वेगवेगळी असेल. जरी प्रतिसादकांच्या प्रत्येक पैलूविषयीच्या प्रतिक्रिया जाणून घेणे महत्त्वाचे असले तरीही त्यांच्या समाधानाचे एकंदरीत अचूक मापन करणे हेही तितकेच महत्त्वाचे आहे. याकरिता तथ्यांचे विश्लेषण प्रत्यक्षात सुरू करण्यापूर्वी वेगवेगळ्या प्रश्नांचे प्रतिसाद तुम्ही कसे एकत्र करणार आहात ते निश्चित करा.

या उदाहरणात प्रतिसादकांनी पाच प्रतिसादांच्या वर्गीकृत गटातील एक प्रतिसाद निवडून त्यांची समाधानाची पातळी निर्देशित केली आहे. प्रतिसादकाने दिलेल्या प्रतिसादाला अंकीय मूल्य निश्चित करून समाधान निर्देशांक विकसित केला आहे. समाधान निर्देशांक ठरविण्यासाठी प्रत्येक वर्गीकृत गटाशी संबंधित अंकीय मूल्य खुणेने दर्शविण्याकरीता दिले आहे. समाधानाच्या निर्देशांकातील गुणांमध्ये १० पासून ५० पर्यंत इतका फरक आहे. दिलेल्या गुणांचे अर्थांकन हे ज्या पद्धतीने अंकीय मूल्यांकन निश्चित केले आहे, त्यावर अवलंबून आहे. या उदाहरणात गुण जेवढे जास्त तेवढी समाधानाची पातळी जास्त.

संख्याशास्त्रीय पद्धती

या विभागात तुम्ही तुमच्या तथ्यांना अनुसरून ज्या योग्य असतील अशा संख्याशास्त्रीय पद्धतींची यादी केली पाहिजे. संख्याशास्त्रीय पद्धतींची निवड केल्यानंतर या पद्धतींशी जोडलेल्या चलांची निवड केली पाहिजे – उदाहरणार्थ, प्रतिगमन विश्लेषण (नोसनंतर वर नोसपूर्वी); बहुविध प्रतिगमन विश्लेषण (नोसनंतर वय, शिक्षण आणि वैद वर; नोसपूर्वी वय, शिक्षण आणि वैद वर) आणि विभेदनाचे विश्लेषण. त्याचप्रमाणे, संख्याशास्त्रीय पद्धतीकरिता कोणकोणती भिन्न भिन्न – चले योग्य आहेत याविषयी विचार करणे आणि ती निश्चित करणे आवश्यक आहे. ज्या सहज शिकता येतील अशा एसपीएसएस आणि एसएएस वापरण्यास सहजसोप्या अशा प्रणाली उपलब्ध आहेत.

संख्यात्मक तथ्यांचे हाताने विश्लेषण करणे

संकेतीकरण केलेली तथ्य हाताने विश्लेषित करता येतात किंवा संगणकाच्या साहाय्याने करता येतात. जर प्रतिसादकांची संख्या तुलनेने कमी असेल, विश्लेषणासाठी जास्त चल नसतील, तुम्हाला समर्पक संगणक प्रणाली माहीत नसेल आणि तुमची शिकण्याची इच्छाही नसेल तर तुम्ही तथ्यांचे विश्लेषण हाताने करू शकता. हाताने केलेले विश्लेषण वारंवारता गणन करण्यासाठी आणि साधा भिन्नचल तक्ता करण्यासाठी उपयोगी असते.

जर तुम्ही संगणकाला तथ्ये दिलेली नसतील, मात्र तुम्हाला संख्याशास्त्रीय चाचण्या करायच्या आहेत तर त्यांचे गणन तुम्हाला हाताने करावे लागेल, जे अतिशय वेळखाऊ आणि अतिशय अवघड आहे. तरीही, सांख्यिकीचा वापर हा तुम्हाला हा तुमचे त्यातील कौशल्य आणि तुमची अनुमाने विशिष्ट मार्गाने संप्रेषित करायची तुमची इच्छा/गरज यावर अवलंबून आहे.

हाताने विश्लेषण करणे हे अतिशय वेळखाऊ आहे हे लक्षात ठेवा. त्यामुळे हाताने तथ्यांचे विश्लेषण करण्याचा सर्वात सोपा मार्ग म्हणजे थेट आलेखाच्या कागदावर संगणकामध्ये ज्या प्रकारे माहिती भरली जाते तशीच रकान्यामध्ये भरा. आलेखाच्या कागदावर तुम्हाला रकाना क्रमांकाची काळजी करण्याचे कारण नाही. तपशीलवार शीर्षक द्या किंवा प्रश्नाचे क्रमांक प्रत्येक रकान्यावर लिहा म्हणजे प्रश्नाच्या माहितीला संकेत देता येईल (आकृती १५.८).

तथ्यांचे हाताने विश्लेषण करण्यासाठी (वारंवारता वितरण), रकान्यातील विविध संकेत क्रमांकांची गणना करा व त्याचे असंकेतीकरण करा. उदाहरणार्थ आकृती १५.८ मध्ये दोन प्रतिसादकांचे वय ६ व एकाचे वय ५ असे संकेतीकरण केले आहे. यावरून असे दिसते की एकूण तीन प्रतिसादकांपैकी एक ४० ते ४४ वयोगटामध्ये आहे आणि इतर दोन ४५ आणि ४९ मध्ये आहेत. तशाच प्रकारे, प्रत्येक चलाच्या प्रतिसादांचे विश्लेषण करता येऊ शकते. भिन्नचल तक्त्यासाठी दोन रकाने, प्रतिसादांचे एक दुसऱ्यांशी असलेले संबंध पाहण्यासाठी, एकाच वेळी विश्लेषित करावे.

तुम्हाला जर संगणक वापरून तथ्यांचे विश्लेषण करायचे असेल तर तुम्हाला योग्य प्रणालीची माहिती असायला हवी. डाटा फाइल कशी निर्माण करायची ते तुम्हाला माहिती असणे आवश्यक आहे, त्यात समाविष्ट असलेल्या पद्धती कशा वापरायच्या, कोणत्या संख्याशास्त्रीय चाचण्या उपयोगात आणायच्या आणि त्यांचे अर्थ कसे लावायचे याचे ज्ञान असायला हवे. अर्थातच या क्षेत्रात संगणकाचे ज्ञान आणि संख्याशास्त्र यांची भूमिका महत्त्वाची आहे.

गुणात्मक अभ्यासात तथ्यांवरील प्रक्रिया

गुणात्मक संशोधनात तथ्यांची प्रक्रिया आणि विश्लेषण हे अनुमाने संप्रेषित करण्याविषयी तुमची योजना काय कल्पना आहे यावर अवलंबून असते. ढोबळमानाने, गुणात्मक संशोधनात तुम्ही अनुमानांविषयी तीन पद्धतीने लिहू शकताः

गुणात्मक संशोधन

(१) परिस्थिती, घटनाक्रम, प्रसंग किंवा एखादे उदाहरण दाखला यांचे कथन स्वरूपात वर्णन करणे.
(२) तुमच्या क्षेत्रीय नोंदी किंवा तुमच्या लिहून काढलेल्या सखोल मुलाखती आणि त्यांच्याविषयीचे लेखन, ते जसेच्या तसे उद्धृत करणे यातून उदयाला आलेले केंद्रवर्ती विचार शोधणे; आणि
(३) याशिवाय वरील (२) समवेत, केंद्रवर्ती विचारांना सार्वत्रिकता देण्याच्या दृष्टीने अस्तित्वाची वारंवारिता निर्देशित करण्यासाठी, त्यांचे मापन करणे.

संपादन हे संख्यात्मक अभ्यासासाठी असते, गुणात्मक अभ्यासासाठी ते अनुचित असते. तरीसुद्धा, त्यातून जर काही अर्थबोध होत नसेल, तर तुम्ही तुमच्या नोंदी परत पाहणे शक्य असते. अशा प्रकारच्या घटनेत तुम्ही संदर्भ परत आठवून आशयात दुरुस्ती करू शकता, परंतु हे करताना काळजी घ्या, कारण तुमच्याकडे जसेच्या तसे आठवण्याची क्षमता नसेल तर वर्णनात (स्मरण चुकांमुळे) अचूकता येणार नाही. एखाद्या प्रसंगाचे

ओ क्र	वय	वै द	शिक्षण			अभ्यासक्षेत्र			कामातील फरक					दर्जा		समाधान	
			१	२	३	१	२	३	१	२	३	४	५	पूर्वी	नंतर	पूर्वी	नंतर
०३	६	४	३	२	८	०९	८८	८८	२२	६९	७७	७८	३८	५	४	५	४
५९	६	१	३	८	८	०१	८८	८८	०३	१८	७७	८८	८८	२	४	३	४
८१	५	१	२	८	८	१३	८८	८८	१७	०१	८८	८८	८८	२	३	२	४

आकृती १५.८ आलेख कागद वापरून हाताने विश्लेषण

वास्तव प्रतिबिंब आले आहे की नाही याची खत्री करण्याचा आणखी एक मार्ग म्हणजे मुलाखती किंवा निरीक्षणात्मक नोंदी लिहून काढा आणि त्या प्रतिसादक किंवा संशोधनातील सहभागी व्यक्ती यांना त्यांची खात्री करण्यासाठी आणि मान्यता घेण्यासाठी द्या. असंरचित मुलाखतीद्वारा संकलित केलेल्या तथ्यांच्या अचूकतेची खात्री करण्यासाठी प्रतिसादकाकडून माहितीची वैधता तपासून घेणे हा आवश्यक भाग आहे.

कथनात्मक लेखनशैलीत तसे विश्लेषण नसते; तरीही तुम्हाला कोणत्या क्रमाने कथन करायची गरज आहे किंवा कथन हवे आहे, त्याचा तुम्ही विचार केला पाहिजे. अनुमानांविषयी लिहिण्यासाठी आणखी दोन मार्ग आहेत, या अगोदर उल्लेख केल्याप्रमाणे, अनुमानांचे इतर दोन पद्धतीने लेखन करण्यासाठी तुम्ही आशय विश्लेषण करावे. आशय विश्लेषण याचा अर्थ, मुलाखती किंवा क्षेत्रीय निरीक्षणाच्या नोंदी यातील केंद्रवर्ती विचार, जे तुमच्या प्रतिसादकांनी दिलेल्या प्रतिसादांवरून किंवा तुम्ही केलेल्या निरीक्षणांच्या नोंदींमधून पुढे आलेले आहेत ते निवडण्यासाठी त्यांचे विश्लेषण करणे होय. या प्रक्रियेत अनेक पायऱ्यांचा समावेश आहेः

पायरी १ **केंद्रवर्ती विचार ओळखा**. तुमच्या प्रतिसादकांनी प्रत्येक प्रश्नाला दिलेल्या वर्णनात्मक प्रतिसादांचा त्यात व्यक्त झालेला अर्थ समजून घेण्याकरिता तुम्ही काळजीपूर्वक अभ्यास करणे गरजेचे आहे. या प्रतिसादांमधील अर्थांमधून प्रतिबिंबित होणारे केंद्रवर्ती विचार विकसित करा. प्रत्येक व्यक्ती त्याचे विचार व्यक्त करण्यासाठी वेगळे शब्द आणि वेगळी भाषा वापरते, असे तुमच्या लक्षात येईल. तुम्ही विकसित केलेल्या तुमच्या केंद्रवर्ती विचारांकरिता योग्य शब्दांची निवड केली पाहिजे, ज्यायोगे एका केंद्रवर्ती विचाराच्या गटात वर्गीकृत केलेल्या प्रतिसादांचे अचूकपणे प्रतिनिधित्व केलेले असेल. असंरचित मुलाखतींच्या संहितांचे विश्लेषण करण्यासाठी हे केंद्रवर्ती विचार आधारभूत ठरतात. त्याचप्रमाणे, केंद्रवर्ती विचार शोधण्यासाठी तुम्ही तुमच्या क्षेत्रीय नोंदीही पहाव्यात.

पायरी २ **केंद्रवर्ती विचारांना संकेत आकडे ठरवा.** केंद्रवर्ती विचाराला तुम्ही संकेत आकडा निश्चित केला आहे किंवा नाही हे एका मुलाखतीत तोच विचार कितीवेळा आला आहे, हे तुम्हाला मोजायचे आहे किंवा नाही यावर अवलंबून आहे. तुम्ही जर या विचारांचे मापन करायचे ठरवले असेल तर मुक्त–मर्यादा प्रश्नांतील काही प्रतिसाद किंवा तुमच्या निरीक्षणांतील किंवा चर्चेच्या नोंदींमधील काही नोंदी यादृच्छिकपणे निवडून त्यांतील केंद्रवर्ती विचार शोधा. जोपर्यंत तुम्ही याच प्रश्नांतून संपृक्तता बिंदूपर्यंत पोहोचत नाही तोपर्यंत केंद्रवर्ती विचार शोधत राहा. हे केंद्रवर्ती विचार लिहा आणि त्यांना संकेत आकडा द्या किंवा परवलीचे शब्द वापरा, नाहीतर फक्त त्यातील केंद्रवर्ती विचार शोधा.

पायरी ३ **केंद्रवर्ती विचारांतील प्रतिसादांचे वर्गीकरण करा**. केंद्रवर्ती विचार शोधल्यानंतर पुढची पायरी म्हणजे सर्व मुलाखतींची हस्तलिखिते पहा किंवा तुमच्या नोंदी पहा आणि प्रतिसाद किंवा नोंदींमधील आशयाचे वेगवेगळ्या केंद्रवर्ती विचारांमध्ये वर्गीकरण करा. हे विचारांचे विश्लेषण करण्यासाठी तुम्ही एनव्हिवो, अटलास टी किंवा मॅक्कडा या संगणक प्रणालींचा वापर करू शकता. जर तुमची तथ्ये असे विश्लेषण करण्यास सुयोग्य असतील या प्रणाली शिकण्याने तुम्हाला फायदाच होईल.

पायरी ४ **केंद्रवर्ती विचार आणि प्रतिसाद तुमच्या अहवालाच्या संहितेमध्ये संलग्न करा.** वेगवेगळ्या केंद्रवर्ती विचारांतर्गत येणारे प्रतिसाद शोधल्यानंतर पुढची पायरी म्हणजे हे केंद्रवर्ती विचार तुमच्या अहवालातील संहितेशी संलग्न एकत्रित करा. ते कसे करायचे ही मुख्यत्वे तुमची निवड आहे. काही लोक, केंद्रवर्ती विचारांची चर्चा करताना त्यांच्या अभ्यासातून जे विचार पुढे येतात, प्रतिसादांमधील मूळ संवेदना राहावी म्हणून मूळ प्रतिसाद जशाच्या तसा वापरतात. इतर संशोधक केंद्रवर्ती विचाराच्या वारंवारीतेचे मापन करतात आणि मग प्रतिसादांचा नमुना उपलब्ध करतात. हे पूर्णतः तुम्ही तुमची अनुमाने तुमच्या वाचकांपर्यंत कशाप्रकारे संप्रेषित करणार आहात यावर अवलंबून आहे.

गुणात्मक संशोधनात आशय विश्लेषण – एक उदाहरण

वरील चार पायऱ्यांची प्रक्रिया ही लेखकाने नुकत्याच पार पाडलेल्या संशोधनात, कुटुंबाची गुंतवणुक या तत्त्वावर आधारित कार्यान्वयन सेवा प्रारूप विकसित करताना, उपयोजित केली होती. याकरिता प्रामुख्याने सखोल आणि केंद्रित गट चर्चा यांच्याद्वारे अशील, सेवा पुरवठादार आणि सेवा व्यवस्थापक यांच्याकडून माहिती संकलित केली गेली होती. अनेक सहभागीदार व्यक्तींशी अनौपचारिकपणे चर्चा केल्यानंतर, या सखोल मुलाखती आणि

आशय विश्लेषणाचे विविध दृष्टिकोन

गट चर्चा यांमध्ये करावयाच्या चर्चांकरिता आधारभूत ठरणाऱ्या समस्यांची यादी तयार करण्यात आली होती. ही यादी केवळ एक मार्गदर्शक चौकट होती आणि चर्चेदरम्यान कोणताही नवा मुद्दा उपस्थित झाल्यास त्याचा समावेश करण्यास त्यात मुभा होती. या प्रारूपाच्या अनेक पैलूंचे परीक्षण करण्यासाठी ज्या अनेक समस्यांपैकी काही समस्या निवडण्यात आल्या होत्या, इथे लेखकाने पुढे आलेला केंद्रवर्ती विचार शोधण्याची प्रक्रिया स्पष्ट करण्यासाठी त्यापैकी फक्त एक घेतला आहे. या केंद्रवर्ती विचारांची गणना केलेली नाही, याची नोंद घ्या. ते जसेच्या तसे मांडले आहेत, जो गुणात्मक आणि संख्यात्मक अभ्यासातील एक मुख्य फरक आहे. खालील उदाहरण हे सहभागीदार व्यक्तींनी सखोल मुलाखती आणि गट चर्चा यांचेदरम्यान निवडलेल्या कुटुंबाच्या गुंतवणुकीचे प्रारूप (कुगुंप्रा) यातील सामर्थ्याचे आकलन दर्शविते. आकृती १५.८ मध्ये दिलेली माहिती ही या प्रक्रियेच्या फलनिष्पत्तीचे उदाहरण म्हणून पुढे येते.

उदाहरण

आशय विश्लेषणातून मुख्य विचार विकसित करणे

प्रारूपाचे आकलन झालेले सामर्थ्य

प्रारूपाचे आकलन झालेले सामर्थ्य यासाठी विकसित केलेली चौकट ही मुख्यत: संकलित केलेल्या तथ्यांचे विश्लेषणावर आधारित असते. हे विश्लेषण असे सुचविते की, माहिती संकलनाच्या पातळीवर प्रारूपाच्या सामर्थ्य प्रतिबिंबित करणारे, जे विविध केंद्रवर्ती विचार पुढे येतात, त्यांचे चार दृष्टिकोनातून वर्गीकरण होऊ शकते. खाली दिलेला आराखडा विश्लेषणातून पुढे आलेली चौकट स्पष्ट करतो.

कुटुंबाच्या दृष्टिकोनातून आकलन झालेले सामर्थ्य

या विभागात कुटुंबाच्या दृष्टिकोनातून प्रारूपाचे आकलन झालेल्या सामर्थ्याचा तपशील दिला आहे, लक्षात घ्या. आकलन झालेल्या सामर्थ्याची क्रमवार रचना ही यादृच्छिक आहे आणि त्यातून कोणतेही प्राधान्यक्रम किंवा अनुक्रम प्रतिबिंबित होत नाहीत. शिवाय, या केंद्रवर्ती विचारांना दिलेली नावे ही प्रस्तुत लेखकाने दिलेली आहेत आणि त्यातून संशोधनात सहभागी झालेल्या व्यक्तींच्या हेतूंचे नेमके 'अर्थ' व्यक्त झाले आहेत असा त्याला विश्वास आहे.

कुटुंबाचे सबलीकरण

बहुतेक सर्वच व्यक्तींचे असे मत आहे की, कुटुंबांना आणि अशिलांना त्यांचे स्वत:चे प्रश्न सोडवण्यासाठी सक्षम करण्यात या प्रारूपाचे मुख्य सामर्थ्य आहे. हे प्रारूप कुटुंबांना त्यांच्याशी संबंधित समस्यांविषयीच्या भावना व्यक्त करण्यास व काही प्रमाणात त्यांची परिस्थिती स्वत:च नियंत्रणात आणण्यास संधी देते. या प्रारूपाअंतर्गत बालकाविषयीची योजना आखत असताना, त्या बालकाचे भवितव्य ठरवण्यात त्या बालकाचे कुटुंब हे अत्यंत महत्त्वाची भूमिका बजावते आणि हेच या प्रारूपाचे सामर्थ्य आहे' असे लक्षात येते. एका प्रतिसादकाने तिचे/त्याचे मत पुढीलप्रमाणे व्यक्त केले:

(पुढे चालू)

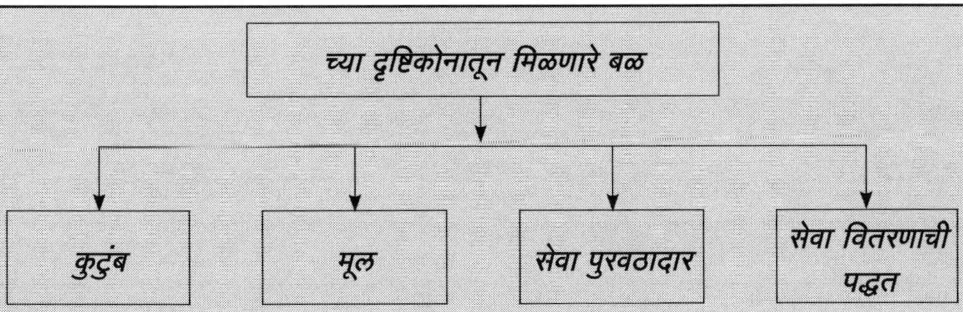

प्रारूपाच्या आकलन झालेल्या सामर्थ्याचे वर्गीकरणानुसार विविध दृष्टिकोन.

> होय, कुटुंब गुंतवणूक प्रारूप कुटुंबांना वस्तुतः एकप्रकारचे सामर्थ्यच देते, मात्र त्याची किमान अपेक्षा कायम ठेवून, विभागाच्या जशा किमान अपेक्षा आहेत तशा, त्यांना त्या एकसारख्याच ठेवाव्या लागतात. आणि हो ... जुने प्रारूप हे सरधोपट होते; मुलांची काळजी आई घ्यायची, त्याचे (वडिलांचे) मुलांशी संबंध हे देखरेख करण्यापुरते, अशीच एकूण रचना होती... कुटुंबाच्या गुंतवणुकीचे प्रारूप हे पूर्ण कुटुंबाला त्यात सहभागी करून घेणारे? आणि मग विभागाच्या किमान अपेक्षांपाशी पोहोचल्यावर उपाय गवसणारे होते. त्यांनी प्रत्यक्षात पुढे येऊन त्यांना जे करायची इच्छा होती ते करायला हवे होते ... तो (वडील) घरी परत आला ते खूप चांगले झाले ... जर ते पूर्वीच्याच वाईट स्थितीत गेले तर आम्ही त्यांना पुन्हा मागे आणतो व त्याविषयी त्यांच्याशी बोलतो, त्यांची गाडी पुन्हा रुळावर आणतो, ते कामधंद्यात गुंतले असल्याची खात्री करतो ... जुन्या पद्धतीत मुलाला काढून टाकून पुन्हा विभागाकडे पालनासाठी पाठवत होते ... हे कुटुंबांना अधिक सबळ करणारे आहे, आणि त्यांच्यापेक्षा उंच पातळीवरून केवळ प्रेक्षकाच्या भूमिकेत राहून त्यांना तुम्ही हे हे करायला पाहिजे असे सांगण्यापेक्षा कुटुंबाबरोबर त्या पातळीला काम करणे अधिक सोपे आहे, आणि याच्या अगदी विरुद्ध त्यांना धरताना जर तुम्ही काही करत नाही मग, मुलं बाहेर काढली गेलीत. कुटुंबांसाठी हे फार फार चांगलं आहे. बाहेर राहून केवळ त्यांना आज्ञा करण्यापेक्षा, तुम्हाला कुटुंबाबरोबर त्या पातळीवर काम करायची अधिक चांगली संधी आहे.

दुसरा सहभागी म्हणाला:

> मला वाटतं हे प्रारूप कुटुंबाला अधिकच सक्षम करतं – तुम्ही सतत भेटत असता. तुम्ही त्यांना अगदी प्राथमिक माहिती पुरवता आणि त्यावर ते स्वतःची रणनीती विकसित करतात. मला वाटतं त्यांच्या माघारी येण्याने कुटुंबाला बळ मिळतं. कारण, ते त्यांच्या योजना स्वतः विकसित करतात, ते त्यांची स्वतःची नाती आणि साधनं यांचा उपयोग करतात. माझ्या मते हे सबळ करणारं आहे.

दुसऱ्या एका प्रतिसादकाच्या मते: यामुळे त्यांना अजूनपर्यंत आपण स्वतःही काही निर्णय घेऊ शकतो असे वाटते... ते विभागाबरोबर काम करू शकले आणि त्यांचा म्हणणे किंवा मते, दृष्टिकोन हे विभागाइतकेच सबळ आहेत.

(पुढे चालू)

कुटुंबांची क्षमता बांधणी

चर्चेतून निष्पन्न झालेला आणखी एक फायदा म्हणजे कुसंप्राचा भाग म्हणून स्वीकारलेल्या पद्धती अशिलांना समाज संसाधनांविषयी जागरूक करतात, जे एकप्रकारे, एखादी परिस्थिती प्रभावी पद्धतीने व स्वतंत्रपणे हाताळण्यासाठी त्यांची क्षमता बांधणी करतात. एका सहभाग घेतलेल्या एका व्यक्तीने असे निदर्शनास आणले:

> ठीक आहे, त्यांना हे माहिती आहे की त्यांच्या आयुष्यात या पैलूंबाबत काही जर चुकीचे घडले तर ते तिथे आधारासाठी जाऊ शकतात. आपण त्यांना बोलवायची गरज नाही ... त्यांनी त्यांचे स्वत:चे प्रश्न कदाचित स्वत:च सोडवले असतील ... हेच खरोखरचे सबळ करणे आहे.

सहभाग घेतलेला आणखी एकजण म्हणाला: 'या प्रारूपा अंतर्गत बदल घडवून आणण्यासाठी व्यष्टी परिषद दृष्टिकोनाच्या तुलनेत कुटुंबाने अधिक ठोस भूमिका घेतली आहे.'

कुटुंबातील सकारात्मकतेची नोंद

या दृष्टिकोनाचे एक बलस्थान म्हणजे हा दृष्टिकोन कुटुंबाच्या सामर्थ्याची नोंद घेतो. मध्यस्थी आराखड्यावर आधारित असलेले हे प्रारूप प्राथमिकत:, नकारात्मकतेपेक्षा परिस्थितीतील सकारात्मकता आणि सामर्थ्य यांच्यावर आधारित आहे. 'जुन्या प्रारूपात मोठ्या प्रमाणात सामर्थ्याला मान्यता दिलेली नव्हती आणि निश्चितपणे पालकांच्या तर नाहीच नाही'. एका केंद्रित गटातील चर्चेच्या प्रसंगी एका सहभागी व्यक्तीने असे मत व्यक्त केले:

> कुटुंबांच्या गुंतवणूक या प्रारूपाची सुरुवात ही कुटुंबाच्या सामर्थ्यापासून होते, त्यामुळे कुटुंबाला पूर्वपदावर आणण्यासाठी आणि पेचप्रसंगात असलेल्या त्यांच्या मुलांचे काय होत आहे हे पाहण्यासाठी व त्यांच्याबाबत निर्णय घेण्यात मदत करते ... त्यामुळे ... हे जास्तीत जास्त लोकांना, त्यांच्या विस्तारित कुटुंबांना सामावून घेते व त्यांना त्यांच्या योजनेसह पुढे येण्यास मदत करते.

आणखी एका केंद्रित गटचर्चेत एक प्रतिसादक म्हणाला:

हे केवळ तुम्ही प्रत्यक्षात सामर्थ्यावर आधारित मार्ग यावर काम करत असल्यामुळेच होऊ शकते आणि तुम्ही ते मान्य करता. जे घडतंय त्याचा हा मोठा भाग आहे. तुम्ही वस्तुत: एखाद्याला तू चांगलं करतो आहेस असे म्हणू शकता, तुमच्यामधील हा बदल बघताना मस्त वाटतंय, आणि जरी व्यक्तिश: तुम्हाला त्या बदलाशी काही देणं–घेणं नसलं तरीही, तुम्ही म्हणता, चांगलं काम करताय ... तुम्हाला इतकं छान बघून बरं वाटलं. या एकूणच प्रक्रियेत तुम्ही इथपर्यंत पोहोचता की आता तुम्ही बाहेरचे आहात असं वाटतच नाही, तुम्ही नियम घालून दिलेली संघटना वाटत नाही, परंतु तुमच्याकडे मदत करणारी संघटना म्हणून पाहिले जाते, जी प्रत्यक्ष प्रक्रियेत असलेल्या व्यक्तीला सहाय्य करते ... हा विभाग बदलाला मान्यता देण्याबाबत चांगला नाही, आम्हाला नाही.

(पुढे चालू)

(पुढे चालू)

संयुक्तपणे निर्णय घेणे आणि त्यावरील उपाय

इतर अनेकांनी आणखी एक सामर्थ्य निदर्शनास आणले की, कुटुंब, विस्तारित कुटुंब आणि इतर सहभागीदार व्यक्ती यांच्या संयुक्त विद्यमाने विकसित केले आहेत असे, जे त्यांना (निर्णय आणि उपाय) अधिक स्वीकारार्ह आणि प्रत्यक्षात आणण्याजोगे आहेत असे बालकाच्या संदर्भातील उपाय सांगतात. एका विशिष्ट गटचर्चेत एका सहभागी व्यक्तीने या प्रारूपाचे बलस्थान खालीलप्रमाणे व्यक्त केले:

> ते प्रश्नांची उत्तरे देतात आणि ती त्यांना मिळतात. कुटुंबामध्ये तुम्ही सर्वात पुढे आहात, कुटुंबाकडून नेमकी काय अपेक्षा आहे याबद्दल ते नक्की सांगतात ... त्यांनी नेमके जे विभागाशी संबंधित आहे तेच केले आहे ... कुटुंब मदतीच्या बैठका घेऊन तुम्ही त्यात बालकासंबंधी नेमकं अमुकअमुक घडतंय असं आम्हाला वाटतं आणि या या गोष्टी तुमच्या मुलांच्या बाबतीत घडू नये हे सांगता, भविष्यात असे प्रसंग पुन्हा घडू नये किंवा त्यांच्याभोवतालचे वातावरणात सुधारावे याकरिता आम्ही नेमके काय केले पाहिजे ... हे त्यांच्या समोरच सांगता, त्यांच्या पाठीमागे नाही. मला पूर्वीचे एक प्रकरण माहिती आहे ज्यात त्या कुटुंबाला कोणत्याही चर्चेत सहभागी करून घेण्यात आलं नव्हतं, आणि त्यांना त्यांची मुलं त्यांच्यापासून दूर का नेण्यात आली हे त्यांना समजलंच नाही.

अनेक सहभागी व्यक्तींना हा संयुक्त विद्यमाने मार्ग सकारात्मक वाटतो. 'कुटुंब मदत बैठक घेतल्यामुळे त्यांना काय झाले याबद्दल स्पष्ट सांगण्यात आले, तसेच विभागाचे नेमके हेतू काय आहेत ते सांगितले, तसेच विभाग त्यांच्याबरोबर कशा प्रकारे काम करणार आहे हेही सांगितले' असे त्यांना वाटले. केंद्रित गटचर्चेतील आणखी एका सहभागी व्यक्तीने त्यापुढे म्हटले:

> बैठका कशा घ्याव्यात याबद्दल मतभेद आहेत, परंतु मला वाटतं, आम्हाला असेच घडावेसे वाटत होते' असे म्हणण्यापेक्षा काही वेळा कुटुंबाला विकसित होण्यासाठी आणि त्यांना त्यांची सुरुवात कुठून झाली याची आठवण करून देणे, या गोष्टी व्हाव्यात. मला असं म्हणायचंय, अर्थातच सर्वसामान्य परिस्थितीच्या चर्चेत तुम्ही बाबी स्पष्ट करता, परंतु कुटुंबांना त्यांची स्वतःची योजना विकसित करण्याची जबाबदारी त्यांनी घ्यावी.

एका प्रतिसादकाने सखोल मुलाखतीत असे मत व्यक्त केले. 'आम्ही विस्तारित कुटुंबातील सदस्यांच्या शोधात आहोत. एकेकाळी आम्ही फक्त पालक होतो; आता आम्ही आसपास फिरतो आणि निर्णय घेण्यासाठी सर्वांना एकत्र आणतो.'

आणखी एक प्रतिसादक प्रारूपाची बलस्थाने सांगताना म्हणाला, 'आता आम्ही अगदी वेगळ्या मार्गाचा अवलंब करतो.' तिच्या/त्याच्या मताने:

(पुढे चालू)

(पुढे चालू)

बालकं संकटात असतात तेव्हा आम्ही तुम्हाला माहिती देतो, आम्ही तुम्हाला सल्ला देतो. बालकांसंदर्भात काहीही असलं, तरी आम्हाला बसून तुमच्याबरोबर काम करायचे आहे. या संपूर्ण प्रक्रियेत आम्हाला तुमच्याबरोबर काम करायचे आहे आणि योजना सुद्धा तयार करायच्या आहेत.

असं दिसतंय की या प्रारूपाअंतर्गत एका व्यक्तीकडून निर्णय घेतले जात नाहीत, तर समाविष्ट असलेल्या सर्वांकडून घेतले जातात. एका प्रतिसादकानुसार, 'तुम्ही अभिकरण आणि कुटुंबसदस्य यांच्यावर जबाबदारी टाकता; हा केवळ तुमचा निर्णय नाही, हा प्रत्येकाचा निर्णय आहे.'

कुटुंबांना अखंड ठेवते

काही प्रतिसादकांना असंही वाटलं की काही विशिष्ट प्रकरणांमध्ये, 'कुटुंबाकडून इतक्या चटकन बालके स्वीकारली सुद्धा गेली नसती.' यावरून असं दिसतंय की मुलांना कुटुंबात ठेवण्यासाठी खूप प्रयत्न केले जात आहेत. एक सहभागी म्हणाला: 'वास्तविक ज्यांना आपले कुटुंब एकत्र ठेवायचे आहेत, अशा फार थोड्या मुलांबरोबर मी काम करतो.' दुसऱ्या एका सहभागी व्यक्तीने त्यात पुढे म्हटले, 'आता भीतीचे प्रमाण म्हणावे इतके खाली आले आहे.'

बालकांच्या दृष्टिकोनातून आकलन आलेले सामर्थ्याचे मुद्दे

बालकांवर सर्वात जास्त लक्ष

बऱ्याच कुटुंब कार्यकर्त्यांना तसेच गट नेत्यांना, या सर्वांत बालकांवर जास्त केंद्रित केले जात आहे, असे वाटले. हा दृष्टिकोन बालककेंद्री केला गेला आणि प्रत्येक पायरीला मुलांशी संबंधित मध्यस्थीचा मुख्य भागाची रचना केली जाते: 'खूप अधिक बालककेंद्रित आहे. पालकांवर केंद्रित करण्यापेक्षा हा बालकांना सुरक्षित कसं ठेवता येईल यावर आणि आम्ही ते कसं संपादन करणार यावर केंद्रित करतो.'

बालकांना त्यांच्या पालकांकडे लवकर सुपूर्द करतो

काही प्रतिसादकांना असे वाटले की जवळीकीमुळे बालकांना त्यांच्या पालकांकडे त्वरित परत जाण्यास मदत झाली. एका केंद्रित गटचर्चेच्या वेळी, एक सहभागी म्हणाला:

> मला असे वाटते की, बालके त्यांच्या पालकांकडे त्वरित परत केली जातात, कारण बैठकीच्या वेळी कुटुंबातील सबल व्यक्ती शोधल्या जातात. ज्या बालकांना कुटुंबात ठेवण्यासाठी पालकांना मदत करू शकतात. म्हणून मला कार्यालयामध्ये असे दिसले की व्यष्टी परिषद (केस कॉन्फरन्स) मुळे काही मुले पालकांकडे लवकर परत जातात. व्यष्टी परिषद प्रत्येक वर्षी असते ... बारा महिन्यांनंतर शेवटी पुढच्या बैठकीला कुटुंबांनी काय करायचे ... इथे ते काहीही नाही. ही सबल व्यक्ती आहे, मुलांना परत आणण्यासाठी तुम्ही आईला कशी मदत करणार आहात ... तुम्हाला कशाची गरज आहे ... काहीवेळा बालकं परत जातात ना, अगदी तसंच.

(पुढे चालू)

बालकांना काढून टाकण्यावर प्रतिबंध

काही प्रतिसादकांना असे वाटले की वस्तुत: हे प्रारूप बालकांना त्यांच्या कुटुंबापासून दूर करण्यास प्रतिबंध करते. एका प्रतिसादकाच्या मते, 'बालकांना दूर करण्यास प्रतिबंध करणे, हा या प्रारूपाचा मोठा फायदा आहे'.

सेवा पुरवणाऱ्यांच्या आकलनावरून ताकद

कामाचे समाधान खूप मोठे

जवळपास प्रत्येक सेवा पुरवणाऱ्याने सांगितले की 'प्रारूप अंमलात आल्यानंतर त्यांचे काम अधिक 'समाधान देणारे झाले आहे' कारण 'ते अशिलांना आणि कार्यकर्त्यांना सक्षम बनवते'.

या प्रारूपाअंतर्गत काम करणे कार्यकर्त्यांना अधिक सोपे

अनेक प्रतिसादकांना वाटले की, 'सुरुवातीला कार्यकर्त्यांसाठी जास्त काम आहे, परंतु दीर्घकाळात जबाबदारी वाटून दिल्याने काम कमी झाले आहे'. एका सहभागी व्यक्तीनुसार:

> व्यष्टी कार्यकर्ता म्हणून, मला ते दिवस आठवतात जेव्हा मला कठोर मेहनत करावी लागत होती अनेक लोकांना भेटणे आणि व्यक्तिगत पातळीवर अनेक गोष्टी करणे आणि सगळी जबाबदारी माझ्या खांद्यावर होती ... परंतु आता जबाबदारी विभागून दिली आहे ... मूलभूत काम करून तुम्हाला पूर्वतयारी करावे लागते पण एकदा का ती केली की तुम्ही दीर्घकाळ कार्यरत राहणे तुम्हाला अगदी सोपे असते कारण यात अनेक व्यक्ती समाविष्ट असतात आणि ते काही प्रमाणात निर्णय घेतात.

विभागाप्रती असलेला विरोध कमी झाला

कुटुंबांचा विभागाप्रती असलेला विरोध मावळला या आणखी एका फायद्याकडे सगळ्यांनी लक्ष वेधले. हे सर्व परिस्थितीवर अवलंबून आहे याकडे जरी निर्देश केला असला तरीही, सर्वसाधारणपणे त्यामुळे अशी भावना होती की एकंदरीत विभागाप्रती अशिलांच्या मनात असलेला विरोध कमी झाला. नव्या प्रारूपाअंतर्गत काम करताना सुरुवातीला कदाचित विरोध असेल, असेही त्यांना वाटले. बहुसंख्य घटनांत मात्र तो विरोध दिसलाच नाही. काही परिस्थितीत विरोधात वाढ होण्याचे कारण बालक पकडले जाणे अशा स्वाभाविक गुणामुळेही शक्य आहे. अनेक प्रतिसादकांचे असे मत होते की, व्यष्टी व्यवस्थापन प्रारूपापेक्षा नव्या मार्गाने काम करताना त्यांना फार कमी विरोधाचा अनुभव आला.

अशिलांच्या कर्मचाऱ्यांविषयी वाढता विश्वास

नव्या मार्गाने काम करताना अशील त्यांच्यावर अधिक विश्वास ठेवू लागले आहेत असाही एक फायदा काही कार्यकर्त्यांना दिसला. एका विशिष्ट गटातील सहभागीने त्याच्या/तिच्या भावना खालीलप्रमाणे व्यक्त केल्या:

(पुढे चालू)

त्यांनी आता आम्हाला बोलावले, मला त्यांच्याकडे जायला व त्यांना बघायला नको. ते मला आता बोलावतात व हे काय आहे हे विचारतात. ..... याचा अर्थ ते यात रस घेताहेत. ते मागे बसून म्हणत नाहीत, होय, ते आम्हाला सांगणार आहेत किंवा सांगणार नाहीत.

कुटुंबांबरोबर उत्तम सलोखा

संपर्काची संख्या वाढत असल्या कारणाने कुटुंबाबरोबर अधिक समानशीलतेचे आणि विश्वासाचे नाते प्रस्थापित केल्याचे दिसते. एका विशिष्ट गटचर्चेत एक प्रतिसादक म्हणाला होता, 'मला असं वाटतं की नातं अधिक विश्वासार्ह आणि आदरयुक्त झालं आहे.' दुसरा प्रतिसादक म्हणाला होता:

कौटुंबिक नाती थोडीफार चांगली आहेत आणि कुटुंबांना हेसुद्धा कळलंय की डीसीडी कार्यकर्ते हे घरोघरी जाऊन त्यांच्या मुलांना काढून घेतात असे नाहीत. आम्ही किती भयंकर माणसं आहोत, परंतु आम्ही त्यांच्याशी संवाद साधल्याने त्यांना प्रत्यक्षात कळले की आम्ही काम करणारी माणसं आहोत, आणि आम्ही असं काही करणार नाही, तो प्रकार जुना झाला. आम्ही काही न सांगता मुलाला नेणार नाही. आम्ही त्यांच्याशी संवाद साधतो.

कार्यकर्त्यांकडून कौटुंबिक गतिशीलता अधिक उत्तम साधली जाते

'याचं आणखी एक बलस्थान/ताकद म्हणजे यामुळे सामाजिक कार्यकर्त्याला कौटुंबिक गतिशीलता आल्यासारखे वाटते. त्यांच्या गतिशीलतेचा विचार करता कुटुंब त्यांना जे करावेसे वाटते त्यात भाग घेऊ शकतात', असे केंद्रित गटातील सहभागी व्यक्तीने सांगितले.

काही आक्रमक अशील

काही आक्रमक अशील प्रतिसादकांनी दोन प्रारूपांतील अगदी लक्षणीय फरक प्रतिपादन करताना केले. एक प्रतिसादक म्हणाला:

इतर गटांची तुलना करता इथे खूप कमी आक्रमक अशील आहेत. मला वाटतं काही प्रमाणात हे दृष्टिकोनातील फरकामुळे झाले आहे. इथे तुम्हाला खूप कमी लोक क्षुब्ध होताना दिसतील, इथे खूप नियंत्रित आणि शांत वातावरण आहे.

व्यष्टीबाबत स्वत्वाची भावना विकसित करते

वेगवेगळ्या प्रतिसादकांनी निर्देशित केलेला कुसंघा याचा आणखी एक फायदा म्हणजे, 'एकूणच हे सर्व तुमचेच आहे असे तुम्हाला वाटते; 'मूल तुमचे स्वत:चे असते.'' यामुळे, काही सहभागी व्यक्तींनुसार कौटुंबिक कार्यकर्ते व मूल यांच्यात कौटुंबिक स्नेहाची भावना होती.

(पुढे चालू)

(पुढे चालू)

व्यापक सामुदायिक आंतरक्रिया

प्रारूपामुळे सामुदायिक अभिकर्त्यांसमवेत व्यापक सामाजिक आंतरक्रिया निर्माण होत असल्याने समुदायाविषयी आणि तिथे उपलब्ध सेवांविषयी खूप ज्ञान मिळाले, या आणखी एका फायद्याकडे कुटुंब कार्यकर्त्यांनी निर्देश केला. हे प्रामुख्याने कुटुंबाच्या गुंतवणूक प्रारूपाच्या पुनर्रचनेमुळे घडले जिथे कुटुंब कार्यकर्त्यांना विशिष्ट भौगोलिक क्षेत्र ज्याला 'पट्टा' असे म्हणतात ते नेमून दिले होते: 'या लोकांबरोबरही तुम्ही कामाच्या माध्यमातून उत्तम नातेसंबंध प्रस्थापित केले. तुम्ही एकत्रितपणे ध्येयाप्रती काम करत आहात आणि मला वाटतं हा खूप मोठा फायदा आहे', असे एक सहभागी म्हणाला. 'इतर अभिकर्त्यांबरोबरही खूप मोठा दुवा' प्रारूपाअंतर्गत आहे. यामुळे केवळ सामुदायिक अभिकर्त्यांमध्येच आंतरक्रिया वाढली असे नाही, केवळ आंतरक्रियाच नाही तर सामुदायिक अभिकर्तेही वाढले, परंतु अशिलांनी सुद्धा सामुदायिक अभिकर्त्यांचा वापर करायला सुरुवात केली होती.

समुदायातील सदस्यांविषयी महत्त्वाची माहिती

कुसघानच्या अंतर्गत 'पट्ट्या'मध्ये काम करतानाचा आणखी एक फायदा म्हणजे कुटुंब कार्यकर्त्यांना समुदायातील सदस्यांविषयी खूप काही माहिती मिळाली. एका प्रतिसादकानुसार, 'तुमच्या समुदायातील लोकांचे नाते अधिक घट्ट आणि सर्वदूर पसरलेले आहे'. आणखी एक प्रतिसादक म्हणाला:

> एका निश्चित काळानंतर कोण, कुठल्या रस्त्यावर राहतो हे माहिती होते, माणसांमध्ये कुटुंबांमुळे, विशेषत: जेव्हा तुम्ही आदिवासी कुटुंबांबरोबर काम करता तेव्हा दुवा जुळतो. कुटुंबाचा दुवा आणि कोण, कोणाबरोबर व्यवहार करतो ते महत्त्वाचे आहे. क्षेत्रात कोण आहे हे जाणून घेणे, तुमच्याकडे कोणती संसाधने आहेत, हे तुमची नोकरी अधिक प्रभावी करते.

कार्यकर्त्यांचे वैयक्तिक मूल्यांवर नियंत्रण

काही प्रतिसादकांनी आणखीन एक फायदा दर्शविला. या नव्या प्रारूपामुळे, 'व्यष्टी कार्यकर्ते स्वत:ची मूल्ये आणि नीतितत्त्वे लादत नाहीत.'

सेवा वितरण पद्धतीच्या दृष्टिकोनातून आकलन झालेली ताकद

मुक्त, प्रामाणिक आणि पारदर्शक प्रक्रिया

सर्व भागीदार व्यक्तींसाठी प्रक्रिया खुली आहे. 'सगळे पत्ते खुले आहेत,' एक सहभागी म्हणाला, आणि दुसऱ्याने मत व्यक्त केले: 'व्यष्टी कार्यकर्ता प्रामाणिक असू शकेल परंतु माझा अंदाज आहे की केली गेलेली प्रक्रिया मात्र, तशी नव्हती'. एक प्रतिसादक म्हणाला, या प्रारूपाविषयीची सगळ्यात चांगली गोष्ट म्हणजे 'प्रत्येकाला काय चाललंय हे माहीत होत'. एका प्रतिसादकानुसार:

कुटुंब बैठकांबाबत आणखी एक चांगली गोष्ट म्हणजे जिथे पालक असतात, तिथे कुटुंब असतं. पालक आम्हाला कदाचित एखादी गोष्ट किंवा गोष्टीचा काही भाग सांगत असतील आणि गोष्टीचा दुसरा भाग जेम सांगत असतील, अंकल जिमी सांगणार नाहीत ... त्यामुळे एका परीने हे चांगलंच आहे, काय चाललंय हे सगळ्यांनाच समजतं. जो तिथे आहे त्या प्रत्येकाला पूर्ण माहिती तिथे उपलब्ध असते. त्यामुळे ते आमच्यावर ढकलू शकत नाहीत किंवा कुटुंबावरही ढकलू शकत नाहीत. आणखी एक चांगली गोष्ट म्हणजे: त्या सर्वांना एकसारखीच माहिती मिळते, आणि आम्हालासुद्धा जी माहिती मिळते आम्हीसुद्धा तीच माहिती देतो ... आणि त्यांची आमच्यासमवेत जी योजना आहे ती अप्रतिम आहे ... ती त्यांना दिलेल्या माहितीवर आधारित आहे.

केंद्रित गटातील आणखी एक प्रतिसादक म्हणाला:

आणि वस्तुत: तुम्ही बालकाच्या पालकांशी पालकत्वासाठी म्हणून भांडत आहात: दिवसाअखेरी तुम्ही मुलांसाठी तेच करत असता, आणि मला वाटतं, कार्यातील नाते पारदर्शक ठेवण्यासाठी कुटुंब गुंतवणूक प्रारूप ती प्रक्रिया खूप सहज करते. कारण, प्रत्येक गोष्ट खुली असते आणि जेव्हा ती न्यायालयात येते त्यावेळी ते आश्चर्यचकित होत नाहीत.

बैठकांमध्ये खूप अनौपचारिकता

कुसप्रातील कुटुंब बैठका या अत्यंत अनौपचारिक असतात: 'कुटुंब सदस्यांना व इतरांना जे काही म्हणायचे आहे ते म्हणण्यासाठी त्यांना प्रोत्साहन दिले जाते. जर त्यांना म्हणणे मान्य नसेल तर कोणत्याही क्षणी ते व्यत्यय आणून अध्यक्षांना थांबवू शकतात. कालांतराने ते परत येऊ शकतात.' महत्त्वाची गोष्ट अशी की बैठकीचे इतिवृत्त लिहिले जाते, व या इतिवृत्ताची प्रत कुटुंबाला मिळते त्यामुळे ते परत घरी जाऊन इतिवृत्त वाचू शकतात. ते परत आमच्याकडे येऊ शकतात.'

या प्रकरणांचे वारंवार परीक्षण केले जाते

अनेक जणांना वाटते की हे प्रारूप प्रकरणांचे वारंवार परीक्षण करण्याची संधी देते ज्यामुळे त्यांना आपले ध्येय लवकर साध्य करता येते आणि, मध्यस्थी जर काम करत नसेल तर ती बदलण्यासाठी त्यांना आमची मदत होते. जसे एका सहभागीने दर्शवले, कौटुंबिक गतिशीलतेत बदल प्रतिबिंबित होण्यासाठी योजनेमध्ये वारंवार बदल अंगिकारले जातात. म्हणून प्रारूपाअंतर्गत, 'मुलांसाठी असलेल्या योजनेचा सतत आढावा घेतला जातो.' या प्रारूपाअंतर्गत योजनेत बदल करण्यासाठी खूप लवचिकता आहे असे लक्षात येईल.

प्रामाणिकपणा, पारदर्शकता आणि उत्तरदायित्व यांचे वाढते प्रमाण

काही प्रतिसादकांना असे वाटले की प्रक्रियेतील पारदर्शकता आणि तिचे उत्तरदायित्व यामुळे, प्रारूपाच्या मापदंडांतर्गत सहजपणे काम करण्याने कार्यकर्त्यांना प्रामाणिक व जबाबदार राहण्यास मदत होते. एका सहभागी व्यक्तीनुसार, व्यावहारिकदृष्ट्या, हे प्रारूप सामाजिक कार्यकर्त्यांना प्रामाणिक, जबाबदार आणि पारदर्शी वर्तन ठेवण्यास भाग पाडते.'

(पुढे चालू)

पुढे चालू

अधिक न्याय्य दृष्टिकोन

अनेक प्रतिसादकांना असे वाटले की कुसप्रा अधिक न्याय्य होते कारण ते मुक्त होते, कुटुंबाला सहभागी करून घेणारे व सामर्थ्य देणारे होते.

साध्य करण्याजोगी आणि अमलात आणण्याजोगी अशिलांसाठी ठेवलेली ध्येये

केंद्रित गटातील एका प्रतिसादकानुसार: 'मला वाटतं कुटुंब गुंतवणूक बैठकांची योजना ही त्यांची क्षमतेनुसार ... अधिक सुलभ आणि अमलात आणण्याजोगी आहे. ते साध्य करू शकणार नाहीत असे ध्येय आम्ही ठेवलेलेच नाही, त्यामुळे ते अपयशी होणारच नाहीत.' याशिवाय, असं वाटतंय की योजना विकसित करण्यात कुटुंबे सहभागी होती, त्यांना आपलेपणाची भावना होती, आणि म्हणून त्यात समाविष्ट असलेली कामे त्यांनी सहजपणे केली. दुसऱ्या एका सहभागी व्यक्तीचे असे मत होते की: 'तुम्ही जर उपाययोजनेचे भाग असाल, तर मग बदल घडून होण्यासाठी प्रत्यक्षात गुंतवणूक करत आहात.'

मत व्यक्त करण्याच्या संदर्भात समानता

काही प्रतिसादकांना असे वाटले की हे प्रारूप पक्षकारांना मत व्यक्त करण्याचे स्वातंत्र्य देते. सर्व सहभागी व्यक्तींना त्यांची मतं व्यक्त करण्यास मुभा होती आणि त्यांचे दृष्टिकोन त्यांनी मांडावेत म्हणून त्यांना प्रोत्साहन दिले गेले होते. जेव्हा मूळ विचारांशी एकवाक्यता निर्माण झाली, रणनीती विकसित करण्यासाठी त्यांची मतं विचारात घेतली गेली.

प्रक्रिया कमी गोंधळाची

एका प्रतिसादकाने निरीक्षण केल्याप्रमाणे: 'हे खूप कमी गोंधळाचे आहे, फक्त जे सुरू होते याचे आकलन होते. ते (व्यव्यवप्रा मधील कार्यकर्त्यांचा संदर्भ) गोंधळलेले वाटले कारण, सतत काम येत होते आणि प्रकरणे त्यांच्यापुढे येत होती. हे अधिक सुव्यवस्थित आहे.' जुन्या संरचनेप्रमाणे, व्यष्टी कार्यकर्त्यांवर खूप ताण होता; विशेषत: ते योग्य पद्धतीने कार्यान्वियन करू शकत नव्हते' असे एका सहभागी व्यक्तीने निरीक्षण केले.

ताण कमी असलेला कोन

अनेक सहभागींना असे वाटले की हा नवा मार्ग कमी ताणाचा आहे, याचे कारण म्हणजे त्याचे खूप फायदे आहेत. त्यांच्यासाठी तसेच कुटुंबासाठी आणि मुलांसाठी हा कमी ताणाचा होता. एका विशिष्ट गटात सहभागी असलेल्या त्याने/तिने खालील शब्दांत भावना व्यक्त केल्या:

(पुढे चालू)

या घरात जायला मला आवडणार नाही ... असे तुम्हाला वाटणारही नाही, ते कसा प्रतिसाद देतील, ते मला काय म्हणतील किंवा मी स्वत:ला कसा सोडवू किंवा माझे रक्षण कसे करू? हे ताण आता तुम्हाला असणारच नाहीत. आता परिस्थिती अतिशय शांत असते, अधिक आनंदीही असते आणि मुलांसाठी हे खूप चांगले आहे, फक्त आपल्यासाठीच नाही तर मुलांसाठी .... वस्तुत: मुलांना या दृष्टिकोनाचा खूपच फायदा झाला.

कुटुंबांबरोबर थोडेसे मतभेद

कुटुंबांबरोबर सुरु असलेले मतभेद नव्या प्रारूपाच्या ओळखीने खूप कमी झाले आहेत असे अनेक प्रतिसादकांना वाटले.

बैठकीसाठी मार्गदर्शन करणाऱ्या व्यक्तीच्या निवडीमधील समानता

नव्या प्रारूपात मार्गदर्शन करण्याचे काम व्यष्टी व्यवस्थापकांपुरतेच मर्यादित नव्हते. या प्रारूपाअंतर्गत कुणीही मार्गदर्शक होऊ शकत होते, हे या प्रारूपाचे आणखी एक बलस्थान आहे, असे काही सहभागींना वाटले.

प्रत्यक्ष व्यवहाराचे वाढते प्रतिबिंब

काही लोकांना असे वाटले की, नव्या प्रारूपाने प्रत्यक्ष व्यवहारावर, जो एकप्रकारे त्यांना सुधारण्यासाठी मदत करत आहे, प्रतिबिंबित होण्यास संधी दिली आहे, .

प्रकरणांची एकूण जबाबदारी

काही जणांनी हे सुद्धा निदर्शनाला आणून दिले की अनेक दृष्टिकोनांपेक्षा कार्यकर्त्यांवर प्रकरणांची एकूण जबाबदारी असणे हे फार चांगले आहे. एका व्यक्तीने निदर्शनाला आणून दिले, 'प्रारूपाअंतर्गत, क्षेत्रीय कार्यकर्ता हा संपूर्ण मध्यस्थीसाठी जबाबदार असतो, अगदी अ पासून ते ज्ञ पर्यंत. पट्ट्यामध्ये तुम्ही सर्वकाही करता.'

शासनाच्या मुलांना देण्याच्या धोरणाबरहुकूम

एका सहभागी व्यक्तीने निदर्शनास आणले की वस्तुत: हे प्रारूप सरकारी कायद्यातील बंधनांनुसार आदिवासी आणि टोरेस स्ट्रेट बेटावरील मुलांना त्यांच्या कुटुंबातच ठेवते. त्याच सहभागी व्यक्तीनुसार:

वास्तविक हे प्रारूप आदिवासी आणि टोरेस स्ट्रेट बेटावरील नागरिकांची बालकांना देण्याचे तत्त्व हे आता आमच्या कायद्यात समाविष्ट करण्यात आले आहे, ज्यामध्ये असा स्पष्ट उल्लेख करण्यात आला आहे की, बालक हे कुटुंबात, विस्तारित कुटुंबात, संलग्न समुदायात आणि विस्तारित संलग्न समुदायात आणि अगदी शेवटचा पर्याय म्हणून, बिगरआदिवासी व्यक्तीस देण्यात येईल ... आणि हे प्रारूप त्याच्याशी मिळतेजुळते आहे.

संमिश्र अभ्यासात तथ्यांचे विश्लेषण

संमिश्र अभ्यासात, तुम्ही कोणत्या मार्गाने तथ्ये संकलित केली आणि तुमची अनुमाने तुम्हाला कशाप्रकारे संप्रेषित करायची आहेत, यावर तुम्ही तथ्य विश्लेषणाच्या कोणत्या वेगवेगळ्या पद्धती एकत्रितपणे वापरणार हे अवलंबून आहे. समजा, तुम्हाला एखाद्या क्षेत्रात किंवा देशात येणाऱ्या पर्यटकांच्या संख्येतील बदल व त्यांच्या भेटीबद्दल त्यांना काय वाटते याचा अभ्यास करण्यात स्वारस्य आहे. हे संशोधन करताना एकतर तुम्ही स्थानांतरण विभागाच्या नोंदी यासारख्या दुय्यम स्रोतांतून तथ्ये घ्याल किंवा प्रतिवर्षी येणाऱ्या पर्यटकांची संख्यात्मक आकडेवारी पुरवू शकणाऱ्या दीर्घकाळातील भिन्न विभाग सर्वेक्षण माहितीचा वापर कराल. अशा प्रकारच्या आकडेवारीच्या विश्लेषणावरून तुम्ही गेल्या काही वर्षांतील पर्यटकांच्या संख्येत झालेल्या बदलाचे मापन करू शकाल. अशा प्रकारचे विश्लेषण जेव्हा किती कल आणि विद्यार्थिसंख्या अभ्यासण्यासाठी मदत करते तेव्हा ते संख्यात्मक स्वरूपाचे असते. पुढे, समजा तुम्ही त्याच भागात राहणाऱ्या काही प्रतिसादकांच्या सखोल मुलाखतीतून, त्यांना मिळणाऱ्या सुविधा आणि त्यांचे वास्तव्य याविषयीची त्यांची अभिवृत्ती, याविषयी शोध घेतला. अशा सखोल मुलाखतीतून मिळवलेली ही तथ्ये मोठ्या प्रमाणावर आशय विश्लेषणावर अवलंबून असतात, जी गुणात्मक स्वरूपाची असते. संमिश्र/बहुविध पद्धतीच्या अभ्यासात, तुम्ही त्याच किंवा वेगळ्या संशोधन रूपरेषेशी संबंधित असणाऱ्या दोन किंवा अधिक पद्धती वापरता. बहुतेकवेळा तथ्य संकलनासाठी वापरल्या जाणाऱ्या पद्धती आणि ज्या प्रकारे तुम्ही तुमची अनुमाने संप्रेषित करणार आहात त्यावर तुमचे तथ्यांच्या विश्लेषणाचे मार्ग ठरतात. ज्यांचा संबंध दोन रूपरेषेशी आहे अशा दोन पद्धतींनी तथ्य जर संकलित केली असेल, तर ज्या प्रकारे तथ्य संकलित केली होती, त्याचे अचूक विश्लेषण होण्यासाठी तुम्ही भिन्न भिन्न पद्धती वापरणे गरजेचे आहे.

संख्याशास्त्र आणि संगणकाची संशोधनातील भूमिका

संशोधनातील संख्याशास्त्राची भूमिका ही काही वेळा अतिरंजित असते. संशोधन अभ्यास आराखडा तयार करताना तुम्हाला संख्याशास्त्राचे (जरी अप्रत्यक्षपणे त्याचा उपयोग असला तरीही) भरपूर ज्ञान हवे असे नाही. संख्याशास्त्राचे ज्ञान हे, जर तुम्ही संशोधन प्रक्रियेतील कार्यान्वयनाच्या प्रत्येक पायरीच्या गरजांनुसार लक्षात घेऊन हवी असलेली माहिती संकलित केली असेल तर, महत्त्वाची भूमिका बजावते. तथ्य संकलनाच्या टप्प्यापर्यंत संख्याशास्त्राची भूमिका ही अत्यंत सीमित असते; त्यानंतर मात्र त्याचे महत्त्व वाढते. संख्याशास्त्राशिवाय तुम्ही संशोधन अभ्यास करूच शकत नाही असा याचा अर्थ असा नाही. संख्याशास्त्राचा वापर न करताही तुम्ही वैधरितीने अभ्यास पार पाडू शकता. संख्याशास्त्राचा वापर हा पूर्णतः तुम्ही ज्या प्रकारचा अभ्यास करत आहात त्यावर, तुमची अनुमाने तुम्ही कशा प्रकारे संप्रेषित करणार आहात त्यावर, तुमचे वाचक कोण असतील त्यावर, तुमच्या शैक्षणिक क्षेत्रातील संकेतांवर (काही विभाग संख्याशास्त्रीय कार्यपद्धतीवर खूप भर देतात तर इतर देत नाहीत) आणि तुमच्या विभागाच्या गरजांवर अवलंबून आहे. एकदा तथ्ये संकलित केली की तुम्ही दोन प्रतिप्रश्न विचाराः

१. समजून घेण्याच्या दृष्टीने ही तथ्य मी कशी सुव्यवस्थित करणार आहे?
२. तथ्य म्हणजे काय हे कसे समजून घ्यायचे?

एका अर्थी, पहिल्या प्रश्नाचे उत्तर दुसऱ्याच्या उत्तराचा आधार तयार करते. संख्याशास्त्र तुमच्या संशोधन प्रश्नाचे उत्तर देण्यात महत्त्वाची भूमिका अशा प्रकारे बजावू शकते, की तुम्ही गणना करू शकता, अनुमापन करू शकता, अनुमानात आत्मविश्वासाची पातळी वाढवू शकता, बदल घडवून आणण्यासाठी प्रत्येक चलाच्या योगदानाचे मोजमाप करू शकता, विविध चलांमधील सहसंबंध आणि संबंध यांचे अनुमापन करू शकता, प्रचलित कल या दृष्टिकोनातून काय घडण्याची शक्यता आहे याविषयी प्राक्कथन करण्यास मदत करू शकता.

व्यक्तिगत प्रतिसादांतून, विशेषतः ते जर संख्येने अनेक असतील, तर तथ्यांचे आकृतिबंध समजणे खूप अवघड असते, म्हणून तथ्ये एकत्रित करणे आणि त्यांचा सारांश काढणे महत्त्वाचे आहे. या एकत्रीकरण व सारांशीकरणात संख्याशास्त्र हे अत्यंत महत्त्वाची भूमिका पार पाडते. साधं एकत्रीकरण म्हणजे वारंवारता वितरण आणि भिन्न तक्तीकरण तक्ता आणि सोप्या सांख्यिकी पद्धती म्हणजे टक्केवारी, मध्य, प्रमाण विचलन आणि सहसंबंध गुणक यामुळे तथ्यांचे आकारमान कमी करणे शक्य होते आणि ती समजण्यास सोपी होते. संगणक सारांश मापनात काही माहिती गमावणे शक्य असते, त्यामुळे अनुमानांचा चुकीचा अर्थ लागणे शक्य असते. म्हणून, तथ्यांचा अर्थ लावताना सावध असावे लागते.

संख्याशास्त्र हे चलांमधील संबंध, विशेषतः जिथे दोनपेक्षा जास्त चल असतात, समजून घेण्यात महत्त्वाची भूमिका बजावतात. अनुभवाने तक्त्यावरून दोन चलांचे संबंध 'वाचणे' सोपे असते, परंतु त्या संबंधांची गणना करणे सोपे नसते. या नात्यातील बळ निश्चित करण्यास संख्याशास्त्र मदत करते. माहितीच्या एका भागावरून तुम्ही काय वाचता त्याला मान्यता किंवा विरोध दर्शवते, आणि तुमच्या अनुमानातून व्यक्त होणारी संबंधांतली ताकद आणि आत्मविश्वासाची पातळी दाखवते. जिथे दोनपेक्षा जास्त चल असतात तिथे संख्याशास्त्राचा, त्यांचे परस्परावलंबित्व समजण्यासाठी आणि घटना किंवा प्रसंग यात त्यांचे योगदान समजण्यासाठी उपयोग होतो.

अप्रत्यक्षपणे, संख्याशास्त्राचे ज्ञान संशोधन प्रक्रियेतील प्रत्येक पायरीवर उपयोगी असते. समस्येचे ज्ञान हे तथ्य विश्लेषणाशी, विशिष्ट प्रकारच्या चलांसाठी ज्यांचा उपयोग करता येतो अशा संख्याशास्त्रीय चाचण्यांशी जोडले आहे, आणि संशोधन प्रयत्नात सारांशाच्या संख्याशास्त्रीय गणनेसाठी वापरलेली अनुमापन सारणी महत्त्वाची भूमिका बजावते. असे असले तरीही, कोणतीही संख्याशास्त्रीय प्रक्रिया न वापरताही तुम्ही अचूक, वैध अभ्यास करू शकता. हे तुमच्या अभ्यासाच्या उद्दिष्टांवर अवलंबून आहे.

संशोधनात संगणक अनेक मार्गाने अर्थपूर्ण भूमिका बजावतो. या आधुनिक युगात अगदी एखाद दुसरा संगणक निरक्षर असेल. जवळपास प्रत्येक जण वर्ड प्रोसेसिंगसाठी संगणकाचा वापर करतो. संशोधन प्रस्ताव इथपासून ते संशोधन अहवाल पूर्ण होईपर्यंत तुमचे सर्व संशोधन कार्य, हे संगणकात टंकलिखित करून जपून ठेवता येते. नव्याने विकसित झालेल्या विचारांचा समावेश करण्यासाठी तुम्हाला अनेक कच्चे मसुदे तयार करावे लागतात आणि लेखनसंप्रेषण सुधारण्यासाठी पुनर्लेखन करावे लागते, हे सर्व परत करण्यापेक्षा अतिरिक्त बदल करण्यास संगणक तुम्हाला मदत करतो.

आयबीएम एसपीएसएस स्टॅटिस्टिक्स, एसएएस आणि एनव्हीव्हो अशा अनेक संख्याशास्त्रीय प्रणाली उपलब्ध आहेत, ज्याद्वारे तुम्हाला साधे किंवा गुंतागुंतीचे तथ्य विश्लेषण सहजपणे करणे शक्य होईल.

एसपीएसएस वर व्हिडिओ ट्युटोरियल्स

संगणकाचा आणखी एक फायदा म्हणजे तुमच्या लेखन संप्रेषण शैलीला योग्य असे तथ्यांचे सादरीकरण करता येते व बदलताही येते. अनेक प्रणाली तुमची तथ्ये तुम्हाला ज्या पद्धतीने सादर करायची आहे त्यासाठी अत्यंत सहजसाध्य मदत करतील.

तुम्ही ज्या प्रणाली वापरणार आहात त्या शिकण्यासाठी तुम्हाला शुल्क द्यावे लागेल. पुढच्या काळात मात्र यामुळे तुमचा वेळ व पैसा वाचेल.

सारांश

या प्रकरणात आपण तथ्यांचे प्रक्रिया याविषयी शिकलो. तथ्य संकलनाच्या पद्धती लक्षात न घेताही, गुणात्मक किंवा संख्यात्मक, तथ्यांना 'प्रक्रियाविरहित तथ्ये' किंवा फक्त 'तथ्य' म्हटले जाते. तथ्यांवरील प्रक्रिया यामध्ये सर्व कार्यांचा म्हणजे हाताने किंवा संगणकाने केलेले संकलन ते विश्लेषण या सर्वांचा समावेश होतो. संख्यात्मक अभ्यासात तथ्यांवरील प्रक्रिया ही संपादनापासून सुरू होते, जी मूलतः तथ्ये 'स्वच्छ' करणे ही आहे. यापाठोपाठ संकेतीकरण ज्यात संकेत पुस्तक विकसित करणे, त्याची पूर्वचाचणी घेणे, प्रत्यक्ष संकेतीकरण करणे आणि संकेतीकरण केलेल्या तथ्यांची पुनर्तपासणी करणे यांचा समावेश होतो. या प्रकरणात संकेत पुस्तक विकसित करण्यासाठी मूळ नमुना दिला आहे, ज्यात मुक्त मर्यादा आणि बंदिस्त प्रश्न याचे तपशीलवार वर्णन आणि तथ्यांचे संकेतीकरणासाठी पायरीपायरीने मार्गदर्शन केले आहे. यासाठी सर्वेक्षणातले उदाहरण घेतले. या प्रकरणात आशय विश्लेषणाविषयीही सखोल माहिती दिली आहे. आशय विश्लेषणाचे विस्तृत उदाहरणही दिले आहे. याशिवाय या प्रकरणात कथनात्मक माहिती आणि केंद्रित विचाराच्या शैलीत लेखन करण्यासाठी तथ्ये कशी हाताळावी हेही सांगितले आहे.

जरी तुमची विश्लेषण चौकट तुमचा अहवाल पूर्ण होईपर्यंत विकसित होत राहते, तरीसुद्धा तथ्ये विश्लेषणात तथ्य विश्लेषण सुरू करण्यापूर्वी ही चौकट विकसित करण्याने खूप मदत होते. विश्लेषण चौकटीत विश्लेषणाचा स्वीकारलेला प्रकार (उदाहरणार्थ, वारंवारता वितरण, बहुचल तक्ते, आशय विश्लेषण) आणि संख्याशास्त्रीय कार्यपद्धतीचे उपयोजन हे स्पष्ट केले पाहिजे.

संगणकाची मदत ही प्रामुख्याने तथ्यांचे विश्लेषण करण्यासाठी आवश्यक असलेले हाताने करायचे श्रम वाचवण्यासाठी होते. गुंतागुंतीच्या संख्याशास्त्रीय आणि अंकगणितातील कार्यपद्धती, वर्ड प्रोसेसिंग, मांडणी आणि विश्लेषण केलेल्या तथ्यांचे आलेखाद्वारे सादरीकरण याचा वेळ वाचतो आणि वेग वाढतो. अभ्यासासाठी संख्याशास्त्र अत्यावश्यक असते, पण गरजेचे नसते. त्याच्या वापराची व्याप्ती ही अभ्यासावर अवलंबून असते. संख्याशास्त्र तुम्हाला प्राथमिकतः तथ्याविषयीच्या जाणिवा, तथ्ये 'वाचणे', चलांमधील संबंध आणि त्यांचे परस्परावलंबित्व आणि विद्यमान संबंधांची किंवा परस्परावलंबित्वाची व्याप्ती निश्चित करतो आणि तुमच्या अनुमानातून आत्मविश्वास व्यक्त होतो.

याचा विचार करा

- प्रकरणाच्या सुरुवातीला दिलेल्या परवलीच्या शब्दांशी स्वतःला पुनःपरिचित करा. जर तुम्ही एखाद्या शब्दाचा अर्थ किंवा उपयोजन याबाबत साशंक असाल तर प्रकरण पुढे वाचण्यापूर्वी पुन्हा त्यांचे वाचन करा.
- संख्यात्मक आणि गुणात्मक अभ्यासात माहितीची अचूकता मिळवण्यासाठी कोणती कार्यपद्धती तुम्ही निश्चित कराल?
- तुमच्या अभ्यासक्षेत्रातील उदाहरणांचा विचार करून, तुमच्या तथ्यांवरील प्रक्रियेपर्यंत येताना मुक्तमर्यादा किंवा बंदिस्त प्रश्नांचे फायदे आणि तोटे सांगा.
- तुम्हाला आवड असलेल्या क्षेत्रातील अभ्यासात संख्याशास्त्राच्या भूमिकेचे महत्त्व सांगा.

आता, तुम्ही हे प्रकरण वाचले आहे, त्यावरून खालील प्रश्नांची उत्तरे द्यायचा प्रयत्न करा.

- तथ्यांवरील प्रक्रिये संदर्भात बंदिस्त आणि मुक्त मर्यादा प्रश्नांचे फायदे आणि तोटे कोणते आहेत?
- वर्णनात्मक माहितीसाठी आशय विश्लेषण पद्धतीचा वापर करत असताना, केंद्रवर्ती विचार विकसित करताना तुम्ही कोणत्या संबंधित बाबी लक्षात घ्याल?
- संख्यात्मक आणि गुणात्मक संशोधन या विशिष्ट संदर्भात संख्याशास्त्राच्या उपयोजनाचे टीकात्मक परीक्षण करा.

१६

तथ्यांचे सादरीकरण

या प्रकरणात तुम्ही खालील मुद्दे शिकणार आहात

- गुणात्मक आणि संख्यात्मक संशोधनात विश्लेषण केलेल्या तथ्यांचे सादरीकरण व संप्रेषित करण्याच्या पद्धती
- तुमच्या तथ्यांचे तक्त्यांमध्ये सादरीकरण कसे करायचे
- वेगवेगळ्या प्रकारचे आलेख आणि त्यांचा तथ्यांचे सादरीकरण करताना वापर कसा करायचा

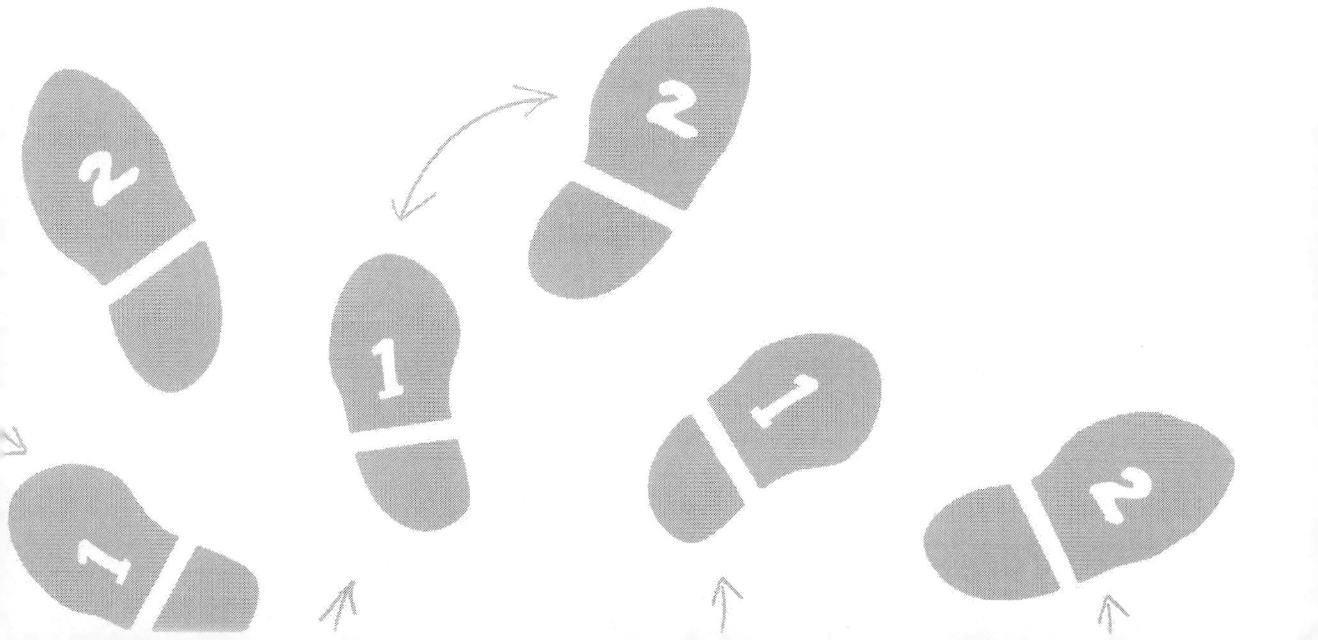

परवलीचे शब्द

क्षेत्र तक्ता, स्तंभ आराखडा विभिन्नता, संचयी पुनरावृत्ती, बहुभुजाकृती, तथ्यांचे सादरीकरण, वारंवारता आलेख, रेषीय आराखडा, वर्तुळ तक्ता, बहुभुजाकृती, बहुभिन्नता, विखुरलेला आलेख, तक्ता, एकभिन्नता

या प्रकरणाच्या अभ्यासानंतर तुम्हाला पुढील मुद्दे समजतील

- तथ्य संप्रेषणाचे विविध मार्ग
- तक्त्यांची मांडणी आणि तक्त्यांचे प्रकार
- विविध आलेखांद्वारे सादरीकरण

विश्लेषण केलेल्या तथ्यांचे सादरीकरण व संप्रेषण

तुम्ही संख्यात्मक, गुणात्मक किंवा संमिश्र/बहुविध पद्धतींनी संकलित केलेल्या तथ्यांचे विश्लेषण केल्यानंतर तुमची अनुमाने वाचकांसमोर मांडणे हे पुढचे काम असते. तुमची अनुमाने सोपी आणि समजायला स्पष्ट व्हावीत आणि विस्तृत आणि व्यापक माहिती स्पष्टपणे, थोडक्यात आणि प्रभावीपणे मांडली जावी हा तथ्ये सादरीकरणाची तंत्रे वापरण्याचा मुख्य उद्देश आहे. ढोबळमानाने, संशोधनात लेखनाच्या दोन शैली असतातः पहिली, वर्णनात्मक आणि निवेदनात्मक शैली; आणि दुसरी, मजकुरात समाविष्ट केलेल्या वस्तुस्थितीविषयक माहितीसह, विश्लेषणात्मक शैली. वर्णनात्मक आणि निवेदनात्मक शैली ही प्रामुख्याने गुणात्मक संशोधनात, तर विश्लेषणात्मक शैली ही संख्यात्मक संशोधनात वापरलेली आढळते. तरीही, प्रत्यक्ष व्यवहारात तथ्यांच्या अनुषंगाने चालत असल्यास तुम्ही त्या संमिश्रपणे वापरू शकता. तुम्ही तथ्य संकलन ज्या पद्धतीने केले आहे ती पद्धतीच स्वतः ते सिद्ध करते. तुमच्या संभाव्य वाचकांच्या प्राधान्यक्रमाबाबतचे तुमचे समज/ज्ञान, संशोधन पद्धतीशी असलेला तुमचा परिचय आणि संख्याशास्त्रीय रीती, तुमची स्वतःची लेखनशैली आणि कोणत्या शैलीत लिहिल्यास वाचकांपर्यंत तुमची अनुमाने प्रभावीपणे पोहोचतील याबद्दलची तुमची समज यावर पुढे विशिष्ट शैलीची निवड ही प्रामुख्याने निश्चित केलेली असावी.

गुणात्मक संशोधनातील अन्वेषणाचे स्वरूप आणि उद्दिष्टे यामुळे मजकूर हा संप्रेषणाचा प्रभावी आणि एकमेवाद्वितीय प्रकार सिद्ध होतो. संख्यात्मक संशोधनात मजकूर हा सामान्यपणे तथ्य सादरीकरणाच्या इतर प्रकारांबरोबर एकत्रित केला जातो, ज्याची व्याप्ती ही त्याच्याशी तुम्ही किती परिचित आहात, अभ्यासाचा उद्देश आणि तुमच्या मते तुमच्या वाचकांना आशय समजायला किती सहज, सोपा आहे आणि त्यांचे त्यात स्वारस्य कितपत टिकून राहील यावर अवलंबून आहे. त्यामुळे संशोधक म्हणून तुमची अनुमाने तुमच्या वाचकांपर्यंत संप्रेषित करण्यासाठीचा सर्वोत्तम मार्ग कोणता याचा निर्णय तुम्हीच घ्यायचा आहे. या दोन

मार्गांतर्गतच तथ्य सादरीकरणाचे अनेक मार्ग उपलब्ध आहेत. जर तुमच्या वाचकांना तथ्यांचे 'वाचन' याच्याशी चांगलाच परिचय असेल तर तुम्ही तथ्य सादरीकरणाच्या गुंतागुंतीच्या पद्धती वापरू शकता; जर नसेल तर, साधी तंत्र वापरणे हे शहाणपणाचे आहे.

जरी तथ्य सादरीकरणाचे बरेच मार्ग उपलब्ध असले तरीही या प्रकरणात सामान्यतः वापरले जाणारे मार्ग ही मर्यादा घातली आहे. तुम्हाला मदत करू शकतील अशा अनेक संगणक प्रणाली उपलब्ध आहेत. या प्रकरणात आम्ही विश्लेषण केलेल्या तथ्यांचे संप्रेषण आणि सादरीकरणाच्या पुढील चार पद्धती दिल्या आहेतः मजकूर; तक्ते; आलेख आणि संख्याशास्त्रीय मापन पद्धती.

मजकूर

संख्यात्मक आणि गुणात्मकता अशा दोन्हीही संशोधन अभ्यासात मजकूर ही संप्रेषणाची सामायिक पद्धत आहे आणि अलीकडली एकच एक पद्धत आहे. यासाठी प्रभावीपणे संप्रेषण कसे करावे याची तुम्हाला माहिती असावी. तसेच ज्यांच्यासाठी लिहित आहात त्यांची सूज्ञतेची पातळी, विषयातला रस आणि या विषयातील शैक्षणिक आणि शास्त्रविषयक तत्त्वे तुम्ही लक्षात घ्यायला हवी. तुमची शैली ही एका बाजूला शैक्षणिक आणि शास्त्रीय तत्त्वे या दोन्हीचा समतोल साधणारी असावी आणि दुसऱ्या बाजूला तुमच्या वाचकांचे औत्सुक्य आणि आकर्षण टिकवून ठेवणारी असावी. अर्थात, भाषेवरील प्रभुत्व आणि विचारांमधील स्पष्टता ही चांगल्या संप्रेषणासाठी वाजवी अपेक्षा आहे.

तुमचे लेखन हे विचारसंपन्न असावेः म्हणजेच, तुमच्या अहवालातील विविध विचारांभोवती गुंफलेले असावे; अनुमाने साहित्यात एकात्म केलेली असावीत आणि संदर्भांच्या उल्लेखासाठी जी पद्धत स्वीकारली गेली आहे त्याच पद्धतीने संदर्भ द्यावेत; तुमचे लेखन हे विचारांची तर्कसंगत मांडणी करत करत पुढे पुढे जाणारे असावे; आणि त्याची मांडणी ही दिसायला आकर्षक आणि डोळ्यांना सुखावणारी असावी. स्पष्टता आणि प्रवाहीपणा यादृष्टीने संप्रेषणात भाषा महत्त्वाची भूमिका बजावते. *कॉमनवेल्थ ऑफ ऑस्ट्रेलिया स्टाइल मॅन्युअल* (२००२ः ४९) नुसारः

> उत्तम भाषेत लिहिलेल्या नोंदी या माहिती प्रभावीपणे संप्रेषित करण्यास उपयुक्त ठरतात. भाषा हेसुद्धा एक असे माध्यम आहे ज्याद्वारे लेखक आपली लेखनशैली निर्माण करून किंवा प्रकाशनाची छाप निर्माण करून वाचकांशी नातेसंबंध प्रस्थापित करतो. हे नातेसंबंध निर्मितीक्षम होण्यासाठी, लेखकाने आपल्या भाषेच्या माध्यमातून वाचकांमध्ये ज्ञान आणि माहितीचे वैविध्य, विषयातील औत्सुक्य आणि संवेदनशीलता निर्माण केली पाहिजे.

तक्ते

रचना

संख्यात्मक संशोधनात विश्लेषण केलेल्या तथ्यांचे सादरीकरण करण्याची मजकुराव्यतिरिक्त **तक्ते** ही सर्वसामान्यपणे वापरली जाणारी पद्धत आहे. *शिकागो मॅन्युअल ऑफ स्टाइल* (१९९३ः २१) नुसार 'तक्त्यांद्वारे मोठ्या प्रमाणातल्या तपशीलवार माहितीचे छोट्या जागेत सादरीकरण करता येते'. कॉमनवेल्थ ऑफ *ऑस्ट्रेलिया*

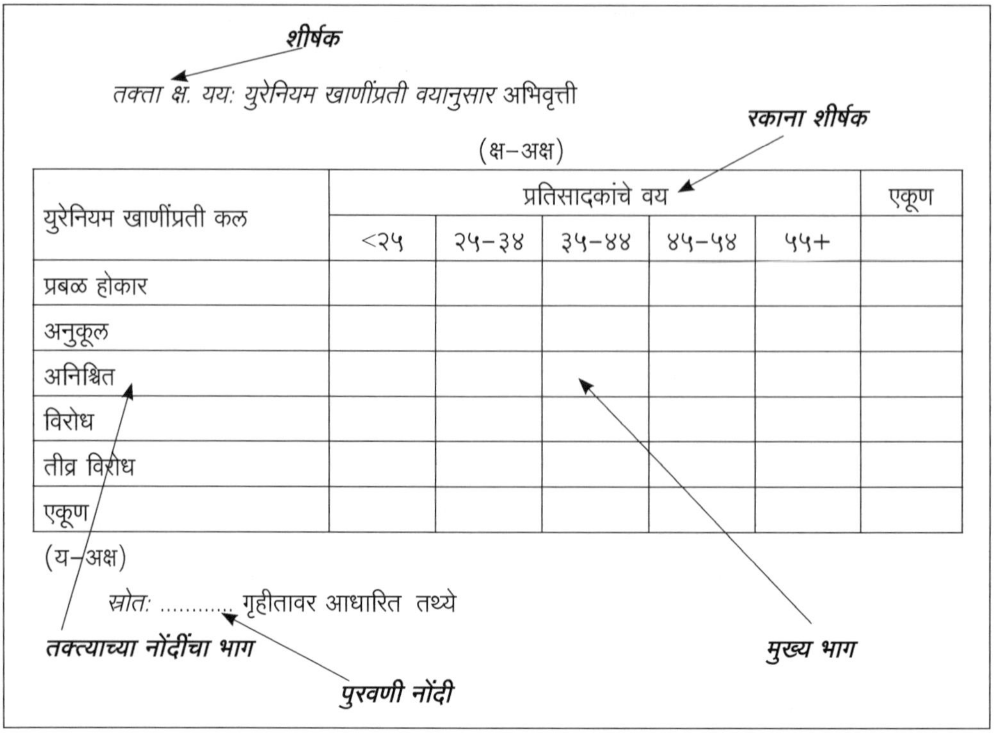

आकृती १६.१ तक्त्याची रचना

स्टाइल मॅन्युअल (२००२: ४६) नुसार तक्ते ही वाचकांसाठी अमूल्य देणगी होऊ शकते. तक्ते मजकूर नाट्यपूर्णरीतीने स्पष्ट करू शकतात, डोळ्यांना दिलासा देतात आणि त्वरेने संदर्भ बिंदू म्हणूनही काम करतात. याकरिता नवशिक्यांना त्यांची रचना व प्रकार याविषयी माहिती असणे आवश्यक आहे. आकृती १६.१ मध्ये तक्त्यांची रचना दाखवली आहे.

तक्ता हा पाच भागात विभागलेला असतो.

१. **शीर्षक** – हे सामान्यत: तक्ता क्रमांक याकडे निर्देश करते आणि तक्त्यांत समाविष्ट केलेल्या तथ्यांचा प्रकार याचे वर्णन करते. अहवालातील मजकुरात तथ्यांचा अर्थ देऊन त्याविषयी चर्चा करत असताना त्याचा संदर्भ देण्याकरिता, तुम्ही प्रत्येक तक्त्याला त्याचा स्वत:चा क्रमांक देणे महत्त्वाचे आहे. मजकुरात ज्या क्रमाने तक्ते येतील तसे त्यांना अनुक्रमांक दिले पाहिजेत. तक्त्यांना क्रमांक देण्याची रीत कशी असावी ही व्यक्तिगत निवड आहे. जर तुम्ही एखादा लेख लिहित असाल तर केवळ तक्ता क्रमांक देणे पुरेसे आहे. संक्षिप्त प्रबंध किंवा अहवाल यात तक्त्यांना प्रकरण क्रमांक व त्यापुढे त्या प्रकरणामधील तक्ता क्रमांक अशा पद्धतीने क्रमांक दिलेले असतात – जी पद्धत प्रस्तुत पुस्तकातही वापरली आहे. या पद्धतीचा मुख्य फायदा म्हणजे अहवालाची उजळणी करत असताना समजा तुम्हाला एखाद्या प्रकरणात एखाद्या तक्त्याचा समावेश करायचा असेल किंवा काढून टाकायचा असेल, तर संपूर्ण अहवालातील तक्त्यांचे

क्रमांक बदलण्याऐवजी फक्त त्याच प्रकरणातील तक्त्यांचे क्रमांक बदलावे लागतात. तक्ता क्रमांकासह असलेले तक्त्यांचे वर्णन हे तक्त्यांत असलेल्या आशयाचे स्पष्ट वर्णन करणारे असावे. तक्त्यांत ज्या चलाविषयी माहिती दिली आहे त्याचे वर्णन या शीर्षकात असावे, उदाहरणार्थ, 'प्रतिसादकांचे वय' किंवा 'युरेनियम खाणींप्रती अभिवृत्ती'. तक्त्यांमध्ये जर दोन चलांची माहिती दिली असेल, तर अवलंबी चलांची माहिती शीर्षकात आधी आली पाहिजे, उदाहरणार्थ,'युरेनियम खाणींप्रती (अवलंबी चल) लिंगानुसार (स्वतंत्र चल) अभिवृत्ती'.

२. **तक्त्यांच्या नोंदीचा भाग** – चलांचे उपगटांची यादी ही प्रत्येक ओळीवर (तक्त्यांचा डाव्या हाताचा रकाना) केलेली असते. *मॅकग्रा–हिल स्टाइल मॅन्युअल* (लाँगइयर १९८३: ९७) नुसार, 'तक्त्यांच्या नोंदी, नेहमी डाव्या हाताला असणारा पहिला रकाना, यात आडव्या ओळीत उजव्या बाजूला ज्या कलमांविषयी माहिती दिली असते ती नोंदविलेली असतात'. *शिकागो मॅन्युअल ऑफ स्टाइल* (१९९३: ३३१) यामध्ये **तक्त्यांमधील नोंदी** याचे वर्णन तक्त्यांतील रकान्यात काटकोनात वर्गीकरणाची अथवा व्यक्तींची माहिती दिलेली असते'
३. **रकान्याचे शीर्षक** – चलांचे उपवर्गीकरण हे तक्त्यांच्या शीर्षभागी दिलेले असावे. एकचल तक्ते (एका चलाविषयी माहिती दर्शवणारे तक्ते) यांमध्ये रकान्याचे शीर्षक नेहमी 'प्रतिसादकांची संख्या' आणि/किंवा 'प्रतिसादकांची टक्केवारी' (तक्ता १६.१ आणि १६.२) हेच असते. द्विचल तक्ते (दोन चलांविषयी माहिती दर्शवणारे तक्ते) यामध्ये रकान्याच्या शीर्षकात दर्शविलेल्या एका चलाचे उपवर्गीकरण असते (तक्ता १६.३)
४. **मुख्य भाग** – विश्लेषित तथ्य सामावणारे लहान कप्पे.
५. **पूरक नोंदी किंवा तळटीपा** – तळटीपा या चार प्रकारच्या असतात: स्रोत नोंदी; इतर सर्वसाधारण नोंदी; तक्त्यांच्या विशिष्ट भागाविषयीच्या नोंदी; आणि संभाव्यतेच्या पातळीवरील नोंदी (*शिकागो मॅन्युअल ऑफ स्टाइल* १९९३: ३३३). जर तुम्ही तथ्ये अन्य स्रोतांतून घेतलेली असेल तर तुम्ही त्यांची नोंद करणे हे बंधनकारक आहे. तक्त्यांच्या तळाशी स्रोताची नोंद आणि आकृती १६.१मध्ये दर्शविल्याप्रमाणे त्याला 'स्रोत' असे नाव द्यावे. अशाच प्रकारे, इतर स्पष्टीकरणात्मक नोंदी तक्त्यांच्या तळाशी समाविष्ट कराव्यात.

तक्त्याचे प्रकार

ज्या चलांची माहिती सादर केली आहे त्याच्या संख्येनुसार तक्त्यांची वर्गवारी होऊ शकते:

- एकचल (जो वारंवारता तक्ता म्हणूनही ओळखला जातो) – यात एकाच चलाविषयी माहिती दिलेली असते, उदाहरणार्थ, तक्ता १६.१ आणि १६.२;
- द्विचल (जो बहुचल तक्ता म्हणूनही ओळखला जातो) – यात दोन चलांविषयी माहिती दिलेली असते, उदाहरणार्थ, तक्ता १६.३; आणि
- बहुचल किंवा बहुविध चल – दोन चलांपेक्षा अधिक चलांची माहिती असणारा, उदा. तक्ता १६.४.

तक्ता १६.१ वयानुसार प्रतिसादक (एका लोकसमुदायाकरिता वारंवारिता तक्ता – गृहीतावर आधारित तथ्ये)

वय	प्रतिसादकांची संख्या
<–२० वर्षे	२ (२.०)
२०–२४	१२ (१२.०)
२५–२९	२२ (२२.०)
३०–३४	१४ (१४.०)
३५–३९	१७ (१७.०)
४०–४४	१० (१०.०)
४५–४९	११ (११.०)
५०–५४	९ (९.०)
५५+	३ (३.०)
एकूण	१०० (१००.०)

टीप: कंसातील आकडे टक्केवारी दर्शवितात.

तक्ता १६.२ वयानुसार प्रतिसादक (दोन लोकसमुदायाकरिता तौलनिक वारंवारिता तक्ता – गृहीतावर आधारित तथ्ये)

वय	लोकसंख्या अ	लोकसंख्या ब
<२० वर्षे	२ (२.०)	१ (०.६)
२०–२४	१२ (१२.०)	१७ (१०.९)
२५–२९	२२ (२२.०)	२३ (१४.७)
३०–३४	१४ (१४.०)	१८ (११.५)
३५–३९	१७ (१७.०)	२६ (१६.७)
४०–४४	१० (१०.०)	१६ (१०.३)
४५–४९	११ (११.०)	१८ (११.५)
५०–५४	९ (९.०)	२७ (१७.३)
५५+	३ (३.०)	१० (६.४)
प्रतिसाद नाही	० (०.०)	० (०.०)
एकूण	१०० (१००.०)	१५६ (१००.०*)

नोंद: कंसातले आकडे टक्केवारीचे आहेत. (* या बेरजा ९९.९ आहेत. परंतु पूर्णांकासाठी १०० केल्या आहेत).

तक्ता १६.३ युरेनिअम खाणींप्रती प्रतिसादकांची वयानुसार अभिवृत्ती (बहुचल तक्ता – गृहीतावर आधारित तथ्ये)

युरेनिअम खाणींप्रती कल	**वय**					
	<–२५	**२५–३४**	**३५–४४**	**४५–५४**	**५५+**	**एकूण**
खूप अनुकूल	(०.०)*	(५.५)	(१४.८)	(३५.०)	(१००.०)	
	०	२	४	७	३	१६
	(०.०)†	(१२.५)†	(२५.०)†	(४३.६)†	(१८.६)†	(१००.०)†
	(०.०)*	(८.३)	(१८.५)	(२०.०)	(०.०)†	
अनुकूल	०	३	५	४	०	१२
	(०.०)	(२५.०)	(४१.७)	(३३.३)	(०.०)	(१००.०)
	(०.०)†	(०.०)	(७.४)	(२०.०)	(०.०)	
अनिश्चित	०	०	२	४	०	६
	(०.०)	(०.०)	(३३.३)	(६६.७)	(६६.७)	(१००.०)
	(१४.३)*	(१९.४)	(३.७)	(०.०)	(०.०)	
विरोध	२	७	१	०	०	१०
	(२०.०)	(७०.०)	(१०.०)	(०.०)	(०.०)	(१००.०)
	(८५.७)*	(६६.७)	(५५.६)	(२५.०)	(०.०)	
तीव्र विरोध	१२	२४	१५	५	०	५६
	(२१.४)	(४२.९)	(२६.८)	(८.९)	(०.०)	(१००.०)
एकूण	(१००.०)*	(१००.०)	(१००.०)	(१००.०)	(१००.०)	(१००.०)
	१४	३६	२७	२०	३	१००

* = स्तंभानुसार टक्केवारी; † = ओळींनुसार टक्केवारी

तक्ता १६.४ लिंग व वयानुसार युरेनियम खाणींप्रती अभिवृत्ती (गृहीतावर आधारित तथ्ये)

युरेनिअम खाणींप्रती कल	**प्रतिसादकांची संख्या**												
	<–२५		२५–३४		३५–४४		४५–५४		५५+		एकूण		
	स्त्री	पुरुष	स्त्री	पुरुष	स्त्री	पुरुष	स्त्री	पुरुष	स्त्री	पुरुष	स्त्री	पुरुष	एकूण
खूप अनुकूल	०	०	१	१	३	१	५	२	३	०	१२	४	१६
अनुकूल	०	०	१	२	३	२	३	१	०	०	७	५	१२
अनिश्चित	०	०	०	०	१	१	२	२	०	०	३	३	६
विरुद्ध	१	१	४	३	१	०	०	०	०	०	६	४	१०
तीव्र विरोध	४	८	१७	७	८	७	२	३	०	०	३	२५	५६
एकूण	५	९	२३	१३	१६	११	१२	८	३	०	५९	४१	१००

टक्केवारीचे प्रकार

तथ्यांचा अचूक अर्थ लावणे आणि अनुमानांचे प्रभावी संप्रेषण करणे ही संशोधकाची महत्त्वाची कौशल्ये आहेत. तथ्यांचे प्रभावी आणि अचूक अर्थ लावण्यासाठी तुम्हाला कदाचित टक्केवारी, चक्रवाढीने टक्केवारी किंवा गुणोत्तर काढणे या गणिती प्रक्रियांची गरज लागेल. काही वेळा तथ्यांकरिता संख्याशास्त्रीय रीती वापरणे सुद्धा महत्त्वाचे असते. तथ्यांचा अर्थ स्पष्ट करण्याची टक्केवारी ही सार्वत्रिक रीत आहे. टक्केवारी एकूण तीन प्रकारची असतेः 'ओळ', 'रकाना' आणि 'एकूण'. या प्रत्येकाची समर्पकता, अर्थांकन व लक्षणीयता समजून घेणे महत्त्वाचे आहे. आपण काही उदाहरणे घेऊया.

तक्ता १६.१ आणि १६.२ हे बहुचल किंवा वारंवारिता तक्ते आहेत. कोणत्याही एकचल तक्त्यांत चलाच्या प्रत्येक उपवर्गातल्या श्रेणीची टक्केवारीने गणना केली जाते, ती सातत्य संख्येपैकी (१००) मोजली जाते. अशा तक्त्यांतून, प्रत्येक उपवर्गात प्रतिसादकांची अपेक्षित संख्या १०० प्रतिसादक असती तर काय झाले असते, हे दर्शविते. दोन किंवा अधिक नमुने किंवा लोकसमुदाय गट यांची तुलना करत असताना जेव्हा टक्केवारी हे एकचल तक्ता असते तेव्हा याची भूमिका महत्त्वाची असते (तक्ता १६.२). प्रत्येक नमुन्यातील किंवा लोकगटातील एकूण प्रतिसादकांची संख्या वेगळी असल्यामुळे टक्केवारी त्याचे स्थिर आकडा (१००) च्यासमोर प्रमाणीकरण करते. हे १०० बरोबरच्या प्रमाणीकरणामुळे तुम्हाला चलाच्या भिन्न उपवर्गीकरणातील दोन लोकसमुदायातील श्रेणीची तुलना करणे शक्य होते.

बहुचल सारणीत तक्ता १६.३ प्रमाणे, दोन्ही चलांच्या उपवर्गीकरणाच्या परस्परसंबंधांचे परीक्षण केले जाते. या तक्त्यांत गर्दी होऊ नये म्हणून, तक्ता १६.१ मध्ये वयाचे वर्गीकरण विस्कळित झाले आहे. अशा तक्त्यांमध्ये तुम्ही तीन वेगवेगळ्या प्रकारे टक्केवारीची गणना खालीलप्रमाणे करू शकता– ओळ, रकाना आणि एकूणः

- **ओळीनुसार टक्केवारी** – ही एका ओळीतील विविध रकान्यांत दर्शविलेल्या, जिची गणना केवळ एका उपवर्गाचे इतर चलांशी असलेल्या संबंधाने केली जाते, एका चलाच्या *सर्व* उपवर्गाची टक्केवारी काढलेली असते. उदाहरणार्थ, तक्ता १६.३ हा + अशी खूण केलेले कंस हे एकूण (१६) मधील सर्व वयाच्या उपवर्गीकरणातून वय या एकाच चलाचे दुसऱ्या चलातील फक्त एका उपवर्गाशी (उदाहरणार्थ, जे युरेनियम खाणींबाबत अनुकूल आहेत) **ओळीची टक्केवारी** मांडतात – अन्य शब्दांत सांगायचे तर, चलाच्या एका उपवर्गाचे तक्त्यांच्या नोंदीवर दर्शविलेले सर्व उपवर्गाद्वारे केलेले सादरीकरण हे तक्त्यांतील रकान्याचे शीर्षकात दर्शविलेले असते. युरेनियम खाणींना ज्यांचा तीव्र विरोध आहे, त्यापैकी २१.४ टक्के हे २५ वर्षापेक्षा कमी वयाचे आहेत, आणि ५५ वर्षांच्या वर कोणीही नाही आणि सर्वात जास्त (४२.९ टक्के) हे २५ आणि ३४ या वयोगटातील आहेत (तक्ता १६.३). अशाप्रकारे ही ओळींची टक्केवारी युरेनियम खाणींना तीव्र विरोध असणाऱ्यांच्या वयातील वैविध्य दर्शविते. यातून ५६ प्रतिसादक जे युरेनियम खाणींच्या तीव्र विरोधात आहेत ते कसे वेगवेगळ्या वयोगटातील आहेत ते दर्शविले जाते. तशाच प्रकारे, तुम्ही कोणत्याही चलाचे अन्य कोणतेही उपवर्गीकरण शोधून (युरेनियम खाणींप्रती अभिवृत्ती) त्याची वय या अन्य चलाशी संबंधित भिन्नता तपासू शकता.
- **रकाना टक्केवारी** – अशाच प्रकारे, तुम्ही वय हे सातत्य पातळीवर ठेवून **रकाना टक्केवारी**चा वापर करून अभिवृत्तीतील भिन्नतेचे परीक्षण करू शकता. उदाहरणार्थ, तुम्हाला २५–३४ वयोगटातील व्यक्तींची युरेनियम खाणींप्रती अभिव्यक्ती जाणून घ्यायची आहे. वयाचे वर्गीकरण २५–३४ (रकाना) असे दर्शवितो की ३६ प्रतिसादकांपैकी २४ (६६.७ टक्के) व्यक्तींचा विरोध आहे, तर फक्त २ (५.५ टक्के) व्यक्तींचा

युरेनिअम खाणींना पाठिंबा आहे. याच पद्धतीने तुम्ही वय या चलाचा कोणताही उपवर्ग घेऊन, त्याचे अन्य चलातील (युरेनिअम खाणींप्रती अभिवृत्ती) अन्य उपवर्गाशी असलेल्या भिन्नतेचे परीक्षण करू शकता.

- **एकूण टक्केवारी** – ही प्रत्येक छोट्या कप्प्याची श्रेणी प्रमाणित करते: म्हणजेच, ती प्रतिसादकांच्या वयाची टक्केवारी दर्शविते, ज्यांचे एका चलाच्या उपवर्गीकरणात विभाजन हे दुसऱ्या चलाच्या उपवर्गीकरणाच्या संदर्भात केले जाते. उदाहरणार्थ, जे २५ वर्षाखालील आहेत आणि ज्यांचा युरेनियम खाणींना तीव्र विरोध आहे अशा व्यक्तींची एकूण लोकसमूहातील टक्केवारी किती आहे?

तथ्यांचे तीन चलांत विभाजन करणे शक्य आहे. तक्ता १६.४ हा (यात टक्केवारी दर्शविलेली नाही) प्रतिसादकांच्या अभिवृत्तीचे त्यांचे वय आणि लिंग यानुसार परीक्षण करतो. तुम्ही एका तक्त्यांत जितक्या जास्तीत जास्त चलांचा समावेश कराल तितके ते त्याचे वाचन करणे आणि त्याचा अर्थ लावणे अधिक गुंतागुंतीचे होईल, मात्र अर्थ लावण्याची रीत एकच असेल.

लिंग या तिसऱ्या चलाचा अंतर्भाव केल्याने, वय आणि अभिवृत्ती या दोन चलांच्या दोन उपवर्गातील सहसंबंधाचे केलेले निरीक्षण हे, वय आणि अभिवृत्ती हे लिंगाच्या संदर्भात कसे वितरित झाले आहे हे शोधण्यास मदत करेल. अन्य शब्दांत सांगायचे तर, एका विशिष्ट खणात किती स्त्रिया आणि किती पुरुष आहेत आणि अन्य दोन चलांमधील (युरेनिअम खाणींप्रती अभिवृत्ती आणि प्रतिसादकांचे वय) सहसंबंध प्रस्थापित करण्यासाठी मदत करेल. उदाहरणार्थ, तक्ता १६.४ हा युरेनियम खाणींच्या खूप विरोधात कोण आहे ते दर्शवितो, २४ (४२.९ टक्के) जे २५–३४ वयोगटातील आहेत. या गटात १७ (७०.८ टक्के) स्त्रिया आणि ७ (२९.२ टक्के) पुरुष आहेत. त्यामुळे, हा तक्ता युरेनियम खाणींना विरोध करणाऱ्या २५ आणि ३४ वयोगटातील प्रतिसादकांमध्ये पुरुषांपेक्षा स्त्रियांचे प्रमाण जास्त आहे असे दर्शवितो. अशाच प्रकारे, तुम्ही वय आणि अभिवृत्ती यांची कोणतीही दोन उपवर्गीकरणे आणि इतर कोणतेही एक उपवर्गीकरण (पुरुष/स्त्रिया) यांचा लिंग या तिसऱ्या चलाशी संबंध जोडू शकता.

आलेख

विश्लेषण केलेल्या तथ्यांचे आलेखाद्वारे सादरीकरण हा तिसरा मार्ग आहे. आलेखाद्वारे सादरीकरण केल्याने विश्लेषण केलेली तथ्य समजण्यास सोपी आणि प्रभावीपणे संप्रेषित होऊ शकतात. माहिती संचाचे तक्ता, आलेख किंवा मजकूर यापैकी कशाद्वारे उत्तम सादरीकरण होऊ शकते याची तुम्ही निवड करणे गरजेचे असते. आलेखाद्वारे तथ्ये सादर करण्यामागे मुख्य उद्देश म्हणजे तो दिसायला आकर्षक आणि समजून सांगायला सोपा असतो. आलेखाद्वारे सादरीकरणाचा तुमचा हेतू हा पुढील मुख्य गोष्टींशी संबंधित असावा: 'आलेख हा पूर्णतः तक्त्यांमधील तथ्यांवर आधारित असतो, आणि त्यामुळे तक्त्यांची तपासणी न करता त्यातून निष्पन्न होणारी कोणतीही माहिती देत नाही. तरीसुद्धा, आलेखाद्वारे केलेले सादरीकरण नेहमी तथ्यांच्या संचाची समर्पक वैशिष्ट्ये सहजपणे दाखविते' (मिनिअम १९७८: ४५).

एसपीएसएस मध्ये आलेख

प्रत्येक प्रकारच्या तथ्यांचे – संख्यात्मक आणि गुणात्मक – आणि कोणत्याही प्रकारच्या चलासाठी (सामान्य क्रमाने, मध्यान्तर किंवा गुणोत्तर सारणीवर अनुमापन होणाऱ्या) **आलेख** तयार करता येतात. वेगवेगळ्या प्रकारचे आलेख असतात, आणि कोणत्या विशिष्ट प्रकारचा आलेख वापरायचा हे चलाचे अनुमापन करण्यासाठी कोणती अनुमापन सारणी वापरली आहे यावर अवलंबून असते. माहितीचा अर्थ विश्लेषण करताना चलांचे अनुमापन करण्यासाठी कोणती अनुमापन सारणी वापरली आहे हे लक्षात ठेवणेही तितकेच महत्त्वाचे

आहे. लोकांनी आलेखाचा चुकीचा अर्थ लावून चुकीचे निष्कर्ष काढल्याचे नेहमीच दिसून येते, कारण त्यांनी चलाचे अनुमापन करत असताना चलाच्या अनुमापन सारणीकडे दुर्लक्ष केलेले असते. कोणत्या आलेखाची निवड करायची ते कोणत्या प्रकारच्या तथ्यांचे तुम्ही सादरीकरण करणार आहात यावर अवलंबून आहे. वर्गीकृत चलांकरिता तुम्ही फक्त स्तंभालेख, आयतालेख किंवा वर्तुळ तक्ता यांची योजना करू शकता, याउलट सातत्य चलासाठी वरील सर्वांबरोबर, रेषीय किंवा कलदर्शक आलेखाची योजना करू शकता. आलेखामध्ये दाखवलेली चलांची संख्या हीसुद्धा कोणत्या प्रकारच्या आलेखाची तुम्ही योजना करू शकता हे निश्चित करण्यासाठी महत्त्वाची असते.

कोणत्याही प्रकारच्या आलेखाची योजना करण्यापूर्वी खालील मुद्दे मनात ठेवणे अतिशय महत्त्वाचे आहेः

- आलेखाचे सादरीकरण हे दोन अक्षांवर केले जाऊ शकते: उभा आणि आडवा. आडव्या अक्षाला 'ॲबिस्किसा' असे म्हणतात किंवा सर्वसामान्यपणे क्ष–अक्ष आणि उभ्या अक्षाला 'ऑर्डिनेट' किंवा सर्वसामान्यपणे त्याला य–अक्ष असे म्हणतात (मिनियम १९७८: ४५).
- एकाच चलाचे सादरीकरण करण्यासाठी आलेख तयार केला असेल, तर चलाच्या उपवर्गाचे सादरीकरण क्ष–अक्षावर आणि प्रत्येक उपवर्गाची वारंवारता किंवा गणन हे य–अक्षावर दर्शवले जाते, असा प्रघात आहे, परंतु हे गरजेचे नाही. दोन्ही अक्ष जिथे एकमेकांना छेद देतात, त्या बिंदूला य–अक्षावर शून्य बिंदू म्हणून विचारात घेतले जाते. आलेख जेव्हा दोन चलांचे सादरीकरण करतो तेव्हा एक प्रत्येक अक्षावर दर्शवला जातो आणि जिथे त्या दोघांना छेद देतात. त्या बिंदूला 'य' अक्षावर शून्य बिंदू म्हणून विचारात घेतले जाते. आलेख जेव्हा चलांचे सादरीकरण करतो तेव्हा प्रत्येक अक्षावर एक दर्शविला जातो आणि जिथे त्या दोघांना छेद जातो त्याला प्रारंभीचा किंवा शून्य बिंदू असे म्हणतात.
- आलेख हा तक्त्यांसारखा असतो त्याला त्यातील आशयाचे वर्णन करणारे शीर्षक असावे. अक्षांनासुद्धा नाव दिले जावे.
- आलेख योग्य मापात काढला गेला पाहिजे. आलेखासाठी योग्य माप निवडणे गरजेचे आहे. ज्यामुळे तुमचा आलेख फार मोठा किंवा फार लहान दिसणार नाही, आणि तुमच्या प्रत्येक अक्षासाठी तुमच्या मापाची निवड ही एकमेकांशी अक्षाच्या विस्तारानुसार प्रमाणबद्ध असावी. काहीवेळा, सारणीवर विस्तार व्यवस्थित बसण्यासाठी (जेव्हा तो जास्त विस्तारित असतो) एका किंवा दोन्ही अक्षांवर सारणी खंडित करणे आणि वाचकांकरिता या खंडांचा (सामान्यत: दोन उतरत्या समांतर रेषा) समावेश करणे व त्याविषयी जागरूक करणे आवश्यक असते.

आयत आलेख

आयत आलेख म्हणजे काटकोन चौकोनांची त्यामध्ये कोणतीही जागा न ठेवता काढलेली मालिका असते, प्रत्येक काटकोन चौकोन हा वर्ग किंवा उपवर्गाची वारंवारता दर्शवित असतो (आकृती १६.२). त्यांची उंचीही ते दाखवत असलेल्या वारंवारतेच्या प्रमाणात असते. या काटकोन चौकोनांची उंची ही प्रमाणशीर वारंवारिता किंवा एकूणाची टक्केवारी यांचे प्रतिनिधित्व करत असते. याअगोदर उल्लेख केल्यानुसार आयत आलेख हा वर्गीकृत आणि सातत्य चल अशा दोन्हीसाठी काढता येऊ शकतो. जेव्हा आयत आलेख हा सातत्य चलावर आधारित असतो, तेव्हा तुम्ही त्याच्या कलाचा अर्थ लावून तो सादर करू शकता; परंतु हे जर वर्गीकृत चलावर आधारित असेल तर मात्र तुम्ही असे करू शकत नाही कारण वर्गीकृत चलांची रचना तुम्ही वेगवेगळ्या प्रकारे करू शकता.

म्हणून, जेव्हा तुम्ही आयत आलेखाचा अर्थ लावता तेव्हा तुम्ही तो वर्गीकृत किंवा सातत्य चलाचे प्रतिनिधित्व करतो का हे विचारात घेतलेच पाहिजे. तक्ता १६.१ आणि १६.४ मधील तथ्यांचा वापर करून आकृती १६.२ द्वारे आयत आलेखाची तीन उदाहरणे तुम्हाला मिळतील. आकृती १६.२ब मधील आयत आलेख आकृती १६.२अ इतकाच प्रभावी आहे, परंतु तो त्रिमिती पद्धतीने दर्शवला आहे.

स्तंभालेख

स्तंभालेख किंवा स्तंभाकृती हा वर्गीकृत तथ्ये (आकृती १६.३) दर्शवण्यासाठी वापरला जातो. स्तंभालेख हा तंतोतंत आयत आलेखासारखाच असतो, अपवाद इतकाच की स्तंभालेखातील काटकोन चौकोन हे वेगवेगळ्या वारंवारतेचे प्रतिनिधित्व करतात व त्यामुळे तथ्ये वर्गीकृत आहेत हे निदर्शनास येते. स्तंभालेख हा चल सांकेतिक किंवा क्रमवाचक सारणीवर अनुमापन केले असतील तर उपयोगी ठरू शकतो. निरनिराळे वर्ग हे सामान्यतः 'क्ष' अक्षावर आणि आकडे किंवा प्रतिसादकांची टक्केवारी ही 'य' अक्षावर दर्शवली जाते. तरीसुद्धा, उदाहरणात दाखवल्याप्रमाणे 'य' अक्षावर वेगवेगळे वर्गीकरण दर्शवणे शक्य आहे. स्तंभालेख हा चलाच्या प्रत्येक उपवर्गातील श्रेणी दृश्य स्वरूपात प्रभावीपणे दर्शवतो.

परस्परांवर रचलेला स्तंभालेख

परस्परांवर रचलेला स्तंभालेख हा स्तंभालेखासारखाच असतो, अपवाद इतकाच की त्यात अलीकडील प्रत्येक स्तंभ परस्परांवर रचलेला एकमेकांवर उभ्या असलेल्या दोन किंवा अधिक चलांबद्दल माहिती देतो (आकृती १६.४). स्तंभातील विभाग हे चलांच्या परस्परांशी असलेल्या संबंधांचे प्रतिनिधित्व करतात. परस्परांवर रचलेला स्तंभ हे फक्त वर्गीकरणात्मक तथ्ये दर्शविण्यासाठी काढता येऊ शकतात.

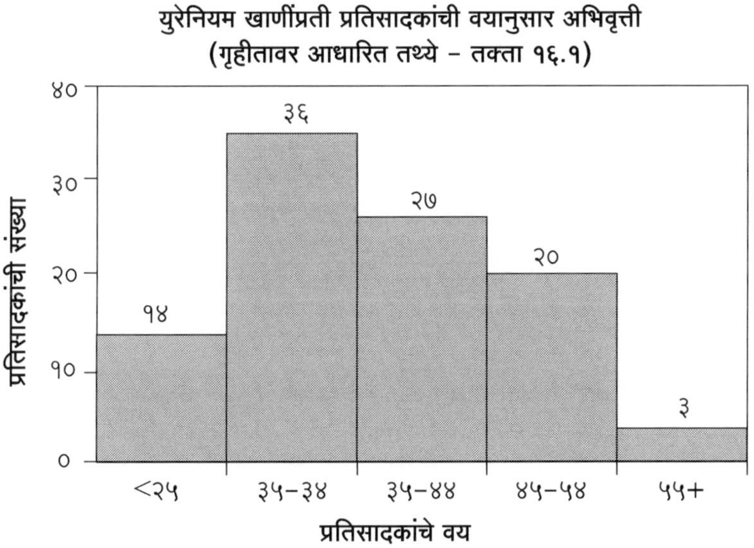

आकृती १६.२अ द्विमिती आयत आलेख

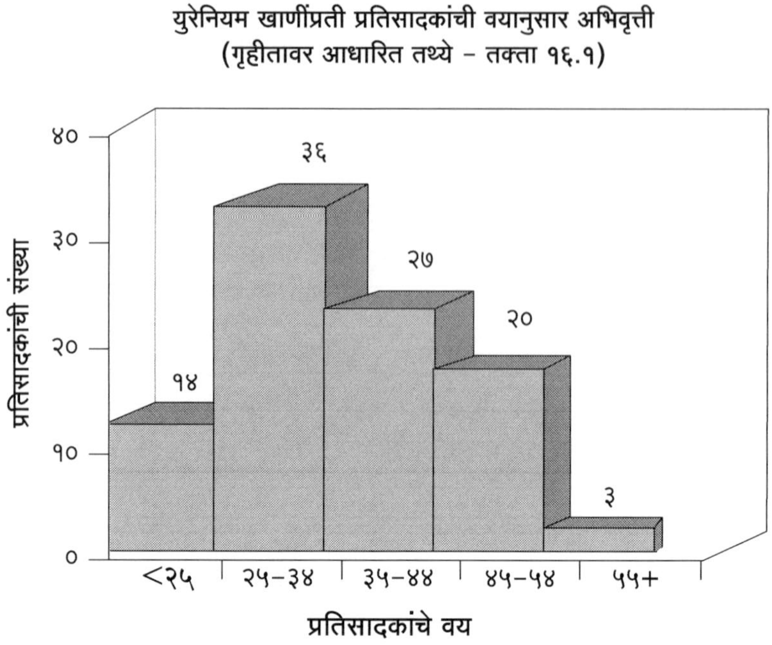

आकृती १६.२ब त्रिमिती आयत आलेख

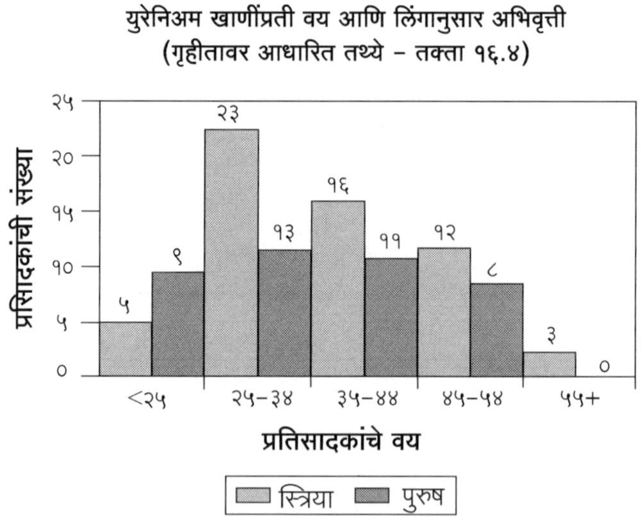

आकृती १६.२क दोन चलांसह द्विमिती आयत आलेख

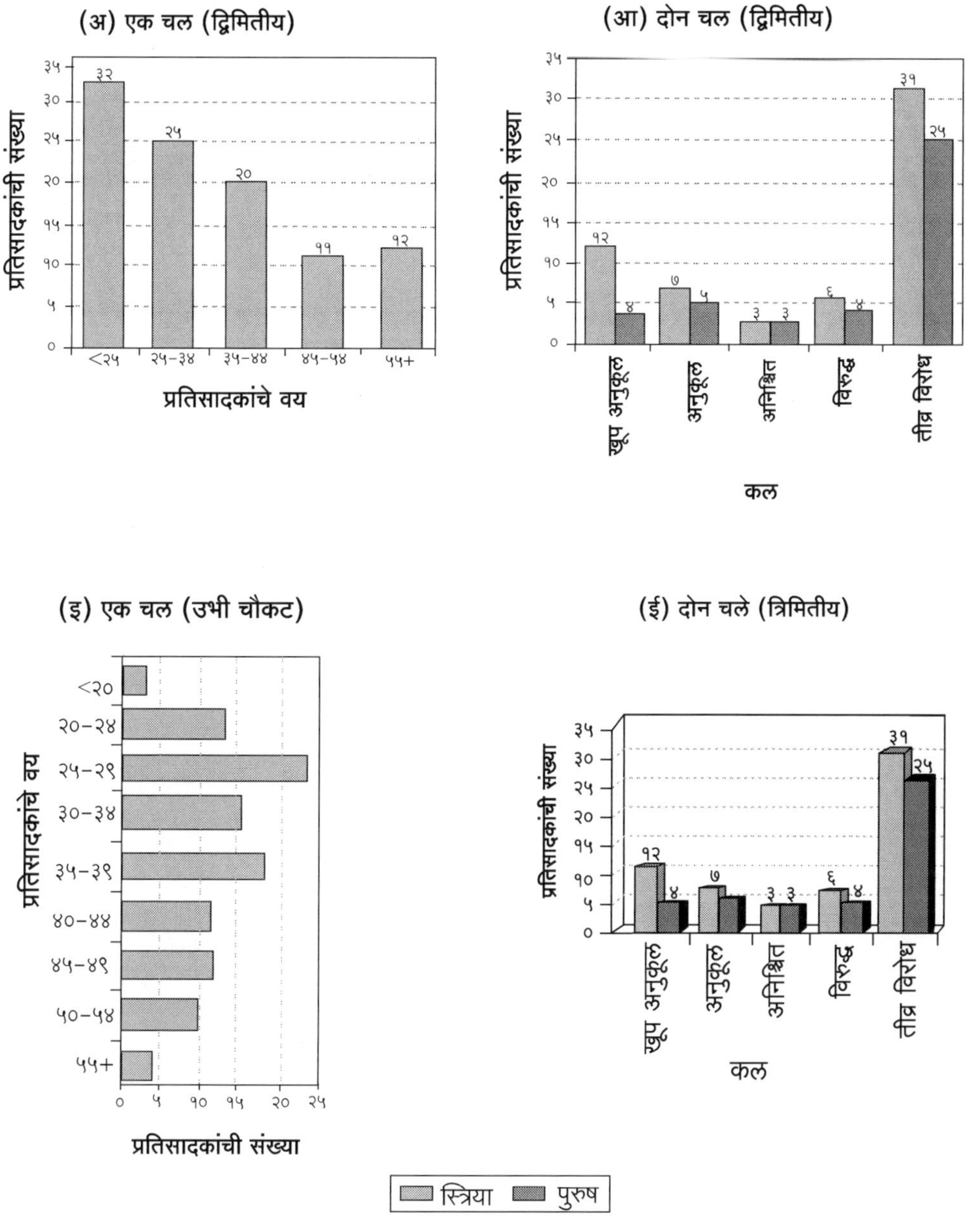

आकृती १६.३ वेगवेगळ्या प्रकारचे स्तंभालेख

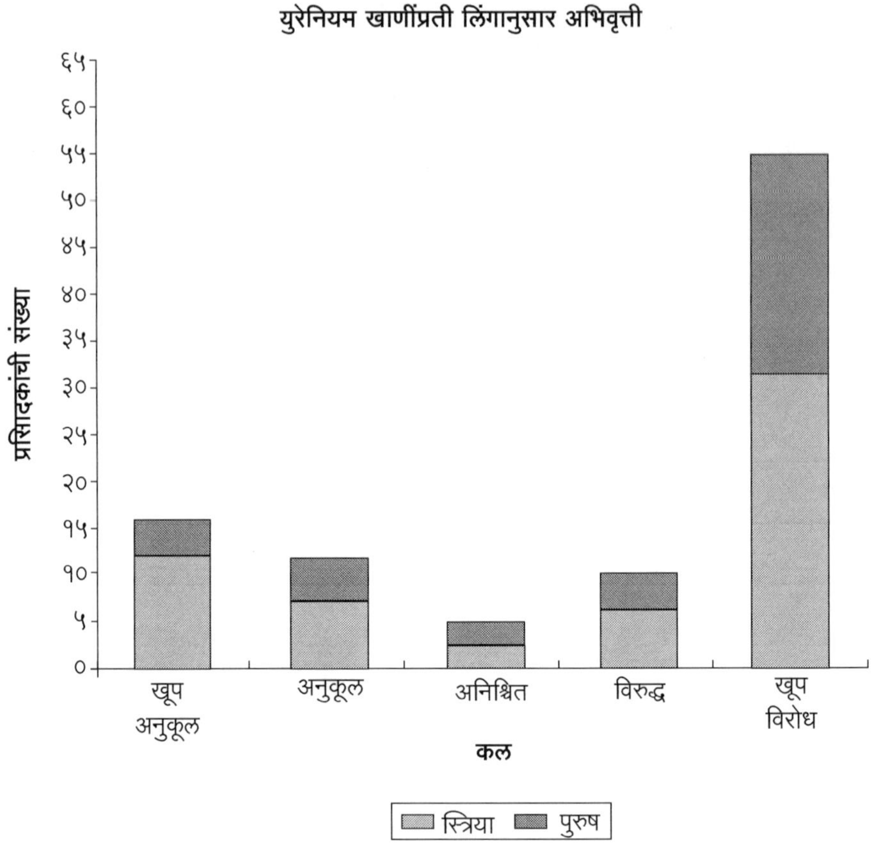

आकृती १६.४ परस्परांवर रचलेला स्तंभालेख

१०० टक्के स्तंभालेख

१०० टक्के स्तंभालेख (आकृती १६.५) हा परस्परांवर रचलेला स्तंभालेख यासारखाच असतो. याबाबतीत चलांच्या उपवर्गीकरणाचे रूपांतर हे एकूण लोकसंख्येच्या उपवर्गीकरणाशी टक्केवारीत केले आहे, आणि परस्परांवर रचलेला स्तंभालेख यात दाखवले आहे.

वारंवारता बहुभुजाकृती

वारंवारता बहुभुजाकृती ही आयत आलेख यासारखीच असते. वारंवारता बहुभुजाकृती ही प्रत्येक काटकोन चौकोनाला जोडणाऱ्या मध्यबिंदूशी उंचीच्या प्रमाणात त्या मध्यान्तराच्या वारंवारतेशी (आकृती १६.६) काढलेली असते. तरीही, वारंवारता बहुभुजाकृतीची रचना करताना जर दोन वर्गीकरणे ही टोकाची विरुद्ध आणि मुक्त असतील, तर काय करायचे अशी एक समस्या येते. (उदाहरणार्थ, जर एक १५पेक्षा कमी आणि दुसरा ६०पेक्षा जास्त) या दोन विरुद्ध टोकांसाठी आपण कल रेषा कशी रेखाटणार? ही समस्या सोडविण्यासाठी दोन विरुद्ध टोकांच्या वर्गीकरणात इतरांप्रमाणेच मध्यंतर आहे अशी कल्पना करा आणि या दोन वर्गीकरणांतील वारंवारता

युरेनियम खाणींप्रती लिंगानुसार अभिवृत्ती (गृहीतावर आधारित तथ्ये)

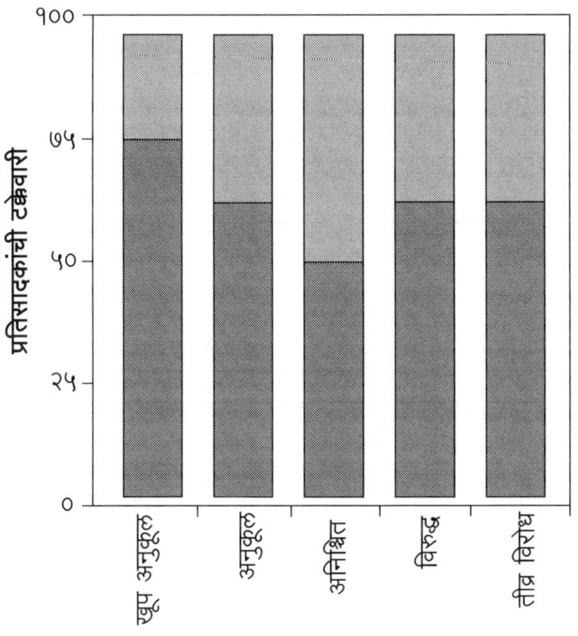

स्त्रिया	४	५	३	४	२५
पुरुष	१२	७	३	८	३१

कल

स्त्रिया पुरुष

आकृती १६.५ शंभर टक्के स्तंभालेख

शून्य असे गृहीत धरा. या मध्यन्तराच्या मध्यबिंदूपासून तुम्ही बहुभुजारेखा दोन्ही बाजूंनी 'क्ष' अक्षाला भिडेल इतकी वाढवा. वारंवारता बहुभुजाकृती ही निव्वळ किंवा प्रमाणशीर वारंवारता वापरून काढता येऊ शकते.

संचयी पुनरावृत्ती बहुभुजाकृती

संचयी पुनरावृत्ती, बहुभुजाकृती किंवा संचयी वारंवारता वक्र (आकृती १६.७) ही संचयी वारंवारतेच्या आधारावर काढली जाते. वारंवारता बहुभुजाकृती आणि संचयी पुनरावृत्ती बहुभुजाकृती यामध्ये एक फरक आढळून येतो, तो म्हणजे, आधीची मध्यान्तराचे मध्यबिंदू जोडून काढली आहे, याउलट नंतरची मध्यान्तराचे शेवटचे बिंदू जोडून काढलेली आहे, कारण एकत्रित वारंवारता ही मध्यान्तराच्या सर्वोच्च मर्यादेच्या संदर्भात तथ्यांचे अर्थांकन करते. संचयी वारंवारता वितरण हे तुम्हाला दिलेल्या मूल्यापेक्षा कमी निरीक्षणाची संख्या आणि जी सामान्यतः गटाच्या तथ्यांवर आधारित असल्याने, वारंवारता वितरणाचा अर्थ स्पष्ट करण्यासाठी सर्वात वरची मर्यादा घेणे गरजेचे असते.

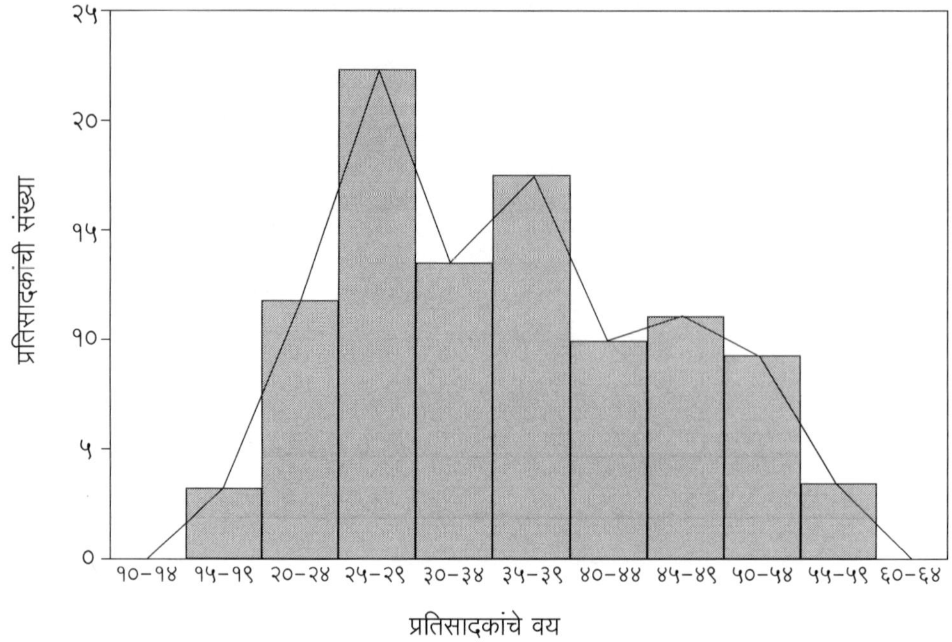

आकृती १६.६ बहुभुजाकृती

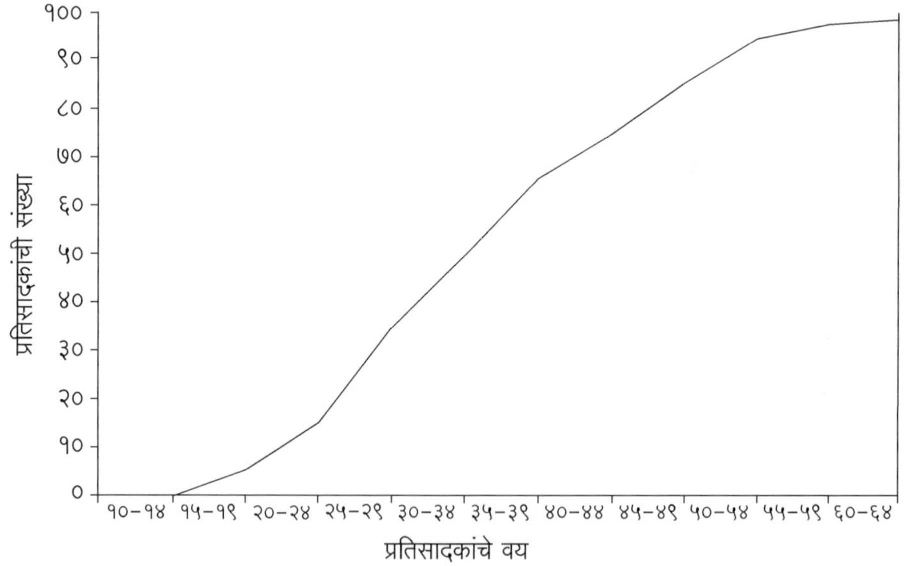

आकृती १६.७ संचयी पुनरावृत्ती बहुभुजाकृती

१	८९
२	०००११२२२२२२३३४४५५५५५६६६७७७७७८८८९९
३	००१११२२२३३३३३३४४५५५५५६६६७७७७७८८९
४	११२२२३३३३४४४५५५५५६६७७९
५	०००११३३५५६६७

आकृती १६.८ देठ आणि पर्ण याद्वारे सादरीकरण

देठ आणि पर्ण सादरीकरण

देठ आणि पर्ण सादरीकरण हा वारंवारता वितरणाच्या सादरीकरणाचा प्रभावी, झटपट आणि सर्वात सोपा मार्ग आहे (आकृती १६.८). देठ आणि पर्ण यांची दोन आकड्यात प्रवाही असणारी वारंवारता वितरणाची आकृती ही 'य' अक्षावर डावीकडे ० ते ९ या आकड्यांमध्ये बसवलेली असते, जी वारंवारतेच्या दहाचे प्रतिनिधित्व करते. वारंवारतेचे एकक दर्शविणारे आकडे (उदाहरणार्थ, उजव्या हाताचे दोन आकडी वारंवारता दर्शविणारे आकडे) हे 'य' अक्षावर उजवीकडे दर्शविलेले असतात. देठ आणि पर्ण याद्वारे सादरीकरण केली जाणारी गटातील तथ्ये वापरत नाही, तर संपूर्ण वारंवारता दर्शविते. जर हा दर्शक घड्याळाच्या दिशेने ९० अंशांत फिरवला तर तो प्रभावी आयत आलेख होतो. या तंत्राने वारंवारता वितरणाशी संबंधित वर्णनात्मक सांख्यिकीपैकी काही, जसे की मध्य, मध्यमान आणि बहुलक हे सहजपणे निश्चित करता येऊ शकते; मात्र, त्यांचे गणन करण्याची पद्धत ही या पुस्तकाच्या व्याप्ती पलीकडे आहे. देठ आणि पर्ण सादरीकरण हे तीन आणि चार आकडी (शंभर आणि हजार) सलग वारंवारतेसाठी वापरणेही शक्य आहे.

वर्तुळ तक्ता

वर्तुळ तक्ता हा तथ्ये आलेख रीतीने (आकृती १६.९) सादर करण्याचा आणखी एक मार्ग आहे. यात ३६० अंशांचे वर्तुळ असतात. त्यामुळे संपूर्ण लोकसमुदाय किंवा पूर्ण वर्तुळ १०० टक्क्यांचे प्रतिनिधित्व करण्यासाठी वापरता येते. वर्तुळ किंवा गोल हा प्रत्येक उपवर्गाच्या श्रेणीनुसार अनेक भागात विभागला जातो आणि त्यामुळे प्रत्येक पाकळी वारंवारता वितरणाच्या प्रत्येक उपवर्गात उचित प्रमाणात असते. हे प्रमाण एकतर पूर्ण संख्या किंवा टक्केवारी स्वरूपात दर्शविले जाते. वर्तुळ/गोलाचे अंश मोजणे हे कठीण असल्याने वर्तुळ तक्ते हाताने काढणे हे इतर आराखडे काढण्यापेक्षा अवघड आहे. ते गुणात्मक तथ्ये आणि चलांची सातत्य सारणी यावर केलेले अनुमापन या दोन्हीसाठी वापरता येते, मात्र त्याचे वर्गीकरण गटात करावे लागते.

रेखाचित्र किंवा कल वक्र

सातत्य मध्यान्तरात किंवा गुणोत्तर सारणीवर अनुमापन केलेली तथ्ये रेखाचित्र किंवा कलवक्राद्वारे सादर करता येऊ शकते. **कल वक्र** हे विशिष्ट काळासाठी (उदाहरणार्थ, १९९५, १९९६, १९९७) किंवा काळ (उदाहरणार्थ, १९८५-१९८९, १९९०-१९९४, १९९५-) या दोन्हींच्या तथ्यांकरिता काढले जातात. ते जर काळाशी संबंधित असेल तर ते बिंदूने खूण करून दाखवले जाते, प्रत्येक मध्यान्तराचा मध्यबिंदू हा प्रत्येक वारंवारतेच्या प्रमाणात असतो जसे, वारंवारता बहुभुजाकृतीमध्ये असते हे बिंदू सरळ रेषेने, घटनेतील कलाचे परीक्षण करण्यासाठी, जोडले जातात. तथ्ये जर नेमक्या वेळेतील असतील तर वारंवारतेच्या प्रमाणातील

वयानुसार प्रतिसादक

युरेनियम खाणींबाबत अभिवृत्ती (गृहीतावर आधारित तथ्ये)

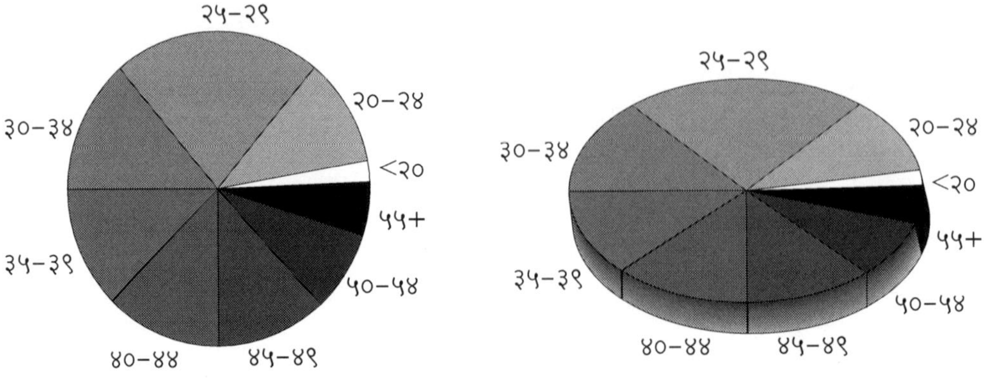

आकृती १६.९ द्विमितीय आणि त्रिमितीय वर्तुळ तक्ते

उंचीवर बिंदू स्थापन केले जातात. हे बिंदू एका सरळ रेषेने जोडले जातात. जेव्हा घटना किंवा परिस्थितीतील दीर्घकालीन कल अभ्यासावयाचा असेल तेव्हा रेखाचित्र हा बदल दृश्यस्वरूपात पोहोचवण्याचा उपयुक्त मार्ग आहे. उदाहरणार्थ, आकृती १६.१० ही ज्यांना माताबालक आरोग्य, पूरक पोषक आहार आणि कुटुंब नियोजन सेवा यांची सरमिसळ असलेल्या चार वेगवेगळ्या प्रारूपांद्वारे उपचार प्राप्त होत आहे, अशा वेगवेगळ्या चार लोकसमूहांमध्ये गेल्या पाच वर्षांत प्रचलित असलेल्या कुटुंब नियोजनाच्या पद्धतींचा कल स्पष्ट करते. हीच माहिती इतक्या स्पष्टपणे तक्त्यांद्वारे व्यक्त करता येणार नाही.

क्षेत्रीय तक्ता

गुणोत्तर सारणीवर किंवा मध्यान्तरावर अनुमापन केलेल्या चलात उपवर्गातील चलांची माहिती **क्षेत्रीय तक्ता** या स्वरूपात सादर करता येते. रेखाचित्राप्रमाणेच यात प्रस्थापित केलेले असते, परंतु प्रत्येक रेषेखालील क्षेत्र उपवर्गाचे इतर उपवर्गांशी असलेल्या संबंधात एकूण श्रेणी डोळ्यात भरण्यासाठी वेगळी रंगच्छटा दिलेली असते. आकृती १६.११ स्त्री आणि पुरुष प्रतिसादक वयानुसार दर्शवते.

विखुरणारा आलेख

एसपीएसएस मध्ये विखुणणारा आलेख

जेव्हा तुम्हाला एका चलाच्या तुलनेत दुसरे चल कसे बदलते हे दाखवायचे असते तेव्हा **विखुरणारा आलेख** हा अतिशय प्रभावी असतो. दोन्ही चले एकतर मध्यान्तर किंवा गुणोत्तर सारणीवर अनुमापन केलेली असावीत आणि दोन्ही चलांची तथ्ये प्रत्येक निरीक्षणासाठी संपूर्ण मूल्यात उपलब्ध असावी – वर्गीकृत चलांसाठी तुम्ही विखुरणारा आलेख काढू शकत नाही. दोन्ही चलांची तथ्ये ही जोडीनेच घ्यावी लागते आणि बिंदूंच्या माध्यमातून त्यांचे मूल्य दोन्ही आसांवर दाखवले जाते. तक्ता १६.५ मध्ये आपण १० प्रतिसादकांचे वय आणि उत्पन्न यांची काल्पनिक तथ्ये घेऊ. वय आणि उत्पन्न यांचे गृहीतावर आधारित तथ्यांवर आधारित नाते आकृती १६.१२ मध्ये दाखवले आहे.

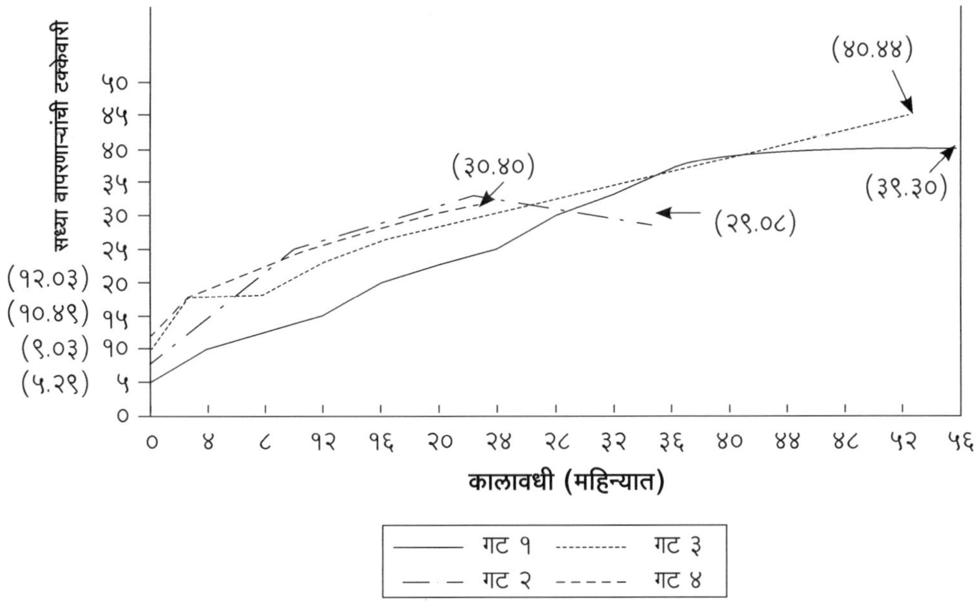

आकृती १६.१० रेखा चित्र किंवा कल वक्र

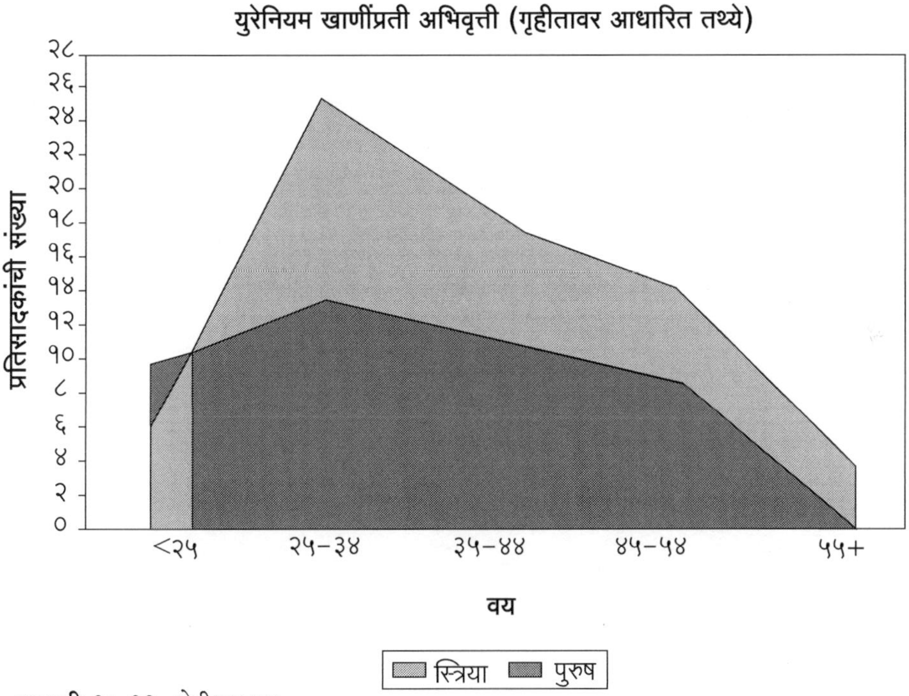

आकृती १६.११ क्षेत्रीय तक्ता

तक्ता १६.५ वय आणि उत्पन्न विषयक तथ्ये

प्रतिसादक	उत्पन्न	वय
क	२५,५००	२४
ख	४६,०००	५०
ग	३०,५००	३६
घ	५५,०००	४५
च	२७,०००	२९
छ	३५,०००	३८
ज	४०,०००	३७
झ	५२,०००	४८
ट	४७,०००	४१
ठ	३८,०००	४७

संख्याशास्त्रीय अनुमापन

संख्याशास्त्रीय पुस्तके

संशोधनात, विशेषतः संख्यात्मक अभ्यासात, संख्याशास्त्राचे महत्त्व खूप आहे, यात शंकाच नाही. संख्याशास्त्राची भूमिका ही प्रथमतः तथ्यांचा अर्थ आणि त्याबद्दलची समज वाढवण्यासाठी साकल्याने व सारांशरूपाने वर्णन करणे, तसेच दोन चलांमध्ये काही संबंध प्रस्थापित होत आहे किंवा नाही आणि जर प्रस्थापित होत असेल तर त्या नात्याची श्रेणी गणन करणे, ही असते. अनुमानांमध्ये विश्वासार्हतेची पातळी प्रस्थापित करणे हे सांख्यिकीचे आणखी एक कार्य आहे. अनेक शैक्षणिक विद्याशाखा संशोधन अहवालात सांख्यिकीचा अंतर्भाव करण्याबाबत अतिशय काटेकोर असतात आणि संशोधन अनुमानांकरिता संख्याशास्त्रीय मापनाच्या उपयोजनाला अधिक महत्त्व देते.

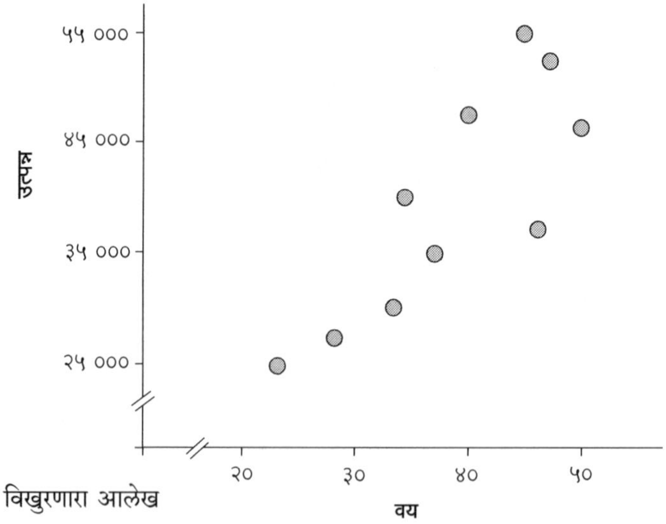

आकृती १६.१२ विखुरणारा आलेख

प्रस्तुत पुस्तकातून सांख्यिकीय भाग वगळणे याचा अर्थ लेखक संख्याशास्त्राला महत्त्व देत नाही असा नाही, परंतु संख्याशास्त्रासारखा व्यापक विषय एका क्रमिक पुस्तकात सामावणे अवघड आहे. या विषयाची व्यापकता लक्षात घेता, विशेषतः संख्याशास्त्रावर लिहिली गेलेली क्रमिक पुस्तके संदर्भासाठी वापरणे अधिक योग्य होईल, असा प्रस्तुत लेखकाने विचार केला आहे.

जरी संख्याशास्त्रीय अनुमापने ही अनुमाने अतिशय प्रभावीपणे संप्रेषित करण्यासाठी नेमकी, संक्षिप्त व स्पष्ट असली, तरीही तुम्ही संख्याशास्त्रीय अनुमापने न वापरताही वैध अभ्यास करू शकता. तरीही काही निश्चित प्रसंगी ते इष्ट असते आणि काही वेळा जरुरीचेही असते.

अगदी साध्यापासून अतिशय गुंतागुंतीची इथपर्यंत अनेक प्रकारची संख्याशास्त्रीय मापके उपलब्ध आहेत. पटावर एका बाजूला मध्य, मध्यांक, बहुलक ही साधी मापके आहेत, तर दुसऱ्या बाजूला भिन्नतेचे विश्लेषण, घटक विश्लेषण आणि बहु प्रतिगमन ही निष्कर्षात्मक संख्याशास्त्रीय मापके आहेत.

संख्याशास्त्राची व्याप्ती लक्षात घेता, ती एक स्वतंत्र शैक्षणिक शाखा समजली जाते आणि ही मापके वापरण्यापूर्वी ती वापरण्यास शिकणे आवश्यक आहे

कोणत्या प्रकारच्या संख्याशास्त्रीय अनुमापनांचा वापर करायचा हे, ज्या प्रकारची तथ्ये संकलित करायची आहेत, तुमचे संख्याशास्त्राचे ज्ञान, अनुमाने संप्रेषित करण्याचा उद्देश आणि तुमच्या वाचकांची असलेली संख्याशास्त्रीय ज्ञानाची जाण, यावर अवलंबून असते.

सारांश

गुणात्मक आणि संख्यात्मक संशोधनात संशोधन अनुमाने सामान्यतः मजकुराद्वारे वाचकांपर्यंत पोहोचवली जातात. गुणात्मक संशोधनात थोडी कमी-जास्त परंतु हीच संप्रेषण पद्धत वापरली जाते. तरीही, संख्यात्मक संशोधनात जरी मजकूर ही संशोधन अनुमाने संप्रेषित करण्याची प्रमुख पद्धत असली तरीही त्यात तक्ते, आलेख आणि संख्याशास्त्रीय मापने यांचा मेळ घातला जातो, ज्यामुळे संशोधन समजण्यास सोपे जाते. तुम्ही ज्याचा वापर करणार आहात, ते जे तुम्हाला सोयीचे वाटेल आणि वाचकांना समजायला सोपे वाटेल त्यावर निश्चित ठरवावे. लहान जागेमध्ये जास्तीत जास्त माहिती सामावली जाऊ शकते हा तक्त्यांचा फायदा आहे, तर एकाच दृष्टिक्षेपात माहिती शोषून घेणे हे आलेखांमुळे सहज शक्य होते.

सामान्यतः, तक्त्यांचे पुढील पाच भाग असतातः शीर्षक, तक्त्यांच्या नोंदी, रकाना शीर्षके, मुख्य भाग आणि पूरक नोंदी किंवा तळटीपा. किती चलांची माहिती तक्त्यांमध्ये दिली आहे, त्यानुसार तीन प्रकारचे तक्ते असतातः एकभिन्नता (वारंवारता), द्वि-भिन्नता (बहुचल सारणी) आणि बहुभिन्नता.

तक्त्यांचा अर्थ सांगण्यासाठी, अंकगणितातील टक्केवारी, संचयी वारंवारता किंवा गुणोत्तर या साध्या पद्धती वापरल्या जाऊ शकतात. तुम्ही मध्य, मध्यांक, काय - स्क्वेअर चाचणी, टीटेस्ट आणि सहसंबंधाचे गुणक या साध्या वर्णनात्मक संख्याशास्त्रीय रिती गणन करू शकता. जर तुम्हाला संख्याशास्त्राचे ज्ञान असेल तर प्रगत सांख्यिकीचा उपयोग करता येऊ शकतो.

प्रस्तुत पुस्तकात संख्याशास्त्राचा समावेश पुढील दोन कारणांमुळे केलेला नाहीः एक म्हणजे संशोधन अभ्यास आराखड्यावर काटेकोरपणे लक्ष केंद्रित करण्यासाठी; आणि संख्याशास्त्रासारख्या व्यापक विषयाचा यात समावेश केल्यास नवोदित संशोधकांना हे पुस्तक वापरणे बोजड होईल.

आलेखाचे अनेक प्रकार उपलब्ध आहेत, परंतु सामान्यतः त्यापैकी, आयताकृती आलेख, स्तंभालेख, परस्परांवर रचलेला स्तंभालेख, शंभर टक्के स्तंभालेख, वारंवारता बहुभुजाकृती, देठ-पर्ण सादरीकरण, वर्तुळ

तक्ता, रेखा किंवा कलचित्र, क्षेत्रीय तक्ता आणि विखुरणारा आलेख हे जास्त प्रचलित आहेत. यापैकी कोणाची निवड करायची, हे तुमची उद्दिष्टे आणि ज्या चलांचे सादरीकरण करायचे आहे, त्यांची अनुमापन सारणी, यावर अवलंबून आहे. काही आलेख हे हाताने काढणे अवघड असते, परंतु संगणकावर ते तयार उपलब्ध असतात.

याचा विचार करा

- प्रकरणाच्या सुरुवातीला असलेल्या परवलीच्या शब्दांशी स्वत:ला पुन:परिचित करा आणि जर काही शब्दांचा अर्थ किंवा वापर याबद्दल तुम्हाला खात्री नसेल तर पुढे जाण्यापूर्वी पुन्हा एकदा ते शब्द प्रकरणात पहा.
- ज्यात तुम्ही केवळ मजकुरापेक्षा अनुमाने संप्रेषित करण्यासाठी तक्त्यांचा वापर करू शकाल आणि जिथे आलेख वापरल्यास अधिक उचित होईल अशी नेमकी दोन उदाहरणे निवडा.
- ज्या क्षेत्रात तुम्हाला औत्सुक्य आहे त्याच्याशी संबंधित गृहीतावर आधारित द्वि-भिन्नता तक्ता तयार करा. वेगवेगळ्या प्रकारची टक्केवारी काढा आणि तथ्यांचा अर्थ स्पष्ट करा.

आता, तुम्ही हे प्रकरण वाचले आहे त्यावरून खालील प्रश्नांची उत्तरे द्यायचा प्रयत्न करा.

- संशोधन अनुमाने संप्रेषित करण्याचे वेगवेगळे मार्ग कोणते आहेत?
- आदर्श पद्धतीनुसार, तक्त्याचे अनेक भाग असतात. ते स्पष्ट करा.
- टक्केवारीचे वेगवेगळे प्रकार कोणते? तथ्यांचा अर्थ लावताना ते कोणते कार्य पार पाडतात?
- आलेखाचे वेगवेगळे प्रकार कोणते? अनुमापन सारणीच्या संदर्भात त्यांच्या उपयोजनाची चर्चा करा.

पायरी आठवी

संशोधन अहवाल लेखन

या कार्यात्मक पायरीमध्ये खालील एका प्रकरणाचा समावेश आहे:

- **प्रकरण १७: संशोधन अहवाल लेखन**

१७

संशोधन अहवाल लेखन

या प्रकरणात तुम्ही खालील मुद्दे शिकणार आहात

- संशोधन अहवाल कसा लिहावा
- संशोधन अहवालासाठी कच्चा मसुदा कसा विकसित करायचा
- चलांविषयी लेखन करणे
- संदर्भ लेखनाच्या विविध पद्धती
- संदर्भ ग्रंथांची यादी कशी लिहावी

परवलीचे शब्द

सहसंबंध, संदर्भग्रंथ सूची, निःसंशय परस्परसंबंध, संशयास्पद परस्परसंबंध, तीव्र बुद्धिमत्ता, मसुदा, आराखडा, संदर्भ, चल, सत्यता, बिनचूकता.

या प्रकरणाच्या अभ्यासानंतर तुम्हाला पुढील मुद्दे समजतील

- संशोधन अहवालाची रूपरेषा कशी तयार करायची
- अहवालात तक्ते, आलेख इत्यादींचा समावेश कसा करायचा
- अनुमान आणि निष्कर्ष कसे काढायचे
- संदर्भाच्या विविध पद्धती

संशोधन अहवाल लेखन

शैक्षणिक नियमावली मध्ये लेखन

संशोधन अहवाल लेखन ही संशोधन प्रक्रियेतील शेवटची पायरी होय. योग्य अभ्यासासाठी संशोधन प्रक्रियेतील प्रत्येक पायरी महत्त्वाची आहे, संशोधनाच्या कुठल्याही टप्प्यावर झालेले दुर्लक्ष हे संशोधनाच्या केवळ त्या भागावर नव्हे, तर पूर्ण संशोधनाच्या गुणवत्तेवर परिणाम करते. संशोधनातली ही शेवटची पायरी निर्णायक असते, कारण अभ्यासाचे निष्कर्ष व त्याचा अर्थ हे अहवालातूनच वाचकांपर्यंत व तुमच्या पर्यवेक्षकापर्यंत पोहोचणार असतात. तुमच्या संशोधन कार्याची व्याप्ती किती मोठी आहे आणि तुम्ही गुणवत्तेचे काम केले आहे याविषयी अनेकांना माहीत नसते. संशोधनाच्या प्रत्येक पायरीवर तुम्ही भरपूर मेहनत केली असेल आणि प्रत्येक काम जरी काळजीपूर्वक केले असले तरी, वाचक फक्त संशोधन अहवालच पहातात. म्हणून, अहवाल जर नीट लिहिला नाही तर तुमची सगळी मेहनत वाया जाईल. बर्न (१९९७: २२९) यांनी लिहिल्याप्रमाणे, 'विद्यार्थ्याने अतिशय बहुमूल्य व स्वारस्याने प्रत्यक्ष केलेले काम हे शेवटच्या घटकेला विद्यार्थ्याला संशोधनाचे निष्कर्ष व्यवस्थित संप्रेषित करता आले नाही तर बिघडू शकते'.

संशोधन पद्धती या विषयाची तुमची समज याशिवाय, संशोधन अहवालाची गुणवत्ता ही तुमचे लेखन कौशल्य आणि तुमच्या विचारांची स्पष्टता, तुमची तर्कशुद्ध आणि तर्कसंगत पद्धतीने विचार मांडण्याची क्षमता आणि तुमचे त्या विषयाचे असलेले ज्ञान यावर अवलंबून आहे. तुमचा आणखी एक महत्त्वाचा निर्धारक म्हणजे संशोधन अहवाल लिहिण्याचा तुमचा अनुभव: तुम्हाला अहवाल लेखनाचा अनुभव जेवढा जास्त येईल, तेवढे तुम्ही अहवाल लेखनात प्रभावी ठराल. संख्याशास्त्रीय पद्धतींचा वापर तुमच्या निष्कर्षांच्या व प्रतिपादनाच्या वैधतेला बळकटी देईल. कारण त्या निरीक्षणातून आलेले सहसंबंध हे योगायोगाने आलेत की अन्य मार्गाने (म्हणजेच, हे संबंध संशयास्पद आहेत की निःसंशय) हे तुम्ही प्रस्थापित करू शकाल आणि त्या सहसंबंधातील सामर्थ्य निर्देशित करू शकाल, ज्यामुळे वाचक तुमच्या अनुमानांवर विश्वास ठेवतील. जरी अत्यावश्यक नसले तरी, निष्कर्ष सादर करण्यासाठी आलेखांचा वापर केल्यामुळे तुमच्या वाचकांना माहितीचे आकलन होणे सहजपणे शक्य होईल. मागील प्रकरणात नमूद केल्याप्रमाणे, आलेखांचा वापर करायचा की नाही हे निष्कर्ष कशासाठी वापरले जाणार आहेत यावर अवलंबून असते.

इतर सामान्य प्रकारचे लेखनापेक्षा संशोधन लेखन करताना त्यात मोठ्या प्रमाणावर संयम, चोखंदळपणा आणि दक्षता यात फरक असतो. संशोधन लेखन हे संयमित असावे लागते, याचा अर्थ, तुमचे लेखन, शब्दांची निवड, कल्पना व्यक्त करण्याची पद्धती आणि निष्कर्षांची वैधता व पडताळणी, याबाबत तुम्हाला अतिशय काळजी घ्यावी लागते. इतर सामान्य लेखनापेक्षा संशोधनविषयक लेखनाचे वेगळेपण हे त्या लेखनाला आवश्यक असणाऱ्या उच्च दर्जाच्या बौद्धिक काटेकोरपणातून सिद्ध होते. संशोधनविषयक लेखन हे पूर्णतः बिनचूक, स्पष्ट, निःसंदिग्ध, तर्कशुद्ध आणि संक्षिप्त असावे लागते. तुमचे लेखन हे वाचकांचे अभ्यासविषयासंबंधीचे ज्ञान आणि गृहीतके यावर आधारित नसावे. एक पक्के ध्यानात ठेवा की, तुमच्या लेखनाला जर कुणी आव्हान दिले तर तुम्हाला योग्य प्रतिवाद करता आला पाहिजे. अलंकारिक आणि उथळ भाषा वापरू नका. उत्तमोत्तम संशोधक सुद्धा अंतिम अहवाल लिहिण्यापूर्वी अनेक वेळा कच्चा मसुदा लिहितात, तेव्हा याकरिता तयारीत रहा.

गुणात्मक आणि संख्यात्मक संशोधनात अनुमाने वेगवेगळ्या प्रकारे मांडली जातात. याआधी नमूद केल्याप्रमाणे गुणात्मक संशोधनातील अनुमाने ही बहुतेकवेळा तुमच्या अनुमानांतून पुढे आलेले मुख्य विषय, विचार, घटना किंवा विवेचन याभोवती वर्णनात्मक किंवा वृत्तान्त या स्वरूपात लिहिली जातात. सांख्यिकी मापनाचा प्रयत्न न करता घटना, प्रसंग, विशिष्ट परिस्थिती किंवा घटनाक्रम यांमधील वैविध्याचे वर्णन करणे हा याचा मुख्य हेतू असतो. आशय विश्लेषणाच्या प्रक्रियेचा भाग म्हणून गुणात्मक संशोधन अहवाल लेखनाचा एक मार्ग हा प्रकरण १५मध्ये वर्णन केला आहे. तर दुसरीकडे, संख्यात्मक संशोधनातील लेखन हे, वर्णनात्मक असण्याबरोबरच त्यात, त्याच्या सांख्यिकी मापनाचा व तथ्यांच्या संख्यात्मक विश्लेषणाचा समावेश केला जातो. संशोधन विषयाचा उद्देश लक्षात घेता, निष्कर्षांना पुष्टी देण्यासाठी संशोधन अहवालात संख्याशास्त्रीय अनुमापने व चाचण्या यासुद्धा संशोधन लेखनाचा भाग होतो.

कच्चा मसुदा विकसित करणे

संशोधन अहवाल लिहायला सुरुवात करण्यापूर्वी, प्रकरणांची रूपरेषा तयार करणे उपयुक्त असते. याचा अर्थ, तुम्ही तुमचा संशोधन अहवाल किती प्रकरणात विभागणार आहात आणि प्रत्येक प्रकरणात काय लिहिणार आहात याचे नियोजन करणे होय. प्रकरणांची रचना करताना, आशय विश्लेषणातून पुढे आलेली अभ्यासातील उपउद्दिष्टे किंवा मुख्य लक्षणीय विचार हेच तुम्हाला महत्त्वपूर्ण मार्गदर्शक ठरतात. तुमच्या अभ्यासाची महत्त्वाची उपउद्दिष्टे किंवा विचार याभोवती ही प्रकरणे विकसित करा. मुख्य विचार किंवा उपउद्दिष्टे यांचे अभ्यासातील महत्त्व लक्षात घेता, त्यातून एक संपूर्ण प्रकरणच तयार करा किंवा त्याच्याशी संबंधित विचार एकत्र करून त्यांचे एक प्रकरण तयार करा. प्रत्येक प्रकरणाचे शीर्षक मुख्य विचाराचे वर्णन करणारे, प्रकरणाचा मुख्य गाभा संप्रेषित करणारे, स्वयंस्पष्ट व संक्षिप्त असावे. हे दोन्ही पद्धतीच्या संशोधनांसाठी लागू होते.

हा दृष्टिकोन संख्यात्मक आणि गुणात्मक या दोन्ही पद्धतीच्या संशोधनांसाठी लागू होतो, परंतु हे लक्षात ठेवा की, इथे फक्त तुम्हाला सूचित केले आहे, सुरुवात कुठून करायची हे जर माहीत नसेल तर तुम्हाला मदत होईल. सुचविलेल्या चौकटीत तुम्ही तुमच्या पद्धतीने बदल करू शकता, किंवा यापेक्षा तुम्हाला वेगळी चौकट निवडायची असेल तर, तसे करा.

तुमच्या अहवालातील पहिल्या प्रकरणाचे शीर्षक शक्यतो 'परिचय' हेच असावे. यात संशोधनविषयाची सर्वसाधारण ओळख करून दिलेली असेल आणि संशोधन प्रस्ताव, तसेच मुख्य आराखड्यात, जर इतर काही विचलनाचे मुद्दे निदर्शनास आणून दिलेले असतील तर त्यांचा समावेश करावा. या प्रकरणात, संशोधन हाती घेण्यापूर्वी केलेली पूर्वतयारीची कार्ये – जसे की, त्या विषयासंबंधी साहित्याचे परीक्षण, अभ्यासाची तात्त्विक

चौकट, अभ्यासाची उद्दिष्टे, अभ्यासाचा आराखडा, नमुना निवडीची रणनीती आणि अनुमापनाच्या रीती – यांच्या स्पष्टीकरण द्यावे.

याचे अधिक स्पष्टीकरण करण्याकरिता, प्रस्तुत पुस्तकात पूर्वी दिलेल्या प्रकल्पांपैकी दोन उदाहरणादाखल, संदर्भ म्हणून खाली नमूद केले आहेतः प्रतिपालन (कुटुंब नसलेल्या मुलांचे संगोपन) करण्यासाठीची रक्कम आणि कुटुंब करार या विषयाचे प्रारूप. या अहवालांचे पहिले प्रकरण खाली दिलेल्या उपशीर्षकांच्या आधारे लिहिले जाऊ शकते. या अहवालाची अनुषंगिक रचना पूर्णतः भिन्न आहे. ज्या हेतूने कुटुंब कराराचे मूल्यमापनाचे काम सोपविले होते ते लक्षात घेता हा अहवाल परिचय, प्रारूपाचे आकलन आणि निष्कर्ष व शिफारशी या तीन भागांत विभागला गेला आहेः

प्रतिपालन करण्यासाठी दिला जाणारा मोबदला यासंबंधीचा दृष्टिकोन: पहिल्या प्रकरणासाठी सुचवलेला आशय

प्रकरण १ परिचय

- परिचय
- प्रतिपालन कल्पनेचा विकास
- ऑस्ट्रेलियातील प्रतिपालन
- पश्चिम ऑस्ट्रेलियातील प्रतिपालन
- समुदाय सेवा विभाग
- बेघर आणि समुदाय संगोपन कार्यक्रम
- पश्चिम ऑस्ट्रेलियातील प्रतिपालनविषयक नेमणुकांबाबतचे प्रचलित कल
- प्रतिपालक म्हणून पुढे येणे
- प्रतिपाळ करण्यासाठी दिल्या जाणाऱ्या सवलती
- प्रतिपाळ करण्यासाठी मिळणाऱ्या पैशांबाबतचे प्रश्न
- अभ्यासातील तार्किकता
- अभ्यासाची उद्दिष्टे
- अभ्यासाचा आराखडा
- नमुना निवड पद्धत
- अनुमापन रीती
- अभ्यासातील समस्या आणि मर्यादा
- कार्यान्वयन व्याख्या

कुटुंब करार – सेवा पुरविण्याचे प्रारूपः पहिल्या प्रकरणासाठी सुचवलेला आशय

भाग पहिला: परिचय

- पार्श्वभूमी: कुटुंब करार कल्पनेचे मूळ
- ऐतिहासिक दृष्टिकोन

- आकलनात्मक प्रतिरूप
  - सांकल्पनिक चौकट
  - प्रारूपाचे तात्त्विक दृष्टिकोनात्मक आधार
  - अपेक्षित निष्पत्ती
- मूल्यमापनाची उद्दिष्टे
- मूल्यमापन पद्धती

(टीप: या भागात, प्रतिरूपांची सांकल्पनिक चौकट, प्रारूपाची तात्त्विक बैठक, ही कल्पना मांडणाऱ्या व्यक्तींच्या विचारातील अपेक्षित निष्पत्ती आणि प्रकाशित साहित्यात काय उपलब्ध होते याचा समावेश केला होता. याशिवाय यात मूल्यमापनाचे उद्देश आणि मूल्यमापन पद्धती यातील तपशिलांचा समावेश होता.)

संख्यात्मक संशोधन अहवालातील दुसऱ्या प्रकरणात अभ्यासाधीन लोकसमुदायाविषयीची माहिती द्यावी. यात, अभ्यासाधीन लोकसमुदायाशी संबंधित सामाजिक, आर्थिक आणि लोकसंख्याशास्त्रीय माहितीचे वर्णन करावे. या प्रकरणातून दोन उद्दिष्टे साधली जातातः

१. हे प्रकरण वाचकांना प्राप्त झालेली अनुमाने व अभ्यासाधीन लोकसमूह यांचा परस्परसंबंध जोडणे शक्य व्हावे याकरिता, ज्या लोकसमुदायामधून तुम्ही माहिती संकलित केली आहे, त्या लोकांची पार्श्वभूमी देते.
२. हे प्रकरण गटांतर्गत असलेले विचलन शोधण्यासाठी मदत करते. उदाहरणार्थ, तुम्हाला ग्राहकांचे वय, लिंग किंवा शिक्षण यानुसार ग्राहकांना दिल्या जाणाऱ्या सेवेत बदल केल्यास त्यांच्या सेवाविषयक समाधान पातळीत होणाऱ्या बदलांचे तुम्हाला निरीक्षण करायचे आहे.

संख्यात्मक संशोधन अहवालातील दुसऱ्या प्रकरणाचे शीर्षक हे त्यामुळे 'अभ्यासाधीन लोकसमूहाची सामाजिक-आर्थिक-लोकसंख्याशास्त्रीय वैशिष्ट्ये' किंवा फक्त 'अभ्यासाधीन लोकसमूह' असे असू शकते. उदाहरणादाखल प्रतिपालनासाठी दिला जाणारा मोबदला यासंबंधीचा अभ्यास घेतल्यास हे प्रकरण पुढे नमूद केलेल्या उपशीर्षकांचे आधारे लिहिता येईल.

गुणात्मक अभ्यास हा अगदी मोजक्या लोकांच्या सखोल मुलाखती किंवा निरीक्षणे यांवर आधारित असल्यामुळे, अभ्यासाधीन लोकसमूहाविषयी लिहिणे तुम्हाला फार अवघड वाटू शकते.

प्रतिपालनासाठी दिला जाणारा मोबदला याविषयी असलेला दृष्टिकोन: दुसऱ्या प्रकरणासाठी सुचविलेला आशय

प्रकरण २ अभ्यासाधीन लोकसमुदाय

- परिचय
- वयानुसार प्रतिसादक (वयाविषयी विचारलेल्या प्रश्नास प्रतिसाद म्हणून प्राप्त केलेली माहिती येथे सादर करावी. याकरिता या प्रकरणाचा 'चलांविषयी लिहिणे' हा पुढचा भाग आहे तो पहा.)

- लिंगानुसार प्रतिसादक ('चलांविषयी लिहिणे' (पुढे पहा) यामध्ये उरलेल्या चलांसाठी ज्या सूचना केल्या आहेत त्यांचे पालन करा.)
- अभ्यासाधीन लोकसमुदायाचा वैवाहिक दर्जा
- प्रतिसादकांचे वांशिक संदर्भ
- बालकांच्या संख्येनुसार अभ्यासाधीन लोकसमुदाय
- अभ्यासाधीन लोकसमुदायाचे सरासरी वार्षिक उत्पन्न
- अभ्यासाधीन लोकसमुदायाचा घराचा प्रकार
- इत्यादी.

पुढील प्रकरणांचे शीर्षक आणि त्यांमधील आशय हा तुम्ही तुमच्या अभ्यासात काय वर्णन करण्याचा, काय शोधण्याचा, कशाचे परीक्षण करण्याचा, काय प्रस्थापित करण्याचा किंवा सिद्ध करण्याचा तुम्ही प्रयत्न करीत आहात यावर अवलंबून आहे. प्रत्येक प्रकल्पाचा आशय भिन्न असल्याने, प्रत्येक प्रकरण भिन्न असेल. याआधी निर्देशित केल्याप्रमाणे, प्रत्येक प्रकरणाच्या शीर्षकात त्यातील मध्यवर्ती आशयाचे प्रतिबिंब असावे.

प्रकरणांच्या आराखड्यात उपविभाग स्पष्ट केले असले पाहिजेत. हे उपविभाग प्रकरणात चर्चा करण्यात आलेल्या मुख्य विचारांच्या वेगवेगळ्या घटकांभोवती विकसित केलेल्या असाव्यात. तुम्ही जर एका चलातून प्राप्त केलेल्या माहितीचा दुसऱ्या चलाशी असलेला संबंध दाखवायचे योजले असेल तर, अशी चले निश्चित करा. ज्या चलांविषयी चर्चा करायची आहे त्या चलांचा क्रम ठरवा. हे ठरवत असताना, दोन विभागांमधील दुवा व तार्किक प्रगती विचारात घ्या. याचा अर्थ, अहवाल लेखन करत असताना प्रस्तावित आराखड्यात बदल होऊ शकत नाही असे नाही – यात लक्षणीयरित्या बदल होणे शक्य असते. असे असले तरीही, आराखडा हा जरी अगदी कच्चा असला तरीही, त्याची तुम्हाला खूपच मदत होईल. पुन्हा एकदा आपण प्रतिपालनासाठी मिळणारा मोबदला आणि कुटुंब करार नमुना याचे उदाहरण पाहू.

प्रतिपालनासाठी दिला जाणारा मोबदला याविषयीचा दृष्टिकोन: तिसऱ्या प्रकरणासाठी सुचविलेला आशय

प्रकरण ३ प्रतिपालनासाठी दिल्या जाणाऱ्या मोबदल्याचा प्रचलित स्तर

- परिचय
- प्रतिपालनासाठी दिल्या जाणाऱ्या मोबदल्याचा पुरेसेपणा याबाबतचा दृष्टिकोन (येथे प्रतिपालनासाठी दिल्या जाणाऱ्या मोबदल्याचा पुरेसेपणा याविषयीच्या प्रश्नाला मिळालेले प्रतिसाद सादर करावेत.)
  - वयानुसार पुरेशा मोबदल्याची उपलब्धता (बहुविध तक्ते म्हणजे प्रतिपालनासाठी मिळणारी पुरेशा मोबदल्याची उपलब्धता या घटकाशी संबंधित प्रश्नाला मिळालेले प्रतिसाद हे वय या घटकाला मिळालेल्या प्रतिसादांच्या संबंधात तपासणे.)
  - वैवाहिक दर्जानुसार पुरेशा मोबदल्याची उपलब्धता (बहुविध तक्ते म्हणजे प्रतिपालनासाठी पुरेशा मोबदल्याची उपलब्धता या घटकाशी संबंधित प्रश्नाला मिळालेले प्रतिसाद हे वैवाहिक दर्जा या घटकाशी संबंधित प्रश्नाला मिळालेले प्रतिसाद या संबंधात तपासणे.)

- कुटुंबाच्या उत्पन्नानुसार पुरेशा मोबदल्याची उपलब्धता (बहुविध तक्ते म्हणजे प्रतिपालनासाठी पुरेशा मोबदल्याची उपलब्धता या घटकाशी संबंधित प्रश्नाला मिळालेले प्रतिसाद हे कुटुंबाचे उत्पन्न या घटकाशी संबंधित प्रश्नाला मिळालेले प्रतिसाद या संबंधात तपासणे.)

- प्रतिपालनाच्या रकमेत समाविष्ट नसलेल्या बाबी
- प्रतिपालन करणाऱ्या व्यक्तीकडून केले जाणारे मुख्य खर्च
- प्रचलित रकमेचा स्तर याचा प्रतिपालक कुटुंबावर होणारा परिणाम
- रक्कम वाढविण्याची कारणे
  - प्रस्तावित रक्कम
- निष्कर्ष

(टीप: बहुविध तक्ते योग्य त्या जागी कोणत्याही चलाकरिता समाविष्ट करता येऊ शकतील.)

कुटुंब करार प्रारूप: प्रकरण २ साठी सुचविलेला आशय

भाग दुसरा: प्रारूपाचे आकलन

- प्रारूपाची आधारभूत तात्त्विक बैठक
- प्रारूपाचा विकास
- व्यावहारिक प्रारूप
- प्रारूपाच्या प्रत्यक्ष अमंलबजावणीपूर्वी आणि अंमलबजावणीनंतर जाणवलेला फरक
- प्रारूपाची जाणवलेली क्षमता
- प्रारूपात जाणवलेल्या त्रुटी
- प्रारूपाच्या प्रभावी कार्यवाहीसाठी आवश्यक असलेली कौशल्ये
- हुबेहूब प्रारूप तयार करणे
- नव्या प्रारूपात बदल होण्याची कारणे
- प्रशिक्षण
  - कर्मचाऱ्यांना कशा प्रकारे प्रशिक्षण द्यावे?
  - दिलेल्या प्रशिक्षणाबाबत
- प्रारूपाचे नाव
- प्रारूपाच्या यशस्वी अंमलबजावणीची निर्धारिके
- प्रारूप यशस्वी झाल्याचे निर्देशक
- वेगळ्या प्रकारे काय करता येऊ शकेल?
- प्रारूप अधिक विकसित करण्यासाठी काय करायची गरज आहे?
- समुदाय विकास निधी उपलब्धता अधिकाऱ्यांची भूमिका
- व्यष्टी व्यवस्थापन प्रारूपाचे फायदे आणि तोटे
- प्रारूप आणि कर्मचाऱ्यांचे समाधानाची पातळी

- प्रारूप आणि विभागवार दूरदृष्टी, तत्त्वज्ञान, रूढी, तत्त्वे
- प्रारूपाप्रती अशिलांचा दृष्टिकोन
- प्रारूपाप्रती समुदायातील अभिकर्त्यांचा दृष्टिकोन
- प्रारूप आणि निवडक निर्देशकांतील बदल

(टीप: या विभागात प्रारूपाच्या वेगवेगळ्या अंगांविषयी सखोल मुलाखती आणि गटचर्चा यातून मिळालेली अनुमाने तपशिलाने दिली आहेत.)

कुटुंब करार प्रारूप: प्रकरण ३ साठी सुचविलेला आशय
भाग तिसरा: निष्कर्ष आणि शिफारशी

- निष्कर्ष
  - सर्वसाधारण
  - प्रारूप विशिष्ट
- शिफारशी
  - सर्वसाधारण
  - कार्यालयाच्या आवश्यकतेनुसार

या प्रकारचा आराखडा हा तुमच्या लेखनाला दिशा देईल. यापूर्वी नमूद केल्याप्रमाणे तुम्ही लेखनास सुरुवात केल्यावर तुम्ही त्यात नक्की बदल कराल, मात्र तुमच्या लेखनासाठी या आराखड्याची मदत होईल.

चलांविषयीचे लेखन

प्रकरणाची रूपरेषा विकसित केल्यावर, प्रत्यक्ष लेखनाला सुरुवात करणे ही पुढची पायरी आहे. जरी विविध संशोधकांनुसार त्यांच्या लेखनात व्यक्त झालेल्या शैलीत फरक असला तरीही खालील मार्गदर्शक सूत्रे आणि रचनाबंधांची नवोदितांना नक्कीच मदत होईल.

एखाद्या प्रश्नाला (चल) मिळालेल्या प्रतिसादातून प्राप्त झालेल्या माहितीबाबत लिहित असताना जणू काही तुम्ही खालील प्रश्नांची उत्तरे देत आहात असे समजा:

- चलांचा अभ्यास करणे तुम्हाला का महत्त्वाचे वाटले? तुमच्या मते, तुम्ही स्पष्ट करत असलेल्या मुख्य चलावर, या चलाचे काय परिणाम होतील? (*या ठिकाणी तुम्ही चलाच्या अभ्यासाकरिता तुमची तर्कबुद्धी वापरणार आहात.*)
- बहुविध तक्त्यांबाबतीत, तुम्ही ज्या चलांचे विश्लेषण करत आहात, त्याच चलांच्या इतरांनी केलेल्या अभ्यासामध्ये कोणते परस्परसंबंध आढळले? (*या ठिकाणी प्रकाशित साहित्याच्या परीक्षणाचा अभ्यासाच्या निष्कर्षांत समावेश करावा.*)
- दोन चलांमधील परस्परसंबंधांच्या दृष्टिकोनातून तुम्हाला नेमके काय शोधणे अपेक्षित होते? (*जर तुम्ही गृहीतकृत्य सूत्रबद्ध केले असेल, तर ते येथे लिहा.*)

- तुमच्या अभ्यासातून तुम्ही काय शोधले आहे? (*या ठिकाणी तुमच्या अभ्यासातील प्रत्यक्ष माहिती म्हणजेच, तक्ते, आलेख किंवा मजकूर द्यावा.*)
- तथ्ये काय दर्शवतात? (*तुमच्या विश्लेषणातून आलेल्या अनुमानांचा अर्थ स्पष्ट करा.*)
- तुम्ही कोणते निष्कर्ष काढू शकता? तुम्ही केलेल्या अभ्यासातून काढलेल्या निष्कर्षांची पूर्वी केलेल्या अशाच प्रकारच्या अभ्यासातील निष्कर्षांशी कशा प्रकारे तुलना कराल? तुमचा अभ्यास या निष्कर्षांना पूरक आहे की तद्विरोधी आहे?
- तुमच्या अभ्यासातून आलेल्या निष्कर्षांकरिता तुम्ही काय स्पष्टीकरण देऊ शकता?

वरील प्रश्न हे तुमच्या विचारांच्या क्रमवार मांडणीसाठी सुचवलेली केवळ एक चौकट आहे, उपशीर्षकांची यादी नव्हे. या अहवालाचे वाचन अधिक रोचक होण्यासाठी जर तुम्हाला हा क्रम बदलावासा वाटला तर तुम्ही बदलू शकता. खाली चलांसंबंधी लिहिण्याकरिता 'प्रतिपालनासाठी पुरेसा मोबदला' हे प्रकरण १३मधील उदाहरण दिले आहे:

- प्रतिपालनासाठी दिला जाणारा मोबदला पुरेसा आहे का हे पाहणे तुम्हाला महत्त्वाचे का वाटले? तुमच्या मते, प्रतिपालनासाठी दिला जाणारा मोबदला पुरेसा असणे किंवा नसणे याचा प्रतिपालनाच्या दर्जावर काय परिणाम होऊ शकतो?
- तुम्ही केलेल्या प्रकाशित साहित्याच्या अभ्यासात प्रतिपालनासाठीचा दिला जाणारा मोबदला पुरेसा आहे किंवा नाही याविषयी इतर अभ्यासात काय नमूद केले आहे?
- तुम्ही अभ्यासाधीन लोकसमूहाकडून, प्रतिपालनासाठी दिल्या जाणाऱ्या मोबदल्याचा पुरेसेपणा याबद्दल त्यांना काय वाटते, हे जाणून घेत असताना तुम्हाला नेमके काय शोधायचे आहे? जर तुम्ही गृहीतकृत्य सूत्रबद्ध केले असेल तर ते तुम्ही इथे स्पष्ट मांडले पाहिजे. उदाहरणार्थ, एच$_0$: बहुतेक सर्व प्रतिपालकांना प्रतिपालनासाठी दिला जाणारा मोबदला पुरेसा आहे असे वाटते.
- प्रतिपालनासाठी दिल्या जाणाऱ्या मोबदल्याचा पुरेसेपणा याबाबत तुम्हाला काय आढळले? अभ्यासाधीन लोकसमूहापैकी पुरेसा वाटणाऱ्यांचे प्रमाण किती? अभ्यासाधीन लोकसमूहापैकी अपुरा वाटणाऱ्यांचे प्रमाण किती? या ठिकाणी प्रतिपालनासाठी दिल्या जाणाऱ्या मोबदल्याचा पुरेसेपणा याविषयीचे प्रतिसादकांचे प्रतिसाद दर्शविणारा तक्ता किंवा आलेख द्या.
- प्रतिपालनासाठी दिल्या जाणाऱ्या मोबदल्याचा पुरेसेपणा याबद्दल तुमची तथ्ये काय दर्शवितात? तुमच्या अभ्यासाचे मुख्य निष्कर्ष काय आहेत? तुमच्या प्रकाशित साहित्याच्या परीक्षणात यापूर्वी याच विषयावर केलेल्या इतर अभ्यासातील निष्कर्षांची तुलना कशा प्रकारे होऊ शकते? तुमचा अभ्यास त्या निष्कर्षांना पुष्टी देतो की त्याच्या विरुद्ध आहे?
- प्रतिपालनासाठी दिल्या जाणाऱ्या मोबदल्याचा पुरेसेपणा याबाबत तुम्ही काय अनुमाने काढू शकाल?
- तुमच्या निरीक्षणातून पुढे आलेल्या अनुमानांचे तुम्ही काय स्पष्टीकरण द्याल? प्रतिपालनासाठी दिला जाणारा मोबदला पुरेसा आहे किंवा नाही असे प्रतिपालकांना का वाटते याबद्दल तुमचे मत काय आहे?

सुचविलेल्या चौकटीत प्रश्नांमधून प्राप्त झालेली माहिती लिहिताना, तुमची अनुमाने आणि निष्कर्ष यात परीक्षण केलेल्या प्रकाशित साहित्याचा समावेश केला आहे ना हे अवश्य पहा. परीक्षण केलेल्या प्रकाशित साहित्याचा समावेश अनुमाने पडताळून पाहताना किती व्यापक करायचा हे तुम्ही कोणत्या पदवीसाठी (पदवी, पदव्युत्तर

किंवा पीएच.डी.) – प्रबंधलेखन करत आहात यावर अवलंबून आहे. पदवी पातळी जेवढी उच्च, तेवढा परीक्षण केलेल्या प्रकाशित साहित्याचा समावेश व्यापक होतो. तुमचे निष्कर्ष तुम्ही खूप काळजीपूर्वक मांडलेले आहेत आणि तुमच्या निष्कर्षांबाबत तुम्हाला आत्मविश्वास आहे हे प्रदर्शित करण्यासाठीही तुम्ही परीक्षण केलेल्या प्रकाशित साहित्याचा समावेश करणे गरजेचे आहे.

गुणात्मक संशोधनातील लेखन हे विश्लेषणापेक्षा वर्णनात्मक आणि कथनात्मक शैलीचे अधिक असल्याने, माहितीची रचना करताना, लेखन अधिक वाचनीय होण्याकरिता विचारांमधील परस्परसंबंध आणि भाषा प्रवाही असणे आणि तुमची अनुमाने अर्थपूर्ण रीतीने वाचकांपर्यंत पोहोचणे यासाठी तुम्हाला स्वतःची कल्पनाशक्ती वापरावी लागते.

इथे सुचवलेली चौकट ही अभ्यासाच्या मुख्य विचाराभोवती बेतली आहे. इतर अनेक प्रकारच्या चौकटीसुद्धा उपलब्ध आहेत. काही संशोधक 'अनुमान' या एकाच शीर्षकाखाली सर्वकाही लिहितात. ही चौकट संशोधन निबंधासाठी अगदी योग्य आहे, कारण तो आकाराने लहान असतो, परंतु छोट्या प्रबंधासाठी किंवा संशोधन अहवालासाठी योग्य नाही. अन्य लेखक हे संशोधन साधनात जो क्रम दिला आहे तोच क्रम वापरतात. उदाहरणार्थ, ज्या क्रमाने प्रश्नपत्रिकेमध्ये किंवा मुलाखतीत प्रश्न विचारले गेले आहेत, त्याच क्रमाने प्रत्येक प्रश्नाखाली अनुमानांविषयी चर्चा करतात. याचा अर्थ असा की वाचकाला सातत्याने प्रत्येक प्रश्नासाठी प्रश्नपत्रिकेचा संदर्भ घ्यावा लागतो. ही चौकट खंड पाडणारी, माहितीचा परस्पर दुवा न सांधणारी व एकात्म नसणारी आहे, आणि अनुमानांमध्ये कोणताही दृष्टिकोन दिसून येत नाही.

संदर्भ लेखन

संदर्भ लेखनाची पद्धत

तुमच्या अहवाल लेखनातील संदर्भलेखन हे स्वीकृत शैक्षणिक शैलीनुसार केलेले असावे. शैक्षणिक परिघात संदर्भ लेखनाच्या अनेक पद्धती प्रचलित आहेत आणि वेगवेगळ्या विद्याशाखांनुसार संदर्भ लेखनाच्या भिन्न भिन्न पद्धतींची निवड केली जाते. तुमचा विभाग आणि विद्यापीठ यांनी कुठली पद्धत मान्य केली आहे, हे तुम्हाला माहीत करून घ्यावे लागेल. हे शिकण्यासाठी थोडा वेळ खर्च करा. जी कुठली पद्धत तुम्ही निवडाल त्यात सातत्य ठेवा. बुचर (१९८१: २२६) यांच्या मते, संदर्भलेखनाच्या पुढील चार पद्धतींमधून तुम्ही एक निवडू शकता:

१. संक्षिप्त शीर्षकाची पद्धत;
२. लेखक–तारीख पद्धती (याला नाव–वर्ष पद्धती असेही म्हणतात, हार्वर्ड पद्धती किंवा संदर्भ कंसात देण्याची पद्धत);
३. क्रमांकानुसार संदर्भ पद्धती (याला व्हँकुव्हर पद्धती असेही म्हणतात);
४. लेखक–क्रमांक पद्धती

बुचर (१९८१: १६७) यांच्या मतानुसार, पहिली पद्धती सर्वसाधारण पुस्तकांकरिता वापरली जाते, दुसरी पद्धत मुख्यतः विज्ञान आणि सामाजिकशास्त्रांच्या पुस्तकासाठी वापरली जाते; तिसरी आणि चौथी पद्धत क्वचितच वापरली जाते. बुचर (१९८१) आणि विविध इतर मार्गदर्शक शैलींचा उल्लेख या पुस्तकात उदाहरणादाखल केला आहे, ज्याचा तुम्ही उपयोग करू शकाल.

संदर्भग्रंथांची सूची तयार करणे

संदर्भ
प्रशिक्षण

संदर्भग्रंथ सूची करण्याच्यासुद्धा अनेक प्रस्थापित पद्धती प्रचलित आहेत आणि तुमची निवड ही तुमची विद्याशाखा आणि तुमचे विद्यापीठ यांच्या प्राधान्यक्रमावर अवलंबून आहे. सामाजिकशास्त्रांमध्ये सर्वसामान्यपणे पुढील पद्धती वापरल्या जातात (लाँगियर १९८३: ८३):

- हार्वर्ड पद्धती;
- अमेरिकन सायकॉलॉजिकल असोसिएशन पद्धती;
- अमेरिकन मेडिकल असोसिएशन पद्धती;
- मॅग्रा–हिल पद्धती;
- मॉडर्न लँग्वेजेस असोसिएशन पद्धती;
- तळटीपा पद्धती.

ही पद्धत आणि शैली शिकण्यासाठी या पुस्तकाच्या शेवटी दिलेले संदर्भ पहा किंवा तुमच्या ग्रंथालयात शोधा.

सारांश

तुमच्या अहवालाद्वारे तुम्ही तुमची अनुमाने तुमचे पर्यवेक्षक आणि वाचक यांच्यापर्यंत पोहोचवणार असल्याने अहवाल लेखन ही संशोधन प्रक्रियेतील सर्वात निर्णायक पायरी ठरते. अहवाल अत्यंत ढिसाळ पद्धतीने लिहिलेला असेल, तर तुम्ही तुमच्या संशोधन अभ्यासासाठी घेतलेली सर्व मेहनत वाया जाऊ शकते.

प्रत्येक संशोधकानुसार संशोधन अहवाल लेखनाची शैली लक्षणीरित्या भिन्न भिन्न असते, मात्र सर्व संशोधन अहवाल लेखन हे सुस्पष्ट आणि संक्षिप्त पद्धतीचे असणे आवश्यक आहे. याही पुढे जाऊन, शास्त्रीय लेखनासाठी तीव्र बुद्धिमत्ता लागते आणि त्यात अचूकता व वस्तुनिष्ठता असणे बंधनकारक आहे. अहवाल हे वेगवेगळ्या शैलीबंधामध्ये लिहिले जाऊ शकतात, आणि या प्रकरणात विद्यार्थ्यांना उपयुक्त ठरलेली एक शैली सुचविलेली आहे.

गुणात्मक आणि संख्यात्मक संशोधनातील लेखनशैलीत फरक आहे. गुणात्मक संशोधनात तुमची शैली ही वर्णनात्मक आणि कथनात्मक असते, याउलट संख्यात्मक संशोधनात वर्णनात्मक असण्याबरोबरच ती विश्लेषणात्मकही असते आणि प्रत्येक प्रतिपादित मुद्दा हा अन्वेषणादरम्यान प्राप्त झालेल्या अनुभवावर आधारित पुरावा असतो.

संदर्भ लेखन आणि संदर्भग्रंथ सूची करण्याचे वेगवेगळे मार्ग प्रचलित आहेत. तुम्ही तुमची विद्याशाखा आणि विद्यापीठ यांनी स्वीकारलेली पद्धत निवडणे योग्य आहे.

संशोधन अहवाल लेखनास सुरुवात करण्यापूर्वी, वेगवेगळ्या प्रकरणांचा व त्यातील आशयाचा एक आराखडा तयार करा. सर्व प्रकरणे ही अभ्यासाच्या मुख्य विचारांभोवती गुंफलेली असावीत आणि यासाठी तुमच्या उपउद्दिष्टांची खूप मदत होईल. चलांविषयी नेमकी माहिती देत असताना, मसुद्यामध्ये चलांच्या अभ्यासातील तर्कशुद्धता; प्रकाशित साहित्याचे परीक्षण; गृहीतकृत्य, असल्यास; अनुमाने; निष्कर्ष आणि अनुमानांची संभाव्य स्पष्टीकरणे यांचा समावेश असावा.

प्रस्तुत प्रकरणात सुचविलेल्या चौकटीचे वर्णन – तुमच्या अभ्यासातील प्रमुख विचाराभोवती केलेले विचारकेंद्री लेखन असे होऊ शकते. विचारांतर्गत एकात्म पद्धतीने समाविष्ट केलेली माहिती ही तर्कशुद्ध पद्धतीने प्रवाहित होते.

याचा विचार करा

- या प्रकरणाच्या सुरुवातीला दिलेल्या परवलीच्या शब्दांची उजळणी करा आणि जर तुम्हाला त्या शब्दांच्या अर्थाविषयी किंवा तो कसा वापरायचा याविषयी शंका असेल तर पुढे जाण्यापूर्वी पुन्हा एकदा ते प्रकरणात वाचा.
- प्रकाशित साहित्याचे परीक्षण हा संशोधनाचाच एक आवश्यक भाग आहे. तुमच्या औत्सुक्याच्या विषयामधील उदाहरणांचे प्रकाशित साहित्यातील अनुमानांमध्ये, तुमच्या संशोधनातील अनुमानांचे पडलेले प्रतिबिंब अहवाल लेखन करत असताना पडले आहे का याचे परीक्षण करा.

आता तुम्ही पूर्ण प्रकरण वाचले आहे. त्या आधारे खालील प्रश्नांची उत्तरे द्या.

- गुणात्मक आणि संख्यात्मक अहवाल लेखनातील काही भेदांचे वर्णन करा.
- संदर्भ देण्याच्या वेगवेगळ्या पद्धती कोणत्या? तुमच्या विद्याशाखेमध्ये किंवा तुमच्या विद्यापीठात वापरली जाणारी संदर्भ देण्याच्या पद्धतीविषयी तपशिलाने लिहा.
- संदर्भग्रंथ सूची लिहिण्याच्या कोणत्या वेगवेगळ्या पद्धती काय आहेत? तुमच्या विद्याशाखेमध्ये किंवा तुमच्या विद्यापीठात वापरल्या जाणाऱ्या पद्धतीविषयी तपशिलाने लिहा.

शब्दकोश

१००% स्तंभालेखः शंभर टक्के स्तंभालेख हा परस्परांवर रचलेल्या स्तंभालेखासारखाच असतो. फरक फक्त एवढाच आहे की अगोदरच्यात चलांचे जे उपवर्गीकरण केले जाते त्यामध्ये विशिष्ट स्तंभाची बेरीज १०० टक्के असली पाहिजे आणि प्रत्येक स्तंभ हा त्यांच्या १०० पैकीच्या प्रमाणातच विभागलेला असला पाहिजे.

अ–प्रायोगिक अभ्यासः कार्यकारणभावाचा अभ्यास करताना अशी एक वेळ येते जेव्हा संशोधक निष्कर्षांचे निरीक्षण करतो व कारणाचे अन्वेषण करतो. निष्पत्तीवरून संशोधक कारणांचा त्याच्याशी दुवा जोडण्यास सुरुवात करतो. अशा अभ्यासांना अप्रायोगिक अभ्यास असे म्हणतात. अप्रायोगिक अभ्यासात तुम्ही कारण चलाचा अंतर्भाव करत नाही किंवा तुम्ही ते नियंत्रित/तयार करत नाही. तुम्ही परिणामांपासून सुरुवात करता आणि ते कारणांशी जोडायचा प्रयत्न करता.

अंतर सारणीः अंतर सारणी ही सामाजिकशास्त्रांतील अनुमापन सारणी आहे. ज्यात सारणीचे अनेक मध्यान्तर किंवा एककांत विभाजन केलेले असते. अंतर सारणीत क्रमवाचक सारणीचे सगळे गुण असतात. याशिवाय, सारणीच्या विस्ताराच्या संदर्भात अनुमापनाचे एकक, हे व्यक्तींना किंवा प्रतिसादांना समान मध्यान्तराच्या जागी ठेवते. या सारणीला सुरुवातीचा व शेवटचा बिंदू आहे, आणि ती समान अंतरावरील एकक/मध्यान्तरात विभागली आहे. सुरुवातीचा आणि शेवटचा बिंदू आणि एकक/मध्यान्तर यांची संख्या यांच्यामध्ये याला एक निश्चित असा शून्य बिंदू नसल्याने कशाही प्रकारे मांडणी केलेली असते आणि प्रत्येक सारणीनुसार वेगळेपण असते.

अंदाजे नमुनाः अशा प्रकारच्या नमुन्यामध्ये तुमच्या अभ्यासाची उद्दिष्टे संपादन करण्यासाठी कोण चांगली माहिती देऊ शकेल याविषयीचा तुमचा अंदाज ही प्राथमिक संबंधित बाब असते. संशोधक म्हणून तुम्हाला हवी असलेली माहिती ज्यांच्याकडे उपलब्ध आहे व जे ती द्यायला तयार आहेत अशा लोकांकडे फक्त तुम्ही जाता. या आराखड्याला हेतुपूर्वक नमुना निवड असे म्हटले जाते.

अकस्मात नमुना निवडः नियतांश नमुन्याप्रमाणेच अकस्मात नमुना निवडीत तुमच्या सोयीनुसार नमुना निवड केली जाते. तरीही नियतांश पद्धतीत काही वैशिष्ट्ये, गुण असलेल्या व्यक्तींची निवड केली जाते. परंतु अकस्मात नमुना निवडीत तसे केले जात नाही. कोणत्याही व्यक्तीची तुम्ही अभ्यासासाठी निवड करू शकता. जेवढ्या नमुन्यांची तथ्ये संकलित करायची आहे ती झाली की तुम्ही काम थांबवू शकता.

अखंड चलः ही अशी चले आहेत, ज्यांच्या अनुमापनात अखंडता असते. उदाहरणार्थ, वय, उत्पन्न आणि अभिवृत्ती गुण. ते त्यांचे ज्यात मापन होऊ शकते असे कोणतेही मूल्य सारणीवर धारण करू शकतात. वय हे वर्ष, महिने आणि दिवस यात मोजता येऊ शकते. तशाच प्रकारे उत्पन्न हे डॉलर्स आणि सेंटमध्ये मोजता येऊ शकते.

अदृश्य अभ्यासः या अभ्यासाधीन लोकसमुदायाला आपल्याला दिली जाणारी वागणूक ही खरी आहे किंवा खोटी आहे किंवा तुलनात्मक अभ्यासात बाह्य गोष्टींविषयी आहे हे माहीत नसते. या अभ्यासाचे मुख्य उद्दिष्ट हे आभासी परिणाम अलग करणे हे असते.

अनुमापन सारणीः उद्देश, प्रतिसाद, वैशिष्ट्ये आणि गुणधर्म यांचे भिन्न भिन्न वर्गात वर्गीकरण करण्याची पद्धत. हे वर्गीकरण सारणीच्या वापरानुसार अत्यंत व्यक्तिनिष्ठ किंवा वस्तुनिष्ठ असू शकते. सांकेतिक, क्रमवाचक, मध्यान्तर आणि गुणोत्तर या चार सामान्यतः वापरल्या जाणाऱ्या सारणी आहेत.

अनैतिकः अशी कोणतीही व्यावसायिक कृती जी त्या व्यवसायातील स्वीकृत आचारसंहितेस अनुसार नसते ती अनैतिक समजली जाते.

अन्वेषणात्मक संशोधनः जेव्हा एखादा अभ्यास, एकतर ज्या क्षेत्राबद्दल अत्यल्प माहिती उपलब्ध असते किंवा विशिष्ट विषयावर संशोधन अभ्यास हाती घेता येण्याची शक्यता असते, तेव्हा हाती घेतला जातो. तसेच जेव्हा सुसाध्यता निश्चित करण्यासाठी अभ्यास केला जातो, त्याला सुसाध्यता किंवा प्राथमिक अभ्यास असे म्हणतात.

अप्रमाणित स्तरित नमुनाः स्तरित नमुना निवड केली जात असताना, जर तुम्ही प्रत्येक स्तरातून कोणत्याही बाबी विचारात न घेता समान संख्येने अभ्यासाधीन लोकसमुदायाची निवड करता तेव्हा या प्रक्रियेला अप्रमाणित स्तरित नमुना असे म्हणतात.

अभिवृत्ती गुणः प्रतिसादकाने अभिवृत्ती मापनाविषयी विचारलेल्या प्रश्नांना दिलेल्या प्रतिसादांचे मूल्य तुम्ही आकड्यात ठरवता आणि प्रत्येक अभिवृत्ती मापनाचे मूल्य वेगवेगळे असते. वेगवेगळ्या अभिवृत्तींसाठी अभिवृत्ती गुणांची गणना करण्याची पद्धत वेगवेगळी असते.

अभिवृत्ती मापन सारणीः एखाद्या मुद्द्यावरील अभिवृत्तीचे मोजमाप करण्यासाठी जी मापनसारणी रेखीत केली जाते तिला अभिवृत्ती मापनसारणी म्हणतात. सामजिकशास्त्रांत तीन प्रकारच्या मापनसारणी आहेत. लायकर्ट यांची 'संकलित मूल्य निश्चयन पद्धती,' थर्स्टन यांची 'समदर्शी मध्यंतर पद्धती' आणि गटमन यांची 'वर्धित पद्धती' आहे.

अभिवृत्ती मूल्यः अभिवृत्ती मापकामध्ये समस्येप्रती प्रतिबिंबित होणाऱ्या अनेक विधानांचा समावेश असतो. ही अभिवृत्ती कोणत्या विधानावर किती प्रमाणात प्रतिबिंबित होणार हे प्रत्येक विधानावर अवलंबून असते. काही विधाने अभिवृत्ती निश्चित करण्यासाठी अन्य काही विधानांपेक्षा जास्त महत्त्वाची असतात. एखाद्या विधानाचे अभिवृत्ती मूल्य याचा संदर्भ हा अभिवृत्तीमध्ये त्याचे लक्षणीय प्रतिबिंब पडत असताना विधानाला मोजलेला अथवा त्याला दिलेला भार याच्याशी असतोः लक्षणीयता किंवा व्याप्ती जेवढी जास्त, तेवढी अभिवृत्ती किंवा भार जास्त.

अभ्यास आराखडाः ही संज्ञा तुम्ही हाती घेणार असलेल्या अभ्यासाच्या आराखड्याच्या प्रकाराचे प्रयोगात्मक, सहसंबंधात्मक, वर्णनात्मक किंवा पूर्व आणि पश्चात असे वर्णन करणारी आहे. प्रत्येक अभ्यास आराखड्याला विशिष्ट रचना आणि गुणधर्म असतात.

अभ्यासाधीन लोकसमुदायः सामाजिकशास्त्रांतील प्रत्येक अभ्यासाला दोन पैलू असतातः अभ्यासाधीन लोकसमुदाय आणि अभ्यास क्षेत्र (विषय क्षेत्र). ज्या लोकांविषयी तुम्हाला जाणून घ्यायचे आहे, त्यांना सामूहिकरीत्या अभ्यासाधीन लोकसमुदाय किंवा फक्त लोकसमूह असे म्हटले जाते. लोकसंख्येची जी संख्या, आकारमान आहे ते N या अक्षराने दर्शविले जाते. हा एखाद्या क्षेत्रात राहणाऱ्या लोकांचा, एखाद्या संस्थेतील कर्मचाऱ्यांचा, एखाद्या समुदायाचा, विशेष समस्याग्रस्त लोकांचा गट इत्यादी असू शकतो. ज्या लोकांकडून तुम्ही तथ्ये संकलित करणार आहात त्यांना नमुना असे म्हणतात, ज्यांची निवड अभ्यासाधीन लोकसमुदायातून केली जाते. नमुना आकार सामान्यतः n ने दर्शवला जातो.

अर्ध–प्रायोगिक अभ्यासः पहा **तत्सम–प्रायोगिक अभ्यास**.

अवगत करून परवानगीः यामध्ये प्रतिसादकाला त्याच्याकडून कोणती माहिती हवी आहे? माहिती का घेतली जात आहे, कोणत्या उद्दिष्टासाठी ती वापरली जाणार आहे, अभ्यासात त्यांनी कशा प्रकारे सहभागी व्हायचे आहे, आणि याचा त्यांच्यावर प्रत्यक्षपणे किंवा अप्रत्यक्षपणे कसा परिणाम होणार आहे याची त्यांना पुरेशी आणि अचूक कल्पना देऊन जाणीव दिली जाते. अशी परवानगी स्वेच्छेने, कोणत्याही दडपणाविना असणे महत्त्वाचे असते. अभ्यासाच्या सर्व पैलूंविषयी माहिती दिल्यावर किंवा प्रतिसादकांना पुरेसे आणि अचूकपणे जाणीव दिल्यावर प्रतिसादकांनी दिलेली परवानगी ही अवगत करून परवानगी समजली जाते.

अवलंबित्वः गुणात्मक संशोधनातील अवलंबित्व हे संख्यात्मक संशोधनातील विश्वासार्हतेशी समांतर आहे. याचा संबंध हा आपण जर एकाच बाबीचे दोन वेळा निरीक्षण केले तर एकसारखेच परिणाम परत मिळतील का याच्याशी आहेः दोन परिणामांमध्ये जेवढे अधिक साम्य, तेवढे अवलंबित्व जास्त.

अवलंबी चलः जेव्हा अभ्यासातून कार्यकारण भाव प्रस्थापित करायचा असतो, तेव्हा चल हे कारण आहे असे गृहीत धरणे याला स्वतंत्र चल म्हणतात आणि जी चले बदल घडवून आणतात त्यांना अवलंबी चल असे म्हणतात. अवलंबी चल हे स्वतंत्र चलावर अवलंबून असते, म्हणजेच यात ते अवलंबी चलातील बदलास जबाबदार आहे असे गृहीत धरले आहे.

असंभाव्यता नमुना आराखडाः नमुना लोकसमूहातून घटकांची निवड करताना या आराखड्यात संभाव्यतेचा सिद्धान्त अनुसरला जात नाही. असंभाव्यता आराखडा जेव्हा लोकसमूहातील घटकांची संख्या माहिती नसेल किंवा त्यांची वैयक्तिकरित्या ओळख नसेल तेव्हा वापरला जातो. अशा प्रसंगी घटकांची निवड ही अन्य मान्यतांवर अवलंबून असते. असंभाव्यता नमुना आराखडा हा गुणात्मक आणि संख्यात्मक अशा दोन्हीही संशोधनात वापरला जातो.

असंरचित मुलाखतः अशी मुलाखत ज्यात, मुलाखतकर्ता म्हणून तुम्ही, तुमच्या प्रतिसादकांना विचारणार असलेले प्रश्न, त्याचे तुम्ही द्याल ते स्पष्टीकरण, तुम्ही वापरणार असलेले शब्द आणि ज्या क्रमाने तुम्ही विचारणार आहात तो क्रम, अशी सर्व तऱ्हेची लवचिकता असते.

असहभागी निरीक्षणः जेव्हा तुम्ही संशोधक म्हणून गटाच्या कृतींमध्ये सहभाग न घेता तटस्थ निरीक्षक म्हणून राहता, त्यांच्या कृती पाहता आणि आंतरक्रिया ऐकता आणि त्यावरून अनुमाने काढता तेव्हा याला असहभागी निरीक्षण असे म्हटले जाते.

आचारसंहिताः व्यावसायिकांनी व्यवसाय करताना काही नैतिक तत्त्वे पाळायची असतात. ही आचरणविषयक तत्त्वे असतात. त्यांना आचारसंहिता म्हणतात.

आभासी अभ्यासः जो अभ्यास आभासी परिणामांची व्याप्ती निश्चित करण्याचा प्रयत्न करतो त्याला आभासी अभ्यास असे म्हणतात. आभासी अभ्यास तुलनात्मक अभ्यास आराखड्यावर आधारित आहे, ज्यात भिन्न चलाचा परिणाम अलग ठेवण्यासाठी तुम्हाला नियंत्रित गट हवा आहे की नाही यावर किंवा उपचारांचे इतर प्रकारांचा संबंधित परिणाम निश्चित करायचा आहे की नाही यावर दोन किंवा अधिक गट सहभागी असणे अवलंबून आहे.

आभासी परिणामः रुग्णाला आपल्याला मिळणारे उपचार हे आपल्या बरे होण्यात, जरी ते उपचार खोटे किंवा प्रभावहीन असले तरीही त्याला/तिला ते महत्त्वाची योग्य भूमिका निभावत आहेत असे वाटणे. आपल्याला योग्य उपचार मिळत आहेत असा त्याला किंवा तिला विश्वास असल्याने हा बदल घडत असतो. या रुग्णाला बरे होण्यासाठी मदत करणाऱ्या मानसशास्त्रीय परिणामाला आभासी परिणाम असे म्हणतात.

आयतालेखः आयतालेख म्हणजे विश्लेषण केलेल्या तथ्यांचे, शेजारी शेजारी जागा न सोडता आयताकृती काढून सचित्र सादरीकरण केलेले असते, जे प्रत्येक वर्गाच्या किंवा उपवर्गाच्या वारंवारतेचे प्रतिनिधित्व करते.

आलेखः आलेख हे विश्लेषण केलेल्या तथ्यांचे सादरीकरणाचा मार्ग आहे, ज्याद्वारे तथ्ये समजायला सोप्या पद्धतीने आणि प्रभावीपणे संप्रेषित केली जातात.

आशय विश्लेषणः गुणात्मक तथ्यांचे विश्लेषण करण्याची ही एक मुख्य पद्धत आहे. ही मुलाखतीतील आशय किंवा निरीक्षणाच्या क्षेत्रीय नोंदी यातील आशयाच्या विश्लेषणाची प्रक्रिया, जी प्रतिसादकांच्या प्रतिसादातून किंवा संशोधक म्हणून तुम्ही केलेल्या नोंदीवरून उदयाला आलेले नवीन विचार ओळखणे याच्याशी निगडित आहे.

आशय वैधताः अभ्यासाचा एक भाग म्हणून दर्शनी वैधता प्रस्थापित करण्यासाठी प्रत्येक प्रश्नाचा दुवा उद्दिष्टांशी जुळला पाहिजे. तसेच तुमच्या अभ्यासात ज्या क्षेत्रांचा समावेश करायचा आहे ते प्रश्नात किंवा कलमात समाविष्ट झाले आहेत की नाही हे पाहणे महत्त्वाचे आहे. संशोधन साधनातील प्रश्नांची, अभ्यासाधीन क्षेत्रांच्या समावेशाची व्याप्ती तपासणे याला संशोधन साधनाची आशय वैधता म्हणतात.

उच्च पातळी परिणामः काही निरीक्षक निरीक्षणे नोंदवताना सारणीच्या विशिष्ट भागाला प्राधान्य देतात. अशाच प्रकारे काही शिक्षक अगदी कडकपणे गुण देणारे असतात, तर काही नसतात. जेव्हा निरीक्षकांची आंतरक्रिया नोंदवताना सारणीवरील विशिष्ट भागच वापरायची प्रवृत्ती असते तेव्हा या घटनेला उच्च पातळी परिणाम असे म्हटले जाते.

उद्दिष्टाभिमुख मूल्यमापनः एखादा कार्यक्रम किंवा सेवा या त्यांची ध्येय किंवा उद्दिष्टे साध्य करत आहेत किंवा नाहीत हे निश्चित करण्यासाठी या मूल्यमापनाची आखणी केली जाते.

उपयोजित संशोधनः सामाजिकशास्त्रांतील बहुतांश संशोधन हे उपयोजित स्वरूपाचे असते. उपयोजित संशोधनात संशोधन तंत्र, रीत आणि पद्धती यातून तयार होणारी संशोधन पद्धती परिस्थिती, समस्या, प्रश्न, मुद्दा

किंवा घटना यातील वेगवेगळ्या अंगांची तथ्ये संकलित करण्यासाठी वापरता येते. ज्या माहितीचा उपयोग धोरण ठरवणे, कार्यक्रम विकास, कार्यक्रमात बदल, मूल्यमापन, एखाद्या घटनेविषयी समज वाढवणे, कारणे आणि परिणाम प्रस्थापित करणे, गरजा ओळखणे आणि रणनीती विकसित करणे यासाठी होतो.

ओळीची टक्केवारी: ही गणना एका चलाच्या वेगवेगळ्या स्तंभात एका ओळीत दाखवलेल्या सर्व उपवर्गाची बेरीज करून केली जाते.

ऑनलाइन सर्वेक्षण: तथ्य संकलनासाठी आणि काही वेळा त्याचे विश्लेषण करण्यासाठीही ऑनलाइन सर्वेक्षण हे सर्वसामान्यपणे बऱ्याच प्रमाणात वापरले जाते. ऑनलाइन तथ्य संकलनासाठी ई-मेल, वेबसाइट आणि मोबाइल फोन हे तीन सर्वसामान्य पर्याय आहेत.

कथन: तथ्य संकलित करण्याचे कथन, निवेदन तंत्र हे केंद्रित गटापेक्षा कमी संरचित आहे. या कथनात संशोधकाची, फक्त एखाद्या व्यक्तीच्या आयुष्यात घडलेले प्रसंग किंवा घटनांबाबतचे तिचे/त्याचे व्यक्तिगत अनुभव ऐकण्याची इच्छा असते, याव्यतिरिक्त त्यात पूर्वनिश्चित आशय नसतो. व्यक्ती तिच्या/त्याच्या आयुष्यातील घटना किंवा प्रसंग सांगत असते आणि तुम्ही संशोधक म्हणून तटस्थपणे, अधूनमधून प्रतिसादकाला प्रोत्साहन देऊन ऐकत असता.

कल अभ्यास: या अभ्यासांमध्ये तथ्य निरीक्षणाच्या भूतकाळातील, समकालीन परिस्थितीशी किंवा नजीकच्या भूतकाळाशी, अभ्यासाशी संबंधित असलेल्या घटनेविषयी केल्या जाणाऱ्या अनेक मुद्द्यांच्या निवडीचा आणि नंतर भविष्यातील कलांबद्दल निश्चित गृहीतके बनवली जाण्याचा समावेश असतो. एका अर्थाने तुम्ही कलांचे भूत, वर्तमान व भविष्यात केलेली निरीक्षणे एकत्रित करून बहुविभागीय चित्र तयार करत असता. या बहुविभागीय निरीक्षणातून बदलाच्या प्रकारासंबंधी अनुमाने काढत असता.

कल वक्र: मध्यन्तर किंवा गुणोत्तर सारणीवर मापन केलेल्या तथ्य संचाचे रेखा आलेख किंवा कल वक्राद्वारे सादरीकरण केले जाते. कलरेषा ही विशिष्ट वेळ आणि कालखंड या दोन्हींशी संबंधित तथ्यांच्या आधारे काढली जाते. जर ती काळाशी संबंधित असेल तर प्रत्येक मध्यन्तराचा मध्यबिंदू हा प्रत्येक वारंवारतेच्या उंचीशी प्रमाणबद्धपणे बिंदू ही खूण करून दर्शवली जाते. हे बिंदू सरळ रेषेने जोडले जातात व घटनेतील कल परीक्षिला जातो. तथ्ये जर अचूक वेळेतील असतील तर वारंवारतेच्या उंचीच्या प्रमाणबद्धतेत बिंदू काढला जातो आणि कलाचे परीक्षण करण्यासाठी एक रेषा काढली जाते.

कार्यकारणभाव सिद्धान्त: कार्यकारण भावाचा सिद्धान्त हा कारण आणि परिणाम याचा अभ्यास करताना चलांच्या तीन संच बदलासाठी जबाबदार असतो असे ठामपणे सांगतो. ते असे: कारण किंवा स्वतंत्र चल, भिन्न चल आणि बदलणारे चल. घटनेत बदल घडवून आणणारा हा या तिन्हीचा सहयोग असतो.

कार्यक्रम नियोजन मूल्यमापन: एखादा मोठ्या प्रमाणावरचा कार्यक्रम हाती घेण्यापूर्वी ज्या प्रश्नासाठी कार्यक्रम विकसित केला गेला आहे त्याची व्याप्ती आणि स्वरूप यांचे अन्वेषण करणे अपेक्षित असते. जेव्हा त्याची व्याप्ती आणि स्वरूप जाणून घेण्यासाठी मूल्यमापन हाती घेतले जाते तेव्हा त्याला कार्यक्रम नियोजन मूल्यमापन असे म्हणतात.

कार्यात्मक व्याख्याः पहा **कार्यान्वयन व्याख्या.**

कार्यान्वयन व्याख्याः जेव्हा तुम्ही उपयोगात आणलेल्या संकल्पनांच्या व्याख्या एकतर तुमच्या संशोधन समस्या किंवा अभ्यासाधीन लोकसमुदायाच्या संदर्भात अनुमापन करता येईल अशा रूपात करता तेव्हा त्यांना कार्यान्वयन व्याख्या असे म्हणतात. कार्यान्वयन व्याख्या या फक्त तुमच्या अभ्यासाच्या उद्देशाने विकसित केलेल्या असतात हे समजून घेणे महत्त्वाचे आहे.

किंमत–परिणामकारकता मूल्यमापनः किंमत–परिणामकारकता मूल्य मापनाचा उद्देश मध्यस्थीवर तिच्या परिणामकारकतेच्या संदर्भात किंमतीची चिठ्ठी लावणे हा असतो.

किंमत–फायदा मूल्यमापनः किंमत–फायदा मूल्यमापनाचा मुख्य उद्देश मध्यस्थीवर फायद्याच्या संदर्भात किंमतीची चिठ्ठी लावणे हा असतो.

कृतिशील चलः ज्या संशोधनात जेव्हा चलांमध्ये कार्यकारण संबंध किंवा सहसंबंध प्रस्थापित करायचे असतात, तेव्हा संशोधकाकडून किंवा अन्य कोणाकडून या चलांत बदल केले जाण्याची, नियंत्रित केले जाण्याची आणि हवे तसे तयार केले जाण्याची शक्यता असते. अशा चलांना कृतिशील चल असे म्हणतात.

कृति संशोधनः सहभागी संशोधन आणि संयुक्त चौकशी यात समान असलेले, कृति संशोधन हे समाज विकासाच्या तत्त्वावर आधारित आहे, नियोजन, प्रत्यक्ष काम, विकास आणि संशोधनाची व कार्याची अंमलबजावणी करणे यात समाजाचा सहभाग असतो. एखाद्या गटापुढे किंवा संपूर्ण समाजापुढे जो प्रश्न आहे त्यावर संशोधन करणे, समस्या शोधण्यासाठी रणनीती आखण्यासाठी आणि कार्यक्रमाची अंमलबजावणी करण्यासाठी व त्याची हाताळणी करण्यासाठी समस्यांच्या संदर्भात रणनीती परत तपासणे अशा प्रकारे हे काम चक्राकार गतीने चालते.

केंद्रीय प्रवृत्तीची त्रुटीः मोजदाद किंवा निरीक्षणासाठी सारणी वापरताना, निरीक्षकाला तिच्या/त्याच्या आंतरक्रियेची मोजदाद करण्याच्या क्षमतेबाबत अत्यंत खात्री असल्याशिवाय ती/तो सारणीवर टोकाची भूमिका घेणे टाळेल व बहुतांश मध्यवर्ती किंवा केंद्रवर्ती भाग वापरेल. या प्रवृत्तीतून उद्भवणाऱ्या त्रुटीला केंद्रीय प्रवृत्तीची त्रुटी असे म्हणतात.

क्रमवार सारणीः क्रमवार सारणीमध्ये सांकेतिक सारणीचे सर्व गुणधर्म असतात, याशिवाय तिचे स्वतःचे गुणधर्मही असतात. याशिवाय वर्गीकृत व्यक्ती, वस्तू, प्रतिसाद किंवा गुणधर्म यांचे समान गुणधर्मावर आधारित उपवर्ग केले जातात, उपगटांना निश्चित क्रमाने श्रेणी दिली जाते. चलातील भिन्नतेच्या खोलीच्या व्याप्तीचे उपवर्गात पडलेल्या प्रतिबिंबानुसार चढत्या किंवा उतरत्या क्रमाने त्यांची रचना केली जाते.

खंडित काल – मालिका आराखडाः या आराखड्यात मध्यस्थीचा परिचय करून देण्यापूर्वी आणि नंतर तुम्ही लोकांच्या गटाचा अभ्यास करता. हे पूर्व आणि पश्चात आराखड्यासारखे आहे, फक्त यात तुम्हाला मध्यस्थीच्या वेगवेगळ्या वेळात तथ्य संकलित करून पूर्व आणि पश्चातचे एकंदरीत चित्र प्रस्थापित करावे लागते. हा आराखडा, तथ्यांचा एक संच प्रस्थापित करण्यासाठी माफक निश्चितता आणि अचूकता यासाठी पूर्व आणि पश्चात स्थितीत पुरेसा नाही, या गृहीतकावर आधारित असतो.

गट मुलाखत: गट मुलाखत ही तथ्य संकलनाची पद्धत आणि गुणात्मक संशोधन आराखडा हे दोन्ही आहे. संशोधक आणि गट यांच्यातील तथ्य संकलित करण्याच्या उद्देशाने गटाने झालेली सामूहिकीरित्या आंतरक्रिया असते आणि ती एकेका सदस्याकडून होत नाही.

गटमन सारणी: गटमन सारणी ही तीन अभिवृत्ती मापन सारणींपैकी एक आहे आणि त्याची योजना अशी आहे की अभिवृत्तीवर प्रतिबिंबित होणारी विधाने किंवा कलमे यांची रचना अचूक संचयी क्रमाने केलेली असते. विधाने किंवा कलमे यांची रचना त्यांच्यामध्ये संचयी नाते असल्याची कारणे हा या सारणीची बांधणी करण्याचा सर्वात अवघड पैलू आहे.

गुणात्मक संशोधन: हे अनुभवजन्य तात्त्विक बैठकीवर आधारित आहे; यात चौकशीबाबत मुक्त, लवचिक आणि असंरचित दृष्टिकोन अनुसरला जातो; मोजणी, गणना करण्यापेक्षा त्यातील भिन्नतेचे अन्वेषण करणे हे उद्दिष्ट असते; भावना, आकलन आणि अनुभव यांचे अनुमापन करण्यापेक्षा त्यांचे वर्णन आणि कथन करण्यावर भर असतो; आणि अनुमानांचे संप्रेषण विश्लेषणात्मक पद्धतीने करण्यापेक्षा वर्णनात्मक आणि कथनात्मक पद्धतीने केले जाते, सामान्यीकरणावर अगदी कमी भर दिला जातो किंवा दिला जात नाही.

गुणोत्तर सारणी: गुणोत्तर सारणीला सांकेतिक, क्रमवाचक आणि मध्यान्तर सारणीचे सर्व गुण आहेत. शिवाय तिचे स्वतःचे गुण आहेतः गुणोत्तर सारणीत शून्य बिंदू हा निश्चित असतो, म्हणजे शून्य हा सुरुवातीचा बिंदू असतो. त्यामुळे, ही संपूर्ण सारणी असते. दोन्हीतील मध्यांतर हे नेहमी शून्यापासून मोजले जाते, अंकगणितातील गणिते या सारणीवर करता येऊ शकतात.

गृहीतकृत्य: गृहीतकृत्य हे घटना, परिस्थिती किंवा नाते, वस्तुस्थिती याबद्दलची अंतःप्रेरणा, गृहीतक, संशय, निश्चित विधान किंवा कल्पना असते, ज्याबद्दलचे तुम्हाला वास्तव किंवा सत्य काहीही माहीत नसते आणि तुम्ही हे सत्य शोधून काढण्यासाठी तुम्ही तुमचा अभ्यास करण्याचे ठरवता. संशोधक या अंतःप्रेरणा, गृहीतके, प्रतिपादने, निश्चित विधाने यांचे गृहीतकृत्यांद्वारे संदर्भ घेतो, जे चौकशीचे आधार असतात. जास्तीत जास्त संशोधनांमध्ये गृहीतकृत्य हे पूर्वीच्या संशोधनावर किंवा तुमच्या स्वतःच्या किंवा अन्य व्यक्तीच्या निरीक्षणावर आधारित असते.

ग्राहकाभिमुख मूल्यमापन: या मूल्यमापनाच्या गाभ्याचे तत्त्वज्ञान, मध्यस्थीचे मूल्य किंवा गुणवत्ता यांची मोजदाद – ज्यात परिणामकारकता, निष्पत्ती, प्रभाव आणि यथार्थता हे ग्राहकाच्या आकलनातून निवडले जावे हे आहे. या तत्त्वज्ञानाप्रमाणे ग्राहक हे या पैलूवर निवाडा करणारे उत्तम लोक असतात. या तत्त्वज्ञानाच्या चौकटीत राहून केलेले मूल्यमापन ग्राहकाभिमुख मूल्यमापन किंवा अशीलकेंद्री मूल्यमापन म्हणून ओळखले जाते.

चल: अनुमापन करण्याची क्षमता असलेली प्रतिमा, दृष्टिकोन किंवा संकल्पना वेगवेगळी मूल्ये ग्रहण करण्याची क्षमता त्याला चल असे म्हणतात. अन्य शब्दांत सांगायचे तर अशी संकल्पना जी अनुमापन करू शकते तिला चल असे म्हणतात. चल हे गुणधर्म आहे व ते वेगवेगळी मूल्य ग्रहण करू शकते. हे अनुमापनाचे तार्किक एकक आहे ते नेमून दिलेल्या मूल्यांपैकी एक गृहीत धरू शकते.

चाचणी अभ्यास: पहा **सुसाध्यता अभ्यास**.

तक्तेः विश्लेषण केलेल्या तथ्यांचे छोट्या जागेत सादरीकरणाचा, जो मसुद्याला स्पष्टता आणण्यासाठी आणि संदर्भाचे झटपट मुद्दे देणारा उपयुक्त मार्ग आहे. एक, दोन किंवा अधिक चलांशी संबंधित तथ्यांचे वेगवेगळ्या प्रकारचे तक्ते उपलब्ध असतात.

तज्ज्ञ नमुनाः ज्या लोकांची निवड प्रत्यक्ष सिद्ध झालेली आहे किंवा असे प्रसिद्ध तज्ज्ञ जे तुमच्या स्वारस्य क्षेत्रात आहेत, ते तथ्य संकलनाचा आधार असतात. तुमचा नमुना हा तज्ज्ञ व्यक्तींचा गट असतो, ज्यांच्याकडून तुम्ही तुम्हाला हवी असलेली माहिती मिळवता. हे हेतुपूर्वक नमुना निवड यासारखे आहे, ज्यात फक्त नमुना म्हणून तज्ज्ञ व्यक्ती असतात.

तत्सम प्रायोगिक अभ्यासः ज्या अभ्यासात प्रयोगात्मक आणि अप्रयोगात्मक हे दोन्हीही गुणधर्म आहेत अशा अभ्यासांना तत्सम किंवा अर्धप्रायोगिक अभ्यास म्हणतात.

तुलनात्मक अभ्यास आराखडाः काही वेळा तुम्ही वेगवेगळ्या उपचारांच्या प्रकाराची परिणामकारकता पाहण्यासाठी तुलना करू इच्छिता. अशा प्रसंगी तुलनात्मक आराखडा वापरला जातो. तुलनात्मक आराखड्यात इतर आराखड्यांप्रमाणेच प्रयोगात्मक किंवा अप्रयोगात्मक पद्धतीने अभ्यास केला जातो. तुलनात्मक प्रयोगात्मक आराखड्यात अभ्यासाधीन लोकसमुदाय, ज्या ज्या प्रकारच्या उपचारांच्या चाचण्या घ्यायच्या आहेत, तितक्या संख्येच्या गटात विभाजित केला जातो. प्रत्येक गटासाठी अवलंबी चलाच्या संदर्भात आधारभूत रेषा प्रस्थापित केली जाते. त्यानंतर उपचारांच्या वेगवेगळ्या पद्धती वेगवेगळ्या गटांना परिचित करून दिल्या जातात. ठरावीक काळानंतर जेव्हा त्या प्रारूपाचा परिणाम झाला असे गृहीत धरले जाते तेव्हा अवलंबी चलातील बदल निश्चित करण्यासाठी 'पश्चात' निरीक्षण केले जाते.

त्रिकोणात्मकताः यात तुमच्या अभ्यासाची उच्च उद्दिष्टे साध्य करण्यासाठी वेगवेगळ्या स्रोतांतून तोच तथ्य संच वापरण्याचा समावेश असतो. निष्कर्ष काढण्यासाठी वेगवेगळ्या मार्गाने संकलित केलेल्या एकच एक तथ्य संचाचा वापर करताना जी माहिती मिळवून देईल आणि त्याचे वेगवेगळ्या दृष्टिकोनातून केलेले परीक्षण समस्या, स्थिती, घटना किंवा मुद्दा याविषयी उत्तम समज देईल हा यामध्ये विश्वास असतो. वेगवेगळ्या प्रकारचे त्रिकोण आहेत; तथ्य, अन्वेषण, सिद्धान्त आणि पद्धती.

थर्स्टन सारणीः सामाजिकशास्त्रांत थर्स्टन सारणी ही अभिवृत्ती मापनासाठीची एक सारणी आहे. या सारणीने अभिवृत्ती मापन हे विधानांच्या संचाचे माध्यमातून केले जाते, हे 'अभिवृत्ती मूल्य' परीक्षकांच्या गटाकडून निश्चित केले जाते. प्रतिसादकाची विधानाला सहमतीला गुण दिले जातात. जे विधानाच्या अभिवृत्ती मूल्याइतकेच असतात. सगळ्या विधानांचे एकूण गुण हे प्रतिसादकांचे अभिवृत्ती गुण असतात.

दर्शनी वैधताः जेव्हा तुम्ही संशोधन साधनात समावेश केलेल्या एखाद्या प्रश्नाचे किंवा कलमाचे तुम्ही अभ्यासाच्या उद्दिष्टांशी दुवा जोडून समर्थन करता, तेव्हा या साधनात त्याचा समावेश करण्याचे समर्थन देण्याच्या या प्रक्रियेला दर्शनी वैधता असे म्हणतात.

दिशादर्शक प्रश्नः ज्याचा आशय, रचना किंवा शब्द प्रतिसादकाला विशिष्ट दिशेने उत्तर देण्यासाठी मार्गदर्शन करतो असा प्रश्न.

दीर्घ अभ्यासः दीर्घ अभ्यासात अभ्यासाधीन लोकसमुदायाची ठराविक अंतराने दीर्घकाळात अनेकवेळा हवी असलेली तथ्ये संकलित करण्यासाठी भेट घेतली जाते. हे अंतर निश्चित नसते, ते प्रत्येक अभ्यासानुसार वेगळे असते. मध्यांतर हे कदाचित अगदी लहान म्हणजे आठवडा किंवा जास्त म्हणजे एक वर्ष इतके असते. मध्यान्तराचा विचार न करता संकलित केलेली तथ्ये ही तंतोतंत जुळणारी असतात.

दुय्यम तथ्येः काही वेळा हवी असलेली तथ्ये ही आधीच, नियतकालिके, पूर्वप्रसिद्ध अहवाल किंवा जनगणना यांसारख्या इतर स्रोतांत असते आणि यामधून तुम्ही तुमच्या अभ्यासाकरिता त्याचे सार काढता. या प्रकारच्या तथ्यांना दुय्यम तथ्ये म्हणतात.

दुय्यम स्रोतः दुय्यम तथ्ये पुरविणाऱ्या स्रोतांना दुय्यम स्रोत असे म्हटले जाते. नियतकालिके, पूर्वप्रसिद्ध संशोधन अभ्यास, अभिकरणाकडील नोंदी, रुग्ण किंवा अशील यांची आधीच संकलित केलेली माहिती आणि दैनंदिन सेवावितरणाच्या नोंदी हे सर्व दुय्यम स्रोत आहेत.

दुसऱ्या प्रकारची त्रुटीः गृहीतकृत्याची चाचणी घेत असताना, अनेक कारणांमुळे तुम्ही कधी कधी तुमच्या गृहीतकृत्यांच्या वैधतेच्यादृष्टीने एखादी चूक करता व चुकीचा निष्कर्ष काढता. जर तुम्ही शून्य गृहीतकृत्य जरी ते चुकीचे असेल आणि तुम्ही त्याचा स्वीकार करायला नको असतानाही ते स्वीकारले असेल तर याला दुसऱ्या प्रकारची त्रुटी म्हणतात.

दुहेरी अर्थाचा प्रश्नः दुहेरी अर्थाचा प्रश्न म्हणजे एका प्रश्नातून आणखी एक प्रश्न तयार होणे.

देठ आणि पर्ण सादरीकरणः देठ आणि पान हे प्रभावी, झटकन आणि साध्या मार्गाने वारंवारता वितरणाचे केलेले सादरीकरण असते. देठ आणि पानाचे वारंवारता वितरणाचे हे दोन आकड्यात बसवलेले सादरीकरण असते, ज्यात डावीकडे ० ते ९ आकडे दर्शवलेले असतात, जे दहा वारंवारतेचे प्रतिनिधित्व करतात. उजव्या बाजूचे आकडे वारंवारतेच्या एककाचे प्रतिनिधित्व करत करतात.

द्वि–अदृश्य अभ्यासः द्वि–अदृश्य अभ्यास हा अदृश्य अभ्यासासारखाच आहे. फक्त त्यातही संशोधकाचे पूर्वग्रह राहू नयेत म्हणून संशोधकाला प्रयोगात्मक, तुलनात्मक आणि आभासी गटांची ओळख करून दिली जात नाही. द्विअदृश्य अभ्यासात ना संशोधकाला, ना अभ्यासात सहभागी व्यक्तीला आभासी किंवा इतर रूपाने खरोखरीच कोणाला, मध्यस्थी मिळते हे माहीत असते. यामध्ये संशोधकाकडून पूर्वग्रह येण्याची शक्यता असल्यास त्याला प्रतिबंध केला जातो.

द्वि–नियंत्रण अभ्यासः जरी नियंत्रित गट आराखडा भिन्न चलातील गुणधर्माचा प्रभाव मापन करण्यासाठी मदत करत असला तरी, हा आराखडा संशोधन साधनामुळे निर्माण झालेले इतर परिणाम (जसे, प्रतिक्रियात्मक परिणाम) किंवा प्रतिसादक (परिपक्वता किंवा प्रतिपगमन परिणाम किंवा आभासी परिणाम) असतील तर ते वेगळे करत नाही. हे परिणाम जेव्हा तुम्हाला शोधायचे आणि वेगळे करायचे असतात, तेव्हा त्यासाठी द्विनियंत्रण अभ्यासाची गरज असते. द्विनियंत्रण अभ्यासात तुम्हाला एकाऐवजी दोन नियंत्रण गट असतात. साधनाचा प्रतिक्रियात्मकता परिणाम मोजण्यासाठी तुम्ही 'पूर्व' निरीक्षणातील एक नियंत्रण गट वजा करता.

द्विभाजित चलः असे चल ज्याला फक्त दोनच वर्ग आहेत (उदाहरणार्थ, स्त्री/पुरुष, हो/नाही, चांगले/वाईट, वर/खाली आणि श्रीमंत/गरीब).

नमुनाः हा लोकसमुदायातील उपगट असतो जो तुमच्या संशोधन चौकशीचा केंद्र असतो व अभ्यासाधीन लोकसमुदायाचे प्रतिनिधित्व करेल अशा प्रकारे निवडला जातो. नमुना हा काही व्यक्तींमधून आकाराला येतो, ज्यांच्याकडून तुम्ही हवी असलेली तथ्ये संकलित करता. हे वेळ, पैसा व इतर संसाधने वाचवण्यासाठी केले जाते.

नमुना आकारः ज्यांच्याकडून तुम्ही हवी असलेली तथ्ये मिळवणार आहात त्या व्यक्ती. यांना इंग्रजीतील n ने दर्शवले जाते.

नमुना आराखडाः नमुना लोकसमूहातून तुम्ही तुम्हाला हवा असलेला नमुना एकक, ज्या मार्गाने निवडता त्याला नमुना आराखडा किंवा नमुना रणनीती असे म्हणतात. संख्यात्मक आणि गुणात्मक अशा दोनही संशोधनात अनेक नमुना रणनीती आहेत.

नमुना एककः पहा **नमुना घटक**.

नमुना घटकः तुमच्या नमुना निवडीचा आधार असलेली कोणतीही बाब जसे व्यक्ती, कुटुंब, संस्थेतील सभासद, घर, एखाद्या भागात राहणारे रहिवासी यांना नमुना एकक किंवा नमुना घटक असे म्हणतात.

नमुना चौकटः जेव्हा तुम्ही अभ्यासाधीन लोकसमुदातील सर्व घटकांना वेगळे करू शकण्याची क्षमता धारण कराल तेव्हा अशा सर्व घटकांच्या यादीला नमुना चौकट असे म्हणतात.

नमुना निवडः तुम्हाला स्वारस्य असलेल्या माहितीच्या अस्तित्वाचा अंदाज काढण्याकरिता आधारभूत असणाऱ्या काही प्रतिसादकांची (नमुना) मोठ्या गटातून (नमुना लोकसमुदाय) निवड करण्याची प्रक्रिया.

नमुना निवड त्रुटीः नमुना घटकांची निवड करताना झालेल्या अनुमानातील (नमुना सांख्यिकी) फरकास नमुना निवड त्रुटी असे म्हणतात.

नमुना रणनीतीः पहा नमुना आराखडा.

नमुना लोकसमुदायः एका भागात राहणारी कुटुंबे, अभिकरणाचे अशील, समाजातील रहिवासी, गटाचे सदस्य असा संपूर्ण गट, ज्याविषयी तुम्ही तुमच्या संशोधन कार्यातून शोध घेणार आहात अशा संस्थेतील व्यक्तींना नमुना लोकसमुदाय किंवा अभ्यास लोकसमुदाय म्हणतात.

नमुना सांख्यिकीः तुमच्या प्रतिसादकांकडून (नमुना) मिळवलेल्या माहितीच्या आधारावर काढलेली अनुमाने यांना नमुना सांख्यिकी असे म्हणतात.

नियंत्रितः कारण आणि परिणामांचे नाते विश्वासार्हतेने प्रस्थापित करण्यासाठी काही वेळा अभ्यास आराखडा अशा प्रकारे करावा लागतो की जो कारणांचे परिणामांबरोबर दुवा जोडण्यास सक्षम असेल आणि याउलट असेल ज्यायोगे तुम्ही कारणाच्या परिणामांवरील प्रभावाचे प्रमाण अभ्यासू शकाल.

नियंत्रित आराखडाः प्रयोगात्मक अभ्यासात ज्याचा हेतू मध्यस्थीचा प्रभाव अनुमापन करणे हा आहे, ते करत असताना अवलंबी चलातील बदल मापन करणे महत्त्वाचे आहे, ज्यात भिन्न चल आणि संधी चलाचे गुण असतात. या चलांच्या संचाचे परिणामांची गणना करण्यासाठी आणखी एक गट निवडला जातो, ज्यात मध्यस्थी दिली जात नाही. अभ्यास आराखडा ज्यात तुम्हाला भिन्न चलाचा आणि संधी चलाचा प्रभाव अलग करण्यासाठी नियंत्रित गट आहे, त्याला नियंत्रित आराखडा अभ्यास असे म्हणतात.

नियंत्रित गटः प्रयोगात्मक अभ्यासात जो गट प्रयोगात्मक मध्यस्थी उघड केला जात नाही त्याला नियंत्रित गट असे म्हणतात. नियंत्रित गटाचा पूर्ण उद्देश हा भिन्न चल आणि संधी चलाचा अवलंबी चलावर होणारा प्रभाव मापन करणे हा असतो.

नियंत्रित प्रयोगः नियंत्रित प्रयोगात अभ्यासाधीन लोकसमुदाय दोन गटात विभागला जातो, एक प्रयोगात्मक आणि दुसरा नियंत्रित. नियंत्रित गटाला कोणत्याही प्रकारचे प्रोत्साहन दिले जात नाही किंवा मध्यस्थी दिली जात नाही. याउलट प्रायोगिक गटात मध्यस्थी केली जाते. मध्यस्थी किंवा प्रोत्साहन हे एकतर संशोधकाकडून किंवा अन्य कोणाकडून परिचित करून दिली जाते.

नियतांश नमुनाः नियतांश नमुन्यामागे संशोधकाला निवडलेल्या नमुना लोकसमुदायाला सहज संपर्क करण्याजोगा असावा हा विचार असतो. याशिवाय सोयीसाठी, संशोधकाला ज्यात रुची आहे, अशी अभ्यासाधीन लोकसमुदायातील लिंग किंवा वंश या काही दृश्य वैशिष्ट्यांमुळे मार्गदर्शन मिळते. नमुना सोयीच्या ठिकाणाहून निवडला जातो आणि समर्पक वैशिष्ट्यांची व्यक्ती दिसली की अभ्यासात सहभागी होण्यासाठी अशा व्यक्तीला विचारले जाते. हव्या असलेल्या प्रतिसादकांची संख्या (नियतांश) मिळेपर्यंत ही प्रक्रिया चालू असते.

नियोजनासाठी मूल्यमापनः हे प्रणाली किंवा मध्यस्थीची गरज असल्याचे प्रस्थापित करते.

निरीक्षकाचे पूर्वग्रहः जेव्हा निरीक्षक म्हणून तुम्ही हेतुपूर्वक तुम्ही जे निरीक्षण करीत आहात त्याची तुमच्या अधिकारात असल्याने अचूकपणे नोंद करत नाही, त्याला निरीक्षकाचे पूर्वग्रह असे म्हटले जाते. हे बेकायदेशीर आणि अनैतिकही आहे.

निरीक्षणः ही प्राथमिक तथ्य संकलनाची पद्धत आहे. घटना किंवा आंतरक्रिया जशी घडत आहे तशी हेतुपूर्वक, पद्धतशीर आणि निवडकपणे पाहण्याचा व ऐकण्याचा हा मार्ग आहे. जरी प्रामुख्याने गुणात्मक संशोधनात ते वापरले जात असले तरीही संख्यात्मक संशोधनातही वापरले जाते.

निर्देशकः कल्पना, आकलन किंवा संकल्पना ही काही वेळा, अनुमापन करण्यास सक्षम नसते. अशा परिस्थितीत संकल्पना तार्किकदृष्ट्या संकल्पनेत 'प्रतिबिंबित' होत असलेल्या इतर साधनांद्वारे 'अनुमापन' केली जाते. या तार्किक प्रतिबिंबांना निर्देशक असे म्हणतात.

निष्पत्ती चलः पहा **अवलंबी चल.**

निष्पत्ती मूल्यमापनः निष्पत्तीच्या मूल्यमापनाचा मुख्य भर हा लक्ष्य लोकसमुदायावर झालेल्या कार्यक्रमाचा परिणाम, प्रभाव, बदल आणि निष्पत्ती शोधून काढणे हा असतो.

नैतिक मूल्ये: व्यावसायिक नैतिक मूल्य यात व्यावसायिक कृतीमध्ये उत्तम व्यावसायिक व्यवहारात नैतिक मूल्य अपेक्षित असतात.

नैतिक सराव: व्यावसायिक सराव, जो व्यावसायिकांसाठी किंवा गटासाठी स्वीकृत असलेल्या आचारसंहितेनुसार करणे.

पद्धतशीर नमुना: नमुना निवडीचा असा मार्ग, ज्यात नमुना चौकट ही नमुना आकारावर अवलंबून असते, ज्याचे पहिल्यांदा अनेक खंडांत विभाजन केले जाते, ज्याला मध्यान्तर असे म्हणतात. त्यानंतर, पहिल्या मध्यन्तरातून यादृच्छिक नमुना निवडीतून एक घटक निवडला जातो. इतर मध्यन्तरातून होणारी त्यापाठोपाठच्या घटकांची निवड ही पहिल्या मध्यंतराच्या घटकांच्या क्रमवारीवर अवलंबून असते. जर पहिल्या मध्यन्तरात हा पाचवा घटक असेल तर, त्यापाठोपाठच्या प्रत्येक मध्यन्तरातून पाचव्या घटकाची निवड केली जाईल.

परस्परांवरील स्तंभालेख: परस्परांवरील स्तंभालेख हा स्तंभालेखासारखाच आहे. फक्त पहिल्यात प्रत्येक स्तंभ दोन किंवा अधिक चलांसंबंधी परस्परांवर उभ्या असलेल्या स्तंभातून माहिती दर्शवली जाते. स्तंभाचे भाग चलांची प्रमाणबद्धता एकमेकांच्या संदर्भात वर खाली सादर करतो. अशा प्रकारचा आलेख फक्त वर्गीकृत तथ्यांसाठीच काढता येतो.

परिपक्वता परिणाम: पूर्व आणि पश्चात या तथ्य संचात जर लक्षणीय वेळ गेला असेल तर अभ्यासाधीन लोकसमुदाय वयाने वाढत गेल्याने त्यात बदल होत जातो. जेव्हा तुम्ही शिकणाऱ्या लहान मुलांचा अभ्यास करणार असता त्याबाबतीत हे विशेष करून खरे आहे. या परिपक्वतेचा परिणाम हा जर ठळकपणे अवलंबी चलाशी सहसंबंधी असेल तर पश्चात निरीक्षणावर याचे प्रतिबिंब पडते.

परिस्थितीचा परिणाम: हे परिस्थितीचे वर्णन करते, जर त्याच प्रतिसादकांशी बरेचदा संपर्क केला तर त्यांच्याकडून नेमके काय अपेक्षित आहे हे त्यांना कळते आणि ते कदाचित विचार न करता प्रश्नाला प्रतिसाद देतात किंवा त्यांचे चौकशीतले स्वारस्य कमी होते आणि तेच सार/निष्कर्ष मिळतात. प्रश्नांच्या उत्तरांवरील हा स्थितीचा परिणाम परिस्थितीचा परिणाम म्हणूनही माहीत आहे.

पर्यायी गृहीतकृत्य: पर्यायी गृहीतकृत्य सूत्रबद्ध करणे ही वैज्ञानिक वर्तुळात एक रूढी आहे. जरी संशोधनाचे गृहीतकृत्य चुकीचे सिद्ध झाले तरीही त्यातील परस्परसंबंध स्पष्ट व निःसंशयपणे दर्शवणे हे याचे मुख्य कार्य आहे. एका अर्थी पर्यायी गृहीतकृत्य हे संशोधन गृहीत कृत्याच्या विरोधी असते.

पहिल्या प्रकारची त्रुटी: गृहीतकृत्याची चाचणी घेत असताना अनेक कारणांमुळे तुम्ही कधी कधी तुमच्या गृहीतकृत्यांच्या वैधतेच्या संदर्भात चूक करता व चुकीचा निष्कर्ष काढता. जर तुम्ही शून्य गृहीतकृत्य ते सत्य असतानाही जे तुम्ही नाकारणं योग्य नसतानाही नाकारलत तर त्याला पहिल्या प्रकारची त्रुटी असे म्हणतात.

पुराव्यावर आधारित सराव: सेवा वितरण पद्धती जी त्याच्या परिणामकारकतेसाठी संशोधन पुराव्यांवर; सेवा पुरविणाऱ्यांचे चिकित्सालयातील अंदाज हे अशिलाकरिता सोईचे आणि औचित्यपूर्ण, अशिलाला त्याच्या मान्यतेचे प्राधान्यक्रम यावर आधारित असते.

पुष्टी: गुणात्मक संशोधनातून मिळविलेल्या परिणामांना किती प्रमाणात इतरांकडून पुष्टी मिळेल किंवा बळकटी मिळेल. गुणात्मक संशोधनात पुष्टी म्हणजेच संख्यात्मक संशोधनात विश्वासार्हता.

पूर्व आणि पश्चात आराखडा: पूर्व आणि पश्चात आराखड्याचे वर्णन हे एकाच लोकसमूहाच्या संदर्भात दोन वेगवेगळ्या वेळी घटना किंवा चल(ले) यांमधील बदल शोधण्यासाठी बहुविभागीय तथ्य संकलन करणे याला पूर्व आणि पश्चात आराखडा असे केले जाऊ शकते. घटना किंवा चल(ले) यांमधील पूर्व आणि पश्चात केलेल्या निरीक्षणातील फरकावरून झालेल्या बदलाचे अनुमापन केले जाते.

पूर्वग्रह: तुमच्या संशोधनात तुम्ही शोधलेल्या काही बाबी जाणीवपूर्वक लपवण्याचा किंवा अधोरेखित करण्याचा प्रयत्न करणे किंवा तुमचे हितसंबंध गुंतलेले असल्यामुळे तुम्हाला हवी ती तथ्ये मिळविण्याकरिता जाणूनबुजून अयोग्य पद्धती किंवा रीत वापरणे.

पूर्वचाचणी: संख्यात्मक संशोधनात पूर्वचाचणी ही प्रचलित बाब आहे, ज्यात तुम्ही प्रत्यक्ष वापरापूर्वी त्यात येणाऱ्या समस्यांबाबत निश्चित जाणून घेण्यासाठी पूर्वचाचणी घेता. बहुदा, पूर्वचाचणी ही संशोधन साधन किंवा संकेत पुस्तकाची घेतली जाते. संशोधन साधनाच्या पूर्वचाचणीत, प्रत्येक प्रश्नाचे चिकित्सक परीक्षण यात, दृष्टीने प्रश्न किती सुस्पष्ट आहे आणि संभाव्य प्रतिसादकांना तो कसा समजला आहे, यातील संभाव्य समस्या काढून टाकण्याचा समावेश असतो. प्रतिसादकाला प्रत्येक प्रश्न विचारण्यामागे तुमचा जो हेतू प्रश्न आहे तो त्याला समजतो आहे याची यात खात्री केली जाते. साधनाची पूर्वचाचणी ही केवळ संरचित अभ्यासात केली जाते. संकेत पुस्तकाच्या पूर्वचाचणीत प्रत्यक्षात काही प्रश्नावली किंवा मुलाखत अनुसूचींचे संकेतीकरण केले जाते. त्यातून तथ्यांचे संकेतीकरण करण्यापूर्वी त्यात काही समस्या नाही ना हे शोधले जाते.

प्रक्रिया मूल्यमापन: प्रक्रिया मूल्यमापनाचा मुख्य भर हा सेवा किंवा कार्यक्रम यातील वितरण पद्धतीचे मूल्यमापन करणे यावर असतो. या वितरण पद्धतीतील कार्यक्षमता वाढवण्यासाठी मार्ग शोधणे हा याचा हेतू असतो.

प्रचलित मुद्द्यांवरील गृहीतकृत्य: अशा अनेक वेळा असतात जेव्हा संशोधकाला अभ्यासाधीन घटनेविषयी पुरेसे ज्ञान असते आणि तो/ती घटना नेमकी किती प्रमाणात प्रचलित आहे किंवा संख्यात्मक एककात तिची निष्पत्ती नेमकी किती आहे याविषयी अंदाज करू शकतात. अशा प्रकारच्या गृहीतकृत्याला प्रचलित मुद्द्यावरील गृहीतकृत्य असे म्हणतात.

प्रतिक्रियात्मक परिणाम: काही वेळा प्रश्नांतील शब्दांची रचना अशी असते की प्रतिसादकाला अभ्यासातून मध्यस्थीची निष्पत्ती शोधायची आहे हे कळते. या परिणामाला साधनाचा प्रतिक्रियात्मक परिणाम असेही ओळखले जाते.

प्रतिपगमन परिणाम: काही वेळा लोक अनेक कारणांसाठी स्वतःला अनुमापन सारणीवर पूर्वचाचणीच्या टप्प्यावर अगदी टोकाच्या स्थितीत ठेवतात आणि चाचणीपश्चात टप्प्यावर मध्य भागी हलतात. पूर्वचाचणी टप्प्यात ते टोकाचे सकारात्मक किंवा नकारात्मक होते असे कदाचित त्यांना वाटते. त्यामुळे प्रश्नपत्रिकेतील किंवा मुलाखतीतील प्रतिसादातील अभिवृत्ती केवळ व्यक्त करण्याने पश्चात चाचणीत ते त्यांची अभिवृत्ती मध्यावर आणतात. याप्रकारच्या परिणामाला प्रतिपगमन परिणाम असे म्हणतात.

प्रतिबिंबात्मक दैनंदिन नोंदवहीः गुणात्मक संशोधनात ही तथ्य संकलनाची पद्धत आहे. यात संशोधक म्हणून जेव्हा तुम्ही काही बघता, कोणाशी बोलता, कोणत्याही कार्यात भाग घेता किंवा कशाचे तरी निरीक्षण करता किंवा तुम्हाला जे शोधायचे आहे त्याबद्दल आणखी कशाचा समावेश करायचा आहे हे सर्व त्या दैनंदिनीत नोंद केलेले असते.

प्रतिबिंबित नियंत्रण आराखडाः प्रयोगात्मक अभ्यासात वेगवेगळ्या गटातील तुलनात्मकतेच्या समस्येतून बाहेर पडण्यासाठी काही वेळा संशोधक फक्त एका लोकसमुदायाचा अभ्यास करतो आणि मध्यस्थी नसतानाच्या काळात संकलित केलेली तथ्ये नियंत्रित गट म्हणून सादर केली जातात आणि मध्यस्थीचा परिचय करून दिल्यानंतर संकलित केलेली माहिती ही जसे काही प्रयोगात्मक गट म्हणून सुसंबद्ध केली जाते. मध्यस्थी असणे आणि मध्यस्थी नसणे हा काळ नियंत्रित आणि प्रयोगात्मक गट म्हणून नेमले जातात.

प्रमाणबद्ध स्तरित नमुनाः प्रमाणबद्ध स्तरित नमुन्यात प्रत्येक स्तरातील निवडलेले घटक हे एकूण लोकसंख्येशी प्रमाणबद्ध असतात.

प्रयोगात्मक अभ्यासः कार्यकारण भावाचा अभ्यास करताना जेव्हा संशोधक किंवा इतर कुणी किंवा संशोधक मध्यस्थी घडवून देतात ते बदलांचे कारण म्हणून गृहीत धरले जाते आणि बदल होईपर्यंत वाट बघितली जाते किंवा बदल होण्यासाठी पुरेसा वेळ दिला जातो. प्रयोगात्मक अभ्यासात संशोधक कारणाने सुरुवात करतो त्याचे परिणाम निरीक्षण करण्यासाठी वाट पाहतो.

प्रयोगात्मक गटः प्रयोगात्मक गट म्हणजे जो मध्यस्थीसाठी उघड झाला आहे आणि त्याचे परिणाम अभ्यासण्यासाठी चाचणी घेतली जात आहे.

प्रश्नपत्रिकाः प्रश्नांची लिहिलेली यादी, ज्यात प्रतिसादकांनी उत्तरांच्या नोंदी करायच्या असतात. प्रतिसादक प्रश्न वाचतात, नेमके काय अपेक्षित आहे याचा अर्थ लावतात आणि उत्तरे लिहितात. मुलाखत अनुसूची आणि प्रश्नपत्रिका यात फरक एवढाच आहे की आधीच्यात मुलाखत घेणारा प्रश्न विचारतो (आणि, जरूर असल्यास, ते स्पष्ट करतो) आणि प्रतिसादकाचे प्रतिसाद मुलाखत अनुसूचीवर नोंदवतो, तर नंतरच्यात प्रतिसादक स्वतः प्रतिसादांच्या नोंदी करतात.

प्राक्कथन वैधताः वैधतेचा हा बंध साधन निष्पत्तीचे किती प्रमाणात अचूकपणे कथन करू शकतो यावर तपासला जातोः जेवढी प्राक्कथनात अचूकता जास्त तेवढी साधनात प्राक्कथन वैधता जास्त.

प्राथमिक तथ्येः अभ्यासाच्या विशिष्ट हेतूसाठी एकतर संशोधकाकडून किंवा अन्य कोणाकडून तरी संकलित केलेली तथ्ये.

प्राथमिक स्रोतः प्राथमिक तथ्ये पुरविणारे स्रोत. जसे, मुलाखत, निरीक्षण आणि प्रश्नावली.

फक्त पश्चात आराखडाः फक्त पश्चात आराखड्यात संशोधकाला हे ज्ञात असते की लोक मध्यस्थीला सामोरे जात आहेत किंवा सामोरे गेले आहेत आणि त्याचा लोकसमूहावर काय परिणाम झाला याचा अभ्यास करण्याची त्याची इच्छा आहे. या आराखड्यात आधारभूत माहिती (पूर्वचाचणी किंवा निरीक्षणापूर्वी) ही सामान्यतः प्रतिसादकांच्या आधारावर 'रचली' जाते. यासाठी त्यांना मध्यस्थीपूर्वीची परिस्थिती आठवायला सांगितली जाते किंवा विद्यमान नोंदीवरून माहिती घेतली जाते (उदाहरणार्थ, दुय्यम स्रोत).

बंदिस्त प्रश्नः बंदिस्त प्रश्नामध्ये संभाव्य उत्तरे ही प्रश्नावलीमध्ये किंवा मुलाखत अनुसूचीमध्ये प्रश्नांच्या उत्तरांचा आधीच उल्लेख केलेला असतो. प्रतिसादकाने अथवा अन्वेषकाने फक्त योग्य प्रतिसादाच्या उत्तरावर खूण करायची असते.

बदल करण्याजोगाः ह्या संकल्पनेचा संदर्भ, गुणात्मक संशोधनातील निकाल/परिणामांचे सामान्यीकरण किंवा बदल हे अन्य संबंधांत किंवा संचांत करता येऊ शकतात का, याच्याशी आहे.

बदली न घेता नमुना निवडः जेव्हा तुम्ही नमुना निवडत असताना एकदा तुमच्या नमुन्याचा भाग झालेला घटक परत अभ्यासाधीन लोकसमुदायात जात नाही अशा प्रकारे निवडता तेव्हा याला बदली न घेता नमुना निवड असे म्हणतात.

बदलीसह नमुना निवडः जेव्हा तुम्ही नमुना निवड करताना क्रमाने येणारा पुढील नमुना निवडण्यापूर्वी नमुन्यातील निवडलेला प्रत्येक घटक नमुना लोकसमुदायात परत जाईल अशा मार्गाने निवडता याला बदलीसह नमुना निवड असे म्हणतात. सैद्धान्तिकदृष्ट्या, नमुन्यात यादृच्छिकतेची खात्री मिळून संभाव्यता सिद्धान्ताला धरून राहता येत असल्यामुळे हा प्रत्येक घटकाला निवडीची समान संधी देतो. जर घटक परत निवडला गेला तर तो काढून टाकला जाऊन क्रमाने येणारा पुढील निवडला जातो. नमुना लोकसमूह जर आकाराने अपेक्षेइतका मोठा असेल तर तोच घटक पुन्हा निवडला जाण्याची शक्यता अतिशय अल्प असते.

बहुविभागीय अभ्यासः सामाजिकशास्त्रांत सामान्यतः सर्वात जास्त वापरला जाणारा हा आराखडा आहे, ज्याला एकदम किंवा दर्जा अभ्यास असेही म्हटले जाते. हा अभ्यास आराखडा लोकसमूहातील बहु-विभागीय गटात घटना, परिस्थिती, प्रश्न, अभिवृत्ती किंवा समस्या आढळून येते का हे पहाण्यासाठी अत्यंत योग्य आहे. अभ्यासाच्या वेळी समाजात नेमके कोणते 'चित्र' आहे ते मिळवण्यासाठी उपयुक्त आहे.

बहुविभागीय चलः चल ज्याचे दोन किंवा अधिक वर्गीकरण होते. उदाहरणार्थ, धर्म (ख्रिश्चन, मुस्लिम, हिंदू), राजकीय पक्ष (मजूर, उदारमतवादी, पुराणमतवादी) आणि अभिवृत्ती (खूप अनुकूल, अनुकूल, अनिश्चित, विरोधी, प्रखर विरोधी).

बांधणी वैधताः साधनाची वैधता बांधणी करण्याचे हे अत्याधुनिक तंत्र आहे. बांधीव वैधता ही संख्याशास्त्रीय कार्यपद्धतीवर आधारित आहे. घटनेमध्ये आढळलेल्या एकूण भिन्नतेचे प्रत्येक बांधणीशी त्याचे योगदान शोधून काढून निश्चित केलेले असते.

बुंधाः हा तक्त्याच्या रचनेचा भाग आहे. हा चलांचा उपवर्ग आहे. तक्त्याच्या डाव्या हाताकडील रकान्यात याची यादी दिली जाते. या उपवर्गांची माहिती या बुंध्याच्या उजव्या हाताला दिली जाते.

भिन्न चलः कार्यकारण भावाचा अभ्यास करताना अवलंबी चल हे स्वतंत्र चलाने घडवून आणलेल्या बदलाचा परिणाम असतो. दैनंदिन जीवनात अनेक चले असतात, जी स्वतंत्र आणि अवलंबी चलांमधील नातेसंबंधांवर परिणाम करतात. अशा चलांना भिन्न चल म्हणतात.

भिन्न तक्तीकरणः अशी संख्याशास्त्रीय कार्यपद्धती जी दोन चलांचे विश्लेषण करते, सामान्यपणे स्वतंत्र आणि अवलंबी किंवा गुणधर्मी आणि अवलंबी चलाचे त्यांच्यामध्ये काही नाते असल्याचे निश्चित करण्यासाठी करते.

या दोन्ही चलांचे उपगट हे त्यांमध्ये काही संबंध आहे का हे निश्चित करण्याकरिता भिन्नतक्त्यात विभागले जातात.

भिन्नगट मिश्रण तौलनिक प्रायोगिक आराखडा: भिन्नगट आराखडा, याला कखखक आराखडा असेही म्हणतात. यात दोन गटांची रचना केली जाते ज्यापैकी एकाला मध्यस्थी दिली जाते आणि एका विशिष्ट काळानंतर या मध्यस्थीचा प्रभाव मापन केला जातो. नंतर मध्यस्थी 'भिन्नगट मिश्रण' केले जाते म्हणजे प्रयोगात्मक गट हा नियंत्रित गट होतो आणि त्याउलट नियंत्रित गट हा प्रयोगात्मक गट होतो.

भिन्नतेचे गृहीतकृत्य: असे गृहीतकृत्य ज्यात फरक असेल असे संशोधक ठरवतो, परंतु त्याची खोली स्पष्ट करत नाही.

भिन्नतेचे नियंत्रण: जेव्हा तुम्ही अभ्यास आराखडा, स्वतंत्र चलाचा अवलंबी चलावर जास्तीत जास्त परिणाम घडून येण्याची शक्यता असते आणि भिन्न चलाचा प्रभाव कमीत कमी व गणना करण्याजोगा असेल, अशा प्रकारे तयार करता. (भिन्नतेचे मॅक्समिनकॉनचे तत्त्व पहा.)

भिन्नतेचे मॅक्समिनकॉन तत्त्व: दोन चलांतील कार्यकारण भाव अभ्यासताना अवलंबी चलावर परिणाम करणारे चलांचे तीन संच असतात. संशोधक म्हणून तुमचा उद्देश, अवलंबी चलातील गुणधर्मात जो बदल होऊ शकेल, तो निश्चित करणे हा असल्याने तुम्हाला अभ्यासाचा आराखडा स्वतंत्र चलाला अवलंबी चलावर पूर्ण प्रभाव पाडण्याची जास्तीत जास्त संधी मिळेल, भिन्न आणि संधी चल यांच्यातील परिणामांचे गुणधर्म कमीत कमी होतील. वरील बाबी संपादन करण्यासाठी अभ्यासाची रचना करणे याला मॅक्समिनकॉन या भिन्नतेच्या तत्त्वाला चिकटून राहणे म्हणून ओळखले जाते.

भूतलक्ष्यी अभ्यास: भूतलक्ष्यी अभ्यास हा जे पूर्वी घडून गेले आहे अशा घटना, परिस्थिती, प्रश्न किंवा समस्या यांचे अन्वेषण करतो. असे अभ्यास सामान्यतः त्या काळातल्या उपलब्ध तथ्यांच्या आधारे केले जातात किंवा प्रतिसादकांना परिस्थितीविषयी आठवणी जाग्या करायला सांगून माहिती घेतली जाते.

भूतलक्ष्यी–भविष्यलक्ष्यी अभ्यास: भूतलक्ष्यी–भविष्यलक्ष्यी अभ्यास याचा भर भूतकाळातील कल, घटना यांचा अभ्यास भविष्यात करणे यावर असतो. अशा अभ्यासात तुम्ही नियंत्रित गटाची 'बांधणी' न करता मागील आधाररेषा एकतर प्रतिसादकांना परिस्थितीविषयी आठवणी जाग्या करायला सांगून किंवा दुय्यम स्रोतांतून घेता, त्यानंतर त्यांना मध्यस्थीचा परिणाम अभ्यासण्यासाठी मध्यस्थी देता, हा अभ्यास भूतलक्ष्यी–भविष्यलक्ष्यी अभ्यास म्हणून ओळखला जातो. वस्तुतः, बहुतेक सर्व पूर्व आणि पश्चात अभ्यास जर नियंत्रण न घेता केले – ज्या अभ्यासात आधाररेषा त्याच लोकसमूहाकडून मध्यस्थीचा परिचय करून देण्यापूर्वी रचली आहे – अशा अभ्यासाचे भूतलक्ष्यी–भविष्यलक्ष्यी अभ्यास असे वर्गीकरण होते.

मत्स्यवाटी सोडत: यादृच्छिक नमुना निवडीची ही एक पद्धत आहे. विशेषतः जेव्हा नमुना लहान असतो तेव्हा ही उपयोगी असते. कागदाच्या छोट्या तुकड्यावर प्रत्येक घटकाचा क्रमांक लिहिला जातो. त्याची घडी करून ते एका वाटीत ठेवले जाते. पूर्णपणे हलवले जाते आणि नंतर हव्या असलेल्या नमुन्यांची निवड होईपर्यंत एक एक चिठ्ठी काढली जाते.

मध्यस्थ चल: काही विशिष्ट परिस्थितीत स्वतंत्र चल आणि अवलंबी चल यातील नातेसंबंधांचा शेवट दुसऱ्या मध्यस्थीपर्यंत होत नाही मध्यस्थ चल. कारण, चलाचा गृहीत परिणाम फक्त मध्यस्थ चलाच्या उपस्थितीतच दिसतो.

मध्यस्थी – विकास – मूल्यमापन प्रक्रिया: ही गरजा, मध्यस्थी आणि मूल्यमापन यांची सतत मोजदाद करण्याची चक्राकार प्रक्रिया आहे. तुम्ही गटाच्या किंवा समाजाच्या गरजा लक्षात घेता, गरजा पूर्ण करण्यासाठी मध्यस्थीची रणनीती विकसित करता, मध्यस्थीची अंमलबजावणी करता आणि नंतर त्यांचे मूल्यमापन सांगितलेले निर्णय घेण्यासाठी करता, ज्या बदलांचा समावेश करून समर्पकता, कार्यक्षमता आणि परिणामकारकता वाढवता गरजांची पुनर्मोजदाद करता आणि तीच मध्यस्थी–विकास–मूल्यमापनाची प्रक्रिया अनुसरता.

मिळता–जुळता: हे तंत्र औषधाची परिणामकारकता पाहण्यासाठी रुग्णांचे प्रायोगिक–नियंत्रण असे दोन गट अभ्यासासाठी तयार केले जातात. अशा अनेक रुग्णांमधून दोन रुग्ण यांच्यात तंतोतंत जुळणारे पूर्वनिश्चित गुणधर्म, वैशिष्ट्ये किंवा स्थिती मिळतीजुळती असते आणि नंतर त्यांना यादृच्छिकपणे एकतर प्रायोगिक किंवा नियंत्रित गटात ठेवले जाते. उरलेल्या सगळ्यांची ही मिळतीजुळती निवड अनेकांमधून केली जाते. अशा प्रकारे दोन गट तुलना करण्याजोगे तयार केले जातात व वेगवेगळ्या चलांच्या संचाच्या रुग्णावर एकसारख्या परिणामांची खात्री केली जाते.

मिळती जुळती वैधता: जेव्हा तुम्ही संशोधन साधन किती चांगले आहे हे पाहण्यासाठी काही निरीक्षणात्मक कसोटी किंवा विश्वसनीय अनुमानांशी तुलना करता तेव्हा त्याला मिळतीजुळती वैधता असे म्हणतात. तुमच्या साधनाद्वारे निघालेली अनुमाने जी स्वीकारली गेली आहेत अशा अन्य कोणाच्या तरी अनुमानांशी, त्यांची तुलना करणे. मिळती जुळती वैधता याची साधन किती चांगल्या प्रकारे दुसरी मोजदाद केलेल्याशी तुलना करू शकते यावरून पारख केली जाते.

मुक्त मर्यादा प्रश्न: मुक्त मर्यादा प्रश्नात संभाव्य प्रतिसाद दिलेले नसतात. प्रश्नपत्रिकेमध्ये प्रतिसादक तिच्या/त्याच्या शब्दात उत्तरे लिहितात, याउलट मुलाखत अनुसूचीत अन्वेषक उत्तरांची शब्दशः नोंद करतो किंवा प्रतिसादकांच्या उत्तरांचा सारांश लिहितो.

मुख्य विचाराभोवती लेखन: मुख्य विचाराभोवती लिखाण करण्याची शैली.

मुलाखत: सामाजिकशास्त्रांमध्ये तथ्य संकलनासाठी वापरली जाणारी ही एक समाईक पद्धत आहे. कोणतीही व्यक्ती–व्यक्तीमधील आंतरक्रिया, एकतर समोरासमोर किंवा इतर पद्धतीने, तसेच दोन किंवा अधिक व्यक्तींमध्ये विशिष्ट हेतू मनात ठेवून केलेली आंतरक्रिया म्हणजे मुलाखत होय. यात प्रतिसादकांना प्रश्न विचारून त्याच्या नोंदी ठेवल्या जातात. मुलाखतीची रचनात्मक व्याप्ती खूप मोठी असते म्हणजेच ती अत्यंत संरचित इथपासून अतिशय लवचिक इथपर्यंत कशीही असू शकते.

मुलाखत अनुसूची: जी मुलाखतकाराने व्यक्ती–व्यक्तीमधील आंतरक्रियेसाठी (ही कदाचित समोरासमोरची मुलाखत, दूरध्वनीवरील मुलाखत किंवा इतर इलेक्ट्रॉनिक्स माध्यमाद्वारे) करण्यासाठी तयार केलेली मुक्त मर्यादा किंवा बंदिस्त प्रश्नांची यादी. मुलाखत अनुसूची हे संशोधन तंत्र/साधन तथ्य संकलनासाठी असते, तर मुलाखत ही तथ्य संकलनाची पद्धत असते.

मुलाखत मार्गदर्शक: सखोल मुलाखतीत तुम्ही ज्या समस्या, विषय किंवा चर्चेचे मुद्दे समाविष्ट करणार असलेल्या त्यांची यादी जी तुम्हाला स्मरण करून देण्यास उपयुक्त होईल. हे मुद्दे म्हणजे प्रश्न नाहीत याची नोंद घ्या.

मूल्यमापन: संशोधन तत्त्वांच्या मार्गदर्शनानुसार, मध्यस्थीचे किंवा प्रणालीचे परीक्षण यांचे त्यांच्या अपेक्षेबाबत माहिती घेऊन निर्णय घेणे आणि/किंवा त्याची क्षमता आणि प्रभावीपणा वाढवण्यासाठी झालेले बदल शोधणे यासाठीची प्रक्रिया.

मौखिक इतिहास: हे तथ्य संकलनाच्या पद्धतीपेक्षा अभ्यास आराखडा अधिक आहे, तरीही गुणात्मक संशोधनात, पिढ्यानपिढ्या संक्रमित झालेली गोष्ट, रूढी किंवा संस्कृती याविषयीची माहिती मिळवण्यासाठी आणि ऐतिहासिक घटनेचा अभ्यास करण्यासाठी हा मार्ग सिद्ध झाला आहे. हे एखाद्या घटना किंवा प्रसंगांचे एखाद्याच्या स्वतःच्या शब्दात केलेले वर्णन असते. कथनासारख्या मौखिक इतिहासात सक्रिय आणि तटस्थ श्रवणाचा समावेश असतो. तरीही, ते सामान्यतः सांस्कृतिक, सामाजिक आणि ऐतिहासिक घटना याबाबत शिक्षण घेत असताना वापरले जाते. याउलट कथन हे जास्त प्रमाणात व्यक्तीच्या स्वानुभवाशी संबंधित असते.

यादृच्छिक आकड्यांचा तक्ता: संशोधन पद्धतिशास्त्र आणि संख्याशास्त्रावरील बहुतेक पुस्तकांमध्ये यादृच्छिक आकड्यांचा तक्ता असतो. यादृच्छिक नमुना निवडीसाठी हे तक्ते वापरले जाऊ शकतात.

यादृच्छिक आराखडा: यादृच्छिक आराखड्यात, अभ्यासाधीन लोकसमुदायाचे गट तसेच प्रायोगिक उपचार हे पूर्वनिश्चित नसतात; परंतु यादृच्छिकपणे ते नियंत्रित किंवा प्रायोगिक गट ठरतात. प्रयोगात यादृच्छिक नेमणूक म्हणजे व्यक्ती किंवा एकक जे अभ्यासाधीन लोकसमुदायाला समान आणि स्वतंत्र संधी नियंत्रित किंवा प्रयोगात्मक म्हणून भाग घेण्याची संधी मिळते. जर बहुविध उपचार प्रकाराची स्थिती असेल तर कोणत्याही उपचाराला लोकसमुदाय गटातील समान आणि स्वतंत्र गट म्हणून नेमले जाण्याची शक्यता असते. कोणत्याही प्रयोगात्मक आराखड्याला यादृच्छिकीकरणाची संकल्पना उपयोजित करता येऊ शकते या महत्त्वाच्या बाबीची नोंद घेतली पाहिजे.

यादृच्छिक चल: प्रतिसादकांकडून तथ्य संकलित करत असताना अशी वेळ येते की जेव्हा प्रतिसादकाची मनोवस्था किंवा प्रश्नातील शब्द यांचा प्रतिसादकाच्या प्रतिसाद कसा देतो यावर परिणाम होतो. बदलाच्या दृष्टीने याचा पद्धतशीर बंध नसतो. प्रतिसादातील असे बदल यादृच्छिक किंवा संधी चलामुळे होत असतात.

यादृच्छिक नमुना: यादृच्छिक किंवा संभाव्यता नमुना आराखड्यासाठी अभ्यासाधीन लोकसमुदायातील प्रत्येक घटकाला नमुन्यात निवड केली जाण्याची समान आणि स्वतंत्र संधी असली पाहिजे. अशा तऱ्हेने अभ्यासाधीन लोकसमुदायातील प्रत्येक घटकाला निवडीची समान संधी असते आणि नमुन्यातील एका घटकाची निवड दुसऱ्या घटकावर अवलंबून नसते.

यादृच्छिकीकरण: प्रयोगात्मक आणि तुलनात्मक अभ्यासात तुम्हाला नेहमी दोन किंवा अधिक गट अभ्यासाचे लागतात. या गटांची रचना करताना अवलंबी चलाच्या संदर्भाने ते तुलनात्मक असावेत आणि इतर चल यावर आघात करतात. स्वतंत्र आणि भिन्न चलांचा परिणाम गटांच्या पलीकडे एकसारखा असतो. यादृच्छिकीकरण ही एक प्रक्रिया आहे ज्यात गटातील प्रत्येक व्यक्तीला कोणत्यातरी एका गटात जाण्याची समान आणि स्वतंत्र संधी असते त्यातून गट तुलनात्मक केले जातात.

लिकर्ट सारणी: लिकर्ट सारणी सममूल्य दर्जा सारणी म्हणूनही ओळखली जाते, जो अभिवृत्ती सारणी आराखडा आहे, ज्याद्वारे अभिवृत्ती मापन केले जाते. सारणीवरील प्रत्येक विधान/कलम यांना त्यांचे समस्येतील मुद्द्यावर प्रतिबिंब पडण्याच्या दृष्टीने समान अभिवृत्ती 'मूल्य', 'महत्त्व' किंवा 'भार' असतो, हा मुख्य आधार असतो. त्यामुळे त्याची रचना करणे तुलनेने सोपे असते.

लोकसमुदाय मध्य: तुम्हाला तुमच्या नमुन्यातून (नमुना सांख्यिकी) जी तथ्ये सापडली आहेत त्यावरून तुम्ही एकूण अभ्यासाधीन लोकसमुदायात आढळणाऱ्या वैशिष्ट्यांचा अंदाज करता. एकूण अभ्यासाधीन लोकसमुदायाविषयी नमुना सांख्यिकीवरून केलेल्या या अंदाजांना लोकसमुदाय मापदंड किंवा लोकसमुदाय मध्य असे म्हणतात.

वरचढ किंवा कमी वरचढ अभ्यास: जिथे संमिश्र पद्धतीने अभ्यास करत असताना एक पद्धती अभ्यासात वरचढ ठरते तिचे वर्गीकरण वरचढ/कमी वरचढ अभ्यास असे केले जाते.

वर्गीकृत चल: ज्या चलांचे अनुमापनाचे एकक हे वर्ग या स्वरूपात असते अशी चले. एखादे लक्षण असणे किंवा नसणे या आधारावर चल वर्गीकृत केले जाते. अशा वेळी अशा लक्षणाचे अनुमापन करता येत नाही. मापनीयतेच्या दृष्टीने अशी चले केवळ सांकेतिक किंवा अनुक्रम मापन श्रेणीवर मापनीय असतात. श्रीमंत/गरीब, उंच/सखल, गरम/थंड ही याची उदाहरणे आहेत.

वर्णनात्मक अभ्यास: ज्यामध्ये अभ्यासाचा मुख्य केंद्रबिंदू हा वर्णनात्मकपेक्षा नातेसंबंध किंवा सहसंबंधाचे परीक्षण करणे हा असतो, त्याचे वर्गीकरण वर्णनात्मक अभ्यासात केले जाते. वर्णनात्मक अभ्यास हा परिस्थिती, प्रश्न, घटना, सेवा किंवा कार्यक्रम किंवा समाजातील लोकांची राहणी किंवा एखाद्या समस्येविषयी असलेली अभिवृत्ती याविषयी माहिती पुरवून त्याचे वर्णन करतो.

वर्तुळाकार आलेख: तथ्यांचे आलेखाद्वारे सादरीकरण करण्याचा वर्तुळाकार आलेख हा एक मार्ग आहे. एकूण लोकसंख्येचे किंवा पूर्ण १०० टक्केचे प्रतिनिधित्व करण्यासाठी ३६० अंशाचे वर्तुळ वापरले जाते. एकूण लोकसंख्या सामावून घेणाऱ्या प्रत्येक उपवर्गाच्या श्रेणीनुसार वर्तुळ विभागांमध्ये विभाजित केले जाते. त्यामुळे प्रत्येक विभाग त्याच्या आकारानुसार प्रत्येक उपवर्गाच्या वारंवारता वितरणाशी सापेक्ष असतो.

वाङ्मयचौर्य: दुसऱ्या कुणीतरी केलेले शैक्षणिक किंवा अशैक्षणिक कार्य स्वतःचे असल्याचा दावा करणे, याला वाङ्मयचौर्य असे म्हणतात. हे संशोधनात अनैतिक समजले जाते.

वारंवारता बहुभुजा: वारंवारता बहुभुजा हा आयताकृती स्तंभालेखासारखाच असतो. वारंवारता बहुभुजा हा प्रत्येक आयताचा मध्यबिंदू तो वारंवारतेच्या मध्यान्तराशी उंचीच्या प्रमाणबद्धतेशी जोडून काढला जातो.

वारंवारता वितरण: संख्यात्मकता संशोधनात वारंवारता वितरण ही संख्याशास्त्रीय कार्यपद्धती आहे, जी चार अनुमापन सारणींपैकी कोणत्याही एका सारणीवर मापन करता येते. जे चलाचे मापन किंवा संकेतीकरण करून प्रतिसादकांचे उपवर्गात गट करते.

विखुरलेला आलेख: जेव्हा तुम्हाला आलेखाच्या माध्यमातून एक चल दुसऱ्या चलाच्या संदर्भात कसे बदलते हे दाखवायचे असते अशावेळी विखुरलेला आलेख हा अतिशय प्रभावी असतो. विखुरलेल्या आलेखाकरिता दोन्ही चले ही एक तर मध्यान्तर किंवा गुणोत्तर सारणीवर अनुमापन केली गेली पाहिजेत आणि दोन्हीही चलांची प्रत्येक निरीक्षणाची तथ्ये ही पूर्ण मूल्य स्वरूपात उपलब्ध असली पाहिजे. दोन्ही चलांची तथ्ये जोडीने घेतली जाऊन दोन्ही अक्षांवर त्याचे मूल्य दर्शवले जाते. यातून तयार होणारा आलेख हा विखुरलेला आलेख असतो.

विशिष्ट गट: विशिष्ट गट हे गुणात्मक संशोधनातील रणनीतीचा साचा आहे, ज्यामध्ये एखादा मुद्दा, उत्पादन, सेवा किंवा कार्यक्रम याबाबतची मते, अभिवृत्ती किंवा आकलन हे संशोधक आणि गटाचे सदस्य यांच्यातील मुक्त आणि स्वतंत्र चर्चेतून अन्वेषित केली जातात. विशिष्ट गटचर्चेत संशोधक मुद्दे उपस्थित करतो किंवा प्रश्न विचारतो ज्यातून गटातील सदस्यांना चर्चेसाठी प्रोत्साहन मिळते. मुद्दे, प्रश्न आणि विविध दृष्टिकोन आणि कोणताही महत्त्वाचा मुद्दा उपस्थित होऊन चर्चेला तथ्ये पुरवतो व त्यातून निष्कर्ष आणि अनुमाने काढता येतात. हे प्रतिसादकांच्या गटाच्या सामूहिक मुलाखतीसारखेच आहे.

विशेष गुणधर्म असलेली चल: ज्या चलांत आपल्याला हवे तसे बदल करता येत नाहीत किंवा नियंत्रित करता येत नाहीत आणि ज्यावर अभ्यासाधीन लोकसमुदायाचे प्रतिबिंब पडते असे चल. उदाहरणार्थ, वय, शिक्षण, लिंग आणि उत्पन्न.

विश्वसनीयता: गुणात्मक संशोधनात विश्वसनीयता ही संख्यात्मक संशोधनात अंतर्गत वैधतेशी समांतर असते आणि ज्यात गुणात्मक संशोधनाने मिळवलेले निकाल हे संशोधनात सहभागी झालेल्या व्यक्तींना मान्य आहेत अशा स्थितीशी त्यांचा संदर्भ असतो. त्यांची परीक्षा, तुम्ही तुमची अनुमाने तुमच्या संशोधनात ज्यांनी भाग घेतला होता त्यांच्याकडे निश्चिती, वैधता, एकरूपता आणि पसंती यांचे प्रमाणावरून दाखवता: निष्पत्ती जेवढी जास्त तेवढी अभ्यासाची विश्वसनीयता (वैधता) जास्त.

विश्वासार्हता: असे संशोधन साधन जे तुम्ही त्याच परिस्थितीत पुन्हा वापरले तर ते एकसारखेच परिणाम देते, अशा साधनाचे वर्णन 'विश्वासार्ह' म्हणून केले जाते. विश्वासार्हता संशोधन साधनाची अचूकता, स्थिरता आणि प्राक्कथन क्षमता दर्शवते: विश्वासार्हता जेवढी जास्त तेवढी अचूकता जास्त.

विश्लेषणाची चौकट: तुमच्या मुख्य संकल्पना कार्यान्वित करण्यासाठी आणि संख्याशास्त्रीय रीती ज्या तुम्ही तथ्यांच्या विश्लेषणासाठी वापरणार आहात त्याचा प्रस्तावित आराखडा म्हणजे विश्लेषणाची चौकट.

विषय क्षेत्र: कोणत्याही शैक्षणिक किंवा सराव (व्यावसायिक) क्षेत्रात तुम्ही अभ्यास करणार आहात, त्याला विषय किंवा अभ्यासक्षेत्र म्हणतात. हे समाजाच्या आरोग्यविषयक किंवा इतर गरजा असू शकतात, एखाद्या समस्येप्रती लोकांची अभिवृत्ती, समाजातील व्यावसायिक गतिशीलता, रणनीतीशी बरोबरी करणे, नैराश्य, कौटुंबिक हिंसा इत्यादी असू शकते.

वैधता: वैधता ही संकल्पना संशोधन प्रक्रियेतील सर्व पैलूंना लागू आहे. अगदी साध्या शब्दांत सांगायचे तर संशोधन प्रक्रियेतील सर्व टप्प्यात औचित्याचा हा संदर्भ वैधतेशी असतो. तसेच, वैधता ही संकल्पना अनुमापनाच्या रीतीशी संबंधित आहे. अनुमापन रीतीच्या संज्ञेत वैधता म्हणजे जे मापन करण्यासाठी आराखडा तयार केलेला आहे ते मापन करण्याची साधनाची क्षमता म्हणजे वैधता होय.

व्यक्तिनिष्ठता: तुमच्या विचार करण्याच्या पद्धतीतला हा महत्त्वाचा भाग आहे, जो तुमचे शिक्षण, पार्श्वभूमी, विद्याशाखा, तात्त्विक बैठक, अनुभव आणि कौशल्ये यानुसार ठरतो. पूर्वग्रह म्हणजे जे प्रत्यक्षात नाही असे काहीतरी ठळकपणे मांडणे किंवा काहीतरी बदलणे, परंतु ते तुमच्या हातात असल्याने तुम्ही करता. व्यक्तिनिष्ठता ही जाणूनबुजून नसते, ती कशाचा तरी अर्थ लावण्यात किंवा तो समजून घेण्याच्या मार्गात असते.

व्यष्टी अध्ययन: ज्या व्यष्टीचा अभ्यास केला जाणार आहे ती विशिष्ट प्रकारची आहे आणि त्यामुळे हे व्यष्टी अध्ययन घटना आणि प्रचलित परिस्थिती याविषयीचे ज्ञान, ती व्यक्ती ज्या गटातील आहे त्याविषयाबाबत होते हे व्यष्टी अध्ययनाच्या पद्धतीत गृहीत धरले गेलेले असते. व्यष्टी अध्ययन आराखड्यात तुम्ही निवडलेली व्यष्टी ही तुम्हाला ज्या पैलूंचा अभ्यास करायचा आहे ती पूर्ण, सखोल आणि केवळ एकांगी नाही तर संपूर्णाची पाहणी, शोध याचा आधार ठरेल. अशा प्रकारच्या दृष्टिकोनात विशिष्ट उदाहरण किंवा काही काळजीपूर्वक निवडलेल्या व्यष्टींचा अतिशय सखोल अभ्यास केला जातो. व्यष्टी अध्ययनासाठी सर्वांना एकच आहेत असे मानले पाहिजे. गुणात्मक संशोधनातील हा महत्त्वाचा संशोधन आराखडा आहे.

शुद्ध संशोधन: हे, संशोधन पद्धतीच्या मुख्य अंगांची रचना करणाऱ्या विकास, परीक्षण, पुनर्तपासणी आणि संशोधन पद्धती, रीती, तंत्र आणि साधन यांच्याशी संबंधित असते.

शून्य गृहीतकृत्य: या गृहीतकृत्यात दोन परिस्थिती, गट, निष्पत्ती किंवा घटना यात काहीही फरक नसल्याची किंवा एखादी स्थिती आढळून येणे ही अट असते; हा सामान्यतः एच$_0$ असा लिहिला जातो.

संकल्पना: संशोधन समस्या किंवा अभ्यासाधीन लोकसमुदाय याची व्याख्या करताना तुम्ही काही विशिष्ट शब्द वापरता, ज्यांचे अनुमापन करणे कठीण असते आणि/किंवा ज्याची समज व्यक्ती-व्यक्तीनुसार वेगळी असते. या शब्दांना संकल्पना असे म्हणतात. त्यांचे अनुमापन करता यावे यासाठी त्यांचे निर्देशकांत (नेहमी नाही) रूपांतर आणि नंतर चलात रूपांतर करावे लागते. जसे समाधान, प्रभाव, तरुण, वृद्ध, आनंदी हे शब्द संकल्पना आहेत, ज्यांची व्यक्ती-व्यक्तीनुसार समज वेगळी असते.

संकेत: तथ्य विश्लेषण करताना प्रतिसादासाठी जे आकड्यातील मूल्य ठरवले जाते त्याला संकेत असे म्हणतात.

संकेत पुस्तक: प्रतिसादकांकडून मिळणाऱ्या उत्तरांना तुम्ही जे आकडे, मूल्य ठरवले आहे, ते प्रत्येक प्रश्नाच्या उत्तरासाठी ठरवले जाते. त्या संकेत आकड्याची यादी म्हणजे संकेत पुस्तक.

संकेतीकरण: प्रश्नांना आलेल्या प्रतिसादांचे विश्लेषण करण्याच्या उद्देशाने भिन्न भिन्न गटात वर्गीकरण करून त्यानुसार त्याला आकड्यातील मूल्य देण्याची प्रक्रिया.

संक्षिप्त दर्जा सारणी: पहा **लिकर्ट सारणी**.

संख्यात्मक संशोधन: याची मुळे तर्कवादाच्या तात्त्विक बैठकीमध्ये सापडतात; अन्वेषणासाठी कडक, संरचित आणि पूर्वनिश्चित संच अनुसरला जातो; घटनेतील भिन्नतेचे प्रमाण मोजणे हे उद्दिष्ट असते; चलांचे अनुमापन

आणि वस्तुनिष्ठता या प्रक्रियेवर भर असतो; मोठ्या नमुना आकारावरून सिद्ध करण्यावर भर; अनुमानांच्या वैधता आणि विश्वासार्हतेवर भर; अनुमानांचे संप्रेषण विश्लेषणात्मक आणि एकंदरीत केले जाते, सामान्यीकरण होऊ शकेल अशा प्रकारे निष्कर्ष आणि अनुमाने काढली जातात.

संचयी वारंवारता बहुभुजाकृतीः संचयी वारंवारता बहुभुजाकृती किंवा संचयी वारंवारता वक्ररेषा ही संचयी वारंवारतेच्या आधारावर काढली जाते. वारंवारता बहुभुजाकृती आणि संचयी वारंवारता बहुभुजाकृती यामध्ये मुख्य फरक हा असतो की आधीच्यात मध्यन्तराचे मध्यबिंदू जोडले जातात, तर नंतरच्यात शेवटचे बिंदू जोडले जातात, कारण संचयी वारंवारता ही तथ्यांचे मध्यन्तराच्या वरच्या मर्यादेच्या संबंधात अर्थांकन करते.

संदिग्ध प्रश्नः संदिग्ध प्रश्न म्हणजे असा प्रश्न ज्यामधून एकापेक्षा जास्त अनेक निघू शकतात आणि वेगवेगळे प्रतिसादक त्याचे वेगवेगळे अर्थ लावू शकतात.

संधी चलः कार्यकारणभाव आणि सहसंबंध यांचा अभ्यास करत असताना पश्चात चाचणीमध्ये अनेकदा मुलाखतीत प्रतिसादकाच्या मनःस्थितीचा किंवा प्रश्नाच्या शब्दयोजनेचा प्रतिसादकाच्या प्रतिसादावर परिणाम होतो. हा बदल म्हणून त्याचा पद्धतशीर रचनाबंध उपलब्ध नाही. अशा चलांना संधी चल किंवा यादृच्छिक चल असे म्हटले जाते.

संपादनः तथ्यांचे संपादन यात, पूर्ण केलेल्या संशोधन साधनांची ते पूर्ण होण्यात केलेल्या चुका, चुकीचे वर्गीकरण आणि प्रतिसादकांकडून मिळालेल्या माहितीतील त्रुटी हे शोधण्यासाठी आणि चुका शक्यतोवर कमी करण्यासाठी तपासणी करणे समावेश होतो.

संपृक्तता बिंदूः जेव्हा संशोधक म्हणून तुम्हाला प्रतिसादकांकडून तथ्य संकलनात फार थोडी नवी माहिती मिळते किंवा मिळतच नाही अशी वेळ येते तेव्हा अशा बिंदूस संपृक्तता बिंदू असे म्हणतात. गुणात्मक संशोधनात नमुना आकार पुरेसा असल्याचे निदर्शक समजले जाते.

संभाव्यता अभ्यासः हा घटना, स्थिती, समस्या, अभिवृत्ती या पुढील काळात समाजात किती प्रचलित असतील याच्याशी संबंधित आहे. अशा अभ्यासातून एखाद्या घटनेची निष्पत्ती किंवा काय घडण्याची शक्यता आहे हे प्रस्थापित करण्याचा प्रयत्न केला जातो.

संभाव्यता नमुनाः नमुना निवड करताना जेव्हा तुम्ही संभाव्यता सिद्धान्ताला अनुसरून राहता म्हणजेच तुम्ही नमुना निवड अशा प्रकारे करता, ज्यात अभ्यासाधीन लोकसमुदायातील प्रत्येक घटकाला निवडीची समान आणि स्वतंत्र संधी मिळते, या प्रक्रियेला संभाव्यता नमुना असे म्हणतात.

संमिश्र/बहुविध पद्धती मार्गः अगदी सोप्या शब्दांत सांगायचे तर, जेव्हा तुम्ही सामाजिक संशोधनात तुमच्या संशोधन समस्येसाठी तथ्य संकलित करण्यासाठी आणि विश्लेषण करण्यासाठी दोन किंवा अधिक पद्धती एकत्र करता तेव्हा त्याला संमिश्र पद्धती मार्ग असे म्हणतात. जेव्हा या पद्धती दोन्ही रूपरेषेतील, संख्यात्मक आणि गुणात्मक अशा दोन्हीही पद्धतीतील असतात, तेव्हा त्याचे वर्गीकरण बहुविध पद्धती मार्ग असे केले जाते. हा मार्ग काही परिस्थितीत संख्यात्मक पद्धती ही उत्तम असते तर काही परिस्थितीत गुणात्मक तंत्र उत्तम असते,

या विवेकावर आधारित आहे. म्हणून संशोधन अभ्यासातून उत्तम निष्पत्ती होण्यासाठी तुम्हाला दोन मार्ग एकत्र करण्याची किंवा एकापेक्षा जास्त पद्धती वापरण्याची गरज असते.

संयुक्त अन्वेषण: सहभागी संशोधनाचे दुसरे नाव संयुक्त अन्वेषण असेही आहे, ज्यात संशोधक आणि संशोधनातील सहभागी व्यक्ती यांच्यात घनिष्टता निर्माण होते.

संरचनात्मक मुलाखत: अशा मुलाखती ज्यात तुम्ही तुमच्या प्रतिसादकांना विचारणार प्रश्नांची रचना आणि शब्द हे पूर्वनिश्चित केलेले असतात. मुलाखतीची रचना करणारा प्रत्येक भाग हा निश्चित असतो आणि कोणत्याही दुरत्वास परवानगी नसते.

संवेदनशील माहिती: जी कोणतीही माहिती जी प्रतिसादकाला व्यक्तिगत किंवा खाजगी वाटते आणि जी त्याला कोणालाही सांगायची नसते, अशी माहिती ही संवेदनशील माहिती समजली जाते. ती अमली पदार्थांचा वापर, लैंगिकता, उत्पन्न, गुन्हेगारी पार्श्वभूमी इत्यादी असू शकते. संवेदनशील महिती प्रतिसादकाला नाराज किंवा ओशाळवाणे करू शकते आणि त्यामुळे हे कौशल्याने करावे लागते आणि त्यासाठी खूप जवळचा संबंध प्रस्थापित केला पाहिजे.

संशोधन: हा तुमच्या व्यावसायिक आणि व्यावहारिक प्रश्नांची उत्तरे मिळवण्यासाठीचा एक मार्ग आहे. चाचणी केलेल्या रीती आणि पद्धती आणि पूर्वग्रहाशिवाय आणि अन्वेषणाच्या प्रक्रियेत वस्तुनिष्ठ अभिवृत्ती ही याची वैशिष्ट्ये आहेत.

संशोधन आराखडा: संशोधन आराखडा म्हणजे संशोधकाने प्रश्नांची वैधतेने, वस्तुनिष्ठपणे, अचूकपणे आणि कमीतकमी खर्चात उत्तरे देण्याकरिता स्वीकारलेली प्रक्रियात्मक योजना आहे. संशोधन आराखडा हा तुमच्या संशोधन प्रवासासाठी तुम्ही प्रस्तावित केलेला मार्ग निश्चित करणारा प्रश्न संबोधित करतो. संशोधन आराखड्याद्वारे तुम्ही तुमच्या स्वतःसाठी आणि इतरांना कळविण्यासाठी कोणता अभ्यास आराखडा तुम्ही वापरण्यासाठी प्रस्तावित केला आहे याचा, प्रतिसादकांकडून तुम्ही तथ्य संकलित करणार आहात याचा, संकलित केलेल्या तथ्यांचे विश्लेषण कसे करणार आहात याचा आणि तुम्ही तुमची अनुमाने कशी संप्रेषित करणार आहात याबाबत निर्णय घेता.

संशोधन उद्दिष्टे: तुमच्या संशोधन प्रवासात साध्य करण्यासाठी तुम्ही जी विशिष्ट विधाने ध्येय म्हणून ठरवता ती.

संशोधन प्रवास: संशोधन प्रश्नाचे उत्तर मिळवण्यासाठी तुम्ही जी पद्धत अनुसरता त्या प्रक्रियेला संशोधन प्रवास म्हणतात.

संशोधन प्रश्न: ज्यांची उत्तरे तुमच्या संशोधनाद्वारे शोधणे तुम्हाला आवडेल असे प्रश्न, जसे 'कुटुंबात एडीएचडीबाधित मूल असणे याचा अर्थ काय?' किंवा स्थलांतराचा कौटुंबिक भूमिकांवर काय परिणाम होतो?'. संशोधन प्रश्न ही संशोधनाची उद्दिष्टे सिद्ध होतात. शब्दरचना हा संशोधन प्रश्न आणि संशोधन उद्दिष्टे यातील मुख्य फरक असतो. संशोधन प्रश्न हे प्रश्नांच्या रूपात असतात, याउलट संशोधन उद्दिष्टे ही विधानांच्या स्वरूपात असतात, ज्यात कृतिप्रवण शब्द वापरून संपादनाविषयी विधान केलेले असते.

संशोधन प्रस्तावः संशोधन प्रस्ताव हा तुम्ही तुमच्या संशोधन प्रश्नांची उत्तरे कशी मिळवणार आहात, याची कार्यान्वयनाची योजना स्पष्ट करतो. तो तुमच्या संशोधनाची उद्दिष्टे साध्य करण्यासाठी किंवा संशोधन प्रश्नांची उत्तरे मिळवण्यासाठी हाती घ्यावी लागणाऱ्या वेगवेगळ्या कामांची रूपरेषा आखून देतो.

संशोधन समस्याः जो तुमच्या चौकशीचा आधार असतो अशी कोणतीही समस्या, किंवा प्रश्न. म्हणजेच तुमच्या संशोधन कार्यातून जे तुम्हाला शोधायचे आहे.

संशोधन सहभागीः संशोधन अभ्यासात प्रतिसादक म्हणून किंवा विषय म्हणून सहभागी होणारे.

संशोधन साधनः तुमच्या अभ्यासासाठी जे काही तथ्य संकलन करण्याचे माध्यम होते त्याला 'संशोधन साधन' किंवा 'संशोधन तंत्र' असे म्हणतात. उदाहरणार्थ, मुलाखत अनुसूची, प्रश्नपत्रिका, क्षेत्रीय निरीक्षणातील नोंदी, क्षेत्रीय दैनंदिनी, मुलाखत मार्गदर्शक, दुय्यम नोंदीतून संकलित केलेली माहिती.

संशोधनातील हितसंबंधीः संशोधन कार्यामुळे किंवा त्याच्या अनुमानांमुळे जे प्रभावित होणार आहेत असे लोक किंवा गट. संशोधनाने प्रभावित होणारे तीन हितसंबंधी असतातः संशोधनातील सहभागी, संशोधक आणि निधी उपलब्ध करून देणारे मंडळ.

सखोल मुलाखतः ही तथ्य संकलनाची अतिशय उत्तम पद्धत आहे, त्यामधून आशय आणि रचना या दृष्टीने पूर्ण स्वातंत्र्य असते. संशोधक म्हणून तुम्हाला याचा संदर्भ लक्षात ठेवून तुम्हाला जसा हवा तसा क्रम ठेवण्याची मुभा असते. प्रतिसादकांना तुम्ही कोणते प्रश्न विचारणार, त्यासाठी कोणते शब्दप्रयोग करणार आणि तुम्ही तुमच्या प्रतिसादकांना कशाप्रकारे प्रश्न समजावून सांगणार याचे पूर्ण स्वातंत्र्य असते. सामान्यतः चर्चेच्या प्रसंगी काय घडते यानुसार तुम्ही त्या त्या क्षणी उत्स्फूर्तपणे तुमच्या प्रश्नांची रचना करता आणि मुद्दे उपस्थित करता.

समसंघ अभ्यासः हा अभ्यास समान वैशिष्ट्यांवर आधारित असतो. जसे, अभ्यासाधीन लोकसमूहाच्या उपगटातील व्यक्तींचे जन्मसाल, पदवीशिक्षण किंवा विवाह. समान वैशिष्ट्ये असलेल्या व्यक्तींची ठराविक कालावधीत तुम्हाला स्वारस्य असलेली त्याबद्दलची तथ्ये संकलित करणे. उदाहरणार्थ, १९८६ साली जन्मलेल्या स्त्रियांमधील प्रजनन प्रवृत्ती किंवा १९९० साली वैद्यकीय पदवी शिक्षण घेतलेल्या विद्यार्थ्यांचा व्यवसायाचा मार्ग. समसंघ अभ्यासातून मोठ्या कालावधीत कल काय आहेत त्याचा अभ्यास केला जातो आणि त्याच गटाकडून तथ्य संकलन केले जाते.

समान दर्जा अभ्यासः ज्या संमिश्र अभ्यास पद्धतीत दोन्हीही पद्धती एकसारख्याच प्रकारे उपयोजित केल्या जातात, त्यांना समान दर्जा असे अभ्यास म्हणतात.

समिती अभ्यासः हे संभाव्य स्वरूपाचे असतात आणि काळाच्या ओघात त्याच प्रतिसादकांकडून तथ्य संकलनासाठी ते आराखडा म्हणून सिद्ध होतात. निवडक व्यक्तींचा गट हा समिती होतो आणि तो हवी असलेली माहिती देतो. समिती अभ्यासात तथ्य संकलनाची व्याप्ती ही फक्त एकदा इथपासून ते पुनःपुन्हा दीर्घकाळपर्यंत तथ्ये संकलित केली जातात.

समूह नमुनाः समूह नमुना हा संशोधकाच्या, समूहाचे छोट्या गटांमध्ये विभाजन करण्याच्या क्षमतेवर आधारित असतो (ज्यात दृश्य स्वरूपात किंवा सहज लक्षात येईल अशा गुणवैशिष्ट्यावर आधरित), त्याला समूह असे म्हणतात. त्यानंतर प्रत्येक समूहातून साध्या यादृच्छिक निवड पद्धतीने नमुना निवड केली जाते. समूहाचे

भौगोलिक सान्निध्य किंवा एखादे समान वैशिष्ट्य याचा निकष लावला जातो. त्याचा संबंध अभ्यासातील मुख्य चलाशी असतो (जसा स्तरित नमुन्यात असतो). समूहाच्या पातळीवर कधीकधी नमुना निवड वेगवेगळ्या स्तरावर केली जाते. या पातळ्या समूहाच्या भिन्न भिन्न पातळ्या (एक, दोन किंवा अनेक) निश्चित करते.

सर्वंकष संशोधनः सर्वंकष संशोधन हे अभ्यास आराखड्यापेक्षा तत्त्वज्ञान आहे. हा आराखडा तत्त्वज्ञानावर आधारित आहे, ते असा की आपल्या जीवनात अनेक घटक आंतरक्रिया करत असतात, आणि आपण एक किंवा दोन आंतरक्रियावरून घटना समजू शकत नाही. घटना किंवा स्थिती समजून घेण्यासाठी आपल्याला त्याचा एकंदरीतपणा किंवा संपूर्णत्व बघावे लागते, ती म्हणजे प्रत्येक दृष्टिकोनातून संपूर्णता. हा तत्त्वज्ञानविषयक दृष्टिकोन मनात ठेवून केलेल्या अभ्यासाला संपूर्ण संशोधन असे म्हणतात.

सहभागी निरीक्षणः यात तुम्ही संशोधक म्हणून गटाच्या कार्यात त्याचे सदस्य असल्याप्रमाणेच सहभाग घेता व गटाचे निरीक्षण करता. गटाच्या सदस्यांना त्यांचे निरीक्षण केले जात आहे हे माहीत असते किंवा नसते. सहभागी निरीक्षण हे तत्त्वतः गुणात्मक संशोधनात वापरले जाते आणि नेहमीच गटातील सदस्यांशी समीप आंतरक्रिया करून किंवा ज्या स्थितीचा अभ्यास केला जात आहे त्याच स्थितीत 'राहता'.

सहभागी संशोधनः सहभागी संशोधन आणि सहयोगी चौकशी हे रूढार्थाने अभ्यास आराखडे नाहीत, तर तत्त्वज्ञानविषयक दृष्टिकोन आहेत जे संशोधन प्रक्रियेत सहभागी व्यक्तींचा सक्रिय सहभाग असावा ही बाजू मांडते. सहभागी संशोधन हे संशोधन आणि संशोधनातील सहभागी व्यक्ती यांच्यातील 'अंतर' कमी करण्यावर आधारित आहे. समाजाचा किंवा संशोधन सहभागी व्यक्तींचा संशोधन प्रक्रियेतील सहभाग आणि गुंतवणूक याचे महत्त्वाचे वैशिष्ट्य म्हणजे संशोधन अनुमाने ही त्यांच्या गरजेनुसार समर्पक असली पाहिजेत.

सहसंबंध गृहीतकृत्यः जेव्हा संशोधक म्हणून तुम्हाला घटना किंवा परिस्थिती याबद्दल पुरेसे ज्ञान असते आणि तुम्ही दोन चलांमधील संबंधांची व्याप्ती निश्चित ठरवण्याच्या स्थितीत असता, आणि संबंधांची खोली प्रतिबिंबित करणारी अंतःप्रेरणा सूत्रबद्ध करणारी असते, अशा गृहीतकृत्याच्या सूत्रबद्ध मांडणीस सहसंबंध गृहीतकृत्य असे म्हणतात.

सहसंबंधी अभ्यासः प्राथमिकतः दोन किंवा अधिक चलांमध्ये संबंध आहेत किंवा नाहीत याचे अन्वेषण करण्यासाठी आखले जातात असे अभ्यास.

सहसंबंधात्मक परिणामः हे परिस्थितीचे असे वर्णन करते, जेथे एकाच प्रतिसादकांशी वारंवार संपर्क केला तर त्यांच्याकडून नेमके काय अपेक्षित आहे हे त्यांना कळते आणि ते कदाचित विचार न करता प्रश्नाला प्रतिसाद देतात किंवा त्यांचे चौकशीतले स्वारस्य कमी होते आणि एकसारखेच निष्कर्ष प्राप्त होतात. प्रश्नांच्या उत्तरांवरील हा स्थितीचा परिणाम सह्संबंधात्मक परिणाम म्हणूनही ओळखला जातो.

सांकल्पनिक चौकटः सांकल्पनिक चौकट ही सैद्धान्तिक चौकटीपासून पुढे येते आणि अशा सैद्धान्तिक चौकटीच्या एका भागावर लक्ष केंद्रित करते, जी तुमच्या अभ्यासाचा आधार असते. नंतरच्यात सिद्धान्त किंवा मुद्दे यांचा समावेश असतो जे तुमच्या अभ्यासात बसवलेले असतात. याउलट आधीचा तुमच्या संशोधन चौकशीचा आधार म्हणून तुम्ही निवडलेल्या सैद्धान्तिक चौकटीतील पैलूंचे वर्णन करतो. सैद्धान्तिक चौकट ही तुमच्या संशोधन समस्येचा आधार आहे.

सांकेतिक सारणी: सामाजिकशास्त्रांत सांकेतिक सारणी हा चल मापनाचा एक मार्ग आहे. हा मार्ग व्यक्तींची समान/विभाजित वैशिष्ट्ये, लक्षणे या आधारावर उद्दिष्टे किंवा प्रतिसादांचे वर्गीकरण करण्यास सक्षम करतो. या व्यक्ती, उद्दिष्ट किंवा प्रतिसाद हे उपगटातील प्रत्येक सदस्याला काही समान लक्षणे असणाऱ्या अनेक उपगटांत अशा प्रकारे विभागलेले असतात.

साधा यादृच्छिक नमुना: यादृच्छिक नमुना ही अतिशय सामायिकपणे वापरली जाणारी पद्धत आहे. नमुना लोकसमूहातून हव्या असलेल्या नमुना आकाराची निवड करण्याची प्रक्रिया, ज्यात प्रत्येक घटकाला कोणत्याही पद्धती आराखड्याप्रमाणे यादृच्छिक नमुना निवडीची समान आणि स्वतंत्र संधी असते.

सारणी: ही प्रतिसादकांना तुम्ही जे प्रश्न विचारता त्याला त्यांच्या मिळणाऱ्या प्रतिसादांच्या आधारे करावयाच्या अनुमापनाची आणि/किंवा वर्गीकरणाची पद्धत आहे. सारणी ही अखंड किंवा वर्गीकृत असू शकते. ही सारणी अभ्यास अखंड किंवा वर्गीकृत असू शकते. सारणी ही तुम्हाला अभ्यासाधीन लोकसमुदायाचे उपगटात वर्गीकरण करायला मदत करते किंवा त्याचा विस्तार म्हणून सारणीवर प्रतिबिंबित होते.

सार्वजनिक चर्चा मंच: सार्वजनिक प्रश्नांवर चर्चा हा मते, दृष्टिकोन, प्रवृत्ती किंवा समाजाच्या समस्या आणि प्रश्न याविषयी काय कल्पना आहेत ते जाणून घेण्यासाठी गुणात्मक संशोधन आराखडा आहे. समाजाशी संबंधित समस्यांविषयी समाजाचा सहभाग घेण्याचा हा एक सार्वत्रिक मार्ग आहे.

साहित्याचा सारांश: साहित्याचा सारांश हे तुमच्या साहित्याच्या लक्षणीय अन्वेषणातून तुम्हाला मिळालेल्या प्रत्येक समर्पक माहितीचे वर्णन असते. सारांशात सामान्यतः, प्रत्येक समर्पक स्रोताखाली असणारी, तुमच्या अभ्यासाशी समयोचित असलेली मुख्य अनुमाने असणारी यादी असते. शोधलेले स्रोत कोणत्याही क्रमाने यादी केले तरी चालतात.

साहित्याचे परीक्षण: संशोधन साहित्य शोधणे ही प्रक्रिया आहे, ज्यात तुमच्या संशोधन प्रश्नांशी संबंधित तुमच्या अभ्यासाची सांकल्पनिक आणि सैद्धान्तिक चौकट विकसित करून तुमची संशोधन अनुमाने साहित्यात एकात्मिक करून त्यात त्याविषयी काय म्हटले आहे हे पाहिले जाते. इतरांनी या मुद्द्याविषयी काय अन्वेषण केले आहे, या दृष्टिकोनातून तुमच्या अभ्यासाचे स्थान ठरवले जाते. याशिवाय तुमची पद्धती सुधारण्यासाठी या प्रक्रियेची मदत होते.

सीमित नमुना: ही संपर्कजालाचा वापर करून नमुना निवडण्याची प्रक्रिया आहे. सुरुवातीला, गटातील किंवा संघटनेतील काही व्यक्तींची हेतुपूर्वक, यादृच्छिक किंवा संपर्कजालाचा वापर करून, त्यांच्याकडून हवी असलेली तथ्य संकलित करण्यासाठी नमुना निवड केली जाते. त्यानंतर त्यांना गट किंवा संघटनेतील इतर सभासद शोधण्यास सांगितले जाते, ज-यांच्याशी संपर्क करून तीच माहिती मिळवली जाते. त्यांनी निवडलेल्या व्यक्ती या नमुन्याचा भाग होतात. ही प्रक्रिया, तुम्ही तथ्य संकलित करण्याच्या संदर्भात संपृक्तता बिंदूला पोहोचेपर्यंत, सतत चालू असते.

सुसाध्यता अभ्यास: जेव्हा संशोधनाचा उद्देश, हा मोठ्या प्रमाणात अन्वेषण अभ्यास हाती घेण्याची शक्यता तपासणे आणि मुख्य अभ्यासासाठी पद्धती आणि रीती निश्चित करणे हा असतो तेव्हा अशा अभ्यासाला सुसाध्यता अभ्यास असे म्हणतात.

सैद्धान्तिक चौकटः तुम्ही जसे साहित्य वाचायला सुरुवात करता, तुमच्या लगेच लक्षात येते की ज्या प्रश्नाचे अन्वेषण करायची तुमची इच्छा आहे त्याची मुळे ही वेगवेगळ्या दृष्टिकोनातून विकसित केल्या गेलेल्या अनेक सिद्धान्तात आहेत. विविध स्रोतांतून मिळवलेली माहिती ही मुख्य विचार व सिद्धांतार्गत, लेखकांमधील सहमती आणि असहमती ठळकपणे दाखवून वर्गीकृत करण्याची गरज असते. या सिद्धान्तांचे 'जाळे' उभारण्याच्या प्रक्रियेला प्रत्यक्ष किंवा अप्रत्यक्षपणे तुमच्या संशोधन विषयात जे स्थान असते, त्याला सैद्धान्तिक चौकट असे म्हणतात.

सोयीची नमुना निवडः सोयीची नमुना निवड ही अ-संभाव्यता नमुना निवड आहे जी प्राथमिकतः संशोधकाच्या सोयीनुसार, कसाही असला तरी, संभाव्य नमुना निवड करणेः सहज संपर्क होईल असा, भौगोलिक सान्निध्य असलेला, ज्ञात संपर्कातील, अभ्यासात भाग घेण्यासाठी संमती असलेला किंवा गटाचा भाग असलेला.

स्तंभ टक्केवारीः एकाच प्रश्नांच्या आलेल्या सर्व उत्तरांचे वर्गीकरण करून ते वेगवेगळ्या स्तंभात मांडले जातात व त्या स्तंभांची टक्केवारी काढली जाते.

स्तंभालेखः स्तंभालेख किंवा आराखडा हा वर्गीकृत तथ्ये आलेखाद्वारे दर्शविण्याचा मार्ग आहे. स्तंभालेख हा आयतालेखासारखाच असतो. फक्त स्तंभालेखात काटकोन चौकोनात वेगवेगळ्या वारंवारता दर्शवल्या जातात, ज्यामधून तथ्ये वर्गीकृत आहेत हे दाखवले जाते. स्तंभालेख हा सांकेतिक किंवा क्रमवाचक सारणीवर अनुमापन केलेल्या चलासाठी वापरला जातो.

स्तरित यादृच्छिक नमुनाः हा संभाव्यता नमुना निवड आराखडा आहे, ज्यात एकूण अभ्यासाधीन लोकसमूह हा वैशिष्ट्यांच्या आधारे वेगवेगळ्या उपगटांत विभागला जातो, त्यामुळे प्रत्येक उपगट, वर्गीकरणाच्या चलाच्या संदर्भात, अधिक एकजिनसी बनतो. त्यानंतर प्रत्येक उपगटातून नमुना निवड एकतर प्रत्येक गटातून समान घटक किंवा प्रत्येक उपगटातून एकूण लोकसंख्येच्या प्रमाणात समान संख्येत निवडली जाते.

स्त्रीवादी अभ्यासः कृती संशोधनाप्रमाणे स्त्रीवादी संशोधन हे आराखड्यापेक्षा तत्त्वज्ञान अधिक आहे. स्त्रीवादीसंबंधित मुद्दे आणि सिद्धान्त हे या संशोधनाचे मार्गदर्शक चौकट म्हणून काम करते. स्त्रीवादी संशोधनाचा केंद्रबिंदू हा स्त्रियांविषयीचे दृष्टिकोन हा आहे. याचा उद्देश, संशोधक आणि प्रतिसादक यांच्यातील वर्चस्व असमतोल कमी करणे आणि स्त्रिया आणि पुरुष यांच्यातील सामजिक असमतोल बदलायचा प्रयत्न करणे हा असतो.

स्थिर चलः जेव्हा चलाला फक्त एक वर्ग किंवा मूल्य असते, उदाहरणार्थ, टॅक्सी, झाड आणि पाणी, तेव्हा ते स्थिर चल म्हणून ओळखले जाते.

स्पष्टीकरणात्मक संशोधनः स्पष्टीकरणात्मक संशोधनात अभ्यासाचा मुख्य भर हा घटना किंवा परिस्थितीतील दोन पैलूंमध्ये संबंध का आणि कसे आहेत हे स्पष्ट करणे हा असतो.

स्मरणामुळे चूकः प्रतिसादकाची पुन्हा सर्व पैलू अचूकपणे आठवण्याची अक्षमता असल्यामुळे प्रतिसादात चूक होते.

स्वतंत्र चलः जेव्हा अभ्यासात कार्यकारणभावाचे परीक्षण केले जाते, तेव्हा त्यात चलांचे चार संच कार्यान्वित होऊ शकतात. त्यातील एक चल जे बदलासाठी कारणीभूत असते, ते चल घटनेतील बदलाचे कारण असते, ज्याला स्वतंत्र चल असे म्हणतात. कार्यकारणभावाच्या अभ्यासात, स्वतंत्र चल हे कारण चल असते जे घटनेत बदल घडवून आणण्यास जबाबदार असते.

हुबेहूब बहुविभागीय आराखडाः कार्यक्रमाच्या विविध टप्प्यावरील सहभागी व्यक्तींची सामाजिक-आर्थिक-लोकसांख्यिकी वैशिष्ट्ये आणि ज्यासाठी त्यांना मध्यस्थी हवी आहे अशी त्यांची समस्या, हा या अभ्यास आराखड्याचा आधार आहे. मध्यस्थीची परिणामकारकता मोजण्यासाठी जे मध्यस्थीच्या वेगवेगळ्या टप्प्यावर आहेत अशा अशिलांकडून नमुना घेऊन त्याची तपासणी केली जाते. अशिलांच्या अवलंबी चलामधील फरक हा आत प्रवेश घेणे आणि काढून टाकणे या टप्प्यावर मध्यस्थीचा परिणाम विचारात घेतला जातो.

हेतुपूर्वक नमुना निवडः पहा **अंदाजे नमुना निवड**.

हॅलो प्रभावः निरीक्षण करत असताना काही निरीक्षक आंतरक्रियेतील एका पैलूने प्रभावित होऊन गुण देतील तर अनुषंगाने ती/तो वेगळ्याच पैलूला गुण देईल. काही वेळा, शिक्षक जेव्हा विद्यार्थ्यांची कामगिरी तपासत असतात, तेव्हा विद्यार्थ्यांच्या एखाद्या विषयातील कामगिरीचा प्रभाव तिच्या/त्याच्या इतर कामगिरीवर पडतो यांच्याशी समांतर आहे. अशा प्रकारच्या प्रभावाला हॅलो प्रभाव असे म्हणतात.

हॉथॉर्न परिणामः जेव्हा व्यक्ती किंवा गट यांना आपले निरीक्षण केले जात आहे याची जाणीव होते व ते त्यांच्या वागण्यात बदल करू शकतात. परिस्थितीनुसार हा बदल सकारात्मक किंवा नकारात्मक असतो, तो कमी किंवा जास्त असू शकतो - उदाहरणार्थ, त्यांची उत्पादकता - आणि जो अनेक कारणांमुळे निर्माण होईल. जेव्हा व्यक्तीच्या किंवा गटाच्या वागण्यातील बदल हा त्यांचे निरीक्षण केल्यामुळे होतो, तेव्हा त्याला हॉथॉर्न परिणाम असे म्हणतात.

क्षेत्र आलेखः मध्यान्तर किंवा गुणोत्तर सारणीवर अनुमापन केल्या जाणाऱ्या चलांसाठी, चलाच्या उपवर्गासाठीसुद्धा क्षेत्र आलेखाद्वारे सादरीकरण करता येते. हा रेखा आलेखासारखाच काढला जातो. प्रत्येक रेषेखालील जागा छटांनी उपवर्गीकरणाच्या संदर्भात वर्गीकरणांचे प्रमाण दाखवते. याप्रमाणे क्षेत्र आलेख वक्ररेषेखालील क्षेत्र हे चलांच्या उपवर्गाच्या संबंधात सादर करतो.

संदर्भग्रंथ सूची

Ackroyd, Stephen & John Hughes, 1992, Data Collection in Context, New York, Longman.

Alkin, Marvin C. & Lewis C. Solomon (eds), 1983, The Costs of Evaluation, Beverly Hills, CA, Sage.

Alwin, Duane F. (eds.), 1978, Survey Design and Analysis: Current Issues, Beverly Hills, CA, Sage.

Babbie, Earl, 1989, Survey Research Methods (2nddn), Belmont, CA, Wadsworth.

Babbie, Earl, 2007, The Practice of Social Research (11th edn), Belmont, CA, Wadsworth.

Bailey, Kenneth D., 1978, Methods of Social Research (3rd edn), New York, Free Press.

Barton, Ruth, 1988, Understanding Social Statistics: An Introduction to Descriptive Statistics, Perth Editorial/Publication Unit, Division of Arts, Education and Social Sciences, Curtin University of Technology.

Bernard, H. Russell, 1994, Research Methods in Anthropology: Qualitative and Quantitative Approaches (2nd edn),Thousand Oaks, CA, Sage.

Bernard, H. Russell, 2000, Social Research Methods: Qualitative and Quantitative Approaches, Thousand Oaks, CA, Sage.

Bilson, Andy (ed.), 2005, Evidence-based Practice in Social Work, London, Whiting & Birch.

Black, James A. & Dean J. Champion, 1976, Methods and Issues in Social Research, New York, Wiley.

Blaikie, Norman, 2007, Approaches to Social Enquiry (2nd edn), Cambridge, Polity Press.

Bogdan, Robert & Sari Knopp Biklen, 1992, Qualitative Research for Education: An Introduction to Theory and Methods (2nd edn), Boston, Allyn & Bacon.

Bradburn, M. Norman & Seymour Sudman,1979, Improving Interview Method and Questionnaire Design, San Francisco, Jossey-Bass.

Brewer, J. & A. Hunter, 1989, Multimethod Research: A Synthesis of Styles, Newbury Park, CA, Sage.

Brewer, J. & A. Hunter, 2006, Foundations of Multimethod Research: Synthesizing Styles (2nd edn), Thousand Oaks, CA, Sage.

Brinberg, David & Joseph E. McGreth, 1985, Validity and the Research Process, Beverly Hills, CA, Sage.

Bryman, Alan, 1988, Quantity and Quality in Social Research, London, Routledge.

Bryman, Alan, 2004, Social Research Methods (2nd edn), Oxford, Oxford University Press.

Bryman, Alan, 2012, Social Research Methods (4th edn), Oxford, Oxford University Press.

Bulmer, Martin (ed.), 1977, Sociological Research Methods: An Introduction, London, Macmillan.

Burns, Robert B., 1997, Introduction to Research Methods (2nd edn), Melbourne, Longman Cheshire.

Butcher, Judith, 1981, Copy-Editing: The Cambridge Handbook for Editors, Authors and Publishers (2nd edn), Cambridge, Cambridge University Press.

Carr, Wilfred & Steven Kemmis, 1986, Becoming Critical: Education, Knowledge and Action Research, Lewes, Falmer Press.

Cherry, Nita, 2002, Action Research: A Pathway to Action, Knowledge and Learning, Melbourne, RMIT Publishing.
The Chicago Manual of Style (14th edn), 1993, Chicago and London, University of Chicago Press.
Cohen, Morris R. & Ernest Nagel, 1966, An Introduction to Logic and Scientific Methods, London, Routledge & Kegan Paul.
Coffey, A. & P. Aikinson, 1996, Making Sense of Qualitative Data: Complementary Research Strategies, Thousand Oaks, CA, Sage.
Collins Dictionary of the English Language, 1979, Sydney, Collins.
Commonwealth of Australia, 2002, Style Manual (6th edn), Milton, Qld, Wiley Australia.
Cozby, C. Paul, 1985, Methods in Behavioral Research, Palo Alto, CA, Mayfield.
Crano, William D. & Marilynne B. Brewer, 2002, Principles and Methods of Social Research (2nd edn), Mahwah, NJ, Lawrence Erlbaum.
Creswell, J.W., 1995, Research Design: Qualitative and Quantitative Approaches, Thousand Oaks, CA, Sage.
Creswell, J.W., 2003, Research Design: Qualitative, Quantitative, and Mixed Methods Approaches (2nd edn), Thousand Oaks, CA, Sage.
Creswell, J.W., 2007, Qualitative Inquiry and Research Design: Choosing among Five Approaches (2nd edn), Thousand Oaks, CA, Sage.
Creswell, J.W., 2009, Research Design: Qualitative and Quantitative Approaches (3rd edn), Thousand Oaks, CA, Sage.
Creswell, John W. & Vicki Clark, 2011, Designing and Conducting Mixed Methods Research (2nd edn), Los Angeles, Sage.
Crotty, Michael, 1998, The Foundations of Social Research, St Leonards, NSW, Allen & Unwin.
Cunningham, J. Barton, 1993, Action Research and Organizational Development, London, Praeger.
de Vaus, David, 2002, Surveys in Social Research (5th edn), St Leonards, NSW, Allen & Unwin.
Denzin, Norman K. & Yvonna S. Lincoln (eds), 1994, Handbook of Qualitative Research, Thousand Oaks, CA, Sage.
Denzin, Norman K. & Yvonna S. Lincoln (eds), 1998a, Collecting and Interpreting Qualitative Materials, Thousand Oaks, CA, Sage.
Denzin, Norman K. & Yvonna S. Lincoln (eds), 1998b, Strategies of Qualitative Inquiry, Thousand Oaks, CA, Sage.
Denzin, Norman K. & Yvonna S. Lincoln (eds), 2005, The Sage Handbook of Qualitative Research (3rd edn), Thousand Oaks, CA, Sage.
Denzin, Norman K. & Yvonna S. Lincoln, 2008, The Landscape of Qualitative Research (3rd edn), Los Angeles, Sage.
Denzin, Norman & Yvonna S. Lincoln, 2012, Collecting and Interpreting Qualitative Materials (4th edn), London, Sage.
Denzin, Norman & Yvonna S. Lincoln, 2012, Strategies of Qualitative Inquiry (4th edn), London, Sage.
Dixon, Beverly & Gary Bouma, 1984, The Research Process, Melbourne, Oxford University Press.
Duncan, Otis Dudley, 1984, Notes on Social Measurement: Historical and Critical, New York, Russell Sage Foundation.
Elliott, Jane, 2005, Using Narrative in Social Research, London, Sage.
Engel, R.J. & R.K. Schutt, 2009, The Practice of Research in Social Work (2nd edn), Thousand Oaks, CA, Sage.
Festinger, Leon & Daniel Katz (eds), 1966, Research Methods in Behavioral Sciences, New York, Holt, Rinehart and Winston.
Flick, U., 1998, Introduction to Qualitative Research, Thousand Oaks, CA, Sage

Flick, U., 2007, Managing Quality in Qualitative Research, London, Sage.
Foreman, E.K., 1991, Survey Sampling Principles, New York, Marcel Dekker.
Gilbert, Nigel (ed.), 2008, Researching Social Life (3rd edn), London, Sage.
Gray, Mel, Debbie Plath & Stephen Webb, 2009, Evidence-based Social Work, London, Routledge.
Greene, J.C., 2007, Mixed Methods in Social Inquiry, San Francisco, Jossey-Bass.
Greene, J.C., V.J. Caracelli & W.F. Graham, 1989, Towards a conceptual framework for mixed methods evaluation designs, Education Evaluation and Policy Analysis, 11(3), 255–274.
Grinnell, Richard Jr (ed.), 1981, Social Work Research and Evaluation, Itasca, IL, F.E. Peacock.
Grinnell, Richard Jr (ed.), 1988, Social Work Research and Evaluation (3rd edn), Itasca, IL, F.E. Peacock.
Grinnell, Richard Jr (eds), 1993, Social Work Research and Evaluation (4th edn), Itasca, IL, F.E. Peacock.
Guba, E.G. & Y.S. Lincoln, 1994, Competing paradigms in qualitative research. In N. Denzin & Y.S. Lincoln (eds), Handbook of Qualitative Research (pp. 105–117), Thousand Oaks, CA, Sage.
Hakim, Catherine, 1987, Research Design: Strategies and Choices in the Design of Social Research, London, Allen & Unwin.
Hall, Irene & David Hall, 2004, Evaluation and Social Research: Introducing Small Scale Practice, Basingstoke, Palgrave Macmillan.
Hawe, Penelope, Deirdre Degeling & Jane Hall, 1992, Evaluating Health Promotion, Sydney, Maclennan+Petty.
Hessler, Richard M., 1992, Social Research Methods, New York, West Publishing.
Johnson, R.B. & L. Christensen 2004, Educational Research: Quantitative, Qualitative, and Mixed Methods (2nd edn), Boston, Pearson.
Johnson, R.B., A.J. Onwuegbusie & L.A. Turner, 2007, Towards a definition of missed methods research, Journal of Mixed Methods Research, 1(2), 112–133.
Kaplan, David (ed.), 2004, The Sage Handbook of Quantitative Methodology for the Social Sciences, Thousand Oaks, CA, Sage.
Kazdin, Alan, 1982, Single-case Research Designs, New York, Oxford University Press.
Kerlinger, Fred N., 1973, Foundations of Behavioral Research (2nd edn), New York, Holt, Rinehart and Winston.
Kerlinger, Fred N., 1979, Behavioral Research: A Conceptual Approach, Sydney, Holt, Rinehart and Winston.
Kerlinger, Fred N., 1986, Foundations of Behavioral Research (3rd edn), New York, Holt, Rinehart and Winston.
Kirk, Jerome & Marc L. Miller, 1986, Reliability and Validity in Qualitative Research, Newbury Park, CA, Sage.
Krippendorff, Klaus, 2012, Content Analysis, Los Angeles, Sage.
Krueger, Richard & Mary Anne Casey, 2000, Focus Groups: A Practical Guide for Applied Research (4th edn), Thousand Oaks, CA, Sage.
Kvale, Steinar & Svend Brinkmann, 2009, Interviews (2nd edn),Thousand Oaks, CA, Sage.
Lancy, D.F., 1993, Qualitative Research in Education: An Introduction to Major Traditions, New York, Longman.
Leary, Mark R., 1995, Introduction to Behavioral Research Methods (2nd edn), Pacific Grove, CA, Brooks/Cole.
Lincoln, Y. S. & E.G. Guba, 1985, Naturalistic Inquiry, Beverly Hills, CA, Sage.
Longyear, Marie (ed.), 1983, The McGraw-Hill Style Manual, A Concise Guide for Writers and Editors, New York, McGraw-Hill.
Lundberg, George A., 1942, Social Research: A Study in Methods of Gathering Data (2nd edn), New York, Longmans, Green.

Marczyk, Geoffrey R., David DeMatteo & David Festinger, 2005, Essentials of Research Design and Methodology, Hoboken, NJ, Wiley.
Marshall, Catherine & Gretchen B. Rossman, 2006, Designing Qualitative Research, Thousand Oaks, CA, Sage.
Martin, David W., 1985, Doing Psychological Experiments (2nd edn), Monterey, CA, Brooks/ Cole.
Matthews, Bob & Liz Ross, 2010, Research Methods: A Practical Guide for the Social Sciences, New York, Pearson.
Maxwell, Joseph A., 2013, Qualitative Research Design: An Interactive Approach (3rd edn), Los Angeles, Sage.
May, Tim, 1997, Social Research: Issues, Methods and Process (2nd edn), Buckingham, Open University Press.
Minium, Edward W., 1978, Statistical Reasoning in Psychology and Education (2nd edn), New York, Wiley.
Monette, Duane R., Thomas J. Sullivan & Cornell R. DeJong, 1986, Applied Social Research: Tools for the Human Services, Fort Worth, TX, Holt, Rinehart, and Winston.
Moser, Claus A. & Graham Kalton, 1989, Survey Methods in Social Investigation (2nd edn), Aldershot, Gower.
Nachmias, David & Clara Nachmias, 1987, Research Methods in Social Sciences, New York, St Martin's Press.
Newman, Isadore & Carolyn R. Benz, 1998, Qualitative-Quantitative Research Methodology, Carbondale, IL, Southern Illinois University Press.
Padgett, Deborah K., 2008, Qualitative Methods in Social Work Research (2nd edn), Thousand Oaks, CA, Sage.
Patton, Michael Quinn, 1990, Qualitative Evaluation and Research Methods, Newbury Park, CA, Sage.
Plano Clark, Vicki L. & John W. Creswell, 2009, Understanding Research: A Consumer's Guide, Melbourne, Pearson (Merrill).
Poincaré, H., 1952, Science and Hypothesis, New York, Dover.
Powers, Gerald T., Thomas M. Meenaghan & Beverley G. Twoomey, 1985, Practice Focused Research: Integrating Human Practice and Research, Englewood Cliffs, NJ, Prentice Hall.
Punch, K.F., 1998, Introduction to Social Research: Quantitative and Qualitative Approaches, Thousand Oaks, CA, Sage.
Ritchie, Donald A., 2003, Doing Oral History: A Practical Guide, Oxford, Oxford University Press.
Robson, Colin, 2002, Real World Research (2nd edn), Oxford, Blackwell.
Robson, Colin, 2011, Real World Research, Chichester, Wiley.
Rohlf, F. James & Robert R. Sokal, 1969, Statistical Tables, San Francisco, W.H. Freeman.
Rossi, Peter H. & Howard E. Freeman, 1993, Evaluation: A Systematic Approach, Newbury Park, CA, Sage.
Rossi, Peter H., Howard E. Freeman & Mark W. Lipsey, 1999, Evaluation: A Systematic Approach (6th edn), Thousand Oaks, CA, Sage.
Rutman, Leonard (ed.), 1977, Evaluation Research Methods: A Basic Guide, Beverly Hills, CA, Sage.
Rutman, Leonard, 1980, Planning Useful Evaluations: Availability Assessment, Beverly Hills, CA, Sage.
Rutman, Leonard, 1984, Evaluation Research Methods: A Basic Guide (2nd edn), Beverly Hills, CA, Sage.
Sandefur, Gary D., Howard E. Freeman & Peter H. Rossi, 1986, Workbook for Evaluation: A Systematic Approach (3rd edn), Beverly Hills, CA, Sage.
Sarantakos, S., 2005, Social Research (3rd edn), New York, Palgrave Macmillan.

Schinke, Steven P. & Lewayne Gilchrist, 1993, Ethics in research. In R. M. Grinnell (ed.), Social Work, Research and Evaluation (4th edn), Itasca, IL, F.E. Peacock.

Selltiz, Jahoda, Morton Deutsch & Stuart Cook, 1962, Research Methods in Social Relations (rev. edn), New York, Holt, Rinehart and Winston.

Siegel, Sidney, 1956, Nonparametric Statistics for the Behavioral Sciences, New York, McGraw-Hill.

Silverman, David, 2004, Qualitative Research: Theory, Methods and Practice (2nd edn), London, Sage.

Silverman, David, 2005, Doing Qualitative Research (2nd edn), London, Sage.

Simon, Julian L., 1969, Basic Research Methods in Social Sciences: The Art of Empirical Investigation, New York, Random House.

Smith, Herman W., 1991, Strategies of Social Research (3rd edn), Orlando, FL, Holt, Rinehart and Winston.

Somekh, Bridget & Cathy Lewin (eds), 2005, Research Methods in the Social Sciences, Los Angeles, Sage.

Stake, Robert E., 1995, The Art of Case Study Research, Thousand Oaks, CA, Sage.

Stevens, Stanley Smith, 1951, Mathematics, measurement, and psychophysics. In S.S. Stevens (ed.), Handbook of Experimental Psychology, New York, Wiley.

Strauss, A. & J. Corbin, 1998, Basics of Qualitative Research: Techniques and Procedures for Developing Grounded Theory (2nd edn), Thousand Oaks, CA, Sage.

Stufflebeam, Daniel L. & Anthony J. Shinkfield, 1985, Systematic Evaluation: A Self-Instructional Guide to Theory and Practice, Boston, Kluwer-Nijhoff.

Sue, Valerie M. & Lois A. Ritter, 2012, Conducting Online Surveys, Los Angeles, Sage.

Tashakkori, A. & C. Teddlie, 1998, Mixed Methodology: Combining Qualitative and Quantitative Approaches, London, Sage.

Tashakkori, Abbas & Charles Teddlie (eds), 2003, Handbook of Mixed Methods in Social & Behavioral Research, Thousand Oaks, CA, Sage.

Taylor, Steven J. & Robert Bogdan, 1998, Introduction to Qualitative Research Methods: A Guidebook and Resource (3rd edn), New York, Wiley.

Teddlie, C. B. & A. Tashakkori, 2009, Foundations of Mixed Methods Research: Integrating Quantitative and Qualitative Approaches to Social and Behavioural Sciences, Los Angeles, Sage.

Thyer, Bruce A., 1993, 'Single-systems research design', in R. M. Grinnell (eds), Social Work Research and Evaluation (4th edn), Itasca, IL, F.E. Peacock, pp. 94–117.

Trochim, William M. K. & James Donnelly, 2007, The Research Methods Knowledge Base (3rd edn), Mason, OH, Thomson Custom Publishing.

Walter, Maggie (ed.), 2006, Social Research Methods: An Australian Perspective, Melbourne, Oxford University Press.

Walter, Maggie, 2010, Social Research Methods, Melbourne, Oxford University Press.

Webster's Third New International Dictionary, 1976, G. & C. Company, Springfield, MA.

Willis, J.W., 2007, Foundations of Qualitative Research: Interpretive and Critical Approaches, Thousand Oaks, CA, Sage.

Wolcott, H.F., 1994, Transforming Qualitative Data: Description, Analysis, and Interpretation, Thousand Oaks, CA, Sage.

Yegidis, Bonnie & Robert Weinback, 1991, Research Methods for Social Workers, New York, Longman.

Yin, R. K., 2003, Case Study Research: Design and Methods (3rd edn), Thousand Oaks, CA, Sage.

Young, Pauline V., 1966, Scientific Social Survey Research (4th edn), Englewood Cliffs, NJ, Prentice Hall.

Made in the USA
Monee, IL
04 November 2026

67376994R00270